AF756265

ಶೆಕ್ಷಾವಲಿ ಮಣೆಗಾರ್

'ಶೆಲ್ಲಿ ಕೂಡ್ಲಿಗಿ' ಎಂಬ ಕಾವ್ಯನಾಮದ ಮೂಲಕ ಕಥೆ, ಕವಿತೆ, ಲೇಖನಗಳನ್ನು ಬರೆಯುತ್ತಿರುವ ಶೆಕ್ಷಾವಲಿ ಮಣೆಗಾರ್ ವಿಜಯನಗರ ಜಿಲ್ಲೆಯ ಕೂಡ್ಲಿಗಿ ಪಟ್ಟಣದವರು.

ವೃತ್ತಿಯಲ್ಲಿ ಶಿಕ್ಷಕರಾಗಿರುವ ಇವರು ಪ್ರವೃತ್ತಿಯಲ್ಲಿ ಬರಹಗಾರರಾಗಿದ್ದು ಇದುವರೆಗೆ ಎರಡು ಕಾದಂಬರಿ ಹಾಗೂ ಒಂದು ಕಥಾಸಂಕಲನವನ್ನು ಪ್ರಕಟಿಸಿದ್ದಾರೆ. "ಆ ವದನ" ಇವರ ನಾಲ್ಕನೇ ಕೃತಿ.

ಹದಿನಾಲ್ಕು ವರ್ಷಗಳಿಂದ ಪ್ರಾಥಮಿಕ ಶಾಲಾ ಶಿಕ್ಷಕರಾಗಿ ಸೇವೆ ಸಲ್ಲಿಸುತ್ತಿರುವ ಇವರು ಹಾವೇರಿ ಜಿಲ್ಲೆಯ ಹಿರೇಕೆರೂರು ತಾಲೂಕಿನ ಕಚವಿ ಗ್ರಾಮದಲ್ಲಿ ವೃತ್ತಿ ಜೀವನ ಆರಂಭಿಸಿ ಪ್ರಸ್ತುತ ಹುಟ್ಟೂರು ವಿಜಯನಗರ ಜಿಲ್ಲೆಯ ಕೂಡ್ಲಿಗಿ ಪಟ್ಟಣದ ಸರ್ಕಾರಿ ಹಿರಿಯ ಪ್ರಾಥಮಿಕ ಶಾಲೆ ರಾಜೀವ್ ಗಾಂಧಿ ನಗರದಲ್ಲಿ ಶಿಕ್ಷಕರಾಗಿ ಸೇವೆ ಸಲ್ಲಿಸುತ್ತಿದ್ದಾರೆ.

ಕುವೆಂಪು ವಿಶ್ವವಿದ್ಯಾಲಯದಲ್ಲಿ ಸ್ನಾತಕೋತ್ತರ ಪದವಿ ಪಡೆದಿರುವ ಇವರು ಇದುವರೆಗೆ ಚೇತನ ಸಾಹಿತ್ಯ ಸಮ್ಮಾನ್, ಸಾಹಿತ್ಯ ಸಿಂಧು ರಾಜ್ಯ ಪ್ರಶಸ್ತಿ, ಕಲ್ಯಾಣ ಕರ್ನಾಟಕ ರಾಜ್ಯೋತ್ಸವ ಪ್ರಶಸ್ತಿ, ಹೆಮ್ಮೆಯ ಕನ್ನಡಿಗ ರಾಜ್ಯ ಪ್ರಶಸ್ತಿ, ಕಲಾ ನಾವಿಕ ರಾಜ್ಯ ಪ್ರಶಸ್ತಿ ಹಾಗೂ ಹಲವಾರು ಸಾಹಿತ್ಯಿಕ, ಶೈಕ್ಷಣಿಕ, ಕ್ರೀಡಾ ಸ್ಪರ್ಧೆಗಳಲ್ಲಿ ಭಾಗವಹಿಸಿ ಬಹುಮಾನಗಳನ್ನು ಪಡೆದಿರುತ್ತಾರೆ.

ಕಾದಂಬರಿ

ಆ ವೇದನ

ಶೆಕ್ಷಾವಲಿ ಮಣೆಗಾರ್

ವೀರಲೋಕ

207, 2ನೇ ಮಹಡಿ, 3ನೇ ಮೇನ್
ಚಾಮರಾಜಪೇಟೆ, ಬೆಂಗಳೂರು-560018
ಮೊಬೈಲ್: 70221 22121, 88612 12172
ಇಮೇಲ್: veeralokabooks@gmail.com
ವೆಬ್‌ಸೈಟ್: www.veeralokabooks.com

AA VADANA
A novel written by **Shekshavali Manegar**

Published by:
VEERALOKA BOOKS PVT. LTD.
207, 2nd Floor, 3rd Main
Chamarajpet, Bengaluru-560018

Mobile:	+91 7022122121, 8861212172
E-mail:	veeralokabooks@gmail.com
Website:	www.veeralokabooks.com

Price:	Rs. 240/-
Pages:	200
First Impression:	August 2024
Paper used:	70 GSM NS Maplitho
Book size:	1/8th Demy
ISBN:	978-81-974169-0-3

Cover page designed by:
Madan C.P.

Inner pages designed by:
Vijaya Vikram

Printer:
Veeraloka Prints
Bengaluru

crew

Anand Rach
Anantha Kunigal
Raju Vishnu
Govind Vishnu
Vishwajith
Mamatha
Parvathi
Punith

ಅರ್ಪಣೆ

ಬೆಂಕಿಯಲ್ಲರಳಿದ ಹೂವು,
ಪದ್ಮಶ್ರೀ ಪ್ರಶಸ್ತಿ ಪುರಸ್ಕೃತ
ಮಾತಾ ಮಂಜಮ್ಮ ಜೋಗತಿಯವರಿಗೆ
ಮನಃಪೂರ್ವಕವಾಗಿ ಈ ಹೊತ್ತಗೆಯನ್ನು
ಅರ್ಪಿಸುತ್ತಿದ್ದೇನೆ.

ಮುನ್ನುಡಿ

ಸಾಮಾಜಿಕ ಜಾಲತಾಣಗಳಲ್ಲಿ "ಶೆಲ್ಲಿ ಕೂಡ್ಲಿಗಿ", "ಶೆಲಿಮಣಿ" ಎಂಬ ಕಾವ್ಯನಾಮಗಳ ಮೂಲಕ ಚಿರಪರಿಚಿತರಾದ ಶ್ರೀ ಶೆಕ್ಷಾವಲಿ ಮಣೆಗಾರ್ ವೃತ್ತಿಯಲ್ಲಿ ಶಿಕ್ಷಕರು ಹಾಗೆಯೇ ಪ್ರವೃತ್ತಿಯಲ್ಲಿ ಬರಹಗಾರರು. ಅವರ ಬದುಕಿನ ಪುಟಗಳನ್ನೊಮ್ಮೆ ತೆರೆದು ನೋಡಿದರೆ ಎಂಥವರ ಕಣ್ಣುಗಳೂ ಸಹ ಒದ್ದೆಯಾಗಿ ಬಿಡುತ್ತವೆ. ಕಡುಬಡತನದಲ್ಲಿ ಹುಟ್ಟಿ, ಬೆಳೆದು ಶ್ರವಣದೋಷದ ಸಮಸ್ಯೆಯ ನಡುವೆಯೇ ಛಲದಿಂದ ಓದಿ ಶಿಕ್ಷಕರಾಗಿ ಜೊತೆಗೆ ಸಾಹಿತಿಯಾಗಿ ಅವರು ಬೆಳೆದು ಬಂದ ರೀತಿಯೇ ಅವರ ಪ್ರತಿಭೆಗೆ ಹಿಡಿದ ಕೈಗನ್ನಡಿಯಾಗಿದೆ.

ಹಲವಾರು ವರ್ಷಗಳಿಂದಲೂ ನಾನು ಇವರ ಬರಹಗಳನ್ನು ಫೇಸ್ಬುಕ್ನಲ್ಲಿ ಓದುತ್ತಾ ಬಂದಿದ್ದೇನೆ. ಸಮಾಜದ ಅಂಕುಡೊಂಕುಗಳನ್ನು ಯಾವ ಮುಲಾಜಿಲ್ಲದೆ ತಮ್ಮ ಬರವಣಿಗೆಯ ಮೂಲಕ ಖಂಡಿಸುತ್ತಾ ಬಂದಿರುವ ಇವರು ಈಗಾಗಲೇ ಕನ್ನಡ ಸಾರಸ್ವತ ಲೋಕಕ್ಕೆ 'ಕೇರಿ ಮುಟ್ಟಿದ ಮಾವು', 'ಎರಡು ಲೋಟದ ಹುಡುಗಿ', 'ಹಥೇಲಿ' ಎಂಬ ಅಪೂರ್ವ ಕೃತಿಗಳನ್ನು ಕಾಣಿಕೆಯಾಗಿ ನೀಡಿದ್ದು ಪ್ರಸ್ತುತ ಎಲ್‌ಜಿಬಿಟಿಕ್ಯೂ ಸಮುದಾಯದ ಕುರಿತು 'ಆ ವದನ' ಎಂಬ ಕಾದಂಬರಿಯನ್ನು ರಚಿಸಿದ್ದಾರೆ. ಇದೊಂದು ಅದ್ಭುತ ಕಾದಂಬರಿಯಾಗಿದ್ದು ಅರ್ಹವಾಗಿಯೇ 'ವೀರಲೋಕ' ಪ್ರಕಾಶನದವರು ನಡೆಸಿದ "ಉತ್ತರಪರ್ವ ಉತ್ತರ ಕರ್ನಾಟಕ ಸಾಹಿತ್ಯ ಸುಗ್ಗಿ"ಯಲ್ಲಿ ನೂರಾರು ಕಥೆಗಳೊಂದಿಗೆ ಪೈಪೋಟಿ ನಡೆಸಿ ಅಂತಿಮವಾಗಿ ಮುದ್ರಣಕ್ಕೆ ಅರ್ಹತೆ ಗಳಿಸಿದೆ. ಪ್ರಸ್ತುತ ಲೇಖಕರು ಈ ಕಾದಂಬರಿಯನ್ನು ಓದುಗರ ಮುಂದಿಡುತ್ತಿರುವ ಶುಭಘಳಿಗೆಯಲ್ಲಿ ಈ ಕೃತಿಗೆ ಮುನ್ನುಡಿ ಬರೆದುಕೊಡಿ ಅಮ್ಮಾ ಎಂದು ನನ್ನ ಬಳಿ ಕೇಳಿದಾಗ ನನಗೆ ಇಲ್ಲ ಅನ್ನಲು ಆಗಲಿಲ್ಲ. ಅವರ ಕೋರಿಕೆಗೆ ಓಗೊಟ್ಟು ಈ ಅಪೂರ್ವ ಕಾದಂಬರಿಯ ಕುರಿತು ನನ್ನ ಅಭಿಪ್ರಾಯವನ್ನು ಇಲ್ಲಿ ದಾಖಲಿಸಿದ್ದೇನೆ.

ನಮ್ಮ ಎಲ್‌ಜಿಬಿಟಿಕ್ಯೂ ಸಮುದಾಯದ ಜನ ಶತಶತಮಾನಗಳಿಂದಲೂ ಸಮಾಜದ ಅವಕೃಪೆಗೆ ಗುರಿಯಾಗಿ ಶಾಪಗ್ರಸ್ಥರಂತೆ ಬದುಕುತ್ತಿರುವ ನತದೃಷ್ಟರು. ಸಾಂವಿಧಾನಿಕವಾಗಿ ಎಲ್‌ಜಿಬಿಟಿಕ್ಯೂ ಸಮುದಾಯಕ್ಕೆ ಇತ್ತೀಚೆಗೆ ಕೆಲವು ಸೌಕರ್ಯಗಳು ದೊರೆಯುತ್ತಿದ್ದರೂ ಮಡಿವಂತಿಕೆಯಿಂದ ನರಳುತ್ತಿರುವ ಸಮಾಜದ ಹಲವು ಜನರ ದೃಷ್ಟಿಕೋನ ಮಾತ್ರ ಇನ್ನೂ ಬದಲಾಗಿಲ್ಲ. ಈ ನಿಟ್ಟಿನಲ್ಲಿ ಈ ಕಾದಂಬರಿ ಅಂತಹ ಜನರ ಮೇಲೆ ಬೆಳಕು ಚೆಲ್ಲುತ್ತಾ ಎಲ್‌ಜಿಬಿಟಿಕ್ಯೂ ಜನರ ಮಾನಸಿಕ ತೊಳಲಾಟವನ್ನು ಓದುಗರಿಗೆ ತಿಳಿಸಿಕೊಡಲು ಭಗೀರಥ ಪ್ರಯತ್ನ ಮಾಡಿದೆ ಎಂದರೆ ತಪ್ಪಾಗಲಾರದು.

ಈ ಕಾದಂಬರಿಯ ಕಥಾನಾಯಕ ಸಂಜಯ ಸುಶಿಕ್ಷಿತ ದಂಪತಿಗಳಾದ ಸತ್ಯನಾರಾಯಣ ಮತ್ತು ಸುನಂದಮ್ಮನವರ ಏಕೈಕ ಸುಪುತ್ರ. ಬಾಲ್ಯದಲ್ಲೇ ತನ್ನ ಸೋದರಮಾವ ರಮಾಕಾಂತನಿಂದ ಲೈಂಗಿಕ ದೌರ್ಜನ್ಯಕ್ಕೆ ಒಳಗಾಗಿ ತನ್ನೊಳಗೊಬ್ಬ ಸಲಿಂಗಿಗೆ ಜನ್ಮ ನೀಡಿರುತ್ತಾನೆ. ಮುಂದೆ ಅವನು ದೊಡ್ಡವನಾಗಿ ಕೈ ತುಂಬಾ ಸಂಬಳ ಕೊಡುವ ಕಂಪನಿಯಲ್ಲಿ ನೌಕರಿ ಗಿಟ್ಟಿಸಿಕೊಂಡಾಗ ಆದಷ್ಟು ಬೇಗ ಅವನಿಗೊಂದು ಹುಡುಗಿ ಹುಡುಕಿ ಮದುವೆ ಮಾಡಬೇಕೆಂದು ಹೆತ್ತವರು ಪ್ರಯತ್ನಿಸುತ್ತಿರುತ್ತಾರೆ. ಈ ವೇಳೆಗೆ ಸಂಜಯನ ಕಂಪನಿಗೆ ಮ್ಯಾನೇಜರ್ ಆಗಿ ಬರುವ ಐವತ್ತರ ಪ್ರಾಯದ ಶ್ರೀನಿವಾಸ್ ಸಂಜಯನೊಳಗಿನ ಸಲಿಂಗರತಿಗೆ ಮರುಜನ್ಮ ನೀಡುತ್ತಾರೆ. ಶ್ರೀನಿವಾಸರ ಸುಂದರ ವದನಕ್ಕೆ ಮಾರುಹೋಗುವ ಸಂಜಯ ಅವನಗರಿವಿಲ್ಲದಂತೆಯೇ ಶ್ರೀನಿವಾಸರನ್ನು ಮನಸಾರೆ ಪ್ರೀತಿಸತೊಡಗುತ್ತಾನೆ. ಅವನ ಪ್ರೀತಿಯನ್ನು ಯಾರ ಬಳಿಯೂ ಹೇಳಿಕೊಳ್ಳಲಾಗದೇ ಒದ್ದಾಡುತ್ತಿರುವ ವೇಳೆಯಲ್ಲೇ ಅವನಿಗೆ ಕನ್ನಿಕಾ ಮತ್ತು ಕರುಣಾ ಎಂಬ ಲೆಸ್ಬಿಯನ್ ಜೋಡಿಯ ಪರಿಚಯವಾಗುತ್ತದೆ.

ನಮ್ಮ ಸುತ್ತಮುತ್ತ ಬೆಳೆಯುವವರ ಕಾಲನ್ನು ಎಳೆಯುವವರು ಇದ್ದೇ ಇರುತ್ತಾರೆ ಎಂಬುದನ್ನು ಲೇಖಕರು ಈ ಕಾದಂಬರಿಯಲ್ಲಿ ವಾಸುಕಿ, ಪ್ಲವಂಗ ಪಾತ್ರಗಳ ಮೂಲಕ ಅತ್ಯುತ್ತಮವಾಗಿ ಚಿತ್ರಿಸಿದ್ದಾರೆ. ಸಂಜಯನ ಬೆಳವಣಿಗೆ ಕಂಡು ಹೊಟ್ಟೆಯಲ್ಲಿ ಬೆಂಕಿ ಹಾಕಿಕೊಳ್ಳುವ ವಾಸುಕಿ ಅವನ ತಪ್ಪುಗಳನ್ನು ಹುಡುಕುವುದರಲ್ಲಿ ಮುಳುಗಿರುತ್ತಾನೆ. ಇತ್ತ ಶ್ರೀನಿವಾಸರು ತೋರಿಸುವ ಅಕ್ಕರೆಯನ್ನೇ ಪ್ರೀತಿ ಎಂದು ಭಾವಿಸಿ ಭ್ರಮೆಯಲ್ಲಿ ತೇಲಾಡುವ ಸಂಜಯ ಹೇಗಾದರೂ ಮಾಡಿ ತೀರದ ಲೈಂಗಿಕ ಬಯಕೆಗಳನ್ನು ಈಡೇರಿಸಿಕೊಳ್ಳಲು ಸಮಯ, ಸಂದರ್ಭಗಳಿಗಾಗಿ ಕಾಯುವಾಗ ಎದುರಾಗುವ ನಾಗರಹೊಳೆಯ ಪಲಾಶ ಮಂದಾರದ ಮರ, ಬಂಡೀಪುರದ ನೀಲಿಹೊಳೆ ಘಟನೆಗಳು ನಮ್ಮ ಕಣ್ಣೆದುರು ನಡೆಯುತ್ತಿದ್ದಾವೇನೋ ಅನ್ನುವ ಹಾಗೆ ಲೇಖಕರು ನವಿರಾಗಿ ಚಿತ್ರಿಸಿರುವುದು ಅವರ ಸಾಹಿತ್ಯ ಪ್ರೌಢಿಮೆಗೆ ಸಾಕ್ಷಿಯಾಗಿದೆ.

ಶ್ರೀನಿವಾಸರ ಜೊತೆಗಿನ ಸಲುಗೆ ಹೆಚ್ಚಿದಂತೆಲ್ಲಾ ಸಂಜಯ ಅವನೊಳಗಿನ ಸಲಿಂಗರತಿಯ ತೃಪ್ತಿ ಪಡಿಸಲು ದುಡುಕಿದಾಗ ಕುಪಿತರಾಗುವ ಶ್ರೀನಿವಾಸ್ ಸಂಜಯನನ್ನು ದೂರ ಮಾಡಿ ಅವನ ಪರಮಶತ್ರು ವಾಸುಕಿಯ ಜೊತೆಗೆ ಬೆರೆಯುವುದು ಸಂಜಯನ ಪಾಲಿಗೆ ನುಂಗಲಾರದ ತುತ್ತಾಗುತ್ತದೆ. ಇದೇ ವೇಳೆಗೆ ಸಂಜಯನಿಗೆ ಮದುವೆ ಆಗಲು ಮನೆಯಲ್ಲಿ ತೀವ್ರ ಒತ್ತಡ ಹೇರಿದಾಗ ಹೆತ್ತವರ ಬಳಿಯಾಗಲಿ, ಸಮಾಜದ ಎದುರಾಗಲಿ ತಾನೊಬ್ಬ ಸಲಿಂಗಿ ಎಂದು ಹೇಳಿಕೊಳ್ಳಲಾಗದೇ ಸಂಜಯ ಪಡುವ ಮಾನಸಿಕ ಯಾತನೆ ಅದೆಷ್ಟೋ ಎಲ್‌ಜಿಬಿಟಿಕ್ಯೂ ಜನರ ನೋವೆಂಬಂತೆ ತೋರುತ್ತದೆ.

ತಾನು ಮದುವೆ ಆದರೆ ತನ್ನಿಂದ ಒಬ್ಬ ಹೆಣ್ಣಿನ ಬಾಳು ಹಾಳಾಗುತ್ತದೆ ಎಂಬ ಏಕೈಕ ಕಾರಣದಿಂದ ಸಂಜಯ ಮದುವೆ ನಿರಾಕರಿಸುತ್ತ ಬಂದರೆ ಅವನು ಪ್ರಕೃತಿಗೆ ವಿರುದ್ಧವಾಗಿರುವ ಸಲಿಂಗಕಾಮವನ್ನು ತೊರೆದು ಸಮಾಜದಲ್ಲಿ ಸೃಜನಶೀಲನಾಗಿ ಬಾಳಬೇಕೆಂದು ಶ್ರೀನಿವಾಸರು ಅವನ ಮನಸ್ಸು ಓಲೈಸಿ ಸುಗುಣಳೆಂಬ ರೂಪವತಿಯ ಜೊತೆಗೆ ಮದುವೆ ಮಾಡಿಸುತ್ತಾರೆ. ಆದರೆ ಸಂಜಯ ಹೆಂಡತಿಯ ಜೊತೆಗೆ ಹೊಂದಿಕೊಳ್ಳಲು ಆಗದೇ ಪರಿತಪಿಸುತ್ತಾನೆ. ಅವನು ಮೂಗನಂತಿರುವುದು ನೋಡಿ "ಹೇಳ್ರೀ, ನಾನೇನಾದ್ರೂ ತಪ್ಪು ಮಾಡಿದ್ರೆ ನಿಮ್ಮ ಚಪ್ಪಲಿಯಿಂದ ಹೊಡೆಯಿರಿ, ನಿಮಗೆ ಆ ಅಧಿಕಾರ ಇದೆ. ಆದರೆ ಮಾತು ಬಾರದವರಂತೆ ಕಲ್ಲಾಗಿ ನಿಲ್ಲಬೇಡಿ. ನಿಮ್ಮನ್ನೇ ನಂಬಿ ಸರ್ವಸ್ವವೇ ಆಗಿದ್ದ ನನ್ನ ತಂದೆಯನ್ನು ತೊರೆದು ಈ ಮನೆಗೆ ಬಂದಿದ್ದೇನೆ. ನಿಮ್ಮ ಈ ಮೌನ ನನ್ನ ಹಿಡಿದು ಇಂಚಿಂಚು ಕೊಲ್ಲುತ್ತಿದೆ. ಮಾತಾಡ್ರಿ, ನಿಮಗೆ ದಮ್ಮಯ್ಯ ಅಂತೀನಿ ಒಂದೇ ಒಂದು ಸಾರಿ ನಗುನಗುತ್ತಾ 'ಸುಗುಣ' ಅಂದು ಬಿಡಿ ಸಾಕು" ಎಂದು ಸುಗುಣ ಸಂಜಯನ ಕಾಲು ಹಿಡಿದು ಅಳುವುದನ್ನು ಓದಿದರೆ ಎಂಥವರ ಕಣ್ಣಾಲಿಗಳು ಸಹ ಒದ್ದೆಯಾಗದೇ ತೀರವು.

ಮದುವೆಯ ನಂತರ ಬೆಂಕಿಯಿಂದ ಬಾಣಲೆಗೆ ಬಿದ್ದಂತಾದ ಸಂಜಯನಿಗೆ ಸಾಮಾಜಿಕ ಜಾಲತಾಣದಲ್ಲಿ ದೇಬಶಿಷ್ ಎಂಬ ಗೆಳೆಯನ ಪರಿಚಯವಾಗಿ ಅವರಿಬ್ಬರ ನಡುವೆ ಪ್ರೀತಿ ಅಂಕುರಿಸುತ್ತದೆ. ಅವನನ್ನು ಸೇರಲೆಂದು ಯಾರಿಗೂ ಹೇಳದೇ ರಾತ್ರೋರಾತ್ರಿ ಸಂಜಯ ಮನೆ ತೊರೆಯುವುದನ್ನು ಲೇಖಕರು "ಮನುಷ್ಯನು ಬಯಸುವ ಎಲ್ಲವೂ ಹೊಂದಿದ್ದರೂ ರಾತ್ರೋರಾತ್ರಿ ಬುದ್ಧನು ಮನೆ ತೊರೆದಂತೆ ಸಂಜಯನೂ ತನ್ನ ಪಾಲಿಗೆ ಎಲ್ಲವೂ ಇದ್ದರೂ ಸಿಗದ ಲೈಂಗಿಕ ಸುಖದ ಬೆನ್ನೇರಿ ರಾತ್ರೋರಾತ್ರಿ ಮನೆ ತೊರೆದ...!" ಎಂದು ಮಾರ್ಮಿಕವಾಗಿ ನುಡಿದಿದ್ದಾರೆ. ಇಲ್ಲಿಗೆ ಭಾಗ–1 ಈ ವದನ ಸಮಾಪ್ತಿಯಾದರೆ

ಭಾಗ-2 ಆ ವದನ ಓದುಗರ ಎದುರು ಮತ್ತೊಂದು ಆಯಾಮವನ್ನು ತೆರೆದಿಡುತ್ತದೆ.

ಭಾಗ-2ರಲ್ಲಿ ಹೊಸದಾಗಿ ಕಾಣಿಸಿಕೊಳ್ಳುವ ಶಶಿ ಮತ್ತು ರೇಖಾ ಪಾತ್ರಗಳು ಈ ಕಥೆಗೆ ಹೊಸ ಟ್ವಿಸ್ಟ್ ಕೊಡುತ್ತವೆ. ರಜೆಗೆಂದು ಅಮೇರಿಕಾದಿಂದ ತಾಯ್ನಾಡಿಗೆ ಬರುವ ಸುಗುಣಳ ದೊಡ್ಡಪ್ಪನ ಮಗ ಶಶಿ ತನ್ನ ತಂಗಿಗೆ ಬಂದಿರುವ ಪರಿಸ್ಥಿತಿ ನೋಡಿ ಮರುಗುತ್ತಾನೆ. ಜೊತೆಗೆ ಗಂಡ ಕಾಣೆಯಾದ್ದರಿಂದ ಮಾನಸಿಕವಾಗಿ ನೊಂದಿರುವ ಸುಗುಣಳ ಬಾಳು ಸರಿಪಡಿಸಲು ಟೊಂಕ ಕಟ್ಟಿ ನಿಲ್ಲುತ್ತಾನೆ. ಈ ವೇಳೆಗೆ ಮೈಸೂರಿನಲ್ಲಿ ಸ್ಪಂದನ ಎಂಬ ಎನ್‌ಜಿಓ ನಡೆಸುತ್ತಿರುವ ಆಪ್ತ ಸಮಾಲೋಚಕಿ ರೇಖಾಳ ಪರಿಚಯವಾಗುತ್ತದೆ. ಅವಳ ಸಹಾಯದಿಂದ ಸಂಜಯನನ್ನು ಪತ್ತೆ ಹಚ್ಚುವ ಕಾರ್ಯ ಆರಂಭವಾಗುತ್ತದೆ. ಇದನ್ನು ಲೇಖಕರು ಕಟ್ಟಿಕೊಟ್ಟಿರುವ ರೀತಿ ಈ ಕಾದಂಬರಿಯ ಗೆಲುವಿನಲ್ಲಿ ಪ್ರಮುಖ ಪಾತ್ರ ವಹಿಸಿದೆ ಎಂಬುದು ನನ್ನ ಅಭಿಪ್ರಾಯ.

ಹೆತ್ತವರು, ಕೈ ಹಿಡಿದವಳು ಎಲ್ಲರನ್ನೂ ತೊರೆದು ಬಹುದೂರ ಹೋಗುವ ಸಂಜಯ ಅವನು ನಂಬಿದ ಗೆಳೆಯ ದೇಬಶಿಷ್‌ನಿಂದ ಮೋಸ ಹೋಗಿ ತನ್ನ ಬದುಕಿನ ಬಗ್ಗೆಯೇ ಜಿಗುಪ್ಸೆ ಪಟ್ಟುಕೊಳ್ಳುವಂತಾಗುತ್ತದೆ. ಅಂತಹ ಸಂದರ್ಭದಲ್ಲಿ ಚಾಂದನಿ ಎನ್ನುವ ಟ್ರಾನ್ಸ್‌ಜೆಂಡರ್ ಸಂಜಯನ ಪಾಲಿಗೆ ಸಂಜೀವಿನಿಯಾಗುವುದನ್ನು ಲೇಖಕರು ಓದುಗರ ಆಸಕ್ತಿ ಕೆರಳಿಸುವಂತೆ ಕಟ್ಟಿಕೊಟ್ಟಿದ್ದಾರೆ. ಮುಂದೆ ಸಂಜಯನ ಹುಡುಕಾಟದಲ್ಲಿದ್ದ ಶಶಿ ಮತ್ತು ರೇಖಾಳಿಗೆ ಸಂಜಯ ಸಿಗುತ್ತಾನ? ನೊಂದ ಸುಗುಣಳ ಮುಖದಲ್ಲಿ ನಗು ಮೂಡುವುದೇ? ಎಂಬುದನ್ನು ಓದುಗರು ಈ ಕಥೆ ಓದಿಯೇ ತಿಳಿದುಕೊಳ್ಳಬೇಕು.

ಸಂಜಯನೊಳಗಿನ ಸಲಿಂಗರತಿಯನ್ನು ಬಡಿದೆಬ್ಬಿಸುವುದೇ ಅವನ ಸುತ್ತಲಿನ ಸುಂದರ ವದನಗಳು. ಇದನ್ನು ಕಥೆಯ ಆರಂಭದಿಂದ ಅಂತ್ಯದವರೆಗೂ ಸಮರ್ಥವಾಗಿ ಕಟ್ಟಿಕೊಟ್ಟಿರುವ ಲೇಖಕರು ಕಾದಂಬರಿಗೂ "ಆ ವದನ" ಎಂಬ ಶೀರ್ಷಿಕೆ ಇಟ್ಟಿರುವುದು ಸೂಕ್ತವಾಗಿದೆ. ಈ ಕಾದಂಬರಿ ಸಂಜಯನೆಂಬ ಸಲಿಂಗಿ ಯುವಕನೊಬ್ಬನ ಮಾನಸಿಕ ತೊಳಲಾಟದಂತೆ ಕಂಡುಬಂದರೂ ಇದರ ಸುತ್ತ ಕನ್ನಿಕಾ, ಕರುಣಾರೆಂಬ ಲೆಸ್ಬಿಯನ್, ದೇಬಶಿಷ್‌ನೆಂಬ ಬೈಸೆಕ್ಸುಯಲ್, ಚಾಂದನಿಯೆಂಬ ಟ್ರಾನ್ಸ್‌ಜೆಂಡರ್, ಮಾಬೆನ್ ಎಂಬ ಕ್ವಿಯರ್ ಪಾತ್ರಗಳು ಸುತ್ತುತ್ತವೆ. ಜೊತೆಗೆ ಓದುಗರ ಎದುರು ಎಲ್‌ಜಿಬಿಟಿಕ್ಯೂ ಪ್ರಪಂಚವನ್ನು ತೆರೆದಿಡುತ್ತವೆ.

ಮನೋವಿಶ್ಲೇಷಣೆಯ ಪಿತಾಮಹ ಸಿಗ್ಮಂಡ್ ಫ್ರಾಯ್ಡ್ ಅವರು ಸಲಿಂಗಕಾಮದ ಕುರಿತು ಹೇಳಿರುವ ಅನಿಸಿಕೆಗಳನ್ನು ಈ ಕಾದಂಬರಿಯಲ್ಲಿ

ಸೂಕ್ತವಾಗಿ ಬಳಸಿಕೊಂಡಿರುವ ಲೇಖಕರು ಸಂದರ್ಭಕ್ಕನುಸಾರವಾಗಿ ಎಲ್‌ಜಿಬಿಟಿಕ್ಯೂ ಟರ್ಮ್ಸ್ ಹಾಗೂ ಸಲಿಂಗ ವಿವಾಹ ನಡೆದು ಬಂದ ಹಾದಿಯನ್ನು ಉಲ್ಲೇಖಿಸಿರುವುದು ಈ ಕಾದಂಬರಿಗೆ ಮತ್ತಷ್ಟು ಮೆರಗನ್ನು ತಂದುಕೊಟ್ಟಿದೆ. ಇಲ್ಲಿ ಬರುವ ಯಾವ ಪಾತ್ರವೂ ಸಪ್ಪೆಯೆನಿಸದೆ ತಮ್ಮ ಜವಬ್ದಾರಿಯನ್ನು ಅಚ್ಚುಕಟ್ಟಾಗಿ ನಿಭಾಯಿಸಿವೆ. ಹಾಗೆಯೇ ಬೇಸರವೆನಿಸದೇ ಓದಿಸಿಕೊಂಡು ಹೋಗುವ ಗಟ್ಟಿತನ ಈ ಕಾದಂಬರಿಗಿದೆ.

ನಾನು ಈ ಕಾದಂಬರಿ ಓದುತ್ತಾ ಇರುವಾಗ ಮಂಗಳೂರಿನ ರೇಷ್ಮಾ ಉಳ್ಳಾಲ ಅವರ ಒಂದು ಕಾದಂಬರಿ ನನಗೆ ನೆನಪಿಗೆ ಬಂತು. "ಬಿಂಬದೊಳಗೊಂದು ಬಿಂಬ" ಎಂದು ಆ ಕಾದಂಬರಿಯ ಹೆಸರು. ಅವರೂ ಸಹ ಆ ಕಥೆಯಲ್ಲಿ ಎಲ್‌ಜಿಬಿಟಿಕ್ಯೂಗಳ ಬಗ್ಗೆ ಸಮಗ್ರ ಮಾಹಿತಿಯನ್ನು ಕಟ್ಟಿಕೊಟ್ಟಿದ್ದಾರೆ. ಅವರಂತೆ ಶೆಲ್ಲಿ ಕೂಡ್ಲಿಗಿಯವರು ಸಹ ತಮ್ಮ "ಆ ವದನ" ಕಾದಂಬರಿಯಲ್ಲಿ ಎಲ್‌ಜಿಬಿಟಿಕ್ಯೂಗಳ ನೋವು, ನಲಿವುಗಳನ್ನು ಎಲ್ಲರಿಗೂ ಮುಟ್ಟೋ ಹಾಗೆ ಕಟ್ಟಿಕೊಟ್ಟಿದ್ದಾರೆ. ಈ ಕಥೆಯನ್ನು ಕೇವಲ ಎಲ್‌ಜಿಬಿಟಿಕ್ಯೂಗಳಲ್ಲದೇ ಎಲ್ಲರೂ ಓದಬಹುದು. ನನ್ನ ತೃತೀಯ ಲಿಂಗಿಗಳಲ್ಲಿ ಸೀರೆ ಉಟ್ಕೊಳ್ಳುವವರು ಇದೀವಲ್ಲ ಅವರ ಕಥೆಗಳು, ಕಾದಂಬರಿಗಳು ತುಂಬಾ ಬಂದು ತುಂಬಾ ಪ್ರಚಾರ ಸಿಕ್ಕಿದೆ. ಅವರ ಬಗ್ಗೆ ಈಗಾಗಲೇ ಬಹುತೇಕ ಪ್ರಜ್ಞಾವಂತ ಮನಸ್ಸುಗಳಿಗೆ ಗೊತ್ತಾಗಿದೆ. ಆದರೆ ಈ ಎಲ್‌ಜಿಬಿಟಿಕ್ಯೂ ಗುಂಪಿಗೆ ಸೇರುವ ಲೆಸ್ಬಿಯನ್, ಬೈಸೆಕ್ಸುಯಲ್, ಗೇ, ಕ್ವಿಯರ್ ಇಂಥವರನ್ನು ಪರಿಚಯಿಸುವ ಪುಸ್ತಕಗಳು ಅಲ್ಲೊಂದು, ಇಲ್ಲೊಂದು ಬಂದಿದ್ದಾವೆ. ಈಗ ನಮ್ಮ ವಿಜಯನಗರ ಜಿಲ್ಲೆಯ, ನನಗೆ ಬಾಯ್ತುಂಬಾ ಅಮ್ಮಾ ಎಂದು ಕರೆಯುವ ಮೇಷ್ಟ್ರು ಶೆಲ್ಲಿ ಕೂಡ್ಲಿಗಿಯವರು ಬರೆದಿರುವಂತಹ ಈ ಕಾದಂಬರಿ ಅವರಂತೆ ಅಪರೂಪದಲ್ಲೊಂದು ಅಪರೂಪವಾಗಿದೆ ಎಂದು ಹೇಳಲು ಇಷ್ಟಪಡುತ್ತೇನೆ.

ಒಂದು ವಿಭಿನ್ನ ಕಥಾವಸ್ತುವನ್ನು ಒಳಗೊಂಡಿರುವ ಈ ಕಾದಂಬರಿಯನ್ನು ಉತ್ತರಪರ್ವ ಸಾಹಿತ್ಯ ಸುಗ್ಗಿಯಲ್ಲಿ ಮುದ್ರಣಕ್ಕೆ ಆಯ್ಕೆ ಮಾಡಿದ ವೀರಲೋಕದ ವೀರಕಪುತ್ರ ಶ್ರೀನಿವಾಸ್‌ರವರಿಗೆ ನನ್ನ ಅನಂತ ಧನ್ಯವಾದಗಳು. ಸುಮಾರು ಮೂರ್ನಾಲ್ಕು ವರ್ಷಗಳಿಂದ ಎಲ್‌ಜಿಬಿಟಿಕ್ಯೂಗಳ ಬಗ್ಗೆ ಹಲವು ವಿಚಾರಗಳನ್ನು ತಿಳಿದುಕೊಂಡು, ಹತ್ತಾರು ಮೂಲಗಳಿಂದ ವಿಷಯಗಳನ್ನು ಹೆಕ್ಕಿ ಈ ಕಾದಂಬರಿಗೆ ಅಂತಿಮ ರೂಪಕೊಡಲು ಲೇಖಕರು ಪಟ್ಟ ಶ್ರಮ ವ್ಯರ್ಥವಾಗಬಾರದೆಂದರೆ ನಾವು, ನೀವೆಲ್ಲಾ ಈ ಪುಸ್ತಕ ಕೊಂಡು ಓದಬೇಕಾಗಿದೆ. ಆಗ ಇಂತಹ ಪ್ರತಿಭಾವಂತ ಬರಹಗಾರರು ಬೆಳಕಿಗೆ ಬಂದು ಕನ್ನಡ ಸಾರಸ್ವತ ಲೋಕ ನಿಂತ ನೀರಾಗದೆ ಸದಾ ಹರಿಯುವ ಸಲಿಲದಂತಾಗುತ್ತದೆ.

ಶೆಲ್ಲಿ ನಿಮ್ಮ ಈ ಭಗೀರಥ ಪ್ರಯತ್ನಕ್ಕೆ ಅಭೂತಪೂರ್ವ ಯಶಸ್ಸು ದೊರೆಯಲಿ. ನಿಮ್ಮ ಕೃತಿ ನಾಡಿನ ಮೂಲೆಮೂಲೆಗೂ ತಲುಪಿ ಎಲ್ಲರೂ ಕೊಂಡು ಓದುವಂತಾಗಲಿ. ಕನ್ನಡ ಸಾರಸ್ವತ ಲೋಕಕ್ಕೆ ನಿಮ್ಮಿಂದ ಮತ್ತಷ್ಟು ವಿಭಿನ್ನ ಕೃತಿಗಳು ಕಾಣಿಕೆಯಾಗಿ ಸಿಗಲಿ. ನಿಮ್ಮೊಳಗಿನ ಶ್ರದ್ಧೆ, ಪರಿಶ್ರಮಗಳಿಗೆ ಸದಾ ಗೆಲುವಾಗಲಿ. ಹಾಗೆಯೇ ತಾಯಿ-ಮಗನಂತಹ ನಮ್ಮ ಬಾಂಧವ್ಯ ಅನುಕಾಲ ಹಸಿರಾಗಿರಲಿ ಎಂದು ಆಶಿಸುತ್ತಾ ತಮಗೆ ಮನಃಪೂರ್ವಕವಾಗಿ ಶುಭ ಹಾರೈಸುವೆ.

ನಮಸ್ಕಾರ...

ಮಂಜಮ್ಮ ಜೋಗತಿ

ಪದ್ಮಶ್ರೀ ಪ್ರಶಸ್ತಿ ಪುರಸ್ಕೃತರು

ಮಡಿವಂತಿಕೆಯ ಮಹಲಿನಾಚೆ

ಕನ್ನಡ ಸಾಹಿತ್ಯ ಲೋಕಕ್ಕೆ ಬರಹಗಾರನಾಗಿ ಕಾಲಿಟ್ಟಾಗಿನಿಂದಲೂ ನೊಂದವರ ಎದೆಯಾಳದ ನೋವಿಗೆ ಧ್ವನಿಯಾಗಬೇಕು ಎನ್ನುವ ತುಡಿತ ಕೃತಿಯಿಂದ ಕೃತಿಗೆ ಹೆಚ್ಚುತ್ತಲೇ ಹೋಗುತ್ತಿದೆ. ಈಗಾಗಲೇ ನನ್ನ ಮೂರು ಕೃತಿಗಳಲ್ಲಿ ಇದುವರೆಗೆ ಕಂಡುಂಡ ಅನುಭವಗಳ ಜೊತೆಗೆ ಸಮಾಜದ ವಾಸ್ತವ ಚಿತ್ರಣಗಳನ್ನು ದಾಖಲಿಸಿರುವೆ. ಪ್ರಸ್ತುತ ಒಂದು ಹೆಜ್ಜೆ ಮುಂದೆ ಹೋಗಿ ನನ್ನ ನಾಲ್ಕನೇ ಕೃತಿಯಲ್ಲಿ ಕನ್ನಡ ಸಾಹಿತ್ಯಕ್ಕೆ ನವೀನವೆನಿಸುವ ವಿಚಾರವೊಂದನ್ನು ಮನೋವಿಶ್ಲೇಷಣೆಯ ಪಿತಾಮಹ ಸಿಗ್ಮಂಡ್ ಫ್ರಾಯ್ಡ್‌ರ ತತ್ವ ಸಿದ್ಧಾಂತಗಳೊಂದಿಗೆ ತಾಳೆ ಹಾಕಿ ಕಂಡುಕೊಂಡ ಉತ್ತರವನ್ನು ಕಾಲ್ಪನಿಕವಾಗಿ "ಆ ವದನ" ಎಂಬ ಕಾದಂಬರಿಯ ರೂಪಕ್ಕಿಳಿಸಿದ್ದೇನೆ. "ಪುಸ್ತಕವೆಂದರೆ ಪುಸ್ತಕವಲ್ಲ ಅರಿವಿನ ಗೂಡು" ಎಂಬಂತೆ ಈ ಕಾದಂಬರಿ ಓದುಗರಿಗೆ ಎಲ್‌ಜಿಬಿಟಿಕ್ಯೂ+ ಜನರ ಆಸೆ, ಅಭಿಲಾಷೆ, ಹತಾಶೆಗಳನ್ನು ತಿಳಿಸಿಕೊಡುವುದರ ಜೊತೆಗೆ ಅವರ ಮಂಡೆಯೊಳಗೆ ಹೊಸ ಚಿಂತನೆಯನ್ನು ಹುಟ್ಟು ಹಾಕುತ್ತದೆ ಎಂಬ ಆಶಾಭಾವನೆ ನನ್ನದು.

ಈ ಕೌತುಕ ಜಗತ್ತಿನಲ್ಲಿ ಶಿಕ್ಷಣ, ಆರೋಗ್ಯ, ಆರ್ಥಿಕತೆ ಮುಂತಾದ ವಿಚಾರಗಳಲ್ಲಿ ಮಂಚೂಣಿಯಲ್ಲಿರುವ ದೇಶಗಳು ಸಾರ್ವಜನಿಕವಾಗಿ ಎಲ್‌ಜಿಬಿಟಿಕ್ಯೂ+ ಜನರ ಕುರಿತ ಚರ್ಚೆಗೆ ಮುಕ್ತ ಅವಕಾಶ ಒದಿಗಿಸಿಕೊಟ್ಟಿವೆ. ಆದರೆ ಭಾರತೀಯ ಸಂಸ್ಕೃತಿಯಲ್ಲಿ ಮಡಿವಂತಿಕೆಗೆ ಇರುವಂತಹ ಗೌರವ, ಪ್ರಾಮುಖ್ಯತೆ ಮುಕ್ತ ಲೈಂಗಿಕ ಚರ್ಚೆಗೆ ಇಲ್ಲದೇ ಇರುವುದರಿಂದ ಇಂದಿಗೂ ಎಲ್‌ಜಿಬಿಟಿಕ್ಯೂ+ ಸಮುದಾಯ ಮಡಿವಂತಿಕೆಯ ಮಹಲೊಳಗಿನ ರೇಷಿಮೆ ಬಟ್ಟೆಯಂತಾಗಿದೆ.

ಎರಡು ಜೀವಗಳು ತಮ್ಮ ಭಾವನೆಗಳನ್ನು ಮತ್ತು ದೇಹವನ್ನು ಹಂಚಿಕೊಳ್ಳಲು ನಿರ್ಧರಿಸುವುದು ಆ ಎರಡು ಜೀವಗಳ ಖಾಸಗೀತನದ ಹಕ್ಕು. ಪ್ರೀತಿಗೆ ಸಿದ್ಧಮಾದರಿಯ ಚೌಕಟ್ಟಿನ ಮಾನದಂಡವೇನೂ ಬೇಕಿಲ್ಲ. ಅಂತಹ

ಮಾನದಂಡದಿಂದ ಹುಟ್ಟಿಕೊಂಡ ಪ್ರೀತಿ ಕೃತಕವಾಗುವುದೇ ವಿನಃ ನೈಜ ಪ್ರೀತಿ ಅನಿಸಿಕೊಳ್ಳುವುದಿಲ್ಲ.

ಎಲ್‌ಜಿಬಿಟಿಕ್ಯೂಗಳಿಗೆ ಯಾವಾಗ ಹೊರಗೂ ಅವಮಾನವಿದ್ದು ಮನೆಯಲ್ಲೂ ನಿರಾಕರಣೆ ಇರುತ್ತದೆಯೋ ಆಗವರಿಗೆ ಆತ್ಮೀಯತೆಯ ಕೊರತೆ ಕಾಡತೊಡಗಿ ತಮ್ಮ ಜೀವವೇ ತಮಗೆ ಬೇಡವೆನಿಸಿ ಬಿಡುತ್ತದೆ. ಇಂತಹ ಸಂದಿಗ್ಧ ಸ್ಥಿತಿಯಲ್ಲಿ ಬಹುತೇಕರು ಬದುಕುವ ಆಸ ಕೈಬಿಟ್ಟು ಆತ್ಮಹತ್ಯೆಯಂತಹ ಹೀನ ಕೆಲಸಕ್ಕೆ ಕೈ ಹಾಕುವುದೇ ಹೆಚ್ಚು. ಈಗಾಗಲೇ ತಮಿಳುನಾಡು, ಕೇರಳ, ಅಸ್ಸಾಂ ಮುಂತಾದೆಡೆ ಇಂತಹ ಸಾವು–ನೋವುಗಳು ಘಟಿಸಿ ಹೋಗಿವೆ.

ಪ್ರಪಂಚ ಎಷ್ಟೇ ಮುಂದುವರೆದಿದ್ದರೂ ಸಲಿಂಗಕಾಮ ಅನೈಸರ್ಗಿಕ ಎಂಬ ಕಾರಣವೊಡ್ಡಿ ಲೈಂಗಿಕ ಅಲ್ಪಸಂಖ್ಯಾತರೆನಿಸಿಕೊಂಡಿರುವ ಎಲ್‌ಜಿಬಿಟಿಕ್ಯೂ+ಗಳನ್ನು ಮೂದಲಿಸುವುದು ಇನ್ನೂ ನಿಂತಿಲ್ಲ. ಕೆಲವರು ಬಾಹ್ಯವಾಗಿ ಅವರನ್ನು ಹೇಗಾದರೂ ಮಾಡಿ ಸಹಿಸಿಕೊಳ್ಳುವರು. ಆದರೆ ಆಂತರಿಕವಾಗಿ ತಮ್ಮನ್ನು ಅವರಲ್ಲಿ ಗುರುತಿಸಿಕೊಳ್ಳಲು ಅಥವಾ ತಮ್ಮ ಕುಟುಂಬದ ಸದಸ್ಯರು ಎಲ್‌ಜಿಬಿಟಿಕ್ಯೂ ಎಂಬುದನ್ನು ಒಪ್ಪಿಕೊಳ್ಳುವ ಮನಸ್ಥಿತಿಯನ್ನು ಇನ್ನೂ ಬೆಳೆಸಿಕೊಂಡಿಲ್ಲ. ಇಂತಹ ಹೀನ ಸ್ಥಿತಿಯಲ್ಲಿರುವ ಸಮಾಜವನ್ನು ಕೊಳೆತು ನಾರುತ್ತಿರುವ ಕೊಂಪೆ ಅನ್ನಲಾದಿತೇ ಹೊರತು ಸ್ವರ್ಗ ಎನ್ನಲಾಗದು.

ಮೂರ್ನಾಲ್ಕು ವರ್ಷಗಳ ಹಿಂದೆ ಓರ್ವ ವ್ಯಕ್ತಿಯೊಬ್ಬರು ನನ್ನ ಬಳಿ ಮುಕ್ತವಾಗಿ ತಮ್ಮ ಮನಸ್ಸಿನ ಭಾವನೆಗಳನ್ನು ಹಂಚಿಕೊಳ್ಳುತ್ತಿದ್ದರು. ಆ ವ್ಯಕ್ತಿಯ ಆಕರ್ಷಣೆ, ಆಸಕ್ತಿ, ಅಭಿರುಚಿ ಒಬ್ಬ ಸಲಿಂಗಿಯನ್ನು ಹೋಲುತ್ತಿದ್ದುದ್ದರಿಂದ ಅನುಮಾನಗೊಂಡು ವಿಚಾರಿಸಿದ್ದೆ. ಮೊದಮೊದಲು ಹಾಗೇನಿಲ್ಲ ಎಂದು ಜಾರಿಕೊಳ್ಳುತ್ತಿದ್ದ ಆ ವ್ಯಕ್ತಿ ನನ್ನ ಮೇಲೆ ವಿಶ್ವಾಸವಿಟ್ಟು ಕೊನೆಗೂ ತಾನೊಬ್ಬ ಸಲಿಂಗಿ ಎಂದು ಒಪ್ಪಿಕೊಳ್ಳುವುದರ ಜೊತೆಗೆ ತನ್ನ ಮಾನಸಿಕ ತೊಳಲಾಟವನ್ನು ತೋಡಿಕೊಂಡಿದ್ದ. ಬದುಕಿನುದ್ದಕ್ಕೂ ಅವನು ಅನುಭವಿಸಿದ ದುಃಖ, ಹಿಂಸೆ, ಅವಮಾನಗಳನ್ನು ಕೇಳಿ ನನ್ನ ಮನಸ್ಸು ಮಮ್ಮಲ ಮರುಗಿತ್ತು. ವೃತ್ತಿಯಲ್ಲಿ ಶಿಕ್ಷಕನಾಗಿರುವ ನಾನು ಸಾಧ್ಯವಾದಷ್ಟು ಅವನಿಗೆ ಸಾಂತ್ವನ ಹೇಳಿದ್ದೇನೇ ಹೊರತು ಅವನ ಮಾನಸಿಕ ತೊಳಲಾಟಕ್ಕೆ ಚಿಕಿತ್ಸಕ ಸಲಹೆ ನೀಡಲು ಆಗಿರಲಿಲ್ಲ. ನನಗೆ ಅವನ ವಿಷಯ ಗೊತ್ತಾದ ನಂತರ ಆ ವ್ಯಕ್ತಿ ಮೊದಲಿನಂತೆ ನನ್ನ ಜೊತೆಗೆ ಮನಸ್ಸು ಬಿಚ್ಚಿ ಮಾತನಾಡಲಿಲ್ಲ. ಕೆಲವು ದಿನಗಳ ನಂತರ ಇದ್ದಕ್ಕಿದ್ದ ಹಾಗೆ ಕಣ್ಮರೆಯಾದ. ಆ ವೇಳೆಗಾಗಲೇ ಅವನ ಮಾನಸಿಕ ತೊಳಲಾಟ ನನ್ನೊಳಗೊಂದು ಚಿಂತನೆಯ ಹುಟ್ಟು ಹಾಕಿತ್ತು. ಅದನ್ನು ಅಕ್ಷರ ರೂಪಕ್ಕಿಳಿಸಬೇಕೆಂದು ಅವನ ನೋವಿನ ಕಥೆಯನ್ನು

ಕಾದಂಬರಿಯನ್ನಾಗಿಸುವ ದುಸ್ಸಾಹಸಕ್ಕೆ ಕೈ ಹಾಕಿದೆ. ಆದರೆ ಮತ್ತಷ್ಟು ಮಾಹಿತಿಯ ಕೊರತೆಯಿಂದ ಆ ಕಥೆಯನ್ನು ಅಲ್ಲಿಗೆ ಕೈ ಬಿಟ್ಟು "ಎರಡು ಲೋಟದ ಹುಡುಗಿ", "ಹಥೇಲಿ" ಕೃತಿಗಳನ್ನು ಹೊರತಂದೆ. ಆ ವೇಳೆಗಾಗಲೇ ಎರಡ್ಮೂರು ವರ್ಷಗಳು ಉರುಳಿ ಹೋಗಿದ್ದವು. ಪುನಃ ಹೊಸ ಐಡಿ ಮೂಲಕ ಪ್ರತ್ಯಕ್ಷನಾದ ಆ ವ್ಯಕ್ತಿ ತಾನೀಗ ಹೆಂಡತಿಯ ಜೊತೆಗೆ ಸಂಸಾರ ನಡೆಸುತ್ತಿರುವ ವಿಚಾರ ತಿಳಿಸಿದಾಗ ನನಗೆ ಅಚ್ಚರಿಯ ಜೊತೆಗೆ ಖುಷಿಯೂ ಆಗಿತ್ತು. ಅವರೀರ್ವರ ಸಂಸಾರದ ದೋಣಿ ಸುಗಮವಾಗಿ ಸಾಗಲೆಂದು ಅಭಿನಂದಿಸಿದೆ. ಹಾಗೆಯೇ ನೆನೆಗುದಿಗೆ ಬಿದ್ದಿದ್ದ ಈ ಕಥೆಯನ್ನು ಮತ್ತೇ ಬರೆಯಲು ಕೈಗೆತ್ತಿಕೊಂಡೆ.

ಆ ವ್ಯಕ್ತಿಯೊಳಗಿನ ಸಲಿಂಗಕಾಮಕ್ಕೆ ಸುಂದರ ವದನಗಳೇ ಪ್ರಚೋದಕಗಳು ಎಂಬ ವಿಚಾರ ಈ ಕಥೆಗೊಂದು ಹೊಸ ತಿರುವು ನೀಡಿತ್ತು. ಈ ವಿಷಯವನ್ನು ನನ್ನ ಶ್ರೇಯೋಭಿವೃದ್ಧಿ ಬಯಸುವ ಮನಸ್ಸುಗಳ ಮುಂದೆ ಹೇಳಿಕೊಂಡಾಗ ಅವರು ಸಿಗ್ಮಂಡ್ ಫ್ರಾಯ್ಡ್ ಅವರ ಬಗ್ಗೆ ಓದಲು ತಿಳಿಸಿದ್ದರು. ಅವರ ಸಲಹೆಯಂತೆ ಫ್ರಾಯ್ಡ್ ಅವರ ಸಲಿಂಗಕಾಮದ ಅಧ್ಯಯನಾತ್ಮಕ ವೈಜ್ಞಾನಿಕ ವಿಶ್ಲೇಷಣೆಗಳನ್ನು ಓದುತ್ತಾ ಅವುಗಳನ್ನು ಆ ಅನಾಮಧೇಯ ವ್ಯಕ್ತಿಯ ಬದುಕಿನ ವೃತ್ತಾಂತದೊಂದಿಗೆ ಸಮೀಕರಿಸಿ ನೋಡಿದಾಗ ಈ ಕಥೆಗೆ ಅಂತಿಮ ರೂಪು ಸಿಕ್ಕಿತು. ಓದುಗರ ಆಸಕ್ತಿ ಕೆರಳಿಸಲು ಕಥೆಗೆ ಕೆಲವು ರೋಚಕ ತಿರುವುಗಳ ಅವಶ್ಯಕತೆ ಇತ್ತು. ಇದನ್ನು ಮನಗಂಡು ಹಲವು ಘಟನೆಗಳನ್ನು ಕಾಲ್ಪನಿಕವಾಗಿ ಸೇರಿಸಿ ಈ ಕಾದಂಬರಿಯನ್ನು ಬರೆದಿರುವೆ.

ಈ ಕಥೆಯಲ್ಲಿ ಸಂಜಯನೆಂಬ ಸಲಿಂಗಿಯ ಪಾತ್ರದ ಸುತ್ತ ಸುತ್ತುವ ಲೆಸ್ಬಿಯನ್‌ಗಳಾದ ಕನ್ನಿಕಾ, ಕರುಣಾ. ಬೈಸೆಕ್ಸುಯಲ್‌ಗಳಾದ ದೇಬಶಿಷ್, ರೊಹತಾಷ್. ಟ್ರಾನ್ಸ್‌ಜೆಂಡರ್ ಚಾಂದನಿ, ಕ್ವಿಯರ್ ಮಾಬೆನ್ ಇವರೆಲ್ಲರೂ ಕೇವಲ ಎಲ್‌ಜಿಬಿಟಿಕ್ಯೂಗಳಾಗಿರದೇ ನಮ್ಮ ಸುತ್ತಲೂ ಕಂಡರೂ ಕಾಣದಂತಿರುವ ಹತ್ತಾರು ಮುಖವಾಡಗಳಾಗಿವೆ. ಇನ್ನಿತರ ಪಾತ್ರಗಳಾದ ಸುನಂದಮ್ಮ, ಸತ್ಯನಾರಾಯಣ, ಶ್ರೀನಿವಾಸ್, ಸುಗುಣ, ಸುಧಾಕರ, ಶಶಿ ಮತ್ತು ರೇಖಾ ಈ ಕಥೆಗೆ ರೋಚಕ ತಿರುವು ನೀಡುವುದರ ಜೊತೆಗೆ ಓದುಗರು ಕುಳಿತ ಕುರ್ಚಿಗೆ ಆತುಕೊಳ್ಳುವಂತೆ ಮಾಡುತ್ತವೆ. ಈ ಕಾದಂಬರಿಯೊಂದು ಅಧ್ಯಯನ ವಿಷಯವಾಗಿದ್ದು ಓದುಗರು ಇದರ ಒಳಹೊಕ್ಕಿದಂತೆಲ್ಲಾ ಗೊತ್ತಿರದ ಹೊಸ ವಿಷಯಗಳನ್ನು ತಿಳಿಸಿಕೊಡುತ್ತಾ ಸಾಗುತ್ತದೆ. ಸಮಾಜದಲ್ಲಿ ನಮ್ಮ ನಡುವೆ ಇಂತಹ ಜನ ಇದ್ದೇ ಇರುತ್ತಾರೆ. ಒಬ್ಬ ಶಿಕ್ಷಕನಾಗಿ, ಸಮಾಜ ತಿದ್ದುವ ಬರಹಗಾರನಾಗಿ ಅವರ ಭಾವನೆಗಳನ್ನು ಸಾಧ್ಯವಾದಷ್ಟರ ಮಟ್ಟಿಗೆ ಈ ಕಾದಂಬರಿಯೊಳಗೆ ಕಟ್ಟಿಕೊಟ್ಟಿದ್ದೇನೆ.

ವಿಶ್ವದಲ್ಲಿ ಅನೇಕ ಕಡೆ ಎಲ್‌ಜಿಬಿಟಿಕ್ಯೂಗಳು ಶೋಷಣೆ ಮತ್ತು ಅಸಮಾನತೆಯ ಧೋರಣೆಯನ್ನು ಈಗಲೂ ಅನುಭವಿಸುತ್ತಿದ್ದಾರೆ. ಈ LGBTQ+ಗಳಾದ ಲೆಸ್ಬಿಯನ್, ಗೇ, ಬೈಸೆಕ್ಸುಯಲ್, ಟ್ರಾನ್ಸ್'ಜೆಂಡರ್, ಕ್ವಿಯರ್ ವ್ಯಕ್ತಿಗಳ ಹಕ್ಕುಗಳನ್ನು ಕಾಪಾಡುವುದೆಂದರೆ ಮಾನವಹಕ್ಕುಗಳನ್ನು ಕಾಪಾಡುವುದೇ ಆಗಿರುತ್ತದೆ. ನಾವು ಕಂಡಂತೆ ನಮ್ಮ ನೆರೆಹೊರೆಯಲ್ಲಿ ಅವರಿಗೆ ಕೆಲಸ ಕೊಡುವುದು, ತಮ್ಮ ಸ್ನೇಹಿತರಾಗಿ ಅಥವಾ ಸಹದ್ಯೋಗಿಗಳನ್ನಾಗಿ ಉಪಚರಿಸುವುದರಲ್ಲಿ ತಾರತಮ್ಯ ತೋರುವುದನ್ನು ಕಾಣುತ್ತೇವೆ. ಧಾರ್ಮಿಕತೆಯ ಶಿಷ್ಟಾಚಾರಗಳನ್ನು ಮುಂದಿಟ್ಟುಕೊಂಡು ಅವರನ್ನು ಪಾಪಿಗಳನ್ನಾಗಿ ಪರಿಗಣಿಸುವುದು ಕೂಡಾ ಇದೆ. ಇನ್ನೂ ಮುಂದುವರಿದು ಅವರ ಹಾವಭಾವಗಳನ್ನು ಅಣಕಿಸುವ, ಅವರನ್ನು ಅವಹೇಳನ ಮಾಡುವ, ಅಪಹಾಸ್ಯ ಮಾಡುವ ಮಂದಿಯನ್ನೂ ಕೂಡಾ ಕಾಣುತ್ತೇವೆ. ಒಬ್ಬ ವ್ಯಕ್ತಿ ತಮ್ಮ ಹಾಗೆ ಇರದೇ ಇರುವ ಕಾರಣದಿಂದ ಅವನನ್ನು ಅವಮಾನಿಸುವುದೆಂದರೆ ಅದು ಖಂಡಿತವಾಗಿಯೂ ಮಾನವ ಹಕ್ಕುಗಳ ಉಲ್ಲಂಘನೆ.

ಎಲ್‌ಜಿಬಿಟಿಕ್ಯೂ+ ಜನರನ್ನು ಮಾನವೀಯತೆಯಿಂದ ನೋಡುವುದು ಪ್ರತಿಯೊಬ್ಬರ ಆದ್ಯ ಕರ್ತವ್ಯ. ಗೇಫೋಬಿಯಾ, ಬೈಫೋಬಿಯಾ, ಲೆಸ್ಬೋಫೋಬಿಯಾದಿಂದ ಪೂರ್ವಗ್ರಹ ಪೀಡಿತರಾಗಿ ಎಲ್ಲಾ ಎಲ್‌ಜಿಬಿಟಿಕ್ಯೂ ಜನರನ್ನು ಕೆಟ್ಟವರೆಂದು ಭಾವಿಸುವುದು ತಪ್ಪು. ಅವರಲ್ಲಿಯೂ ಸಮಾಜಸೇವೆ, ಪರೋಪಕಾರ, ಮಾನವೀಯತೆ ಮುಂತಾದ ಮನುಷ್ಯತ್ವದ ಅಂತಃಕರಣೀಯ ಗುಣಗಳನ್ನು ಮೈಗೂಡಿಸಿಕೊಂಡವರೂ ಇರುತ್ತಾರೆ ಎಂಬುದನ್ನು ತಿಳಿಸಿಕೊಡುವುದಕ್ಕಾಗಿಯೇ ನಾನು ಈ ಕಾದಂಬರಿಯನ್ನು ತುಂಬಾ ಶ್ರದ್ಧೆ ವಹಿಸಿ ರಚಿಸಿದ್ದೇನೆ. ಈ ಕಥೆಯನ್ನು ಓದಿದ ನಂತರ ನಮ್ಮ ನಡುವೆ ಇರುವ ಸಂಜಯನಂತಹ ಸಲಿಂಗಿ, ದ್ವಿಲಿಂಗಿ ವ್ಯಕ್ತಿಗಳು ಕಾಮವೊಂದೇ ಬದುಕಲ್ಲವೆಂಬುದನ್ನು ಅರಿತು ಸಮಾಜದಲ್ಲಿ ಸೃಜನಶೀಲರಾಗಿ ಬಾಳಿದರೆ ಹಾಗೆಯೇ ಇತರೆ ವ್ಯಕ್ತಿಗಳು ಎಲ್‌ಜಿಬಿಟಿಕ್ಯೂ+ಗಳೂ ಸಹ ನಮ್ಮಂತೆಯೇ ಮನುಷ್ಯರು, ಅವರಿಗೂ ಭಾವನೆಗಳಿವೆ ಎಂಬುದನ್ನು ಅರಿತು ಅವರನ್ನು ಸಮಾನವಾಗಿ ಕಂಡರೆ ನಾನು ಈ ಕಾದಂಬರಿ ಬರೆದದ್ದೂ ಸಾರ್ಥಕ.

ಮಡಿವಂತಿಕೆಯ ಮಹಲಿನ ಆಚೆ ನಿಂತು ಪ್ರತಿಯೊಬ್ಬರೂ ಈ ಕಾದಂಬರಿಯನ್ನು ತೆರೆದ ಮನಸ್ಸಿನಿಂದ ಓದಿದರೆ ಖಂಡಿತ ಅವರ ಅರಿವಿನ ಪರದೆ ವಿಸ್ತರಣೆಯಾಗುತ್ತದೆ. ಆಗಲಿ ಎಂಬುದೇ ಈ ಕಾದಂಬರಿಯ ಮೂಲ ಆಶಯ. ಇಂತಹ ಒಂದು ವಿಭಿನ್ನ ಕಥಾವಸ್ತು ಹೊಂದಿರುವ ಈ ಕಾದಂಬರಿ ವೀರಲೋಕದವರು ನಡೆಸಿದ "ಉತ್ತರ ಪರ್ವ...ಉತ್ತರ ಕರ್ನಾಟಕದ ಸಾಹಿತ್ಯ ಸುಗ್ಗಿ" ಎಂಬ ಅಭಿಯಾನದಲ್ಲಿ ನೂರಾರು ಕಥೆಗಳೊಂದಿಗೆ ಸ್ಪರ್ಧಿಸಿ ಪ್ರಕಟಣೆಗೆ

ಅರ್ಹತೆ ಗಳಿಸಿರುವುದು ನಾನು ಪಟ್ಟ ಪರಿಶ್ರಮಕ್ಕೆ ಫಲ ನೀಡಿದಂತಾಗಿದೆ. ಈ ಕಾದಂಬರಿಯನ್ನು ಮುದ್ರಣಕ್ಕೆ ಆಯ್ಕೆ ಮಾಡಿದ ಉತ್ತರಪರ್ವ ಅಭಿಯಾನದ ಸಂಪಾದಕರಾದ 'ರಾಗಂ' ಎಂದೇ ಖ್ಯಾತರಾಗಿರುವ ಶ್ರೀ ರಾಜಶೇಖರ್ ಮಠಪತಿ ಸರ್ ಅವರಿಗೆ ಹಾಗೂ ಈ ಪರಿಕಲ್ಪನೆಯ ರೂವಾರಿ ವೀರಲೋಕದ ಸಂಸ್ಥಾಪಕರಾದ ಶ್ರೀ ವೀರಕಪುತ್ರ ಶ್ರೀನಿವಾಸ್ ಸರ್‌ರವರಿಗೆ ಹಾಗೂ ಕೃತಿಯ ಪ್ರಕಟಣೆ ಕುರಿತು ಸೂಕ್ತ ಸಲಹೆ, ಸೂಚನೆಗಳನ್ನು ನೀಡಿದ ಶ್ರೀ ಅನಂತ ಕುಣಿಗಲ್ ಸರ್‌ರವರಿಗೆ, ಈ ಕೃತಿಗೊಂದು ಸುಂದರ ಮುಖಪುಟ ತಯಾರಿಸಿ ಮತ್ತಷ್ಟು ಮೆರಗು ನಿಡಿದ ಶ್ರೀ ಮದನ್ ಸಿ.ಪಿ.ರವರಿಗೆ ಮತ್ತು ಅಚ್ಚುಕಟ್ಟಾಗಿ ಒಳಪುಟ ವಿನ್ಯಾಸಗೊಳಿಸಿದ ಶ್ರೀ ವಿಜಯ ವಿಕ್ರಮ್‌ರವರಿಗೆ ಹಾಗೂ ಸಮಸ್ತ ವೀರಲೋಕ ಬಳಗಕ್ಕೆ ಈ ಕಿರಿಯನ ಕಡೆಯಿಂದ ಪ್ರಾಂಜಲ ನಮನಗಳು.

ನನ್ನ ಸತತ ಪರಿಶ್ರಮಕ್ಕೆ ಬೆನ್ನುತಟ್ಟಿ ಈ ಕಾದಂಬರಿಗೆ ಮುನ್ನುಡಿ ಬರೆದುಕೊಟ್ಟ ನಮ್ಮ ವಿಜಯನಗರ ಜಿಲ್ಲೆಯ ಹೆಮ್ಮೆ, ಎಲ್‌ಜಿಬಿಟಿಕ್ಯೂ+ ಅಸ್ಮಿತೆ, ಪದ್ಮಶ್ರೀ ಪುರಸ್ಕೃತ ಮಾತಾ ಮಂಜಮ್ಮ ಜೋಗತಿಯವರಿಗೆ ನನ್ನ ನಮಸ್ಕಾರಗಳು. ಹಾಗೆಯೇ ನನ್ನ ಬಳಿ ಈ ಕಥೆ ಹೇಳಿಕೊಂಡ ಆ ಅನಾಮಧೇಯ ವ್ಯಕ್ತಿಗೆ, ಜೊತೆಗೆ ಸೂಕ್ತ ಸಲಹೆಗಳನ್ನು ನೀಡಿದ ಗುರು ಹಿರಿಯರಿಗೆ, ನನ್ನ ಪರಿವಾರದ ಸಮಸ್ತರಿಗೆ ಹಾಗೂ ಎಲ್ಲಾ ಸನ್ಮಿತ್ರರಿಗೆ ತುಂಬು ಹೃದಯದ ಧನ್ಯವಾದಗಳು.

ಕೊನೆಯದಾಗಿ ಈ ಕೃತಿಯನ್ನು ತಮ್ಮ ಜೋಳಿಗೆಗೆ ಹಾಕಿಕೊಂಡು ಮಡಿವಂತಿಕೆಯ ಮಹಲಿನಾಚೆ ನಿಂತು ಓದಿ ಆಸ್ವಾದಿಸುವ, ತಮ್ಮ ಅರಿವಿನ ಪರಿಧಿಯನ್ನು ಮತ್ತಷ್ಟು ವಿಸ್ತರಿಸಿಕೊಳ್ಳುವ ಎಲ್ಲಾ ಓದುಗ ದೊರೆಗಳಿಗೂ ಮುಗಿಯದ ನಮನಗಳು.

ಇಂತಿ ತಮ್ಮವ,

ಶೆಕ್ಷಾವಲಿ ಮಣೆಗಾರ್ (ಶೆಲ್ಲಿ ಕೂಡ್ಲಿಗಿ)

ಪ್ರಕಾಶಕರ ನುಡಿ

ಪ್ರತ್ಯೇಕ ಉತ್ತರ ಕರ್ನಾಟಕ ಕೂಗು ಕೇಳಿ ಬಂದಾಗಲೆಲ್ಲಾ ಅಖಂಡ ಕರ್ನಾಟಕದ ಮಾತುಗಳು ಜೋರಾಗಿ ಕೇಳುತ್ತವೆ.

ಸರಿ, ಅಖಂಡ ಕರ್ನಾಟಕ ಎಂಬುದು ನನ್ನ ಖಚಿತ ನಿಲುವು. ಉಸಿರಿರೋವರೆಗೂ ಅಖಂಡ ಕರ್ನಾಟಕದ ಪರವಾಗಿಯೇ ಇರುವೆ. ಆದರೆ, ಈ ಬಾಳ್ವಿಕೆಯಲ್ಲಿ ನ್ಯಾಯವಿದೆಯಾ? ಯಾಕೆ ಅವರು ಪ್ರತ್ಯೇಕ ಉತ್ತರ ಕರ್ನಾಟಕವನ್ನು ಕೇಳುತ್ತಿದ್ದಾರೆ? ಅವರ ನೋವಲ್ಲಿ ನಿಜವಾಗಿಯೂ ಕಾಳಜಿ ಇದೆಯಾ? ಅವರ ಕಷ್ಟಗಳೇನು? ಅದನ್ನು ಕೇಳಿಸಿಕೊಳ್ಳದಂತೆ ಈ ಭಾವುಕ ಮಾತುಗಳು ತಡೆದಿದ್ದವಾ? ಇಂತಹ ಪ್ರಶ್ನೆಗಳನ್ನು ಮುಂದಿಟ್ಟುಕೊಂಡು ಕೂತರೆ, ನಿಜಕ್ಕೂ ಅವರ ಪಾಡು ದುಸ್ತರ. ಅಖಂಡ ಕರ್ನಾಟಕದ ಕಲ್ಪನೆಯ ಜೊತೆಜೊತೆಗೆ ಅವರ ಕಷ್ಟಗಳನ್ನು ಕೇಳುವ ಜರೂರತ್ತು ಇದೆ ಎನ್ನುವುದು ವಾಸ್ತವ. ಉದ್ಯೋಗ, ರಾಜಕೀಯ, ಸಾಮಾಜಿಕ, ಆರ್ಥಿಕ, ಶೈಕ್ಷಣಿಕ, ಆರೋಗ್ಯ ಹೀಗೆ ಎಲ್ಲ ಕ್ಷೇತ್ರಗಳಲ್ಲೂ ಅವರನ್ನು ನಾವು ಮಾತನಾಡಿಸಬೇಕಿದೆ.

ವೀರಲೋಕ ಶುರುವಾದ ಹೊತ್ತಿನಲ್ಲಿ ಹಿಂದೊಮ್ಮೆ ನಾನು ಏಳೆಂಟು ಸಾಹಿತಿಗಳನ್ನು ಕರೆದುಕೊಂಡು ಪುಸ್ತಕಗಳ ಮರು ಬಿಡುಗಡೆಗಾಗಿ ದೂರದ ಬೀದರಿಗೆ ಹೋಗಿದ್ದೆ. ನನ್ನ ಈ ನಡೆಯನ್ನು ಅಲ್ಲಿನ ಸಾಂಸ್ಕೃತಿಕ ಬಳಗ ಅಚ್ಚರಿಯಿಂದಲೇ ಎದುರುಗೊಂಡಿತ್ತು. ನನ್ನ ಜೊತೆ ಬಂದಿದ್ದ ಸಾಹಿತಿಗಳನ್ನು ನೋಡಿ “ನಿಜಕ್ಕೂ ನಂಬಲು ಆಗುತ್ತಿಲ್ಲ. ನಿಮ್ಮನ್ನೆಲ್ಲ ನಾವು ನೋಡ್ತೀವಿ ಅಂದುಕೊಂಡಿರಲಿಲ್ಲ” ಎಂದು ಅಚ್ಚರಿ ವ್ಯಕ್ತ ಪಡಿಸಿದ್ದರು. ಈ ಮಾತಿನ ಹಿಂದಿನ ಅರ್ಥವನ್ನು ನಿಮಗೇ ಬಿಟ್ಟು ಬಿಡುತ್ತೇನೆ.

ಬೆಂಗಳೂರು ಮತ್ತು ಸುತ್ತಲಿನ ಜಿಲ್ಲೆಯವರು ರಾಜಧಾನಿಯಲ್ಲಿನ ಕೆಲಸಗಳಿಗಾಗಿ ಹಾಗೆ ಬಂದು ಹೀಗೆ ಹೋಗಿ ಬಿಡುತ್ತಾರೆ. ಆದರೆ, ಉತ್ತರ ಕರ್ನಾಟಕದವರು ಹಾಗೆ ಮಾಡುವುದಕ್ಕೆ ಸಾಧ್ಯವಾ? ದೂರದ ಬೆಟ್ಟ ನುಣ್ಣಗೆ

ಎನ್ನುವುದು ಅವರಿಗೆ ಗೊತ್ತಿದೆ. ಹಾಗಾಗಿಯೇ ಕನಿಷ್ಠ ಎರಡು ದಿನವಾದರೂ ಅದಕ್ಕೆ ಎತ್ತಿಡುತ್ತಾರೆ. ಕೆಲಸವಾಗದೇ ಇದ್ದರೆ ಇನ್ನಷ್ಟು ದಿನಗಳನ್ನು ಅದಕ್ಕೆ ಸೇರಿಸ್ತಾರೆ. ಪ್ರಯಾಣ ದುಬಾರಿ, ಖರ್ಚು ಇನ್ನೂ ದುಬಾರಿ.

ಉತ್ತರ ಕರ್ನಾಟಕದಿಂದ ಬೆಂಗಳೂರಿಗೆ ಬಂದ ಅನೇಕರನ್ನು ನಾನು ಕಂಡಿದ್ದೇನೆ. ಅಗ್ಗ ಎನ್ನುವ ಕಾರಣಕ್ಕಾಗಿ ತುಂಬಿದ ರೈಲಿನಲ್ಲಿ ಪ್ರಯಾಣ ಬೆಳೆಸುತ್ತಾರೆ. ತಮ್ಮೊಂದಿಗೆ ಬುತ್ತಿಗಂಟು ತರುತ್ತಾರೆ. ಬಂದ ಕೆಲಸ ನಿಗದಿತ ವೇಳೆಯಲ್ಲಿ ಆಗದೇ ಇದ್ದರೆ, ಕಡಿಮೆ ದರದಲ್ಲಿನ ಲಾಡ್ಜ್ ಹುಡುಕುತ್ತಾರೆ. ಇನ್ನೂ ಕೆಲವರು ರೈಲ್ವೆ ನಿಲ್ದಾಣದಲ್ಲಿ ಮಲಗಿ, ಅಲ್ಲಿಯೇ ಮುಖ ತೊಳೆದುಕೊಂಡು ಮತ್ತೆ ತಮ್ಮ ಕೆಲಸಕ್ಕೆ ಹೊರಟವರೂ ಇದ್ದಾರೆ.

ಇಲಾಖೆಗಳಲ್ಲಿನ ಕೆಲಸಕ್ಕಾಗಿ ಬರುವವರದ್ದು ಒಂದು ಬಗೆಯ ನೋವಾದರೆ, ಕೆಲಸ ಹುಡುಕಿಕೊಂಡು ಬರುವವರದ್ದು ಮತ್ತೊಂದು ಚಿಂತಾಜನಕ ಸ್ಥಿತಿ. ಬೆಂಗಳೂರಿನ ಬಹುತೇಕ ಕಟ್ಟಡ ಕಾರ್ಮಿಕರಲ್ಲಿ ಉತ್ತರ ಕರ್ನಾಟಕದ ಭಾಗದವರೇ ತುಂಬಿದ್ದಾರೆ. ಹಾಗಾಗಿ ಅಲ್ಲಿ ಕೆಲಸವನ್ನು ಸೃಷ್ಟಿ ಮಾಡಲು ಯಾಕೆ ಆಗುತ್ತಿಲ್ಲ? ಕಟ್ಟಡ ಮುಗಿಯೋತನಕ ಅಲ್ಲಿಯೇ ಚಿಕ್ಕದೊಂದು ಜೋಪಡಿ ಹಾಕಿಕೊಂಡು ಅದು ಮುಗಿದ ತಕ್ಷಣ ಮತ್ತೊಂದು ಜೋಪಡಿಗೆ ಹಾರುವಾಗ ಯಾಕೆ ಅಖಂಡ ಕರ್ನಾಟಕದ ಕಲ್ಪನೆ ನಮ್ಮೊಳಗೆ ಮನುಷ್ಯತ್ವದ ಮಾತುಗಳನ್ನು ಆಡಿಸುವುದಿಲ್ಲ?

ಒಂದು ವರ್ಷ ಹಿಂದೆ ಬಾಗಲಕೋಟೆಯ ಕೂಡಲಸಂಗದಮದಲ್ಲಿ ಹಮ್ಮಿಕೊಂಡಿದ್ದಂತಹ ಸಾಹಿತ್ಯದ ಕಾರ್ಯಕ್ರಮವೊಂದನ್ನು ಮುಗಿಸಿ ಹೊರಡುವಾಗ ರಾತ್ರಿ ಎಂಟು ಗಂಟೆಯಾಗಿತ್ತು. ನಮ್ಮ ವಾಹನ ಹಳ್ಳಿಗಳನ್ನು ದಾಟಿ ಮುಂದೆ ಮುಂದೆ ಸಾಗುವಾಗ ದಾರಿ ಬದಿಯಲ್ಲಿ ಮಹಿಳೆಯರು ಚೆಂಬು ಹಿಡಿದು ಸಾಲು ಸಾಲಾಗಿ ಹೋಗುತ್ತಿದ್ದ ದೃಶ್ಯ ನನ್ನಲ್ಲಿ ಇನ್ನಿಲ್ಲದ ಕಳವಳವನ್ನುಂಟು ಮಾಡಿತ್ತು.

ಬೆಂಗಳೂರಿಗೆ ದಿಂಡಿದಿಂಡಿಯಾಗಿ ತೆರೆದುಕೊಳ್ಳುವ ಅವಕಾಶಗಳು ಉತ್ತರ ಕರ್ನಾಟಕದಲ್ಲಿ ತೀರಾ ಕಡಿಮೆ. ಲಾಭವೇ ಉದ್ಯಮದ ಉದ್ದೇಶವಾಗಿರುವಾಗ ಅದು ಸಹಜ. ಆದರೆ, ಅಲ್ಲಿನ ಸಂಪನ್ಮೂಲಗಳನ್ನು ಕ್ರೂಢೀಕರಿಸಿ ಉದ್ಯೋಗ ಸೃಷ್ಟಿ ಮಾಡಬಹುದಲ್ಲ? ಅಲ್ಲಷ್ಟು ಸರಕಾರಿ ಇಲಾಖೆಗಳ ಕಚೇರಿ ತೆರೆದು, ಅವರ ಕಷ್ಟಗಳಿಗೆ ಸ್ಪಂದಿಸಬಹುದಲ್ಲ? ಉತ್ತರ ಕರ್ನಾಟಕವೆಂಬುದು ಅಸಮಾನತೆಯ ವಿಳಾಸವಾಗಿಬಿಟ್ಟಿದೆ. ಹಾಗಂತ ನಾನು ನೀವು ಏನು ಮಾಡಲು ಸಾಧ್ಯ? ಇದೆಲ್ಲವೂ ಮಾಡಬೇಕಾದ ರಾಜಕಾರಣಿಗಳು ದೂರದೃಷ್ಟಿಹೀನರಾಗಿರುವಾಗ, ಅವರಿಂದ ಆರಿಸಿ ಬರುವ ಶಾಸಕರು ಬೆಂಗಳೂರಿನ ಆಸ್ತಿದಾರರಾಗಲು ಇಚ್ಛೆಸುವಾಗ ನಾವೇನು ಮಾಡಲು ಸಾಧ್ಯ?

ಹಾಗಂತ ಸುಮ್ಮನಿರಲು ಆಗುತ್ತಿಲ್ಲ. ಆ ನೆಲಕ್ಕೆ ಕಾಲಿಟ್ಟಾಗ ಅಗಾಧ ಪ್ರೀತಿ ಕೊಡುವ, ತನ್ನ ಮನೆಯ ಸದಸ್ಯನೇನೋ ಅನ್ನುವಂತೆ ಕಕ್ಕುಲಾತಿ ತೋರಿಸುವ, ಇವ ನಮ್ಮವ ಇವ ನಮ್ಮವ ಎಂದು ಅಪ್ಪಿಕೊಳ್ಳುವಂತಹ ಅಲ್ಲಿನ ಮನಸುಗಳ ಜೊತೆ ಕೈ ಜೋಡಿಸಬೇಕಿದೆ. ನಾವು ಮಾಡುವ ಕೆಲಸದಲ್ಲಿಯೇ ಅಂತಹ ಅಖಂಡತೆಯನ್ನು ಉಳಿಸಿಕೊಳ್ಳುವಂತಹ ಕೆಲಸ ಏನಾದರೂ ಸಾಧ್ಯವಾದರೆ ಅದಕ್ಕಿಂತ ಖುಷಿ ಇನ್ನೇನಿದೆ. ಆ ಹಿನ್ನಲೆಯಲ್ಲಿ ಈ 'ಉತ್ತರಪರ್ವ' ಒಂದು ಮಹತ್ವದ ಹೆಜ್ಜೆ ಎಂದು ಭಾವಿಸಿದ್ದೇನೆ.

ಈ 'ಉತ್ತರಪರ್ವ' ಯೋಜನೆಗೆ ಉತ್ತರ ಮತ್ತು ದಕ್ಷಿಣದ ನಡುವಿನ ಸೇತುವೆಯಂತೆ ಬರೆಯುತ್ತಿರುವ ಮತ್ತು ಬದುಕುತ್ತಿರುವ ರಾಗಂ ಅವರನ್ನು ಸಂಪಾದಕರನ್ನಾಗಿಸಿದ್ದೆವು. ಈ ಯೋಜನೆ ಅಡಿಯಲ್ಲಿ ಪ್ರಕಟವಾಗುತ್ತಿರುವ ಎಲ್ಲಾ ಕೃತಿಗಳು ಅವರವೇ ಆಯ್ಕೆ. ಖಂಡಿತವಾಗಿಯೂ ಅವರು ನಿಮ್ಮನ್ನು ನಿರಾಸೆಗೊಳಿಸುವುದಿಲ್ಲ ಎಂದು ಭಾವಿಸಿದ್ದೇನೆ ಮತ್ತು ಇಂತಹ ಮಹತ್ವದ ಹೆಜ್ಜೆಯಲ್ಲಿ ಜೊತೆಯಾದ ರಾಗಂ ಅವರಿಗೆ ಮನದಾಳದ ಅಭಿನಂದನೆಗಳನ್ನು ತಿಳಿಸುತ್ತೇನೆ. ಹಾಗೆ ಈ 'ಉತ್ತರಪರ್ವ'ಕ್ಕಾಗಿ ಬಂದ ನೂರಾರು ಕೃತಿಗಳಲ್ಲಿ ಆಯ್ಕೆಯಾಗಿದ್ದು ಹತ್ತು ಕೃತಿಗಳು ಮಾತ್ರ.

ಆ ಹತ್ತು ಕೃತಿಗಳಲ್ಲಿ ಈ 'ಆ ವದನ' ಕೃತಿಯೂ ಒಂದು. ಅದಕ್ಕಾಗಿ ಈ ಕೃತಿಯ ಲೇಖಕರಾದ ಶೇಕ್ಷಾವಲಿ ಮಣೆಗಾರ್ ಅವರನ್ನು ಮನಸಾರೆ ಅಭಿನಂದಿಸುತ್ತೇನೆ ಮತ್ತು ಈ ಕೃತಿಯು ಜನ ಮೆಚ್ಚುಗೆಯ ಕೃತಿಯಾಗುತ್ತದೆಯೆಂದು ಆಶಿಸುತ್ತೇನೆ.

ಓದುವ ಸುಖ ನಿಮ್ಮದಾಗಲಿ.

ನಿಮ್ಮ,
ವೀರಕಪುತ್ರ ಶ್ರೀನಿವಾಸ

ಭಾಗ 1

ಈ... ವದನ

ಗೋಡೆಗೆ ನೇತುಹಾಕಿದ್ದ ಗಡಿಯಾರದ ಮುಳ್ಳುಗಳು ಜಗವ ಎಚ್ಚರಿಸಲೆಂದು ಬಿಡುವಿಲ್ಲದೇ ಚಲಿಸುತ್ತಿದ್ದವು; ಅವುಗಳಂತೆಯೇ ಸಂಜಯನ ಕೋಮಲ ಕೈಬೆರಳುಗಳು. ತನ್ನ ಪುಟ್ಟ ಲ್ಯಾಪ್ಟಾಪ್‌ನೊಂದಿಗೆ ಸರಸಕ್ಕಿಳಿದಿದ್ದವನಿಗೆ ಮಧ್ಯರಾತ್ರಿಯಾದರೂ ಲೋಕದ ಪರಿವೆಯೇ ಇರಲಿಲ್ಲ. ಹೊರಗೆ ಸುತ್ತಲೂ ಕವಿದ ಕತ್ತಲು ಪತಂಗದಂತೆ ಬೆಳಕನ್ನರುಸುತ್ತ ಮುನ್ನಡೆದರೆ ಒಳಗೆ ಸಂಜಯ ತನ್ನ ಕೆಲಸ ಮುಗಿಸುವ ಧಾವಂತದಲ್ಲಿ ಲ್ಯಾಪ್ಟಾಪ್‌ನ ಕೀಲಿಮಣೆಗಳನ್ನು ಕುಣಿಸುತ್ತಿದ್ದ.

ಗಂಡನ ಆಕಳಿಕೆಯಿಂದ ಎಚ್ಚೆತ್ತ ಸುನಂದಮ್ಮ "ಈ ಗಂಡಸರಿಗೆ ದಿಂಬು ಸಿಕ್ಕರೆ ಸಾಕು ಮೂಗಿಗೆ ಕೊಂಬು ಬರಿಸಿಕೊಳ್ಳುತ್ತಾರೆ. ಪಕ್ಕದಲ್ಲಿರುವವರ ನಿದ್ದೆಗೆ ತಿವಿಯಲು" ಎಂದು ಹಣೆ ಚಚ್ಚಿಕೊಂಡು ಕೋಣೆಯಾಚೆಗೆ ಬಂದಳು. ಎಡಕ್ಕೆ ತಿರುಗಿದರೆ ಸಂಜಯನ ಕೋಣೆಯ ದೀಪ ಅವನಿನ್ನೂ ಮಲಗಿಲ್ಲವೆಂದು ಸಿಗ್ನಲ್ ಕೊಡುತ್ತಿತ್ತು. ಇಷ್ಟು ಹೊತ್ತಿಗೆ ಅದೇನು ಕೆಲಸವೋ! ಎಂಬ ಕುತೂಹಲದಿಂದ ಮೆಲ್ಲನೆ ಬಾಗಿಲು ಸರಿಸಿ ಇಣುಕಿ ನೋಡಿದಳು. ಸಮಯದ ಅರಿವಿಲ್ಲದೆ ತನ್ನ ಮಗ ಲೋಕವನ್ನೇ ಮರೆತಿರುವುದು ಕಂಡು ಅವಳಿಗೆ ಅದೆಲ್ಲಿಂದ ರೋಷ ಉಕ್ಕಿಬಂತೋ "ಸ್ವಲ್ಪ ಕಣ್ಣೆತ್ತಿ ಗೋಡೆ ಮೇಲಿರೋ ಗಡಿಯಾರ ನೋಡೋ" ಎಂದು ಗುಡುಗಿ ಬಂದಷ್ಟೇ ವೇಗವಾಗಿ ಹೊರಟು ಹೋದಳು.

ಕಲ್ಪನಾ ಲೋಕದಿಂದ ವಾಸ್ತವ ಪ್ರಪಂಚಕ್ಕೆ ಮರಳಿ ಬಂದ ಸಂಜಯ ತಲೆಯೆತ್ತಿ ನೋಡಿದರೆ ಅವಳ ತಾಯಿಯೇನು ಎದುರಿಗೆ ನಿಂತಿರಲಿಲ್ಲ. ಮೈಮರೆತಿದ್ದ ತನ್ನನ್ನು ಮರಳಿ ಲೋಕಕ್ಕೆ ಕರೆತಂದ ಅವಳ ಗಡಸು ಧ್ವನಿ ಮಾತ್ರ ಮತ್ತೊಮ್ಮೆ ಕಿವಿಗಪ್ಪಳಿಸಿದಂತಾಗಿ ಆಕಳಿಸುತ್ತ ಗಡಿಯಾರ ನೋಡಿದ. ಅದರ ಚಿಕ್ಕ ಮುಳ್ಳು ಎರಡು ದಾಟಿ ಮೂರರತ್ತ ಮುನ್ನುಗ್ಗುತ್ತಿತ್ತು. ಆ ಕ್ಷಣ ನಾಳೆ ಮಾಡಬೇಕಾದ ಕಛೇರಿಯ ಕಾರ್ಯಗಳೆಲ್ಲಾ ಅವನ ಕಣ್ಣಮುಂದೆ ಬಂದು ಚಟಾರನೆ ತಲೆ ಸಿಡಿದಂತಾಯ್ತು. ಕೈಯಲ್ಲಿದ್ದ ಜೀವದ ಸಂಗಾತಿ ಲ್ಯಾಪ್ಟಾಪಿಗೆ ಮುದ್ದಿಸಿ ಪಕ್ಕದ ಟೇಬಲಿನ ಮೇಲಿಟ್ಟ. ಮಬ್ಬಾದ ಸಂಜಯನ ಕಣ್ಣುಗಳಿಗೆ ಎದುರಿಗಿದ್ದ ಲ್ಯಾಂಪ್ ನಾನು ಇಷ್ಟೊತ್ತು ನಿನಗಾಗಿ ಉರಿಯಲಿಲ್ಲವೇ? ಎಂದು ಮುನಿಸಿಕೊಂಡಂತೆ ಗೋಚರಿಸಿತು. ಮುಗುಳುನಗುತ ಅದಕ್ಕೊಂದು ಸೆಲ್ಯೂಟ್ ಹೊಡೆದು ಕಾಲ್ಕೆಳಗೆ ಬಿದ್ದಿದ್ದ ರೊಗ್ಗನ್ನು ಮೈಮೇಲೆಳೆದುಕೊಂಡನು.

ಸತ್ಯನಾರಾಯಣ, ಸುನಂದಮ್ಮ ದಂಪತಿಗಳ ಏಕೈಕ ಸುಪುತ್ರ ಸಂಜಯ. ದೆಹಲಿಯ ಪ್ರತಿಷ್ಠಿತ ಖಾಸಗಿ ಕಾಲೇಜೊಂದರಲ್ಲಿ ಅತ್ಯುನ್ನತ ಶ್ರೇಣಿಯಲ್ಲಿ ಉನ್ನತ ವಿದ್ಯಾಭ್ಯಾಸ ಮುಗಿಸಿದ್ದ. ಮುಂದೆ ಸರ್ಕಾರಿ ಹುದ್ದೆಗೆ ಅರ್ಜಿ ಸಲ್ಲಿಸುವ ಗೋಜಿಗೆ ಹೋಗದೇ ಕೈತುಂಬಾ ಸಂಬಳ ಕೊಡುವ 'ರೂಕೋ' ಎಂಬ ಖಾಸಗಿ ಕಂಪನಿಯೊಂದರಲ್ಲಿ ಕೆಲಸಕ್ಕೆ ಸೇರಿಕೊಂಡಿದ್ದನು. ಮಗ ಓದು ಮುಗಿಸಿದ ಕೂಡಲೇ ನೆರೆಹೊರೆಯ ಹುಡುಗರಂತೆ ಮೋಜು ಮಸ್ತಿ ಮಾಡದೇ ತನ್ನ ಕಾಲಿನ ಮೇಲೆ ತಾನು ನಿಂತಿರುವುದು ನೋಡಿ ಸುನಂದಮ್ಮ ಹೆಮ್ಮೆ ಪಡುತ್ತಿದ್ದಳು. ಆದಷ್ಟು ಬೇಗ ತಮ್ಮ ಮನೆತನಕ್ಕೆ ತಕ್ಕಂತೆ ಸುಂದರ ಹುಡುಗಿಯೊಬ್ಬಳನ್ನು ಹುಡುಕಿ ಮದುವೆ ಮಾಡಿಸಿಬಿಟ್ಟರೆ ನಾವು ನಿಶ್ಚಿಂತೆಯಿಂದ ಕಣ್ಮುಚ್ಚಿ ಕೊಳ್ಳಬಹುದೆಂಬುದು ಸುನಂದಮ್ಮ, ಸತ್ಯನಾರಾಯಣರ ಲೆಕ್ಕಾಚಾರವಾಗಿತ್ತು. ಹಾಗಾಗಿ ಮಗ ತಮ್ಮ ಮುಂದೆ ಕುಳಿತಾಗಲೆಲ್ಲಾ ಮದುವೆಯ ವಿಷಯ ಪ್ರಸ್ತಾಪಿಸುತ್ತಿದ್ದರು. ಆದರೆ ಸಂಜಯ ಮಾತ್ರ ಮದುವೆಯ ವಿಚಾರ ಕಿವಿಗೆ ಬಿದ್ದರೆ ಸಾಕು ನನ್ನ ಬ್ಯಾಚುಲರ್ ಲೈಫಿಗೆ ಇಷ್ಟು ಬೇಗ ಇತಿಶ್ರೀ ಹಾಡಬೇಡಿ ಎಂದು ಗುಡುಗುತ್ತಿದ್ದ.

ಸಂಜಯ ಸದಾ ಓದು-ಬರಹಗಳಲ್ಲೇ ಹೆಚ್ಚು ಸಮಯ ಕಳೆಯುತಿದ್ದ ಕಾರಣ ಅಷ್ಟೇನೂ ಸುಂದರ ಮೈಕಟ್ಟು ಹೊಂದಿರಲಿಲ್ಲ. ನೋಡಲು ಒಬ್ಬ ಏಸ್ (ಲೈಂಗಿಕ ಆಕರ್ಷಣೆಯ ಕೊರತೆ) ಥರಾ ಕಾಣುತ್ತಿದ್ದನು. ಆದರೆ ಅನುವಂಶಿಕವಾಗಿ ತಂದೆ-ತಾಯಿಯ ಮೈ ಬಣ್ಣ, ಅಪಾರ ಬುದ್ಧಿಮತ್ತೆಯನ್ನು ಹೊಂದಿದ್ದ. ಬಾಲ್ಯದಿಂದಲೂ ಕುಶಾಗ್ರಮತಿ, ಅದ್ಭುತ ವಾಕ್ಚಾತುರ್ಯ, ನೇರ-ದಿಟ್ಟ ನಡೆ-ನುಡಿಯುಳ್ಳವ. ಹಿಡಿದ ಕಾಯಕವನ್ನು ಮುಗಿಸದೇ ವಿರಮಿಸುವ ಜಾಯಮಾನದವನಲ್ಲ. ಈ ಎಲ್ಲಾ ಗುಣಗಳಿಂದಲೇ ಕಂಪನಿಯ ಮ್ಯಾನೇಜರಿಗೆ

ಅವನೆಂದರೆ ಅಚ್ಚುಮೆಚ್ಚು. ಆಫೀಸಿನಲ್ಲಿರುವ ಹತ್ತಿಪ್ಪತ್ತು ಜನ ಮಾಡುವ ಎಲ್ಲಾ ಕೆಲಸಗಳನ್ನು ಒಬ್ಬನೇ ಮಾಡಿ ಮುಗಿಸಬಲ್ಲ ಛಾತಿಯವ. ರೂಕೋ ಕಂಪನಿಯಲ್ಲಿ ಆಗಾಗ್ಗೆ ಉದ್ಯೋಗಿಗಳ ಕೌಶಲ್ಯ, ಕ್ಷಮತೆಗಾಗಿ ನಡೆಸುವ ವೆಬ್ನಾರ್‌ಗಳನ್ನು ಸಂಜಯನೇ ನಡೆಸಿಕೊಡುತ್ತಿದ್ದ. ಅವನ ಪಾಂಡಿತ್ಯಕ್ಕೆ ಹಲವರು ಮೂಗಿನ ಮೇಲೆ ಬೆರಳಿಟ್ಟುಕೊಂಡರೆ, ಕೆಲವರು ಹೊಟ್ಟೆಯಲ್ಲಿ ಬೆಂಕಿ ಸುರಿದುಕೊಳ್ಳುತ್ತಿದ್ದರು. ಇದೆಲ್ಲದರ ಪ್ರತಿಫಲವಾಗಿ ಸಂಜಯ ವರ್ಷದಿಂದ ವರ್ಷಕ್ಕೆ ಮೇಲಾಧಿಕಾರಿಗಳ ಮೆಚ್ಚುಗೆ ಗಳಿಸಿ ಇತರರಿಗಿಂತಲೂ ವೇಗವಾಗಿ ಬಡ್ತಿ ಪಡೆಯುತ್ತಿದ್ದ.

***

ಎರಡಂತಸ್ತಿನ ದೊಡ್ಡ ಮನೆಯಲ್ಲಿ ಬೆಳಗಿನ ಸುಪ್ರಭಾತ ಜೋರಾಗಿಯೇ ಮೊಳಗುತಿತ್ತು. ಆಗಲೇ ಸುನಂದಮ್ಮ ಸ್ನಾನ, ಪೂಜೆ ಮುಗಿಸಿ ಮನೆ ತುಂಬಾ ಸಾಂಬ್ರಾಣಿ ಹೊಗೆ ತುಂಬಿಸಿಬಿಟ್ಟಿದ್ದಳು. ಆ ಹೊಗೆಯ ಘಾಟು ಸಂಜಯನ ಕೋಣೆಗೆ ಕಾಲಿಡುತ್ತಿದ್ದಂತೆ ಯಾರೋ ಅವನ ಮೂಗು ಹಿಡಿದು ಏಳಿಸಿದಂತಾಯಿತು. ಓಬೆರಾಯನ ಕಾಲದ ಜನರೇ ಹೀಗೆ ಎಂದು ಲೊಚಗುಡುತ ಹಾಸಿಗೆಯಿಂದೆದ್ದು ಶೌಚಾಲಯಕ್ಕೆ ಹೋದ.

ಸುನಂದಮ್ಮ ಮಗನಿಗೆ ಇಷ್ಟವಾದ ತಿಂಡಿ ತಯಾರಿಸಿ ವರಾಂಡದಲ್ಲಿ ಗಂಡನ ಜೊತೆಗೆ ಲೋಕಾಭಿರಾಮವಾಗಿ ಮಾತನಾಡುತ್ತಾ ಕುಳಿತಿದ್ದಳು. ಬೆಳಗಿನ ನಿತ್ಯ ಕಾರ್ಯಗಳನ್ನೆಲ್ಲಾ ಮುಗಿಸಿದ ಸಂಜಯ ಆಫೀಸಿಗೆ ಹೊತ್ತಾಗಿದೆಯೆಂದು ಪ್ಯಾಂಟು-ಅಂಗಿಯೊಳಗೆ ತನ್ನ ಕೈಕಾಲು ತುರುಕಿಕೊಂಡು ಅವಸರದಿಂದ ಹೊರಟ. ಮಗ ಟಿಫನ್ ಮಾಡದೇ ಹಾಗೆಯೇ ಹೋಗುತ್ತಿರುವುದು ನೋಡಿ ಸುನಂದಮ್ಮ ಜೋರಾಗಿ ಕೂಗಿದಳು.

"ತಿಂಡಿ ತಿಂದ್ಕೊಂಡು ಹೋಗೋ"

"ನನಗೆ ಟೈಮಿಲ್ಲ ಮಮ್ಮಿ"

"ನಿನಗಿಷ್ಟವಾದ ಬಿಸಿಬೇಳೆಬಾತ್ ಮಾಡಿದ್ದೀನಿ ಕಣೋ, ಸ್ವಲ್ಪ ತಿನ್ನೋ"

"ಹಾಗೆಯೇ ಇಟ್ಟಿರು. ಆಫೀಸಿನಿಂದ ಬಂದಾಗ ತಿನ್ನುತ್ತೀನಿ"

"ನೀನು ಆಫೀಸಿನಿಂದ ಬರೋ ವೇಳೆಗೆ ಕೆಟ್ಟೋಗಿರುತ್ತೆ"

"ರೆಫ್ರಿಜೇಟರ್ ಯಾಕಿದೆ? ಅದರೊಳಗೆ ಇಡು" ಎಂದು ಅಂತಿಮ ಆಜ್ಞೆ ಹೊರಡಿಸಿ ಮರುಪ್ರಶ್ನೆ ಎದುರಾಗುವ ಮುನ್ನವೇ ಸರಸರನೇ ಕಾರ್ ಏರಿ ಹೊರಟುಹೋದ. "ಬಾಕ್ಸ್ ಒಳಗೆ ಹಾಕಿಕೊಡ್ತೀನಿ ಇರೋ" ಎಂದು ಕೂಗುತ್ತಲೇ ಗೇಟಿನ ತನಕ ಹೋದ ಸುನಂದಮ್ಮಳಿಗೆ ಮಗನ ಉದ್ಧಟತನ ಕಂಡು ಬೇಸರವೆನಿಸಿತು.

ಪೇಪರ್ ಓದುತ್ತ ಅಮ್ಮ-ಮಗನ ಸಂಭಾಷಣೆ ಆಲಿಸುತ್ತಿದ್ದ ಸತ್ಯನಾರಾಯಣ ಹೆಂಡತಿಯ ಸಪ್ಪೆ ಮುಖ ನೋಡಿ "ಸಾವಿರ ಸಲ ಹೇಳಿದ್ದೆ, ತಲೆ ಮೇಲೆ ಕೂರಿಸ್ಕೋಬೇಡ ಅಂತ. ಕೇಳಿದ್ಯಾ ನನ್ನ ಮಾತು! ಈಗ ಅನುಭವಿಸು. ಮಾಡಿದ್ದುಣ್ಣೋ ಮಾರಾಯ" ಎಂದು ಪತ್ನಿಗೆ ಮತ್ತಷ್ಟು ಸಿಟ್ಟು ತರಿಸಿದ. ಮೊದಲೇ ಮಗ ಹೊತ್ತಿಸಿದ್ದ ಕೋಪವೆಂಬ ಬೆಂಕಿಯ ಮೇಲೆ ಗಂಡ ತುಪ್ಪ ಸುರಿದಿದ್ದರಿಂದ ಹವಿಸ್ಸಿನಂತೆ ಧಗಧಗನೇ ಹೊತ್ತಿ ಉರಿದ ಸುನಂದಮ್ಮ "ಅಷ್ಟು ಸಲುಗೆ ಕೊಟ್ಟು ಬೆಳೆಸಿದ್ದರಿಂದಲೇ ಇವತ್ತು ನನ್ನ ಮಗ ಈ ಲೆವೆಲಿನಲ್ಲಿರೋದು ಗೊತ್ತಾ?" ಎಂದು ಮೂಗುಮುರಿದು ಒಳಹೋದಳು.

'ಬಿಟ್ಟ ಬಾಣ, ಆಡಿದ ಮಾತು, ಹರಿದು ಹೋದ ನೀರು, ಕಳೆದು ಹೋದ ಕಾಲ ಇವು ಎಂದಿಗೂ ಮರಳಿ ಬರಲಾರವು' ಎಂಬ ಆಲೋಚನೆಯಲ್ಲಿ ಸಂಜಯ ಭೂತಕಾಲಕ್ಕೆ ಜಾರಿದ್ದ. ಹಳೆಯ ಬಾಸ್ ತನಗೆ ಎಷ್ಟೆಲ್ಲಾ ಸಹಾಯ ಮಾಡಿದರು! ನಾನು ಮಾಡುವ ಪ್ರತಿ ಕೆಲಸವನ್ನು ಮನಸಾರೆ ಮೆಚ್ಚಿ, ಬೆನ್ನುತಟ್ಟಿ ಪ್ರೋತ್ಸಾಹಿಸಿದರು. ಅವರ ಸ್ಥಾನಕ್ಕೆ ಈಗ ಬರುತ್ತಿರುವವರು ಹೇಗೋ? ಅವರ ಗುಣ ಸ್ವಭಾವ ಎಂಥದ್ದೋ? ಎಂಬ ಯೋಚನೆಗಳ ಜೊತೆ, ಅರಳಿ ನಗುತಿದ್ದ ಹೂಗಳ ಬೊಕ್ಕೆಯೊಂದಿಗೆ ತನ್ನ ಹೊಸ ಬಾಸ್‌ನ ಬರಮಾಡಿಕೊಳ್ಳಲು ವೇಗವಾಗಿ ಆಫೀಸು ತಲುಪಿದ.

'ರೂಕೋ' ದೇಶದ ಮಹಾನ್ ನಗರಗಳಲ್ಲಿ ಶರವೇಗದೊಂದಿಗೆ ಬೆಳೆದ ಪ್ರತಿಷ್ಠಿತ ಕಂಪನಿ. ಲಕ್ಷಾಂತರ ನಿರುದ್ಯೋಗಿಗಳಿಗೆ ಹೊಸ ಬದುಕು ಕಟ್ಟಿಕೊಡುವುದರ ಜೊತೆಗೆ ಭಾಷೆ, ಲಿಂಗ, ಧರ್ಮಗಳ ಗಡಿ ಮೀರಿ ಪರಸ್ಪರರ ನಡುವೆ ಮಧುರ ಬಾಂಧವ್ಯಗಳನ್ನು ಬೆಸೆದಿತ್ತು. ಮೈಸೂರು ಶಾಖೆಯ ಹಿಂದಿನ ಮ್ಯಾನೇಜರ್ ಕಂಪನಿಯ ಶೇರುಗಳನ್ನು ಜಾಗತಿಕ ಮಾರುಕಟ್ಟೆಯಲ್ಲಿ ಹೂಡಿಕೆ ಮಾಡಿ ರೂಕೋ ಕಂಪನಿಗೆ ಇತರೆ ಶಾಖೆಗಳಿಗಿಂತ ಅಪಾರ ಲಾಭ ತಂದುಕೊಟ್ಟಿದ್ದ. ಈ ಸಾಹಸೀ ಕಾರ್ಯದಲ್ಲಿ ಅವರಿಗೆ ಸಂಜಯನೇ ಬೆನ್ನುಲುಬಾಗಿ ನಿಂತಿದ್ದನು. ವಯಸ್ಸಾದ ಕಾರಣ ಹಳೆಯ ಮ್ಯಾನೇಜರ್ ನಿವೃತ್ತಿ ಹೊಂದಿದ್ದರಿಂದ ಅವರ ಸ್ಥಾನಕ್ಕೆ ಶ್ರೀನಿವಾಸ್ ಎಂಬುವವರನ್ನು ನೇಮಿಸಲಾಗಿತ್ತು. ಇವರೂ ಸಹ ಮೈಸೂರು ಶಾಖೆಯನ್ನು ಮತ್ತಷ್ಟು ಎತ್ತರಕ್ಕೆ ಕೊಂಡೊಯ್ಯುತ್ತಾರೆಂಬ ಭರವಸೆ ರೂಕೋ ಮಾಲೀಕರದ್ದು.

***

ಸಂಜಯ ತನ್ನ ಸಹದ್ಯೋಗಿಗಳ ಜೊತೆಗೆ ಹೊಸ ಬಾಸ್‌ನ ಬರಮಾಡಿಕೊಳ್ಳಲು ಕಾತರತೆಯಿಂದ ಹೊರಗೆ ಕಾದು ನಿಂತಿದ್ದ. ಅಲ್ಪ ಸಮಯದ ತರುವಾಯ ಮದುವಣಗಿತ್ತಿಯನ್ನು ಹೊತ್ತುತಂದ ದಿಬ್ಬಣದಂತೆ

ಶರವೇಗದಲ್ಲಿ ಬಂದ ಕಪ್ಪು ಬೆಂಜ್ ಕಾರೊಂದು ಆಫೀಸಿನ ಬಾಗಿಲ ಬಳಿ ನಿಂತಿತು. ನೆರೆದಿದ್ದವರೆಲ್ಲಾ ನಾ ಮುಂದು, ತಾ ಮುಂದು ಎನ್ನುತ್ತ ಮುಂದೆ ಹೋಗುತ್ತಿದ್ದಂತೆ ಕಾರಿನಿಂದ ಕೆಳಗಿಳಿದ ಶ್ರೀನಿವಾಸ್ ಎಲ್ಲರೂ ಹಾಕುವ ಹೂವಿನ ಹಾರಗಳಿಗೆ ಕೊರಳೊಡ್ಡುತ್ತಿದ್ದರು. ಅವರು ನೋಡಲು ಐವತ್ತರ ಆಸುಪಾಸಿನ ಪ್ರಾಯದ ಸುಂದರಾಂಗ. ಅಕ್ಷರಶಃ ಹಾಲಿನಲ್ಲಿ ಅದ್ದಿದ ಬೊಂಬೆಯಂತಿದ್ದರು. ಪೊಗದಸ್ತಾದ ಮೀಸೆ, ಗಾಳಿಗೆ ಹಾರುವ ದಟ್ಟ ಕಪ್ಪು ಕೇಶರಾಶಿ. ಕಣ್ಣಿಗೆ ತೊಟ್ಟಿರೋ ಕಪ್ಪು ಕನ್ನಡಕ, ತಿಳಿ ನೀಲಿ ಬಣ್ಣದ ಅಂಗಿಯ ಮೇಲೆ ತೊಟ್ಟಿರುವ ಕಪ್ಪು ಬಣ್ಣದ ಕೋಟ್, ಆಕರ್ಷಕ ಸುಂದರ ಮೈಕಟ್ಟು ಸಂಜಯನೊಳಗಿನ ಅವಳಿಗೆ ಮರುಜನ್ಮ ನೀಡಿ ಬಡಿದೆಬ್ಬಿಸಿತ್ತು. ಆ ಸುಂದರ ವದನವನ್ನು ಸಂಜಯ ಕಣ್ಣರೆಪ್ಪೆ ಮಿಟುಕಿಸದೆ ಹಾಗೆಯೇ ನೋಡುತ್ತಾ ನಿಂತ. ಅವನಂತಹ ಆಸೆಗಣ್ಣಿನ ತರುಣನಿಗೆ ಶ್ರೀನಿವಾಸ್ ತುಂಬಾ 'ಅಲ್ಲೋ' (ಲೈಂಗಿಕ ಮತ್ತು ಪ್ರಣಯವನ್ನು ಕೆರಳಿಸುವ ಆಕರ್ಷಣೆ ಹೊಂದಿರುವವರು) ಆಗಿ ಕಾಣಿಸತೊಡಗಿದರು.

ಅದೆಂಥಹಾ ಮಾದಕ ಚೆಲುವು! ನನ್ನ ಕನಸಿನ ರಾಜ ಬಾಲಿವುಡ್ ನಟ ಅನಿಲ್ ಕಪೂರ್‌ನಂತೆಯೇ ಕಾಣುವ ಈ ಸುಂದರಾಂಗ ಮೊದಲ ನೋಟದಲ್ಲೇ ನನ್ನ ಹೃದಯಕ್ಕೆ ಲಗ್ಗೆ ಇಟ್ಟಿದ್ದಾದರೂ ಹೇಗೆ? ಆ ದೇವನೊಬ್ಬ ಒಂಟಿಯಾಗಿದ್ದ ನನ್ನ ಬದುಕಲ್ಲಿ ಜೋಡಿಯಾಗಲು ಈ ಚೆಲುವ ಚೆನ್ನಿಗನ ಕಳಿಸಿರಬಹುದೇ! ಸಂಜಯ ಕಲ್ಪನಾ ಲೋಕದೊಳಗೆ ತೇಲುತ್ತಾ ಗಗನ ಮುಟ್ಟಲು ಹಾತೊರೆಯುವ ಹಕ್ಕಿಯಂತೆ ಬಹುದೂರಕ್ಕೆ ಸಾಗಿದ್ದ!

ಶ್ರೀನಿವಾಸ್ ತನ್ನನ್ನು ಹೃತ್ಪೂರ್ವಕವಾಗಿ ಬರಮಾಡಿಕೊಂಡ ಎಲ್ಲರಿಗೂ ಕೈಮುಗಿದು ಮೊದಲ ಮಾತಿನಲ್ಲೇ "ಇಲ್ಲಿ ಸಂಜಯ್ ಅಂದರೆ ಯಾರು?" ಎಂದು ಕೇಳಿದರು. ಆ ವೇಳೆ ಎದುರಿಗಿದ್ದವರೆಲ್ಲರೂ ಕುತೂಹಲದಿಂದ ಸಂಜಯನತ್ತ ತಿರುಗಿದರು. ನಿಂತ ನೆಲವನ್ನೇ ಮರೆತು ಭಾವಪರವಶತೆಯ ಶರಧಿಯೊಳಗೆ ಮುಳುಗಿದ್ದ ಸಂಜಯ ತನ್ನೆದುರಿಗೆ ಏನು ನಡೆಯುತ್ತಿದೆ ಎಂಬುದನ್ನು ಗ್ರಹಿಸದೇ ಗೊಂಬೆಯಂತೆ ನಿಂತಿದ್ದನು. ಅವನ ಪಕ್ಕದಲ್ಲಿದ್ದವರು ಮೈಮರೆತಿರುವ ಸಂಜಯನ ಕೈ ಹಿಡಿದು ಅಲುಗಾಡಿಸಿದಾಗಲೇ ಅವನಿಗೆ ಎಚ್ಚರವಾಗಿದ್ದು. ಆ ಕ್ಷಣ ವಿಚಲಿತಗೊಂಡ ಸಂಜಯ ಅಷ್ಟೊಂದು ಜನರ ಎದುರು ಪೇಚಿಗೆ ಸಿಲುಕಿದ. ಕಕ್ಕಾಬಿಕ್ಕಿಯಾಗಿದ್ದ ಅವನ ವದನವ ಕಂಡು ಮುಗುಳುನಕ್ಕ ಶ್ರೀನಿವಾಸ್ "ನಿಮ್ಮ ಜೊತೆಗೆ ಸ್ವಲ್ಪ ಮಾತನಾಡುವುದಿದೆ, ಚೇಂಬರಿಗೆ ಬನ್ನಿ" ಎಂದು ಹೇಳಿ ಟಕಟಕ ಬೂಟುಗಾಲಿನ ಸದ್ದಿನೊಂದಿಗೆ ಸರಸರನೇ ಒಳನಡೆದರು. ಅಷ್ಟೊತ್ತು ಖುಷಿಯಿಂದ ತಾವರೆಯ ಹೂವಿನಂತೆ ಅರಳಿದ್ದ ಎಲ್ಲರ ವದನಗಳು ಕ್ಷಣಮಾತ್ರದಲ್ಲಿ ಬಾಡಿ ಹೋದವು. "ಈ

ಆಫೀಸಿಗೆ ಯಾರು ಬಂದರೂ ಅಷ್ಟೇ ಎಲ್ಲರಿಗೂ ಅವನೇ ಬೇಕು ನಡೀರಿ, ನಡೀರಿ" ಎಂದು ಗೊಣಗುತ್ತ ಒಳಗೆ ನಡೆದರು.

ಓ ಉಸಿರೇ

ಮೊದಲು ಕರೆದದ್ದೂ

ನನ್ನ ಹೆಸರೇ...!

ಪ್ರೇಮಹಲ್ಲಕ್ಕಿಂಯೊಳಗೆ ಕುಳಿತ ಸಂಜಯನ ಹೃದಯದೊಳಗೆ ಹೂಮಳೆ ಸುರಿಯುತ್ತಿದ್ದರೆ ಅವನ ವದನದ ತುಂಬಾ ನಾಚಿಕೆ ಮನೆ ಮಾಡಿತ್ತು. ಕನ್ನಡಿಯ ಮುಂದೆ ನಿಂತು ಒಮ್ಮೆ ನಾನು ನಾನಾಗಿಯೇ ಇದ್ದೀನ! ಎಂದು ಪರೀಕ್ಷಿಸಿದ. ಸ್ವರ್ಗಕ್ಕೆ ಕಿಚ್ಚು ಹೊತ್ತಿಸುವ ಆ ಸುಂದರ ವದನ ನೋಡಿದರೆ ಸಾಕು ಮೈಮರೆಯುವ ನನ್ನ ಈ ತಿಕ್ಕಲುತನಕ್ಕೆ ಬಾಸ್ ಏನನ್ನುವರೋ? ಎಂಬ ಆತಂಕದಿಂದ ಆಫೀಸ್ ರೂಮಿನೊಳಗೆ ಕಾಲಿಟ್ಟನು. ಶ್ರೀನಿವಾಸ್ ಯಾವ ಹಮ್ಮು ಬಿಮ್ಮು ಇಲ್ಲದೇ ಸಂಜಯನ ಕುಶಲೋಪಚಾರ ವಿಚಾರಿಸಿದರು. ಅವರು ತೋರಿಸಿದ ಆ ಅಕ್ಕರಾವಸ್ಥೆ ಕ್ಷಣಮಾತ್ರದಲ್ಲಿ ಸಂಜಯನೊಳಗಿನ ದುಗುಡವ ಒದ್ದೋಡಿಸಿತ್ತು. ಇಬ್ಬರ ನಡುವೆ ಮಾತು ಮುಂದುವರೆದಂತೆ ಅದು ವೈಯಕ್ತಿಕತೆಯಿಂದ ಆಫೀಸಿನ ವಿಚಾರಗಳತ್ತ ಹೊರಳಿತು. ಶ್ರೀನಿವಾಸ್ ತನ್ನೆದುರಿಗಿದ್ದ ಫೈಲುಗಳನ್ನು ತೆರೆದು ಆ ಶಾಖೆಯ ಬಗ್ಗೆ ತಮಗಿದ್ದ ಎಲ್ಲಾ ಸಂದೇಹಗಳನ್ನು ಕೇಳಿ ತಿಳಿದುಕೊಂಡರು. ಜೊತೆಗೆ ತಾನು ಕೇಳುತ್ತಿದ್ದ ಪ್ರತೀ ಪ್ರಶ್ನೆಗೂ ಎಳ್ಳಷ್ಟೂ ತಡವರಿಸದೇ ಪಟಪಟನೇ ಉತ್ತರಿಸುತ್ತಿದ್ದ ಸಂಜಯನ ವಾಕ್ಚಾತುರ್ಯವನ್ನು ಕಣ್ಣರೆಪ್ಪೆ ಮಿಟುಕಿಸದೆ ಆಲಿಸಿದರು.

ಊಟದ ಹೊತ್ತಾಗುತ್ತ ಬಂದರೂ ಸಂಜಯ ಚೇಂಬರಿನಿಂದ ಆಚೆ ಬರದೇ ಇದ್ದದ್ದು ನೋಡಿ ಆಫೀಸಿನಲ್ಲಿ ಎಲ್ಲರ ಎದೆಬಡಿತ ಹೆಚ್ಚಾಯಿತು. ನಮ್ಮ ಬಗ್ಗೆ ಏನು ಚಾಡಿ ಚುಚ್ಚುತ್ತಿದ್ದಾನೋ? ಯಾರು ಕೆಲಸ ಕಳೆದುಕೊಳ್ಳುತ್ತಾರೋ?ಎಂದು ಗುಸುಗುಸು ಚರ್ಚೆ ನಡೆಯುತ್ತಿರುವ ವೇಳೆಗೆ ಸಂಜಯ ಸ್ವರ್ಗಕ್ಕೆ ಹೋಗಿ ಬಂದವನಂತೆ ಖುಷಿಯಿಂದ ತನ್ನ ಚೇರಿನ ಬಳಿ ಬಂದು ಕುಳಿತ. ಅವನ ಮಂದಸ್ಮಿತ ವದನ ನೋಡಿ ಆಫೀಸಿನ ತುಂಬಾ ಅಸೂಯೆ ಎಂಬ ಕಿಡಿ ಕಾಡ್ಗಿಚ್ಚಿನಂತೆ ಪಸರಿಸಿತು. ಕೆಲವರು ಇವನು ಇಲ್ಲಿರೋವರೆಗೆ ನಮಗೆ ಪ್ರಮೋಷನ್ ಅಲ್ಲ, ಕೈಗೆ ಚೊಂಬೇ ಸಿಗೋದು ಎಂದು ಮೂತಿ ತಿರುಗಿಸಿದರು. ಉಳಿದವರು ಇವನಿಂದ ನಮ್ಮ ಕೆಲಸಕ್ಕೆ ಯಾವುದೇ ಕುತ್ತು ಬರದಿರಲಿ ಎಂದು ಕುಳಿತಲ್ಲಿಯೇ ದೇವರ ಮೊರೆ ಹೋಗಿದ್ದರು.

ಶ್ರೀನಿವಾಸ್ ಮಾಯಾನಗರಿ ಮುಂಬೈನಲ್ಲಿ ಹುಟ್ಟಿ ಬೆಳೆದವರು. ಕುಟುಂಬದ ಹಿರಿಯರ ಒತ್ತಾಸೆಯಂತೆ ಮನಸಾರೆ ಪ್ರೀತಿಸುತ್ತಿದ್ದ ತನ್ನ

ದೊಡ್ಡಕ್ಕನ ಮಗಳನ್ನೇ ವರಿಸಿ ಗೃಹಸ್ಥಾಶ್ರಮಕ್ಕೆ ಕಾಲಿಟ್ಟಿದ್ದರು. ಅವರ ಪತ್ನಿ ಅಹುಜಾ ಮದುವೆ ಆಗಿ ಮೂರೇ ತಿಂಗಳಿಗೆ ಬಹರೇನಿನಿಂದ ಹಿಂತಿರುಗುವಾಗ ಫ್ಲೈಟ್ ಅಪಘಾತದಲ್ಲಿ ಅಸುನೀಗಿದ್ದರು. ಈ ಘಟನೆಯಿಂದ ತುಂಬಾ ನೊಂದಿದ್ದ ಶ್ರೀನಿವಾಸ್ ಅಹುಜಾರ ನೆನಪಿನಲ್ಲಿ ಜೀವನದುದ್ದಕ್ಕೂ

ವಿಧುರನಾಗಿಯೇ ಬಾಳುವ ನಿರ್ಧಾರ ಮಾಡಿದ್ದರು. ಮುಂದೆ

ಉದ್ಯೋಗದ ನಿಮಿತ್ತ ಮುಂಬೈ ತೊರೆದು ಬೆಂಗಳೂರಿನತ್ತ ಮುಖ ಮಾಡಬೇಕಾಯಿತು. ಮೂಲತಃ ಮರಾಠಿಗರಾದರೂ ಕರ್ನಾಟಕದಲ್ಲಿ ಹದಿನೈದು ವರ್ಷಗಳ ಕಾಲ ಸೇವೆ ಸಲ್ಲಿಸಿದ ಕಾರಣ ಇಲ್ಲಿನ ಜನರೊಂದಿಗೆ ಉತ್ತಮ ಬಾಂಧವ್ಯ ಬೆಳೆಸಿಕೊಂಡು ಕನ್ನಡವನ್ನು ಲೀಲಾಜಾಲವಾಗಿ ಮಾತಾಡಬಲ್ಲವರಾಗಿದ್ದರು.

***

ಮಗ ಆಫೀಸಿನಿಂದ ಮರಳಿ ಮನೆಗೆ ಬರುವುದನ್ನೇ ಎದುರು ನೋಡುತ್ತಿದ್ದ ಸುನಂದಮ್ಮಳಿಗೆ ಸಂಜೆಯ ವೇಳೆ ಸಂಜಯ ತುಂಬಾ ಖುಷಿಯಿಂದ ಮನೆಗೆ ಬಂದಿದ್ದು ನೋಡಿ ಆಶ್ಚರ್ಯದ ಜೊತೆಗೆ ಗೊಂದಲದ ಸುಳಿಗೆ ಬಿದ್ದಂತಾಯಿತು. ಯಾವಾಗಲೂ ಸಪ್ಪೆಮೋರೆಯೊಂದಿಗೆ ಮನೆಗೆ ಬರುತ್ತಿದ್ದ ಮಗನಿಂದು ಮುಖದ ತುಂಬಾ ಸಂಭ್ರಮದ ಅಲೆಗಳನ್ನು ಹೊತ್ತು ಬಂದಿರುವುದು ಅವಳು ತಬ್ಬಿಬ್ಬಾಗಲು ಮುಖ್ಯ ಕಾರಣ. ಏನಿರಬಹುದು ಅಂತಹ ವಿಶೇಷತೆ! ಮೊದಲು ಫ್ರೆಶ್ ಆಗಿ ಕಾಫಿ ಕುಡಿಯಲು ಬರಲಿ, ಕಿವಿ ಹಿಡಿದು ಕೇಳಿದ್ರಾಯ್ತು ಎಂದು ಕಾಫಿ ಮಾಡಲು ಹೋದವಳಿಗೆ ಸಂಜಯ ಲಗುಬಗೆಯಿಂದ ಹೊರನಡೆದದ್ದು ಕಾಣಲೇ ಇಲ್ಲ.

ಅವನ ಬಣ್ಣದ ಬದುಕಿಗೆ ನೂರಾರು ಕವಲುಗಳು,
ಒಂದೊಂದು ಕವಲಲ್ಲೂ ಗೊಂದಲದ ಗೂಡುಗಳು
ಅದರೊಳಗೆ ಹೊಕ್ಕಿ ಕಾವು ಕೊಡುತ್ತಿರುವರಾರೋ!

ಸದಾ ಏಕಾಂಗಿಯಾಗಿ ಲ್ಯಾಪ್ಟಾಪ್‌ನೊಂದಿಗೆ ಹೆಚ್ಚುಕಾಲ ಕಳೆಯುತ್ತಿದ್ದ ಸಂಜಯ ಆಫೀಸಿನಿಂದ ತಡವಾಗಿ ಮನೆಗೆ ಬರುವುದು ವಾಡಿಕೆ. ಹೊಟ್ಟೆ ತಾಳ ಹಾಕಿದರೆ ಅದನ್ನು ಸಮಾಧಾನ ಪಡಿಸಲು ಕೈಗೆ ಸಿಕ್ಕ ಹಣ್ಣು-ಹಂಪಲೋ, ಒಂದಿಷ್ಟು ಕುರುಕಲು ತಿಂಡಿಯೋ ಅದರ ಬಾಯಿಗೆ ತುರುಕಿ ತನ್ನ ಉಳಿದ ಕೆಲಸ ಮುಗಿಸುವುದರತ್ತ ಮಗ್ನನಾಗಿಬಿಡುತ್ತಿದ್ದ. ರಾತ್ರಿ ಹನ್ನೆರಡು ಗಂಟೆಯಾದರೂ ಅವನಿಗೆ ಊಟದ ಅರಿವೇ ಇರುತ್ತಿರಲಿಲ್ಲ. ಕೆಲವೊಮ್ಮೆ ತಾಯಿಯ ಹಠಕ್ಕೆ ಮಣಿದು ಊಟದ ತಟ್ಟೆಯ ಮುಂದೆ ಗಪ್ಪೆಂದು ಕೂರುತ್ತಿದ್ದ. ಮಧ್ಯರಾತ್ರಿಯ ತನಕ ಆಫೀಸಿನ ಕೆಲಸಗಳ ಜೊತೆಗೆ ಫೇಸ್ಬುಕ್, ಟ್ವಿಟ್ಟರ್,

ಇನ್ಸ್ಟಾಗ್ರಾಮ್‌ನಂತಹ ಸಾಮಾಜಿಕ ಜಾಲತಾಣಗಳಲ್ಲಿ ತನ್ಮಯನಾಗುವುದು ಅವನ ಖಯಾಲಿಯಾಗಿತ್ತು.

ಆಫೀಸಿಗೆ ರಜೆ ಇದ್ದಾಗ ಮನೆಯಲ್ಲಿ ತಂದೆ-ತಾಯಿ ಇಬ್ಬರೂ ಮದುವೆಯ ವಿಚಾರ ತೆಗೆದು ತಲೆತಿನ್ನುತ್ತಾರೆಂದು ಮನೆಯಲ್ಲಿರಲಾಗದೇ ತನ್ನ ಆತ್ಮೀಯ ಗೆಳೆಯ ಸಮೀರನ ಜೊತೆಗೆ ಹೊರಗಡೆ ಸುತ್ತಾಡಲು ಹೋಗುತ್ತಿದ್ದನು. ಇಂದು ವೀಕೆಂಡ್ ರಜೆ ಅಲ್ಲದಿದ್ದರೂ ತನ್ನೊಳಗಿನ ಖುಷಿಯ ಹಂಚಿಕೊಳ್ಳಲು ಗೆಳೆಯ ಸಮೀರನಿಗೆ ಕರೆಮಾಡಿ ಟೀ ಕುಡಿಯಲು ಹೋಟೆಲಿಗೆ ಕರೆದ. ವೃತ್ತಿಯಲ್ಲಿ ಶಿಕ್ಷಕನಾಗಿದ್ದ ಸಮೀರ್ ದೀರ್ಘ ಕಾಲದಿಂದಲೂ ಸಂಜಯನ ಜೊತೆಗೆ ಉತ್ತಮ ಸ್ನೇಹ ಬೆಳೆಸಿಕೊಂಡಿದ್ದ. ಅವನು ಶಾಲಾ ಕೆಲಸಗಳ ಒತ್ತಡ ಹಾಗೂ ಕೌಟುಂಬಿಕ ಜೀವನದ ಭಾರಕ್ಕೆ ಕುಸಿದರೂ ವಾರಕ್ಕೊಮ್ಮೆ ಸಂಜಯನ ಭೇಟಿಯಾಗುವುದು ತಪ್ಪಿಸುತ್ತಿರಲಿಲ್ಲ. ಇಂದು ಭಾನುವಾರ ಅಲ್ಲ ಆದರೂ ಭೇಟಿಯಾಗಲು ಕರೆದಿದ್ದಾನಲ್ಲ...ಏನು ವಿಶೇಷವೋ! ಎಂಬ ಕೌತುಕದೊಂದಿಗೆ ಸಮೀರ್ ಸಮಯಕ್ಕೆ ಸರಿಯಾಗಿ ಹೋಟೆಲಿಗೆ ಹಾಜರಾದ.

ಸಂಜಯನ ವದನವಿಂದು ತಾವರೆಯಂತೆ ಅರಳಿತ್ತು. ಅವನ ಎರಡೂ ಕಣ್ಣುಗಳೊಳಗೆ ಖುಷಿಯ ಪಟಾಕಿಗಳು ಸಿಡಿಯುತ್ತಿದ್ದವು. ಅವನ ಇಷ್ಟೊಂದು ಸಂತೋಷಕ್ಕೆ ಕಾರಣವಾದರೂ ಏನಿರಬಹುದು! ಹುಡುಗಿ ಏನಾದರೂ ಫಿಕ್ಸ್ ಆಗಿರಬಹುದೇ? ಎಂದು ಆಲೋಚಿಸುತ್ತಿದ್ದ ಸಮೀರನಿಗೆ ತನ್ನ ಊಹೆ ತಪ್ಪೆಂದು ಅರಿಕೆಯಾಗಲು ಹೆಚ್ಚೇನು ಸಮಯ ಹಿಡಿಸಲಿಲ್ಲ. ಸಂಜಯ ಉಪಮೆಗಳ ಸುರಿಮಳೆಯೊಂದಿಗೆ ತನ್ನ ಹೊಸ ಬಾಸ್ ಬಗ್ಗೆ ಭರಪೂರ ಗುಣಗಾನ ಮಾಡುತ್ತಾ ಕುಳಿತ. ಶ್ರೀನಿವಾಸರ ನಡೆ-ನುಡಿ, ಜಾಣ್ಮೆ, ಗುಣಸ್ವಭಾವಗಳಿಗಿಂತಲೂ ಅವರ ವದನದ ಬಗ್ಗೆ ವರ್ಣಿಸಿದ್ದೇ ಹೆಚ್ಚು. ಜೊತೆಗೆ ಮೀಸೆ, ಹಾರುವ ಕಪ್ಪು ಕೇಶರಾಶಿಯು ಬಗ್ಗೆ ಹೊಗಳಿದ್ದೇ ಹೊಗಳಿದ್ದು. ಸಮೀರ್‌ಗೆ ಅದೆಲ್ಲಾ ಕೇಳಲು ಸಪ್ಪೆ ಅನಿಸಿದರೂ ಸಂಜಯನ ಗೆಳೆತನದ ಭಾರಕ್ಕೆ ಜೋತುಬಿದ್ದು ಅವನು ಹೇಳುವುದನ್ನೆಲ್ಲಾ ಮೂಕಪ್ರೇಕ್ಷಕನಂತೆ ಆಲಿಸಬೇಕಾಯಿತು. ಸಂಜಯನ ಮಾತುಗಳಿನ್ನೂ ಮುಗಿದಿರಲಿಲ್ಲ ಆಗಲೇ ಎದುರಿಗಿದ್ದ ಬಿಸಿಬಿಸಿ ಕಾಫಿ ತಣ್ಣಗಾಗಿತ್ತು. “ಏನೋ ನಿನಗೆ ಹುಡುಗಿ ಫಿಕ್ಸ್ ಆಗಿರಬಹುದು ಅಂದುಕೊಂಡಿದ್ದೆ. ಆದರೆ ಇಲ್ಲಿ ಹುಡುಗಿಯ ಸ್ಥಾನದಲ್ಲಿ ಹುಡುಗ ಇದ್ದಾನಲ್ಲ!” ಎಂದು ಜೋರಾಗಿ ನಕ್ಕ ಸಮೀರ್ ತನ್ನ ನಗು ಸಂಜಯನ ಖುಷಿಗೆ ಎಲ್ಲಿ ಪೆಟ್ಟು ಕೊಡುತ್ತೋ ಎಂಬ ಆತಂಕದಿಂದ ಹಿಂದೆಯೇ ನಗುವುದನ್ನು ನಿಲ್ಲಿಸಿದ. ಇವನಿಗೆ ಹೀಗೆಯೇ ಮಾತು ಮುಂದುವರೆಸಲು ಬಿಟ್ಟರೆ ಮಧ್ಯರಾತ್ರಿ ಆಗಬಹುದು. ಮನೆಯಲ್ಲಿ ಹೆಂಡತಿಯಿಂದ ಬೈಗುಳ ತಪ್ಪಿದ್ದಲ್ಲ ಎಂಬ ದಿಗಿಲಿನಿಂದ “ಒಟ್ಟಾರೆ ನೀನು ಸಂತೋಷವಾಗಿದ್ದೀಯಲ್ಲಾ ಅಷ್ಟೇ ಸಾಕು” ಎಂದು ಇಬ್ಬರ ಮಾತುಗಳಿಗೆ

ವಿರಾಮ ಘೋಷಿಸಿದ. ತನ್ನ ಭಾವನೆಗಳಿಗೆ ಗೆಳೆಯನಿಂದ ಅಂದುಕೊಂಡಂತೆ ಸ್ಪಂದನೆ ಸಿಗದಿದ್ದರೂ ಮನಸ್ಸಿಗೆ ನೋವಾಗುವಂತೆ ಅಪಹಾಸ್ಯವಾಗಲಿ, ವಿರೋಧವಾಗಲಿ ವ್ಯಕ್ತವಾಗಲಿಲ್ಲ ಎಂಬ ಸಮಾಧಾನದೊಂದಿಗೆ ಬಿಲ್ ಪಾವತಿಸಿದ ಸಂಜಯ ಎದ್ದು ಮನೆಯ ಕಡೆಗೆ ಹೆಜ್ಜೆ ಹಾಕಿದ.

ಕಾದ ಮರಳುಗಾಡಿನಲ್ಲಿ ಬಹುದೂರ ನಡೆದು ಬಳಲಿದವನಿಗೆ ಓಯಾಸೀಸ್ ದೊರೆತಂತೆ ಸಂಜಯನ ಪ್ರಕ್ಷುಬ್ಧ ಬದುಕಿನೊಳಗೆ ಶ್ರೀನಿವಾಸರು ಪ್ರವೇಶಿಸಿದ್ದರು.

"ಪ್ರವಾಹಕ್ಕೆ ಅಣೆಕಟ್ಟು

ಹರೆಯಕ್ಕೆ ಬಾಸಿಂಗಕಟ್ಟು" ಎಂಬಂತೆ ಶ್ರೀನಿವಾಸರು ಸಂಜಯನ ಜೀವನದೊಳಗೆ ಕಾಲಿಟ್ಟಿದ್ದೇ ತಡ ಅವರ ಗಮನ ತನ್ನತ್ತ ಸೆಳೆಯಲು ಸಂಜಯ ಪ್ರತಿದಿನ ಮ್ಯಾಚಿಂಗ್-ಮ್ಯಾಚಿಂಗ್ ಬಟ್ಟೆ ಧರಿಸ ತೊಡಗಿದ. ತನ್ನ ಕಾಯದ ಪ್ರತೀ ಅಂಗಗಳು ಸುಂದರವಾಗಿ ಕಾಣುವಂತೆ ಮಾಡಲು ಹಲವು ಕಸರತ್ತುಗಳಿಗೆ ಕೈ ಹಾಕಿದ. ಪ್ರತಿದಿನ ಫೇಸ್ ವಾಷ್, ಶೇವಿಂಗ್. ವಾರಕ್ಕೊಮ್ಮೆ ನೈಲ್ ವಾಷ್, ಹೊಸದಾಗಿ ಅವನ ಹವ್ಯಾಸಗಳ ಪಟ್ಟಿಗೆ ಸೇರಿದವು. ಯಾವಾಗಲೂ ಅರ್ಧ ಮಡಚಿರುತ್ತಿದ್ದ ಅಂಗಿಯ ಉದ್ದ ತೋಳುಗಳಿಗೀಗ ಬಟನ್ ಭಾಗ್ಯ ಬಂದಿತ್ತು. ಕಾಲೇಜು ದಿನಗಳಿಂದಲೂ ಎಣ್ಣೆಯ ಮುಖವನ್ನೇ ನೋಡದ ತಲೆಗೂದಲುಗಳು ಈಗ ಪ್ರತಿದಿನ ಸುವಾಸನೆ ಭರಿತ ತೆಂಗಿನ ಎಣ್ಣೆಯ ರುಚಿ ನೋಡತೊಡಗಿದವು. ಇಷ್ಟು ದಿನ ಮೈಕಟ್ಟಿನ ಬಗ್ಗೆ ಎಳ್ಳಷ್ಟೂ ಯೋಚಿಸದವನು ಈಗ ಶ್ರೀನಿವಾಸರಿಗೆ ತನ್ನೊಳಗಿನ ಏಸ್ ಮತ್ತು ಅರೋಸ್ಪೆಕ್ಟರಮ್ (ಲೈಂಗಿಕ, ಪ್ರಣಯ ಆಕರ್ಷಣೆಯ ಕೊರತೆ) ಕಾಣಿಸಬಾರದೆಂದು ಸುಂದರ ಮೈಕಟ್ಟಿಗಾಗಿ ಮನೆಯಲ್ಲೇ ಒಂದು ಪುಟ್ಟ ಜಿಮ್ ನಿರ್ಮಿಸಿಕೊಂಡು ಪ್ರತಿದಿನ ಬೆವರು ಬಸಿಯತೊಡಗಿದ.

ಯಾವಾಗಲೂ ಆಲಸ್ಯತನದೊಂದಿಗೆ ಕಾಲ ಕಳೆಯುತ್ತಿದ್ದ ಮಗ ಈಗ ಇದ್ದಕ್ಕಿದ್ದಂತೆ ತನ್ನ ಹವ್ಯಾಸಗಳಲ್ಲಿ ಸಾಕಷ್ಟು ಬದಲಾವಣೆ ಮಾಡಿಕೊಂಡಿರುವುದು ಗಮನಿಸಿದ ಸುನಂದಮ್ಮ ಕುತೂಹಲ ತಡೆದುಕೊಳ್ಳಲಾಗದೇ ಮಗನಿಗೆ ಕೇಳಿಯೇ ಬಿಟ್ಟಳು.

"ಯಾರೋ ಅವಳು! ನಿನ್ನಲ್ಲಿ ಇಷ್ಟೊಂದು ಬದಲಾವಣೆಗಳಿಗೆ ಕಾರಣವಾದವಳು?"

ತಾಯಿಯ ಕಡೆಯಿಂದ ಅನಿರೀಕ್ಷಿತವಾಗಿ ತೇಲಿಬಂದ ಪ್ರಶ್ನೆ ಸಂಜಯನನ್ನು ಪೇಚಿಗೆ ಸಿಲುಕಿಸಿತು.

"ನಾನು ಕೇಳಿದ್ದು ಅರ್ಥವಾಗಲಿಲ್ವಾ? ಎಲ್ಲಿದ್ದಾಳೋ ಆ ಪುಣ್ಯಾತಗಿತ್ತಿ? ಒಮ್ಮೆ ಮನೆಗೆ ಕರೆದುಕೊಂಡು ಬಾ, ಅವಳ ಪಾದ ಮುಟ್ಟಿ ನಮಸ್ಕರಿಸೋ

ಆಸೆಯಾಗಿದೆ" ಎಂದು ಸುನಂದಮ್ಮ ನಗು ತಡೆಯಲಾರದೇ ಸೀರೆಯ ಸೆರಗನ್ನು ಬಾಯಿಗೆ ಅಡ್ಡಹಿಡಿದಳು. ತನ್ನಲ್ಲಾದ ಬದಲಾವಣೆಗಳನ್ನು ಗಮನಿಸಿಯೇ ತನ್ನ ತಾಯಿ ಹೀಗೆ ವ್ಯಂಗ್ಯ ಮಾಡುತ್ತಿದ್ದಾಳೆಂದು ಭಾವಿಸಿದ ಸಂಜಯನಿಗೆ ವಿಪರೀತ ಕೋಪ ಬಂತು. ಆ ಕ್ಷಣ ತನಗೆ ಬಂದ ಸಿಟ್ಟನ್ನೆಲ್ಲಾ ಕಣ್ಣುಗಳ ಮೂಲಕ ಕಕ್ಕಿ, ತುಟಿ ಬಿಚ್ಚದೆಯೇ ಅಲ್ಲಿಂದ ಎದ್ದು ಹೊರಟ. ಅದೇ ವೇಳೆಗೆ ಅಲ್ಲಿಗೆ ಬಂದ ಸತ್ಯನಾರಾಯಣ ಹೆಂಡತಿ ಪಕ್ಕ ಕುಳಿತು ಮೆಲ್ಲನೆ ಕೇಳಿದ "ಮತ್ತೇನಾದರೂ ಯುದ್ಧ ನಡೆಯಿತೇ?"

ಗಂಡನ ಪ್ರಶ್ನೆಗೆ ಸಿಡಿಮಿಡಿಗೊಂಡ ಸುನಂದಮ್ಮ "ತಾಯಿ, ಮಗನ ವಾತ್ಸಲ್ಯವೂ ನಿಮಗೆ ಯುದ್ಧವಿದ್ದಂತೆ ಕರ್ಮ" ಎಂದು ಗೊಣಗುತ್ತ ಎದ್ದು ಹೋದಳು.

"ಮನದಲಿ ಆಸೆಗಳು ನೂರಾರು ಆದರೆ ಅವುಗಳಿಗೆ ಆಸರೆ ಯಾರು? ಕಣ್ಣಲ್ಲಿ ಕನಸುಗಳು ಸಾವಿರಾರು.

ಆದರೆ ಅವುಗಳಿಗೆ ಸ್ಫೂರ್ತಿ ತುಂಬಿ ಪ್ರೋತ್ಸಾಹಿಸುವ ಪ್ರೇಮಿ ಯಾರು?" ಎಂಬ ಸಂಜಯನ ಬಹುದಿನಗಳ ಪ್ರಶ್ನೆಗೆ ಈಗ ಉತ್ತರ ಸಿಕ್ಕಿತ್ತು. ಶ್ರೀನಿವಾಸ್ ಮತ್ತು ಸಂಜಯ್ ಕೇವಲ ಆಫೀಸಿನಲ್ಲಷ್ಟೇ ಅಲ್ಲದೇ ಹೊರಗಡೆಯೂ ಜೊತೆಜೊತೆಯಾಗಿ ಸುತ್ತಾಡತೊಡಗಿದರು. ಶಾಪಿಂಗ್ ಅಂತೂ ಎಗ್ಗಿಲ್ಲದೆ ನಡೆಯುತ್ತಿತ್ತು. ಶ್ರೀನಿವಾಸರ ಮೋಹದ ಬಲೆಯೊಳಗೆ ಸಿಲುಕಿದ ಸಂಜಯ ಪ್ರತಿದಿನ ರಾತ್ರಿ ಮಲಗುವ ಮುನ್ನ ತನ್ನ ಡೈರಿಯಲ್ಲಿ ಅವರ ವದನ ಕಂಡಾಗಲೆಲ್ಲಾ ಕೆರಳುತ್ತಿದ್ದ ಭಾವನೆಗಳಿಗೆ ದೃಶ್ಯಕಾವ್ಯದ ರೂಪು ಕೊಡತೊಡಗಿದನು. ದಿನಕಳೆದಂತೆ ಇಬ್ಬರ ನಡುವಿನ ಬಾಂಧವ್ಯ ಗಾಢವಾಗಿ ಬೆಳೆದು ಆಫೀಸಿನಲ್ಲಿದ್ದ ಎಲ್ಲರ ಕಣ್ಣಿಗೆ ಕುಕ್ಕತೊಡಗಿತು. ಸಂಜಯ ಧೂಮಪಾನ, ಮದ್ಯಪಾನಗಳಿಂದ ದೂರವಿದ್ದು ಸಸ್ಯಹಾರವನ್ನಷ್ಟೇ ಮೈಗೂಡಿಸಿಕೊಂಡಿದ್ದ. ಇದಕ್ಕೆ ತದ್ವಿರುದ್ಧವಾಗಿ ಶ್ರೀನಿವಾಸರು ಸಂಪ್ರದಾಯ, ಆಚರಣೆಗಳ ಸಂಕೋಲೆಯಿಂದ ಹೊರಬಂದು ಪಾಶ್ಚಾತ್ಯ ಜಗತ್ತಿನತ್ತ ಒಲವು ಬೆಳೆಸಿಕೊಂಡ ಕಾರಣ ಕೆಲವು ಕೆಟ್ಟ ಚಟಗಳ ದಾಸರಾಗಿದ್ದರು. ಆದರೆ ಅದು ಯಾವುದೂ ಅವರ ವೃತ್ತಿ ಬೆಳವಣಿಗೆಗೆ, ಆತ್ಮಗೌರವಕ್ಕೆ ಧಕ್ಕೆ ತರದಂತೆ ಇತಿಮಿತಿಯೊಳಗೆ ಬಳಸುತ್ತ ತಮ್ಮನ್ನು ತಾವು ನಿಯಂತ್ರಿಸಿಕೊಂಡಿದ್ದರು.

ಸಂಜಯ-ಶ್ರೀನಿವಾಸ್ ಜೋಡೆತ್ತುಗಳಂತೆ ದುಡಿಯುತ್ತಿದ್ದ ಕಾರಣ ರೂಕೋ ಕಂಪನಿ ಹಿಂದೆ ಗಳಿಸುತ್ತಿದ್ದ ಲಾಭಕ್ಕಿಂತಲೂ ಈ ವರ್ಷ ದುಪ್ಪಟ್ಟು ಲಾಭವೇ ಗಳಿಸಿತ್ತು. ವಾರ್ಷಿಕ ಆಯವ್ಯಯ ಮಂಡಿಸಿದಾಗ ಎಲ್ಲರಿಗಿಂತಲೂ ಹೆಚ್ಚು ಉರಿಬಿದ್ದದ್ದು ಸಂಜಯನ ಪರಮಶತ್ರು ವಾಸುಕಿಗೆ. ತನ್ನ ಬಡ್ತಿಗೆ ಪ್ರತಿಬಾರಿಯೂ ಅಡ್ಡಬರುತ್ತಿದ್ದ ಸಂಜಯನನ್ನು ವಾಸುಕಿ ಬಲವಾಗಿ

ದ್ವೇಷಿಸುತ್ತಿದ್ದ. ಅವನ ಏಳಿಗೆ ಇವನಿಗೆ ಸಹಿಸಲಾರದ ವೇದನೆಯಾಗಿತ್ತು. ಅದೆಷ್ಟೋ ಸಾರಿ ಸಂಜಯನ ಚಾರಿತ್ರ್ಯಕ್ಕೆ ಮಸಿ ಬಳಿಯಲು ಪ್ರಯತ್ನಿಸಿ ವಿಫಲನಾಗಿದ್ದ. ವಾಸುಕಿ ತನ್ನ ಬಗ್ಗೆ ಎಷ್ಟೇ ಅಪಪ್ರಚಾರ ಮಾಡಿದರೂ ಸಂಜಯ ಅದಕ್ಕೆಲ್ಲಾ ತಲೆ ಕೆಡಿಸಿಕೊಳ್ಳದೇ ತನ್ನ ಮೇಲಿರುವ ಜವಾಬ್ದಾರಿಯನ್ನು ನಿಷ್ಠೆಯಿಂದ ನಿರ್ವಹಿಸಿಕೊಂಡು ಹೋಗುತ್ತಿದ್ದನು.

ಅಪರಾಹ್ನದ ವೇಳೆ ಆಫೀಸಿನ ಸಹದ್ಯೋಗಿಗಳೆಲ್ಲರೂ ಊಟದ ಸಭಾಂಗಣದಲ್ಲಿ ಕುಳಿತುಕೊಂಡಿದ್ದರು. ಸಂಜಯ ಇನ್ನೇನು ತನ್ನ ಲಂಚ್ ಬಾಕ್ಸ್ ತೆರೆಯಬೇಕು ಅನ್ನುವಷ್ಟರೊಳಗೆ ಶ್ರೀನಿವಾಸರ ಆಗಮನವಾಯಿತು. ಅಪರೂಪಕ್ಕೆಂಬಂತೆ ಬಾಸ್ ತಮ್ಮ ಬಳಿಗೆ ಬಂದದ್ದು ನೋಡಿ ಎಲ್ಲರೂ ಆಶ್ಚರ್ಯದಿಂದ ಊಟ ಮಾಡುವುದು ಬಿಟ್ಟು ಎದ್ದು ನಿಂತರು. ಅದು ಗೌರವದ ಸೂಚಕವಾದರೂ ಊಟಕ್ಕೆ ಕುಳಿತವರನ್ನು ಎದ್ದು ನಿಲ್ಲುವಂತೆ ಮಾಡಿದೆನಲ್ಲಾ ನಾನೆಂಥಾ ಮೂರ್ಖ! ಎಂಬ ಯೋಚನೆ ತಲೆಗೆ ಬಡಿಯುತ್ತಿದ್ದಂತೆ ಶ್ರೀನಿವಾಸರಿಗೆ ಕಸಿವಿಸಿಯೆನಿಸಿತು.

"ದಿನಾಲೂ ಒಬ್ಬನೇ ಊಟ ಮಾಡಿ ಬೇಜರಾಗುತ್ತಿತ್ತು. ಅದಕ್ಕೆ ಇವತ್ತು ನಿಮ್ಮೆಲ್ಲರ ಜೊತೆಗೆ ಕುಳಿತು ತಿನ್ನುವ ಆಸೆಯಾಗಿ ಇಲ್ಲಿಗೆ ಬಂದೆ. ಪರವಾಗಿಲ್ಲ ಕುಳಿತುಕೊಳ್ಳಿ" ಎಂದು ಎಲ್ಲರಿಗೂ ಊಟ ಮಾಡಲು ತಿಳಿಸಿ ತಾವು ಸಂಜಯನ ಭುಜಕ್ಕೆ ತಾಗಿಕೊಂಡು ಕುಳಿತರು. ಆಕಸ್ಮಿಕವಾಗಿ ಏರ್ಪಟ್ಟ ಆ ಸ್ಪರ್ಶ ಸಂಜಯನ ಕೆನ್ನೆಗಳಿಗೆ ರಂಗೇರಿಸಿ ಕಲ್ಪನಾ ಲೋಕಕ್ಕೆ ಕರೆದೊಯ್ದರೆ, ಎದುರಿಗೆ ಕುಳಿತಿದ್ದ ವಾಸುಕಿಗೆ ಮುಳ್ಳುಗಳ ಮೇಲೆ ಕುಳಿತಂತೆ ಭಾಸವಾಯಿತು. ಶ್ರೀನಿವಾಸ್ ಮೈಮರೆತಿರುವ ಸಂಜಯನ ಬಾಕ್ಸನ್ನು ತಮ್ಮತ್ತ ಎಳೆದುಕೊಂಡು 'ಏನು ಸ್ಪೆಷಲ್ ಜಯ್?' ಎಂದು ತೆರೆದು ನೋಡಿದರು. ಸುನಂದಮ್ಮ ಗರಿಗರಿ ಪಡ್ಡು ಮಾಡಿ ಕಳಿಸಿದ್ದರು. 'ವಾವ್! ನನ್ನಿಷ್ಟದ ತಿಂಡಿ' ಎನ್ನುತ್ತಲೇ ರುಚಿ ನೋಡಿ "ಅಮೃತ, ಅಮೃತ. ಇಂಥಾ ರುಚಿಕರ ತಿಂಡಿ ಸವಿಯಲು ಅದೃಷ್ಟ ಮಾಡಿರಬೇಕು" ಎಂದು ಸುನಂದಮ್ಮಳ ಕೈ ರುಚಿಯನ್ನು ಭರಪೂರ ಗುಣಗಾನ ಮಾಡಿದರು. ಅಲ್ಲಿದ್ದವರೆಲ್ಲರೂ ಶ್ರೀನಿವಾಸರ ಸರಳತನ ಕಂಡು ಭಾವುಕರಾದರೆ ವಾಸುಕಿಗೆ ಮಾತ್ರ ತಾನು ತಿನ್ನುತ್ತಿದ್ದ ತುತ್ತುಗಳು ಬೆಂಕಿಯ ಕೆಂಡಗಳಂತೆ ನುಂಗಲು ಕಷ್ಟವಾಗತೊಡಗಿದವು.

ಆಫೀಸೆಂಬ ಅರಿವಿಲ್ಲದೆ ಪರಸ್ಪರ ಒಬ್ಬರಿಗೊಬ್ಬರು ಗಂಡ-ಹೆಂಡತಿಯಂತೆ ಭುಜಕ್ಕೆ ಭುಜ ತಾಗಿಸಿಕೊಂಡು ಕುಳಿತಿದ್ದಾರಲ್ಲ! ಸಂಜಯ ಬೇರೆ ಹೆಣ್ಣಿಗನಂತೆ ನಾಚಿಕೊಳ್ಳುತ್ತಿದ್ದಾನೆ. ಹೊರಗಡೆಯೂ ಸಾರ್ವಜನಿಕವಾಗಿ ಒಬ್ಬರನ್ನೊಬ್ಬರು ಕೈ ಕೈ ಹಿಡಿದುಕೊಂಡು ಓಡಾಡುತ್ತಾರೆ. ಇಬ್ಬರ ನಡುವೆ ಇಷ್ಟೊಂದು ಸಲುಗೆ ಬೆಳೆದದ್ದಾದರೂ ಹೇಗೆ? ಹುದ್ದೆಯ ನಡುವೆ ಅಂತರವಿರುವಂತೆ ವಯಸ್ಸಿನಲ್ಲೂ

ಇಬ್ಬರಿಗೆ ಅಜಗಜಾಂತರ ವ್ಯತ್ಯಾಸವಿದೆ. ಇದು ಸ್ನೇಹವಂತೂ ಆಗಿರಲಾರದು! ಇವರ ವರ್ತನೆ ಸಲಿಂಗಿಗಳನ್ನು ಹೋಲುವಂತಿದೆ. ಹೇಗಾದರೂ ಸರಿ, ಇವರಿಬ್ಬರ ಖಾಸಗಿ ವಿಚಾರಗಳನ್ನು ಸಂಗ್ರಹಿಸಬೇಕು. ಅದೊಂದೆ ಇವರ ನಾಗಾಲೋಟಕ್ಕೆ ತಡೆಯೊಡ್ಡಬಲ್ಲದು ಎಂಬ ಅಂತಿಮ ನಿರ್ಧಾರಕ್ಕೆ ಬಂದ ವಾಸುಕಿ ಒಂದು ಯೋಜನೆ ರೂಪಿಸಿ ಅಂದಿನಿಂದಲೇ ಕಾರ್ಯರೂಪಕ್ಕೆ ಇಳಿದ. ಸಂಜಯ-ಶ್ರೀನಿವಾಸರನ್ನು ಹಿಂಬಾಲಿಸುವುದು, ಅವರು ಮಾತನಾಡುವುದನ್ನು ರೆಕಾರ್ಡ್ ಮಾಡುವುದು, ಅವರ ಕೌಟುಂಬಿಕ ವಿಚಾರಗಳನ್ನು ತಿಳಿದುಕೊಳ್ಳುವುದು, ಇತ್ಯಾದಿ ಕಸರತ್ತುಗಳು ನಿರಂತರ ನಡೆಯುತ್ತಿದ್ದವು.

ಶ್ರೀನಿವಾಸ್ ಪ್ರೀತಿಯಿಂದ "ಜಯ್ ಇಂದು ಕೆಲಸಗಳೆಲ್ಲಾ ಮುಗಿದ ಮೇಲೆ ರಾತ್ರಿ ಕ್ಲಬ್‌ಗೆ ಹೋಗೋದಿದೆ ನೀವು ಜೊತೆಗಿರಬೇಕು" ಎಂದು ಆಹ್ವಾನ ಕೊಟ್ಟರು. ಸಂಜಯ ಅವನ ಜೀವಮಾನದಲ್ಲಿ ಒಮ್ಮೆಯೂ ಕ್ಲಬ್, ರೆಸ್ಟೋರೆಂಟ್‌ಗಳ ಮುಖ ನೋಡಿದವನಲ್ಲ. ಏಕಾಏಕಿ ತನ್ನ ಬಾಸ್ ಜೊತೆಗೀಗ ಕ್ಲಬ್‌ಗೆ ಹೋಗುವುದೆಂದರೆ ಅವನಿಗದು ಮುಜುಗರದ ಸಂಗತಿಯಾಗಿತ್ತು. ತನ್ನಿಷ್ಟಗಳಿಗಿಂತಲೂ ಪರರ ಇಷ್ಟಗಳನ್ನು ಈಡೇರಿಸುವುದರಲ್ಲಿ ಅವನು ಸದಾ ಮುಂದು. ಅದರೊಳಗೆ ಸಂತೃಪ್ತಿ ಕಾಣುವುದು ಅವನ ಜಾಯಮಾನವಾಗಿತ್ತು. ತನ್ನ ಬಾಸ್‌ನ ಆಹ್ವಾನ ತಿರಸ್ಕರಿಸಲಾಗದೆ ಸಂಜೆ ಆಫೀಸ್ ಮುಗಿಸಿಕೊಂಡು ಅವರ ಜೊತೆಗೆ ಕ್ಲಬ್‌ಗೆ ಹೊರಟನು.

ಗೋಧೂಳಿಯ ಕೆಂಪು ರಂಗು ಮರೆಯಾಗಿ ಕತ್ತಲಾವರಿಸುತ್ತಿದ್ದಂತೆ ರಸ್ತೆಯ ಇಕ್ಕೆಲಗಳಲ್ಲಿ ದೀಪಗಳು ಜಗಮಗಿಸತೊಡಗಿದವು. ದಾರಿಯುದ್ದಕ್ಕೂ ಸಂಜಯನ ಚಡಪಡಿಕೆ ಹೆಚ್ಚುತ್ತಲೇ ಇತ್ತು. ಕ್ಲಬ್ ಅಂದರೆ ಒಂದು ಸಮಾನ ಮನಸ್ಕರ ಕೂಟ. ಅಲ್ಲಿ ಹಲವು ವಿಚಾರಗಳ ವಿನಿಮಯ ನಡೆಯುತ್ತಿರುತ್ತದೆ ಎಂದೇ ತಿಳಿದಿದ್ದ ಅವನಿಗೆ ತನ್ನ ಬಾಸ್ ಕರೆದುಕೊಂಡು ಹೋದ ನಂತರವೇ ಅದರ ನೈಜ ದರ್ಶನವಾಗಿದ್ದು. ಮೈಮೇಲೆ ಪ್ರಜ್ಞೆಯೇ ಇಲ್ಲದೇ ಸೀಗರೇಟು ಸೇದುತ್ತ ನಿಂತಿರುವ ಹದಿಹರೆಯರ ಗುಂಪು ಒಂದೆಡೆಯಾದರೆ, ಮತ್ತೊಂದೆಡೆ ತುಂಡು ಉಡುಗೆ ತೊಟ್ಟು ಶರಾಬಿನ ಮತ್ತಿನಲ್ಲಿ ಲೋಕವನ್ನೇ ಮರೆತು ಕುಣಿಯುತ್ತಿರುವ ಹುಡುಗಿಯರ ಗುಂಪು. ಯಾರ ಮುಖವನ್ನು ಗುರುತಿಸಲು ಸಾಧ್ಯವಾಗದಷ್ಟು ದಟ್ಟವಾಗಿ ತುಂಬಿಕೊಂಡಿರುವ ಸೀಗರೇಟಿನ ಹೊಗೆ, ಬಣ್ಣಬಣ್ಣದ ಲೈಟುಗಳು ಅತ್ತಿತ್ತ ಬೆಳಕು ಚೆಲ್ಲಿದಾಗಲಷ್ಟೇ ಎದುರಿಗಿರುವವರ ವದನ ಚೂರುಪಾರು ಕಾಣುತ್ತಿತ್ತು. ಸಂಜಯನಿಗೆ ತಾನು ಯಾವುದೋ ಅನ್ಯ ಗ್ರಹಕ್ಕೆ ಕಾಲಿಟ್ಟಂತೆ ಭಾಸವಾಯಿತು. ಆ ವಿಚಿತ್ರ ಲೋಕದೊಳಗೆ ಬಂಧಿಯಾಗಿ ಒಂದು ಹೆಜ್ಜೆಯೂ ಕದಲದೇ ಅಲ್ಲೇ ನಿಂತನು.

ಧೂಮಪಾನ ಮತ್ತು ಮದ್ಯಪಾನ ಶ್ರೀನಿವಾಸರಿಗೆ ಈ ಪ್ರಪಂಚವನ್ನೇ ಮರೆಸುಬಿಡುತ್ತಿದ್ದವು. ಕೆಲಸಗಳ ಒತ್ತಡ ಹಾಗೂ ಬೆಂಬಿಡದೇ ಕಾಡುವ ಏಕಾಂಗಿತನದಿಂದ ಹೊರಬರಲು ಕಂಡುಕೊಂಡ ಮಾರ್ಗವದು. ಅವರು ಸೇವಿಸುತ್ತಿದ್ದ ದುಬಾರಿ ಬೆಲೆಯ ವಿಸ್ಕಿ, ಸೀಗರೇಟುಗಳು ಅವರ ಸುಂದರ ವದನ ಹಾಗೂ ಮೈಕಟ್ಟಿನ ಗುಟ್ಟಾಗಿದ್ದವು. ರಾತ್ರಿಯ ರಂಗಿಗೆ ಗುಂಗೇರಿಸಿರುವ ಕ್ಲಬ್ಬಿನೊಳಗೆ ಮೂಕಪ್ರೇಕ್ಷಕನಂತೆ ನಿಂತಿರುವ ಸಂಜಯನ ಕಂಡು ಶ್ರೀನಿವಾಸ್ ಒತ್ತಾಯಪೂರ್ವಕವಾಗಿ "ಪ್ಲೀಸ್ ಬಾ ಜಯ್, ಇವೆಲ್ಲಾ ಇಲ್ಲಿ ಕಾಮನ್. ಅಲ್ಲಿ ನೋಡು ನಿನ್ನ ವಯಸ್ಸಿನ ಹುಡುಗ–ಹುಡುಗಿಯರು ಅದೆಷ್ಟು ಎಂಜಾಯ್ ಮಾಡ್ತಾಯಿದ್ದಾರೆ. 'ಚಿಲ್ ಡಿಯರ್' ಎಂದು ಭುಜ ತಟ್ಟಿ ಒಂದು ಶರಾಬಿನ ಲೋಟವನ್ನು ಸಂಜಯನ ಕೈಗಿಟ್ಟು 'ಚಿಯರ್' ಎಂದರು. ಉದ್ದ ಗಾಜಿನ ಲೋಟದೊಳಗಿದ್ದ ವಿಸ್ಕಿ ಸಂಜಯನ ನೋಡಿ ನಕ್ಕಂತಾಯಿತು. ಅದರ ಘಾಟು ನಾಸಿಕಕ್ಕೆ ಹೊಡೆಯುತ್ತಿದ್ದಂತೆ ಹೊಟ್ಟೆಯೊಳಗಿನ ಕರುಳುಗಳು ಹೊರಬಂದಂತಾಗಿ "ಸರ್, ನನಗಿದೆಲ್ಲಾ ಅಭ್ಯಾಸವಿಲ್ಲ. ಪ್ಲೀಸ್ ಬೇಡ" ಎಂದು ನಯವಾಗಿ ತಿರಸ್ಕರಿಸಿದ. ಯವ್ವನದ ಕಾವಿಗೆ ಕುಳಿತಿರುವ ಸಂಜಯನಿಗೆ ಕ್ಲಬ್ ಪ್ರಪಂಚ ಪರಿಚಯಿಸಿ, ಇಲ್ಲಿನ ಲಲನೆಯರ ಜೊತೆಗೆ ಹೆಜ್ಜೆ ಹಾಕಿಸಬೇಕೆಂದಿದ್ದ ಶ್ರೀನಿವಾಸರಿಗೆ ಅವನ ತಿರಸ್ಕಾರ ಕಂಡು ನಿರಾಸೆಯಾಯಿತು. ದುಗುಡ ತುಂಬಿದ ಸಂಜಯನ ವದನ ಆ ಕ್ಷಣ ಶ್ರೀನಿವಾಸರ ಆಲೋಚನೆಗಳನ್ನು ಬದಲಾಯಿಸಿತೇನೋ! ಇಷ್ಟವಿಲ್ಲದವರಿಗೆ ಒತ್ತಾಯ ಮಾಡುವುದು ಬೇಡವೆಂದು ತಾವೊಬ್ಬರೇ ಕುಡಿದರು. ಹೆಚ್ಚು ಹೊತ್ತು ಅಲ್ಲಿಯೇ ಇದ್ದರೆ ಸಂಜಯ ತನ್ನ ಬಗ್ಗೆ ಏನಂದುಕೊಳ್ಳುವನೋ? ಎಂಬ ಆತಂಕದಿಂದ ನೈಟ್ ಪಾರ್ಟಿಯನ್ನು ಬೇಗನೇ ಮೊಟಕುಗೊಳಿಸಿ ಮನೆಯ ಹಾದಿ ಹಿಡಿದರು.

***

ಅಂದು ಭಾನುವಾರ ಸಂಜೆ ವಿಹಾರಕ್ಕೆಂದು ಹೊರಹೋದ ಸಂಜಯನಿಗೆ ತನ್ನ ಆತ್ಮೀಯ ಗೆಳೆಯ ಸಮೀರ್ ಭೇಟಿಯಾಗಿದ್ದ. ಇಬ್ಬರೂ ಕತ್ತಲಾಗುವ ತನಕ ಪಾರ್ಕ್ನಲ್ಲಿ ಕುಳಿತು ಶಾಲೆ, ಆಫೀಸು, ನೆರೆಹೊರೆಯವರ ಬಗ್ಗೆ ಹರಟೆ ಹೊಡೆಯುತ್ತ ಕುಳಿತುಕೊಂಡಿದ್ದರು. ಆ ವೇಳೆಗೆ ಯಾರೋ ಇಬ್ಬರು ಯುವತಿಯರು ಪಿಸುಗುಡುವ ಸದ್ದು ಕಿವಿಗೆ ಬೀಳುತ್ತಿದ್ದಂತೆ ಸಮೀರ್‌ನ ಕಿವಿಗಳು ನೆಟ್ಟಗಾದವು. 'ಶ್! ಸ್ವಲ್ಪ ತಡಿ' ಎಂದು ವಟಗುಡುತ್ತಿದ್ದ ಸಂಜಯನ ಬಾಯಿಗೆ ತನ್ನ ಕೈ ಅಡ್ಡವಿಟ್ಟನು. ಅನತಿ ದೂರದಲ್ಲಿ ಗಿಡಗಳ ಪೊದೆಯ ನಡುವೆ ಕುಳಿತಿದ್ದ ಇಬ್ಬರು ಯುವತಿಯರು ತಮ್ಮದೇ ಲೋಕದೊಳಗೆ ಮುಳುಗಿದ್ದರು.

ಅವರೊಳಗೊಬ್ಬಳು "ನೀನು ಸಿಗದ ಅದೆಷ್ಟೋ ರಾತ್ರಿಗಳು ನನ್ನ ಪಾಲಿಗೆ ಹಗಲಾಗಿರುತ್ತವೆ. ನಿದ್ರೆಯೇ ಬಾರದು ಕಣೋ" ಎಂದಳು. ಅವಳ ಮಾತಿಗೆ ಮತ್ತೊಬ್ಬಳು "ನಾನೀಗ ನಿನ್ನ ಜೊತೆಗಿಲ್ಲವೇ? ಮತ್ತೇಕೆ ಆ ಮಾತು?" ಎಂದು ಬರಸೆಳೆದು ತಬ್ಬಿಕೊಂಡಳು. ಸಮೀರನಿಗೆ ಆ ಸಂಭಾಷಣೆ ಕೇಳಿ ವಿಚಿತ್ರವೆನಿಸಿತು. "ಯಾವುವೋ ಈ ಹುಚ್ಚುನಾಯಿಗಳು!" ಎಂದು ಉಕ್ಕಿ ಬಂದ ಸಿಟ್ಟಿನಲ್ಲಿ ಕಟಕಟನೇ ಹಲ್ಲು ಕಡಿಯುತ ಎದ್ದು ಅತ್ತ ಕಡೆ ನೋಡಿದ. ಆಗಲೇ ಆ ಯುವತಿಯರಿಬ್ಬರೂ ಧೀರ್ಘ ತುಟಿಚುಂಬನದೊಳಗೆ ಮುಳುಗಿ ಈ ಲೋಕವನ್ನೇ ಮರೆತಿದ್ದರು. ಸಾರ್ವಜನಿಕ ಸ್ಥಳದಲ್ಲಿ ಕುಳಿತು ಕಾಮಕೇಳಿಯಲ್ಲಿ ತೊಡಗಿರುವ ಆ ಯುವತಿಯರ ಮೇಲೆ ಸಮೀರ್‌ಗೆ ಬೆಟ್ಟದಷ್ಟು ಕೋಪ ಬಂತು. "ಇವರಿಬ್ಬರಿಗೂ ನಾಯಿಗಳಿಗೂ ಯಾವುದೇ ವ್ಯತ್ಯಾಸವಿಲ್ಲ. ಆ ನಾಯಿಗಳು ಹೇಗೆ ಪಬ್ಲಿಕ್‌ನಲ್ಲೇ ಒಂದಕ್ಕೊಂದು ಅಂಟಿಕೊಂಡಿರ್ತಾವೋ ಹಾಗೇ ಇವರೂ ಸಹ. ಥೂ ಇವರ ಮುಖ ಆ ನಾಯಿಗಳೇ ನೆಕ್ಕ" ಎಂದು ತನ್ನ ಕಾಲಲ್ಲಿದ್ದ ಚಪ್ಪಲಿಯನ್ನು ಕೈಗೆತ್ತಿಕೊಂಡವನೇ ಅವರತ್ತ ಎಸೆಯಲು ಹೊರಟ. ಅದನ್ನು ತಡೆದ ಸಂಜಯ 'ಏನು ಮಾಡ್ತಾಯಿದ್ದೀಯಾ?' ಎಂದು ಜೋರಾಗಿ ಕಿರುಚಿದ. ಪಾರ್ಕ್ನಲ್ಲಿ ಅಲ್ಲಲ್ಲಿ ಕುಳಿತಿದ್ದವರ ಗಮನವೆಲ್ಲಾ ಅವರತ್ತ ತಿರುಗಿತು. ಆ ಆವೇಷಭರಿತ ಧ್ವನಿಗೆ ಬೆಚ್ಚಿಬಿದ್ದ ಯುವತಿಯರಿಬ್ಬರೂ ಧಡಕ್ಕನೆ ಎದ್ದು ಅಲ್ಲಿಂದ ಓಟಕ್ಕಿತ್ತರು. ಕತ್ತಲಿನಲ್ಲಿ ಒಬ್ಬಳ ಮುಖ ಗುರುತಿಸಲು ಆಗದಿದ್ದರೂ ಹಿಂದೆ ಓಡುತ್ತಿದ್ದವಳ ಮುಖ ಸಂಜಯನಿಗೆ ಸ್ಪಷ್ಟವಾಗಿ ಗೋಚರಿಸಿತು.

ಬದುಕಿನುದ್ದಕ್ಕೂ ಒಂದಲ್ಲಾ ಒಂದು ರೀತಿಯಲ್ಲಿ ಭಯದ ಕರಿನೆರಳಿನಡಿ ಬೆಳೆದು ಉಸಿರೇ ಕಳೆದುಕೊಂಡು ಸತ್ತಂತ್ತಿದ್ದ ನನ್ನ ಧ್ವನಿಯೊಂದು ಮತ್ತೊಬ್ಬರಿಗೆ ಭಯ ಹುಟ್ಟಿಸುವಂತೆ ಘರ್ಜಿಸುವ ಮಟ್ಟಕ್ಕೆ ಎದ್ದು ನಿಂತಿದ್ದಾದರೂ ಹೇಗೆ? ತನ್ನ ಈ ತಪ್ಪಿನಿಂದಲೇ ಭಯಪಟ್ಟು ಮುಖದ ಮೇಲೆ ಮೂಡಿದ ಬೆವರಿನ ಹನಿಗಳೊಂದಿಗೆ ಏದುಸಿರು ಬಿಡುತ್ತ ಓಡಿಹೋದ ಆ ಯುವತಿಯ ವದನ ಸಂಜಯನನ್ನು ಬೇಸರದ ಕಡಲಿಗೆ ನೂಕಿತು.

"ಸಮೀರ್ ನೀನು ಮಾಡಿದ್ದು ಸರಿನಾ? ಅಷ್ಟಕ್ಕೂ ಅವರ ಮೇಲೆ ಅಧಿಕಾರ ಚಲಾಯಿಸಲು ನಮಗೆ ಯಾವ ಹಕ್ಕಿದೆ?" ಏರಿದ್ದ ಸಂಜಯನ ಧ್ವನಿ ಈಗ ಇಳಿದಿದ್ದರೂ ಅದರೊಳಗೆ ಮೆತ್ತನೆಯ ಆಕ್ರೋಶವಿತ್ತು. ಇದು ಸಂಜಯನೇ ನನಗೆ ಹೇಳುತ್ತಿರೋದ! ಎಂದು ಕಕ್ಕಾಬಿಕ್ಕಿಯಾದ ಸಮೀರ್ ಧಿಡೀರನೇ ಸಂಜಯ ಹೀಗೆ ಬದಲಾಗಿದ್ದಾದರೂ ಹೇಗೆ! ಪರಮ ಮಿತ್ರನಾಗಿ ಯಾರದೋ ಮೇಲಿನ ಕನಿಕರಕ್ಕೆ ನನ್ನ ಮೇಲೆಯೇ ಸಿಡುಕುತ್ತಿದ್ದಾನಲ್ಲಾ! ಎಂದು ಅವನಿಗೆ ವಿಪರೀತ ಕೋಪ ಬಂತು. ಸಂಜಯ ಕೇಳಿದ ಪ್ರಶ್ನೆಗಳು ಸಮೀರನ ಸಹನೆಯ ಕಟ್ಟೆಯನ್ನೇ ಧೂಳಿಪಟ ಮಾಡಿದ್ದವು.

"ಸಾರ್ವಜನಿಕ ಸ್ಥಳದಲ್ಲಿ ಕುಳಿತು ಅವರು ಮಾಡಿದ್ದು ತಪ್ಪಲ್ಲ, ನಾನು ಮಾಡಿದ್ದೇ ತಪ್ಪು ಅಂತ ನಿನಗನಿಸಿದರೆ ನಿನ್ನ ಜೊತೆಗೆ ಸ್ನೇಹ ಮುಂದುವರೆಸಲು ನನಗಿಷ್ಟವಿಲ್ಲ ಸಂಜು" ಕೆಂಪಾಗಿದ್ದ ಕಣ್ಣುಗಳೊಳಗಿನ ಕಿಡಿಯನ್ನು ಹತ್ತಿಕ್ಕಲಾಗದೇ ಸಮೀರ್ ಅಲ್ಲಿಂದ ಹೊರಡಲು ಅಣಿಯಾದ.

"ಹಾಗಲ್ಲ ಸಮೀ, ಅವರು ಸಮಾಜದ ತಿರಸ್ಕಾರಕ್ಕೆ ಒಳಗಾಗಿರೋ ಒಂದು ಸಮೂಹ. ವಿದ್ಯಾವಂತರಾದ ನಾವೂ ಸಹ ಅವರನ್ನು ಕೀಳರಿಮೆಯಿಂದ ನೋಡಬಾರದು. ಅವರ ಸ್ಥಾನದಲ್ಲಿ ನೀನೇ ಇದ್ದೆ ಅಂದುಕೋ,ಆಗ ನಿನಗದೆಷ್ಟು ನೋವಾಗುತ್ತಿರಲಿಲ್ಲ? ಅವರ ಕೈಯಲ್ಲಿ ಏನೂ ಇಲ್ಲ, ಅವರೊಳಗಿನ ಆಸೆಗಳು ಆಡಿಸಿದಂತೆ ಆಡುತ್ತಾರಷ್ಟೆ. ಈ ಭೂಮಿಯ ಮೇಲೆ ಮಾನವನಿಂದ ಹಿಡಿದು ಪಶು-ಪಕ್ಷಿಗಳವರೆಗೆ ಎಲ್ಲರಲ್ಲೂ ಕಾಮವೆನ್ನುವುದು ಸುಪ್ತವಾಗಿ ಅಡಗಿರುತ್ತದೆ. ಅದು ಜಾಗೃತಗೊಂಡಾಗ ಆಸೆಗಳು ಏಳುವುದು ಸಹಜ. ಇದಕ್ಕೆ ನೀನಾಗಲೀ, ನಾನಾಗಲೀ, ಆ ಯುವತಿಯರಾಗಲೀ ಹೊರತಲ್ಲ. ವ್ಯತ್ಯಾಸ ಇಷ್ಟೇ ನೀನು ವಿರುದ್ಧ ಲಿಂಗಿಯನ್ನು ಬಯಸುತ್ತೀಯ, ಅವರು ಸಮಾನ ಲಿಂಗಿಯನ್ನು ಬಯಸುತ್ತಾರೆ. ನೀನೊಬ್ಬ ಶಿಕ್ಷಕನಾಗಿ ಇಷ್ಟು ಪುಟ್ಟ ವಿಷಯಕ್ಕೆ ನನ್ನ ಸ್ನೇಹ ತೊರೆಯುವಷ್ಟು ಸಿಟ್ಟು ಬಂತೇ?" ಸಂಜಯನ ಮಾರ್ಮಿಕ ಪ್ರಶ್ನೆಗಳಿಗೆ ಸಮೀರನ ಬಳಿ ಉತ್ತರವಿರಲಿಲ್ಲ. ಅವಮಾನ ತಾಳಲಾರದೇ ಅಪರಾಧಿಯಂತೆ ತಲೆತಗ್ಗಿಸಿಕೊಂಡು ಹೊರಟುಹೋದ.

ಸಮಾನ ಮನಸ್ಸಿನ ಗೆಳೆಯರಿಬ್ಬರೂ ವೈಮನಸ್ಸು ಬೆಳೆಸಿಕೊಂಡು ತಮ್ಮ ತಮ್ಮ ಮನೆಯ ಹಾದಿ ಹಿಡಿದರು. ಇಬ್ಬರ ತಲೆಯಲ್ಲೂ ಕೊರೆತ ಶುರುವಾಗಿತ್ತು. ಯಾರಿಗೂ ತೊಂದರೆ ಕೊಡದೆ ತಮ್ಮ ಪಾಡಿಗೆ ತಾವಿದ್ದು ಅವರ ಆಸೆ ಈಡೇರಿಸಿಕೊಳ್ಳಲು ಹೊರಟರೆ ಸಮಾಜ ಅವರನ್ನು ಕಾಣುವ ರೀತಿ ಪಶುಗಳಿಗಿಂತಲೂ ಕಡೆ ಎಂದು ಸಂಜಯ ಯೋಚಿಸುತ್ತಾ ಹೊರಟರೆ, ಆ ಲಜ್ಜೆಗೆಟ್ಟ ಹೆಂಗಸರ ಮೇಲೆ ಇವನಿಗೇಕಿಷ್ಟು ಕನಿಕರ? ಅವರೇನು ಇವನ ನಂಟರೇ? ಎಷ್ಟೋ ವರ್ಷಗಳ ಈ ಮಧುರ ಸ್ನೇಹ ಆ ಕೆಟ್ಟ ಹೆಂಗಸರ ಮುಂದೆ ತೃಣಕ್ಕೆ ಸಮಾನವಾಯಿತೇ? ಎಂದು ಸಿಡುಕುತ್ತ ಸಮೀರ್ ಗೂಡು ಸೇರಿದ.

ನಂಬಿದ ಗೆಳೆಯನೇ ಅವನ ಮುಗ್ಧ ಮನಸ್ಸಿನ ಮೇಲೆ ನಡೆಸಿದ ಗದಾಪ್ರಹಾರದಿಂದ ಕಂಗೆಟ್ಟಿದ್ದ ಸಂಜಯನಿಗೆ ಮನೆ ತಲುಪಿದರೂ ತಾನೆಲ್ಲಿದ್ದೇನೆ ಎನ್ನುವ ಅರಿವೇ ಇರಲಿಲ್ಲ. ಎದುರಿಗೆ ನಿಂತಿದ್ದ ತಾಯಿಯೂ ಕಲ್ಲಂತೆ ಕಂಡಳು. ಮನೆಯಿಂದ ಆಚೆಗೆ ಹೋಗುವಾಗ ಹೂವಿನಂತೆ ಅರಳಿದ್ದ ಮಗನ ವದನ ಈಗ ಬಾಡಿರುವುದು ಕಂಡು ಸುನಂದಮ್ಮ 'ಯಾರೋ ಆ

ಮಾಟಗಾರ್ತಿ, ಇವನ ಹೂವಂತೆ ಅರಳಿಸಿ ಬಾಡಿಸಿದವಳು'! ಎಂದು ತಲೆ ಕೆರೆದುಕೊಂಡು ಅಡುಗೆ ಕೋಣೆಗೆ ಹೋದಳು.

***

ಸಂಜಯನ ತಂದೆ ಸತ್ಯನಾರಾಯಣ ಬ್ಯಾಂಕೊಂದರಲ್ಲಿ ಮ್ಯಾನೇಜರ್ ಅಗಿ ಕೆಲಸ ಮಾಡುತ್ತಿದ್ದರೆ, ಸುನಂದಮ್ಮ ಸಹ ಸರ್ಕಾರಿ ಶಾಲೆಯಲ್ಲಿ ಶಿಕ್ಷಕಿಯಾಗಿ ಸೇವೆಸಲ್ಲಿಸುತ್ತಿದ್ದಳು. ಬಸ್ಸಿಲ್ಲದ ಹಳ್ಳಿಗೆ ನಿತ್ಯವೂ ನಡೆದು-ನಡೆದು ಹೈರಾಣಾಗಿದ್ದ ಸುನಂದಮ್ಮ ಮದುವೆ ಆದ ಆರಂಭದ ಮೂರ್ನಾಲ್ಕು ವರ್ಷದಲ್ಲಿ ಒಂದೆರಡು ಬಾರಿ ಅಬರ್ಷನ್ ಆಗಿ ಅಪಾರ ನೋವುಂಡಿದ್ದಳು. ಮುಂದೆ ಹುಟ್ಟಿದ್ದೇ ಚಿಗರೆಯಂತಹ ಚತುರ ಸಂಜಯ. ಅದೂ ಸಹ ಸಿಸೇರಿಯನ್ ಮೂಲಕ ಹೆರಿಗೆ ಆದ ಕಾರಣ ಮತ್ತೇ ಮಕ್ಕಳು ಹೆರಲು ಆಸಕ್ತಿ ಕಳೆದುಕೊಂಡ ಸುನಂದಮ್ಮ ಒಂದು ಮಗುವಿಗೆ ಸಂತಾನ ಹರಣ ಶಸ್ತ್ರಚಿಕಿತ್ಸೆ ಮಾಡಿಸಿಕೊಂಡಿದ್ದಳು. ಸಂಜಯ ಬಾಲ್ಯ ಕಳೆದುದ್ದೆಲ್ಲಾ ತನ್ನ ಸೋದರಮಾವ ರಮಾಕಾಂತನೊಂದಿಗೆ. ಅಪ್ಪ-ಅಮ್ಮ ನೌಕರರಾಗಿರುವುದರಿಂದ ಬಾಲ್ಯದ ಆರಂಭ ದಿನಗಳಲ್ಲಿ ಹೆತ್ತವರ ನಿಜವಾದ ಪ್ರೀತಿ ಅವನಿಗೆ ದೊರೆಯಲೇ ಇಲ್ಲ.

ರಮಾಕಾಂತ ಸುನಂದಮ್ಮನ ಏಕೈಕ ತಮ್ಮ. ಅವನ ಹೆಂಡತಿ ಪರ ಪುರುಷನೊಂದಿಗೆ ಸಂಬಂಧ ಬೆಳೆಸಿ ಮನೆಬಿಟ್ಟು ಓಡಿಹೋಗಿದ್ದರಿಂದ ಅವನು ಏಕಾಂಗಿಯಾಗಿದ್ದ. ದಿಕ್ಕುದೆಸೆಯಿಲ್ಲದಂತಿದ್ದ ಅವನ ಪಾಲಿಗೆ ಮುಂದಿನ ಜೀವನ ನಿರ್ವಹಣೆ ಕಷ್ಟವಾಗಿತ್ತು. ಇದನ್ನು ನೋಡಿದ ಸುನಂದಮ್ಮಳ ಮನಸ್ಸು ಕರಗಿ ಒಡಹುಟ್ಟಿದ ತಮ್ಮನನ್ನು ತನ್ನ ಮನೆಗೆ ಕರೆತಂದಿದ್ದಳು. ಅಂದಿನಿಂದ ರಮಾಕಾಂತ ತನ್ನ ಅಕ್ಕನ ಮನೆಯ ಚಾಕರಿ ಮಾಡಿಕೊಂಡು ಅಲ್ಲೇ ನೆಲೆಸಿದ್ದ. ಹೇಗೋ ತನ್ನ ಮಗನನ್ನು ನೋಡಿಕೊಳ್ಳಲು ಜೊತೆಗೆ ತಮ್ಮನಿರುವ ಕಾರಣ ಸುನಂದಮ್ಮ ಸಂಜಯನ ಬಗ್ಗೆ ಹೆಚ್ಚು ಆಲೋಚಿಸುತ್ತಿರಲಿಲ್ಲ. ಗಂಡ-ಹೆಂಡತಿ ಇಬ್ಬರೂ ಕೆಲಸಕ್ಕೆ ಹೋದರೆ ಮರಳಿ ಮನೆಗೆ ಹಿಂತಿರುಗುವುದು ಕತ್ತಲಾಗುವ ವೇಳೆಗೆ. ಅವರು ಮನೆಗೆ ಬರುವ ತನಕ ಸಂಜಯ ರಮಾಕಾಂತನೊಡನೆ ಅನಿವಾರ್ಯವಾಗಿ ಇರಬೇಕಾಗಿತ್ತು.

ವಿಲಕ್ಷಣ ಜೀವಿಯಂತಿದ್ದ ರಮಾಕಾಂತ ಬಾಲಕ ಸಂಜಯನ ಜೊತೆ ಬೆರೆತು ತನ್ನ ಜೀವನದ ಜಂಜಾಟಗಳನ್ನೆಲ್ಲಾ ಮರೆತು ಉಳಿದ ಕಾಲ ದೂಡುತ್ತಿದ್ದ. ಒಮ್ಮೆ ಸಂಜಯ ತೀರಾ ಅಸ್ತವ್ಯಸ್ತನಾಗಿ ಆಸ್ಪತ್ರೆಗೆ ಸೇರುವಂತಾಯಿತು. ವೃತ್ತಿಯ ಕಾರಣ ಇರೋ ಒಬ್ಬ ಮಗನನ್ನು ಚೆನ್ನಾಗಿ ನೋಡಿಕೊಳ್ಳಲು ಆಗದೇ ಇರುವುದಕ್ಕೆ ವ್ಯಥೆ ಪಟ್ಟ ಸುನಂದಮ್ಮ ವೈದ್ಯರ ಸಲಹೆಯ ಮೇರೆಗೆ ತನ್ನ

ಶಿಕ್ಷಕ ವೃತ್ತಿಯಿಂದ ಸ್ವಯಂನಿವೃತ್ತಿ ಪಡೆದಿದ್ದರು. ಅಂದಿನಿಂದ ಸಂಜಯ ತನ್ನ ಉಳಿದ ಬಾಲ್ಯವನ್ನು ತಾಯಿಯ ಪೂರ್ಣ ಆರೈಕೆಯಲ್ಲಿ ಕಳೆದ.

***

ಗೆಳೆಯ ಸಮೀರನ ವರ್ತನೆಯಿಂದ ಬೇಸರಗೊಂಡು ಮಲಗಿದ್ದ ಸಂಜಯನ ಮೈಗೆ ಜಿಡ್ಡು ಹಿಡಿದಂತಾಗಿತ್ತು. ಬೆಳಿಗ್ಗೆ ಹಾಸಿಗೆ ಬಿಟ್ಟು ಏಳಲು ಮನಸ್ಸಿಲ್ಲದೇ ಅತ್ತಿಂದಿತ್ತ ಉರುಳುತ್ತಾ ಒದ್ದಾಡುತ್ತಿದ್ದ. ಆದರೂ ಆಫೀಸಿಗೆ ಹೋಗುವ ಅನಿವಾರ್ಯತೆ ಸಂಜಯನನನ್ನು ಎದ್ದೇಳಿಸಿ ಬೆಳಗಿನ ನಿತ್ಯ ಕರ್ಮಗಳನ್ನು ಮುಗಿಸುವಂತೆ ಮಾಡಿತ್ತು. ಅವನು ಕೆಲಸಕ್ಕೆ ಹೊರಡಲು ತಯಾರಾದರೂ ಅವನ ತಾಯಿ ಇನ್ನೂ ಅಡುಗೆ ಕೋಣೆ ಬಿಟ್ಟು ಹೊರಬಂದಿರಲಿಲ್ಲ. ತಿಂಡಿಗಾಗಿ ನಾನು ಕಾಯುತ್ತಾ ಕುಳಿತರೆ ಸಮಯ ನನಗೋಸ್ಕರ ಚಲಿಸದೇ ನಿಲ್ಲುತ್ತದೆಯೇ? ಕರ್ಮ! ಎಂದು ಹಣೆಚಚ್ಚಿಕೊಂಡ ಸಂಜಯ ಹೆಚ್ಚು ಹೊತ್ತು ಕಾಯದೇ ಖಾಲಿ ಹೊಟ್ಟೆಯಲ್ಲಿಯೇ ಕಾರ್ ಏರಿ ಆಫೀಸಿಗೆ ಹೊರಟ.

ಸಂಜಯನ ಮನೆಗೂ, ಅವನ ಆಫೀಸಿಗೂ 12 ಕಿ.ಮೀ ಅಂತರವಿತ್ತು. ಆ ಹಾದಿಯಲ್ಲಿ ಸಿಕ್ಕಾಪಟ್ಟೆ ಟ್ರಾಫಿಕ್ ಇರುತ್ತಿದ್ದ ಕಾರಣ ಕಾರಲ್ಲಿ ಹೋದರೂ ಆಫೀಸು ತಲುಪಲು ಒಂದು ಗಂಟೆ ಸಮಯ ಹಿಡಿಸುತ್ತಿತ್ತು. ಅದಕ್ಕಾಗಿ ಅವನು ಹೊತ್ತಾದರೆ ಮೇನ್ ರೋಡ್ ಬಿಟ್ಟು ಕ್ರಾಸ್ ರೋಡುಗಳನ್ನು ಅವಲಂಬಿಸುತ್ತಿದ್ದ. ಇದರಿಂದಾಗಿ ಅವನಿಗೆ ಹತ್ತಿಪ್ಪತ್ತು ನಿಮಿಷಗಳ ಅಮೂಲ್ಯ ಸಮಯ ಉಳಿತಾಯವಾಗುತ್ತಿತ್ತು.

ಗಡಿಬಿಡಿಯಲ್ಲಿ ಆಫೀಸಿಗೆ ಬಂದ ಸಂಜಯನಿಗೆ ಗೇಟ್ ಬಳಿ ಕುಳಿತಿದ್ದ ವಾಚ್ಮನ್ ಇನ್ನೂ ಬಾಸ್ ಬಂದಿಲ್ಲವೆಂದು ಕೈ ಸನ್ನೆ ಮಾಡಿ ತೋರಿಸಿದ. ಅವರಿನ್ನೂ ಬರದೇ ಇರುವುದು ಒಳ್ಳೆಯದೇ ಆಯ್ತು ಎಂದು ಸಂಜಯ ಬೆವರಿರುವ ವದನ ಒರೆಸಿಕೊಂಡು ನಿರಮ್ಮಳವಾಗಿ ಒಳಹೋದ. ಸಮಯ ಆಗಲೇ 10.30 ದಾಟಿತ್ತು. ಆಫೀಸಿನ ಉದ್ಯೋಗಿಗಳೆಲ್ಲಾ ತಮ್ಮ ತಮ್ಮ ಕೆಲಸಗಳಲ್ಲಿ ಮಗ್ನರಾಗಿದ್ದರು. ಆ ವೇಳೆಗೆ ಕಛೇರಿಗೆ ಬಂದ ಶ್ರೀನಿವಾಸರನ್ನು ಕಂಡು ಎಲ್ಲರೂ ಎದ್ದು ನಿಂತು ನಮಸ್ಕರಿಸಿದರೆ, ಪ್ರತಿಯಾಗಿ ಅವರು ಎಂದಿನಂತೆ ಮರುವಂದಿಸದೇ ಸರಸರನೇ ನಡೆಯುತ್ತ ತಮ್ಮ ಕೋಣೆಗೆ ಹೋದರು.

ಸಂಜಯನ ಬದುಕಿನಲ್ಲಿ ಶ್ರೀನಿವಾಸರು ಕಾಲಿಟ್ಟ ನಂತರ ಅವನಿಗೆ ಸೂರ್ಯೋದಯವಾಗುತ್ತಿದ್ದದ್ದೇ ತನ್ನ ಬಾಸ್‌ನ ಸುಂದರ ವದನ ಕಂಡಾಗ! ಕಣ್ಣಲ್ಲೇ ಪ್ರೀತಿಯ ಹೂಮಳೆಗರೆದು ಹೊಸ ಲೋಕಕ್ಕೆ ಕರೆದೊಯ್ದಾಗ!

ಇಂದೇಕೋ ಅವನ ಪಾಲಿನ ಸೂರ್ಯ ಹುಟ್ಟಲೇಯಿಲ್ಲ. ಬಾಸ್‌ಗೆ ಏನಾಯಿತೋ? ಎಂಬ ದುಗುಡದಿಂದ ಸಂಜಯ ಫೈಲ್ ಹಿಡಿದು ಚೇಂಬರಿನೊಳಗೆ ಕಾಲಿಟ್ಟ. ಶ್ರೀನಿವಾಸರು ಒತ್ತಾಯಪೂರ್ವಕವಾಗಿ ಏನನ್ನೋ ಮರೆಯಲು ಯತ್ನಿಸುತ್ತಿದ್ದರು. ಆದರೆ ಆ ಘಟನೆ ಮತ್ತೇ ನೆನಪಿಗೆ ಬರುತ್ತಿದ್ದಂತೆ ಅವರ ವದನ ಮಂಕಾಗುತ್ತಿತ್ತು. ಅದನ್ನು ಸೂಕ್ಷ್ಮವಾಗಿ ಗಮನಿಸಿದ ಸಂಜಯ ಆತಂಕದಿಂದ "ಏಕೆ ಸರ್! ಏನಾಗಿದೆ? ಮೈಯಲ್ಲಿ ಹುಷಾರಿಲ್ಲವೇ?" ಎಂದು ತನ್ನೊಳಗಿನ ಕಕ್ಕುಲಾತಿಯಿಂದ ಮೆಲುಧ್ವನಿಯಲ್ಲಿ ವಿಚಾರಿಸಿದ. ಸಂಜಯ್‌ನ ಹೃದಯದಾಳದಿಂದ ಬಂದ ಆ ಮಾತುಗಳು ಶ್ರೀನಿವಾಸ್‌ರ ಚಡಪಡಿಕೆಯನ್ನು ತುಸು ಕಡಿಮೆ ಮಾಡಿದ್ದವು. ಒಂದು ಗ್ಲಾಸ್ ತಂಪಾದ ನೀರು ಕುಡಿದು ತುಸು ಸಾವರಿಸಿಕೊಂಡರು. "ಮೈಯ್ಯಲ್ಲೇನೋ ಹುಷಾರಿದೆ ಜಯ್, ಆದರೆ ಮನಸಿಗೆ ಒಂಥರಾ ಕಸಿವಿಸಿ ಅನಿಸುತ್ತಿದೆ ಅಷ್ಟೇ" ಎಂದು ಮುಖದ ಮೇಲೆ ಮೂಡಲು ಯತ್ನಿಸುತ್ತಿದ್ದ ಬೆವರಿನ ಹನಿಗಳನ್ನು ಒರೆಸಿಕೊಳ್ಳಲು ಕರವಸ್ತ್ರ ಕೈಗೆತ್ತಿಕೊಂಡರು.

ತನ್ನ ಬಾಸ್‌ನ ಮಾತು ಕೇಳಿ ಸಂಜಯ ಮತ್ತಷ್ಟು ಗಲಿಬಿಲಿಗೊಂಡ. ಅವನ ಮನಸ್ಸು ಇಲ್ಲೇನೋ ವಿಷಯವಿದೆ! ಅದನ್ನು ತಿಳಿದುಕೊಳ್ಳಲೇ ಬೇಕೆಂದು ಜಿದ್ದಿಗೆ ಬಿದ್ದಿತ್ತು. ತನ್ನ ಮನಸ್ಸಿನ ಹಠವನ್ನು ತೋರ್ಪಡಿಸಿಕೊಳ್ಳದೆ ತುಸು ಜಾಣ್ಮೆಯಿಂದ "ನಾನು ನಿಮ್ಮ ಆತ್ಮೀಯನಲ್ಲವೇ? ಏನು ವಿಷಯ ಅಂತ ನನ್ನ ಬಳಿ ಹೇಳಿ" ಎಂದು ವಿನಯತೆಯಿಂದ ಬೇಡಿಕೊಂಡ. ಅವನು ಏನಾದರೂ ಒಂದು ವಿಷಯ ತಿಳಿದುಕೊಳ್ಳಲು ಆಸಕ್ತನಾದನೆಂದರೆ ಹಿಡಿದ ಪಟ್ಟು ಸಡಿಲಿಸುವವನಲ್ಲ ಎಂಬುದು ಶ್ರೀನಿವಾಸರಿಗೂ ಗೊತ್ತಿತ್ತು. ನುಣುಚಿಕೊಳ್ಳುವ ಮಾರ್ಗ ತೋಚದೇ "ಬೆಳಿಗ್ಗೆ ಆಫೀಸಿಗೆ ಬರುವಾಗ ಕಾರ್ ಕೈಕೊಟ್ಟಿತು ಜಯ್. ಆಗಲೇ ಹೊತ್ತು ಮೀರಿದ್ದರಿಂದ ಅದನ್ನು ರಿಪೇರಿಗೆ ಬಿಟ್ಟು ಬಸ್ ಏರಿದೆ. ನನಗಿಂತಲೂ ಸ್ವಲ್ಪ ಕಡಿಮೆ ವಯಸ್ಸಿನ ವ್ಯಕ್ತಿಯೊಬ್ಬನ ಪಕ್ಕ ಸೀಟ್ ಖಾಲಿ ಇತ್ತು. ಗಂಡುಮಗನಾದ್ದರಿಂದ ಹಿಂದೆ ಮುಂದೆ ಯೋಚಿಸದೇ ಅಲ್ಲಿ ಕುಳಿತುಕೊಂಡೆ. ನಂತರ..." ಶ್ರೀನಿವಾಸರಿಗೆ ಮುಂದೆ ಮಾತು ಹೊರಡಲಿಲ್ಲ. ಮತ್ತದೇ ಕಸಿವಿಸಿ ಶುರುವಾಗಿ ಗಂಟಲು ಬಿಗಿ ಹಿಡಿದಂತಾಯಿತು. ನಾನು ಆದದ್ದನ್ನೆಲ್ಲಾ ಅಲ್ಲೇ ಮರೆತು ಯಾರಿಗೂ ಸಂಶಯ ಬರದಂತೆ ನಗುನಗುತ್ತಾ ಆಫೀಸಿಗೆ ಬಂದಿದ್ದರೆ ಈ ಮುಜುಗರದಿಂದ ಪಾರಾಗಬಹುದಿತ್ತಲ್ಲ! ಎಂದು ತುಟಿ ಕಚ್ಚಿಕೊಂಡರು.

ತನಗಿಂತಲೂ ಸ್ವಲ್ಪ ಚಿಕ್ಕ ವಯಸ್ಸು...ಪಕ್ಕ ಸೀಟ್ ಖಾಲಿಯಿತ್ತು...ಈ ಮಾತುಗಳು ಸಂ'ಜಯ'ನ ಕುತೂಹಲ ಕೆರಳಿಸಿದ್ದವು. ಮುಂದೇನಾಗಿರಬಹುದು! ನಾನು ಕೆಲವೊಮ್ಮೆ ಬಸ್ಸುಗಳಲ್ಲಿ ಓಡಾಡುವಾಗ ಇಂತಹ ಅನುಭವ ನನಗೂ ಆಗಿದೆ. ಹಾಗೆ ಆದಾಗಲೆಲ್ಲಾ ಮೈಬಿಸಿ ಏರಿ ರೋಮರೋಮಗಳು

ಪುಳಕಗೊಂಡಿದ್ದು ನನ್ನಂತೆಯೇ ಇವರಿಗೂ ಆಗಿರಬಹುದೇ? ಎಂಬ ಸಂಜಯನ ಆಲೋಚನೆ ಮುಂದೆ ನಡೆದ ವಿಷಯ ತಿಳಿದುಕೊಳ್ಳಲು ಅವನನ್ನು ತುದಿಗಾಲ ಮೇಲೆ ನಿಲ್ಲಿಸಿತ್ತು. ನಾನು ಹೀಗೆ ಕೇಳಿದರೆ ನನ್ನ ಬಗ್ಗೆ ಏನು ತಿಳಿದುಕೊಳ್ಳುತ್ತಾರೆ ಎಂಬ ಪ್ರಜ್ಞೆಯಿಲ್ಲದೇ "ಮುಂದೇನಾಯಿತು ಸರ್?" ಎಂದು ಕೇಳಿಯೇ ಬಿಟ್ಟ. ಆ ಪ್ರಶ್ನೆಯಿಂದ ಶ್ರೀನಿವಾಸರು ಮತ್ತಷ್ಟು ಪೇಚಿಗೆ ಸಿಲುಕಿದರು. "ಅದೆಲ್ಲಾ ನಿಮ್ಮಂತಹ ತರುಣರ ಮುಂದೆ ಹೇಳಲು ಮುಜುಗರ ಆಗುತ್ತಿದೆ ಜಯ್" ಎಂದು ಕರವಸ್ತ್ರದಿಂದ ಬೆವತಿರುವ ಮುಖ ಒರೆಸಿಕೊಂಡರು. ಸಂ'ಜಯ'ನಿಗೆ ವಿಷಯ ಏನೆಂದು ತಿಳಿದುಕೊಳ್ಳುವ ಮುನ್ನವೇ ನಿರಾಸೆಯಾಯಿತು. "ನನ್ನ ಮೇಲೆ ನಿಮಗೆ ಪ್ರೀತಿ ಇದ್ದರೆ ಹೇಳಿ, ಇಲ್ಲವೆಂದರೆ ಬೇಡ" ಎಂದು ಪುಟ್ಟ ಮಗುವಿನಂತೆ ಮುಖ ಸಪ್ಪೆ ಮಾಡಿಕೊಂಡ.

ಶ್ರೀನಿವಾಸರೀಗ ತೀರಾ ಸಂದಿಗ್ಧ ಪರಿಸ್ಥಿತಿಗೆ ಸಿಲುಕಿದ್ದರು. "ಅಯ್ಯೋ! ಹಾಗೇಕೆ ಭಾವಿಸುವಿರಿ? ನಿಮ್ಮ ಮೇಲೆ ಬೆಟ್ಟದಷ್ಟು ಪ್ರೀತಿಯಿದೆ. ಮುಜುಗರ ಉಂಟು ಮಾಡುವ ವಿಚಾರವಾದ್ದರಿಂದ ನಿಮ್ಮೆದುರು ಮುಚ್ಚಿಡಲು ಪ್ರಯತ್ನ ಪಟ್ಟೆ ಜಯ್. ನಿಮಗೀಗ ತಿಳಿಸದೇ ಬೇರೆ ದಾರಿ ಇಲ್ಲ ಅನಿಸುತ್ತದೆ. ನಡೆದದ್ದು ಹೇಳುತ್ತೇನೆ ಕೇಳಿ. ಆ ವ್ಯಕ್ತಿ ಪಕ್ಕ ಕುಳಿತು ನನ್ನ ಗಮನವನ್ನು ಕಿಟಕಿಯಾಚೆ ಹರಿಸಿದ್ದೆ. ಪಯಣ ಸಾಗಿದಂತೆ ಆ ವ್ಯಕ್ತಿ ನನ್ನ ಭುಜಕ್ಕೆ ಅವನ ಭುಜ ತಾಗಿಸಿಕೊಂಡು ಕುಳಿತ. ಬಸ್ಸುಗಳಲ್ಲಿ ಇವೆಲ್ಲಾ ಸಹಜವೆಂದು ಭಾವಿಸಿ ನಾನು ಸುಮ್ಮನೆಯೇ ಇದ್ದೆ. ಅದನ್ನು ಅವನು ಸಹಮತವೆಂದು ತಿಳಿದು ಉದ್ರೇಕಗೊಂಡನೋ ಏನೋ ಅವನಾಸೆ ಈಡೇರಿಸಿಕೊಳ್ಳಲು ನನ್ನ ಗುಪ್ತಾಂಗಕ್ಕೆ ಕೈ ಹಾಕಿದ" ಇಷ್ಟು ಮಾತು ಹೇಳಿ ಶ್ರೀನಿವಾಸರು ನಾಚಿಕೆಯಿಂದ ಸಂಜಯನಿಗೆ ಬೆನ್ನು ತಿರುಗಿಸಿ ನಿಂತರು.

ಅವು ಬರೀ ಮಾತುಗಳಲ್ಲ, ಅಮೂರ್ತ ಕಲ್ಪನೆಯನ್ನು ಮೂರ್ತ ರೂಪಕ್ಕಿಳಿಸಿ ಸಂ'ಜಯ'ನ ನರನಾಡಿಗಳನ್ನು ಚಕಿತಗೊಳಿಸಿದ ಮದ್ದುಗಳು. ಶ್ರೀನಿವಾಸರು ಹೇಳುವುದನ್ನು ಕೇಳುತ್ತಾ, ಕೇಳುತ್ತಾ ಮೈ ಬಿಸಿ ಏರಿ ಆಗಲೇ ಸಂಜಯನೊಳಗಿನ 'ಜಯ' ರೂಪುಗೊಂಡಿದ್ದಳು. ಅವನು ಇವರ ಗುಪ್ತಾಂಗಕ್ಕೆ ಕೈ ಹಾಕಿದಾಗ ಇವರೂ ಉದ್ರೇಕಗೊಂಡಿರಬಹುದೇ? ಅವನಿಗೆ ತೃಪ್ತಿ ದೊರೆತು ಅವನಾಸೆ ಈಡೇರಿರಬಹುದೇ? ಹಾಗೇನಾದರೂ ಆಗಿದ್ದರೆ ನಾನೂ ಸಹ ಪ್ರಯತ್ನಿಸಲು ಯಾವ ಅಡ್ಡಿಯಿಲ್ಲವೆಂದು ಸಂ'ಜಯ' ಆಲೋಚಿಸುತ್ತಿರುವವ ವೇಳೆ ಅವನತ್ತ ತಿರುಗಿ ನಿಂತ ಶ್ರೀನಿವಾಸರು "ಪಬ್ಲಿಕ್ ಆಗಿ ಹೀಗೆ ಮಾಡಿದ್ದು ತುಂಬಾ ಮುಜುಗರ ತರಿಸಿತು ಜಯ್, ಸಿಟ್ಟು ಬಂದರೂ ಆ ವ್ಯಕ್ತಿಯ ಮೇಲೆ ಕೈ ಮಾಡಲು ಮನಸ್ಸು ಏಕೋ ಒಪ್ಪಲಿಲ್ಲ. ಅದಕ್ಕೆ ಒಂದು ಕ್ಷಣವೂ ಅಲ್ಲಿ ಕೂರಲಾಗದೇ ಕಂಡಕ್ಟರ್‌ಗೆ ರಿಕ್ವೆಸ್ಟ್ ಮಾಡಿಕೊಂಡೆ. ನನ್ನ ಪುಣ್ಯಕ್ಕೆ ಬಸ್ಸು

ನಿಂತಿತು. ಒಡನೇ ಕೆಳಗಿಳಿದು ಅಲ್ಲೇ ಇದ್ದ ಆಟೋ ಏರಿ ಆಫೀಸಿಗೆ ಬಂದೆ" ಇಷ್ಟೇ ನಡೆದದ್ದೆಂದು ಮಾತಿಗೆ ವಿರಾಮವಿಟ್ಟು ಸಂಜಯ ತಂದ ಫೈಲನ್ನು ತಿರುವಿ ಹಾಕತೊಡಗಿದರು.

ಬಸ್ಸಿನೊಳಗೆ ಕುಳಿತಿದ್ದ ಆ ಸಲಿಂಗಿ ವ್ಯಕ್ತಿಗೆ ಆದ ನಿರಾಸೆಯೇ ಈಗ ಸಂ'ಜಯ'ನಿಗೂ ಆಗಿತ್ತು. ಆ ವ್ಯಕ್ತಿಗೆ ಆಸೆ ಹುಟ್ಟಿಸಿದ್ದೂ ಇವರೇ, ಆ ಆಸೆಯನ್ನು ಕೊಂದಿದ್ದು ಇವರೇ. ಇಂಥವರು ಇರುವ ತನಕ ನಮ್ಮಂಥವರು ನಿತ್ಯವೂ ಸತ್ತು ಹುಟ್ಟುತ್ತಿರಬೇಕು ಎಂದು ಶಪಿಸುತ ಸಂ'ಜಯ'ನೊಳಗಿನ ಜಯ ಮರೆಯಾಗುತ್ತಿದ್ದಂತೆ ಸಂಜಯ ತನ್ನ ಬಾಸ್‌ಗೆ

ಮರುಪ್ರಶ್ನಿಸದೇ, ಒಂದು ಕ್ಷಣವೂ ಅಲ್ಲಿ ನಿಲ್ಲಲು ಆಗದೇ ಹೊರಟು ಹೋದ. "ಕಾರ್ ಕೆಟ್ಟು ಹೋದಾಗ ನಿಮಗೆ ಕರೆ ಮಾಡಬೇಕೆಂದಿದ್ದೆ ಜಯ್, ಸುಮ್ಮನೆ ತೊಂದರೆ ಕೊಡುವುದು ಬೇಡವೆಂತಲೇ ಕರೆ ಮಾಡಲಿಲ್ಲ" ಎಂದು ಶ್ರೀನಿವಾಸರು ಆಗಿದ್ದೆಲ್ಲವನ್ನೂ ಮರೆತು ಮುಗುಳುನಗೆಯೊಂದಿಗೆ ತಲೆಯೆತ್ತಿ ನೋಡಿದರು. ಆದರೆ ಅವರ ಮಾತು ಕೇಳಲು ಎದುರಿಗೆ ಸಂಜಯ ಇರಲಿಲ್ಲ. ನಾನು ಈ ಘಟನೆ ಹೇಳಿದ್ದು ಕೇಳಿ ಅವರಿಗೂ ಎಲ್ಲಿ ಮುಜುಗರವಾಯಿತೋ! ಛೇ, ಒಟ್ಟಾರೆ ಇಂದು ನನ್ನ ಗ್ರಹಚಾರ ಸರಿಯಿಲ್ಲವೆಂದು ಮುಂದಿದ್ದ ಫೈಲ್‌ಗಳನ್ನು ಪಕ್ಕಕ್ಕೆ ಸರಿಸಿದ ಶ್ರೀನಿವಾಸರು ಸೀಗರೇಟೊಂದನ್ನು ಎಳೆದು ಬಾಯಿಗೇರಿಸಿದರು.

ನಿನ್ನೆ ಪಾರ್ಕಿನಲ್ಲಿ ಇಬ್ಬರು ಯುವತಿಯರ ಆಸೆಗಳಿಗೆ ಸಮೀರ್ ಅಡ್ಡಿಪಡಿಸಿದ್ದು, ಇಂದು ಬಸ್ಸಿನಲ್ಲಿ ಮತ್ತೊಬ್ಬ ವ್ಯಕ್ತಿಯ ಆಸೆಗೆ ತನ್ನ ಬಾಸ್ ತಣ್ಣೀರೆರೆಚಿದ್ದು ನೆನೆದು ಸಂಜಯ ಕೆಲಸದಲ್ಲಿ ಆಸಕ್ತಿ ಕಳೆದುಕೊಂಡ. ಸಮಾಜದ ಮೇಲೆ ಕ್ರೋಧ ಹೆಚ್ಚುತ್ತಿದ್ದಂತೆ ಅವನೊಳಗಿನ ಅವಳು "ಇವರಿಗೆ ಬರಬಾರದು ಬರ, ಇವರ ಬಾಯಾಗ ಮಣ್ಣು ಹಾಕ" ಎಂದು ತನಗಾದ ನಿರಾಸೆಯಲ್ಲಿ ಹಿಡಿಶಾಪ ಹಾಕತೊಡಗಿದಳು. ಸಂಜಯ ದಿನವಿಡೀ ಅಸಡ್ಡೆಯಿಂದಲೇ ಕಾಟಾಚಾರಕ್ಕೆ ಒಂದಿಷ್ಟು ಕೆಲಸ ಮಾಡಿ ಮುಗಿಸಿದ. ಅವನ ಸೊರಗಿರುವ ವದನ ಕಂಡು ಶ್ರೀನಿವಾಸರು ಏನಾಯಿತೆಂದು ಕೇಳಿದರೆ 'ಹಾಗೇನಿಲ್ಲ ಸರ್' ಎಂದು ಹಾರಿಕೆ ಉತ್ತರ ಕೊಟ್ಟು ನುಣುಚಿಕೊಂಡ.

ಈ ಸಮಾಜ ಹೀಗೇಕೆ? ಗಂಡು–ಹೆಣ್ಣಷ್ಟೇ ಏಕೆ ಒಂದಾಗಬೇಕು? ಗಂಡು–ಗಂಡಾಗಲಿ, ಹೆಣ್ಣು–ಹೆಣ್ಣಾಗಲಿ ಏಕೆ ಜೊತೆಗಾರರಾಗಬಾರದು? ಅವರ ಆಸೆ, ಅಭೀಪ್ಸೆಗಳನ್ನು ಅವರಾಗಿಯೇ ಪೂರೈಸಿಕೊಳ್ಳಲು ಬಿಟ್ಟರೆ ಸಮಾಜಕ್ಕೇನು ನಷ್ಟ? ಇತ್ಯಾದಿ ಪ್ರಶ್ನೆಗಳಿಗೆ ಉತ್ತರ ಹುಡುಕುವುದರಲ್ಲೇ ಕೆಲವು ದಿನಗಳು ಉರುಳಿದ್ದು ಸಂಜಯನ ಅರಿವಿಗೆ ಬರಲೇ ಇಲ್ಲ. ಈ ನಡುವೆ ಆಫೀಸಿನಲ್ಲಿ ಅವನು ತುಸು ಮಂಕಾಗಿರುವುದು ಎಲ್ಲರ ಗಮನಕ್ಕೆ ಬಂದರೂ ಯಾರೂ ಸಹ

ಅದನ್ನು ಗಂಭೀರವಾಗಿ ಪರಿಗಣಿಸದ ಕಾರಣ ಸಂಜಯ ಅವರ ಸಂಶಯ ಎಂಬ ಪಂಜರದೊಳಗೆ ಬಂಧಿಯಾಗಲಿಲ್ಲ.

***

ಅತ್ಯುನ್ನತ ಖಾಸಗೀ ಕಂಪನಿಗಳಿಗೆ ಐದು ವರ್ಷಗಳಿಗೊಮ್ಮೆ ಪ್ರಧಾನ ಮಾಡುವ 'ಎಕೋಗ್ಲೋಬಲ್ ಪ್ರಶಸ್ತಿ' ಈ ಬಾರಿ ರೂಕೋ ಕಂಪನಿಯ ಮುಡಿಗೇರಿತ್ತು. ಪ್ರಶಸ್ತಿ ಪ್ರಧಾನ ಸಮಾರಂಭದಲ್ಲಿ ಕಂಪನಿಯ ಬಗ್ಗೆ ವರದಿ ಮಂಡಿಸುವ ಜವಬ್ದಾರಿ ಸಂಜಯನ ಹೆಗಲಿಗೇರಿಸಿದ್ದ ಶ್ರೀನಿವಾಸ್ ಮುಂಚಿತವಾಗಿಯೇ ಅವನಿಗೆ ಕಾರ್ಯಕ್ರಮದ ಬಗ್ಗೆ ತಿಳಿಸಿದ್ದರು. ಇದೇ ಕಾರಣಕ್ಕಾಗಿ ಅವನು ಅಂದು ಬೆಳಿಗ್ಗೆ ಬೇಗ ಎದ್ದು ತಯಾರಾಗಿದ್ದ. ತನ್ನ ತಾಯಿಗೆ ತಿಂಡಿ ಕೇಳಿದರೆ 'ಈರುಳ್ಳಿ ಪಕೋಡ ಮಾಡುತ್ತಿದ್ದೇನೆ, ಒಂದೈದು ನಿಮಿಷ ಕುಳಿತುಕೋ' ಎಂದಳು. ಆದರೆ ಅದು ಐದು ನಿಮಿಷದಲ್ಲಿ ಆಗುವ ಕೆಲಸವಲ್ಲವೆಂದು ಸಂಜಯ ಖಾಲಿ ಹೊಟ್ಟೆಯಲ್ಲಿಯೇ ಕಾರ್ ಏರಿ ಹೊರಟ.

ಪ್ರಶಸ್ತಿ ಪ್ರದಾನ ಸಮಾರಂಭ ನಡೆಯುವ ಜಯಲಲಿತಾ ಫಂಕ್ಷನ್ ಹಾಲ್ ದೂರದ ಹಾದಿಯಾಗಿತ್ತು. ಕಾರು ಮುಂದೆ ಸಾಗಿದಂತೆ ಸಂಜಯನ ಹೊಟ್ಟೆಯೊಳಗೆ ಕರುಳುಗಳು ಸಂಗೀತ ಕಛೇರಿ ಏರ್ಪಡಿಸಿದ್ದವು. ಅವುಗಳು ವಟಗುಡುವ ಸದ್ದಿಗೆ ಇವನ ತಲೆ ಸುತ್ತಲಾರಂಭಿಸಿತು. ಇಲ್ಲೇ ಎಲ್ಲಾದರೂ ಹೋಟೆಲಿನಲ್ಲಿ ತಿಂಡಿ ತಿಂದು ಹೋಗೋಣವೆಂದು ಅತ್ತಿತ್ತ ನೋಡುತ್ತ ಕಾರಿನ ವೇಗ ತಗ್ಗಿಸಿದ. ಅವನ ಅದೃಷ್ಟಕ್ಕೆ ಸಮೀಪದಲ್ಲೇ 'ದಾವಣಗೆರೆ ಬೆಣ್ಣೆ ದೋಸೆ' ಎಂಬ ಬೋರ್ಡ್ ಕಂಡಿತು. ಒಡನೇ ಕಾರ್ ನಿಲ್ಲಿಸಿ ಆತುರದಿಂದ ಹೋಟೆಲಿಗೆ ನುಗ್ಗಿದ. ಗಿಜುಗುಡುವ ಜನ; ಕುಳಿತುಕೊಳ್ಳಲು ಒಂದು ಪುಟ್ಟ ಚೇರ್ ಸಹ ಖಾಲಿ ಇರಲಿಲ್ಲ. ಹಸಿದ ಹೊಟ್ಟೆಗೆ ಸಮಾಧಾನ ಪಡಿಸಲು ಆ ಜನಜಂಗುಳಿಯೊಳಗೆಯೇ ತೂರಿ ಒಂದು ಬೆಣ್ಣೆದೋಸೆಗೆ ಆರ್ಡರ್ ಮಾಡಿದ. ಅಕ್ಕ-ಪಕ್ಕದ ಜನ ದನಗಳಂತೇ ತಳ್ಳಿಕೊಂಡು ಮುಂದೆ ಹೋಗುತ್ತಿದ್ದರು. ಅನಾಗರಿಕರಂತೆ ನಡೆದುಕೊಳ್ಳುವ ಆ ಜನರ ಬಗ್ಗೆ ಸಂಜಯನಿಗೆ ಹೇಸಿಗೆ ಅನಿಸತೊಡಗಿತು. ಸ್ವಲ್ಪ ಹೊತ್ತು ಕಾದು ಮನೆಯಲ್ಲೇ ತುಸು ತಿಂದು ಬಂದಿದ್ದರೆ ಈ ಜನರ ನಡುವೆ ತೂರಿ ಹೊಟ್ಟೆ ತುಂಬಿಸಿಕೊಳ್ಳುವ ಪ್ರಮೇಯವೇ ಇರುತ್ತಿರಲಿಲ್ಲವೆಂದು ತನ್ನ ಪರಿಸ್ಥಿತಿಗೆ ಹಣೆಚಚ್ಚಿಕೊಂಡ. ಹೋಟೆಲ್ ಊಟ ಅನ್ನುವುದು ಸಂಜಯನಿಗೆ ತುಂಬಾ ಅಪರೂಪ. ಮನೆಯಲ್ಲಿ ಅವನ ತಾಯಿ ಅಡುಗೆ ತಡಮಾಡಿದಾಗ ತನ್ನ ಗೆಳೆಯ ಸಮೀರ್ ಮನೆಯಲ್ಲಿ ತಿಂಡಿ ತಿನ್ನುತ್ತಿದ್ದದ್ದೇ ಹೆಚ್ಚು. ಅವನ ಜೊತೆಗಿನ ವಿರಸದ ತರುವಾಯ ಸಂಜಯನ ಪಾಲಿಗೆ ಸಮಯ ಬಂದಾಗಲೆಲ್ಲಾ ಹೋಟೆಲ್ ಅನಿವಾರ್ಯವಾಯಿತು.

ಹರಸಾಹಸ ಪಟ್ಟು ಒಂದು ಬೆಣ್ಣೆದೋಸೆ ಗಿಟ್ಟಿಸಿಕೊಂಡ ಸಂಜಯ ನೂಕುನುಗ್ಗಲು ನಡುವೆಯೇ ನಿಂತು ರುಚಿಕರವಾದ ದೋಸೆ ಸವಿಯುತ್ತಿದ್ದ. ಅವನೆದುರಿಗೆ ನಿಂತಿದ್ದ ತರುಣಿಯೊಬ್ಬಳು 'ಒಂದು ಪಾರ್ಸಲ್ ಅಣ್ಣಯ್ಯ' ಎಂದು ಕೈಯೆತ್ತಿ ಕೂಗುತಿದ್ದಳು. ಸಂಜಯನಿಗೆ ಆ ಧ್ವನಿ ಎಲ್ಲೋ ಕೇಳಿದ ನೆನಪಾಯಿತು. ಹೌದು ಇದು ಪರಿಚಿತ ಧ್ವನಿಯೇ! ಆದರೆ ಇದನ್ನು ನಾನು ಎಲ್ಲಿ ಕೇಳಿದ್ದೆನೋ! ಎಂದು ತಲೆಕೆಡಿಸಿಕೊಂಡ. ಅವನಿಗೆ ನೆನಪಾಗುವ ಮುನ್ನವೇ ಆ ತರುಣಿ ಇವನತ್ತ ತಿರುಗಿ ನಿಂತಳು. ಅದೇ ವದನ; ಅಂದು ಪಾರ್ಕಲ್ಲಿ ಸಂಜಯನ ನೋಡಿ ಹೆದರಿ ಓಡಿ ಹೋದ ವದನ. ಚಡಪಡಿಸುತ 'ನೀವು, ಅವತ್ತು ಪಾರ್ಕಲ್ಲಿ!' ಎಂದು ಏನೋ ಹೇಳಲು ಹೋದ. ಆದರೆ ಆ ಯುವತಿ ಅವನ ವದನ ನೋಡಿ ಭಯದಿಂದ ಕ್ಷಣಮಾತ್ರದಲ್ಲಿ ಜಾಗ ಖಾಲಿ ಮಾಡಿದಳು.

ಎಷ್ಟೋ ದಿನಗಳ ನಂತರ ನನ್ನ ಹುಡುಕಾಟಕ್ಕೆ ಫಲಶೃತಿವೆಂಬಂತೆ ಕಣ್ಣಿಗೆ ಕಂಡಿದ್ದಳು. ಆದರೆ ಮಾತಿಗೆ ಸಿಗಲಿಲ್ಲವಲ್ಲ! ನನ್ನ ಬಗ್ಗೆ ಅವಳಲ್ಲಿ ಮೂಡಿರುವ ಕಲ್ಪನೆಯಾದರೂ ಏನಿರಬಹುದು? ಅವಳ ಜೊತೆಗೆ ಮಾತನಾಡಿದಾಗಲೇ ನನ್ನೊಳಗಿನ ಪ್ರಶ್ನೆಗೆ ಉತ್ತರ ಸಿಗೋದು ಎಂಬ ಯೋಚನೆಯಲ್ಲಿ ಸಂಜಯ ಅವಸರದಿಂದ ಬಿಲ್ ಕಟ್ಟಿ ಆ ಯುವತಿಯ ಹಿಂಬಾಲಿಸಲು ಹೊರನಡೆದ.

ಕೆಲಸಕ್ಕೆ ಹೋಗುವ ಧಾವಂತದಲ್ಲಿದ್ದ ಆ ಯುವತಿಗೆ ಹೊಟ್ಟೆ ಹಸಿವು ಒಂದೆಡೆಯಾದರೆ, ಮತ್ತೊಂದೆಡೆ ಸಮಾಜದಿಂದ ಎದುರಾಗಬಹುದಾದ ಅವಮಾನವೆಂಬ ಕಲ್ಪನೆ ಅವಳ ಎದೆಯೊಳಗೆ ನಡುಕ ಹುಟ್ಟಿಸಿತ್ತು. ಈ ಪಾಪಿಗಳ ಲೋಕದಲ್ಲಿ ನಮ್ಮ ಪಾಲಿಗೆ ಪ್ರತಿದಿನವೂ ನರಕವಾಗುತ್ತಿದೆಯೆಂದು ಆಲೋಚಿಸುತ್ತ ನಿಧಾನವಾಗಿ ಹೆಜ್ಜೆ ಹಾಕುತ್ತಿದ್ದವಳಿಗೆ ಹಿಂದೆ ಯಾರೋ ತನ್ನನ್ನು ಫಾಲೋ ಮಾಡುತ್ತಿರುವಂತೆ ಭಾಸವಾಯಿತು. ಹಿಂತಿರುಗಿ ನೋಡಿದರೇ 'ಮತ್ತದೇ ವದನ'. ಬೆಳಿಗ್ಗೆಯೇ ಇದ್ಯಾವುದೋ ಶನಿ ವಕ್ಕರಿಸಿಕೊಂಡಿತಲ್ಲಾ! ನನ್ನ ಕರ್ಮ! ಎಂದು ಆ ಯುವತಿ ತನ್ನ ನಡಿಗೆಯ ವೇಗ ಹೆಚ್ಚಿಸಿಕೊಂಡಳು. ಇದರಿಂದ ಇಬ್ಬರ ನಡುವಿನ ಅಂತರ ಹೆಚ್ಚುತ್ತಾ ಹೋಯಿತು. ಅವಳು ಸುಂಟರಗಾಳಿಯಂತೆ ವೇಗವಾಗಿ ನಡೆಯುತ್ತಿರುವಾಗ ನಾನು ನಿಧಾನವಾಗಿ ನಡೆದರೆ ಪ್ರಯೋಜನವಿಲ್ಲವೆಂದು ಅರಿತ ಸಂಜಯ ನಡೆಯುವುದು ಬಿಟ್ಟು ಓಡಲು ಶುರು ಮಾಡಿದ. ಒಂದೆರಡು ನಿಮಿಷಗಳ ನಂತರ ಆ ಯುವತಿ ಮತ್ತೇ ಹಿಂತಿರುಗಿ ನೋಡಿದಳು. ಸಂಜಯ ಓಡಿಬರುತ್ತಿರುವುದು ಅವಳ ಕಣ್ಣಿಗೆ ಸಾಕ್ಷಾತ್ ಯಮರಾಯನೇ ತನ್ನ ಬೆನ್ನಟ್ಟಿರುವಂತೆ ಕಂಡಿತು.

ಬಹುಶಃ ಆ ಯುವಕ ಅಂದು ಪಾರ್ಕ್ನಲ್ಲಿ ತಪ್ಪಿಸಿಕೊಂಡಿದ್ದಳು, ಇಂದು ಕೈಗೆ ಸಿಕ್ಕಿದ್ದಾಳೆಂದು ನನ್ನ ಹೊಡೆಯಲು ಬರುತ್ತಿರಬೇಕು. ಹೇಗಾದರೂ ಸರಿ ಅವನ ಕೈಗೆ ಸಿಗಬಾರದೆಂದು ಅವಳೂ ಓಡಲು ಶುರು ಮಾಡಿದಳು.

ಸಂಜಯನಿಗೀಗ ತನ್ನ ಪರಿಸ್ಥಿತಿ ನೆನೆದು ಭಯವಾಯಿತು. ಯಾರಾದರೂ ನನ್ನತ್ತ ನೋಡಿ ಏಕಾಂಗಿ ಹೆಣ್ಣು ಮಗಳೊಬ್ಬಳನ್ನು ಬೆನ್ನಟ್ಟಿ ಪೀಡಿಸುತ್ತಿದ್ದಾನೆಂದು ಭಾವಿಸಿದರೆ! ಎಂಬ ಆಲೋಚನೆ ಅವನ ತಲೆಯೊಳಗೆ ಸುಳಿಯುತ್ತಿದ್ದಂತೆ ಗಕ್ಕನೇ ಅಲ್ಲೇ ನಿಂತ. ಮುಂದೇನು ಮಾಡುವುದು ತೋಚದೇ ಕೊನೆಯ ಪ್ರಯತ್ನವೆಂಬಂತೆ "ಸಿಸ್ಟರ್ ದಯವಿಟ್ಟು ನಿಲ್ಲಿ" ಎಂದು ಜೋರಾಗಿ ಅವಳಿಗೆ ಕೇಳಿಸುವಂತೆ ಕೂಗಿದ.

ಸಮಾಜದ ಕಣ್ಣಿಗೆ ಅನಿಷ್ಟದಂತೆ ಕಾಣುವ ನಾವು ಯಾರ ಪಾಲಿಗೆ ಸಿಸ್ಟರ್ ಆಗಲು ಸಾಧ್ಯ? ಈ ತರುಣನೇನಾದರೂ 'ಅಲ್ಲೀ' (ಎಲ್‌ಜಿಬಿಟಿ ಸಮುದಾಯವನ್ನು ಬೆಂಬಲಿಸುವ ವ್ಯಕ್ತಿ) ಇರಬಹುದೇ! ಎಂಬ ಸಂದೇಹದಿಂದ ಆ ತರುಣಿ ಮುಂದೆ ಹೆಜ್ಜೆ ಇಡದೇ ಅಲ್ಲೇ ನಿಂತಳು. ತನ್ನ ಕರೆಗೆ ಓಗೊಟ್ಟು ನಿಂತ ಆ ಯುವತಿಯ ನೋಡಿ ಸಂಜಯನಿಗೆ ಖುಷಿಯ ಜೊತೆಗೆ ಸಮಾಧಾನವಾಯಿತು. ನಿಟ್ಟುಸಿರು ಬಿಡುತ್ತ ನಿಧಾನವಾಗಿ ಅವಳ ಬಳಿಗೆ ಹೋದ. ಭಯ ಮತ್ತು ಆಯಾಸದಿಂದ ಬಳಲಿದಂತೆ ಕಂಡ ಆ ಯುವತಿ ಏನು ವಿಚಾರವೆಂದು ಪ್ರಶ್ನಿಸಲು ಹೋಗದೇ ಹಾಗೆಯೇ ನಿಂತಿದ್ದಳು. ಸಂಜಯನೇ "ಯಾಕೆ ಸಿಸ್ಟರ್ ನನ್ನ ನೋಡಿದ ಕೂಡಲೇ ಓಡಿ ಹೋಗುತ್ತಿದ್ದೀರ? ಅಂದು ಪಾರ್ಕಿನಲ್ಲೂ ಹೀಗೆಯೇ ಓಡಿ ಹೋದಿರಿ. ನಾನು ನೋಡಲು ಅಷ್ಟೊಂದು ವಿಕಾರವಾಗಿದ್ದೀನಾ?" ಎಂದು ವಿನಯತೆಯಿಂದ ಕೇಳಿದ.

ಸಂಜಯನ ಬಾಯಿಯಿಂದ ಬಂದ 'ಸಿಸ್ಟರ್' ಎನ್ನುವ ಪದ ಅವಳ ಕಿವಿಯೊಳಗೆ ಮತ್ತೇ-ಮತ್ತೇ ರಿಂಗಣಿಸತೊಡಗಿತು. ಮಾತು ಬಾರದ ಮೂಗಿಯಂತೆ ನಿಂತಿದ್ದ ಆ ತರುಣಿ ಕೊನೆಗೂ ತುಟಿ ಬಿಚ್ಚಿ "ನೀವು ನನ್ನ ಹೊಡೆಯಲು ಬರುತ್ತಿಲ್ಲ ತಾನೇ?" ಎಂದು ಪ್ರಶ್ನಿಸಿದಳು. ಅವಳ ಮಾತಿಗೆ ಅಲೆಅಲೆಯಾಗಿ ಉಕ್ಕಿ ಬಂದ ನಗು ತಡೆದುಕೊಳ್ಳಲಾಗದೇ ಸಂಜಯ ಜೋರಾಗಿ ನಕ್ಕ. ಆ ತರುಣಿಯ ಕಣ್ಣಿಗದು ಚುಚ್ಚುನಗೆಯಂತೆ ಕಂಡಿತು. ಆ ನಗುವ ವದನ ನೋಡಬಾರದೆಂದೇ ತನ್ನ ಗಮನ ಬೇರೆಡೆಗೆ ತಿರುಗಿಸಿದಳು. ಸಂಜಯ ತನ್ನೊಳಗೆ ಅಲೆಗಳಂತೆ ಏಳುತ್ತಿದ್ದ ನಗುವನ್ನು ಹತ್ತಿಕ್ಕುತ

"ನಾನೇಕೆ ನಿಮಗೆ ಹೊಡೆಯಲಿ? ನೀವೇನು ಅಂತಹ ತಪ್ಪು ಮಾಡಿದ್ದೀರ?" ಎಂದು ಮರುಪ್ರಶ್ನಿಸಿದ. ಅಪಹಾಸ್ಯಗೈಯ್ಯುವಂತಿದ್ದ ಆ ನಗುವಿನ ಜೊತೆಗೆ ಹಿಂದಿನ ಘಟನೆಯ ನೆನೆದು ಆ ಯುವತಿಗೆ ಹಠಾತ್ತನೆ ರೋಷ ಉಕ್ಕಿ ಬಂತು. ಕಣ್ಣುಗಳಲ್ಲೇ ಬೆಂಕಿ ಉಗುಳುತ "ಮತ್ತೇಕೆ ಅಂದು ಪಾರ್ಕಿನಲ್ಲಿ ನನ್ನ ನೋಡಿ ಚಪ್ಪಲಿ ಕೈಗೆತ್ತಿಕೊಂಡಿದ್ರಿ?" ತುಸು ಖಾರವಾಗಿಯೇ ಕೇಳಿದಳು. ಅವಳ ಪ್ರಶ್ನೆಗೆ ಸಂಜಯ ತಬ್ಬಿಬ್ಬಾದ. ಅಂದು ಚಪ್ಪಲಿ ಕೈಗೆತ್ತಿಕೊಂಡಿದ್ದು ನಾನಲ್ಲವೆಂದು ಹೇಳಬೇಕೆನ್ನುವ ವೇಳೆಗೆ ಅವನ ಮೊಬೈಲ್ ಬಡಿದುಕೊಳ್ಳಲಾರಂಭಿಸಿತು.

ಒಡನೆಯೇ ಜೇಬಿನಿಂದ ಮೊಬೈಲ್ ಹೊರತೆಗೆದು ಕಾಲ್ ರಿಸೀವ್ ಮಾಡಿದರೆ ಶ್ರೀನಿವಾಸ್ ಕೆಂಡಾಮಂಡಲವಾಗಿದ್ದರು. 'ಇಲ್ಲೇ, ಹತ್ತಿರದಲ್ಲಿದ್ದೇನೆ ಸರ್, ಒಂದೈದು ನಿಮಿಷ ಬಂದೆ' ಎಂದು ಹೇಳಿ ಮರುಪ್ರಶ್ನೆ ಎದುರಾಗುವ ಮುನ್ನವೇ ಕರೆ ಕತ್ತರಿಸಿದ. ಆ ತರುಣಿಯ ನೆನಪಾಗಿ ಹಿಂತಿರುಗಿ ನೋಡಿದರೆ ಆಗಲೇ ಅವಳು ಮಾಯವಾಗಿದ್ದಳು. ಕೈಗೆ ಬಂದ ತುತ್ತು, ಬಾಯಿಗೆ ಬರಲಿಲ್ಲವಲ್ಲ! ಎಂದು ಸಂಜಯ ಕೈ ಕೈ ಹಿಸುಕಿಕೊಂಡು ಕಾರಿನತ್ತ ಓಡಿದ. ಹಾದಿಯುದ್ದಕ್ಕೂ ಮೇಲಿಂದ ಮೇಲೆ ಶ್ರೀನಿವಾಸರ ಕರೆಗಳು ಬರುತ್ತಲೇ ಇದ್ದವು. ಏನು ಗ್ರಹಚಾರ ಕಾದಿದೆಯೋ? ಎಂಬ ದುಗುಡದಿಂದ ಅವನು ಮತ್ತಷ್ಟು ವೇಗವಾಗಿ ಕಾರು ಚಲಾಯಿಸಿಕೊಂಡು ಕಾರ್ಯಕ್ರಮ ನಡೆಯುವ ಸಭಾಂಗಣ ತಲುಪಿದ.

***

'ಎಕನಾಮಿಕಲ್ ಗ್ಲೋಬಲ್ ಅವಾರ್ಡ್ಸ್' ದೇಶದ ದೊಡ್ಡ-ದೊಡ್ಡ ಖಾಸಗೀ ಕಂಪನಿಗಳು ಐದು ವರ್ಷಗಳಿಗೊಮ್ಮೆ ಒಂದೆಡೆ ಸೇರುವ ಅದ್ಧೂರಿ ಕಾರ್ಯಕ್ರಮ. ಬೃಹತ್ ವೇದಿಕೆಯ ಮೇಲೆ ಗಣ್ಯಾತಿಗಣ್ಯರು ಆಸೀನರಾಗಿದ್ದರೆ ವೇದಿಕೆಯ ಮುಂಭಾಗದಲ್ಲಿ ವಿಐಪಿಗಳು ಕುಳಿತಿದ್ದರು. ಆಗಲೇ ಕಾರ್ಯಕ್ರಮ ಆರಂಭವಾಗಿ ಬಹಳ ಹೊತ್ತಾಗಿತ್ತು. ನೆರೆದ ಜನಸ್ತೋಮದ ನಡುವೆ ಶ್ರೀನಿವಾಸ್ ಒಬ್ಬರೇ ಪ್ರಶಸ್ತಿ ಸ್ವೀಕರಿಸಿದ್ದರು. ಆ ವೇಳೆ ಸಭಿಕರ ಎದುರು ತಮ್ಮ ಕಂಪನಿಯ ಬಗ್ಗೆ ವರದಿ ಮಂಡಿಸಬೇಕಿತ್ತು. ಆ ಜವಬ್ದಾರಿ ಸಂಜಯನಿಗೆ ವಹಿಸಿದ್ದ ಕಾರಣ ಶ್ರೀನಿವಾಸ್ ಯಾವ ತಯಾರಿಯೂ ಮಾಡಿಕೊಂಡಿರಲಿಲ್ಲ. ಇಂತಹ ಸಂದರ್ಭದಲ್ಲಿ ಸಂಜಯ ಕೈಕೊಟ್ಟಿದ್ದು ಅವರಿಗೆ ಸಹಿಸಲಾರದಷ್ಟು ಸಿಟ್ಟು ತರಿಸಿತ್ತು. ಅಂತಿಮವಾಗಿ ತಾವೇ ತಮಗೆ ಗೊತ್ತಿರುವ ಕೆಲವು ವಿಚಾರಗಳನ್ನು ಹಂಚಿಕೊಂಡು ಬಂದು ಕುಳಿತಿದ್ದರು.

ಸಂಜಯ ಜಯಲಲಿತಾ ಫಂಕ್ಷನ್ ಹಾಲ್ ತಲುಪುವ ವೇಳೆಗೆ ಬೆವರಿನಿಂದ ಅವನ ಅರ್ಧ ಬಟ್ಟೆ ಒದ್ದೆಯಾಗಿದ್ದವು. ಅದ್ಯಾವುದರ ಅರಿವೆಯೇ ಇಲ್ಲದೆ ತುಂಬಿದ ಸಭೆಯಲ್ಲಿ ತನ್ನ ಬಾಸ್‌ನ ಹುಡುಕಲು ಗಡಿಬಿಡಿಯಿಂದ ಒಳಗೆ ಕಾಲಿಟ್ಟ. ವೇದಿಕೆಯ ಮುಂಭಾಗದಲ್ಲಿ ರೂಕೋ ಕಂಪನಿ ಎಂದು ಅಂಟಿಸಿದ್ದ ಬೋರ್ಡಿನ ಬಳಿ ಶ್ರೀನಿವಾಸ್ ಕುಳಿತಿರುವುದು ಅವನ ಕಣ್ಣಿಗೆ ಬಿತ್ತು. ಒಮ್ಮೆ ಸುತ್ತಮುತ್ತ ಕತ್ತು ತಿರುಗಿಸಿ ನೋಡಿದ. ಹಾಲ್ ತುಂಬಾ ಸೂಟು-ಬೂಟು ತೊಟ್ಟವರೇ ತುಂಬಿಕೊಂಡಿದ್ದರು. ಅವರೆಲ್ಲರೂ ತನ್ನನ್ನೇ ನೋಡುತ್ತಿರಬಹುದೆಂದು ಭಾವಿಸಿ ಅಷ್ಟು ಜನರ ಎದುರು ಸಂಕೋಚದಿಂದ ತಲೆತಗ್ಗಿಸಿಕೊಂಡು ಮುಂದೆ ಹೋದ. ಅವನನ್ನು ಕಂಡೊಡನೆ ಶ್ರೀನಿವಾಸ್ ಸಿಟ್ಟಿನಿಂದ ದುರುಗುಟ್ಟಿಸಿ ನೋಡಿದರು. ಸದಾ ಪ್ರೀತಿ ತುಂಬಿಕೊಂಡಿರುತ್ತಿದ್ದ ಆ ಕಣ್ಣುಗಳು ಇಂದು ವಿರುದ್ಧವಾಗಿ

ಬೆಂಕಿ ತುಂಬಿಕೊಂಡಿದ್ದವು. ಅದಕ್ಕೆ ಕಾರಣವೇನೆಂದು ಆಗಲೇ ಸಂಜಯನಿಗೆ ಮನವರಿಕೆಯಾಗಿತ್ತು. 'ಸಾರಿ ಸರ್, ಟ್ರಾಫಿಕ್ ಆಯ್ತು' ಎಂದು ಸುಳ್ಳು ಹೇಳಿ ತನ್ನಿಂದಾದ ಪ್ರಮಾದಕ್ಕೆ ತಲೆಬಗ್ಗಿಸಿಕೊಂಡು ಪಕ್ಕದಲ್ಲಿದ್ದ ಆಸನದಲ್ಲಿ ಕುಳಿತ. ಕಾರ್ಯಕ್ರಮ ಮುಕ್ತಾಯ ಆಗುವವರೆಗೆ ಇಬ್ಬರ ನಡುವೆ ತಡೆಗೋಡೆಯೊಂದು ತಲೆಯೆತ್ತಿ ಯಾವ ಮಾತುಕತೆಗೂ ಆಸ್ಪದ ಕೊಡಲಿಲ್ಲ. ಕಾರ್ಯಕ್ರಮ ಮುಗಿಯುತ್ತಿದ್ದಂತೆ ಕೆಲವರು ಶ್ರೀನಿವಾಸರಿಗೆ ಹಸ್ತಲಾಘವ ಮಾಡಿ ಕಂಪನಿಯ ವಿಚಾರಗಳನ್ನು ಮಾತನಾಡುತ್ತ ಅವರ ಜೊತೆಗೆ ಹೊರನಡೆದರು. ತನ್ನನ್ನು ಮೂಸಿಯೂ ನೋಡದೇ ಹಾಗೆಯೇ ಹೊರಟ ಶ್ರೀನಿವಾಸರ ಬಗ್ಗೆ ಆ ಕ್ಷಣ ಬೇಸರ ಕಾಡಿದರೂ ಸಂಜಯ ವಿಧಿಯಿಲ್ಲದೆ ಅವರ ಹಿಂಬಾಲಿಸಿದ. ತನ್ನ ಜೊತೆಗಿದ್ದವರನ್ನೆಲ್ಲಾ ಬೀಳ್ಕೊಟ್ಟ ಶ್ರೀನಿವಾಸ್ ಕಾರಿನ ಬಳಿ ತಲೆತಗ್ಗಿಸಿಕೊಂಡು ನಿಂತಿದ್ದ ಸಂಜಯನ ನೋಡಿ ಕೊನೆಗೂ ಮೌನ ಮುರಿದು "ನೀವೊಬ್ಬ ಜವಬ್ದಾರಿ ಇಲ್ಲದ ಮನುಷ್ಯ. ಪಬ್ಲಿಕ್‌ನಲ್ಲಿ ಹೀಗೆ ನನ್ನ ಮರ್ಯಾದೆ ಕಳೆಯಬೇಕಂತ ಎಷ್ಟು ದಿನಗಳಿಂದ ಕಾಯುತಿದ್ರಿ? " ಎಂದು ಆವೇಶದಿಂದ ಗುಡುಗಿದರು. ಶ್ರೀನಿವಾಸರ ವದನದಲ್ಲಿ ಅಷ್ಟೊಂದು ಸಿಟ್ಟು, ಮಾತಿನಲ್ಲಿ ಅಷ್ಟೊಂದು ಗಡಸುತನ ಹಿಂದೆಂದೂ ಸಂಜಯ ಕಂಡಿರಲೂ ಇಲ್ಲ, ಕೇಳಿರಲೂ ಇಲ್ಲ. ಅವನಿಗೀಗ ತನ್ನ ತಪ್ಪಿನ ಪೂರ್ಣ ಅರಿವಾಗಿತ್ತು. "ಸಾರಿ ಸರ್, ರಿಯಲಿ ವೆರಿ ಸಾರಿ" ಎಂದು ಕೈ ಮುಗಿದು ವಿನಂತಿಸಿದ. "ಏನು ಸಾರಿ, ಮೊದಲೇ ಹೇಳಿದ್ದಿದ್ದರೆ ಬೇರೆಯವರಿಗಾದರೂ ಈ ಜವಬ್ದಾರಿ ವಹಿಸುತ್ತಿದ್ದೆ. ಯಾವ ಪೂರ್ವ ತಯಾರಿ ಇಲ್ಲದೇ ನೀವು ನಿರ್ವಹಿಸಬೇಕಾದ ಪಾತ್ರವನ್ನು ಅಷ್ಟೊಂದು ದೊಡ್ಡ ವೇದಿಕೆಯ ಮೇಲೆ ನಾನು ಹೇಗೆ ನಿಭಾಯಿಸುವುದು? ಟೋಟಲಿ ಬ್ಯಾಡ್ ಡೇ" ಎಂದು ಬಿಗಿಯಾದ ಮುಷ್ಟಿಯಿಂದ ಕಾರನ್ನು ಗುದ್ದಿ ಅಲ್ಲಿಂದ ಹೊರಟುಹೋದರು.

ನಾವು ಯಾರನ್ನು ಅತಿಯಾಗಿ ಪ್ರೀತಿಸುತ್ತೇವೆಯೋ

ಅವರೇ ನಮಗೆ ಅತಿಯಾಗಿ ನೋವು ಕೊಡುತ್ತಾರೆ. ಈ 'ಅತಿ' ಎನ್ನುವುದಕ್ಕೆ 'ಮಿತಿ' ಹೇರಿಕೊಳ್ಳದೇ ಹೋಗುವುದು ನಾವು ಮಾಡುವ ದೊಡ್ಡ ತಪ್ಪು ಎಂಬ ತಿಳುವಳಿಕೆ ಕರವಸ್ತ್ರವಾಗಿ ಸಂಜಯನ ಒದ್ದೆಯಾದ ಕಣ್ಣುಗಳನ್ನು ಒರೆಸತೊಡಗಿತು. ಅದೆಷ್ಟು ಗೌರವಿಸಿದೆ! ಜೀವಕ್ಕಿಂತಲೂ ಹೆಚ್ಚಾಗಿ ಪ್ರೀತಿಸಿದೆ. ನನ್ನ ಪಾಲಿಗೆ ಸಕಲವೂ ಅವರೇ ಎಂದು ಭಾವಿಸಿದೆ. ಆದರೆ ಇಂದು ಅರಿಯದೇ ನಾನು ಮಾಡಿದ ಪುಟ್ಟ ತಪ್ಪಿಗೆ ಈ ಜೀವದ ಮೇಲೆ ಕಿಂಚಿತ್ತು ಕರುಣೆ ಬೇಡವೇ? ಅದೆಷ್ಟು ಕಠೋರವಾಗಿದೆ ಆ ಹೃದಯ! ಉಮ್ಮಳಿಸಿ ಬಂದ ದುಃಖ ನುಂಗಿಕೊಂಡ ಸಂಜಯ ಕಾರ್ ಏರಿ ಮನೆ ಕಡೆಗೆ ಹೊರಟ. ಹಾದಿಯುದ್ದಕ್ಕೂ ಅವನ ಮನಸ್ಸು ಶ್ರೀನಿವಾಸರನ್ನು ನೆನೆದು ಬಿಕ್ಕುತ್ತಲೇ ಇತ್ತು.

ಮನಸ್ಸು ಹಗುರವಾಗಿದ್ದಾಗ ಸವೆಸಬೇಕಾದ ದೀರ್ಘ ಹಾದಿಯೂ ಅಲ್ಪವೆನಿಸುತ್ತದೆ. ಅದೇ ಮನಸ್ಸು ಭಾರವಾದಾಗ ಅದಕ್ಕೆ ತದ್ವಿರುದ್ಧವಾಗಿಬಿಡುತ್ತದೆ. ಅಂತೆಯೇ ಸಂಜಯ ಜಯಲಲಿತಾ ಫಂಕ್ಷನ್ ಹಾಲಿನಿಂದ ಅವನ ಮನೆಗೆ ತಲುಪಲು ಎರಡು ತಾಸು ಸಮಯ ವ್ಯಯವಾಯಿತು. ಜೋತು ಬಿದ್ದಿರುವ ಆ ವದನ, ಅರ್ಧಕ್ಕರ್ಧ ಬಿಚ್ಚಿಕೊಂಡಿರುವ ಅಂಗಿ, ಕೋಡುಗಳಂತಾಗಿರುವ ಕಾಲರ್, ಕೆದರಿರುವ ಕೂದಲು ಅವನ ಅರಿವಿಗೆ ಬರಲಿಲ್ಲ. ಮನೆಯೊಳಗೆ ಕಾಲಿಡುತ್ತಿದ್ದಂತೆ ಏದುಸಿರು ಬಿಡುತ್ತ ಸೋಫಾದ ಮೇಲೆ ದೊಪ್ಪೆಂದು ಕುಳಿತ. ಅವನ ಎದುರಿಗೆ ಕುಳಿತಿದ್ದ ಸುನಂದಮ್ಮ ಮಗನ ಮುಖವನ್ನು ದಿಟ್ಟಿಸಿ ನೋಡಿದಳೇ ಹೊರತು ಏನಾಯಿತು? ಎಂದು ಕೇಳಲು ಹೋಗಲಿಲ್ಲ.

ಕಾಡುತ್ತಿದ್ದ ಬೇಸರದ ನಡುವೆಯೇ ಸಂಜಯ ಮೊಬೈಲ್ ತೆರೆದು ನೋಡಿದ. ಆಗ ತಾನೇ ಶ್ರೀನಿವಾಸರ ಕಡೆಯಿಂದ "ಸಾರಿ ಜಯ್, ನನಗೆ ಬಂದ ಸಿಟ್ಟಿನಲ್ಲಿ ನಿಮಗೇನೇನೋ ಅಂದುಬಿಟ್ಟೆ. ನನಗೆ ಗೊತ್ತು ನಿಮ್ಮ ಹೃದಯಕ್ಕೆ ತುಂಬಾ ನೋವಾಗಿರಬಹುದು. ಸದಾ ನನಗೆ ಲೇಸು ಬಯಸುವ ಆ ಪುಟ್ಟ ಹೃದಯ ನೋವಿನಿಂದ ನರಳದಿರಲಿ. ಅರಿಯದೇ ನನ್ನಿಂದಾದ ಈ ಪ್ರಮಾದವನ್ನು ಮನ್ನಿಸಿ" ಎಂಬ ಪುಟ್ಟ ಸಂದೇಶ ಬಂದಿತ್ತು. ಅದನ್ನು ಓದಿದ ಕ್ಷಣವೇ ಬಾಡಿಹೋಗಿದ್ದ ಸಂಜಯನ ವದನ ಸಹಸ್ರದಳದ ತಾವರೆಯಂತೆಯೇ ಅರಳಿತು.

ತನ್ನ ಮನಸಿಗಾದ ನೋವಿಗೆ ಈ ಜೀವನದಲ್ಲಿ ಇನ್ನೆಂದೂ ಶ್ರೀನಿವಾಸರನ್ನು ಪ್ರೀತಿಸಬಾರದೆಂಬ ಆಲೋಚನೆಯಲ್ಲಿದ್ದ ಸಂಜಯನ ಮನಸ್ಸೀಗ ವಿರುದ್ಧ ದಿಕ್ಕಿನತ್ತ ಸಾಗತೊಡಗಿತು. ಲಾವಾರಸದಂತೆ ಕುದಿಯುತ್ತಿದ್ದ ಅವನೊಳಗಿನ ಅವಳನ್ನು ಶ್ರೀನಿವಾಸರ ಅಂತಃಕರಣದ ಪ್ರೀತಿ ಒಂದೇ ನಿಮಿಷದಲ್ಲಿ ತಣ್ಣಗಾಗಿಸಿತ್ತು.

"ಸರ್ ಇಷ್ಟು ಚಿಕ್ಕಪುಟ್ಟ ವಿಷಯಕ್ಕೆಲ್ಲಾ ಕ್ಷಮೆ ಕೇಳುವುದೇ? ಬಿಡಿ, ನಿಮ್ಮದೇನೂ ತಪ್ಪಿಲ್ಲ. ನನ್ನದೇ ತಪ್ಪು" ಎಂದು ಮರುಸಂದೇಶ ಕಳಿಸಿದ. ಅತ್ತ ಕಡೆಯಿಂದ "ಸಿಟ್ಟಿನಲ್ಲಿ ನಿನ್ನನ್ನು ಜರಿದು ನಾನು ಸಣ್ಣವನಾದೆ. ನನ್ನ ವರ್ತನೆಯನ್ನು ಮನಸ್ಸಿಗೆ ಹಚ್ಚಿಕೊಳ್ಳದೇ ಮನ್ನಿಸಿ ನೀನು ದೊಡ್ಡವನಾದೆ" ಎಂಬ ಸಂದೇಶದ ಜೊತೆಗೆ ಒಂದು ಹೃದಯದ ಸಿಂಬಲ್ ಇವನ ಮೊಬೈಲಿಗೆ ರವಾನೆಯಾಯಿತು. ಸಂಜಯ ಆ ಸಂದೇಶವನ್ನು ಮತ್ತೇ ಮತ್ತೆ ಓದಿದ. ಕೆಂಪು ಹೃದಯದ ಪುಟ್ಟ ಸಿಂಬಲ್ ಅವನ ಕಣ್ಣೆದುರು ತಾಜ್ಮಹಲ್ ಸೃಷ್ಟಿಸಿತ್ತು. ಕಣ್ಮುಚ್ಚಿ ಆ ಸಂದೇಶವನ್ನು ಎದೆಗೊತ್ತಿಕೊಂಡಾಗ ಹೇಳತೀರದ ಖುಷಿಯೊಳಗೆ ತೇಲುತ್ತ ಭಾವುಕತೆಯಿಂದ ಅವನ ಹೃದಯ ತುಂಬಿ ಬಂತು.

"ಸರ್ ನಿಮ್ಮನ್ನೀಗ ನೋಡಬೇಕನಿಸುತ್ತಿದೆ"

"ಬಾ ನಿನಗೋಸ್ಕರ ಕಾಯುತ್ತಿದ್ದೇನೆ..."

"ಎಲ್ಲಿಗೆ?"

"ನಾಗರಹೊಳೆಗೆ ಹೋಗುವ ಹಾದಿಯಲ್ಲಿ, ನೀ ತೋರಿಸಿದ್ದ ಪಲಾಶ ಮಂದಾರದ ನೆರಳಿನಲ್ಲಿ"

ಧಡಕ್ಕನೆ ಎದ್ದು ನಿಂತ ಸಂಜಯ ರೋಮಿಯೋನನ್ನು ಕೂಡಲು ಹೋದ ಜೂಲಿಯೆಟ್‌ನಂತೆ ಓಡಿದ. ಇದೆಲ್ಲವನ್ನೂ ಗಮನಿಸುತ್ತಿದ್ದ ಸುನಂದಮ್ಮಳಿಗೆ ಒಂದೂ ಅರ್ಥವಾಗಲಿಲ್ಲ. ಮನೆಗೆ ಬಂದಾಗ ಸಪ್ಪೆಯಾಗಿದ್ದ ಅವನ ಮೊಕ ಇಷ್ಟು ಬೇಗ ಅರಳಿದ್ದಾದರೂ ಹೇಗೆ! ಹೆತ್ತೊಡಲಿಗೂ ಅರ್ಥವಾಗದೇ ಉಳಿಯಿತು.

ಶ್ರೀನಿವಾಸ್ ಮತ್ತು ಸಂಜಯ್ ಇಬ್ಬರೂ ಕಾರ್ಯಕ್ರಮಕ್ಕೆ ಹೋದ ನಿಮಿತ್ತ ಕಛೇರಿಯ ಜವಬ್ದಾರಿ ವಾಸುಕಿಯ ಹೆಗಲಿಗೇರಿತ್ತು. ಅವನು ಇದೇ ಒಳ್ಳೆಯ ಸಮಯವೆಂದು ದಿನವಿಡೀ ಟೀ ಬ್ರೇಕ್, ಲಂಚ್ ಬ್ರೇಕ್ ಎಂಬ ನೆಪವೊಡ್ಡಿ ತನ್ನ ಆತ್ಮೀಯರನ್ನೆಲ್ಲಾ ಒಂದೆಡೆಗೆ ಕರೆಸಿಕೊಂಡು ಮಾತಿಗೆ ಕುಳಿತ. ಪ್ರಮೋಷನ್ ಕುರಿತು ಆರಂಭವಾದ ಅವರ ಚರ್ಚೆ ಮುಂದುವರೆದು ಸಂಜಯ ಮತ್ತು ಶ್ರೀನಿವಾಸರ ಸುತ್ತ ಗಿರಕಿ ಹೊಡೆಯತೊಡಗಿತು. ಅಪರೂಪಕ್ಕೊಮ್ಮೆ ತಾನಾಗಿಯೇ ಒದಗಿಬಂದ ಸಮಯ ನೋಡಿ ವಾಸುಕಿಯ ನರಿಬುದ್ಧಿ ಜಾಗೃತಗೊಂಡಿತ್ತು. ಎಲ್ಲರೆದುರು ತನ್ನ ಸಂಶಯಗಳನ್ನೆಲ್ಲಾ ಎಳೆಎಳೆಯಾಗಿ ಬಿಚ್ಚಿಟ್ಟ.

"ನನಗೇಕೋ ಈ ಸಂಜು ನಮ್ಮ ಬಾಸ್‌ನ ಬುಟ್ಟಿಗೆ ಹಾಕಿಕೊಂಡಿರೋ ಥರಾ ಕಾಣಿಸ್ತಿದೆ. ತುಂಬಾ ದಿನಗಳಿಂದ ನೋಡುತ್ತಿದ್ದೇನೆ. ಇಬ್ಬರೂ ಗಂಡ-ಹೆಂಡತಿಯಂತೆ ಕೈ ಹಿಡಿದುಕೊಂಡು ಶಾಪಿಂಗ್ ಮಾಡುತ್ತಾರೆ. ಜೊತೆ ಜೊತೆಗೆ ಕ್ಲಬ್‌ಗೆ ಹೋಗುತ್ತಾರೆ. ಭುಜಕ್ಕೆ ಭುಜ ತಾಗಿಸಿಕೊಂಡು ಕುಳಿತು ತಿನ್ನುತ್ತಾರೆ. ಬಾಸ್ ಏನಾದರೂ ಅಪ್ಪಿತಪ್ಪಿ ಸಂಜಯನ ತಬ್ಬಿಕೊಂಡರೆ ಸಾಕು ಅವನು ಹೆಣ್ಣಿಗನಂತೆ ನಾಚಿಕೊಳ್ಳುತ್ತಾನೆ. ಅಬ್ಬಬ್ಬಾ! ಇವೆಲ್ಲಾ ನೋಡಿದರೆ ನನಗ್ಯಾಕೋ ಇವರಿಬ್ಬರೂ 'ಸಲಿಂಗಿ ಪ್ರೇಮಿಗಳಾಗಿರಬಹುದೆಂದನಿಸುತ್ತಿದೆ!" ಎಂಬ ರಂಗುರಂಗಿನ ಊಹೆಯನ್ನು ಎಲ್ಲರ ತಲೆಗೂ ತುರುಕಿದ.

ಸಹಸಿಬ್ಬಂಧಿ ಪ್ಲವಂಗ ವಾಸುಕಿಯ ಊಹೆಯನ್ನು ಸಹಮತಿಸುತ್ತ "ಹೂಂ, ಇರಬಹುದು. ಆದರೆ ಇವರೆಲ್ಲಾ ಪ್ರೇಮಿಗಳಲ್ಲ ಕಾಮಿಗಳು" ಎಂದು ಕಿಡಿಕಾರಿದ.

ಕೊನೆಗೆ ಒಬ್ಬರಾದರೂ ನನ್ನ ಧ್ವನಿಗೆ ಜೊತೆಯಾದರಲ್ಲ ಎಂದು ವಾಸುಕಿ ತುಂಬಾ ಹುರುಪಿನಿಂದ ಚರ್ಚೆಯನ್ನು ಮುಂದುವರೆಸಿದ.

"ಹೌದು ಪ್ಲವ, ಇತ್ತೀಚಿಗೆ ಈ ಸಲಿಂಗಿಗಳ ಸಂತತಿ ಹೆಚ್ಚಾಗಿದೆ. ಇವರಿಗೆ

ಕಾನೂನಿನ ಸಪೋರ್ಟ್ ಬೇರೆ ಸಿಗ್ತಾಯಿರೋದು ನೋಡಿದರೆ ಮುಂದೆ ನಾವೆಲ್ಲಾ ಸಮಾಜದಲ್ಲಿ ನೆಮ್ಮದಿಯಿಂದ ಬದುಕಲು ಸಾಧ್ಯವಿಲ್ಲ ಅನಿಸುತ್ತದೆ"

"ಖಂಡಿತ ವಾಸು, ಇದರಿಂದ ನಮ್ಮ ಸಮಾಜ ಒಡೆದು ಹೋಗುವುದರ ಜೊತೆಗೆ ನಮ್ಮ ಸಂಸ್ಕೃತಿ ಸಹ ನಾಶವಾಗುತ್ತದೆ. ಈಗ ಎಲ್ಲಿ ನೋಡಿದರೂ ಇವರದೇ ಹಾವಳಿ. ಇದು ಚಿಕ್ಕ ಮಕ್ಕಳ ಮೇಲೆ ಕೆಟ್ಟ ಪ್ರಭಾವ ಬೀರಬಹುದು"

"ಏನು ಮಾಡಂಗಿತೀಯಾ ಪ್ಲವ? ಆ ದೇವರು ಪ್ರತೀ ಗಂಡಸಿಗೂ ಒಬ್ಬ ಹೆಣ್ಣನ್ನ ಸೃಷ್ಟಿ ಮಾಡಿ ಈ ಭೂಮಿಗೆ ಕಳಿಸಿರ್ತಾನೆ. ಆದರೆ ಈ ಮುಂಡೇವಕ್ಕೆ ಕೋಲಾಟನೇ ಮಜ ಅನಿಸುತ್ತೆ"

"ಇರಬಹುದು ಕಣಾ, ಈ ಸಂಜಯನಿಗೆ ಏನಾಗೈತೋ? ಒಳ್ಳೇ ಹುಡುಗಿ ಹುಡುಕಿ ಮದುವೆ ಮಾಡಿಕೊಳ್ಳೋದು ಬಿಟ್ಟು ಆ ಮುದುಕನ ಹಿಂದೆ ಸುತ್ತುತಿದಾನಲ್ಲಾ ಬುದ್ಧಿ ಬೇಡ್ವಾ ಇವನಿಗೆ?"

"ಅವನ ಕಥೆ ಬಿಡೋ, ಅವನೊಬ್ಬ ಶಿಖಂಡಿ. ಕತ್ತೆ ವಯಸ್ಸಾಗಿರೋ ನಮ್ಮ ಬಾಸಿಗಾದರೂ ಬುದ್ದಿ ಬೇಡ್ವಾ ಇವನ ಕರಕೊಂಡು ಸುತ್ತೋಕೆ?"

"ಮೊದಲೇ ಹೆಂಡತಿ ಇಲ್ಲದ ವಿಧುರ. ಮತ್ತಿನ್ನೇನು ಮಾಡ್ತಾನೆ? ಅವನಿಗೂ ಇವನದು ಮೂಸೋ ಚಟ ಇರಬೇಕು. ಒಟ್ಟಾರೆ ಪವಿತ್ರವಾದ ಈ ಆಫೀಸನ್ನ ಇವರಿಬ್ಬರೂ ಸೇರಿ ಗಂಡು ಸೂಳೆಯರ ಗ್ಯಾಂಗ್ ಮಾಡಲು ಹೊರಟಿದ್ದಾರೆ. ನಾವು ಮೈಯೆಲ್ಲಾ ಕಣ್ಣಾಗಿಸಿಕೊಂಡು ತುಂಬಾ ಹುಷಾರಾಗಿರಬೇಕು ಅಷ್ಟೇ. ಇಲ್ಲಂದರೆ ಮುಂದೆ ಅವರ ತೀಟೆಗೆ ನಮ್ಮನ್ನು ಬಳಸ್ಕೋತಾವೆ ಬರ್ಗೆಟ್ಟಾವು"

ವಾಸುಕಿ ಮತ್ತು ಪ್ಲವಂಗನ ಚರ್ಚೆ ಮುಜುಗರ ಉಂಟು ಮಾಡುವ ಮಟ್ಟಕ್ಕೆ ಮುಂದುವರೆದಿತ್ತು. ಕೆಲವರು ನಮಗ್ಯಾಕೆ ಬೇಕು ಈ ಉಸಾಬರಿ ಎಂದು ಎದ್ದು ಹೋದರೆ ಉಳಿದವರು ಅಲ್ಲೇ ಕುಳಿತು ಮಜಾ ತೆಗೆದುಕೊಳ್ಳುತ್ತಿದ್ದರು.

'ಬಾ ಕಾಯುತ್ತಿದ್ದೇನೆ' ಈ ಮಾತು ಪದೇ ಪದೇ ನೆನಪಾಗಿ ಸಂ'ಜಯ' ರೋಮಾಂಚಿತನಾಗಿದ್ದ. ಅವನ ಮನಸ್ಸು ಗರಿಗೆದರಿದ ಹಕ್ಕಿಯಂತೆ ಎಲ್ಲೆ ಮೀರಿ ಬಾನಿಗೆ ಹಾರಿತ್ತು. ನಾಗರಹೊಳೆಯ ರಸ್ತೆಯನ್ನು ಸೀಳಿಕೊಂಡು ಹುತ್ತ ಸೇರಲು ತವಕಿಸುವ ಹಾವಿನಂತೆ ವೇಗವಾಗಿ ಮುಂದೆ ಸಾಗಿದ. ತಮ್ಮ ಗಾಢ ಬಿಳುಪಿನ ಮೈಬಣ್ಣಕ್ಕೆ ವಿರುದ್ಧವಾದ ಕಪ್ಪು ಟೀಶರ್ಟ್ ಧರಿಸಿ ಪಲಾಶ ಹೂ ಮರದ ಕೆಳಗೆ ನಿಂತಿದ್ದ ಶ್ರೀನಿವಾಸ್ ಕಂಡೊಡನೆ ಸಂ'ಜಯ'ನೊಳಗಿನ ಜಯ ಮೈ ಕೊಡವಿ ಎದ್ದಿದ್ದಳು.

"ಬಾ ಜಯ್, ನಿನಗೋಸ್ಕರನೇ ಕಾಯುತ್ತಿದ್ದೆ. ಈ ವಾತಾವರಣ ಎಷ್ಟು ಪ್ರಶಾಂತವಾಗಿದೆ ಅಲ್ವಾ? ಈ ಪಲಾಶದ ಹೂಗಳು ನಿನ್ನ ಹೃದಯದಷ್ಟೇ ಸೊಗಸಾಗಿವೆ. ನಾನು ಇಲ್ಲಿಗೆ ಬಂದು ಬಹಳ ಹೊತ್ತಾದರೂ ಚೂರು ಬೇಸರವಾಗಲಿಲ್ಲ ನೋಡು. ತಂಪಾಗಿ ಬೀಸುತ್ತಿರುವ ಈ ಶುಭ್ರವಾದ

ಗಾಳಿ, ಮನುಷ್ಯರಿಗಿಂತಲೂ ಆಪ್ತರಾಗಿ ಕಾಣಿಸುತ್ತಿರೋ ಈ ಗಿಡಮರಗಳು, ಬಹುದಿನಗಳ ನಂತರ ನನ್ನನ್ನು ಪ್ರಕೃತಿಯ ಮಡಿಲಲ್ಲಿ ಮಗುವಾಗಿಸಿ ಜೋಗುಳ ಹಾಡುತ್ತಿವೆ" ಎಂದು ತನ್ಮಯತೆಯಿಂದ ನುಡಿದ ಶ್ರೀನಿವಾಸ್ ತನ್ನೆದುರು ಪುಟ್ಟ ಮಗುವಂತೆ ನಿಂತಿದ್ದ ಸಂಜಯನನ್ನು ತನ್ನೆರಡೂ ಕೈಗಳಿಂದ ಬಾಚಿ ಬಿಗಿಯಾಗಿ ತಬ್ಬಿಕೊಂಡರು.

ದಟ್ಟ ಕಾನನದ ನಡುವೆ ತನುಗಳೆರಡೂ ಒಂದಾಗಿ, ಮನಗಳೆರಡೂ ಮೈಮರೆತು ಸುಂದರ ಕ್ಷಣಗಳನ್ನು ಆಸ್ವಾದಿಸತೊಡಗಿದವು. ಆ ಆಲಿಂಗನದೊಳಗೆ ಸಂಜಯ ತನ್ನನ್ನು ತಾನು ಮರೆತು ಗೊಂಬೆಯಂತಾಗಿದ್ದರೆ ಅವನೊಳಗಿನ ಅವಳು ಮೈಗೇರುತ್ತಿದ್ದ ಕಾವಿಗೆ ತಂಪೆರಚಲು ತವಕಿಸುತ್ತಿದ್ದಳು. ತನ್ನ ತಬ್ಬಿಕೊಂಡಿರುವ ವ್ಯಕ್ತಿಯನ್ನು ನಗ್ನಗೊಳಿಸಿ, ಕಾಮದ ಕಿಚ್ಚು ಹೊತ್ತಿಸಿರುವ ಆ ಸರ್ವಾಂಗಗಳನ್ನೆಲ್ಲಾ ಸ್ಪರ್ಶಿಸಿ, ಪ್ರಕೃತಿಯ ಮಡಿಲಲ್ಲಿ ಮಲಗಿ ಸುಖಿಸಬೇಕೆನ್ನುವ ತುಡಿತ ತರಂಗಗಳಂತೆ ಏಳುತ್ತಿರುವ ವೇಳೆಗೆ ಶ್ರೀನಿವಾಸರು

"ನನ್ನ ಜೀವನದಲ್ಲಿ ನೀನೊಂದು ಮರೆಯಲಾರದ ಮಾಣಿಕ್ಯ. ಆ ದೈವ ಕೊಟ್ಟ ಒಲವಿನ ಕಾಣಿಕೆ" ಎಂದು ಹೊಗಳಿಕೆಯ ಹೂಮಳೆಯೊಂದಿಗೆ ಸಂಜಯನ ತಲೆನೇವರಿಸಿ ಅಕ್ಕರೆಯಿಂದ ಅವನ ಹಣೆಗೊಂದು ಮುತ್ತು ಕೊಟ್ಟರು. ಅದು ಕೇವಲ ಮುತ್ತಲ್ಲ, ಅವನೊಳಗಿನ ಅವಳ ನರನಾಡಿಗಳ ಮತ್ತಷ್ಟು ಬಿಗಿಗೊಳಿಸಿ, ರೋಮರೋಮಗಳ ಪುಳಕಗೊಳಿಸಿ ನಶೆ ಏರಿಸಿದ ಮತ್ತು.

ಬಾಸ್ ಕರೆದರೆಂದು ಓಡೋಡಿ ಬಂದಿದ್ದ ಸಂಜಯ ಇದನ್ನೆಲ್ಲಾ ನಿರೀಕ್ಷಿಸಿರಲಿಲ್ಲ. ಅವನೊಳಗಿನ ಜಯ ಪೂರ್ಣ ರೂಪ ತಾಳಿದ ಕಾರಣ ಶ್ರೀನಿವಾಸರ ಮಾತಿಗೆ ಅವನಿಂದ ಯಾವ ಉತ್ತರವೂ ಬರಲಿಲ್ಲ. ಕೆನ್ನೆ ಕೆಂಪೇರಿಸಿಕೊಂಡು ಅವನ ಪಾಲಿನ ಸ್ವರ್ಗದ ಮೆಟ್ಟಿಲುಗಳನ್ನು ಏರುತ್ತಿದ್ದ. ಶ್ರೀನಿವಾಸರ ಬೆನ್ನ ಮೇಲಿದ್ದ ಅವನ ಕೈಗಳು ನಿಯಂತ್ರಣ ಕಳೆದುಕೊಂಡು ನಿಧಾನವಾಗಿ ಸೊಂಟದ ಕೆಳಗೆ ಜಾರುತ್ತಿದ್ದವು. ಸಂ'ಜಯ' ಬಯಸಿದ್ದು ಇನ್ನೇನು ಸಿಕ್ಕೇಬಿಟ್ಟಿತು ಎನ್ನುವ ವೇಳೆಗೆ ಅವನ ಮೌನವನ್ನು ಬೇರೊಂದು ರೀತಿಯಲ್ಲಿ ಅರ್ಥೈಸಿಕೊಂಡ ಶ್ರೀನಿವಾಸ್ "ಹೊತ್ತಾಯಿತು, ಹೊರಡೋಣವೇ?" ಎಂದು ಹಿಂದೆ ಸರಿದು ನಿಂತರು. ಎರಡು ದೇಹಗಳ ನಡುವೆ ಅಂತರ ಉಂಟಾಗಿದ್ದರಿಂದ ಸಂ'ಜಯ'ನ ಆಸೆಗಳು ಹಠಾತ್ತನೆ ಕರಗಿಹೋದವು. ದಟ್ಟ ಕಾಡೊಳಗೆ ದುಂಬಿಯಾಗಿ ಮಕರಂದ ಹೀರಬೇಕೆನ್ನುವ ಅವನ ಪ್ರಯತ್ನ ಫಲಿಸದೇ ಹೋಯಿತು. ಸಂ'ಜಯ'ನೊಳಗಿನ ಜಯ ನಿರಾಸೆಯಿಂದ ಕಣ್ಮರೆಯಾಗುತ್ತಿದ್ದಂತೆ ಮನಸ್ಸಿಲ್ಲದೇ ಆ ಮಿಲನಕ್ಕೆ ಪರದೆ ಎಳೆದ.

***

ಮನೆಯಲ್ಲಿ ಮಗನ ವಿಚಿತ್ರ ವರ್ತನೆಗಳಿಂದ ಬೇಸತ್ತಿದ್ದ ಸುನಂದಮ್ಮ "ಶಾಸ್ತ್ರಿಗಳು ಮನೆಗೆ ಬರ್ತೀನಿ ಅಂದಿದ್ರಲ್ಲಾ" ಎಂದು ದಿನಪತ್ರಿಕೆ ಓದುವುದರಲ್ಲಿ ಮುಳುಗಿದ್ದ ಗಂಡನ ಗಮನವನ್ನು ತನ್ನತ್ತ ಸೆಳೆದಳು. "ಹೌದು ಬೆಳಿಗ್ಗೆಯೇ ಫೋನ್ ಮಾಡಿದ್ದೆ. ಬರುವಾಗ ಹುಡುಗಿ ಫೋಟೋ ಸಹ ತನ್ನಿ ಅಂದೆ. ಹಾಗಾದರೆ ಮುಂದಿನ ವಾರ ಬರ್ತೀನಿ ಅಂದರು" ಎಂದು ಹೇಳಿದ ಸತ್ಯನಾರಾಯಣ ಮತ್ತೇ ಪೇಪರ್ ಓದುವುದರಲ್ಲಿ ಮಗ್ನನಾದ.

ಸುನಂದಮ್ಮಳಿಗೆ ಗಂಡನ ಮಾತಿನಿಂದ ಸಮಾಧಾನವಾಗಲಿಲ್ಲ. "ಸಂಜು ಇತ್ತೀಚೆಗೆ ಹುಚ್ಚುಚ್ಚಾಗಿ ಆಡ್ತಿದಾನೆ. ಅವನ ವರ್ತನೆ ನನಗ್ಯಾಕೋ ಭಯ ಹುಟ್ಟಿಸುತ್ತಿದೆ! ಪಕ್ಕದ ಮನೆಯ ಶೈಲಜಾ ಅವರ ಮಗ ಲವ್ ಫೇಲ್ ಆಯ್ತಂತ ಹುಚ್ಚನಾಗಿ ನಿಮ್ಹಾನ್ಸ್ ಸೇರಿರೋದು ನಿಮಗೂ ಗೊತ್ತಿದೆ. ನಾವು ಹೀಗೆ ಕೈಕಟ್ಟಿ ಕುಳಿತರೆ ನಮಗೆ ಮುಂದೆ ಅಪಾಯ ತಪ್ಪಿದ್ದಲ್ಲ" ಎಂದು ಗಂಡನಿಗೆ ಕಿವಿಮಾತು ಹೇಳಿದಳು. ಸತ್ಯನಾರಾಯಣ ಅದ್ಯಾವುದನ್ನು ಕಿವಿಗೆ ಹಾಕಿಕೊಳ್ಳಲಿಲ್ಲ. ಮಾತು ಮುಂದುವರೆಸಿದ ಸುನಂದಮ್ಮ "ಸಂಜು ಯಾರೋ ಹುಡುಗೀನ ಲವ್ ಮಾಡ್ತಾಯಿರೋ ಥರಾ ಕಾಣಿಸ್ತಿದೆ. ಅವಳ ಜಾತಿ, ಧರ್ಮ, ಕುಲ, ಗೋತ್ರ ಯಾವುದೇ ಆಗಿರಲಿ ನಾನಂತೂ ಅವಳನ್ನ ಸೊಸೆಯಾಗಿ ಮನೆ ತುಂಬಿಸಿಕೊಂಡು ಬಿಡ್ತೀನಿ. ಒಟ್ಟಾರೆ ನಾನು ಕಣ್ಣುಮುಚ್ಚಿಕೊಳ್ಳೋದ್ರೊಳಗೆ ಅವನಿಗೊಬ್ಬರು ಆಸರೆಯಾಗಿ ಸಿಕ್ಕರೆ ಸಾಕು" ಎಂದು ತನ್ನ ಪೇಚಾಟ ತೋಡಿಕೊಂಡು ಎದ್ದು ಹೋದಳು.

ಹಾಸಿಗೆಯ ಮೇಲೆ ಅಂಗಾತ ಮಲಗಿ ಸಂಜಯ ತನ್ನ ಕನಸಿನ ಮಹಲಿಗೆ ಒಂದೊಂದೇ ಇಟ್ಟಿಗೆ ಜೋಡಿಸುತ್ತಿದ್ದ. ಕಲ್ಪನೆಗಳು ಅದೆಷ್ಟು ಮಧುರ...! ಸುಖದ ಉತ್ತುಂಗಕ್ಕೆ ಕರೆದೊಯ್ದು ಜಗತ್ತನ್ನೇ ಮರೆಸುವ ಈ ಕಲ್ಪನೆಗಳು ಕೆಲವೊಮ್ಮೆ ನೈಜವಾಗಿ ಕಣ್ಣೆದುರು ಜರುಗಿದರೆ ಸ್ವರ್ಗಕ್ಕೆ ಕಿಚ್ಚು ಹೊತ್ತಿಸಿಬಿಡುತ್ತವೆ ಎಂಬ ಯೋಚನೆ ಸಂ'ಜಯ'ನ ನರನಾಡಿಗಳನ್ನು ಪುಳಕಿತಗೊಳಿಸಿತ್ತು. ಶ್ರೀನಿವಾಸರು ತನ್ನ ಹಣೆಗೆ ಕೊಟ್ಟ ಮುತ್ತನ್ನು ನೆನೆಯುತ್ತ ರಾತ್ರಿ ಹಾಸಿಗೆ ತುಂಬಾ ಉರುಳಾಡತೊಡಗಿದ. ಈ ಪ್ರೀತಿಯ ಪಯಣದಲ್ಲಿ ಅದೆಷ್ಟೇ ಅಡೆತಡೆಗಳು ಎದುರಾದರೂ ಸರಿ, ನನಗೆ ಹುಚ್ಚಿಡಿಸಿರುವ ಅವನನ್ನು ನನ್ನವನಾಗಿಸಿಕೊಳ್ಳುತ್ತೇನೆ. ಬೇರಾರಿಗೂ ಬಿಟ್ಟು ಕೊಡುವುದಿಲ್ಲವೆಂದು ಸಂ'ಜಯ'ನ ಮನಸ್ಸು ನಿರ್ಲಿಪ್ತವಾಗಿ ಆಡತೊಡಗಿತು. ಕಣ್ಣುಗಳ ತುಂಬಾ ಶ್ರೀನಿವಾಸರದ್ದೇ ಬಿಂಬ ತುಂಬಿಕೊಂಡು ನಿದ್ರೆಯ ಮೊರೆ ಹೋದ.

ನಮಗೆ ಬೇಕಾದ ವಸ್ತುವೊಂದು ಎಲ್ಲಿ ಕಳೆದು ಹೋಗಿರುತ್ತದೆಯೋ ಅದನ್ನು ಅಲ್ಲೇ ಹುಡುಕಬೇಕೆಂದು ಆ ಲೆಸ್ಬಿಯನ್ ಯುವತಿಯ ಪತ್ತೆ ಹಚ್ಚಲು ಪ್ರತಿನಿತ್ಯ ಸಂಜಯ ಬೆಣ್ಣೆದೋಸೆ ಹೋಟೆಲಿಗೆ ಹೋಗತೊಡಗಿದ. ಆದರೆ

ಆ ಯುವತಿ ಮಾತ್ರ ಅತ್ತ ಕಡೆ ಸುಳಿಯುತ್ತಿರಲಿಲ್ಲ. ಅವಳಿಗಾಗಿ ಗಂಟೆಗಟ್ಟಲೆ ಕಾದು ಡ್ಯೂಟಿಗೆ ಹೊತ್ತಾಗುತ್ತಿದ್ದಂತೆ ಮತ್ತೇ ನಾಳೆ ಬಂದರಾಯಿತೆಂದುಕೊಂಡು ಕಾಲಿಗೆ ಬುದ್ಧಿ ಹೇಳುತ್ತಿದ್ದ. ಪ್ರತಿದಿನ ಆಫೀಸಿಗೆ ತಡವಾಗಿ ಬಂದು ಕುಳಿತಲ್ಲೇ ಮೈಮರೆಯುವ ಸಂಜಯನ ವದನವನ್ನು ಎಲ್ಲರೂ ದಿಟ್ಟಿಸಿ ನೋಡುತ್ತಿದ್ದರು.

ಒಮ್ಮೆ ಎಷ್ಟು ಹೊತ್ತು ಕಾದರೂ ಆ ಯುವತಿ ಹೋಟೆಲಿನತ್ತ ಬರಲೇ ಇಲ್ಲ. ಕಡೆಗೂ ತಾಳ್ಮೆ ಕಳೆದುಕೊಂಡ ಸಂಜಯ ಆ ಹೋಟೆಲಿನವನಿಗೆ "ಮೊನ್ನೆ ಇಲ್ಲಿಗೆ ಒಬ್ಬ ಹುಡುಗಿ ಬಂದಿದ್ದಳಲ್ಲ, ಅವಳ ಬಗ್ಗೆ ನಿಮಗೇನಾದರೂ ಗೊತ್ತಾ?" ಎಂದು ಕೇಳಿದ. ಅವನ ಮಾತಿಗೆ ಆ ಹೋಟೆಲ್ ಮಾಲಿಕನಿಗೆ ನಗು ಉಕ್ಕಿ ಬಂತು. "ಅಲ್ರೀ, ಇದು ಮನೆಯಲ್ಲ, ಹೋಟೆಲ್. ಇಲ್ಲಿಗೆ ನಿತ್ಯ ನೂರಾರು ಹುಡುಗಿಯರು ಬಂದು ಹೋಗುತ್ತಿರುತ್ತಾರೆ. ಅದರಲ್ಲಿ ನೀವು ಕೇಳ್ತಾಯಿರೋ ಹುಡುಗಿ ಯಾರಂತ ಹೇಗೆ ಹೇಳೋದು" ಎಂದು ಒಳಗೊಳಗೆ ಇದೊಂದು ಪಕ್ಕಾ ಟ್ಯೂಬ್‌ಲೈಟ್ ಅಂದುಕೊಂಡ. ಆ ಮಾಲೀಕನ ಬಾಯಿಯಿಂದ ಬಂದ ಅನಿರೀಕ್ಷಿತ ಉತ್ತರಕ್ಕೆ ಬೆಪ್ಪು ತಕ್ಕಡಿಯಂತಾದ ಸಂಜಯ ಇನ್ನೇನು ಹೊರಡಬೇಕು ಅನ್ನೋ ವೇಳೆಗೆ ಆ ಯುವತಿ ಪ್ರತ್ಯಕ್ಷಳಾದಳು. ಅವಳ ಕಂಡೊಡನೆ ಇವನಿಗೆ ಅತೀವ ಖುಷಿಯಾಯ್ತು. ಹೋಟೆಲ್ ಮಾಲೀಕನಿಗೆ "ನಾನು ಇಷ್ಟು ಹೊತ್ತು ವಿಚಾರಿಸಿದನಲ್ಲ ಆ ಹುಡುಗಿ ಇವರೇ" ಎಂದು ಅವಳತ್ತ ಕೈ ಬೆರಳು ತೋರಿಸಿದ. ಬಹುಶಃ ಇವರಿಬ್ಬರೂ ಲವರ್ಸ್ ಇರಬೇಕು. ನಮಗ್ಯಾಕೆ ಊರವರ ಉಸಾಬರಿ ಎಂದು ಆ ಹೋಟೆಲಿನ ಮಾಲಿಕ ಅವರಿಬ್ಬರ ಬಗ್ಗೆ ತಲೆಕೆಡಿಸಿಕೊಳ್ಳದೇ ಗ್ರಾಹಕರತ್ತ ಗಮನ ಹರಿಸಿದನು.

"ನಮಸ್ತೆ ಸಿಸ್ಟರ್" ಎಂದು ಸಂಜಯ ಆ ತರುಣಿಯ ಬಳಿಗೆ ಹೋಗುತ್ತಿದ್ದಂತೆ ಅವಳು "ಅಯ್ಯೋ! ಮತ್ತೇ ಈ ತಲೆತಿನ್ನೋ ಗಿರಾಕಿ ಕೈಗೆ ಸಿಗಿಬಿದ್ನಲ್ಲಾ!" ಎಂದು ಕೈ ಕೈ ಹಿಚುಕಿಕೊಂಡಳು. ಮಾತು ಮುಂದುವರೆಸಿದ ಸಂಜಯ "ಪ್ಲೀಸ್ ನಿಮ್ಮ ಜೊತೆಗೆ ಸ್ವಲ್ಪ ಮಾತಾಡಬೇಕು. ಒಂದ್ಯೆದು ನಿಮಿಷ ಅಷ್ಟೇ" ಎಂದು ಮಿಠಾಯಿಗಾಗಿ ಹಠ ಮಾಡುವ ಪುಟ್ಟ ಮಗುವಿನಂತೆ ಗೋಗರೆದ. ಈ ತಿಕ್ಕಲು ನೋಡಿ ನೆರೆದವರು ನನ್ನ ಬಗ್ಗೆ ಏನಂದುಕೊಳ್ಳುತ್ತಾರೋ ಎಂಬ ಮುಜುಗರದಿಂದ ಅವಳು ಹೋಟೆಲಿನಿಂದಾಚೆಗಿರುವ ಮರದ ಕೆಳಗೆ ಹೋಗಿ ನಿಂತು "ಏನು ವಿಷಯ ಬೇಗ ಹೇಳಿ ನನಗೆ ಡ್ಯೂಟಿಗೆ ಹೋಗಲು ಲೇಟಾಗುತ್ತೆ" ಅಂದಳು. "ಏನಿಲ್ಲ ಸಿಸ್ಟರ್ ಒಂದು ಶೋಷಿತ ಸಮುದಾಯದ ಬಗ್ಗೆ ಪಿಹೆಚ್‌ಡಿ ಮಾಡುತ್ತಿದ್ದೇನೆ. ಅದಕ್ಕೆ ನಿಮ್ಮ ಸಹಕಾರ ಬೇಕು" ಎಂದು ವಿನಂತಿಸಿಕೊಂಡ. "ನನಗೆ ಚಪ್ಪಲಿ ತಗೊಂಡು ಹೊಡಿಯಲು ಬಂದವರಿಗೆ ನಾನು ಸಹಾಯ ಮಾಡಬೇಕಾ?" ಆ ಯುವತಿ ಕಣ್ಣಹುಬ್ಬೇರಿಸಿ ಕೇಳಿದಳು. "ಇಲ್ಲ, ನೀವು ತಪ್ಪು ತಿಳಿದಿದ್ದೀರ. ಅಂದು ನನ್ನ ಗೆಳೆಯ ಪಾರ್ಕಿನಲ್ಲಿ

ನಿಮ್ಮನ್ನು ಕಂಡು ಸಿಟ್ಟಿನಿಂದ ಚಪ್ಪಲಿ ಎಸೆಯಲು ಹೋದ. ನಿಮ್ಮ ಮೇಲೆ ಕೈ ಮಾಡಲು ಅವನಿಗೆ ಯಾವ ಹಕ್ಕು ಇಲ್ಲವೆಂದು ನಾನವನನ್ನು ತಡೆಯಲು ಹೋದೆ. ಅದು ನಿಮ್ಮ ಕಣ್ಣಿಗೆ ನಾನೇ ಚಪ್ಪಲಿ ಎಸೆಯುವ ಹಾಗೆ ಕಂಡಿರಬೇಕು! ಪ್ರಾಮಿಸ್, ನಾನು ಕೆಟ್ಟವನಲ್ಲ. ನಿಮ್ಮಂತಹ ನೊಂದವರ ಬಗ್ಗೆ ನನಗೆ ತುಂಬಾ ಕರುಣೆ ಇದೆ. ದಯವಿಟ್ಟು ನನ್ನ ನಂಬಿ" ಎಂದು ನಮ್ರತೆಯಿಂದ ತನ್ನೆರಡೂ ಕೈ ಎತ್ತಿ ನಮಿಸಿದ. ಸಂಜಯನ ಮಾತುಗಳಲ್ಲಿ ವಿನಯತೆ, ವಾತ್ಸಲ್ಯ, ಕರುಣೆ ತುಂಬಿರುವುದು ಕಂಡು ಆ ಯುವತಿ ಒಮ್ಮೆ ಅವನ ಕಣ್ಣುಗಳನ್ನು ದಿಟ್ಟಿಸಿ ನೋಡಿದಳು. ಆ ಎರಡೂ ಪುಟ್ಟ ನಯನಗಳ ತುಂಬಾ ತುಂಬಿದ್ದ ಸಹೋದರತೆಯ ಭಾವ ಅವಳ ಮನಸ್ಸನ್ನು ಕರಗಿಸಿತು. "ಆಯ್ತು ಬ್ರದರ್, ನನ್ನ ಹೆಸರು ಕನ್ನಿಕಾ. ಇಲ್ಲೇ ಸಮೀಪದ ಕಾಲ್ ಸೆಂಟರೊಂದರಲ್ಲಿ ಪಾರ್ಟ್ ಟೈಮ್ ಜಾಬ್ ಮಾಡ್ತಾಯಿದ್ದೇನೆ. ನನಗೀಗ ಹೊತ್ತಾಗಿದೆ. ನಿಮಗೆ ಬಿಡುವಿದ್ದರೆ ಇಂದು ಸಂಜೆ ಅಲ್ಲಿಗೆ ಬನ್ನಿ ಮಾತಾಡೋಣ" ಎಂದು ತನ್ನ ಕಾಲ್ ಸೆಂಟರ್ ವಿಳಾಸ ಕೊಟ್ಟು ಹೋದಳು.

ಕನ್ನಿಕಾ ಹೋದ ದಿಕ್ಕಿನತ್ತ ನೋಡುತ್ತಿದ್ದ ಸಂಜಯ "ನಾನು ತಪ್ಪು ಮಾಡದಿದ್ದರೂ ಒಬ್ಬ ಹೆಣ್ಣುಮಗಳ ಮನಸ್ಸಿನಲ್ಲಿ ಅದೆಷ್ಟು ಸುಲಭವಾಗಿ ನನ್ನ ಬಗ್ಗೆ ದ್ವೇಷ ಹುಟ್ಟಿಸುವಷ್ಟು ತಪ್ಪು ಕಲ್ಪನೆ ಮೂಡಿತ್ತು! ನಾನೇನಾದರೂ ಇವಳನ್ನು ಭೇಟಿಯಾಗದೇ ಇದ್ದಿದ್ದರೆ ಅವಳ ದೃಷ್ಟಿಯಲ್ಲಿ ಶಾಶ್ವತವಾಗಿ ಕೆಟ್ಟವನಾಗಿ ಉಳಿದುಬಿಡುತ್ತಿದ್ದೆ. ಸಮಯ, ಸಂದರ್ಭ ಎಲ್ಲರಿಗೂ ಪಾಠ ಕಲಿಸುತ್ತವೆ. ಥ್ಯಾಂಕ್ಸ್ ಗಾಡ್!" ಎಂದು ಸಂಜಯ ಮನದೊಳಗೆ ಕಾಣದ ದೇವರಿಗೆ ವಂದಿಸುತ ಗಡಿಯಾರ ನೋಡಿದ ಆಗಲೇ ಸಮಯ ಮೀರಿತ್ತು. ಅವಸರದಿಂದ ಆಫೀಸಿಗೆ ಹೋದರೆ ತನ್ನ ಬಾಸ್ ಎದುರೇ ವಾಸುಕಿ "ಸಮಯಪಾಲನೆ ಅಂದರೇನಂತ ಸಂಜಯ್‌ನ ನೋಡಿ ಕಲಿಯಿರಿ ಅಂತಿದ್ರಲ್ಲಾ, ಇನ್ನು ಮುಂದೆ ಸಂಜಯನ ನೋಡಿ ಕಲಿಯುತ್ತೇವೆ ಸರ್" ಎಂದು ನಗುತ್ತಾ ಪರೋಕ್ಷವಾಗಿ ಇಬ್ಬರನ್ನೂ ಕುಟುಕಿದ. ವಾಸುಕಿಯ ಮಾತಿಗೆ ಪ್ಲವಂಗ ಮತ್ತು ಪಕ್ಕದಲ್ಲಿದ್ದವರೆಲ್ಲಾ ಮುಸಿಮುಸಿ ನಗತೊಡಗಿದರು. ಈ ಕುಚೇದ್ಯವನ್ನು ಕಂಡು ಸಿಟ್ಟಿಗೆದ್ದ ಶ್ರೀನಿವಾಸರು 'ಶಟ್ ಅಪ್" ಎಂದು ಗುಡುಗುತ್ತಿದ್ದಂತೆ ಆಫೀಸಿನೊಳಗೆ ಮೌನ ಆವರಿಸಿತು.

ಸಂಜಯನಿಗೆ ಮತ್ತೊಮ್ಮೆ ಶ್ರೀನಿವಾಸರ ಉಗ್ರರೂಪದ ದರ್ಶನವಾಯಿತು. ಆದರೆ ಆ ಸಿಟ್ಟು ವಾಸುಕಿಯ ಮೇಲೆ ಚೆಲ್ಲಿದ್ದರಿಂದ ಅವನಿಗೆ ಬೇಸರದ ನಡುವೆಯೂ ತುಸು ಖುಷಿ ನೀಡಿತ್ತು. ಶ್ರೀನಿವಾಸ್ ತಮ್ಮ ಚೇಂಬರಿಗೆ ಹೋದ ನಂತರ ವಾಸುಕಿ ಹೆಡೆ ತುಳಿಸಿಕೊಂಡ ನಾಗರಹಾವಿನಂತಾದ. ಸಹದ್ಯೋಗಿಗಳ ಎದುರು ತನಗಾದ ಅವಮಾನಕ್ಕೆ ಪ್ರತಿಕಾರ ತೀರಿಸಿಕೊಳ್ಳಲು ಅವನ ಮನಸು

ಒಳಗೊಳಗೆ ಕುದಿಯತೊಡಗಿತು. "ನೋಡಿದ್ಯಾ ಪ್ಲವ, ಅವನು ಎಷ್ಟೇ ತಪ್ಪು ಮಾಡಿದರೂ ಬಾಸ್ ಅವನ ಪರವಾಗಿ ನಿಂತು ನಮ್ಮ ಬಾಯಿ ಮುಚ್ಚಿಸಿದರು. ಅವರಿಗೆ ಕಂಪನಿಯ ಹಿತಕ್ಕಿಂತಲೂ ಸಂಜಯನ ಹಿತವೇ ಮೇಲಾಗಿದೆ. ಅವನೇನು ಇವರ ರಕ್ತಸಂಬಂಧಿಯೂ ಅಲ್ಲ, ದೂರದ ನೆಂಟನೂ ಅಲ್ಲ, ಹೀಗಿದ್ದರೂ ಇಷ್ಟೊಂದು ಸಲುಗೆ! ನನ್ನ ಊಹೆ ನಿಜವಾಗ್ತಾಯಿದೆ ಪ್ಲವ. ನೋಡ್ತಾಯಿರು ಇಷ್ಟರಲ್ಲೇ ಎಲ್ಲರೆದುರು ಇವರಿಬ್ಬರನ್ನು ಬೆತ್ತಲೆಗೊಳಿಸ್ತೀನಿ. ನನ್ನ ಲೈಫಲ್ಲಿ ಎಂಥೆಂಥಾ ಮಿಕಗಳನ್ನೇ ಸಲೀಸಾಗಿ ಮಣ್ಣು ಮುಕ್ಕಿಸಿದ್ದೇನೆ. ಅಂಥದರಲ್ಲಿ ನನಗೆ ಈ ಪುಟ್ಗೋಸಿಗಳು ಯಾವ ಲೆಕ್ಕ?" ವಾಸುಕಿ ತನಗೆ ಬಂದ ಕೋಪದಲ್ಲಿ ಮುಷ್ಟಿಯಿಂದ ಎದುರಿನ ಗೋಡೆಗೆ ಬಲವಾಗಿ ಗುದ್ದಿದ.

ಶ್ರೀನಿವಾಸರ ಗಡಸು ಧ್ವನಿಗೆ ಬೆಚ್ಚಿಬಿದ್ದು ಬಾಲ ಮುದುರಿಕೊಂಡ ಬೆಕ್ಕಿನಂತಿದ್ದ ಪ್ಲವಂಗ ಸಹದ್ಯೋಗಿ ವಾಸುಕಿಯ ಪೌರುಷದ ಮಾತುಗಳಿಗೆ ಗಾಳಿ ತುಂಬಿದ ಬಲೂನಿನಂತಾದ. "ಅಧಿಕಾರ ಇದೆ ಅಂತ ಇಷ್ಟೊಂದು ಜನರೆದುರು ನಮಗೆ ಶಟ್ ಅಪ್ ಅಂತಾನೆ ಬಡ್ಡಿಮಗ. ನಾವು ಫಕ್ ಯೂ ಎಂದು ಅವನ ಬೆಂಡೆತ್ತೋ ಕಾಲ ದೂರವಿಲ್ಲ. ನೀನೇನು ಮಾಡ್ತೀಯೋ ನನಗದು ಗೊತ್ತಿಲ್ಲ. ಒಟ್ಟಾರೆ ಇವರಿಬ್ಬರೂ ಇಲ್ಲಿಂದ ಎತ್ತಂಗಡಿ ಆಗಬೇಕಷ್ಟೇ" ಎಂದು ಷರಾ ಬರೆದವನಂತೆ ತಾನೂ ಸಹ ತನ್ನ ಕೋಪವನ್ನು ಗೋಡೆಗೆ ಗುದ್ದಿ ತೀರಿಸಿಕೊಂಡ.

ಸಂಜೆ ಆಫೀಸಿನ ಸಮಯ ಮುಗಿದಿತ್ತು. ಎಲ್ಲರೂ ತಮ್ಮ ತಮ್ಮ ಗೂಡುಗಳಿಗೆ ಸೇರಲು ಲಗುಬಗೆಯಿಂದ ಹೊರಟರೆ ಸಂಜಯ ನೇರವಾಗಿ ಕನ್ನಿಕಾಳ ಕಾಲ್ ಸೆಂಟರ್ ಬಳಿಗೆ ಹೋದ. ಆ ವೇಳೆಗೆ ಅವಳು ಕೆಲಸಗಳ ಒತ್ತಡದಿಂದ ಹೊರಬಂದು ತುಸು ಬಿಡುವಾಗಿದ್ದಳು. ಸಂಜಯನ ಬರುವಿಕೆ ಕನ್ನಿಕಾಳ ಮನಸ್ಸಿಗೆ ಆಹ್ಲಾದ ಉಂಟುಮಾಡಿತ್ತು. ಹಾದಿಬದಿಯ ಕೆಫೆವೊಂದರಲ್ಲಿ ಅವನ ಜೊತೆಗೆ ಸಂಜೆಯ ಬಿಸಿಬಿಸಿ ಕಾಫಿ ಹೀರಿ ಪಕ್ಕದ ಪಾರ್ಕೊಂದರಲ್ಲಿ ಕುಳಿತು ಮಾತಿಗಿಳಿದಳು. ಮೊದಲ ಮಾತುಕತೆಯಾದ್ದರಿಂದ ತೀರಾ ಖಾಸಗಿ ವಿಚಾರಗಳ ಬಗ್ಗೆ ಚರ್ಚಿಸದೇ ತಮ್ಮ-ತಮ್ಮ ಕುಟುಂಬ, ಬಾಲ್ಯ ಸಾಗಿದ ಬಗೆ, ಬಂಧು-ಮಿತ್ರರು, ನೆರೆಹೊರೆಯ ಸಮಾಜದ ಬಗ್ಗೆ ಮಾತನಾಡಿದರು. ಕನ್ನಿಕಾ ಗಂಭೀರವಾಗಿ ಮಾತನಾಡಿದರೆ, ಸಂಜಯ ಮಾತುಗಳ ನಡುವೆ ಮೌನಕ್ಕೆ ಆಸ್ಪದ ಕೊಡದೇ ಹಾಸ್ಯಭರಿತವಾಗಿ ಮಾತನಾಡುತ ಕನ್ನಿಕಾಳ ಹೃದಯಕ್ಕೆ ಹತ್ತಿರನಾದ. ರಾತ್ರಿ ಎಂಟು ಗಂಟೆಯವರೆಗೆ ಇಬ್ಬರೂ ಹಲವು ವಿಚಾರಗಳನ್ನು ವಿನಿಮಯ ಮಾಡಿಕೊಂಡರು.

ಸಂಜಯನ ಪ್ರಬುದ್ಧತೆ, ಹಾಸ್ಯಪ್ರಜ್ಞೆ, ವಿಷಯವನ್ನು ಪ್ರಸ್ತುತ ಪಡಿಸುವ ರೀತಿ, ಹೆಣ್ಣುಮಕ್ಕಳ ಮೇಲೆ ತೋರಿಸುವ ಗೌರವ ಕಂಡು ಕನ್ನಿಕಾ

ಕರಗಿಹೋದಳು. ನಾನು ಇಷ್ಟು ದಿನ ಇಂಥಹ ಸಹೃದಯೀ ವ್ಯಕ್ತಿಯ ಮೇಲೆ ಸಂಶಯ ಪಟ್ಟು ಒಬ್ಬ ಶತೃವಿನಂತೆ ದ್ವೇಷಿಸಿದೆನಲ್ಲಾ! ಎಂದು ಒಳಗೊಳಗೆ ವ್ಯಥೆ ಪಟ್ಟಳು. ಸಂಜಯನಿಗೆ ಇನ್ನೂ ಹಲವು ವಿಚಾರಗಳ ಬಗ್ಗೆ ಮಾತನಾಡಬೇಕೆನಿಸಿದರೂ ಸಮಯ ಮೀರಿದ್ದರಿಂದ ಕನ್ನಿಕಾಳಿಗೆ ಬೀಳ್ಕೊಟ್ಟು ತನ್ನ ಮನೆಯ ಹಾದಿ ಹಿಡಿದ. ಹೀಗೆಯೇ ಬಿಡುವಿದ್ದಾಗಲೆಲ್ಲಾ ಟೀ ಇಂದ ಹಿಡಿದು ತಿಂಡಿ, ಊಟದವರೆಗೆ ಸಾಗಿ ಅವರಿಬ್ಬರ ನಡುವೆ ಗಾಢವಾದ ಸಹೋದರತೆಯ ಮಧುರ ಬಾಂಧವ್ಯ ಬೆಳೆಯಿತು. ಸಂಜಯನಿಗೆ ಕನ್ನಿಕಾಳ ಜೊತೆಗೆ ಅವಳ ಬಾಳ ಸಂಗಾತಿ ಕರುಣಾಳ ಪರಿಚಯವೂ ಸಹ ಆಯಿತು. ಇದರಿಂದಾಗಿ ಅವನು ಲೆಸ್ಬಿಯನ್‌ಗಳ ಬಗ್ಗೆ ತನಗೆ ಗೊತ್ತಿರದ ಹಲವು ವಿಷಯಗಳನ್ನು ತಿಳಿದುಕೊಂಡ. ಅವರ ಸ್ನೇಹ ಮುಂದುವರೆದಂತೆ ಕನ್ನಿಕಾಳಿಂದ ಸಂಜಯನ ಒಂಟಿತನ ನಿಧಾನವಾಗಿ ದೂರವಾಗತೊಡಗಿತು.

***

ಭಾನುವಾರ ಆಫೀಸಿಗೆ ರಜೆ ಇದ್ದ ಕಾರಣ ಕಾಡುತ್ತಿದ್ದ ಏಕಾಂತತೆಯಿಂದ ಹೊರಬರಲು ಸಂಜಯ ಕನ್ನಿಕಾಳ ಬಳಿಗೆ ಹೋಗಬೇಕೆಂದುಕೊಂಡಿದ್ದ. ಆದರೆ ಶ್ರೀನಿವಾಸ್ 'ನಾನು ಬಂಡೀಪುರ ನೋಡಿ ಬರಲು ಹೊರಟಿದ್ದೇನೆ. ನೀವು ಜೊತೆಗೆ ಬರಲೇ ಬೇಕು' ಎಂದು ಠರಾವು ಹೊರಡಿಸಿದ್ದರು. ತನ್ನ ಬಾಸ್‌ನ ಮಾತೆಂದರೆ ಸಂಜಯನ ಪಾಲಿಗೆ ಲಕ್ಷ್ಮಣಗೆರೆ ಇದ್ದಂತೆ. ಅವನಿಗೆ ಇಷ್ಟವಿಲ್ಲದಿದ್ದರೂ ಅವನೊಳಗಿನ ಅವಳ ಸೆಳೆತಕ್ಕೆ ಸಿಲುಕಿ ಸಮ್ಮತಿಸಿಬಿಡುತ್ತಿದ್ದ. ಇಂದೂ ಸಹ

ಸಂಜಯ ಒಲ್ಲೆ ಎನ್ನದೇ ಶ್ರೀನಿವಾಸರ ಜೊತೆಗೆ ಬಂಡೀಪುರಕ್ಕೆ ಹೊರಟ. ಹಾದಿಯಲ್ಲಿ ಅವನಿಗೆ ನಾಗರಹೊಳೆಯ ಪಲಾಶ ಮರದ ನೆನಪಾಗತೊಡಗಿತು. ಈ ಪ್ರಪಂಚದಲ್ಲಿ ನನಗೊಬ್ಬನಿಗೆ ಹೀಗಾಗುತ್ತಿದೆಯೇ? ಅಥವಾ ನನ್ನಂತೆಯೇ ಇತರರಿಗೂ! ಅದ್ಯಾವ ಮೋಹ ಇವರತ್ತ ಇಷ್ಟೊಂದು ಸೆಳೆಯುತ್ತಿದೆ? ಆಲೋಚಿಸುತ್ತಲೇ ಶ್ರೀನಿವಾಸರ ಜೊತೆಗೆ ಬಂಡೀಪುರದ ಕಾಡೊಳಗೆ ಹೆಜ್ಜೆ ಹಾಕಿದ.

ಗಿಡಗಂಟಿಗಳ ಕೊರಳಿನಿಂದ ಮೂಡಿಬರುತ್ತಿದ್ದ ಜೀರುಂಡೆಗಳ ನಿನಾದ ಕೇಳಿ ಸಂಜಯ ಮತ್ತು ಶ್ರೀನಿವಾಸರಿಬ್ಬರಿಗೂ ಭೃಂಗದ ಬೆನ್ನೇರಿ ಹೊರಟಿರುವವರಂತೆ ಭಾಸವಾಯಿತು. ಆ ಕಲ್ಲುಮಣ್ಣಿನ ಹಾದಿ, ಬಂಗಾರದ ಎರಕದಂತೆ ಕಾಣುವ ಪುಟ್ಟ ತೊರೆಗಳು ಸಂಜಯನ ಮನದೊಳಗೆ ಸಾವಿರ ಕಾರಂಜಿಗಳನ್ನು ಸೃಷ್ಟಿಸಿದ್ದವು. ಬೆಳಿಗ್ಗೆಯಿಂದ ಕಾಲ್ನಡಿಗೆಯಲ್ಲಿ ಕಾಡು ಸುತ್ತಿ

ದಣಿದಿದ್ದ ಶ್ರೀನಿವಾಸರ ಕಾಯ ಮಧ್ಯಾಹ್ನದ ಸುಡುವ ಬಿಸಿಲಿಗೆ ಬಳಲಿ ಬೆಂಡಾಗಿತ್ತು. ಸೆಕೆ ತಾಳಲಾರದೆ ಸಮೀಪದ ಹೊಳೆಯೊಂದರಲ್ಲಿ ಈಜಾಡಲು ತಮ್ಮ ಮೈಮೇಲಿದ್ದ ಒಂದೊಂದೇ ಬಟ್ಟೆಗಳನ್ನು ಕಳಚತೊಡಗಿದರು. ಅದನ್ನು ನೋಡುತ್ತಾ ನಿಂತಿದ್ದ ಸಂ'ಜಯ'ನ ಕಾಮಾಗ್ನಿ ಅವನಿಗರಿವಿಲ್ಲದೇ ಹಠಾತ್ತನೆ ಕಾಡಿನ ಬೆಂಕಿಯಂತೆಯೇ ಹೊತ್ತಿಕೊಂಡಿತು. ಪುಟ್ಟ ಕೌಪೀನದ ಮೇಲಿದ್ದ ಶ್ರೀನಿವಾಸ್ "ಕಾದ ದೇಹ ತಂಪಾಗಲಿ, ಬಾ ಜಯ್" ಎಂದು ಸಂಜಯನ ಕೈ ಬೀಸಿ ಕರೆಯುತ್ತ ನೀರಿಗಿಳಿದರು. ಸಂ'ಜಯ'ನೊಳಗಿನ ಜಯ "ಕಾದ ದೇಹ ತಂಪುಗೊಳಿಸ ಬೇಕಿರುವುದು ನೀರಲ್ಲ, ನೀನು" ಎಂದು ಒತ್ತಿ ಹೇಳುತ್ತಿದ್ದರೆ, ಸಂಜಯ ಆಳವಾದ ಹೊಳೆಯ ಕಂಡು ಅಂಜಿಕೆಯಿಂದ ತೊದಲುತ್ತ "ನನಗೆ ಈಜು ಬರೋಲ್ಲ ಸರ್" ಎಂದು ನಯವಾಗಿ ತಿರಸ್ಕರಿಸಿದ. ಶ್ರೀನಿವಾಸರದು ಒತ್ತಾಯ ಮಾಡುವ ಜಾಯಮಾನವಲ್ಲವಾದ್ದರಿಂದ ಒಬ್ಬರೇ ನೀರಿಗಿಳಿದು ಮೀನಿನಂತೆ ಈಜಾಡಿದರು. ಕ್ಷಣಮಾತ್ರದಲ್ಲೇ ಅವರ ಬಳಲಿಕೆ ಮಾಯವಾಗಿ ಮೈಮನಸ್ಸಿಗೆ ಆಹ್ಲಾದಕರವೆನಿಸತೊಡಗಿತು. ಈಜು ಸಾಕೆನಿಸಿದಾಗ ಹೊಳೆಯ ದಡಕ್ಕೆ ಬಂದು ಅಲ್ಲೇ ಇದ್ದ ಕರಿಗಲ್ಲಿನ ಮೇಲೆ ಕುಳಿತು ವಿರಮಿಸತೊಡಗಿದರು.

ಸೂರ್ಯನ ಬಿಸಿಲಿಗೆ ಅರೆನಗ್ನತೆಯಲ್ಲಿರುವ ಶ್ರೀನಿವಾಸರ ದೇಹಸಿರಿಯ ಕಾಂತಿ ಹವಳದ ದಿಣ್ಣೆಯಂತೆ ಹೊಳೆಯುತ್ತಿತ್ತು. ಕೇಶರಾಶಿಗಳಿಂದ ಆವರಿಸಿರುವ ಆ ದೇಹ ಸಂ'ಜಯ'ನೊಳಗಿನ ದಾಹ ಮತ್ತಷ್ಟು ಹೆಚ್ಚಿಸಿತ್ತು. ನಿರ್ಜನ ಪ್ರದೇಶದಲ್ಲಿ ನಾವಿಬ್ಬರು ಬೆರೆತರೆ ಯಾರು ತಾನೇ ನೋಡಿಯಾರು? ಪ್ರಕೃತಿ ಇಂದಾದರೂ ನಮ್ಮಿಬ್ಬರನ್ನು ತನ್ನ ಮಡಿಲಿಗೆ ಹಾಕಿಕೊಂಡು ನನ್ನಾಸೆ ಈಡೇರಿಸಿಕೊಳ್ಳಲು ಅನುವು ಮಾಡಿಕೊಡಲಿ. ಬದುಕಿನುದ್ದಕ್ಕೂ ಈ ನೀಲಿಹೊಳೆ ಪಲಾಶದ ಮರಕ್ಕಿಂತಲೂ ನವಿರಾದ ನೆನಪುಗಳನ್ನು ಉಣಬಡಿಸಲಿ ಎಂದು ಹಾತೊರೆಯುತ ಅವನೊಳಗಿನ ಜಯ ಶ್ರೀನಿವಾಸರನ್ನು ತಬ್ಬಿಕೊಳ್ಳಲು ಮುಂದೆ ಹೆಜ್ಜೆ ಇಡುತ್ತಿದ್ದರೆ, ಸಂಜಯ ತರಂಗಗಳಂತೆ ಏಳುತ್ತಿದ್ದ ಭಯಕ್ಕೆ ಹಿಂದಡಿ ಇಡುತ್ತಿದ್ದ. ಅವಳು ಬಾ.. ಎಂದು ಕರೆದರೆ ಇವನು ಬೇಡವೆಂದು ಹೆಜ್ಜೆ ಕದಲಿಸಲಿಲ್ಲ. ಅವನೊಳಗಿನ ಅವಳ ಜೊತೆಗಿನ ಸಂಘರ್ಷದಲ್ಲಿ ಅವನು ನಿಂತಲ್ಲೇ ನಿಯಂತ್ರಣಕ್ಕಾಗಿ ಹೆಣಗಾಡುತ್ತಲೇ ಇದ್ದ. ಸೊಂಪಾಗಿ ಬೀಸುವ ಗಾಳಿಗೆ ಕೆಲವೇ ನಿಮಿಷದಲ್ಲೇ ಶ್ರೀನಿವಾಸರ ಮೈ ಒಣಗಿತ್ತು. ಪಕ್ಕದಲ್ಲಿದ್ದ ಬಟ್ಟೆಗಳನ್ನು ಸರಸರನೇ ಧರಿಸಿ "ಹೊತ್ತಾಗಿದೆ, ಇಲ್ಲೇ ಹತ್ತಿರದಲ್ಲಿ ಎಲ್ಲಾದರೂ ರೆಸ್ಟೋರೆಂಟ್ ಇದ್ದರೆ ಊಟ ಮುಗಿಸಿಕೊಂಡು ಮನೆಗೆ ಹೋಗೋಣ ನಡೆಯಿರಿ ಜಯ್" ಎಂದು ತಮ್ಮ ಕಾರಿನತ್ತ ತೆರಳಿದರು. ಸಂ'ಜಯ' ಹತಾಶೆಯಿಂದ ಮರದ ಬೊಡ್ಡೆಗೆ ಕುಸಿದು ಕುಳಿತ. ಉಕ್ಕಿಬಂದ ಸಿಟ್ಟಿನಲ್ಲಿ ನೆಲಕ್ಕೆ

ಜೋರಾಗಿ ಗುದ್ದಿ ತನ್ನಾಸೆಯ ಈಡೇರಿಸದ ಪ್ರಕೃತಿಗೆ ಹಿಡಿಶಾಪ ಹಾಕಿದ. ತನ್ನ ಬಾಸ್ ಹಿಂತಿರುಗಿ ನೋಡಿದರೆ! ವಿಧಿಯಿಲ್ಲದೇ ಎದ್ದು ಶಪಿಸುತ್ತಲೇ ಭಯದಿಂದ ಶ್ರೀನಿವಾಸರ ಹಿಂದೆ ಓಡತೊಡಗಿದನು.

ರಂಗಾದ ಸಂಜೆಯ ವೇಳೆ ಸೂರ್ಯಾಸ್ತದ ಸೊಬಗನ್ನು ಆಸ್ವಾದಿಸುತ್ತ ಈ ದಿನ ಸಂಪನ್ನವಾಯಿತೆಂದು ಶ್ರೀನಿವಾಸ್ ಮೈಮುರಿಯುತ್ತಿದ್ದರೆ ಸಂಜಯ ನನ್ನಾಸೆ ಈಡೇರುವ ದಿನ ಮತ್ತೆಂದು ಬರುವುದೋ ಎಂಬ ಬೇಸರದಿಂದ ಕಾರು ಓಡಿಸತೊಡಗಿದ. ಬಂಡುಣಿ ಮಕರಂದವ ಅರಸಿ ಹೂದೋಟಕ್ಕೆ ಹಾರಿದಂತೆ ಕತ್ತಲಾಗುವ ವೇಳೆಗೆ ಸಂಜಯ ಶ್ರೀನಿವಾಸ್ ಇಬ್ಬರೂ ಫೈವ್ ಸ್ಟಾರ್ ರೆಸ್ಟೋರೆಂಟ್ ತಲುಪಿದ್ದರು. ಹೋಟೆಲಿನ ಪ್ರವೇಶದ್ವಾರದ ಬಳಿ ಸುಂದರ ತರುಣಿಯೊಬ್ಬಳು 'ವೆಲ್ ಕಮ್' ಎಂಬ ಬೋರ್ಡ್ ಹಿಡಿದು ಬರುವವರಿಗೆಲ್ಲಾ ಮುಗುಳುನಗೆಯೊಂದಿಗೆ ಸ್ವಾಗತಿಸುತ್ತಿದ್ದಳು. ಅವಳ ಬಳಿಗೆ ಹೋದ ಶ್ರೀನಿವಾಸ್ "ಕೋಡ್ ಪ್ಲೀಸ್" ಎಂದು ಕೇಳಿದ. ಅವಳು ಮಾದಕನೋಟ ಬೀರಿ "005" ಎಂದು ಹೇಳಿ ನಕ್ಕಳು. ಒಡನೆಯೇ ತನ್ನ ಜೇಬಿನಿಂದ ಐದುಸಾವಿರ ರೂಪಾಯಿ ಹಣ ಹೊರತೆಗೆದು ಅವಳ ಕೈಗಿತ್ತು 'ಬುಕ್' ಎಂದು ಹೇಳಿ ಒಳಗೆ ಹೋದ. ಆದರೆ ಸಂಜಯನಿಗೆ ಅದೇನೆಂದು ಅರ್ಥವಾಗಲೇ ಇಲ್ಲ. ತಲೆ ಕೆರೆದುಕೊಳ್ಳುತ ಕುರಿಯಂತೆ ತನ್ನ ಬಾಸ್‌ನ ಹಿಂಬಾಲಿಸಿದನು.

ಸುಸಜ್ಜಿತ ಎಸಿ ಕೋಣೆಯೊಂದರಲ್ಲಿ ಅಲಂಕೃತಗೊಂಡ ಸೋಫಾದ ಮೇಲೆ ಹೋಗಿ ಕುಳಿತ ಶ್ರೀನಿವಾಸ್ ತನ್ನೆದುರು ಕೈಕಟ್ಟಿಕೊಂಡು ನಿಂತಿರುವ ಸಂಜಯನ ನೋಡಿ "ಓಹ್! ಗಾಡ್, ನೀವು ತುಂಬಾ ನಾಚಿಕೊಳ್ಳುವ ಮನುಷ್ಯ. ಗಂಡಸಿಗೇಕೆ ಇಷ್ಟೊಂದು ನಾಚಿಕೆ? ಬನ್ನಿ ಕುಳಿತುಕೊಳ್ಳಿ" ಎಂದು ಮುಗುಳುನಕ್ಕರು. ಸಂಕೋಚದಿಂದ ಉಗುರು ಕಚ್ಚಿಕೊಂಡು ಮೆತ್ತನೆಯ ಆಸನದ ಮೇಲೆ ಕುಳಿತ ಸಂಜಯ ತನ್ನ ತಂದೆ ಸತ್ಯನಾರಾಯಣ ಹಾಗೂ ಶ್ರೀನಿವಾಸರನ್ನು ತುಲನೆ ಮಾಡತೊಡಗಿದ. ಸದಾಕಾಲ ಪುಸ್ತಕ, ಪತ್ರಿಕೆ ಕೈಯಲ್ಲಿ ಹಿಡಿದು ಓದುವುದರಲ್ಲಿಯೇ ಸ್ವರ್ಗ ಕಾಣುತ ಸಂಸಾರದ ಬಗ್ಗೆ ಆಲೋಚಿಸುವ ನನ್ನ ತಂದೆ ಎಲ್ಲಿ? ಕ್ಲಬ್ಬು, ರೆಸ್ಟೋರೆಂಟು ಅಂತ ಸುತ್ತಾಡುತ ವಿಲಾಸಿ ಜೀವನ ನಡೆಸುವ ತನ್ನ ಬಾಸ್ ಎಲ್ಲಿ? ಇಬ್ಬರೂ ಐವತ್ತು ದಾಟಿರುವವರೇ! ಆದರೆ ಆಲೋಚನೆ, ಅಭಿರುಚಿಗಳೇ ಬೇರೆ ಬೇರೆ. ನಾನೂ ಹೀಗೆ ಇವರ ಜೊತೆಗೆ ಸುತ್ತಾಡುತ ಧೂಮಪಾನ, ಮದ್ಯಪಾನ ಮಾಡುವುದು ಕಲಿತುಬಿಟ್ಟರೇ! ಎಂದು ಆಲೋಚಿಸುತ್ತಿರುವ ವೇಳೆಗೆ

"ಐಯಾಮ್ ಡಬಲ್ ಜೀರೋ ಫೈವ್" ಎಂಬ ಧ್ವನಿ ಕೇಳಿಸಿತು. ಶ್ರೀನಿವಾಸ್ "ಕಮ್ ಪ್ಲೀಸ್" ಎಂದು ಹೇಳುತ್ತಿದ್ದಂತೆ ಆ ತರುಣಿ ಸೊಂಟ ಬಳಕಿಸುತ ಒಳಗೆ ಬಂದು ನೇರವಾಗಿ ಶ್ರೀನಿವಾಸರ ತೊಡೆಯ ಮೇಲೆ

ಕುಳಿತುಕೊಂಡಳು. ಆ ದೃಶ್ಯ ನೋಡಿ ಸಂಜಯನಿಗೆ ಕರೆಂಟ್ ಶಾಕ್ ಹೊಡೆದಂತಾಯಿತು. ಅವಳು ಲಿಪ್ಸ್ಟಿಕ್ ಮೆತ್ತಿಕೊಂಡಿರುವ ಕೆಂದುಟಿಯ ಕಚ್ಚಿಕೊಂಡು ಶ್ರೀನಿವಾಸರ ಗಲ್ಲ ಸವರುತ್ತ "ಏನು ಬೇಕು?" ಎಂದಳು. "ಟು ಡೇವಿಡ್ ಆಫ್ ಸೀಗರೇಟ್, ಮೆಕಲನ್ 1926 ಒನ್ ವಿಸ್ಕಿ ವಿತ್ ಸ್ನ್ಯಾಕ್ಸ್ ಅಂಡ್ ಫೈನಲಿ ಬಿರಿಯಾನಿ. ಇವರಿಗೆ ಓನ್ಲಿ ಕೂಲ್ಡ್ರಿಂಕ್ ಅಂಡ್ ವೆಜ್ ಬಿರಿಯಾನಿ" ಎಂದು ತನಗೆ ತೋಚಿದ ಐಟಂಗಳಿಗೆ ಆರ್ಡರ್ ಮಾಡಿದರು. ಇಷ್ಟು ದಿನಗಳ ನಂತರ ಸಂಜಯನಿಗೆ ಇಂದು ಶ್ರೀನಿವಾಸರ ಮತ್ತೊಂದು ವದನ ಪರಿಚಯವಾಗಿತ್ತು. ನನ್ನ ಬಾಸ್ ತುಂಬಾ ಮುಂದುವರೆದಿದ್ದಾರೆ. ನನ್ನೆದುರೇ ಚೂರು ನಾಚಿಕೆಯಿಲ್ಲದೇ ಆ ಯುವತಿಯನ್ನು ತೊಡೆಯ ಮೇಲೆ ಕೂರಿಸಿಕೊಂಡರಲ್ಲಾ! ಇನ್ನೂ ನನ್ನ ಅರಿವಿಗೆ ಬರದಂತೆ ಒಳಗೊಳಗೆ ಏನೇನು ನಡೆಯುತ್ತಿದೆಯೋ! ಎಂಬ ಸಂಶಯದಿಂದ ಸೋಫಾ ಚಿವುಟುತ ಕುಳಿತ. ಶ್ರೀನಿವಾಸರು ಮಾಡಿದ ಆರ್ಡರ್ ಕೇಳಿ ಆ ತರುಣಿ "ಓಹ್ ಸರ್, ಈಗ ಬಂದೆ" ಎಂದು ಅಲ್ಲಿಂದ ಎದ್ದು ಹೋಗುವಾಗ ಸಂಜಯನ ಕೆನ್ನೆ ಸವರಿ "ವೆರಿ ಅಂಗ್ರೀ ಫೆಲ್ಲೋ" ಎಂದು ನಕ್ಕು ಹೋದಳು.

ಶ್ರೀನಿವಾಸ್ ಅಪರೂಪಕ್ಕೊಮ್ಮೆ ಡ್ರಿಂಕ್ಸ್ ಮಾಡುವ ಹವ್ಯಾಸ ಬೆಳೆಸಿಕೊಂಡಿದ್ದರು. ನೋವಿನಿಂದ ನರಳುತ್ತಿರುವ ಈ ಜಗತ್ತಿನ ನತದೃಷ್ಟರ ಪಾಲಿಗೆ ಮದಿರೆಯೇ ಮದ್ದೆಂಬುದು ಅವರ ನಂಬಿಕೆಯಾಗಿತ್ತು. ಒಮ್ಮೆ ಕುಡಿಯಲು ಕುಳಿತರೆ ತಮ್ಮೆದುರು ಸ್ವರ್ಗ ಸೃಷ್ಟಿಸಿಕೊಳ್ಳುವ ನಿಪುಣರು. ಇಂದೂ ಸಹ ರೆಸ್ಟೋರೆಂಟಲ್ಲಿ ಹೊಟ್ಟೆ ಬಿರಿಯುವಂತೆ ಬಿರಿಯಾನಿ ಉಂಡು, ಮನಸಾರೆ ಮದಿರೆ ಹೀರಿದ್ದರಿಂದ ಅವರ ಪಾಲಿನ ಸ್ವರ್ಗ ಕಾಲುಗಳ ಕೆಳಗೆ ತೂರಿತ್ತು. ಕೊಟ್ಟ ಕೂಲಿಗೆ ತಕ್ಕಂತೆ ಆ ತರುಣಿಯೂ ಸಹ ಶ್ರೀನಿವಾಸರು ಸಂತೃಪ್ತಗೊಳ್ಳುವಂತೆ ಸೇವೆ ಮಾಡಿದ್ದಳು. ತುಂಡುಡುಗೆ ತೊಟ್ಟಿದ್ದ ಆ ತರುಣಿ ಶ್ರೀನಿವಾಸರನ್ನು ತಬ್ಬಿ ಅವರ ಕೆನ್ನೆ ಸವರುವಾಗ ಸಂಜಯನಿಗೆ ವಿಪರೀತ ಕೋಪ ಬರತೊಡಗಿತು. ಅವಳ ಜಡೆ ಹಿಡಿದು ಎಳೆದು ಬಿಸಾಕಬೇಕು, ಅದಕ್ಕವಳು ಜಗ್ಗದೇ ಇದ್ದರೆ ಕೆನ್ನೆಗೆರಡು ಚಟಾರನೇ ಬಿಡಬೇಕೆಂದು ತುದಿಗಾಲ ಮೇಲೆ ನಿಂತಿದ್ದವನಿಗೆ ಕೆಂಪೇರಿರುವ ತನ್ನ ಬಾಸ್‌ನ ವದನ ಸಮಾಧಾನಗೊಳಿಸಿತ್ತು. ತನ್ನೆದುರಿಗಿದ್ದ ಮಧುಬಟ್ಟಲು ಖಾಲಿಯಾಗುತ್ತಿದ್ದಂತೆ ಶ್ರೀನಿವಾಸರಿಗೆ ತುಸು ನಶೆ ಏರಿ ಎದ್ದು ಜೋಲಾಡುತ್ತ ತಮ್ಮ ಕಾರಿನತ್ತ ಹೊರಟರು. ಆ ವೇಳೆಗೆ ಬಿಲ್ ಜೊತೆಗೆ ಸಂಜಯನೆದುರು ಪ್ರತ್ಯಕ್ಷಳಾದ ಆ ತರುಣಿ ತನ್ನನ್ನೇ ತಿನ್ನುವಂತೆ ನೋಡುತ್ತಿರುವ ಅವನ ತುಟಿಗಳನ್ನು ತನ್ನ ಕೈ ಬೆರಳಿನಿಂದ ಸವರಲು ಹೋದಳು. ಮೊದಲೇ ರೊಚ್ಚಿಗೆದ್ದಿದ್ದ ಸಂಜಯ "ಡೋಂಟ್ ಟಚ್ ಮಿ" ಎಂದು ಗುಡುಗಿ ಸರಕ್ಕನೇ ಅವಳ ಕೈಯಲ್ಲಿದ್ದ ಬಿಲ್ ಕಿತ್ತುಕೊಂಡ. ಅವನ ವರ್ತನೆಯಿಂದ ಕುಪಿತಳಾದ

ಆ ತರುಣಿ “ನೀನೊಬ್ಬ ಚೂರೂ ರಸಿಕತೆಯಿಲ್ಲದ ಅರಸಿಕ” ಎಂದು ಮುಖಕ್ಕೆ ಹೊಡೆದ ಹಾಗೆ ಹೇಳಿದಳು. ಅವಳ ಮಾತಿಗೆ ಜ್ವಾಲಾಮುಖಿಯಾದ ಸಂಜಯ “ನಿನ್ನಂತವಳ ಮುಂದೆ ರಸಿಕತೆ ತೋರಿಸಿಕೊಳ್ಳುವ ದರ್ದು ನನಗೆ ಬಂದಿಲ್ಲ” ಎಂದು ರಿವರ್ಸ್ ಟಾಂಗ್ ಕೊಟ್ಟವನೇ ಕ್ಯಾಶಿಯರ್ ಬಳಿ ಬಿಲ್ ಪಾವತಿಸಿ ತನ್ನ ಬಾಸನ್ನು ಮನೆಗೆ ತಲುಪಿಸಲು ಹೊರಟ.

ಗಾಢವಾದ ಕತ್ತಲನ್ನು ಸೀಳಿಕೊಂಡು ಕಾರು ಮುಂದೆ ಚಲಿಸುತ್ತಿತ್ತು. ಆ ಕತ್ತಲಿನಲ್ಲೇ ಸಂಜಯ ತನ್ನ ಪಕ್ಕ ಕುಳಿತಿರುವ ಶ್ರೀನಿವಾಸರನ್ನೊಮ್ಮೆ ದಿಟ್ಟಿಸಿ ನೋಡಿದ. ಅರೆನಿದ್ರಾವಸ್ಥೆಯಲ್ಲಿದ್ದ ಅವರ ವದನ ಅಪರಾಹ್ನ ಬಾಡಿಹೋಗಿದ್ದ ಸಂಜಯನ ಆಸೆಗಳಿಗೆ ನೀರೆರೆಚಿತ್ತು. ಇದೇ ಒಳ್ಳೆಯ ಸಮಯ, ಆಗಿದ್ದು ಆಗಲಿ, ನನ್ನಾಸೆ ಇಂದು ಈಡೇರಿಯೇ ತೀರಲಿ ಎಂದು ಸಂ'ಜಯ' ತನ್ನೊಳಗಿನ ಭಯವನ್ನೆಲ್ಲಾ ಒದ್ದೋಡಿಸ ತೊಡಗಿದ. ನಿಧಾನವಾಗಿ ಅವನ ಆಸೆಗಳು ಬಾಣಲೆಯ ಮೇಲಿನ ಪೋಪ್‌ಕಾರ್ನ್‌ನಂತೆ ಪುಟಿಯತೊಡಗಿದವು. ಅವುಗಳನ್ನು ಹತ್ತಿಕ್ಕಲಾಗದೇ ಹೇಗೆ ಮುಂದುವರೆಯುವುದೆಂದು ಚಡಪಡಿಸುತ್ತಿದ್ದ. ಶ್ರೀನಿವಾಸ್ ಕುಡಿತದ ಮಂಪರಿನಲ್ಲೇ ಸಂಜಯನ ವದನವನ್ನೊಮ್ಮೆ ನೋಡಿದರು. ಕತ್ತಲ ರಾತ್ರಿಯಲ್ಲೂ ಕಾರ್ ಲೈಟಿನ ನಸು ಬೆಳಕಿನಲ್ಲಿ ಕೆನ್ನೆಗಳು ಕೆಂಪೇರಿದ್ದು ಗೋಚರಿಸಿತು. ರಂಗೇರಿರುವ ಆ ಕೆನ್ನೆಗಳಿಗೊಮ್ಮೆ ನಯವಾಗಿ ತಟ್ಟಿ 'ಕೂಲ್ ಬೇಬಿ' ಎಂದು ಮುಗುಳುನಗೆ ಬೀರಿದರು. ಸಂ'ಜಯ' ಕೂಲ್ ಆಗುವ ಬದಲು ಕಾವಿಗೆ ಕುಳಿತ ಕೋಳಿಯಂತೆ ಮತ್ತಷ್ಟು ಹೀಟ್ ಆದ. ಶ್ರೀನಿವಾಸರು ಮೈಸಡಿಲಿಸಿ ಕಾರಿನ ಸೀಟಿಗೆ ತಲೆಕೊಡುತ್ತಿದ್ದಂತೆ ನಿದ್ರೆ ಬರಸೆಳೆದುಕೊಂಡಿತು. ಸುತ್ತಲೂ ಕವಿದ ಕತ್ತಲ ನಡುವೆ ಕಾರು ನಿಧಾನವಾಗಿ ಚಲಿಸುತಿತ್ತು. ವೇಗ ಹೆಚ್ಚಾದರೆ ಈ ಸುಸಮಯವೂ ಕಳೆದುಹೋಗಿ ಬಿಡುತ್ತದೆ ಎಂಬ ಸಂಜಯನ ಲೆಕ್ಕಾಚಾರ ಸವೆಸಬೇಕಾದ ಹಾದಿಯ ಧೀರ್ಘಗೊಳಿಸಿತ್ತು. ಪಯಣ ಸಾಗಿದಂತೆ, ಕ್ಷಣಗಳು ಉರುಳಿದಂತೆ ಶ್ರೀನಿವಾಸರು ತೂಕಾಡಿಸುತ್ತ ಸೀಟನ್ನು ತೊರೆದು ಸಂಜಯನ ಭುಜವನ್ನೇ ತಲೆದಿಂಬನ್ನಾಗಿಸಿಕೊಂಡರು.

ಮಧುರಾತೀತ ಮಧುರ! ಆ ಒಂದು ಕ್ಷಣ...ಸಂ'ಜಯ'ನ ಕಾಯದ ರೋಮರೋಮಗಳು ಚಕಿತಗೊಂಡಂತಾದವು. ಅರಿವಿಲ್ಲದೇ ಏರ್ಪಟ್ಟ ಆ ಸ್ಪರ್ಶಕ್ಕೆ ಸಂಜಯನ ಎದೆಬಡಿತ ಹೆಚ್ಚಾಗಿ ಕಂಪಿಸುವ ಕೈಯಿಂದ ಕಾರಿನ ವೇಗ ಮತ್ತಷ್ಟು ತಗ್ಗಿಸಿದ. ಪುಟ್ಟ ಮಗುವಿನಂತೆ ಸಂಜಯನ ಭುಜಕ್ಕೆ ಆದುಕೊಂಡು ಮಲಗಿರುವ ಶ್ರೀನಿವಾಸ್ ಆ ಭುಜದ ಸ್ಥಳ ಮತ್ತಷ್ಟು ಆಕ್ರಮಿಸಿಕೊಳ್ಳಲು ಮುಖದಿಂದ ಆಗಾಗ ತೀಡುತ್ತಿದ್ದರು. ಟ್ರಿಮ್ ಮಾಡಿರುವ ಆ ಮೀಸೆಯ ಮೊನಚಾದ ಕೂದಲುಗಳು ಸಂಜಯನ ರಟ್ಟೆಗಳಿಗೆ ಪ್ರಚೋದಿಸುವಂತೆ ಚುಚ್ಚಿ ಅವನ ಉದ್ರೇಕವನ್ನು ಹೆಚ್ಚಿಸಿದ್ದವು. ಮುಂದೆ ಕಾರ್ ಓಡಿಸಲು ಅವನ

ಮನಸ್ಸು ಸುತಾರಾಂ ಒಪ್ಪಲಿಲ್ಲ. ನಿರ್ಜೀವ ಕಾರು ಸಹ ತನ್ನೊಡೆಯನ ಆಸೆಗಳ ಪೂರೈಕೆಗಾಗಿ ಅವನೆದೆರು ತನ್ನನ್ನು ಸಂಪೂರ್ಣ ಸಮರ್ಪಿಸಿಕೊಂಡಿತ್ತು. ಆಗಿದ್ದಾಗಲೆಂದು ತುಸು ಧೈರ್ಯ ತಂದುಕೊಂಡ ಸಂ'ಜಯ' ರಸ್ತೆಯ ಆಚೆಗೆ ಚಾಚಿಕೊಂಡಿದ್ದ ಕಿರುಹಾದಿಯೆಡೆಗೆ ಕಾರನ್ನು ತಿರುಗಿಸಿ ನಿಧಾನವಾಗಿ ಗೇರ್ ಹಾಕಿ ನಿಲ್ಲಿಸಿದ. ಶ್ರೀನಿವಾಸ್ ನಿದ್ರಾದೇವಿಯ ಮಡಿಲಿನಲ್ಲಿದ್ದ ಕಾರಣ ಕಾರು ನಿಲ್ಲಿಸಿದ್ದು ಅವರ ಅರಿವಿಗೆ ಬರಲಿಲ್ಲ. ಕುಡಿದ ನಶೆ ಅಷ್ಟೇನೂ ಏರಿರದಿದ್ದರೂ ಸಂಜಯನ ಹೆಗಲಿಗೆ ಒರಗಿಕೊಂಡಿದ್ದವರು ಕಣ್ತೆರೆದು ನೋಡಲೇ ಇಲ್ಲ.

ಸಂಜಯ ಓರೆಗಣ್ಣಿನಿಂದ ಶ್ರೀನಿವಾಸರನ್ನೊಮ್ಮೆ ದಿಟ್ಟಿಸಿ ನೋಡಿದ. ಅವರ ವದನ ಅವನನ್ನು ಅರಸಿ ಬಂದ ಪ್ರೇಮಿಯಂತೆಯೇ ತೋರುತಿತ್ತು. ಸರಸ ಸಲ್ಲಾಪದಲ್ಲಿ ಮುಳುಗಿ ಈ ಜಗತ್ತನ್ನೇ ಮರೆಯಬೇಕೆನ್ನುವ ಸಂ'ಜಯ'ನ ಅದಮ್ಯ ಬಯಕೆ ಇಂದು ಈಡೇರಬಹುದಾದ ಲಕ್ಷಣ. ಇಂತಹಾ ರಸಘಳಿಗೆಗೋಸ್ಕರ ಅದೆಷ್ಟೋ ದಿನಗಳಿಂದ ಅವನು ಚಾತಕ ಪಕ್ಷಿಯಂತೆ ಕಾಯುತ್ತಿದ್ದ. ನೂರಾರು ಬಾರಿ ಎಂತೆಂಥಹ ಅವಕಾಶಗಳು ಎದುರಾದರೂ 'ಕೈಗೆ ಬಂದ ತುತ್ತು ಬಾಯಿಗೆ ಬರಲಿಲ್ಲ' ಎನ್ನುವಂತೆ ಸ್ವಲ್ಪದರಲ್ಲೇ ಕೈಜಾರಿ ಹೋಗುತ್ತಿದ್ದವು. ಇಂದು ಬೆಳಿಗ್ಗೆ ನೀಲಿಹೊಳೆಯ ಬಳಿ ನಿರಾಸೆಯಾದರೂ ಈಗ ಹಾಗಾಗಲಿಲ್ಲ. ತನ್ನ ಬಾಸ್ ಡ್ರಿಂಕ್ಸ್ ನಶೆಯಲ್ಲಿ ತೇಲುತ್ತಿದ್ದಾರೆಂಬ ಸಂಜಯನ ನಂಬಿಕೆ ಬಲಪಡಿಸುವಂತೆ ಶ್ರೀನಿವಾಸ್ ನಿದ್ರೆಯ ಮಂಪರಿನಲ್ಲಿದ್ದರು. ಅವರ ಬಿಸಿ ಉಸಿರು ನೇರವಾಗಿ ಸಂಜಯನ ಗಲ್ಲವನ್ನು ಸೋಕುತಿತ್ತು. ಅದು ಕೇವಲ ಬಿಸಿ ಉಸಿರಲ್ಲ, ಚುಂಬನದ ಹೂಮಳೆಗೆರೆಯುತ ಮತ್ತೇರಿಸುತ್ತಿರುವ ಮಾದಕ. ಆ ಉಸಿರಿನಿಂದಲೇ ಇವನ ಮನದ ಆಸೆಯ ಜೋಕಾಲಿ ಜೀಕುತ್ತಲೇ ಇತ್ತು. ಒಂದೊಂದು ಬಿಸಿ ಉಸಿರಿನ ಕಾವಿಗೂ ಸಂ'ಜಯ'ನೊಳಗಿನ ಅವಳು ಪೂರ್ಣರೂಪ ಪಡೆಯತೊಡಗಿದಳು.

'ಗಾಳಿ ಬಂದಾಗಲೇ ತೂರಿಕೊಳ್ಳಬೇಕು' ಹೌದು; ಇದೇ ಒಳ್ಳೆಯ ಕಾಲ. ಒಂದೇ ಒಂದು ಬಾರಿಯಾದರೂ ನನ್ನಾಸೆ ತೀರಿಸಿಕೊಳ್ಳಲೇ ಬೇಕು. ಅದು ಈ ರೀತಿ ಅಡ್ಡದಾರಿಯ ಮೂಲಕವಾದರೂ ಪರವಾಗಿಲ್ಲ ಎಂಬ ಗಟ್ಟಿ ನಿರ್ಧಾರದೊಂದಿಗೆ ಸಂಜಯ ತನ್ನೊಳಗೆ ಗೂಡು ಕಟ್ಟಲು ತವಕಿಸುತಿದ್ದ ಭಯವನ್ನು ಹೊಡೆದೋಡಿಸಿದ. ಮೆಲ್ಲಗೆ ಶ್ರೀನಿವಾಸರ ಶರ್ಟಿನ ಒಂದೆರಡು ಗುಂಡಿಗಳನ್ನು ಬಿಚ್ಚಿ ಎದೆಯ ಮೇಲೆ ಗಾಳಿಯಾಡುವಂತೆ ಅಂಗಿಯನ್ನು ಸಡಿಲಗೊಳಿಸಿದ. ರೇಶಿಮೆಯಂತಹ ಆ ಎದೆಗೂದಲುಗಳು ಅವನನ್ನು ಮತ್ತಷ್ಟು ಕೆರಳಿಸಿದವು. ತನ್ನನ್ನು ತಾನು ಮರೆತು ಆ ಕೂದಲುಗಳ ನಡುವೆ ಕೈಯಾಡಿಸತೊಡಗಿದ. ನಿಧಾನವಾಗಿ ಅವನ ದೃಷ್ಟಿ ಶ್ರೀನಿವಾಸರ ಗುಲಾಬಿಯಂತಹ ತುಟಿಗಳತ್ತ ಹರಿಯಿತು. ಅದೇ ತುಟಿಗಳು ಪಲಾಶದ

ಮರದ ಕೆಳಗೆ ಇವನ ಚುಂಬಿಸಿದ್ದದ್ದು ನೆನಪಾಯಿತು. ಸಂಜಯ ಸಂಪೂರ್ಣ ಮರೆಯಾಗಿ ಅವನೊಳಗಿನ ಅವಳು ಈಗ ಅಕ್ಷರಶಃ ತನ್ನಾಸೆಯ ಪೂರೈಸಿಕೊಳ್ಳಲು ತುದಿಗಾಲ ಮೇಲೆ ನಿಂತಿದ್ದಳು. ಧೀರ್ಘ ಕಾಯುವಿಕೆಯ ತಪಸ್ಸಿನ ಫಲವೇ ಈ ಸಂದರ್ಭದ ಸೃಷ್ಟಿ.

ಸಂಜಯನೊಳಗಿನ 'ಜಯ' ಶ್ರೀನಿವಾಸರು ಮೈಸೂರಿನ ರೂಕೋ ಬ್ರ್ಯಾಂಚಿಗೆ ಬಂದಾಗಿನಿಂದಲೂ ಬಯಕೆಗಳ ಬೆನ್ನೇರಿ, ನಿರಂತರವಾಗಿ ನಿರಾಸೆಗಳೆಂಬ ಸೋಲುಗಳ ಸರಮಾಲೆ ಹೊದ್ದು ಇಂದು ಜಯದ ಹೊಸ್ತಿಲಿಗೆ ಬಂದು ನಿಂತಿದ್ದಳು. ಇಷ್ಟು ದಿನ ಸತಾಯಿಸಿದ ಈ ಮಧು ತುಂಬಿದ ತುಟಿಗಳನ್ನು ಚುಂಬಿಸಿಯೇ ತೀರುವೆ ಎಂಬ ಗರ್ವದೊಂದಿಗೆ ಶ್ರೀನಿವಾಸರ ತುಟಿಗಳನ್ನು ಚುಂಬಿಸಿದನು(ಳು). ಎದೆಯ ಮೇಲಿನ ಕೈ ಈಗ ನಿಧಾನವಾಗಿ ತಲೆಗೂದಲುಗಳ ನಡುವೆ ಅತ್ತಿತ್ತ ಓಡಾಡ ತೊಡಗಿತು. ತಮ್ಮ ನಿದ್ರೆಗೆ ಭಂಗವಾದಂತಾಗಿ ಶ್ರೀನಿವಾಸ್ ತುಸು ಕೊಸರಾಡಿದರು. ಆದರೂ ಸಂ'ಜಯ' ಚುಂಬಿಸುವುದನ್ನು ನಿಲ್ಲಿಸಲಿಲ್ಲ. ಚೂರು ಗಾಳಿಯಾಡಲೂ ಅವಕಾಶವಿಲ್ಲದಂತೆ ನಾಲ್ಕು ತುಟಿಗಳು ಸಂಧಿಸಿದ್ದವು.

ಸರಾಗವಾಗಿ ಉಸಿರಾಡಲು ತುಸು ಕಷ್ಟವೆನಿಸುತ್ತಿದ್ದಂತೆ ಕಣ್ತೆರೆದ ಶ್ರೀನಿವಾಸ್ ತನ್ನ ಚುಂಬಿಸುತ್ತಿರೋ ಸಂ'ಜಯ'ನನ್ನು ಬಲವಾಗಿ ಹಿಂದಕ್ಕೆ ನೂಕಿದರು. ತನ್ನಾಸೆಯನ್ನು ಪೂರ್ಣವಾಗಿ ಈಡೇರಿಸಿಕೊಳ್ಳಲಾಗದೇ 'ಜಯ' ಮತ್ತದೇ ನಿರಾಸೆಯಿಂದ ಮರೆಯಾಗಿ ಸಂಜಯ ಎಚ್ಚರಗೊಂಡಿದ್ದ. ಶ್ರೀನಿವಾಸ್ ಒದ್ದೆಯಾಗಿರೋ ತನ್ನ ತುಟಿಗಳನ್ನು ಕರವಸ್ತ್ರದಿಂದ ಒರೆಸಿಕೊಳ್ಳುತ ಬಿಚ್ಚಿರುವ ಅಂಗಿಯ ಗುಂಡಿಗಳು, ಸಡಿಲವಾಗಿರುವ ಪ್ಯಾಂಟಿನ ಬೆಲ್ಟನ್ನು ನೋಡಿ ಆವೇಶದಿಂದ "ವಾಟ್ ಈಸ್ ದಿಸ್" ಎಂದು ಗುಡುಗಿದರು. ಅವರ ಮುಖದ ಮೇಲಿನ ಆ ಭಯಂಕರ ಸಿಟ್ಟು ಕಂಡು ಬೆಚ್ಚಿಬಿದ್ದ ಸಂಜಯ "ಸರ್, ಅದು...ಅದು" ಎಂದು ತಲೆಕೆರೆದುಕೊಳ್ಳುತ ಉತ್ತರಿಸಲು ಚಡಪಡಿಸತೊಡಗಿದ. ಕುಡಿತದಿಂದ ಕೆಂಪಾಗಿದ್ದ ಶ್ರೀನಿವಾಸರ ಕಣ್ಣುಗಳು ಈಗ ಅಕ್ಷರಶಃ ಬೆಂಕಿ ಉಗುಳುವಂತೆ ಕಾಣತೊಡಗಿದವು. ಬೆವೆತಿರುವ ಸಂಜಯನ ವದನ ಕಂಡು ಉಕ್ಕಿಬಂದ ರೋಷವನ್ನು ಹತ್ತಿಕ್ಕಿದ ಶ್ರೀನಿವಾಸ್ "ಪ್ಲೀಸ್, ನನ್ನನ್ನು ಮೊದಲು ಮನೆಗೆ ಡ್ರಾಪ್ ಮಾಡಿ" ಎಂದು ಕೈ ಮುಗಿದರು.

"ನೆನಪಿನಲ್ಲಿಡಬೇಕು ಈ ದಿನ
ಎಂದು ಬಯಸಿತ್ತು ಸಂಜಯನ ಮನ
ಆದರೆ ಆಗಿದ್ದೇ ಬೇರೆ...ಸಂಜಯನ ಪರಿಸ್ಥಿತಿ ಕಂಡು ಮರುಗಿದವೇ ಆ ಬಾನ ತಾರೆ!"

ಸಂಜಯನಿಗೆ ಮರುಮಾತನಾಡುವ ಧೈರ್ಯವಿರಲಿಲ್ಲ. ತಾನೀಗ ಏನೇ ಸಮಜಾಯಿಷಿ ಕೊಟ್ಟರೂ ಅದನ್ನು ಬಾಸ್ ಕಿವಿಗೆ ಹಾಕಿಕೊಳ್ಳುವುದಿಲ್ಲವೆಂದರಿತು ಅವರ ಆಜ್ಞೆಯಂತೆ ಸುರಕ್ಷಿತವಾಗಿ ಅವರನ್ನು ಮನೆಗೆ ತಲುಪಿಸಿದ. ಅವನು ಅದೆಷ್ಟೋ ಬಾರಿ ಹೀಗೆಯೇ ಮನೆ ತಲುಪಿಸಿದಾಗಲೆಲ್ಲಾ ಶ್ರೀನಿವಾಸ್ ಕಾರಿನಿಂದ ಕೆಳಗೆ ಇಳಿಯುತಿದ್ದಂತೆ ಮುಗುಳುನಗುತ 'ಥ್ಯಾಂಕ್ಯೂ ಡಿಯರ್' ಎಂದು ಅವನ ತಲೆಗೂದಲಲ್ಲಿ ಕೈ ಬೆರಳಾಡಿಸಿ ಹೋಗುತ್ತಿದ್ದರು. ಇಂದು ಕಾರಿನಿಂದ ಕೆಳಗಿಳಿದ ನಂತರ ತಿರುಗಿಯೂ ನೋಡದೇ ಒಳಗೆ ಹೋಗಿದ್ದು ನೋಡಿ ಸಂಜಯನ ಹೃದಯ ಹಿಂಡಿ ಹಿಪ್ಪೆ ಮಾಡಿದಂತಾಯಿತು.

ತನ್ನೊಳಗಿನ ಅವಳ ತೃಪ್ತಿಗೊಳಿಸಲು ತಾನು ಮಾಡಿದ ಕೃತ್ಯವ ನೆನೆದು ಸಂಜಯ 'ಛೇ' ಎಂದು ಬಲವಾಗಿ ಕಾರಿನ ಸ್ಟೇರಿಂಗ್ ಕುಟ್ಟಿದ. ನಿಯಂತ್ರಣ ತಪ್ಪಿರುವ ಅವನ ಮನಸ್ಸನ್ನು ಹತೋಟಿಗೆ ತರಲು ಬಲವಾಗಿ ತುಟಿ ಕಚ್ಚಿಕೊಂಡ, ಕೈಯಿಂದ ಹಣೆಗೆ ಚಚ್ಚಿಕೊಂಡ, ತನ್ನ ತಲೆಗೂದಲನ್ನು ತಾನೇ ಹಿಡಿದು ಎಳೆದಾಡಿಕೊಂಡ. ಆದರೂ ಅವನ ಮನಸ್ಸಿಗೆ ಸಮಾಧಾನವೇ ಆಗಲಿಲ್ಲ. ಕಾರಿನಿಂದ ಇಳಿದು ಹೋಗಿ ತನ್ನ ಬಾಸ್‌ನ ಕಾಲಿಗೆ ಬಿದ್ದು ಕ್ಷಮೆ ಕೇಳಲೇ? ಏನೆಂದು ಕ್ಷಮೆ ಕೇಳಲಿ? ತನ್ನೊಳಗಿನ ಅವಳಿಗಾಗಿ ಈ ರೀತಿ ಮಾಡಿದೆ ಅನ್ನಲೇ? ಬೇಡ, ನನ್ನಿಂದ ಈಗಾಗಲೇ ಅವರಿಗೆ ಉಪಟಳವಾಗಿದೆ. ಈಗ ಮತ್ತಷ್ಟು ತೊಂದರೆ ಕೊಡುವುದು ಬೇಡವೆಂದು ತುಸು ಧೈರ್ಯ ತಂದುಕೊಂಡ ಸಂಜಯ "Sorry Sir" ಎಂದು ಶ್ರೀನಿವಾಸರ ಮೊಬೈಲಿಗೆ ಪುಟ್ಟ ಸಂದೇಶ ಕಳುಹಿಸಿ ತನ್ನ ಮನೆಯತ್ತ ಹೊರಟ.

ರಾತ್ರಿ 12 ಗಂಟೆಯಾದರೂ ಸುನಂದಮ್ಮ ಇನ್ನೂ ಮಲಗಿರಲಿಲ್ಲ. ಮಗ ಮರಳಿ ಮನೆಗೆ ಬರುವ ತನಕ ಯಾವುದಾದರೂ ಕಥೆ ಪುಸ್ತಕ ಓದುವುದರಲ್ಲಿ ಮುಳುಗುವುದು ಅವಳ ನಿತ್ಯ ಕಾಯಕ. ಮಗನ ಮೇಲಿನ ಮಮತೆಗಾಗಿ ನಿದ್ರೆಗೂ ಪಾಠ ಮಾಡುವವಳು. ಕಾಲಿಂಗ್ ಬೆಲ್ ಶಬ್ದಕ್ಕೆ ಎಚ್ಚೆತ್ತ ಆಕೆ ತನ್ನ ಕೈಯಲ್ಲಿದ್ದ ಪುಸ್ತಕ ಬದಿಗಿಟ್ಟು ಬಾಗಿಲು ತೆರೆಯಲು ಎದ್ದು ಹೋದಳು. ಸತ್ಯನಾರಾಯಣ ಆಗಲೇ ಜಗತ್ತಿನ ಜಂಜಾಟಗಳಿಂದ ತಮ್ಮನ್ನು ಬಿಡಿಸಿಕೊಂಡು ಗಾಢವಾದ ನಿದ್ರೆಯಲ್ಲಿ ಮುಳುಗಿದ್ದರು.

ಒಳಗೆ ಬಂದ ಸಂಜಯನ ವದನ ಮಂಕಾಗಿದ್ದದ್ದು ಗಮನಿಸಿದ ಅವನ ತಾಯಿ ಇವನದು ಯಾವಾಗಲೂ ಇದೇ ಆಯ್ತು. ಏನಾದರೂ ಕಸ ತಲೆಗೆ ತುಂಬಿಕೊಂಡಿರ್ತಾನೆ. ಇದನ್ನ ನೋಡಲಿ ಅಂತಾನೆ ಇನ್ನೂ ಈ ಎರಡು ಕಣ್ಣು ಉಳಿದಿರೋದೆಂದು ಸಿಡುಕುತ "ಊಟಕ್ಕೆ ಬಡಿಸ್ತೀನಿ, ಕೈಕಾಲು ತೊಳ್ಕೊಂಡು ಬಾರೋ ಸಂಜು" ಎಂದು ಹೇಳಿ ಅಡುಗೆ ಕೋಣೆಯತ್ತ ಹೊರಟಳು. ಅವಳನ್ನು ತಡೆದ ಸಂಜಯ "ಊಟ ಏನೂ ಬೇಡ ಮಮ್ಮಿ, ನಮ್ಮ ಬಾಸ್

ವೀಕೆಂಡ್ ಪಾರ್ಟಿಗೆ ಕರ್ಕೊಂಡು ಹೋಗಿದ್ದರು. ಅಲ್ಲೇ ಊಟ ಮುಗಿಸಿರುವೆ. ನೀನು ಲೈಟ್ ಆಫ್ ಮಾಡಿ ಮಲಗು ಹೋಗು. ನನಗೆ ಸ್ವಲ್ಪ ವರ್ಕ್ ಇದೆ ಮುಗಿಸಿ ಮಲಗ್ತೀನಿ" ಎಂದನು.

ಮಗನ ಮಾತು ಕೇಳಿ ಸುನಂದಮ್ಮ ಕೆಂಡಾಮಂಡಲವಾದರು. "ಎಷ್ಟು ಸಾರಿ ಹೇಳಿದ್ದೀನಿ, ಹೋಟೆಲ್ ಊಟ ಆರೋಗ್ಯಕ್ಕೆ ಒಳ್ಳೆಯದಲ್ಲ. ಹೊರಗಡೆ ಏನೂ ತಿನ್ನಬೇಡ ಅಂತ. ನನ್ನ ಮಾತೇ ಕಿವಿಗೆ ಹಾಕಿಕೊಳ್ಳೋಲ್ಲ ನೀನು" ಎಂದು ಹೊತ್ತು-ಗಿತ್ತು ನೋಡದೇ ಮಗನ ಮೇಲೆ ರೇಗಾಡಿದಳು. "ನಾನು ಸಿಂಗಲ್ ಹೋಗಿಲ್ಲ ಮಮ್ಮಿ, ನಮ್ಮ ಬಾಸ್ ಜೊತೆಗೆ ಹೋಗಿದ್ದು. ಬೇಡ ಅಂದ್ರು ಅವರೇ ತಿನಿಸಿದ್ರು ವೆಜ್ ಪಲಾವ್" ಎಂದು ಸಂಜಯ ತನ್ನದೇನೂ ತಪ್ಪಿಲ್ಲವೆಂಬಂತೆ ಸಮರ್ಥನೆಗಿಳಿದ. "ಇರು ನಾನೇ ನಿಮ್ಮ ಬಾಸ್ ಮನೆಗೆ ಹೋಗಿ ಹೇಳಿ ಬರ್ತೀನಿ. ನಮ್ಮ ಮಗನಿಗೆ ಹೊರಗಡೆ ಏನೂ ತಿನ್ನಿಸಬೇಡಿ ಅಂತ. ಅವರು ಕೆಡೋದಲ್ದೇ ಬೇರೆಯವರನ್ನು ಕೆಡಿಸ್ತಾರೆ" ಎಂದು ಶ್ರೀನಿವಾಸರನ್ನು ಶಪಿಸುತ ಸುನಂದಮ್ಮ ಹಲ್ಲಿಯಂತೆ ಲೊಚಗುಟ್ಟಿದಳು.

ತಾಯಿಯ ಮಾತು ಕೇಳಿ ಸಂಜಯನಿಗೆ ಧಿಗಿಲಾಯಿತು. "ಹಾಗೆಲ್ಲಾ ಮಾಡಿಗೀಡೀಯಾ! ನಿಮ್ಮ ಹಳೇ ತಲೆಮಾರಿನವರಿಗೆ ಈಗಿನ ಹೊಸ ತಲೆಮಾರಿನವರ ಮನದ ಭಾವನೆಗಳು ಬೇಗ ಅರ್ಥ ಆಗೋಲ್ಲ. ಆನೇ ನಡೆದದ್ದೇ ಹಾದಿ ಅನ್ನೋ ಚಾಳಿ ನಿಮ್ಮದು. ನೀನೊಬ್ಬ ಟೀಚರ್ ಆಗಿ ಬೇರೆಯವರ ಭಾವನೆಗಳನ್ನು ಗೌರವಿಸಬೇಕು ಮಮ್ಮಿ, ಅಪ್ಪನ ಥರಾ ಅರೆಬೆಂದ ಆಲೋಚನೆಗಳ ಎದುರು ನರ್ತಕಿಯಂತೆ ಕುಣಿಯೋದಲ್ಲ" ಎಂದು ಕುಟುಕಿ ತನ್ನ ತಾಯಿಯ ಮರುಮಾತಿಗಾಗಿ ಕಾಯದೇ ಸರಸರನೇ ತನ್ನ ರೂಮಿನತ್ತ ಹೊರಟು ಹೋದ.

ತಾಯಿ-ಮಗನ ರಂಪಾಟ ಕೇಳಿ ಎಚ್ಚರಗೊಂಡ ಸತ್ಯನಾರಾಯಣ ಕೋಣೆಯೊಳಗೆ ಬಂದ ಹೆಂಡತಿಯತ್ತ ನೋಡಿ ಆಕಳಿಸುತ್ತ ಕೇಳಿದರು.

"ಏನಂದ?"

"ಇನ್ನೇನಂತಾನೆ? ಹೋಗಿ ಬಿದ್ಕೋ ಅಂದ"

"ನಾನು ನಿನಗೆ ಮೊದಲೇ ಹೇಳಿಲ್ವಾ? ಅವನಿಗೋಸ್ಕರ ಯಾಕೆ ಕಾಯ್ತಾ ಕೂತ್ಕೋತೀಯಾ? ಮನೆ ನೆನಪಾದರೆ ಅವನೇ ಬರ್ತಾನಂತ. ಎಲ್ಲಿ ಕೇಳ್ತೀಯಾ ನನ್ನ ಮಾತು. ಅನುಭವಿಸು" ಎಂದು ಮಗ್ಗಲು ಬದಲಿಸಿ ಮಲಗಿದರು.

ತನ್ನ ಕೋಣೆಗೆ ಬಂದು ಮಲಗುವ ಮುನ್ನ ಸಂಜಯ

ನಾನು ಕಳಿಸಿದ್ದ ಮೆಸೇಜಿಗೆ ಬಾಸ್ ಏನಾದರೂ ರಿಪ್ಲೆ ಮಾಡಿರಬಹುದಾ? ಎಂಬ ಕುತೂಹಲದಿಂದ

ಒಮ್ಮೆ ಮೊಬೈಲ್ ಮೇಲೆ ಕಣ್ಣಾಡಿಸಿದ. ಅವನ ನಿರೀಕ್ಷೆ ನಿಜವಾಗಲಿಲ್ಲ. 'Sorry Sir' ಎಂದು ಹಾಕಿದ್ದ ವಾಟ್ಸಾಪ್ ಸಂದೇಶಕ್ಕೆ ಎರಡು ಗೆರೆ ಬಿದ್ದಿದ್ದವೇ ಹೊರತು ಅತ್ತ ಕಡೆಯಿಂದ ಯಾವುದೇ ಉತ್ತರ ಬಂದಿರಲಿಲ್ಲ. ಕ್ಷಣಿಕ ಸುಖಕ್ಕೋಸ್ಕರ ದುಡುಕಿ ತಪ್ಪು ಮಾಡಿಬಿಟ್ಟೆ. ಅದೆಷ್ಟೋ ದಿನಗಳಿಂದ ಕಪ್ಪೇ ಚಿಪ್ಪಿನೊಳಗಿನ ಮುತ್ತಿನಂತೆ ಕಾಪಾಡಿಕೊಂಡು ಬಂದಿದ್ದ ಒಂದು ಅಮೂಲ್ಯ ಬಾಂಧವ್ಯ ಈಗ ಮುರಿದು ಹೋಗುತ್ತಿದೆಯಲ್ಲಾ? ಇದಕ್ಕೆಲ್ಲಾ ಕಾರಣ ನನ್ನೊಳಗಿನ ಕಾಮ ಎಂಬ ವೇದನೆಯೊಂದಿಗೆ ಸ್ವಲ್ಪ ಹೊತ್ತು ಚಡಪಡಿಸಿದ. ಅವರೇ ತಾನೇ ನಿನ್ನ ಭುಜಕ್ಕೆ ಒರಗಿಕೊಂಡಿದ್ದು, ಭುಜವ ತೀಡಿ ಹುಚ್ಚೆಬ್ಬಿಸಿದ್ದು. ದೂರ ಕುಳಿತಿದ್ದರೆ ಇದೆಲ್ಲಾ ಆಗುತಿತ್ತಾ? ಅವರ ಪ್ರಚೋದನೆಗೆ ನೀನು ಪ್ರತಿಕ್ರಿಯಿಸಿರುವೆ, ಇದರಲ್ಲಿ ನಿನ್ನದೇನೂ ತಪ್ಪಿಲ್ಲ ಎಂದು ಅವನೊಳಗಿನ ಅವಳು ಸಮಾಧಾನ ಮಾಡುತ್ತಿದ್ದಂತೆ ಸುತ್ತಲೂ ಕವಿದ ವಿಷಾದವ ಹೊಡೆದೋಡಿಸಿ ತುಸು ವಿಶ್ವಾಸವ ಮರಳಿ ತಂದುಕೊಂಡ. ನಾಳೆ ಆಫೀಸಿನಲ್ಲಿ ಬಾಸ್ ಏಕಾಂಗಿಯಾಗಿರುವಾಗ ಭೇಟಿಯಾಗಿ ಮಾತಾಡಿದರಾಯಿತು ಎಂಬ ಅಂತಿಮ ನಿರ್ಧಾರದೊಂದಿಗೆ ಆ ದಿನವ ಮುಕ್ತಾಯಗೊಳಿಸಿದ.

ಮನಸ್ಸು ಚಂಚಲ. ಅದನ್ನು ಹಿಡಿದಿಟ್ಟುಕೊಳ್ಳುವುದು ಸಾಮಾನ್ಯ ಮನುಷ್ಯರಿಂದ ಸಾಧ್ಯವಿಲ್ಲ. ಒಮ್ಮೆ ಮೌನಕ್ಕೆ ಜಾರಿದರೆ ಮತ್ತೊಮ್ಮೆ ಮೌನವನ್ನೇ ಕೊಂದು ಹಾಕುವಂತೆ ಘರ್ಜಿಸುತ್ತದೆ. ಕೆಲವೊಮ್ಮೆ ಮನಸ್ಸಿನ ಕೈಗೆ ಮತಿ ಕೊಟ್ಟು ಮರ್ಕಟಕ್ಕಿಂತಲೂ ಕಡೆಯಾಗುವವನು ಮಾನವ.

***

ಬೆಳಿಗ್ಗೆ ನಿತ್ಯಕರ್ಮಗಳನ್ನೆಲ್ಲಾ ಮುಗಿಸಿಕೊಂಡು ಆಫೀಸಿಗೆ ಹೋಗಲು ರೆಡಿಯಾಗುತಿದ್ದ ಸಂಜಯನಿಗೆ ಭೂತದಂತೆ ಎದುರಾದರು ಸತ್ಯನಾರಾಯಣ. ಹಾಗೆ ಎದುರಾದಾಗಲೆಲ್ಲಾ ಇದ್ದದ್ದೇ ಅವರದು ಪುರಾಣ. ತಮ್ಮ ಧ್ವನಿ ಸರಿಪಡಿಸಿಕೊಂಡು ಮಗನಿಗೆ ಹೇಳಿದರು

"ಶಾಸ್ತ್ರಿಗಳು ಬರ್ತಿದಾರೆ"

"ಅದಕ್ಕೇನೀಗ?"

"ಏನಿಲ್ಲ, ನೀನು ಆಫೀಸಿಗೆ ಇವತ್ತು ಒಂದು ದಿನ ರಜೆ ಹಾಕಬೇಕಿತ್ತು"

"ನನಗೆ ಇವತ್ತು ಮೀಟಿಂಗ್ ಇದೆ. ನಮ್ಮ ಬಾಸ್ ರಜೆ ಕೊಡೋಲ್ಲ. ಅದೇನು ಕೆಲಸವೋ ನೀವೇ ಮಾಡ್ಕೊಳಿ"

"ಸರಿ, ವಾಟ್ಸಾಪ್‌ಗೆ ಫೋಟೋ ಕಳಿಸ್ತೀನಿ. ನೋಡಿ ಹುಡುಗಿ ಹೇಗಿದಾಳಂತ ಒಂದು ಸಿಂಬಲ್ ಹಾಕ್ಬಿಡು ಸಾಕು"

"ಯಾವ ಹುಡುಗಿ!"

"ಇಲ್ಲೇ ಶಿವಮೊಗ್ಗದವರಂತೆ. ಒಬ್ಬಳೇ ಮಗಳು, ಮೆಡಿಕಲ್ ಮಾಡಿದ್ದಾಳಂತೆ. ಶಾಸ್ತ್ರೀಗಳು ಫೋನ್ ಮಾಡಿ ಹುಡುಗಿ ಬಗ್ಗೆ ಬಹಳ ಹೊಗಳಿದ್ರು"

"ಅದಕ್ಕೆ?"

"ನಿನಗೆ ಹುಡುಗಿ ಒಪ್ಪಿಗೆ ಆದರೆ ಮದುವೆ ಮಾಡೋಣ ಅಂತ"

ತನ್ನ ತಂದೆಯ ಬಾಯಿಯಿಂದ ಮದುವೆ ಎಂಬ ಮಾತು ಹೊರಬೀಳುತ್ತಿದ್ದಂತೆ ಸಂಜಯ ಸಿಡುಕುವ ಬದಲು ಜೋರಾಗಿ ನಗತೊಡಗಿದ. ತನ್ನ ಮಾತಿಗೆ ಅಪಹಾಸ್ಯಗೈಯ್ಯುವಂತೆ ನಗುತ್ತಿರುವ ಮಗನ ನೋಡಿ ಸತ್ಯನಾರಾಯಣ ಸಿಟ್ಟಿನಿಂದ "ನಗು...ಇನ್ನೂ ಜೋರಾಗಿ ನಗು. ನೀನು ಹೀಗೆ ಕುಣಿಯೋಕೆಲ್ಲಾ ಇವಳೇ ಕಾರಣ" ಎಂದು ಹೆಂಡತಿಯತ್ತ ಬೊಟ್ಟು ಮಾಡಿ ತೋರಿಸಿದ.

ತಂದೆ-ಮಗನ ವಾದ ಕೇಳಿ ಸುನಂದಮ್ಮಳಿಗೆ ತಲೆ ಗಿರ್ ಅಂತು. ಒಡನೇ ಮಧ್ಯ ಪ್ರವೇಶಿಸಿ "ಸಾಕು ಸಾಕು, ನಿಮ್ಮ ವಾಕ್ಸಮರ. ಏ ಸಂಜು, ಸುಮ್ಮನೆ ಹಠ ಮಾಡಬೇಡ. ಹುಡುಗಿ ಬಹಳ ಲಕ್ಷಣವಾಗಿದ್ದಾಳಂತೆ. ಜಾತಕ ಕೂಡಿ ಬಂದರೆ ಈ ವರ್ಷ ಮದುವೆ ಮಾಡಿಬಿಡೋಣ. ನನಗಂತೂ ಈ ಮನೆಗೆಲಸ ಮಾಡಿ ಮಾಡಿ ಸಾಕಾಗಿ ಹೋಗಿದೆ. ಈ ಮನೆಗೆ ಒಬ್ಬಳು ಸೊಸೆ ಬಂದರೆ ಎಲ್ಲಾ ಜವಬ್ದಾರಿ ಅವಳಿಗೆ ವಹಿಸಿ ನಾನು ಹಾಯಾಗಿರ್ತೀನಿ" ಎಂದು ತನ್ನ ಮೇಲಿರುವ ಒತ್ತಡಗಳನ್ನು ಎಳೆಎಳೆಯಾಗಿ ಬಿಚ್ಚಿಟ್ಟಳು.

ತನ್ನ ತಂದೆಯ ಪುರಾಣದ ನಂತರ ತಾಯಿಯ ಹರಿಕಥೆ ಕೇಳಿ ಸಂಜಯನ ತಲೆ ಸಿಡಿದಂತಾಯಿತು. ಇವರ ಒತ್ತಡ ಕಡಿಮೆ ಮಾಡಿಕೊಳ್ಳಲು ನನಗೆ ಇಷ್ಟವಿಲ್ಲದಿದ್ದರೂ ನಾನು ಮದುವೆ ಆಗಿ ಒಬ್ಬ ಹುಡುಗಿಯ ಬಾಳು ಹಾಳು ಮಾಡಬೇಕಂತೆ! ಇವರ ಹೃದಯಕ್ಕಂತೂ ತಲೆ ಇಲ್ಲ. ಆದರೆ ಆ ತಲೆಗಾದರೂ ಹೃದಯ ಬೇಡವೇ? ಮತ್ತೊಬ್ಬರ ಭಾವನೆಗಳನ್ನು ಅರ್ಥೈಸಿಕೊಳ್ಳಲು ಆ ದೇವರು ಅಟ್ಲೀಸ್ಟ್ ಇವರ ತಲೆಗಾದರೂ ಪುಟ್ಟ ಹೃದಯ ಕೊಡಬೇಕಿತ್ತು... ಇದೇ ಆಲೋಚನ ಲಹರಿಯೊಳಗೆ ಸಂಜಯ ಒಂದು ಸುತ್ತು ಪಯಣಿಸಿದ.

"ಏನಾದರೂ ನೆಪ ಹೇಳಿ ಇಲ್ಲಿಂದ ಜಾರಿಕೊಳ್ಳಬೇಕಂತ ಯೋಚನೆ ಮಾಡ್ತಿದಾನೆ ಪಾಪ!" ಎಂದು ಸತ್ಯನಾರಾಯಣ ಮೆತ್ತಗೆ ಉಸುರಿದರು. "ಈ ಬಾರಿ ಏನೇ ಕಾರಣ ಕೊಟ್ಟರೂ ನಾನು ಕೇಳೋಲ್ಲ. ನಾವು ತೋರಿಸಿದ ಹುಡುಗಿನ ಅವನು ಮದುವೆ ಆಗಬೇಕು. ಇಲ್ಲ ಅಂದರೆ ಅವನು ಇಷ್ಟ ಪಟ್ಟ ಹುಡುಗಿನಾದರೂ ನಮಗೆ ತೋರಿಸಿ ಮದುವೆ ಮಾಡಿಕೋಬೇಕು" ಎಂದು ಲಕ್ಷ್ಮಣಗೆರೆ ಎಳೆದೇ ಬಿಟ್ಟರು ಸುನಂದಮ್ಮ.

ಅಪ್ಪ-ಅಮ್ಮನ ಮಾತುಗಳಿಗೆ ಸಂಜಯ ಪೆಚ್ಚಾದ. ಇಷ್ಟೆತ್ತರ ಬೆಳೆದರೂ ತನ್ನ ವಯಸ್ಸಿನ ಹೆಣ್ಣುಮಕ್ಕಳ ಕಂಡೊಡನೆ ಗಂಡಸರಲ್ಲಿ ಕಂಡುಬರುವ

ವಯೋಸಹಜ ಲೈಂಗಿಕ ಆಸೆಗಳು ನನ್ನಲ್ಲಿ ಹುಟ್ಟುತ್ತಲೇ ಇಲ್ಲ. ಅದಕ್ಕೆ ವಿರುದ್ಧವಾಗಿ ಗಂಡಸರನ್ನು ನೋಡಿದಾಗ ಲೈಂಗಿಕ ಆಸೆಗಳು ಕೆರಳುತ್ತಿವೆ. ಇದನ್ನಿವರಿಗೆ ಯಾವ ರೀತಿ ಹೇಳಲಿ? ನಾನೊಬ್ಬ ಸಲಿಂಗಿ, ನನಗೆ ಹೆಣ್ಣು ಹುಡುಕುವ ಬದಲು ನಾನೊಪ್ಪುವ ಗಂಡಸಿನ ಜೊತೆಗೆ ನನಗೆ ಮದುವೆ ಮಾಡಿ ಎಂದು ಹೇಳಿದರೆ ಅದನ್ನಿವರು ಒಪ್ಪುತ್ತಾರ? ಸತ್ಯ ಗೊತ್ತಾದ ನಂತರವೂ ನನ್ನನ್ನು ಮಗನಂತೆಯೇ ಕಾಣುತ್ತಾರ? ನನಗೆ ಮೊದಲಿನಂತೆಯೇ ಈ ಮನೆಯಲ್ಲಿ ವಾಸಿಸಲು ಅವಕಾಶ ಮಾಡಿಕೊಡುತ್ತಾರ? ಇಲ್ಲ...ನನ್ನ ಈ ಯಾವ ಪ್ರಶ್ನೆಗೂ ಇವರಿಂದ ಬರುವ ಉತ್ತರ ಇಲ್ಲ...ಇಲ್ಲ...ಇಲ್ಲ...ಅಷ್ಟೆ. ಹಾಗಾಗಿ ನಾನೀಗ ಹೇಗಿರುವೆನೋ ಹಾಗೆಯೇ ಇದ್ದು ಬಿಡುವುದು ಒಳ್ಳೆಯದು ಎಂಬ ನಿರ್ಧಾರಕ್ಕೆ ಬಂದ ಸಂಜಯ ಕೈಯಲ್ಲಿರುವ ಗಡಿಯಾರ ನೋಡಿದ. ಆಗಲೇ ಸಮಯ ಒಂಬತ್ತು ದಾಟಿತ್ತು. ಇಷ್ಟೊತ್ತು ತನ್ನ ತಲೆ ತಿಂದ ತಂದೆ ತಾಯಿಯತ್ತ ದುರುಗುಟ್ಟಿಸಿ ನೋಡಿ ಅಲ್ಲಿಂದ ಕಾಲ್ಕಿತ್ತ.

ಪ್ರತಿಬಾರಿಯೂ ಹೀಗೆ ಏನಾದರೂ ಒಂದು ಕುಂಟುನೆಪ ಹೇಳ್ತಾ ಜಾರಿಕೊಳ್ತಾನೆ. ಇವನು ಹೀಗೆ ಹಠ ಸಾಧಿಸಿದರೆ ನಮಗೆ ಈ ಜನ್ಮದಲ್ಲಿ ಮೊಮ್ಮಕ್ಕಳನ್ನು ನೋಡುವ ಭಾಗ್ಯವಿಲ್ಲ ಅಂದುಕೊಳ್ಳಬೇಕು ಅಷ್ಟೇ ಎಂದು ತನ್ನಷ್ಟಕ್ಕೆ ತಾನೇ ಸಮಾಧಾನ ಹೇಳಿಕೊಂಡ ಸುನಂದಮ್ಮ ಬೇಸರದಿಂದ ತನಗಾಗಿ ಕಾಯುತ್ತಿರುವ ಅಡುಗೆ ಕೋಣೆಗೆ ಹೋದಳು.

ಅವನದೇ ಪಾಡು! ಅವನದೇ ಹಾಡು! ಪ್ರತಿದಿನ ತನ್ನವರ ನಡುವೆ ಹೆಣಗುವುದೊಂದೇ ಅವನ ಕಾಯಕ. ಯಾರಿಗೂ ಅರ್ಥವಾಗದೇ ಉಳಿದ ಅವನ ಮನದ ಭಾವನೆಗಳಿಗೆ ಹಿರಿಯರಿಂದ ಹಿಡಿದು ಕಿರಿಯರವರೆಗೆ ಎಲ್ಲರೂ ಬೇಲಿ ಹಾಕುವವರೇ. ತನ್ನ ಅರ್ಥ ಮಾಡಿಕೊಳ್ಳದೇ ತನ್ನಾಸೆಗಳಿಗೆ ಬೇಲಿ ಹಾಕುವವರ ಬಗ್ಗೆ ಅವನಿಗೆ ದ್ವೇಷವಿಲ್ಲ. ಪ್ರತಿಯಾಗಿ ಕನಿಕರವಿದೆ. ಮನಸ್ಸಿಗೆ ಎಷ್ಟೇ ನೋವಾದರೂ ಕ್ಷಮಿಸಿ ಮುನ್ನಡೆಯುವ ಅವನ ಕ್ಷಮಾಗುಣವೇ ಅವನನ್ನು ಎತ್ತರಕ್ಕೆ ಬೆಳೆಸಿದೆ.

ಸಂಜಯ ಟ್ರಾಫಿಕ್ ಸದ್ದುಗದ್ದಲಗಳ ನಡುವೆ ಕಳೆದುಹೋಗಿ ಆಫೀಸಿಗೆ ತಲುಪುವ ವೇಳೆಗೆ ಆಗಲೇ ಸಮಯ 10.30 ದಾಟಿತ್ತು. ಅವಸರದಿಂದ ಒಳಗೆ ಹೋಗುವ ವೇಳೆ ವಾಚ್‌ಮೆನ್‌ಗೆ "ಬಾಸ್ ಬಂದಿದ್ದಾರ?" ಎಂದು ಪ್ರಶ್ನಿಸಿದ. ಅವನು 'ಇಲ್ಲ ಸರ್, ಇಷ್ಟೊತ್ತಾದರೂ ಇವತ್ತು ಬಂದಿಲ್ಲ' ಎಂದು ತಲೆ ಅಲ್ಲಾಡಿಸಿದ. ಕೂಡಲೇ ಸರಸರನೇ ಒಳಗಡೆ ಹೋದ ಸಂಜಯ ಅವನ ಬಾಸ್‌ನ ಚೇಂಬರಿನೊಳಗೊಮ್ಮೆ ಇಣುಕಿ ನೋಡಿದ. ಒಳಗಡೆ ಯಾರೂ ಇರಲಿಲ್ಲ. ಪಿ.ಎ.ಗೆ ವಿಚಾರಿಸಿದರೆ ಇಂದು ಶ್ರೀನಿವಾಸರು ಆಫೀಸಿಗೆ ರಜೆ ಹಾಕಿರುವ ವಿಚಾರ ತಿಳಿಯಿತು.

ಭಾರವಾದ ಹೆಜ್ಜೆಗಳನ್ನಿಡುತ ತನ್ನ ಕುರ್ಚಿಯ ಬಳಿ ಬಂದು ಕುಳಿತ ಸಂಜಯನಿಗೆ ಇಡೀ ಕಛೇರಿಯೊಳಗಡೆ ಶೂನ್ಯ ಆವರಿಸಿದಂತಾಯಿತು. ನೆನ್ನೆ ರಾತ್ರಿ ತನಗೆ ಅರಿವಿಲ್ಲದಂತೆಯೇ ಜರುಗಿದ ಆ ಘಟನೆ ನಡೆಯದೇ ಇದ್ದಿದ್ದರೆ? ಇಂದು ತಾನು ಜೀವಕ್ಕಿಂತಲೂ ಹೆಚ್ಚು ಪ್ರೀತಿಸುವ ನನ್ನ ಬಾಸ್ ಹೀಗೆ ಅರ್ಥವಾಗದೇ ಉಳಿಯುತ್ತಿರಲಿಲ್ಲ. ನಾನೇಕೆ ಹೀಗೆ ದುಡುಕಿದೆ? ಅವರನ್ನು ಮತ್ತಷ್ಟು ಅರ್ಥಮಾಡಿಕೊಳ್ಳದೇ ಅವರ ಮೃದು ಮಾತುಗಳನ್ನೇ ನಂಬಿದ್ದು ತನಗೆ ಮುಳುವಾಯಿತೇ? ಇಷ್ಟು ಕಠೋರವಾಗಿ ನಡೆದುಕೊಳ್ಳುತ್ತಾರೆಂದು ಮೊದಲೇ ಗೊತ್ತಿದ್ದಿದ್ದರೆ ನಾನು ಅವರೇ ಭುಜಕ್ಕೆ ಒರಗಿಕೊಂಡಾಗ ದೂರ ತಳ್ಳುತ್ತಿದ್ದೇನಲ್ಲಾ? ಆಕಸ್ಮಿಕವಾಗಿ ಘಟಿಸುವ ಘಟನೆಗಳಿಂದ ಮುಂದೆ ಹೀಗಾಗುತ್ತದೆ ಎಂಬ ಅರಿವು ಎಲ್ಲರಿಗೂ ತಿಳಿದಿದ್ದರೆ ಪ್ರಪಂಚದಲ್ಲಿ ತಪ್ಪುಗಳೇ ಸಂಭವಿಸುತ್ತಿರಲಿಲ್ಲವೇನೋ? ನನ್ನದೇ ತಪ್ಪು, ಅವರಾಡಿದ ಹುಸಿ ಮಾತುಗಳನ್ನೇ ಪ್ರೀತಿಯೆಂದು ನಂಬಿ ಆ ಮಾತುಗಳಿಂದಲೇ ನನ್ನ ಹೃದಯದೊಳಗೆ ಪ್ರೀತಿಯ ಮಹಲು ಕಟ್ಟಿದೆನಲ್ಲಾ? ಎಷ್ಟು ಬೇಗನೇ ಕುಸಿದುಹೋಯಿತು ನನ್ನ ಪ್ರೀತಿಯ ಅರಮನೆ!

ಕಣ್ಣು ಬಿಗಿಯಾಗಿ ಮುಚ್ಚಿಕೊಂಡು ನೊಂದ ಮನಸ್ಸಿಗೆ ಸಮಾಧಾನ ಮಾಡಲು ನೋಡಿದ. ಊಹೂಂ, ಯಾವುದಕ್ಕೂ ಜಗ್ಗಲಿಲ್ಲ ಅವನ ಮನಸ್ಸು. ಕಬ್ಬಿಣದ ರಾಡಿನಿಂದ ಬರೆ ಹಾಕಿಸಿಕೊಂಡಂತೆ ಕ್ಷಣಕ್ಷಣಕ್ಕೂ ಭೂತಕಾಲದಲ್ಲಿ ಜರುಗಿದ ಘಟನೆಗಳ ನೆನೆದು ನರಳುತಿತ್ತು.

ಗರಬಡಿದವನಂತೆ ಕುಳಿತುಕೊಂಡಿದ್ದ ಸಂಜಯನ ಮೊಬೈಲ್ ಬಡಿದುಕೊಳ್ಳುತ್ತಲೇ ಇತ್ತು. ಆದರೆ ಅದರ ಸದ್ದಿಗೆ ಅವನು ಎಚ್ಚೆತ್ತುಕೊಳ್ಳಲಿಲ್ಲ. ಅವನ ಹತ್ತಿರದಲ್ಲೇ ಕುಳಿತಿದ್ದ ವಾಸುಕಿ ಎದ್ದು ಬಂದು ಸಂಜಯನ ಭುಜ ಅಲುಗಾಡಿಸಿದಾಗ ತನ್ನ ಬಾಸ್ ಬಂದರೇನೋ ಎಂಬ ಭ್ರಮೆಯೊಂದಿಗೆ ದಢಕ್ಕನೇ ಎಚ್ಚೆತ್ತ. ಬಾಯಿಯಿಂದ ಹೊರಬಂದಿದ್ದೂ ಸಹ 'ಸರ್' ಎಂಬ ಎರಡಕ್ಷರ. "ಹೆದರಿಕೊಳ್ಳಬೇಡಿ ಸಂಜಯ್; ನಾನು ಬಾಸ್ ಅಲ್ಲ, ವಾಸುಕಿ. ಯಾಕೋ ಫುಲ್ ಡಲ್ ಇದೀರಾ? ವಾಟ್ ಹ್ಯಾಪೆಂಡ್?" ತುಂಬಾ ಆಸಕ್ತಿಯಿಂದ ಕೇಳಿದ ವಾಸುಕಿ. ಇಷ್ಟು ಹೊತ್ತು ನಾನು ಮೌನವಾಗಿ ಆಲೋಚಿಸುತ್ತ ಕುಳಿತಿರುವುದು ವಾಸುಕಿ ನೋಡಿ ಬಿಟ್ಟನೇ! ಮೊದಲೇ ಗುಳ್ಳೇನರಿ. ನಾನು ಬಾಸ್‌ಗೆ ಎಲ್ಲರಿಗಿಂತಲೂ ಹೆಚ್ಚು ಪ್ರಿಯವಾದವನೆಂಬ ಕಾರಣಕ್ಕೆ ಹೊಟ್ಟೆಯಲ್ಲಿ ಸದಾ ಬೆಂಕಿ ಹಾಕಿಕೊಳ್ಳುತ್ತಿದ್ದವನು. ಬಾಸ್ ಆಫೀಸಿಗೆ ಬಂದಾಗ ಇವನೇನಾದರೂ ಚಾಡಿ ಚುಚ್ಚಿದರೆ ನನ್ನ ಈ ಹುದ್ದೆಗೆ ಸಂಚಕಾರ ಬರುವುದಿಲ್ಲವೇ? ಮೊದಲೇ ಬಾಸ್ ನನ್ನಿಂದ ಬೇಸರಗೊಂಡಿದ್ದಾರೆ. ಇನ್ನೂ ಇವನ ಚಾಡಿ 'ಉರಿಯೋ ಬೆಂಕಿಗೆ ತುಪ್ಪ ಸುರಿದಂತೆ' ಆದರೇನು

ಪ್ರಯೋಜನ? ನನ್ನ ಪ್ರೀತಿಯ ಮಹಲೇ ಕುಸಿದಿರುವಾಗ! ಆಲೋಚನೆಗಳ ಸುಳಿಯಲ್ಲಿ ಗಿರಿಗಿಟ್ಲೆಯಂತೆ ಸುತ್ತುತ್ತಿದ್ದ ಸಂಜಯ.

ಮೊಬೈಲ್ ಮತ್ತೊಮ್ಮೆ ರಿಂಗಣಿಸಿತು. "ನೋಡಿ ಸಂಜಯ್ ಮೊಬೈಲ್ ಮತ್ತೇ ರಿಂಗಾಗುತ್ತಿದೆ. ಅದನ್ನು ಹೇಳಲೆಂದೇ ನಾನು ಎದ್ದು ನಿಮ್ಮ ಬಳಿಗೆ ಬಂದಿದ್ದು" ಎಂದು ಮುಗುಳುನಗೆ ಬೀರಿದ ವಾಸುಕಿ ಜಾಸ್ತಿ ಹೊತ್ತು ನಿಲ್ಲದೇ ತನ್ನ ಕುರ್ಚಿಯ ಬಳಿಗೆ ಹೊರಟುಹೋದ. ಪ್ಲವಂಗ ಇದನ್ನೆಲ್ಲಾ ಯಾರಿಗೂ ತಿಳಿಯದಂತೆ ಎಚ್ಚರಿಕೆಯಿಂದ ವೀಡಿಯೊ ಮಾಡಿಟ್ಟುಕೊಂಡ.

ಹಾಗಾದರೆ ವಾಸುಕಿ ನನ್ನನ್ನು ಗಮನಿಸಿರಲಿಕ್ಕಿಲ್ಲ ಎಂಬ ಅಲ್ಪ ಸಮಾಧಾನ ಸಂಜಯ ಕಡೆಗಣಿಸಿದ್ದ ಮೊಬೈಲನ್ನು ಕೈಗೆತ್ತಿಕೊಂಡು ನೋಡುವಂತೆ ಮಾಡಿತು. ನಿಟ್ಟುಸಿರು ಬಿಡುತ್ತ ನಿಧಾನವಾಗಿ ಜಂಗಮವಾಣಿಯ ಮೇಲೆ ಕಣ್ಣು ಹಾಯಿಸಿದರೆ ಅದರ ಸ್ಕ್ರೀನ್ 'ಅಮ್ಮ, ಮಿಸ್ ಕಾಲ್ 8 ಟೈಮ್' ಎಂದು ತೋರಿಸುತಿತ್ತು. ತಾನು ಆಫೀಸಿನಲ್ಲಿ ಮೈಮರೆತದ್ದು ಅಮ್ಮನಿಗೂ ಗೊತ್ತಾಯಿತೇ! ಇಲ್ಲಾ, ಈ ಗುಳ್ಳೇನರಿ ಮನೆಗೂ ನನ್ನ ಬಗ್ಗೆ ಏನಾದರೂ ತಿಳಿಸಿಬಿಟ್ಟನೇ? ಒಡನೇ ಎದ್ದು ಹೋಗಿ ಲಂಚ್ ರೂಮಲ್ಲಿ ಕುಳಿತು ಕಾಲ್ ಮಾಡಿದ. ಅತ್ತ ಕಡೆಯಿಂದ ಸುನಂದಮ್ಮ "ಲೋ ಕೋತಿ, ಹುಡುಗಿ ಪೋಟೋ ಕಳಿಸಿ ಒಂದು ಗಂಟೆ ಆಗ್ತಾ ಬಂತು. ಶಾಸ್ತ್ರಿಗಳು ಕೇಳ್ತಿದಾರೆ. ಪೋಟೋ ನೋಡಿ ಹುಡುಗಿ ಇಷ್ಟ ಆದಳೋ, ಇಲ್ವೋ? ಒಂದು ಸಿಂಬಲ್ ಆದರೂ ಹಾಕೋ" ಎಂದು ಗುಡುಗಿದರು. ಬೆಳಿಗ್ಗೆ ಕೇಳಿದ ಪುರಾಣದ ಮುಂದುವರೆದ ಭಾಗವಿದು. ಕರ್ಮ ಕರ್ಮ ಎಂದು ಹಣೆ ಚಚ್ಚಿಕೊಂಡ ಸಂಜಯ "Sorry mommy, I am full busy" ಎಂದು ಚುಟುಕಾಗಿ ಉತ್ತರಿಸಿ ಕರೆ ಕತ್ತರಿಸಿದ.

ತನ್ನ ಕುರ್ಚಿಯ ಬಳಿಗೆ ಬರುವ ಮುನ್ನ ಸಂಜಯ ಮತ್ತೊಮ್ಮೆ ತನ್ನ ಬಾಸ್ ಬಂದಿದ್ದಾರೇನೋ ಎಂಬ ಆಸೆಯಿಂದ ಚೇಂಬರಿನೊಳಗೊಮ್ಮೆ ಇಣುಕಿದರೆ ಕಂಡಿದ್ದು ಮಾತ್ರ ಖಾಲಿ ಕುರ್ಚಿ. ಒಂದು ಕಾಲದಲ್ಲಿ ಸಂಜಯನ ಬದುಕಿಗೆ ಭದ್ರ ಬುನಾದಿ ಹಾಕಿಕೊಟ್ಟ ಆಫೀಸ್ ಇಂದು ಮೊದಲ ಬಾರಿಗೆ ಇಡೀ ದಿನ ಬೋರ್ ಹೊಡೆಸಿತು. ಮನಸ್ಸು ಗೊಂದಲಗಳೆಂಬ ಗಲ್ಲಿಗಳ ನಡುವೆ ಸಿಲುಕಿ ಅಲ್ಲಿಂದ ಹೊರಬರಲು ದಾರಿ ತೋರದೇ ಒದ್ದಾಡುತ ಕೆಲಸ ಮಾಡುವ ಆಸಕ್ತಿಯೇ ಕಳೆದುಕೊಂಡಿತ್ತು. ಪ್ರತಿದಿನ ತಡವಾಗಿ ಮನೆಗೆ ಹೊರಡುತ್ತಿದ್ದ ಸಂಜಯ ಇಂದು ಅವಸರದಲ್ಲಿ ಎಲ್ಲರಿಗಿಂತಲೂ ಮೊದಲು ಹೊರನಡೆದ. ಅವನ ಈ ವರ್ತನೆ ಕಂಡು ಸಹದ್ಯೋಗಿಗಳೆಲ್ಲರೂ ಮುಖ–ಮುಖ ನೋಡಿಕೊಂಡರು.

ಮನೆಯ ವರಾಂಡದಲ್ಲಿ ಟೀ ಕುಡಿಯುತ್ತ ಕುಳಿತಿದ್ದ ಸತ್ಯನಾರಾಯಣ ಹೆಂಡತಿಯನ್ನು ಉದ್ದೇಶಿಸಿ "ನೋಡೇ ಸುನಂದ, ಹುಡುಗಿ ಬಹಳ

ಲಕ್ಷಣವಾಗಿದ್ದಾಳೆ. ಒಬ್ಬಳೇ ಮಗಳು ಬೇರೆ, ಯಾವುದೇ ಕಾರಣಕ್ಕೂ ಈ ಸಂಬಂಧ ಕಳ್ಕೋಬಾರದು. ನಿನ್ನ ಮಗನ ಒಪ್ಪಿಸೋ ಜವಬ್ದಾರಿ ನಿನಗೆ ಬಿಟ್ಟಿದ್ದು" ಎಂದು ಹೇಳಿ ತನ್ನ ಪತ್ರಿಕೆ ಓದುವ ಖಯಾಲಿಯೊಳಗೆ ಕಳೆದು ಹೋದರು. ಸುನಂದಮ್ಮ ಗಂಡ ಹೇಳಿದ ಎಲ್ಲಾ ಮಾತಿಗೂ 'ಆಗಲಿ' ಎಂಬಂತೆ ತಲೆ ಅಲ್ಲಾಡಿಸಿ ಧಾರವಾಹಿ ನೋಡಲು ಕುಳಿತರು.

ಆಫೀಸಿನಿಂದ ಮನೆಯ ಕಡೆಗೆ ಹೊರಟ ಸಂಜಯನ ಮನಸ್ಸು ನೆನ್ನೆ ರಾತ್ರಿಯಿಂದ ಆದ ಬದಲಾವಣೆಗಳತ್ತ ಗಿರಕಿ ಹೊಡೆಯುತಿತ್ತು. ನಾನು ಮಾಡಿದ ಮೆಸೇಜಿಗೆ ಬಾಸ್‌ನ ಕಡೆಯಿಂದ ಒಂದು ಉತ್ತರವೂ ಬರಲಿಲ್ಲ. ಕಾಲ್ ಮಾಡಿದರೆ ಬರುವ ಉತ್ತರವೂ ಓನ್ಲಿ ಸ್ವಿಚ್ ಆಫ್. ಅವರ ಮನೆಗಾದರೂ ಹೋಗೋಣವೆಂದರೆ ಧೈರ್ಯ ಸಾಲುತ್ತಿಲ್ಲ. ಸಮಯ ಎಲ್ಲರನ್ನೂ ಪರೀಕ್ಷಿಸುತ್ತದೆ. ಈಗ ನನ್ನ ಪಾಲಿಗೆ ಪರೀಕ್ಷೆಯ ಸಮಯ ಇರಬೇಕು. ನಾಳೆ ಬಾಸ್ ಆಫೀಸಿಗೆ ಬಂದಾಗ ಕ್ಷಮೆ ಕೇಳಿ ಈ ಚಡಪಡಿಸುವಿಕೆಗೆ ಅಂತ್ಯ ಹಾಡುವುದೇ ಉತ್ತಮ ಎಂಬ ನಿರ್ಧಾರದೊಂದಿಗೆ ಎಲ್ಲಿಗೋ ಹೋಗಬೇಕೆಂದುಕೊಂಡಿದ್ದವನು ಮಾರ್ಗ ಬದಲಿಸಿ ಮನೆಗೆ ಹೊರಟನು.

ಹಾದಿಯುದ್ದಕ್ಕೂ ಸಂಚರಿಸುವ ಮನುಷ್ಯರೆಲ್ಲಾ ಸಂಜಯನಿಗೆ ಗೊಂಬೆಗಳಂತೆಯೇ ಕಾಣತೊಡಗಿದರು. ಆ ಸೂತ್ರಧಾರನೊಬ್ಬ ಆಡಿಸಿದಂತೆ ಆಡುವುದಷ್ಟೇ ಇವರ ಕಾಯಕ, ನನ್ನದೂ ಸಹ ಎಂಬ ಹುಸಿನಗೆಯೊಂದಿಗೆ ಮನೆ ತಲುಪಿದ ಸಂಜಯನನ್ನು ಸುನಂದಮ್ಮ ಖುಷಿಯಿಂದ ಬರಮಾಡಿಕೊಂಡಳು. ಪ್ರತಿದಿನ ರಾತ್ರಿ ಹತ್ತು ಗಂಟೆಯ ನಂತರ ಬರುತ್ತಿದ್ದವನು ಇಂದೇಕೋ ಇಷ್ಟು ಬೇಗ ಬಂದುಬಿಟ್ಟಿದ್ದಾನಲ್ಲಾ! ಬಹುಶಃ ಹುಡುಗಿ ಇಷ್ಟವಾಗಿರಬಹುದು. ಅದನ್ನು ತಿಳಿಸಲೆಂದೇ ಓಡೋಡಿ ಬಂದಿದ್ದಾನೆನಿಸುತ್ತೆ. ಅಂತೂ ನನ್ನ ಮಗನಿಗೆ ಆ ದೇವರು ಒಳ್ಳೆಯ ಬುದ್ದಿ ಕೊಟ್ಟ ಎಂಬ ನಿಟ್ಟುಸಿರು ಬಿಟ್ಟ ಸುನಂದಮ್ಮ "ನೋಡ್ರೀ, ಹುಡುಗಿ ಪೋಟೋ ನೋಡಿಯೇ ಇಷ್ಟು ಬೇಗ ಮನೆಗೆ ಬಂದಿದ್ದಾನೆ. ಇನ್ನೂ ಮದುವೆ ಆದರೆ ನಾವೇ ಒತ್ತಾಯ ಮಾಡಿ ಆಫೀಸಿಗೆ ಕಳಿಸಬೇಕಾಗುತ್ತದೆ" ಎಂದು ಅಪ್ಪ-ಮಗ ಇಬ್ಬರೂ ಕೇಳಿಸಿಕೊಳ್ಳುವಂತೆ ತಮಾಷೆ ಮಾಡಿದಳು. ಸತ್ಯನಾರಾಯಣರೇನೋ ಕೇಳಿಸಿಕೊಂಡರು ಆದರೆ ಸಂಜಯ ಯಾವುದನ್ನು ಕಿವಿಗೆ ಹಾಕಿಕೊಳ್ಳದೇ ಶಿಲೆಯಂತೆ ನಿಂತಿದ್ದ.

ನನ್ನ ಮಗ ಹಾಗೇ, ತನ್ನ ಇಷ್ಟಾರ್ಥಗಳನ್ನು ಎಂದೂ ಮನಬಿಚ್ಚಿ ಮಾತನಾಡಿದವನಲ್ಲ. ನಾಳೆ ಹೆಂಡತಿ ಬಂದರೆ ಎಲ್ಲಾ ಬದಲಾಗುತ್ತಾನೆ ಎಂಬ ನಂಬಿಕೆಯೊಂದಿಗೆ ಸುನಂದಮ್ಮ ಹುಡುಗಿಯ ಪೋಟೋ ತಂದು ಸಂಜಯನ ಮುಖಕ್ಕೆ ಅಡ್ಡ ಹಿಡಿದರು. "ನೋಡೋ ಎಷ್ಟು ಲಕ್ಷಣವಾಗಿದ್ದಾಳಲ್ವಾ? ಸೇಮ್

ಶ್ರೀದೇವಿ ಥರಾ ಇದ್ದಾಳೆ. ಹೆಸರು 'ಸುಗುಣ' ಶ್ರೀಮಂತರ ಮನೆಯ ಹುಡುಗಿ, ಒಬ್ಬಳೇ ಮಗಳು. ಮೆಡಿಕಲ್ ಓದಿದ್ದಾಳೆ. ಅಮ್ಮ ಇಲ್ಲದ ತಬ್ಬಲಿ ಪಾಪ. ನನಗೂ, ನಿಮ್ಮಪ್ಪನಿಗೂ ತುಂಬಾ ಹಿಡಿಸಿದಳು. ನಮಗೆ ಒಪ್ಪಿಗೆ ಆದರೆ ಮುಗೀತು, ನಮ್ಮ ಮಗನದು ಏನೂ ತಕರಾರಿಲ್ಲ. ಬರೋ ಭಾನುವಾರ ಸಮಯ ಚೆನ್ನಾಗಿದೆ. ಅವತ್ತೇ ಹುಡುಗಿ ನೋಡೋಕೆ ಬರ್ತೀವಿ ಅಂತ ಶಾಸ್ತ್ರಿಗಳಿಗೆ ಹೇಳಿ ಕಳಿಸಿದ್ದೀನಿ. ನಿನಗೆ ಹೇಗೋ ಭಾನುವಾರ ಆಫೀಸ್ ರಜೆ ಇರುತ್ತೆ. ವೀಕೆಂಡ್ ಹಾಲಿಡೇ ಅಂತ ಎಲ್ಲಿಗೂ ಹೊರಗೆ ಸುತ್ತಾಡಲು ಹೋಗಬೇಡ" ಎಂದು ಸುನಂದಮ್ಮ ಮಗನ ಮುಂದೆ ಒಂದೇ ಉಸಿರಿಗೆ ಹೇಳಬೇಕಾದ್ದನ್ನೆಲ್ಲಾ ಹೇಳಿ ಮುಗಿಸಿದರು.

ತಾಯಿಯ ಹಠಕ್ಕೋ ಅಥವಾ ಅವಳ ಮೇಲಿನ ಮಮಕಾರಕ್ಕೋ ಸಂಜಯ ತಾತ್ಸಾರದಿಂದಲೇ ಎದುರಿಗಿದ್ದ ಫೋಟೋ ನೋಡಿದ. ಅವಳು ಧರೆಗಿಳಿದು ಬಂದ ದೇವತೆ. ಪದಗಳಿಗೆ ನಿಲುಕದ ಸೌಂದರ್ಯದ ಗಣಿ. ಅಂತಹ ಅಪ್ಸರೆಯನ್ನು ನೋಡಿದರೂ ಅವನ ಮುಖದಲ್ಲಿ ಯುವಕರಲ್ಲಿ ಕಂಡುಬರುವ ವಯೋಸಹಜವಾದ ಯಾವ ರೀತಿಯ ಭಾವನೆಗಳು ಕಾಣಿಸಿಕೊಳ್ಳಲಿಲ್ಲ. ಸುನಂದಮ್ಮ ತನ್ನ ಭಾವಿಸೊಸೆಯ ಬಗ್ಗೆ ಪುಂಖಾನುಪುಂಖವಾಗಿ ವರ್ಣಿಸುತ್ತಿದ್ದರೂ ಅದಕ್ಕೆ ಪ್ರತಿಯಾಗಿ ಒಂಚೂರು ಮಾತನಾಡದ ಸಂಜಯ ಹೆತ್ತವರ ಮುಂದೆ ಅಪರಾಧಿಯಂತೆ ನಿಲ್ಲಲಾಗದೇ ತನ್ನ ಕೊಠಡಿಗೆ ಹೊರಟುಹೋದ.

ಮಗನ ನಡೆ ಕಂಡು ಸುನಂದಮ್ಮ, ಸತ್ಯನಾರಾಯಣರಿಗೆ ಬೇಸರವಾಯಿತು. ಒಬ್ಬನೇ ಮಗನೆಂದು ಬಾಲ್ಯದಿಂದಲೂ ತೋರಿಸಿದ ಅತಿಯಾದ ಪ್ರೀತಿಯೆ ಇಂದು ನಮ್ಮ ಕಣ್ಣೀರಿಗೆ ಕಾರಣವಾಯಿತೇ? ಹೆತ್ತವರ ಭಾವನೆಗಳನ್ನು ಅರ್ಥೈಸಿಕೊಳ್ಳದಷ್ಟು ಕಟುಕನಾದನೇ ನಮ್ಮ ಮಗ? ಅಂದು ನಾವು ತೋರಿಸಿದ ಅಸಡ್ಡೆಯೇ ಇಂದು ನಮಗೆ ಭೂತವಾಗಿ ಕಾಡುತ್ತಿದೆ. ಮನದೊಳಗೆ ಏಳುತಿದ್ದ ಪ್ರಶ್ನೆಗಳಿಗೆ ಬಿಕ್ಕಿಬಿಕ್ಕಿ ಅಳುತ್ತಿದ್ದಳು ಸುನಂದಮ್ಮ. "ನೀನ್ಯಾಕೆ ಅಳ್ತೀಯೇ? ಅವನ ರೆಕ್ಕೆಗಳೀಗ ಬಲಿತಿವೆ. ಅವನಿಗೀಗ ನಮ್ಮ ಆಸರೆ ಬೇಕಾಗಿಲ್ಲ. ಆದರೆ ನಮಗೆ ಸಂಧ್ಯಾಕಾಲದಲ್ಲಿ ಅವನ ಆಸರೆ ಬೇಕಿದೆ. ಆದರೇನು ಮಾಡುವುದು ಅರ್ಥಮಾಡಿಕೊಳ್ಳುವ ಮನಸ್ಸು ಆ ದೇವರು ಅವನಿಗೆ ಕೊಟ್ಟಿಲ್ಲ. ಅವನ ಹಠ ಅವನು ಸಾಧಿಸ್ತಿದಾನೆ. ಪ್ರಪಂಚ ವಿಶಾಲವಾಗಿದೆ ಬಾ, ಇಬ್ಬರೂ ಎಲ್ಲಾದರೂ ಹೋಗಿ ಬಿಡೋಣ. ಅವನೊಬ್ಬನೇ ಈ ಮನೆಯಲ್ಲಿರಲಿ" ಎಂದು ಸತ್ಯನಾರಾಯಣ ಸಿಡುಕುತ ಕೈಯಲ್ಲಿದ್ದ ವಾರಪತ್ರಿಕೆಯನ್ನು ಮೇಜಿನ ಮೇಲೆಸೆದರು.

ಸಿಡುಕ ಗಂಡ ಪ್ರತಿ ಬಾರಿಯೂ ಹೀಗೆ ರೇಗಾಡಿದಾಗಲೆಲ್ಲಾ ಕಾದ ಸೀಸವನ್ನು ತಣ್ಣಗೆ ಮಾಡುವಂತೆ ವಿಷಯ ಬದಲಿಸಿ ಗಂಡನಿಗೆ

ಸಮಾಧಾನ ಪಡಿಸುವುದು ಸುನಂದಮ್ಮಳಿಗೆ ಕರಗತವಾಗಿತ್ತು. ಇನ್ನೂ ನಾನು ಅಳುತ್ತಾ ಕುಳಿತರೆ ವಿಷಯ ತಾರಕಕ್ಕೇರಬಹುದೆಂದು "ದಿಕ್ಕು-ದೆಸೆ ಇಲ್ಲದ ಪರದೇಶಿಗಳಂತೆ ನಾವ್ಯಾಕ್ರಿ ಮನೆಬಿಟ್ಟು ಹೋಗೋದು? ನಾಳೆ ಮತ್ತೊಮ್ಮೆ ಪ್ರಯತ್ನಿಸುವೆ. ಅವನು ಬಗ್ಗದೇ ಇದ್ದರೆ ಮುಂದಿನದು ದೇವರಿಚ್ಛೆಯಂತೆ ನಡೆಯಲಿ" ಎಂದು ಕಣ್ಣೀರೊರೆಸಿಕೊಂಡು ಎದ್ದು ಕೋಣೆಗೆ ಹೋದಳು.

ಕೇವಲ ಹದಿನೆಂಟರ ವಯಸ್ಸಿನಲ್ಲಿ ನನಗೆ ಮದುವೆ ಮಾಡಿಸು ಎಂದು ತನ್ನ ತಂದೆಗೆ ದುಂಬಾಲು ಬೀಳುತ್ತಿದ್ದ ಸತ್ಯನಾರಾಯಣ ಅದೆಷ್ಟೋ ಬಾರಿ ತನ್ನಾಸೆ ಈಡೇರಿಸದ ತಂದೆಯ ಮೇಲೆ ಮುನಿಸಿಕೊಂಡು ಲೈಟ್ ಕಂಬ ಏರಿ ಕುಳಿತುಕೊಳ್ಳುತ್ತಿದ್ದದ್ದು ನೆನಪಿಸಿಕೊಂಡ. ಮಧುಬಾಲಳಂತಹ ಹುಡುಗಿಯನ್ನು ಮದುವೆ ಮಾಡಿಕೊಳ್ಳಬೇಕು, ಅವಳ ಕೈಗೆ ಡಜನ್‌ಗಟ್ಟಲೆ ಮಕ್ಕಳು ಕೊಟ್ಟು ಎಲ್ಲರ ಎದುರು ತನ್ನ ಪೌರುಷ ತೋರಿಸ್ಕೋಬೇಕೆಂದು ದಿನಾಲೂ ಕನಸು ಕಾಣುತ್ತಿದ್ದವನಿಗೆ ಆ ದೇವರು ಕೊಟ್ಟಿದ್ದು ಒಬ್ಬನೇ ಒಬ್ಬ ಮಗ. ಅದೂ ಬೇರೆ ಮದುವೆ ಅಂದರೆ ಮಾರುದ್ದ ದೂರ ಸರಿಯೋ ಹೇಡಿಯಂತ ಮಗನನ್ನೇ ಕೊಟ್ಟಿದ್ದಾನೆಂದು ತನ್ನ ಹಣೆಬರಹವ ನೆನೆದ ಸತ್ಯನಾರಾಯಣ ಹಣೆ ಹಣೆ ಚಚ್ಚಿಕೊಂಡ.

ರಾತ್ರಿ ಊಟದ ತಟ್ಟೆಯನ್ನು ಸಂಜಯನ ರೂಮಿನೊಳಗಿಟ್ಟು ಬರಲು ಹೋದ ಸುನಂದಮ್ಮ ಭಾವುಕಳಾಗಿ "ಒಬ್ಬನೇ ಮಗ ಅಂತ ಎಷ್ಟು ಪ್ರೀತಿಯಿಂದ ಬೆಳೆಸಿದೆ. ನಮ್ಮ ಒಂದು ಮಾತಿಗೂ ಬೆಲೆ ಕೊಡದ ನಿನ್ನ ಹೃದಯ ಕಲ್ಲು. ನಾನು ಸತ್ತಾಗಲಾದರೂ ಒಂದು ಹಿಡಿ ಮಣ್ಣು ಕೊಡಲು ಆಫೀಸಿಗೆ ರಜೆ ಹಾಕು" ಎಂದು ಹೇಳಿ ಅಳುತ್ತಲೇ ಹೊರನಡೆದಳು.

***

ಅಜ್ಞಾತವಾಸದಲ್ಲಿದ್ದ ಶ್ರೀನಿವಾಸರು ವಾಸುಕಿಗೆ ಕರೆ ಮಾಡಿ ನನ್ನ ಆರೋಗ್ಯ ಸರಿಯಿಲ್ಲ. ಹಾಗಾಗಿ ಇಂದೂ ಸಹ ಆಫೀಸಿಗೆ ಬರಲು ಆಗುವುದಿಲ್ಲ. ಯಾರಾದರೂ ನನ್ನ ಬಗ್ಗೆ ವಿಚಾರಿಸಿದರೆ ಲೀವ್‌ನಲ್ಲಿದಾರೆಂದು ತಿಳಿಸಲು ಹೇಳಿದರು. ಅದನ್ನು ಕೇಳಿ ವಾಸುಕಿಗೆ ಲಡ್ಡು ನೇರವಾಗಿ ಬಾಯಿಗೆ ಬಂದು ಬಿದ್ದಂತಾಯಿತು. ಖುಷಿ ತಾಳಲಾರದೆ ಸಹದ್ಯೋಗಿ ಪ್ಲವಂಗನ ಎದುರು ತನಗೆ ಬಾಸ್ ಕರೆ ಮಾಡಿ ದೊಡ್ಡ ಜವಾಬ್ದಾರಿ ವಹಿಸಿರುವ ವಿಚಾರ ತಿಳಿಸಿದ. ಅವನ ಮಾತಿಗೆ ಪ್ಲವಂಗ ಗಹಗಹಿಸಿ ನಗುತ್ತಾ "ವಾಸು, ಈಗ ನಮ್ಮ ಸಮಯ ಬಂದಿದೆ. ಒಂದೇ ಕಲ್ಲಿಗೆ ಎರಡು ಹಕ್ಕಿ ಹೊಡೆಯಬಹುದು. ಈ ಅವಕಾಶ ಕಳಕೋಬಾರದು ಕಣೋ. ಹೇಗೋ ಇವತ್ತು ಸಹ ಬಾಸ್ ಆಫೀಸಿಗೆ ಬರೋಲ್ಲ. ಒಂಟಿಯಾಗಿರೋ ಸಂಜಯನ ಮತ್ತಷ್ಟು ಪರೀಕ್ಷೆಗೆ

ಒಳಪಡಿಸೋಣ. ನೋಡುತ್ತಿರು ನಾವಂದುಕೊಂಡಂತೆ ರಿಸಲ್ಟ್ ಹೊರಬರುತ್ತೆ" ಎಂದು ಮುಂದೆ ಹೀಗೆಯೇ ಆಗುತ್ತದೆಯೆಂಬಂತೆ ಭವಿಷ್ಯ ನುಡಿದ.

ಎಂದಿನಂತೆ ಆಫೀಸಿಗೆ ಬಂದ ಸಂಜಯ ಇದೇ ಮೊದಲ ಬಾರಿಗೆ ಬಾಗಿಲ ಬಳಿಯಿದ್ದ ಗಣೇಶನ ಮೂರ್ತಿಯ ಮುಂದೆ ನಿಂತು "ನನ್ನ ತಪ್ಪಿಗೆ ಇಂದು ಕ್ಷಮೆ ಸಿಗಲಿ, ಬಾಸ್ ಮೊದಲಿನಂತೆ ನನ್ನ ಪ್ರೀತಿಸಲಿ. ನನಗೆ ಎದುರಾಗಿರೋ ಈ ವಿಘ್ನವೊಂದನ್ನು ದೂರ ಮಾಡಿಬಿಡು ವಿನಾಯಕ" ಎಂದು ಕೈ ಮುಗಿದು ಮನದಲ್ಲೇ ಬೇಡಿಕೊಂಡ. ಆ ವೇಳೆ ಅಲ್ಲಿಗೆ ಬಂದ ವಾಸುಕಿ ಸಂಜಯ ಏನು ಬೇಡಿಕೊಂಡಿರಬಹುದೆಂದು ಊಹಿಸಿ ಗೊಳ್ ಎಂದು ನಕ್ಕ. ಆ ನಗು ಅಲೆಅಲೆಯಾಗಿ ಸಂಜಯನ ಕಿವಿಗಪ್ಪಳಿಸಿ ಅವನ ತಾಳ್ಮೆಯ ಕೆಣಕಿತ್ತು. ಆದರೆ ವಾಸುಕಿಗೆ ತಿರುಗೇಟು ಕೊಡುವ ಪರಿಸ್ಥಿತಿಯಲ್ಲಿ ಅವನಿರಲಿಲ್ಲ. ದೇವರು ದಿಂಡರನ್ನು ನಂಬದವನು ಇಂದು ಅದೇ ದೇವರ ಮುಂದೆ ಕೈಕಟ್ಟಿ ನಿಂತಿದ್ದಾನೆಂದು ತಾನೇ ಅವನು ನಕ್ಕಿರುವುದು? ಅವನದೇನು ತಪ್ಪು? ಇದಕ್ಕೆಲ್ಲಾ ನಾನೇ ಹೊಣೆಯೆಂದು ತನಗೆ ತಾನೇ ಸಮಾಧಾನ ಮಾಡಿಕೊಂಡು ಒಳಗೆ ಹೋದ.

ಶ್ರೀನಿವಾಸರ ಅನುಪಸ್ಥಿತಿಯಲ್ಲಿ ಆಫೀಸು ತನ್ನ ಸಹಜತೆಯನ್ನೇ ಕಳೆದುಕೊಂಡಿತ್ತು. ಎಲ್ಲರೂ ಕೃತಕ ರೋಬೋಟುಗಳಂತೆ ಕಂಪ್ಯೂಟರುಗಳ ಮುಂದೆ ಕುಳಿತು ಕೀಲಿಮಣೆ ಕುಣಿಸುತ್ತಿದ್ದರು. ಸಂಜಯ ತನ್ನ ಬಾಸ್‌ನ ಕಾಣುವ ಕಾತರತೆಯಿಂದ ತುಸು ಆತಂಕದಿಂದಲೇ ಫೈಲ್ ಹಿಡಿದುಕೊಂಡು ಚೇಂಬರಿನೊಳಗೆ ಕಾಲಿಟ್ಟ. ವಿಶಾಲವಾದ ಆ ಕೋಣೆಯೊಳಗಿದ್ದ ಖಾಲಿ ಕುರ್ಚಿ ಅವನ ನೋಡಿ ಅಣಕಿಸಿದಂತಾಯಿತು. ನನ್ನ ಜೀವ, ನನ್ನ ಪಾಲಿನ ದೇವರು ಕುಳಿತುಕೊಳ್ಳುವ ಆಸನ ಇದೇ ಅಲ್ವಾ? ಕಣ್ಣಲ್ಲೇ ಶ್ರೀನಿವಾಸರನ್ನು ಕಲ್ಪಿಸಿಕೊಳ್ಳುತ ಅದನ್ನು ಮುಟ್ಟಿ ಕೈಯಿಂದ ನಿಧಾನವಾಗಿ ಸವರಿದ. ಅಕ್ಷರಶಃ ಶ್ರೀನಿವಾಸರ ಬೆನ್ನು ಸವರಿದಂತೆ ಭಾಸವಾಯಿತು. ಬೇಡ ಮತ್ತೇ ಅದೇ ತಪ್ಪು ಮಾಡುವುದು ಬೇಡ! ಒಡನೇ ಕೈ ಹಿಂದಕ್ಕೆ ತೆಗೆದುಕೊಂಡು, ಒದ್ದೆಯಾದ ಕಣ್ಣುಗಳನ್ನು ಒರೆಸಿಕೊಳ್ಳುತ ಸರಸರನೇ ಆಚೆಗೆ ನಡೆದ. ಅದೆಲ್ಲವೂ ಅವನಿಗೆ ತಿಳಿಯದಂತೆ ಪ್ಲವಂಗನ ಮೊಬೈಲಿನಲ್ಲಿ ಸೆರೆಯಾಗಿತ್ತು.

ಅಪರಾಹ್ನದ ಸಮಯ ಆಗುತ್ತಾ ಬಂದರೂ ಶ್ರೀನಿವಾಸರು ಆಫೀಸಿಗೆ ಬರುವ ಸುಳಿವೇ ಸಿಗಲಿಲ್ಲ. ಸಂಜಯ ಹತಾಶೆಯಿಂದ ವಾಸುಕಿಯ ಬಳಿ "ಬಾಸ್ ಏನಾದರೂ ಕಾಲ್ ಮಾಡಿದ್ರಾ?" ಎಂದು ವಿಚಾರಿಸಿದ. ಬದುಕಿನುದ್ದಕ್ಕೂ ಗೋಸುಂಬೆಯಂತೆ ಬಣ್ಣ ಬದಲಿಸುವುದನ್ನು ಚೆನ್ನಾಗಿ ಕರಗತ ಮಾಡಿಕೊಂಡಿದ್ದ ವಾಸುಕಿ ತನಗೇನೂ ಗೊತ್ತಿಲ್ಲವೆಂಬಂತೆ ನಟಿಸುತ

"ಆಫೀಸಿನ ಏನೇ ವಿಷಯ ಇದ್ದರೂ ಬಾಸ್ ನಿಮಗೆ ತಾನೇ ತಿಳಿಸೋದು? ನಾನೇ ಕೇಳಬೇಕಂತಿದ್ದೆ ಅವರು ಇವತ್ತೂ ಸಹ ಬರೋಲ್ವಾ ಅಂತ. ಅಷ್ಟರಲ್ಲಿ ನೀವೇ ನನಗೆ ಕೇಳಿ ಬಿಡೋದ! ನೆನ್ನೆಯಿಂದ ನೀವು ತುಂಬಾ ಡಿಫ್ರೆಂಟ್ ಆಗಿ ಕಾಣಿಸ್ತಿದೀರ ಸಂಜಯ್. ನನಗಂತೂ ಒಂದೂ ಅರ್ಥ ಆಗ್ತಿಲ್ಲ" ಎಂದು ವಾರೆನೋಟ ಬೀರಿ ಹೇಳಿದ.

ಸಂಜಯ ಮರುಮಾತನಾಡಲಿಲ್ಲ. ಮೌನವಾಗಿ ಬಂದು ತನ್ನ ಚೇರಿನ ಮೇಲೆ ಕುಳಿತುಕೊಂಡ. ಅವನ ಮನಸ್ಸು ನೀರಿನಿಂದ ಹೊರಬಿದ್ದ ಮೀನಿನಂತೆ ಒದ್ದಾಡತೊಡಗಿತು.

ವ್ಯಾಕುಲತೆಯಿಂದ ನರಳುತ್ತಿದ್ದ ಅವನ ಮನಸ್ಸಿಗೆ ಸಮಾಧಾನ ಪಡಿಸಲೆಂದೇ 'Am very very sorry sir please reply' ಎಂದು ಹತ್ತಾರು ಬಾರಿ ಮೆಸೇಜ್ ಮಾಡಿದ. ಅತ್ತ ಕಡೆಯಿಂದ ಒಂದೂ ರಿಪ್ಲೆ ಬರಲಿಲ್ಲ. ಶ್ರೀನಿವಾಸರ ಮೌನ ಸಂಜಯನ ಮನಸ್ಸಿನ ಬೇಗುದಿಯ ಇಮ್ಮಡಿಗೊಳಿಸಿತ್ತು. ಮಧ್ಯಾಹ್ನ ಊಟದ ವೇಳೆ ಕಾಲ್ ಮಾಡಲು ಪ್ರಯತ್ನಿಸಿದ ಉತ್ತರ ಮಾತ್ರ "ನೀವು ಕರೆ ಮಾಡುತ್ತಿರುವ ಚಂದಾದಾರರು ವ್ಯಾಪ್ತಿಯೊಳಗಿನ ಪ್ರದೇಶದಿಂದ ಹೊರಗಿದ್ದಾರೆ" ಎಂದು ನೊಂದ ಮನಸ್ಸಿಗೆ ಮತ್ತಷ್ಟು ಬರೆ ಹಾಕುತಿತ್ತು.

ಸಂಜಯ ಮತ್ತು ಶ್ರೀನಿವಾಸರ ನಡುವಿನ ಸ್ನೇಹ ಗಾಢವಾಗಿ ಬೆಳೆದ ನಂತರ ಇಬ್ಬರ ನಡುವೆ ಕಾರ್ಗತ್ತಲು ಆವರಿಸಿದ್ದು ಇದೇ ಮೊದಲು. ಈ ಕತ್ತಲು ಇಡೀ ಕಾಯದೊಳಗೆಲ್ಲಾ ಆವರಿಸುವ ಮುನ್ನ ಈ ಕೂಪದೊಳಗಿನಿಂದ ಹೊರಬರಲೇ ಬೇಕು. ಇಲ್ಲವೆಂದರೆ ಶಾಶ್ವತವಾಗಿ ಈ ಕತ್ತಲೊಳಗೆ ಕಳೆದು ಹೋಗಬೇಕಾಗುತ್ತದೆ ಎಂಬ ಆಲೋಚನೆಯೊಂದಿಗೆ ಸಂಜಯ ತನ್ನೆಲ್ಲಾ ಕೆಲಸ ಮುಗಿಸಿ ಬ್ಯಾಗಿನೊಳಗಿದ್ದ ಇಂಗ್ಲೀಷ್ ಮ್ಯಾಗಜಿನೊಂದನ್ನು ಹೊರತೆಗೆದು ಓದುತ್ತ ಕುಳಿತ. ಕಳೆದೆರಡು ದಿನಗಳಿಂದ ಪುಟ್ಟ ಮಗುವಿನಂತೆ ಗಲಿಬಿಲಿಗೊಂಡಿದ್ದ ಅವನ ಮನಸ್ಸೀಗ ಓದಿನಲ್ಲಿ ಮುಳುಗಿ ಸಮಚಿತ್ತ ಕಾಯ್ದುಕೊಳ್ಳುವತ್ತ ಸಾಗುತಿತ್ತು. ವಾಚ್‌ಮೆನ್ ಸಂಜಯನ ಬಳಿಗೆ ಬಂದು ಜೋರಾಗಿ ಕೆಮ್ಮಿದಾಗಲೇ ಅವನು ಎಚ್ಚೆತ್ತು ಕಿಟಕಿಯಾಚೆಗೆ ದೃಷ್ಟಿ ಹಾಯಿಸಿದ್ದು. ಸಂಜೆಯ ಸಮಯ ಕತ್ತಲು ಬೆಳಕನ್ನು ನಿಧಾನವಾಗಿ ನುಂಗುತಿತ್ತು. ಅಕ್ಷರಶಃ ಸಂಜಯನ ಸಂತಸದ ಕ್ಷಣಗಳನ್ನು ದುಃಖವು ನುಂಗಿದಂತೆ. ಓದು ಎಂಬ ಪ್ರಪಂಚದೊಳಗೆ ಮುಳುಗಿದ್ದ ತನ್ನನ್ನು ವಾಚ್‌ಮೆನ್ ಕುತ್ತಿಗೆ ಹಿಡಿದು ಹೊರದೆಳೆದು ತಂದಂತೆ ಭಾಸವಾಗಿ ಅವನನ್ನು ಒಮ್ಮೆ ದಿಟ್ಟಿಸಿ ನೋಡಿದ.

ರೂಕೋ ಮೈಸೂರು ಬ್ರ್ಯಾಂಚಿನ ವಾಚ್‌ಮೆನ್ ವಯಸ್ಸಿನಲ್ಲಿ ಸಂಜಯನಿಗಿಂತಲೂ ಹಿರಿಯನಾದರೂ ಅವನ ಎದುರು ನಿಂತು ಧೈರ್ಯವಾಗಿ ಮಾತನಾಡುವಷ್ಟು ಗಟ್ಟಿಗನೇನಲ್ಲ. ಹಾಗೆಯೇ ಅಷ್ಟೊಂದು ಅಧಿಕಾರವುಳ್ಳವನೂ

ಅಲ್ಲ. ಸಂಜಯನ ತೀಕ್ಷ್ಣ ದೃಷ್ಟಿಯಲ್ಲಿ ತನ್ನ ತಪ್ಪು ಕಂಡುಕೊಂಡ ವಾಚ್ಮನ್ 'Sorry Sir' ಎಂದು ಕ್ಷಮೆಕೋರಿ ಬಂದಷ್ಟೇ ವೇಗವಾಗಿ ಅಲ್ಲಿಂದ ಹೊರನಡೆದ. ಸಮಯ ಆಗಲೇ ಆರು ದಾಟಿತ್ತು. ಕುತೂಹಲ ಹುಟ್ಟಿಸುವ ಲೇಖನವದು ಮತ್ತಷ್ಟು ಹೊತ್ತು ಓದಿ ಮುಗಿಸೋಣವೆಂದರೆ ಕುಳಿತಿರುವ ಆ ಸ್ಥಳ ಧೀರ್ಘ ಓದುವಿಕೆಗೆ ಪ್ರಾಶಸ್ತ್ಯಕರವಲ್ಲ. ಮನೆಗೆ ಹೊರಡೋಣವೆಂದರೆ ಅವನ ಪಾಲಿಗೆ ಅದೊಂದು ಜೈಲು. ಅನಿವಾರ್ಯವಾಗಿ ಕೈಯಲ್ಲಿದ್ದ ಪುಸ್ತಕ ಬ್ಯಾಗಿಗೆ ತುರುಕಿ ಹೊರನಡೆದ.

ಪಾರ್ಕಿಂಗ್ ಸ್ಥಳದಲ್ಲಿ ತನ್ನಂತೆಯೇ ಒಂಟಿಯಾಗಿ ನಿಂತಿರುವ ತನ್ನ ಕಾರನ್ನು ಕಂಡು ಸಂಜಯನಿಗೆ

ಕಥೆ ಮುಗಿಯಿತೇ ಆರಂಭದ ಮುನ್ನ
ಲತೆ ಬಾಡಿ ಹೋಯಿತೇ ಹೂವಾಗುವ ಮುನ್ನ
ಎಲ್ಲಿಗೆ ಪಯಣ? ಯಾವುದೋ ದಾರಿ? ಏಕಾಂಗಿ
ಸಂಚಾರಿ...!

ಎಂಬ ಹಾಡು ನೆನಪಾಯಿತು. ಅವನು ಹೊರಗೆ ಬಂದಿದ್ದು ಕಂಡಕೂಡಲೇ ಓಡೋಡಿ ಹೋಗಿ ಲೈಟ್ ಆಫ್ ಮಾಡಿದ ವಾಚ್‌ಮೆನ್ ಮನೆಗೆ ಹೋಗುವ ಧಾವಂತದೊಂದಿಗೆ ಅವಸರದಿಂದ ಆಫೀಸಿಗೆ ಬೀಗ ಜಡಿಯುತ್ತಿದ್ದ. ಅದನ್ನು ಕಂಡ ಸಂಜಯನ ಕಣ್ಣಿಗೆ ತನ್ನ ಬದುಕಿಗೂ ಯಾರೋ ಹೀಗೆ ಬೀಗ ಜಡಿಯುತ್ತಿದ್ದಾರೆಂದು ಅನ್ನಿಸತೊಡಗಿತು.

ಜೀವನದಲ್ಲಿ ಇದೇ ಮೊದಲ ಬಾರಿಗೆ ಸಂಜಯನಿಗೆ ಆಫೀಸು ಮುಗಿದ ನಂತರ ಎಲ್ಲಿಗೆ ಹೋಗುವುದೆಂದು ತೋಚಲಿಲ್ಲ. ಮನೆಗೆ ಹೋದರೆ ಹೆತ್ತವರ ಗೋಳು ಕೇಳೋದು ತಪ್ಪುವುದಿಲ್ಲ. ತನ್ನ ಸಂಕಟವನ್ನು ಯಾರ ಬಳಿಯಾದರೂ ಹೇಳಿಕೊಳ್ಳೋಣವೆಂದು ಯೋಚಿಸುತ್ತಿರುವಾಗ ಥಟ್ಟನೆ ಕನ್ನಿಕಾ ನೆನಪಿಗೆ ಬಂದಳು. ಇಂಥಹ ಸಮಯದಲ್ಲಿ ತನ್ನ ಮನದಾಳದ ನೋವು ತೋಡಿಕೊಳ್ಳಲು ಅವಳೇ ಸೂಕ್ತ ವ್ಯಕ್ತಿ ಎಂದರಿತು ಅವಳ ಕಾಲ್ ಸೆಂಟರ್ ಬಳಿಗೆ ಹೋದ. ತುಂಬಾ ದಿನಗಳ ನಂತರ ಸಂಜಯನ ನೋಡಿ ಕನ್ನಿಕಾಳಿಗೆ ಖುಷಿಯಾಯಿತು. ಆದರೆ ಅವನ ಮುಖ ಕಪ್ಪಿಟ್ಟಿರುವುದು ಕಂಡು ಇವಳು ಸಂಶಯದಿಂದ ಕೇಳಿದಳು.

"ಯಾಕೋ ತುಂಬಾ ಡಲ್ ಆಗಿದ್ದೀಯಾ?"

"ಹೌದು, ಮನಸ್ಸಿನ ತುಂಬಾ ನೋವು ತುಂಬಿಕೊಂಡಿದೆ. ಅದೆಲ್ಲಾ ಇಲ್ಲಿ ಹೇಳಲು ಆಗೋಲ್ಲ. ನಿನ್ನ ಮನೆಗೆ ಹೋಗೋಣ ನಡಿ. ಅಲ್ಲಿ ಎಲ್ಲಾ ಹೇಳ್ತೀನಿ"

"ನನ್ನ ಮನೆಗಾ!"

"ಹೌದು, ನಿನ್ನ ಮನೆಗೆ. ಯಾಕೆ ನಾನು ಬರಬಾರದ?"

"ಹಾಗೇನಿಲ್ಲ, ಆದರೆ ನಿನ್ನನ್ನು ಕರೆದುಕೊಂಡು ಹೋಗಿ ಆತಿಥ್ಯ ಕೊಡುವಷ್ಟು ಸುಂದರವಾದ ಮನೆಯಲ್ಲ ನನ್ನದು ಅದಕ್ಕೆ ಹಾಗಂದೆ"

"ನಾನು ನಿನ್ನ ಮನೆಗೆ ಬರುವುದು ಅದರ ಸೌಂದರ್ಯ ಸವಿಯಲು ಅಲ್ಲ, ನನ್ನೆದೆಯ ಆಳದ ನೋವನ್ನು ತೋಡಿಕೊಳ್ಳಲು"

"ಸರಿ, ಬಾ ಹೋಗೋಣ"

ಕನ್ನಿಕಾ ಕಾಲ್ ಸೆಂಟರ್ ಓನರಿಗೆ ಮನೆಗೆ ಹೊರಡುತ್ತಿರೋ ವಿಚಾರ ತಿಳಿಸಿ ತನ್ನ ಬ್ಯಾಗನ್ನೆತ್ತಿಕೊಂಡು ಸಂಜಯನ ಕಾರ್ ಏರಿದಳು. ಅರಮನೆ ನಗರಿಯ ಪ್ರಮುಖ ರಸ್ತೆಗಳನ್ನು ದಾಟಿಕೊಂಡು ಮುಂದೆ ಸಾಗಿದ ಕಾರು ಕೊಳಗೇರಿಯೊಂದರ ಬಳಿ ನಿಂತಿತು. ಕೆಳಗಿಳಿದ ಕನ್ನಿಕಾ "ಮುಂದೆ ಇಕ್ಕಟ್ಟಿದೆ; ಕಾರ್ ಹೋಗುವುದಿಲ್ಲ. ಹಾಗಾಗಿ ನಡೆದುಕೊಂಡೇ ಹೋಗಬೇಕು" ಎಂದಳು. 'ಸರಿ' ಎಂದು ತಲೆ ಅಲ್ಲಾಡಿಸಿದ ಸಂಜಯ ಒಡನೇ ಕಾರಿನಿಂದ ಕೆಳಗಿಳಿದು ಕನ್ನಿಕಾಳನ್ನು ಹಿಂಬಾಲಿಸಿದ. ಅವರಿಬ್ಬರೂ ಆ ಗಲ್ಲಿ ಪ್ರವೇಶಿಸುತ್ತಿದ್ದಂತೆ ಚರಂಡಿಯ ವಾಸನೆ ಘಮ್... ಎಂದು ನಾಸಿಕಕ್ಕೆ ಬಡಿಯಿತು. ಹೊಟ್ಟೆಯೊಳಗಿನ ಕರುಳುಗಳು ಬಾಯಿಗೆ ಬಂದಂತಾಗಿ ಕೂಡಲೇ ಸಂಜಯ ಕರವಸ್ತ್ರದಿಂದ ಮೂಗು ಮುಚ್ಚಿಕೊಂಡ. ಅವನ ಅವಸ್ಥೆ ನೋಡಿದ ಕನ್ನಿಕಾ "ನಾನು ಮೊದಲೇ ಹೇಳಲಿಲ್ವಾ? ಆದರೂ ನೀನು ಕೇಳಲಿಲ್ಲ" ಎಂದು ಬೇಸರ ವ್ಯಕ್ತಪಡಿಸಿದಳು. ಕೂಡಲೇ ಕೈಯಲ್ಲಿದ್ದ ಕರವಸ್ತ್ರವನ್ನು ಪ್ಯಾಂಟಿನ ಜೇಬಿನಲ್ಲಿಟ್ಟುಕೊಂಡ ಸಂಜಯ "ಇದೆಲ್ಲಾ ಏನು ಮಹಾ ಸಮಸ್ಯೆ? ಬಂದೆ ನಡಿ" ಎಂದು ಮುಂದೆ ಸಾಗಿದ.

ಕಿರಿದಾದ ಕಾಲುದಾರಿ, ಕಾಲು ಚಾಚಬಹುದಾದಷ್ಟೇ ಪುಟ್ಟ ಗುಡಿಸಲುಗಳು, ಮುರಿದ ತಗಡಿನ ಸೂರು. ಅಲ್ಲಲ್ಲಿ ಕಾಣುವ ಕಿಂಡಿಗಳಿಗೆ ಹರಿದ ಮಾಸಲು ಸೀರೆಗಳ ಹೊದಿಕೆ. ಆ ಗುಡಿಸಲುಗಳೊಳಗೆ ಸದಾ ಕೆಮ್ಮುತ್ತ ಬಿದ್ದುಕೊಂಡಿರುವ ರೋಗಗ್ರಸ್ತ ಮುದುಕ, ಮುದುಕಿಯರು. ಮನೆಯಾಚೆಯೇ ಅಡುಗೆ, ಸ್ನಾನಕ್ಕೆ ಪ್ರತ್ಯೇಕ ಸ್ಥಳವೇನಿಲ್ಲ. ಸಮರ್ಪಕ ಚರಂಡಿಗಳಿಲ್ಲದ ಕಾರಣ ರಸ್ತೆಯಲ್ಲೇ ಹರಿಯುವ ಕೊಳಚೆ ನೀರು. ಇದು ಆ ಕೊಳಗೇರಿಯ ವಾಸ್ತವ ಚಿತ್ರಣ. ಇಲ್ಲಿ ವಾಸಿಸುವವಲೆಲ್ಲಾ ವಸತಿಹೀನರು, ಭಿಕ್ಷುಕರು, ಕೂಲಿ ಕಾರ್ಮಿಕರು, ರಸ್ತೆ ಬದಿಯ ವ್ಯಾಪಾರಿಗಳು. ಸುಮಾರು ಒಂದು ಎಕರೆ ಪ್ರದೇಶದಲ್ಲಿ ಹಬ್ಬಿಕೊಂಡಿರುವ ಆ ಕೊಳಗೇರಿ ಮೈಸೂರು ನಗರಕ್ಕೊಂದು ದೃಷ್ಟಿ ಬೊಟ್ಟಿನಂತೆ ಉಳಿದುಕೊಂಡಿತ್ತು.

ಕನ್ನಿಕಾ ತನ್ನ ಮನೆಯ ಬೀಗ ತೆರೆದು "ಬಾ ಒಳಗೆ" ಎಂದು ಸಂಜಯನನ್ನು ಆತ್ಮೀಯವಾಗಿ ಬರಮಾಡಿಕೊಂಡಳು. ಶುದ್ಧ ಗಾಳಿ, ಬೆಳಕು ಕಾಣದ ಆ ಪುಟ್ಟ ಮನೆ ಸಂಜಯನ ಕಣ್ಣಿಗೆ ಜೈಲಿನಂತೆ ಕಂಡಿತು."ಇಷ್ಟೊಂದು

ದೊಡ್ಡ ನಗರದಲ್ಲಿ ನಿನಗೆ ಬೇರೆಲ್ಲೂ ಮನೆ ಸಿಗಲಿಲ್ವಾ?" ಎಂದು ಕನ್ನಿಕಾಳಿಗೆ ಪ್ರಶ್ನಿಸಿದ. ಅವನ ಮಾತು ಕೇಳಿ ಅವಳಿಗೆ ಬೇಸರದ ಬದಲು ಜೋರಾಗಿ ನಗು ಬಂತು. "ಮನೆ...ಹುಡುಕಿದರೆ ಮೂಲೆ ಮೂಲೆಗೂ ಸುಂದರ ಮನೆ ಸಿಗುತ್ತವೆ. ಆದರೆ ಆ ಮನೆಯವರು ಕೇಳುವಷ್ಟು ಬಾಡಿಗೆ ಕಟ್ಟಲು ನನಗೆ ನಿನ್ನಷ್ಟು ದೊಡ್ಡ ನೌಕರಿ ಸಿಕ್ಕಿಲ್ಲ" ಎಂದು ಪಟಾಕಿ ಹಾರಿಸಿದಳು. ಸಂಜಯನಿಗೆ ಅವಳ ಮಾತಿನೊಳಗಿನ ಯಾತನೆ ಅರ್ಥವಾಗಿತ್ತು. ಇಂತಹ ಅಸಹಾಯಕರೆದುರು ನಾನು ನನ್ನ ಅಂತಸ್ತು ತೋರಿಸಿಕೊಂಡುಬಿಟ್ಟೆನಲ್ಲ ಛೇ! ಎಂದು ಮುಂದೆ ಮಾತನಾಡದೇ ಮೌನಕ್ಕೆ ಜಾರಿದ.

ಮಾತು ಬಾರದ ಮೂಗನಂತೆ ನಿಂತಿರುವ ಸಂಜಯನ ಕಂಡು ಕನ್ನಿಕಾ ನಗುತ್ತಾ ಕೇಳಿದಳು

"ಮುಗೀತಾ ನಿನ್ನ ಕೋರ್ಸ್?"

"ಯಾವ ಕೋರ್ಸ್?"

"ಅದೇ ಅವತ್ತು ನಾವಿಬ್ಬರೂ ಪರಿಚಯ ಆಗುವಾಗ ಹೇಳಿದ್ಯಲ್ಲ, ನೊಂದ ಸಮುದಾಯಗಳ ಬಗ್ಗೆ ಪಿಹೆಚ್‌ಡಿ ಮಾಡ್ತಾಯಿದೀನಂತ"

"ಯಾವ ಪಿಹೆಚ್‌ಡಿಯೂ ಇಲ್ಲ. ಸತ್ಯ ಹೇಳಬೇಕೆಂದರೆ ನಾನು ನಿನ್ನಂತೆಯೇ ಸಮಾನ ಆಸಕ್ತಿ, ಅಭಿರುಚಿ ಬೆಳೆಸಿಕೊಂಡಿರುವವನು. ನನ್ನ ನೋವು-ನಲಿವುಗಳನ್ನು ಹಂಚಿಕೊಳ್ಳಲು ನಿನಗಿಂತ ಮಿಗಿಲಾದ ಹೃದಯ ಮತ್ತೊಂದು ಸಿಗಲಾರದೆಂದು ಅರಿತು ನಿನ್ನ ಸ್ನೇಹಕ್ಕಾಗಿ ಹಾತೊರೆದು ಪಿಹೆಚ್‌ಡಿಯ ನೆಪ ಹೇಳಿದ್ದೆ"

"ನನಗೆ ನಿನ್ನ ಮಾತು ಅರ್ಥವಾಗಲಿಲ್ಲ! ಸ್ವಲ್ಪ ಬಿಡಿಸಿ ಹೇಳು"

"ಹೇಳುತ್ತೇನೆ, ನಿನ್ನ ಬಿಟ್ಟರೆ ಬೇರೆ ಯಾರ ಬಳಿ ಹೇಳಲಿ? ನನಗೆ ಮೊದಲು ನೀನು ಕರುಣಾಳನ್ನೇ ನಿನ್ನ ಜೀವನ ಸಂಗಾತಿಯನ್ನಾಗಿ ಏಕೆ ಮಾಡಿಕೊಂಡೆ ಎಂದು ತಿಳಿದುಕೊಳ್ಳಬೇಕಿತ್ತು"

ಸಂಜಯನ ಮಾತಿಗೆ ಕನ್ನಿಕಾ ಮತ್ತೊಮ್ಮೆ ಜೋರಾಗಿ ನಕ್ಕಳು. ಈ ಬಾರಿ ಅವಳ ನಗುವಿನಲ್ಲಿ ಸಂತಸಕ್ಕಿಂತ ವಿಷಾದವೇ ತುಂಬಿ ತುಳುಕುತಿತ್ತು.

"ಇಷ್ಟು ದಿನ ನನ್ನ ತುಮುಲಗಳನ್ನೆಲ್ಲಾ ಕರುಣಾಳ ಮುಂದೆ ತೋಡಿಕೊಂಡು ನೊಂದ ಮನಸ್ಸಿಗೆ ಸಮಾಧಾನ ಹೇಳುತ್ತಿದ್ದೆ. ಈಗ ನಿನ್ನಂತಹ ಜೀವವೂ ನನ್ನ ಜೊತೆಗಿದೆ. ಹೇಳುವೆ ನನ್ನ ಬದುಕಿನ ಕಣ್ಣೀರ ಪುಟಗಳನ್ನು ನಿನ್ನೆದೆರು ಒಂದೊಂದೇ ತೆರೆದಿಡುವೆ. ನಾನೊಬ್ಬ ಹೆಣ್ಣಾಗಿ ಗಂಡಸನ್ನು ಇಷ್ಟಪಡದೇ ಮತ್ತೊಬ್ಬ ಹೆಣ್ಣನ್ನೇ ಬಯಸಲು ಮುಖ್ಯ ಕಾರಣ ನನ್ನ ಬಾಲ್ಯ, ನಾನು ಬೆಳೆದ ಪರಿಸರ. ಆಗಿನ್ನೂ ನನಗೆ ಹನ್ನೆರಡರ ಪ್ರಾಯ. ಅಮ್ಮ ಕ್ಯಾನ್ಸರಿಗೆ ತುತ್ತಾಗಿ ಇಹಲೋಕ ತ್ಯಜಿಸಿದ್ದರು. ಅಪ್ಪನಿಗೆ ಮತ್ತೊಬ್ಬ

ಹೆಂಡತಿಯ ಅವಶ್ಯಕತೆ ಇತ್ತು. ಹಿಂದೆ-ಮುಂದೆ ಯೋಚಿಸದೇ ಅವರ ಗೆಳೆಯ ತೋರಿಸಿದ ಹೆಣ್ಣುಮಗಳೊಬ್ಬಳನ್ನು ಮದುವೆ ಮಾಡಿಕೊಂಡು ಮನೆಗೆ ಕರೆತಂದಿದ್ದರು. ಆರಂಭದಲ್ಲಿ ಚಿಕ್ಕಮ್ಮ ನನ್ನನ್ನು ಅವರ ಹೆತ್ತ ಮಗಳಂತೆ ನೋಡಿಕೊಂಡರು. ಅವರು ತೋರಿಸುತ್ತಿದ್ದ ಪ್ರೀತಿ, ವಾತ್ಸಲ್ಯ ನನ್ನೊಳಗೆ ಅಮ್ಮನಿಲ್ಲದ ಕೊರಗು ನಿಧಾನವಾಗಿ ದೂರವಾಗಿಸುತ್ತಿದ್ದವು. ಅಪ್ಪ ರಾತ್ರಿ ಕುಡಿದು ಬಂದಾಗಲೆಲ್ಲ ಚಿಕ್ಕಮ್ಮ ನನ್ನ ಪಕ್ಕ ಮಲಗುತ್ತಿದ್ದರು. ಆ ವೇಳೆ ನಾನವರನ್ನು ಬೆರಗುಗಣ್ಣಿನಿಂದ ನೋಡಿದರೆ 'ನನಗೆ ಕುಡಿತದ ವಾಸನೆ ಆಗಿ ಬರೋಲ್ಲ ಕಣೇ' ಎಂದು ರೋಧಿಸುತ್ತಿದ್ದಳು. ನನಗೆ ಮತ್ತೊಬ್ಬರ ಆಸಕ್ತಿ, ನಿರಾಸಕ್ತಿಗಳ ಬಗ್ಗೆ ಆಲೋಚಿಸುವಷ್ಟು ಬುದ್ಧಿಶಕ್ತಿ ಇನ್ನೂ ಬೆಳೆದಿರಲಿಲ್ಲ. ಹಾಗಾಗಿ ಅವಳ ಬೇಸರದ ವದನ ಕಂಡು ಅಯ್ಯೋ! ಎನಿಸಿ ಸುಮ್ಮನಾಗಿಬಿಡುತ್ತಿದ್ದೆ. ನಾನು ಮೈನೆರೆದಾಗ ಚಿಕ್ಕಮ್ಮ ತುಸು ಬದಲಾದಂತೆ ಕಂಡರು. ರಾತ್ರಿ ನನ್ನ ಪಕ್ಕದಲ್ಲಿ ಮಲಗಿರುವ ವೇಳೆ ನನ್ನ ದೇಹದ ಮೇಲೆ ಎಲ್ಲೆಲ್ಲೋ ಕೈ ಹಾಕಿ ಸವರುತ್ತಿದ್ದರು. ನನಗೆ ಅದೆಲ್ಲಾ ಇಷ್ಟವಾಗುತ್ತಿರಲಿಲ್ಲ. ಅವಳಿಗದನ್ನು ತಿಳಿಸುವ ಧೈರ್ಯವೂ ನನ್ನಲ್ಲಿರಲಿಲ್ಲ. ನಾನಾಗ 'ಲೆಸ್ಬೋಫೋಬಿಯಾ' (ಯಾರೋ ಒಬ್ಬ ಸಲಿಂಗಕಾಮಿ ಎಂದು ಗ್ರಹಿಸಲ್ಪಟ್ಟಿರುವ ಕಾರಣ ಅವರ ಭಯ ಅಥವಾ ಇಷ್ಟವಿಲ್ಲದಿರುವಿಕೆ) ದಿಂದ ನರಳತೊಡಗಿದ್ದೆ. ನಿತ್ಯವೂ ರಾತ್ರಿ ಚಿಕ್ಕಮ್ಮಳ ಕಾಟ ಹೆಚ್ಚಾದಂತೆ ಒಂದು ದಿನ ಅಪ್ಪನ ಬಳಿ ನನಗೆ ಚಿಕ್ಕಮ್ಮಳ ಪಕ್ಕ ಮಲಗಲು ಇಷ್ಟವಿಲ್ಲ ಅಪ್ಪ ಎಂದು ಅಲವತ್ತುಕೊಂಡೆ. ಅದಕ್ಕೆ ನನ್ನಪ್ಪ ಅವಳ ಪಕ್ಕ ಮಲಗದೇ ಎಲ್ಲಾ ಬಿಚ್ಕೊಂಡು ನನ್ನ ಪಕ್ಕ ಮಲಗ್ತೀಯೇನು? ಎಂದು ಬಾಯಿ ಜೋರು ಮಾಡಿದ್ದ. ಅವನ ಅಸಹ್ಯಕರವಾದ ಪ್ರಶ್ನೆಗೆ ನನ್ನ ರಕ್ತ ಕೊತಕೊತನೇ ಕುದ್ದು ಅವನ ಮೇಲೆ ನಾನಿಟ್ಟ 'ಅಪ್ಪ' ಎನ್ನುವ ಗೌರವವೇ ಕಳೆದುಹೋಯಿತು. ಅದೇ ವೇಳೆಗೆ ಒಂದು ದಿನ ಅಪ್ಪ ಕಂಠಪೂರ್ತಿ ಕುಡಿದು ಬಂದು ಮನೆಯ ಮುಂದಿನ ಚರಂಡಿಯಲ್ಲಿ ಬಿದ್ದು ಸತ್ತ. ಅವನಾಗಿಯೇ ಬಿದ್ದು ಸತ್ತನೋ? ಬೇರೆ ಯಾರಾದರೂ ಸಾಯಿಸಿದರೋ! ನನಗೆ ಗೊತ್ತಿಲ್ಲ. ಅದನ್ನು ತಿಳಿದುಕೊಳ್ಳುವ, ತಪ್ಪಿತಸ್ಥರಿಗೆ ಶಿಕ್ಷೆ ಕೊಡಿಸುವ ಆಸಕ್ತಿಯೂ ನನ್ನಲ್ಲಿರಲಿಲ್ಲ. ಹಾಗಾಗಿ ಅವನು ಸತ್ತಿದ್ದು ಒಳ್ಳೆಯದೇ ಆಯ್ತೆಂದು ಸುಮ್ಮನಾಗಿಬಿಟ್ಟೆ. ಅಪ್ಪ ದೂರವಾಗಿ ಕೆಲವು ದಿನಗಳ ನಂತರ ನನ್ನ ಪಾಲಿಗೆ ಆ ಮನೆ ಸೆರೆಮನೆಯಾಯಿತು. ಅಪ್ಪ ಬದುಕಿದ್ದಾಗ ಕೇವಲ ರಾತ್ರಿಯಷ್ಟೇ ಪೀಡಿಸುತ್ತಿದ್ದ ಚಿಕ್ಕಮ್ಮ, ಅಪ್ಪನ ಸಾವಿನ ನಂತರ ಹಗಲಿನ ವೇಳೆಯೂ ಅವಳಾಸೆ ಈಡೇರಿಸಿಕೊಳ್ಳಲು ಕಾಮಪಿಶಾಚಿಯಂತೆ ವರ್ತಿಸತೊಡಗಿದಳು. ಅವಳನ್ನು ಎದುರು ಹಾಕಿಕೊಂಡು ಬದುಕುವುದಕ್ಕಿಂತ ಅವಳು ಹೇಳಿದ ಹಾಗೆ ಕೇಳಿಕೊಂಡು ಬದುಕುವುದೇ ಲೇಸೆಂದು ಭಾವಿಸಿ ನನಗೆ ಇಷ್ಟವಿಲ್ಲದಿದ್ದರೂ ಅವಳ ಆಸೆಗಳನ್ನು ಈಡೇರಿಸತೊಡಗಿದೆ. ಕ್ರಮೇಣ

ನಿಧಾನವಾಗಿ ಅವಳ ಚಟ ನನಗೂ ಹತ್ತಿಕೊಂಡಿತು. ಮುಂದೆ ನಾನು ಬೆಳೆದಂತೆ ಗಂಡಸರಿಗಿಂತಲೂ ಹೆಂಗಸರ ಮೇಲೆ ಪ್ರೀತಿ ಹೆಚ್ಚಾಯಿತು".

ಕನ್ನಿಕಾ ಹೇಳಿದ್ದು ಕೇಳಿ ಸಂಜಯನಿಗೆ ಬಾಲ್ಯದಲ್ಲಿ ತನ್ನ ಸೋದರಮಾವ ರಮಾಕಾಂತ ತನ್ನನ್ನು ಹೀಗೆಯೇ ತೀಟೆಗೆ ಬಳಸಿಕೊಂಡಿದ್ದು ನೆನಪಾಯಿತು. 'ಬಾಲ್ಯದ ಲೈಂಗಿಕ ಅನುಭವ ಅವನ ನಂತರದ ಅಭಿರುಚಿ ರೂಪಿಸುತ್ತದೆ' ಎಂಬ ಸಿಗ್ಮಂಡ್ ಫ್ರಾಯ್ಡ್‌ನ ಅಭಿಪ್ರಾಯದಂತೆ ರಮಾಕಾಂತನೊಂದಿಗಿನ ಬಾಲ್ಯದ ಕೆಲವು ಘಟನೆಗಳು ಸಂಜಯನೊಳಗೆ ಗಟ್ಟಿಯಾಗಿ ಬೇರೂರಿ ಸುಪ್ತವಾಗಿದ್ದು ನಂತರ ಗೀಳಾಗಿ ಬಿಟ್ಟಿದ್ದವು. ಅವನೊಳಗಿನ ಅವಳು ಗುಪ್ತಗಾಮಿನಿಯಂತೆ ಮನದೊಳಗೆ ನೆಲೆಸಿ ಅವನು ಬೆಳೆದಂತೆ ಅವಳೂ ಬೆಳೆಯುತ್ತಾ ಬಂದಿದ್ದಳು. ನಮ್ಮನ್ನು ರೂಪಿಸುವಲ್ಲಿ ಬಾಲ್ಯ ಮತ್ತು ನಾವು ಬೆಳೆದು ಬಂದ ಪರಿಸರ ಅದೆಷ್ಟು ಮಹತ್ವದ ಪಾತ್ರ ವಹಿಸುತ್ತವೆಯೆಂದು ಸಂಜಯನಿಗೀಗ ಅರ್ಥವಾಗತೊಡಗಿತು. ಕನ್ನಿಕಾ ಒಬ್ಬ ಲೆಸ್ಬಿಯನ್ ಆಗಿ ಪರಿವರ್ತನೆ ಆದ ನಂತರ ಏನೆಲ್ಲಾ ಸಮಸ್ಯೆ ಎದುರಿಸಿರಬಹುದು? ಒಬ್ಬ ಸಂಗಾತಿಗಾಗಿ ನಾನು ಅದೆಷ್ಟು ಅಲೆದಾಡಿದೆ. ನಂಬಿದವರೂ ಸಹ ಅವರ ಅವಶ್ಯಕತೆಗಳಿಗೆ ನನ್ನ ಬಳಸಿಕೊಂಡರೇ ಹೊರತು ಕೈ ಹಿಡಿಯಲಿಲ್ಲ, ಇವಳಿಗೆ ಕರುಣಾ ಸಂಗಾತಿಯಾಗಿ ಸಿಕ್ಕಿದ್ದಾದರೂ ಹೇಗೆ! ಅವನ ಕುತೂಹಲ ಹೆಚ್ಚಾಯಿತು. ಸಂಜಯ ಪ್ರಶ್ನಿಸುವ ಮುನ್ನವೇ ಕನ್ನಿಕಾ ಮತ್ತೇ ಮಾತು ಮುಂದುವರೆಸಿದಳು.

"ದಿನ ಕಳೆದಂತೆ ಚಿಕ್ಕಮ್ಮ ನಿಧಾನವಾಗಿ ನನ್ನ ಮೇಲೆ ಆಸಕ್ತಿ ಕಳೆದುಕೊಳ್ಳತೊಡಗಿದರು. ಅಷ್ಟೊತ್ತಿಗಾಗಲೇ ನನ್ನೊಳಗೊಬ್ಬಳು ಲೆಸ್ಬಿಯನ್ (ಮಹಿಳೆಯರ ಕಡೆಗೆ ಪ್ರಣಯ ಮತ್ತು/ಅಥವಾ ಲೈಂಗಿಕ ದೃಷ್ಟಿಕೋನ ಹೊಂದಿರುವ ಮಹಿಳೆಯನ್ನು ಸೂಚಿಸುತ್ತದೆ) ಜನ್ಮ ತಾಳಿದ್ದಳು. ನನಗೆ ನಿತ್ಯವೂ ಚಿಕ್ಕಮ್ಮಳ ಸಖ್ಯ ಬೇಕನಿಸತೊಡಗಿತು. ಆದರೆ ಅವಳ ಕಣ್ಣಿಗೆ ನಾನಾಗಲೇ ತಿಂದು ಬಿಸಾಡಿದ ಮಾವಿನ ಗೊಟ್ಟೆಯಾಗಿದ್ದೆ. ಕಾಲಚಕ್ರ ಉರುಳಿದಂತೆ ಚಿಕ್ಕಮ್ಮ ಪರಪುರುಷನೊಬ್ಬನ ಜೊತೆಗೆ ಸಂಬಂಧ ಬೆಳೆಸಿದಳು. ನನ್ನನ್ನು ಒಲಿಸಿಕೊಳ್ಳುವಾಗ ನನಗೆ ಗಂಡಸರೆಂದರೆ ಆಗಿಬರೋಲ್ಲ ಕಣೇ. ಕೇವಲ ನಿನ್ನಂಥಹ ಪ್ರಾಯದ ಹುಡುಗಿಯರಷ್ಟೇ ಇಷ್ಟವಾಗೋದೆಂದು ನಂಬಿಸಿದ್ದವಳು ಈಗೊಬ್ಬ ಪುರುಷನ ಜೊತೆಗೆ ಸಖ್ಯ ಬೆಳೆಸಿದ್ದು ನನಗೆ ದಿಗ್ಭ್ರಮೆ ಮೂಡಿಸಿತ್ತು.

ಕನ್ನಿಕಾಳ ಮಾತುಗಳು ಸಂಜಯನ ಕುತೂಹಲ ಕೆರಳಿಸಿದ್ದವು. ಅವನು ತುಂಬಾ ಆಸಕ್ತಿಯಿಂದ "ಮುಂದೇನಾಯಿತು?" ಎಂದು ಪ್ರಶ್ನಿಸಿದ. ಕನ್ನಿಕಾ ವಿಷಾದದಿಂದ ನುಡಿದಳು. "ಮುಂದೆ ಅವಳಿಗೆ ನನ್ನ ಅವಶ್ಯಕತೆ ಇರಲಿಲ್ಲ. ಅವಳ ಗೆಳೆಯನ ಜೊತೆಗೂಡಿ ಅಪ್ಪ ಕೂಡಿಟ್ಟಿದ್ದ ಅಳಿದುಳಿದ ಆಸ್ತಿಯೆಲ್ಲಾ

ಮಾರಿದಳು. ಬಂದ ಹಣವೆಲ್ಲಾ ಬಾಚಿಕೊಂಡು ನನಗೆ ನಯಾಪೈಸೆಯೂ ಕೊಡದೆ ಬೀದಿ ಬಿಕಾರಿಯನ್ನಾಗಿ ಮಾಡಿ ರಾತ್ರೋರಾತ್ರಿ ಅವಳ ಪ್ರಿಯತಮನ ಜೊತೆಗೆ ಓಡಿಹೋದಳು. ಆ ವೇಳೆ ಹೊಟ್ಟೆಗೆ, ಬಟ್ಟೆಗೆ ನನ್ನ ಬಳಿ ಏನೂ ಇರಲಿಲ್ಲ, ವಿಧಿಯಿಲ್ಲದೆ ಅನಾಥಾಶ್ರಮದ ಬಾಗಿಲು ತಟ್ಟಿದೆ. ಅವರ ಸಹಾಯದಿಂದ ಓದು–ಬರಹ ಮುಂದುವರೆಸಿ ಕಂಪ್ಯೂಟರ್ ಕಲಿತೆ. ಇದೇ ವೇಳೆಗೆ ನನಗೆ ಸಾಮಾಜಿಕ ಜಾಲತಾಣಗಳಲ್ಲಿ ಜೀವಕಾರುಣ್ಯವುಳ್ಳ ಗೆಳತಿ ಕರುಣಾ ಸಿಕ್ಕಳು. ಅವಳೂ ಸಹ ನನ್ನಂತೆ ಹೆಣ್ಣುಮಕ್ಕಳ ಮೇಲೆ ಲೈಂಗಿಕ ಅಭಿರುಚಿ ಬೆಳೆಸಿಕೊಂಡಿದ್ದಳು. ಅವಳೇ ನನ್ನ ಬಳಿ ನಾನೊಬ್ಬ

ಫೆಮ್ಮೆ (Femme ಫೆಮ್ಮೆ ಎನ್ನುವುದು LGBT ಸಂಸ್ಕೃತಿಯಲ್ಲಿ ಸಾಮಾನ್ಯವಾಗಿ ಸ್ತ್ರೀಲಿಂಗ ರೀತಿಯಲ್ಲಿ ತಮ್ಮನ್ನು ವ್ಯಕ್ತಪಡಿಸುವ ವ್ಯಕ್ತಿಯನ್ನು ವಿವರಿಸಲು ಬಳಸಲಾಗುವ ಪದವಾಗಿದೆ) ಎಂದು ಮನಸ್ಸು ಬಿಚ್ಚಿ ಹೇಳಿಕೊಂಡಾಗ 'ಕ್ವಿಯರ್'ನಂತೆ ಬಾಳುತ್ತಿದ್ದ ನನಗೆ ಕರುಣಾಳ ಮೇಲೆ ಪ್ರೀತಿ ಅಂಕುರಿಸಿತು. ಮುಂದುವರಿದು ನಮ್ಮಿಬ್ಬರ ಸಂಬಂಧ ಅನಾಥಾಶ್ರಮದವರಿಗೆ ಗೊತ್ತಾಗಿ ನಿನ್ನಂಥವಳಿಂದ ನಮಗೆ ಕೆಟ್ಟ ಹೆಸರು ಬರುತ್ತದೆಯೆಂದು ನನ್ನ ಕುತ್ತಿಗೆ ಹಿಡಿದು ಹೊರಗೆ ನೂಕಿದರು. ನಾನು ಮಾಡದ ತಪ್ಪಿಗೆ ಅತ್ತು, ಅತ್ತು, ಹೈರಾಣಾಗಿ ಕೊನೆಗೆ ನನ್ನಷ್ಟಕ್ಕೆ ನಾನೇ ಸಮಾಧಾನ ಮಾಡಿಕೊಂಡೆ. ಈ ಭೂಮಿಯ ಮೇಲೆ ಬದುಕಬೇಕಲ್ಲಾ? ನಮ್ಮನ್ನು ತುಳಿದವರ ಮುಂದೆಯೇ ತಲೆಯೆತ್ತಿಕೊಂಡು. ಈ ಪುಟ್ಟ ಹೊಟ್ಟೆಗಾಗಿ, ಗೇಣು ಬಟ್ಟೆಗಾಗಿ ನನ್ನ ಕೈಲಾದ ಚಿಕ್ಕ–ಪುಟ್ಟ ಕೆಲಸ ಮಾಡಿಕೊಂಡು ಇಲ್ಲಿಯವರೆಗೆ ಮುಂದುವರೆದಿದ್ದೇನೆ ಸಂಜು. ಆದರೆ ನನ್ನ ಚಿಕ್ಕಮ್ಮ ಒಬ್ಬ "Bi" (ಬಿ ಅಥವಾ ಬೈಸೆಕ್ಸುಯಲ್– ಒಬ್ಬ ಪುರುಷ ಮಹಿಳೆಯೊಂದಿಗೆ ಮತ್ತು ಬೇರೊಬ್ಬ ಪುರುಷನೊಂದಿಗೆ ಸಂಬಂಧದಲ್ಲಿರುವ ಸ್ಥಿತಿ. ಅದೇ ರೀತಿ ಒಬ್ಬ ಮಹಿಳೆ ಪುರುಷರೊಟ್ಟಿಗೆ ಮತ್ತು ಬೇರೊಬ್ಬ ಮಹಿಳೆಯೊಂದಿಗೆ ಸಂಬಂಧದಲ್ಲಿ ಇರುವ ಸ್ಥಿತಿ) ಆಗಿದ್ದರೂ ನನ್ನ ಮುಂದೆ ಲೆಸ್ಬಿಯನ್‌ನಂತೆ ನಟಿಸಿ ಕೊನೆಗೆ ದ್ರೋಹ ಬಗೆದಂತೆ ಕರುಣಾ ನನಗೆ ಮೋಸ ಮಾಡಲಿಲ್ಲ ಎಂಬುದೇ ನನ್ನ ಪಾಲಿಗೆ ಸಮಾಧಾನಕರ.

ಕನ್ನಿಕಾಳ ಬದುಕಿನ ದುರಂತ ಕಥೆಯ ಕೇಳಿ ಸಂಜಯನ ಕಣ್ಣಾಲಿಗಳು ಒದ್ದೆಯಾಗಿದ್ದವು. ಅವನು ಭಾವುಕತೆಯಿಂದ "ನನಗೀಗ ಅನಿಸುತ್ತಿದೆ ನಿನ್ನ ನೋವಿನ ಎದುರು ನನ್ನ ನೋವು ಯಾವ ಲೆಕ್ಕವೆಂದು? ಭೂತಕಾಲದ ನೆನಪುಗಳನ್ನು ಕೆದಕಿ ನಿನ್ನ ಮನಸ್ಸಿಗೆ ನೋವುಂಟು ಮಾಡಿದೆ, ಕ್ಷಮೆಯಿರಲಿ. ನನ್ನ ಕಥೆಯೂ ನಿನ್ನ ಕಥೆಗಿಂತ ಭಿನ್ನವೇನಿಲ್ಲ. ಅದೃಷ್ಟವಶಾತ್ ನಿನಗೆ ಕರುಣಾ ಆದರೂ ಸಿಕ್ಕಿದ್ದಾಳೆ ನನಗೆ ಅದೂ ಸಹ ಇಲ್ಲ" ಎಂದು ಕರವಸ್ತ್ರದಿಂದ ಕಣ್ಣೀರೊರೆಸಿಕೊಂಡ. ಅವನ ಮಾತು ಕೇಳಿ ಕನ್ನಿಕಾಳಿಗೆ ಆಶ್ಚರ್ಯವಾಯಿತು.

"ನನಗೀಗಲೂ ನೀನು ಏನು ಹೇಳುತ್ತಿದ್ದೀಯಾ ಅನ್ನೋದೆ ಅರ್ಥವಾಗುತ್ತಿಲ್ಲ"

"ಹೌದು, ನಾನಾಗಲೀ ನನ್ನ ಬದುಕಾಗಲೀ ಯಾರಿಗೂ ಬೇಗ ಅರ್ಥವಾಗುವುದಿಲ್ಲ. ಅರ್ಥವಾಗುವ ವೇಳೆಗೆ ಆಗಲೇ ಕಾಲ ಮಿಂಚಿ ಹೋಗಿರುತ್ತದೆ"

"ಮಿಂಚಿ ಹೋದ ಕಾಲಕ್ಕೆ ಚಿಂತಿಸಿ ಫಲವಿಲ್ಲ. ಈಗ ನಿನಗೆ ಬೇಸರವಾಗಿರುವಂತದ್ದಾದರೂ ಏನು?"

"ಮನೆಯಲ್ಲಿ ನನಗೆ ಹುಡುಗಿ ಹುಡುಕುತ್ತಿದ್ದಾರೆ. ನಾನೀಗ ಅಪ್ಪ-ಅಮ್ಮ ಹೇಳಿದಂತೆ ಅವರು ತೋರಿಸುವ ಹುಡುಗಿನ ಮದುವೆ ಆಗಬೇಕು"

"ಓಹ್! ಇದು ತುಂಬಾ ಖುಷಿಯ ವಿಚಾರ. ಇದಕ್ಕೇಕೆ ಬೇಸರ?"

"ಹೌದು ನಿಮಗೆಲ್ಲಾ ಖುಷಿಯ ವಿಚಾರವೇ. ಆದರೆ ನನಗೆ ಮಾತ್ರ ಇದು ನೋವಿನ ವಿಷಯ"

"ಅಂದರೆ ನಿನಗೆ ಮದುವೆ ಇಷ್ಟವಿಲ್ವಾ?"

"ಖಂಡಿತ ಇಷ್ಟವಿಲ್ಲ. ನನ್ನಿಂದ ಒಬ್ಬ ಹೆಣ್ಣುಮಗಳ ಜೀವನ ನರಕವಾಗೋದು ನನಗೆ ಎಳ್ಳಷ್ಟು ಇಷ್ಟವಿಲ್ಲ"

"ನೀನು ಮದುವೆ ಆಗೋದ್ರಿಂದ ಒಬ್ಬ ಹೆಣ್ಣಿಗೆ ಹೊಸಬದುಕು ಸಿಗುತ್ತೆ ವಿನಃ ಅವಳ ಬಾಳು ನರಕ ಆಗೋಲ್ಲ."

"ಇಲ್ಲ...ಖಂಡಿತ ಇಲ್ಲ. ಮುಂದೊಂದು ದಿನ ನಿನಗೆ ಎಲ್ಲಾ ಅರ್ಥವಾಗುತ್ತದೆ. ನನಗೀಗ ಹೊತ್ತಾಗಿದೆ ಮತ್ತೊಮ್ಮೆ ಭೇಟಿಯಾದಾಗ ಈ ವಿಚಾರ ಮುಂದುವರೆಸುವೆ" ಎಂದು ತನ್ನ ಮಾತಿಗೆ ವಿರಾಮವಿಟ್ಟು ಹೊರನಡೆದ.

***

ಬೆಳಿಗ್ಗೆಯಿಂದ ಒಂಚೂರು ನೀರು ಸಹ ಮುಟ್ಟದೇ ಮೌನಕ್ಕೆ ಜಾರಿದ್ದ ಸುನಂದಮ್ಮ ಗಂಡನ ಜೊತೆಗೂ ಮಾತನಾಡಲಿಲ್ಲ. ತನ್ನ ಕೋಣೆಯೊಳಗೆ ಒಬ್ಬಳೇ ಕುಳಿತು ಮಗನ ಮನಸ್ಸಿನ ಪರಿವರ್ತನೆಗಾಗಿ ಕಾಣದ ದೇವರ ಬಳಿ ಮೊರೆ ಹೋಗಿದ್ದಳು. ಮನೆಗೆ ಬಂದ ಸಂಜಯ ಹತ್ತಾರು ಬಾರಿ ಕಾಲಿಂಗ್ ಬೆಲ್ ಒತ್ತಿದರೂ ಸುನಂದಮ್ಮ ಎದ್ದು ಹೋಗಿ ಬಾಗಿಲು ತೆರೆಯಲೇ ಇಲ್ಲ. ಅವಳ ಬದಲು ಸತ್ಯನಾರಾಯಣ ಎದ್ದು ಹೋಗಿ ಬಾಗಿಲು ತೆರೆಯುತ್ತಿದ್ದಂತೆ ಸಂಜಯ ಆಶ್ಚರ್ಯಚಕಿತನಾದ. ಕಳೆದ ಒಂಬತ್ತು ವರ್ಷಗಳಿಂದ ತಾನು ಡ್ಯೂಟಿ ಮುಗಿಸಿಕೊಂಡು ಮನೆಗೆ ಬಂದಾಗಲೆಲ್ಲ ಪ್ರತಿ ಬಾರಿಯೂ ಬಾಗಿಲು ತೆರೆದದ್ದು ಕೈತುತ್ತನ್ನುಣಿಸಿ ಪೊರೆದ ಹೆತ್ತವ್ವ. ಇಂದು ಮೊದಲ ಬಾರಿಗೆ ತನ್ನ

ಕಂಡರೆ ಸದಾ ಸಿಡುಕುವ ಅಪ್ಪ ಬಾಗಿಲು ತೆರೆದದ್ದು ನೋಡಿ ಯೋಚಿಸುತ್ತಲೇ ಮನೆಯೊಳಗೆ ಕಾಲಿಟ್ಟ. ತನ್ನ ಕೋಣೆಗೆ ಹೋಗಿ ಬಟ್ಟೆ ಬದಲಾಯಿಸಿ ಕೈ-ಕಾಲು, ಮುಖ ತೊಳೆದುಕೊಂಡು ಬರಲು ಹೋಗುವಾಗ "ಹೊಟ್ಟೆ ತುಂಬಾ ಹಸಿತಾಯಿದೆ ಮಮ್ಮಿ, ಏನು ಅಡುಗೆ ಮಾಡಿದ್ದೀಯೋ ತಟ್ಟೆಗೆ ಬಡಿಸು. ಒಂದೈದು ನಿಮಿಷದಲ್ಲಿ ಮುಖ ತೊಳೆದು ಬರುವೆ" ಎಂದು ಗಟ್ಟಿ ಧ್ವನಿಯಲ್ಲಿ ಹೇಳಿ ಬಾತ್‌ರೂಮಿನೊಳಗೆ ಹೋದ. ಸಂಜಯ ಮರಳಿ ಡೈನಿಂಗ್ ಟೇಬಲ್ ಬಳಿ ಬಂದಾಗ ಖಾಲಿ ತಟ್ಟೆಗೆ ಬಡಿಸಲು ಅಡುಗೆಯಾಗಲಿ, ಸುನಂದಮ್ಮಳಾಗಲಿ ಅಲ್ಲಿರಲಿಲ್ಲ. ಬೇಸರದಿಂದ ಒಂದು ಲೋಟ ನೀರು ಕುಡಿದು ತನ್ನ ಕೋಣೆಗೆ ಹೊರಡುವ ಮುನ್ನ ತಾಯಿಯ ಬೆಡ್ರೂಮಿನೊಳಗೆ ಇಣುಕಿ ನೋಡಿದ. ಕಾಲಿಂಗ್ ಬೆಲ್ ಸದ್ದು ಕೇಳಿಸಿದಾಗಲೇ ಸುನಂದಮ್ಮ ಮಂಚ ಏರಿ ಮಲಗಿದ್ದರು.

ಸಂಜಯ ಮನೆಯ ಟೆರೇಸ್ ಮೇಲೆ ನಿಂತು ಆಗಸದ ನಕ್ಷತ್ರಗಳನ್ನು ತದೇಕಚಿತ್ತದಿಂದ ನೋಡುತ್ತಿದ್ದ. ಶ್ರೀನಿವಾಸ್ ವಿರಹ ವೇದನೆಯೊಂದಿಗೆ ಸಂಜಯನ ಬಳಿಗೆ ಓಡಿ ಬಂದು ಹಿಂದಿನಿಂದ ತೋಳು ಬಳಸಿ ಬಿಗಿಯಾಗಿ ತಬ್ಬಿಕೊಂಡರು. "ಎರಡು ದಿನ ನಿನ್ನಿಂದ ಅಗಲಿ ತುಂಬಾ ಕಷ್ಟಪಟ್ಟೆ ಜಯ್. ಐ ಆಮ್ ವೆರಿ ಸಾರೀ, ನಿನ್ನ ಮನಸ್ಸು ನೋಯಿಸಿದ್ದಕ್ಕೆ ನನ್ನ ಕ್ಷಮಿಸಿ ಬಿಡು. ನಿನ್ನ ಬಿಟ್ಟು ಬದುಕಿರಲು ನನ್ನ ಕೈಯಿಂದ ಆಗುವುದಿಲ್ಲ. ನಾನು ನಿನ್ನನ್ನು ತುಂಬಾ ಪ್ರೀತಿಸ್ತಾಯಿದ್ದೀನಿ. ಈ ಸಮಾಜ ನಮ್ಮ ಬಗ್ಗೆ ಏನೇ ಆಡಿಕೊಂಡರೂ ಐ ಡೋಂಟ್ ಕೇರ್. ಬಾ ಹೋಗೋಣ, ಸತಿ-ಪತಿಗಳಂತೆ ಇಬ್ಬರೂ ಒಂದಾಗಿ ನೆಮ್ಮದಿಯಿಂದ ಬಾಳೋಣ" ಎಂದು ಸಂಜಯನ ಕೈ ಹಿಡಿದು ದೇವಸ್ಥಾನಕ್ಕೆ ಕರೆದೊಯ್ದರು. ನೋಡುನೋಡುತ್ತಿದ್ದಂತೆ ಶ್ರೀನಿವಾಸ್ ಮತ್ತು ಸಂಜಯನ ಮದುವೆ ಯಾರೂ ಇಲ್ಲದ ದೇಗುಲವೊಂದರಲ್ಲಿ ಹಾರ ಬದಲಾಯಿಸಿಕೊಳ್ಳುವುದರ ಮುಖಾಂತರ ನೆರವೇರಿತು.

ತಾನು ಇಷ್ಟಪಟ್ಟವರ ಜೊತೆಗೆ ಮದುವೆಯಾದ ನಂತರ ಹೆತ್ತವರ ಆಶೀರ್ವಾದ ಪಡೆಯಲು ಸಂಜಯ ತನ್ನ ಪತಿ ಶ್ರೀನಿವಾಸರೊಂದಿಗೆ ದೇವಸ್ಥಾನದಿಂದ ನೇರವಾಗಿ ತನ್ನ ಮನೆಗೆ ಬಂದ. ಕಾಲಿಂಗ್ ಬೆಲ್ ಸದ್ದು ಕೇಳಿ ಬಾಗಿಲು ತೆರೆಯಲು ಬಂದ ಸುನಂದಮ್ಮಳಿಗೆ ಆಶ್ಚರ್ಯ ಕಾದಿತ್ತು. ಎದುರಿಗೆ ಮಗ ಮತ್ತು ಅವನ ಬಾಸ್ ಕೊರಳಲ್ಲಿ ಹಾರ ಧರಿಸಿ ಸತಿ-ಪತಿಗಳಂತೆ ಕೈ ಹಿಡಿದುಕೊಂಡು ನಿಂತಿರುವುದು ನೋಡಿ ಅವಳಿಗೆ ಒಂದೂ ಅರ್ಥ ಆಗಲಿಲ್ಲ. ಕಕ್ಕಾಬಿಕ್ಕಿಯಾಗಿರುವ ತಾಯಿಯ ವದನ ಕಂಡು ಸಂಜಯ "ಯಾಕೆ ಮಮ್ಮಿ ಹಾಗೆ ನೋಡ್ತಾಯಿದೀಯಾ? ನಾವಿಬ್ಬರೂ ತುಂಬಾ ದಿನಗಳಿಂದ ಪ್ರೀತಿಸ್ತಾಯಿದ್ವಿ. ನಮ್ಮ ಪ್ರೀತಿನಾ ನೀನಾಗಲೀ, ಅಪ್ಪನಾಗಲೀ ಇಲ್ಲ ಈ ಸಮಾಜವಾಗಲೀ ಒಪ್ಪಿಕೊಳ್ಳೋಲ್ಲ ಅಂತ ನನಗೆ ಗೊತ್ತಿತ್ತು. ಅದಕ್ಕೆ

ಯಾರಿಗೂ ಹೇಳದೇ ನಾವಿಬ್ಬರೂ ಮದುವೆ ಮಾಡಿಕೊಂಡಿದ್ದೀವಿ. ನಮಗೆ ನಿನ್ನ ಆಶೀರ್ವಾದ ಬೇಕು" ಎಂದು ಹೇಳಿ ಅವಳ ಕಾಲಿಗೆ ಬೀಳಲು ಹೋದ.

ಹೆತ್ತಮಗನ ಬಾಯಿಯಿಂದ ಹೊರ ಬಂದ ಮಾತು ಕೇಳಿ ಸುನಂದಮ್ಮಳ ಎದೆ ಒಡೆದಂತಾಯಿತು. "ಥೂ, ಚಂಡಾಲ. ಒಬ್ಬನೇ ಮಗ ಅಂತ ಪ್ರೀತಿಯಿಂದ ಬೆಳೆಸಿದ್ದಕ್ಕೆ ನಮ್ಮ ಕುತ್ತಿಗೆನೇ ಕೊಯ್ದು ಬಿಟ್ಟೀಯಲ್ಲೋ? ನನ್ನ ಮುಟ್ಟಬೇಡ ದೂರ ಸರಿ. ಈ ವಿಚಾರ ಅಕ್ಕಪಕ್ಕದ ಮನೆಯವರಿಗೆ ಗೊತ್ತಾದರೆ ನಾವು ತಲೆ ಎತ್ಕೊಂಡು ಬದುಕೋಕಾಗೋಲ್ಲ. ನಿಮ್ಮಪ್ಪ ಏನಾದರೂ ನಿಮ್ಮಿಬ್ಬರನ್ನು ಈ ಅವತಾರದಲ್ಲಿ ನೋಡಿದರೆ ಕೊಂದು ಇಲ್ಲೇ ಸಮಾಧಿ ಮಾಡಿಬಿಟ್ಟಾರು ಹುಷಾರು. ಈ ದೊಡ್ಡಮನುಷ್ಯನ ತೆವಲಿಗೆ ನನ್ನ ಮಗನೇ ಬೇಕಿತ್ತೇನೋ? ಥೂ ನಿಮ್ಮ ಜನ್ಮಕ್ಕಿಷ್ಟು" ಎಂದು ಶ್ರೀನಿವಾಸರ ಮುಖದ ಮೇಲೆ ಕ್ಯಾಕರಿಸಿ ಉಗಿದಳು. ಆದರೂ ಅವಳಿಗೆ ಸಮಾಧಾನ ಆಗಲಿಲ್ಲ. ಅಪರಾಧಿಗಳಂತೆ ತಲೆತಗ್ಗಿಸಿಕೊಂಡು ನಿಂತಿರುವ ಇಬ್ಬರನ್ನೂ ನೋಡಿ ಮತ್ತೇ ಮಾತು ಮುಂದುವರೆಸಿದ ಸುನಂದಮ್ಮ "ಹೋಗೋ, ಮತ್ತ್ಯಾಕೆ ಇಲ್ಲೇ ನಿಂತ್ಕೊಂಡಿದೀಯಾ. ನಿಮ್ಮಪ್ಪ ಬರೋದ್ರೊಳಗೆ ಇಲ್ಲಿಂದ ಜಾಗ ಖಾಲಿ ಮಾಡು. ಇನ್ನು ಮುಂದೆ ನಿನ್ನ ಪಾಲಿಗೆ ನಾವು ಸತ್ತಂತೆ" ಎಂದು ಧಡಕ್ಕನೆ ಬಾಗಿಲು ಹಾಕಿದಳು.

ಸಂಜಯ 'ನೋ...' ಎಂದು ಕಿಟಾರನೆ ಚೀರಿ ಹಾಸಿಗೆಯ ಮೇಲೆ ಎದ್ದು ಕುಳಿತ. ಅವನು ಚೀರಿದ ಶಬ್ದ ಸುನಂದಮ್ಮ, ಸತ್ಯನಾರಾಯಣ ಇಬ್ಬರ ಕಿವಿಗೆ ಬಿದ್ದು ಎಚ್ಚರಗೊಂಡರು. ಆದರೆ ಯಾರೂ ಸಹ ಎದ್ದು ಹೋಗಿ ಮಗನ ಮಾತನಾಡಿಸಿ ಸಮಾಧಾನ ಮಾಡಲಿಲ್ಲ. ತಾನೇ ಎದ್ದು ಒಂದು ಲೋಟ ನೀರು ಕುಡಿದು ತುಸು ಸಾವರಿಸಿಕೊಂಡ ಸಂಜಯ ಸುಂದರ ಕನಸಿನಲ್ಲಿ ಅದೆಂತಹ ತಿರಸ್ಕಾರ? ಒಂದೆಡೆ ತೀರದ ನನ್ನ ಬಯಕೆಗಳು. ಮತ್ತೊಂದೆಡೆ ಹೆತ್ತವರೆಂಬ ಹೆಬ್ಬಂಡೆಗಳು. ಆ ದೇವರು ಇಂತಹ ಸುಳಿಗೆ ನನ್ನನ್ನು ತಳ್ಳಿ ಅದೇನು ಖುಷಿ ಪಡುತ್ತಿದ್ದಾನೋ? ಅಲೆಗಳಂತೆ ತಲೆಗೆ ಅಪ್ಪಳಿಸುತ್ತಿದ್ದ ಆಲೋಚನೆಗಳೊಳಗೆ ಸಿಲುಕಿ ಒದ್ದಾಡುತ್ತಲೇ ನಿದ್ರೆಗೆ ಜಾರಿದ.

***

ಎಂದಿನಂತೆ ಮತ್ತದೇ ಬೆಳಗು. ಹೊಸದಿನವ ಸ್ವಾಗತಿಸಲು ಸಂಜಯನ ಮನಸಿನ್ನೂ ಸಜ್ಜಾಗಿರಲಿಲ್ಲ. ಹಾಸಿಗೆಯ ಮೇಲೆಯೇ ಅಂಗಾತ ಮಲಗಿ ರೂಕೋ ಕಂಪನಿಯಲ್ಲಿ ತಾನು ಬೆಳೆದು ಬಂದ ರೀತಿಯನ್ನು ನೆನಪಿಸಿಕೊಂಡ. ಇಂಟರ್‌ವ್ಯೂಗೆ ಕೈಯಲ್ಲೊಂದು ಫೈಲ್ ಹಿಡಿದು ನಡುಗುತ್ತ ಆಫೀಸಿನೊಳಗೆ ಕಾಲಿಟ್ಟ ದಿನದಿಂದ ಶ್ರೀನಿವಾಸರು ಡ್ಯೂಟಿಗೆ ಬರದೇ ಇರುವ ಕಾರಣ ಕಣ್ಣೀರಿಟ್ಟ ದಿನದವರೆಗೆ ಹಲವು ಘಟನೆಗಳು ಅವನ ಕಣ್ಣೆದುರು ಹಾದು ಹೋದವು.

ರೂಕೋ ಹೈಟೆಕ್ ಸಿಟಿಯಲ್ಲಿ ವಾಮನನಂತೆ ಬೆಳೆದ ಪ್ರತಿಷ್ಠಿತ ಕಂಪನಿ. ಅಲ್ಲಿಗೆ ಕೆಲಸಕ್ಕೆಂದು ಬರುವವರೆಲ್ಲರೂ ಆಧುನಿಕ ಜಗತ್ತಿನ ಗಾಳಿಗೆ ಮೈಯೊಡ್ಡಿಕೊಂಡವರು. ಒಳ್ಳೆಯ ಸೂಟು-ಬೂಟು ಧರಿಸಿ, ಮೈಗೆಲ್ಲಾ ಮೂರ್ಛೆ ಹೋಗುವಂತಹ ಸೆಂಟ್ ಬಳಿದುಕೊಂಡು ಗೊಂಬೆಗಳಂತೆ ಕಾಣುತ್ತಿದ್ದರು. ಅವರ ಮಾತನಾಡುವ ಶೈಲಿ, ಹಾವ-ಭಾವ ಎಲ್ಲವೂ ಕೃತಕವಾಗಿ ತೋರುತಿತ್ತು. ಅವರ ನಡುವೆ ಆತ್ಮೀಯತೆಗೆ ಹೆಚ್ಚಿನ ಅವಕಾಶವೇ ಇರಲಿಲ್ಲ. ಆದರೂ ಕೆಲವರು ಇದನ್ನು ಮೀರಿ ಒಳ್ಳೆಯ ಬಾಂಧವ್ಯ ಬೆಳೆಸಿಕೊಂಡಿದ್ದರು. ಇದು ಸಾಧ್ಯವಾದದ್ದೂ ಸಹ ಶ್ರೀನಿವಾಸ್ ಆ ಕಂಪನಿಯ ಮ್ಯಾನೇಜರ್ ಆಗಿ ಬಂದ ನಂತರ. ಅಲ್ಲಿ ಕೆಲಸ ಮಾಡುವವರೆಲ್ಲಾ ರೋಬೋಟುಗಳಲ್ಲ ಅವರೂ ಸಹ ಭಾವನೆಗಳಿರುವ ಮನುಷ್ಯರು ಎಂಬುದನ್ನು ಅರಿತಿದ್ದ ಶ್ರೀನಿವಾಸ್ ತಮ್ಮ ಬಿಡುವಿನ ವೇಳೆಯಲ್ಲಿ ಸ್ವತಃ ತಾವೇ ಎಲ್ಲರ ಯೋಗಕ್ಷೇಮ ವಿಚಾರಿಸುತ ಆಪ್ತವಾಗಿ ಬೆರೆಯುತಿದ್ದರು. ಸಂಜಯನ ಪ್ರತಿಭೆ ಅವರನ್ನು ಸೂಜಿಗಲ್ಲಿನಂತೆ ಸೆಳೆದಿದ್ದರಿಂದ ಅವನು ಎಲ್ಲರಿಗಿಂತಲೂ ಹೆಚ್ಚು ಆತ್ಮೀಯನಾಗಿ ಹುದ್ದೆ ಮತ್ತು ಹೃದಯದಲ್ಲಿ ಬಡ್ತಿ ಪಡೆದಿದ್ದನು.

ಸಮಯಕ್ಕೆ ಸರಿಯಾಗಿ ಆಫೀಸಿಗೆ ಬಂದ ಸಂಜಯ ಕೆಟ್ಟ ಆಲೋಚನೆಗಳು ತನ್ನತ್ತ ಸುಳಿಯದಂತೆ ಮನಸ್ಸಿಗೆ ಬೇಲಿ ಹಾಕಿಕೊಂಡು ಎದುರಿಗಿದ್ದ ಫೈಲುಗಳ ಮೇಲೆ ಕಣ್ಣಾಡಿಸುತ್ತಿದ್ದ. ಆ ವೇಳೆಗೆ ಶ್ರೀನಿವಾಸ್ ಕಛೇರಿಗೆ ಬಂದದ್ದು ನೋಡಿ ಅವನ ಎದೆಬಡಿತ ಹೆಚ್ಚಾಯಿತು. ಎಲ್ಲರೂ ಎದ್ದು ನಮಸ್ಕರಿಸುವಂತೆ ಅವನೂ ಸಹ ಎದ್ದು ನಮಸ್ಕರಿಸಿದ. ಆದರೆ ಶ್ರೀನಿವಾಸ್ ಅಪ್ಪಿತಪ್ಪಿಯೂ ಸಂಜಯನತ್ತ ಕಣ್ಣೆತ್ತಿ ನೋಡದೆ ಅವನ ಎದುರಿಗೆ ಕುಳಿತಿದ್ದ ವಾಸುಕಿಯ ಕಡೆಗೆ ನೋಡಿ 'ಟೂ ಡೇಸ್ ಬ್ಯಾಕ್ ಆಲ್ ಫೈಲ್ ತಗೊಂಡು ನನ್ನ ಚೇಂಬರಿಗೆ ಬನ್ನಿ' ಎಂದು ಹೇಳಿ ಸರಸರನೇ ಹೊರಟುಹೋದರು. ಬಾಸ್‌ನ ಮಾತು ಕೇಳಿ ವಾಸುಕಿ ಮತ್ತು ಪ್ಲವಂಗನಿಗೆ ಹಾಲು ತುಪ್ಪ ಸವಿದಷ್ಟು ಖುಷಿಯಾದರೆ ಸಂಜಯನಿಗೆ ಬೇಸರದ ಕಡಲಿನಲ್ಲಿ ಮುಳುಗಿಸಿತ್ತು. ಒತ್ತರಿಸಿ ಬಂದ ದುಃಖ ನುಂಗಿಕೊಳ್ಳಲು ಅವಡುಗಚ್ಚಿಕೊಂಡು ಕುಳಿತ.

ಬಾಸ್‌ನ ಸಹಿಗೋಸ್ಕರ ಕಾದಿರುವ ಎಲ್ಲಾ ಫೈಲುಗಳನ್ನು ಸಂಗ್ರಹಿಸುತ್ತಿದ್ದ ವಾಸುಕಿಗೆ ಅವನ ಪರಮಾಪ್ತ ಸ್ನೇಹಿತ ಪ್ಲವಂಗ "ಇವರಿಬ್ಬರ ನಡುವೆ ಬಹುದಿನಗಳಿಂದ ಏನೋ ರಹಸ್ಯ ಅಡಗಿದೆ. ಅದೀಗ ಸ್ಫೋಟಗೊಂಡಿರಬೇಕು. ಅದಕ್ಕೆ ಇಬ್ಬರ ಮುಖಗಳು ಕಳೆಗುಂದಿವೆ. ಕಬ್ಬಿಣ ಕಾದಾಗಲೇ ಬಡಿಯುವುದು ಜಾಣರ ಲಕ್ಷಣ ವಾಸು, ಬಾಸ್‌ನ ಬಳಿಗೆ ಹೋದಾಗ ಸಮಯ ನೋಡಿ ಕೆಲಸ ಸಾಧಿಸು" ಎಂದು ಕಿವಿಯೊಳಗೆ ಉಸುರಿ ಕಳಿಸಿದ. ವಾಸುಕಿ ತುಂಬು ಹುರುಪಿನಿಂದ ಸಂಗ್ರಹಿಸಿದ ಫೈಲುಗಳನ್ನೆಲ್ಲಾ ತೆಗೆದುಕೊಂಡು ಹೆಡ್ ಚೇಂಬರಿಗೆ

ಹೋದನು. ಇದೇ ಮೊದಲ ಬಾರಿಗೆ ಇಂತಹ ಅವಕಾಶ ಸಿಕ್ಕಿದ್ದಕ್ಕೆ ಅವನ ಖುಷಿ ದುಪ್ಪಟ್ಟಾಗಿತ್ತು. ಶ್ರೀನಿವಾಸ್ ವಾಸುಕಿ ತಂದಿಟ್ಟ ಫೈಲುಗಳನ್ನೆಲ್ಲಾ ಪರಿಶೀಲಿಸಿ ಸಹಿ ಮಾಡಿದ ನಂತರ ಎರಡು ದಿನ ಆಫೀಸಿನಲ್ಲಿ ನಡೆದ ಕಾರ್ಯವೈಖರಿ ಬಗ್ಗೆ ವಿಚಾರಿಸಿದರು. ಒಳ್ಳೆಯ ಅವಕಾಶ ಸಿಕ್ಕಿದೆಯೆಂದು ಭಾವಿಸಿದ ವಾಸುಕಿ ತನ್ನ ಬದ್ಧ ಎದುರಾಳಿ ಸಂಜಯನ ಬಗ್ಗೆ ಇಲ್ಲ ಸಲ್ಲದ ಚಾಡಿ ಚುಚ್ಚಿದ. ಆಫೀಸಿಗೆ ತಡವಾಗಿ ಬರುವುದು, ಗಂಟೆಗಟ್ಟಲೆ ಮೊಬೈಲಿನಲ್ಲಿ ಮುಳುಗುವುದು, ಪದೇ ಪದೇ ನಿಮ್ಮ ಚೇಂಬರಿಗೆ ಹೋಗಿ ಇಣುಕಿ ನೋಡುವುದು, ಸಂಜೆ ಬೇಗನೇ ಮನೆಗೆ ಹೊರಡುವುದು ಒಂದಾ-ಎರಡಾ ಸರ್? ಹೇಳುತ್ತಾ ಹೋದರೆ ಹನುಮಂತರಾಯನ ಬಾಲದ ಥರಾ ಬೆಳೆಯುತ್ತದೆಯೆಂದು ಶ್ರೀನಿವಾಸರ ಪಿತ್ತ ನೆತ್ತಿಗೇರಿಸಲು ಪ್ರಯತ್ನಿಸಿದ. ಆದರೆ ಅವೆಲ್ಲವನ್ನೂ ಶಾಂತ ಚಿತ್ತತೆಯಿಂದ ಆಲಿಸಿದ ಶ್ರೀನಿವಾಸರು ಯಾವುದೇ ರಿಯಾಕ್ಷನ್ ತೋರಿಸದೇ ನಿಮ್ಮಿಂದ ತುಂಬಾ ಉಪಕಾರವಾಯಿತು ನೀವಿನ್ನೂ ಹೊರಡಿ ಎಂದು ಹೇಳಿದರೇ ಹೊರತು ವಾಸುಕಿ ಭಾವಿಸಿದಂತೆ ಸಂಜಯನ ಕರೆಸಿ ಅವನೆದುರೇ ಮುಖಕ್ಕೆ ಕ್ಯಾಕರಿಸಿ ಉಗುಳಲಿಲ್ಲ. ಇದರಿಂದಾಗಿ ನಿರಾಸೆಯ ಮೊಗ ಹೊತ್ತು ಅವನು ಚೇಂಬರಿನಿಂದ ಆಚೆಗೆ ಬಂದ.

ವಿರಹದ ಬೇಗುದಿಗೆ ಸಿಲುಕಿ ಚಡಪಡಿಸುತ್ತಿದ್ದ ಸಂಜಯ ವಾಸುಕಿ ಹೊರಬರುತ್ತಿದ್ದಂತೆ ಶಾಸ್ತ್ರಕ್ಕೆ ಕೈಯಲ್ಲೊಂದು ಫೈಲ್ ಹಿಡಿದು 'ಐ ಕಮ್ ಇನ್ ಸರ್' ಎಂಬ ಕೋರಿಕೆಯೊಂದಿಗೆ ತನ್ನ ಬಾಸ್‌ನ ಚೇಂಬರಿಗೆ ಕಾಲಿಟ್ಟ. ಶ್ರೀನಿವಾಸರು 'ಕಮ್ ಇನ್' ಅಂದರೇ ಹೊರತು ಅವನತ್ತ ತಲೆಯೆತ್ತಿ ನೋಡಲಿಲ್ಲ. ಸಂಜಯನಿಗೆ ಏನೆಂದು ಮಾತನಾಡಿಸುವುದು ತಿಳಿಯದೇ ಒಂದೆರಡು ನಿಮಿಷ ಮೌನವಾಗಿಯೇ ನಿಂತುಕೊಂಡಿದ್ದ. ಶ್ರೀನಿವಾಸರು ಹಳೆಯ ದಾಟಿಯಲ್ಲೇ 'ಕೂತ್ಕೊಳ್ಳಿ' ಎಂದು ಹೇಳುತ್ತಿದ್ದಂತೆ ಸಂಜಯನಿಗೆ ಹೋದ ಜೀವ ಬಂದಂತಾಯಿತು.

ನನ್ನ ಮೇಲಿನ ಕೋಪ ಇನ್ನೂ ಇಳಿದಿಲ್ಲವೇನೋ ಎಂದು ಭಾವಿಸಿದ ಸಂಜಯ 'ಐ ಆಮ್ ಸಾರಿ ಸರ್' ಎನ್ನುವ ವೇಳೆಗೆ ಅವನ ಮೊಬೈಲ್ ರಿಂಗಾಯಿತು. ಒಡನೇ ಕಾಲ್ ಕಟ್ ಮಾಡಿ 'ನನ್ನಿಂದ ನಿಮ್ಮ ಮನಸ್ಸಿಗೆ ನೋವಾಗಿದ್ರೆ ದಯವಿಟ್ಟು ಕ್ಷಮಿಸಿ' ಎಂದು ಕೈಮುಗಿದು ವಿನಮ್ರತೆಯಿಂದ ಬೇಡಿಕೊಂಡ. ಮತ್ತೇ ಅವನ ಮೊಬೈಲ್ ಬಡಿದುಕೊಳ್ಳಲಾರಂಭಿಸಿತು. ಆ ಟ್ಯೂನಿನ ಸದ್ದಿಗೆ ಶ್ರೀನಿವಾಸ್ ತಲೆಯೆತ್ತಿ ನೋಡಿದರು. ಏನೋ ಮಾತನಾಡಬೇಕೆನ್ನುವಷ್ಟರಲ್ಲಿ ಮತ್ತೊಮ್ಮೆ ಕರೆ ಬಂದಿದ್ದು ನೋಡಿ 'ಮೊದಲು ಕಾಲ್ ರಿಸೀವ್ ಮಾಡಿ' ಎಂದರು. ಸಂಜಯ ತನ್ನ ಬಾಸ್‌ನ ಆಜ್ಞೆಗೆ ತಲೆ ಅಲ್ಲಾಡಿಸುತ ಕಾಲ್ ರಿಸೀವ್ ಮಾಡಿದ. ಅತ್ತ ಕಡೆಯಿಂದ 'ನಿಮ್ಮ ತಾಯಿ

ಮಾತಾಡ್ತಾಯಿಲ್ಲ, ತುಂಬಾ ಸೀರಿಯಸ್ ಆಗಿದೆ. ಅರ್ಜೆಂಟ್ ಆಗಿ ಅಪೋಲೋ ಆಸ್ಪತ್ರೆಗೆ ಬನ್ನಿ' ಎಂದು ಹೇಳಿ ಕಾಲ್ ಕಟ್ ಮಾಡಿದರು. ಅದನ್ನು ಕೇಳಿ ಸಂಜಯನ ಕೈಕಾಲುಗಳು. ನಡುಗತೊಡಗಿದವು. ತನ್ನ ತಾಯಿಯ ನೆನಪಿಸಿಕೊಂಡು ಗಳಗಳನೇ ಅಳುತ್ತಾ ಅಲ್ಲೇ ಕುಸಿದು ಕುಳಿತನು.

ಸಂಜಯನ ಅವಸ್ಥೆ ನೋಡಿ ಧಿಗಿಲುಗೊಂಡ ಶ್ರೀನಿವಾಸ್ "ನಾನಿದ್ದೀನಿ ಜಯ್, ಗೆದರಬೇಡಿ. ನಿಮ್ಮ ತಾಯಿಗೆ ಏನೂ ಆಗೋಲ್ಲ" ಎಂದು ಧೈರ್ಯ ತುಂಬಿ ತಾವೇ ಸ್ವತಃ ತಮ್ಮ ಕಾರಲ್ಲಿ ಸಂಜಯನನ್ನು ಆಸ್ಪತ್ರೆಗೆ ಕರೆದೊಯ್ದರು. ದಾರಿಯುದ್ದಕ್ಕೂ ಅವನು ಶ್ರೀನಿವಾಸರ ಜೊತೆಗೆ ಮಾತನಾಡುವ ಗೋಜಿಗೆ ಹೋಗದೇ ತನ್ನ ತಾಯಿಯ ನೆನೆಯುತ ಮೌನವಾಗಿಯೇ ಕುಳಿತಿದ್ದ. ಆಸ್ಪತ್ರೆಗೆ ಬಂದ ಮಗನ ನೋಡಿ ಸತ್ಯನಾರಾಯಣ "ನಿನ್ನಿಂದಲೇ ಇದೆಲ್ಲಾ ಆಗಿದ್ದು. ನನ್ನ ಒಂದೇ ಒಂದು ಮಾತು ನೀನು ಕೇಳಿದ್ದಿದ್ರೆ ಇವತ್ತು ಅವಳು ಐಸಿಯುನಲ್ಲಿ ಮಲಗ್ತಾಯಿರಲಿಲ್ಲ" ಎಂದು ರೇಗಾಡಿದರು. ತನ್ನ ಪರಿಸ್ಥಿತಿಗೆ ಮರುಗುತ್ತ ಸಂಜಯ ಅಪರಾಧಿಯಂತೆ ತಲೆತಗ್ಗಿಸಿಕೊಂಡು ನಿಂತಿದ್ದ. ಶ್ರೀನಿವಾಸ್ ಪರಿಸ್ಥಿತಿ ತಿಳಿಗೊಳಿಸಲು ತಾವೇ ಮಧ್ಯಸ್ಥಿಕೆ ವಹಿಸಿ ಸತ್ಯನಾರಾಯಣರಿಗೆ ಸಮಾಧಾನ ಮಾಡಿ ಇಬ್ಬರನ್ನೂ ವೈದ್ಯರಲ್ಲಿಗೆ ಮಾತನಾಡಲು ಕರೆದೊಯ್ದರು.

ಸುನಂದಮ್ಮರ ರಿಪೋರ್ಟ್ ಓದುತ್ತಿದ್ದ ವೈದ್ಯರ ಎದುರು ಸಂಜಯ, ಸತ್ಯನಾರಾಯಣ, ಶ್ರೀನಿವಾಸ್ ಮೂವರು ಮೂಗರಂತೆ ಕುಳಿತಿದ್ದರು. ಸಂಜಯನಿಗೆ ಎಲ್ಲಾ ವಿಷಯ ತಿಳಿಹೇಳಿದ ವೈದ್ಯರು ನಿಮ್ಮ ತಾಯಿ ಮೊದಲಿನಂತೆ ನಗುನಗುತ್ತಾ ಬಾಳಬೇಕೆಂದರೆ ನೀವು ಅವರಿಷ್ಟಾರ್ಥಗಳಿಗೆ ಅಡ್ಡಿಯಾಗಬಾರದು. ಅವರ ಈ ಸ್ಥಿತಿಗೆ ಮುಖ್ಯ ಕಾರಣ ನಿಮ್ಮ ಮದುವೆ. ಆದರೆ ನೀವು ಹಠ ಸಾಧಿಸುತ್ತ ಹೀಗೆಯೇ ಮುಂದುವರೆದರೆ ನಿಮ್ಮ ತಾಯಿ ಮಾನಸಿಕ ರೋಗಿಯಾಗಿ ನರಳಿ–ನರಳಿ ಸಾಯಬಹುದು. ಇದನ್ನು ತಪ್ಪಿಸಲು ನಾವು ಕೊಡುವ ಚಿಕಿತ್ಸೆಗಿಂತಲೂ ಒಳ್ಳೆಯ ಚಿಕಿತ್ಸೆಯೆಂದರೆ ನೀವು ಮದುವೆಯಾಗುವುದೆಂದು ಸಂಜಯನನ್ನು ಅಗ್ನಿಪರೀಕ್ಷೆಗೆ ದೂಡಿದರು.

ವೈದ್ಯರ ಮಾತು ಕೇಳಿ ಸಂಜಯ ಅಸಹಾಯಕನಾಗಿದ್ದ. ಮದುವೆಯೇ ಇಷ್ಟವಿಲ್ಲದ ನನ್ನಂತವನಿಗೆ ಮದುವೆ ಮಾಡಿಸಿ ಒಬ್ಬ ಹೆಣ್ಣಿನ ಬಾಳು ಹಾಳು ಮಾಡಲು ನೋಡುತ್ತಿರುವ ಇವರಿಗೆಲ್ಲಾ ನನ್ನ ಮನದ ಸಂಕಟ ಎಲ್ಲಿ ಅರ್ಥವಾದಿತು? ಇವರಿಗೆ ಭಾವನೆಗಳೆಂದರೆ ಅವು ಕೇವಲ ಕೃತಕ. ಪಕ್ಕದಲ್ಲೇ ಕುಳಿತವರ ಕೈಯಿಂದ ಅರಳಿದ ಪ್ರೀತಿ ಸತ್ತು ಹೋಗಿದೆ. ಈಗ ಅದರ ಮೇಲಿವರು ಗೋರಿ ಕಟ್ಟುತಿದ್ದಾರಷ್ಟೆ. ಸಂಜಯ ಹತಾಶೆಯಿಂದ ಎದ್ದು ನಿಂತ. ಅವನ ಕೈಯನ್ನು ಬಿಗಿಯಾಗಿ ಹಿಡಿದುಕೊಂಡ ಶ್ರೀನಿವಾಸ್ ಎದ್ದು ಹೋಗದಂತೆ ಕಣ್ಣಲ್ಲೇ ಕೋರಿಕೊಂಡರು. ಆದರೂ ಅವನು ಕುಳಿತುಕೊಳ್ಳದೇ

ನಿಂತಿದ್ದ. "ಇಷ್ಟೆಲ್ಲಾ ಅನಾಹುತಕ್ಕೆ ನೀವು ಅವಕಾಶ ಮಾಡಿಕೊಡಬಾರದಿತ್ತು ಜಯ್. ಹೆತ್ತವರ ಆಸೆಗಳನ್ನು ಪೂರೈಸುವುದು ಮಕ್ಕಳ ಧರ್ಮ. ನಿಮಗೀಗ ನೌಕರಿ ಇದೆ, ಕೈತುಂಬಾ ಹಣವಿದೆ, ಒಳ್ಳೆಯ ಗುಣವೂ ಇದೆ. ಮಿಗಿಲಾಗಿ ತುಂಬಿದ ವಯಸ್ಸು. ಇದಕ್ಕಿಂತ ಮತ್ತೇನು ಬೇಕು ನೀವು ಬಾಳಸಂಗಾತಿಯ ಆಯ್ದುಕೊಳ್ಳಲು. ಮನಸ್ಸನ್ನು ಹರಿಯಲು ಬಿಡಬೇಡಿ. ಹೆತ್ತು-ಹೊತ್ತು ಬೆಳೆಸಿದ ಜೀವಕ್ಕೆ ಆಸರೆಯಾಗಿ" ಎಂದು ಹೇಳಿ ಹಿಡಿದ ಕೈ ಬಿಟ್ಟರು.

ಹೆತ್ತವರ ಆಸೆ ಪೂರೈಸುವುದು ಮಕ್ಕಳ ಕರ್ತವ್ಯ. ಮಕ್ಕಳ ಆಸೆ ಪೂರೈಸುವುದು ಯಾರ ಕರ್ತವ್ಯ? ಅದರಲ್ಲೂ ನನ್ನಂಥವನ ಆಸೆ ಪೂರೈಸುವುದು ನಿಮ್ಮಂಥವರಿಂದಲೇ ಆಗಲಿಲ್ಲ ಇನ್ನೂ ಈ ನೌಕರಿ, ಹಣ, ಗುಣ, ವಯಸ್ಸು ಬರೀ ತೋರ್ಪಡಿಕೆಗಾಗಿ ಅಷ್ಟೆ ಎಂದು ಸಂಜಯ ಶ್ರೀನಿವಾಸರನ್ನು ಮನದಲ್ಲೇ ಪ್ರಶ್ನಿಸುತ್ತ ಮರುಗುತಿದ್ದ. ತನ್ನ ಮಾತಿಗೆ ಉತ್ತರಿಸದೇ ಮೌನವಾಗಿ ನಿಂತಿರುವ ಸಂಜಯನನ್ನು ನೋಡಿ ಶ್ರೀನಿವಾಸ್ "ಪ್ಲೀಸ್ ಜಯ್, ನನ್ನ ಮೇಲೆ ನಿಮಗೆ ಚೂರಾದರೂ ಗೌರವ ಇದ್ದರೆ ನಿಮ್ಮ ಹೆತ್ತವರು ಒಪ್ಪಿದ ಹುಡುಗಿಯ ಜೊತೆ ಮದುವೆ ಆಗಲು ಒಪ್ಪಿಕೊಳ್ಳಿ" ಎಂದು ತಮ್ಮ ಎರಡೂ ಕೈಗಳನ್ನೆತ್ತಿ ಬೇಡಿಕೊಂಡರು.

ಶ್ರೀನಿವಾಸರ ಆ ಎರಡೂ ಕೈಗಳು ನಿನ್ನಾಸೆಯನ್ನು ನನ್ನಿಂದ ಪೂರೈಸಲಾಗದು ಎಂಬುದನ್ನು ಪರೋಕ್ಷವಾಗಿ ಒಪ್ಪಿ ಶರಣಾಗಿರುವುದು ಒಂದು ರೂಪಕದಂತೆಯೇ ಸಂಜಯನ ಕಂಗಳಿಗೆ ಗೋಚರಿಸಿದವು. ತನ್ನೆದುರು ಪುಟ್ಟ ಪ್ರಪಂಚವನ್ನೇ ಸೃಷ್ಟಿಸಿದ್ದ ಆ ಎರಡೂ ಕಣ್ಣುಗಳೊಳಗೆ ತನ್ನ ಕಣ್ಣನಿಟ್ಟು ನೋಡಿದ. ಅಲ್ಲೊಂದು ಮಮತೆಯ ಹೊಳೆ ಹರಿಯುತಿತ್ತು. ಅದರಲ್ಲಿ ಕೊಚ್ಚಿ ಹೋಗಬಾರದೆಂದೇ ಬಿಗಿಯಾಗಿ ಕಣ್ಣು ಮುಚ್ಚಿಕೊಂಡ. ರೆಪ್ಪೆಯ ಸಂದಿಯೊಳಗಿನಿಂದ ತೂರಿ ಬಳಬಳನೇ ಹತ್ತಾರು ಹನಿ ಹೇಳದೇ ಜಾರಿ ಹೋದವು. ಧೀರ್ಘ ಉಸಿರೊಂದನ್ನು ಬಿಟ್ಟ ಸಂಜಯ "ಇಟ್ಸ್ ಓಕೆ ಸರ್. ಮದುವೆ ಮಾಡಿಕೊಳ್ತೀನಿ" ಎಂದು ಸಮ್ಮತಿಸಿ ತಲೆಬಗ್ಗಿಸಿದ. ಅವನ ಬಾಯಿಯಿಂದ ಬಂದ ಮಾತು ಕೇಳಿ ಸತ್ಯನಾರಾಯಣರಿಗಂತೂ ಆಕಾಶವೇ ಕೈಗೆ ಸಿಕ್ಕಷ್ಟು ಸಂಭ್ರಮ. ಶ್ರೀನಿವಾಸರ ಎರಡೂ ಕೈಗಳನ್ನು ತನ್ನ ಕಣ್ಣುಗಳಿಗೆ ಬಿಗಿಯಾಗಿ ಒತ್ತಿಕೊಂಡು "ಇವೆರಡೂ ನಿಮ್ಮ ಕೈಗಳಲ್ಲ ಕಾಲ್ಗಳು. ಈ ವಿಷಯ ಗೊತ್ತಾದರೆ ನನ್ನ ಪತ್ನಿ ಅದೆಷ್ಟು ಸಂತೋಷ ಪಡುತ್ತಾಳೋ! ಒಟ್ಟಾರೆ ನಮ್ಮ ಪಾಲಿಗೆ ನೀವೊಬ್ಬ ಆಪತ್ಬಾಂಧವ" ಎಂದು ಕೈಮುಗಿದರು.

ಬದುಕಿನುದ್ದಕ್ಕೂ ಹಠ ಸಾಧಿಸುತ್ತಲೇ ಬಂದಿದ್ದ ಸಂಜಯ ತನ್ನ ಒಂದೇ ಒಂದು ಕೋರಿಕೆಗೆ ತಲೆಬಾಗಿದ್ದು ನೋಡಿ ಶ್ರೀನಿವಾಸರಿಗೆ ಅತೀವ ಆನಂದವಾಯಿತು. "ನನ್ನ ಮಾತಿಗೆ ಬೆಲೆಕೊಟ್ಟಿದ್ದಕ್ಕೆ ಧನ್ಯವಾದಗಳು ಜಯ್"

ಎಂದು ಸಂಜಯನನ್ನು ಬಿಗಿಯಾಗಿ ತಬ್ಬಿಕೊಂಡ ಶ್ರೀನಿವಾಸ್ ಒಡನೇ ಕೆಲವು ದಿನಗಳ ಹಿಂದೆ ಕಾರಿನಲ್ಲಿ ನಡೆದ ಘಟನೆ ನೆನಪಿಸಿಕೊಂಡು ಬಿಗಿಯಾದ ಬಂಧವನ್ನು ಸಡಿಲಗೊಳಿಸುತ ಹಿಂದೆ ಸರಿದರು. ಶ್ರೀನಿವಾಸರ ಬಿಸಿ ಅಪ್ಪುಗೆಯಲಿ ತನ್ನೊಳಗಿನ ಅವಳು ಎದ್ದೇಳಲು ಅವಕಾಶ ಕೊಡದ ಸಂಜಯ ಇಂತವರ ಅಪ್ಪುಗೆಯಿಂದ ಮೈಬಿಸಿ ಆದಾಗಲೆಲ್ಲಾ ಈ ಕಾಯದೊಳಗೆ ಸುಳಿವ ಆತ್ಮ ಸುಟ್ಟು ಬೂದಿಯಾಗಲಿ ಎಂದು ಹಿಡಿಶಾಪ ಹಾಕಿದ.

ವೈದ್ಯರ ಶುಶ್ರೂಷೆಯಿಂದ ಸುನಂದಮ್ಮ ತುಸು ಚೇತರಿಸಿಕೊಂಡಿದ್ದರು. ಗಂಡನ ಕಡೆಯಿಂದ ಮಗ ಮದುವೆಗೆ ಒಪ್ಪಿರುವ ವಿಚಾರ ಕೇಳಿ ಅವಳ ಖುಷಿಗೆ ಪಾರವೇ ಇರಲಿಲ್ಲ. ತಡಮಾಡಿದರೆ ಆ ಹುಡುಗಿ ಬೇರೆ ಮನೆಯ ಪಾಲಾದಳು ಎಂಬ ಭಯದೊಂದಿಗೆ ಸತ್ಯನಾರಾಯಣ ಶಾಸ್ತ್ರಿಗಳಿಗೊಂದು ಕರೆ ಹಚ್ಚಿ ಕೊಟ್ಟ. ಸುನಂದಮ್ಮ ಹಾಸಿಗೆಯಲ್ಲೇ ಮಲಗಿ "ಈ ಭಾನುವಾರ ಹುಡುಗಿ ನೋಡೋಕೆ ಬರ್ತಿದ್ದೀವಿ ಅವರಿಗೆ ತಿಳಿಸಿ ಬಿಡಿ ಶಾಸ್ತ್ರಿಗಳೇ" ಎಂದು ಏದುಸಿರು ಬಿಡುತ್ತಲೇ ಹೇಳಿದಳು.

ಸ್ವತಂತ್ರವಾಗಿ ಆಗಸದಲ್ಲಿ ಹಾರಾಡುವ ಹಕ್ಕಿಯನ್ನು ಹಿಡಿದು ಪಂಜರದೊಳಗೆ ಕೂಡಿಹಾಕುವ ಮನಸ್ಥಿತಿಯ ಜನರೇ ಈ ಪ್ರಪಂಚದಾದ್ಯಂತ ತುಂಬಿಕೊಂಡಿರುವುದು. ನನ್ನ ಸ್ವತಂತ್ರ ಬದುಕಿಗೂ ಅಂತ್ಯ ಸಮೀಪಿಸುತ್ತಿದೆ. ಈ ಧರೆಯ ಮೇಲೆ ಎಂತೆಂಥಾ ಸುಂದರ ಪುರುಷರಿದ್ದರೂ ಅವರಲ್ಲಿ ಒಬ್ಬರಾದರೂ ನನ್ನ ಪ್ರೀತಿಸಿ ನನಗೆ ಹೊಸ ಬದುಕು ಕೊಡಲಿಲ್ಲ. ಮುಂದೆ ನನ್ನ ಕೈ ಹಿಡಿಯುವ ಹುಡುಗಿ ಹೋದ ಜನ್ಮದಲ್ಲಿ ಅದೇನು ಪಾಪ ಮಾಡಿದ್ದಳೋ? ನನ್ನಂತಹ ದುರ್ಬಲನ ಕೈಹಿಡಿದು ಅದೇನು ಸುಖ ಅನುಭವಿಸುತ್ತಾಳೋ? ಎಂಬ ಯೋಚನೆಗಳು ಸಂಜಯನ ತಲೆಯೊಳಗೆ ಪ್ರಶ್ನೆಗಳಾಗಿ ಏಳುತ್ತಲೇ ಇದ್ದವು. ಆಸ್ಪತ್ರೆಯಿಂದ ನೇರವಾಗಿ ಮನೆ ತಲುಪಿ ಕೈಗೆ ಸಿಕ್ಕ ಪುಸ್ತಕಗಳನ್ನೆಲ್ಲಾ ಹರಿದು ಹಾಕಿದ. ಕಿಟಕಿಗೆ ಹೊದಿಸಿದ ಪರದೆಗಳೂ ಸಹ ಸಂಜಯನ ಕೈಗೆ ಸಿಕ್ಕಿ ಚಿಂದಿಯಾದವು.

ಎರಡು ದಿನಗಳ ತರುವಾಯ ಸುನಂದಮ್ಮ ಆಸ್ಪತ್ರೆಯಿಂದ ಡಿಸ್ಚಾರ್ಜ್ ಆಗಿ ಮನೆಗೆ ಬಂದರು. ಆ ಎರಡೂ ದಿನಗಳ ಕಾಲ ಆಫೀಸಿಗೆ ರಜೆ ಹಾಕಿ ಹೆಚ್ಚು ಹೊತ್ತು ಕೋಣೆಯೊಳಗೆ ಬಂಧಿಯಾಗಿದ್ದ ಸಂಜಯನ ಕಣ್ಣುಗಳು ಇಂದು ಬಿಡುಗಡೆಯ ಬೆಳಕಿಗೆ ಮಂಜಾಗಿದ್ದವು. ಮನೆಗೆ ಬಂದ ಮರುದಿನವೇ ಸುನಂದಮ್ಮ ನಮಗಂತೂ ಹುಡುಗಿ ಇಷ್ಟ ಇರೋದ್ರಿಂದ ಅವರಿಗೆ ಸಂಜು ಇಷ್ಟವಾದರೆ ಸಾಕು ಮುಂದಿನ ಮಾತುಕತೆ ಮಾಡಿಬಿಡೋದು ಎಂಬ ಲೆಕ್ಕಾಚಾರದೊಂದಿಗೆ ಹೆಣ್ಣು ನೋಡಲು ಹೋಗುವ ತಯಾರಿಯಲ್ಲಿ ಮುಳುಗಿದ್ದರು.

ಸಂಜಯ ತನ್ನೆದುರಿಗಿದ್ದ ಮೊಬೈಲೆಂಬ ಮಾಯಾಪೆಟ್ಟಿಗೆಯನ್ನೊಮ್ಮೆ ದಿಟ್ಟಿಸಿ ನೋಡಿದ. ಕನ್ನಿಕಾಳ ಕಡೆಯಿಂದ ಐದಾರು ಮಿಸ್ ಕಾಲ್ ಆಗಿದ್ದವು. ಮರು ಕರೆ ಮಾಡಿ ಮಾತನಾಡಲು ಮನಸ್ಸಿಲ್ಲ. ಅವಳನ್ನೊಮ್ಮೆ ಕಂಡು ಮನಸಾರೆ ಅತ್ತು, ನೋವು ಮರೆಯಲು ಪ್ರಯತ್ನ ಪಡೋಣ ಎಂದುಕೊಂಡವನಿಗೆ ಮಳೆ ಹೊರಗಡೆ ಕಾಲಿಡಲು ಬಿಡಲಿಲ್ಲ. ಬೇಸರದಿಂದ ಮೊಬೈಲಿನ ನೆಟ್ ಆನ್ ಮಾಡಿದ. ವಾಟ್ಸಾಪ್ ಸಂದೇಶಗಳು ಸುನಾಮಿಯಂತೆ ಬರತೊಡಗಿದವು. ಒಂದೆರಡರ ಮೇಲೆ ಕಣ್ಣಾಡಿಸುವ ವೇಳೆಗೆ ತಲೆ ಸಿಡಿದಂತಾಯ್ತು. ಮೊಬೈಲ್ ಪಕ್ಕಕ್ಕೆ ಸರಿಸಿ ಬಾ ಎಂದರೂ ಬರದೇ ಓಡುತ್ತಿರುವ ನಿದ್ದೆಯ ಬೆನ್ನಟ್ಟಿದ.

***

ಸುನಂದಮ್ಮ, ಸತ್ಯನಾರಾಯಣ ತುಂಬಾ ನಿರೀಕ್ಷೆಯಿಂದ ಕಾಯುತ್ತಿದ್ದ ಭಾನುವಾರ ಬಂದೇ ಬಿಟ್ಟಿತು. ಅಂದು ನಸುಕಿನ ಜಾವವೇ ಎಲ್ಲರೂ ಐಷಾರಾಮಿ ಕಾರ್ ಏರಿ ಶಿವಮೊಗ್ಗದತ್ತ ಪಯಣಿಸಿದರು. ಸಂಜಯನ ತಂದೆ ತಾಯಿಯ ವದನಗಳು ಖುಷಿಯಲ್ಲಿ ತೇಲಾಡುತ ಕಡುಬಿನಂತೆ ಊದಿಕೊಂಡಿದ್ದರೆ ಅವನ ವದನ ಮಾತ್ರ ಸೊರಗಿದ ಸೋರೆಕಾಯಿಯಂತಾಗಿತ್ತು. ಹೆಣ್ಣು ನೋಡಲು ಹೋಗುತ್ತಿರುವ ಕಳೆಯೇ ಇರಲಿಲ್ಲ. ಅವನ ಗಮನವೆಲ್ಲಾ ರಸ್ತೆಯ ಇಕ್ಕೆಲಗಳಲ್ಲಿ ಕಂಡುಬರುವ ಬೆಟ್ಟ-ಗುಡ್ಡ, ಗಿಡ-ಮರ, ತೊರೆಗಳತ್ತಲೇ ಇತ್ತು. ಐದು ತಾಸು ದೀರ್ಘ ಪಯಣದ ನಂತರ ಕಾರು ಹುಡುಗಿಯ ಮನೆ ತಲುಪಿತು. ಮಲೆನಾಡಿನ ತಪ್ಪಲಿನಲ್ಲಿರುವ ಭವ್ಯ ಬಂಗಲೆಯದು. ಮನೆಯ ಸುತ್ತ ವಿಶಾಲವಾದ ಜಾಗದಲ್ಲಿ ಹಸಿರು ಹುಲ್ಲು ಭುವಿಗೆ ಹಾಸಿಗೆಯಂತೆ ಹೊದ್ದಿಕೊಂಡಿದ್ದರೆ, ಸುತ್ತಲೂ ಆಕರ್ಷಕ ಹೂಗಿಡಗಳು ಮನಸ್ಸಿಗೆ ಮುದ ನೀಡುತ್ತಿದ್ದವು. ಗೇಟ್ ತೆರೆದು ಕಾರು ಒಳಗೆ ಬರುತ್ತಿದ್ದಂತೆಯೇ ಹುಡುಗಿಯ ತಂದೆ ಸುಧಾಕರ ಬೀಗರನ್ನು ಆತ್ಮೀಯವಾಗಿ ಸ್ವಾಗತಿಸಿದ. ಎಲ್ಲರೂ ಕೆಳಗಿಳಿದು ಮನೆಯ ಒಳಗೆ ಹೋದರೂ ಸಂಜಯ ಮಾತ್ರ ತನ್ನೆದುರಿಗೆ ಪಲಾಶ ಮರವೊಂದು ಕಂಡೊಡನೆ ಕಾರಲ್ಲೇ ಕಣ್ಮುಚ್ಚಿ ಕುಳಿತ.

ಸುಧಾಕರ್ ಭಾವಿ ಅಳಿಯನತ್ತ ತಿರುಗಿ ನೋಡಿ

"ನಿಮ್ಮ ಮಗ ಮನೆ ಒಳಗಡೆ ಬರುವುದಿಲ್ಲವೇ?" ಎಂದು ಮುಗುಳುನಕ್ಕ. ಒಡನೇ ಸುನಂದಮ್ಮ ಕಾರಿನ ಬಳಿ ಓಡಿ ಹೋಗಿ ಮಗನ ಕೈ ಹಿಡಿದು ಒಳಗೆ ಕರೆತಂದಳು. ಸುಧಾಕರ್ ವಿನಮ್ರತೆಯಿಂದ 'ನಮಸ್ಕಾರ' ಎಂದು ಕೈ ಮುಗಿದ. ಅಷ್ಟು ಹೊತ್ತು ಎಲ್ಲೋ ಗಮನ ಹರಿಸಿದ್ದ ಸಂಜಯ ಆ ಧ್ವನಿ ಬಂದ ಕಡೆಗೆ ತಿರುಗಿ ನೋಡಿದ. ಸುಧಾಕರನ ವದನ ಸಂಜಯನ ಕಣ್ಣೊಳಗೆ ಸುಳಿಮಿಂಚು ಮೂಡಿಸಿತು. ಅಬ್ಬಾ! ಆ ದೇವರು ಈ ಪ್ರಪಂಚದಲ್ಲಿ ಎಂಥೆಂಥ

ಸುಂದರ ಪುರುಷರನ್ನು ರೂಪಿಸಿದ್ದಾನೆ! ಮತ್ತೇ, ಮತ್ತೇ ನೋಡಬೇಕೆನ್ನಿಸುವ ಆ ನೀಳ ನಾಸಿಕ, ಪ್ರೀತಿಯ ಸಾಗರವನ್ನೇ ತುಂಬಿಕೊಂಡಿರುವ ಕಪ್ಪು ಕಣ್ಣುಗಳು, ಹಾಲಿನಂತಹ ಮೈ ಬಣ್ಣ, ಗುಂಗುರು ಕೂದಲುಗಳು, ಕೃಷ್ಣವರ್ಣದ ದಪ್ಪ ಮೀಸೆ ಸಂ'ಜಯ'ನ ಮನದೊಳಗೆ ಸಾವಿರ ಅಲೆಗಳ ಏಳಿಸಿದ್ದವು. ಪ್ರತಿಯಾಗಿ ನಮಸ್ಕರಿಸುವುದನ್ನೇ ಮರೆತು ಹಾಗೆಯೇ ಆ ಸುಂದರ ವದನವ ನೋಡುತ್ತ ನಿಂತ. ಪಕ್ಕದಲ್ಲಿದ್ದ ಸುನಂದಮ್ಮ "ನಮಸ್ತೆ" ಅನ್ನೋ ಎಂಗಾ ಕೈ ಅಲುಗಾಡಿಸಿದಾಗ ಎಚ್ಚರಗೊಂಡ ಸಂಜಯ ಸುಧಾಕರ್ ನಕ್ಕಿದ್ದು ನೋಡಿ ತಲೆಕೆರೆದುಕೊಂಡ.

ಎಲ್ಲರೂ ವಿಶಾಲವಾದ ಸೋಫಾದಲ್ಲಿ ಕುಳಿತು ತಮ್ಮ ಕುಟುಂಬಗಳ ಪರಿಚಯ ಹಾಗೂ ಇತಿಮಿತಿಗಳ ಮಾಹಿತಿ ವಿನಿಮಯ ಮಾಡಿಕೊಂಡರೆ ಸಂಜಯ ಗೋಡೆಯ ಮೇಲೆ ನೇತು ಹಾಕಿದ್ದ ಚುಕ್ಕಿಚಿತ್ರವೊಂದನ್ನು ತದೇಕ ಚಿತ್ತದಿಂದ ನೋಡುತ್ತಾ ಕುಳಿತಿದ್ದ. ತಿಳಿಗುಲಾಬಿ ಬಣ್ಣದ ಸೀರೆಯುಟ್ಟ ತರುಣಿಯೊಬ್ಬಳು ತುಸು ಹೆದರುತ್ತಲೇ ಕಾಫಿ ತಂದು ಎಲ್ಲರ ಕೈಗೆ ಕೊಟ್ಟು ಸಂಜಯನ ಎದುರು ನಿಂತಳು. ಆ ಚುಕ್ಕಿ ಚಿತ್ರದ ಒಳಹೊಕ್ಕಿದ್ದ ಸಂಜಯನಿಗೆ ತನ್ನೆದುರು ಹುಡುಗಿ ನಿಂತಿರುವುದು ಗೊತ್ತಾಗಲಿಲ್ಲ. ಸುನಂದಮ್ಮ ಮತ್ತೊಮ್ಮೆ ಮಗನ ಕೈ ಹಿಡಿದು ಅಲುಗಾಡಿಸಿದಾಗ ಎಚ್ಚರಗೊಂಡ ಸಂಜಯ ಗಲಿಬಿಲಿಗೊಂಡು ಕಾಫಿಯ ಲೋಟ ತೆಗೆದುಕೊಂಡನೇ ಹೊರತು ಆ ಹುಡುಗಿಯನ್ನು ಕಣ್ಣೆತ್ತಿಯೂ ನೋಡಲಿಲ್ಲ. ಅದರ ಬದಲಾಗಿ ಎದುರಿಗೆ ಕುಳಿತಿದ್ದ ಹುಡುಗಿಯ ತಂದೆಯ ನೋಡಿ ನಾಚಿಕೆಯಿಂದ ತಲೆತಗ್ಗಿಸಿದ.

ತನ್ನ ಸ್ವಪರಿಶ್ರಮದಿಂದ ಯಶಸ್ಸಿನ ಉತ್ತುಂಗಕ್ಕೇರಿ ನೆಮ್ಮದಿಯ ಜೀವನ ನಡೆಸುತ್ತಿದ್ದ ಸುಧಾಕರನಿಗೆ ಇದ್ದ ಒಬ್ಬಳೇ ಮಗಳು ಸುಗುಣ. ಅವಳಿಗೆ ಆರು ವರ್ಷ ತುಂಬಿರುವಾಗ ಸುಧಾಕರನ ಪತ್ನಿ ಹೆಪಟೈಟಿಸ್ ಬಿ ಕಾಯಿಲೆಗೆ ತುತ್ತಾಗಿ ಲೋಕ ತೊರೆದಿದ್ದಳು. ಆ ಪುಟ್ಟ ಹುಡುಗಿಯ ಆರೈಕೆಗಾಗಿ ಸುಧಾಕರನ ಕುಟುಂಬದವರೆಲ್ಲರೂ ಮತ್ತೊಂದು ಮದುವೆ ಆಗಲು ಪೀಡಿಸಿದರೂ "ನಾನೇ ತಂದೆ-ತಾಯಿ ಎರಡೂ ಆಗಿ ನನ್ನ ಮಗಳನ್ನು ಬೆಳೆಸುತ್ತೇನೆಯೇ ಹೊರತು ಅವಳನ್ನು ಮಲತಾಯಿಯ ಮಡಿಲಿಗೆ ಹಾಕುವುದಿಲ್ಲ" ಎಂದು ಎರಡನೇ ಮದುವೆಯ ಪ್ರಸ್ತಾಪವನ್ನು ನಯವಾಗಿ ತಿರಸ್ಕರಿಸಿದ್ದ. ತಾಯಿಯ ಮಮತೆ, ಆರೈಕೆ ಬಿಟ್ಟರೆ ಸುಗುಣಳಿಗೆ ಯಾವ ಕೊರತೆಯೂ ಇರಲಿಲ್ಲ. ಸುಧಾಕರ ತನ್ನ ಇಡೀ ಜೀವನವನ್ನು ಮಗಳಿಗಾಗಿಯೇ ಮುಡುಪಿಟ್ಟಿದ್ದ. ತಂದೆ ತೋರಿಸುತ್ತಿದ್ದ ಪ್ರೀತಿಯ ಕಡಲಲ್ಲಿ ಈಜಿ ಬೆಳೆದ ಸುಗುಣ ಭೂಲೋಕದ ಮೇಲಿನ ಅಪ್ಸರೆಯಂತಿದ್ದಳು. ಅವಳ ವರ್ಣನೆಗೆ ಕುಳಿತರೆ ಪದಗಳೇ ನಿಲುಕವು. ತಂದೆ-ತಾಯಿಯ ತದ್ರೂಪಿಯಂತಿದ್ದ ಅವಳು ಓದು ಬರಹಗಳಲ್ಲೂ ಇಡೀ ಕಾಲೇಜಿಗೆ

ಮುಂದಿದ್ದಳು. ಮೆಡಿಕಲ್ ಮುಗಿಸಿ ಎಂ.ಬಿ.ಬಿ.ಎಸ್ ಮಾಡಬೇಕೆಂದಿದ್ದ ಆಕೆಯ ಕನಸಿಗೆ ಅವಳ ಸೌಂದರ್ಯವೇ ಶತೃವಾಗಿತ್ತು. ಅವಳಿಗೋಸ್ಕರ ಅದೆಷ್ಟೋ ಜನ ಹುಡುಗರು ಹುಚ್ಚರಾಗಿದ್ದರು. ಕೆಲವರು ಸೈಕೋಗಳಂತೆ ಅವಳನ್ನು ಬಲತ್ಕಾರ ಮಾಡಿಯಾದರೂ ತಮ್ಮ ಆಸೆ ಈಡೇರಿಸಿಕೊಳ್ಳಬೇಕೆಂಬ ಕೆಟ್ಟ ಆಲೋಚನೆಗೂ ಇಳಿದಿದ್ದರು. ಇದರಿಂದ ಸಂಪ್ರದಾಯಸ್ತ ಹುಡುಗಿಯಾದ ಸುಗುಣಳಿಗೆ ಹೊರಗಡೆ ಸುತ್ತಾಡುವುದು ಕಷ್ಟವಾಗಿತ್ತು. ತನ್ನ ಜೀವನದ ಏಕೈಕ ಆಶಾಕಿರಣವಾಗಿರುವ ಸುಗುಣಳ ಭವಿಷ್ಯದ ದೃಷ್ಟಿಯಿಂದ ತನ್ನೆಲ್ಲಾ ಆಸ್ತಿ ಮಾರಿ, ತನಗೆ ನೆಲೆಕೊಟ್ಟ ಬೆಂಗಳೂರನ್ನು ತೊರೆದ ಸುಧಾಕರ ಶಿವಮೊಗ್ಗದಲ್ಲೊಂದು ಭವ್ಯ ಬಂಗಲೆ ಖರೀದಿಸಿ ಮಲೆನಾಡಿಗೆ ಬಂದು ನೆಲೆನಿಂತಿದ್ದ.

ಸೋಫಾದ ಮೇಲೆ ಹೂವಿನಂತೆಯೇ ಕುಳಿತಿದ್ದ ಸುಗುಣ ಯಾರನ್ನು ಕಣ್ಣೆತ್ತಿ ನೋಡಲಿಲ್ಲ. ಕೆಲವು ಕ್ಷಣ ಮೌನ ಎಲ್ಲರ ಗಂಟಲುಗಳಿಗೂ ಬೀಗ ಜಡಿದಿರುವಂತೆ ವರಾಂಡದಲ್ಲಿ ನಿಶ್ಯಬ್ದ ಆವರಿಸಿತ್ತು. ಸುಧಾಕರನ ಅಣ್ಣ ಪ್ರಭಾಕರ "ನಮಗೆಲ್ಲರಿಗೂ ಹುಡುಗ ಇಷ್ಟವಾಗಿದ್ದಾನೆ. ನಿಮಗೆ ನಮ್ಮ ಮಗಳು..." ಎಂದು ಹೇಳುತ್ತಿದ್ದಂತೆಯೇ ಸತ್ಯನಾರಾಯಣ "ಅಯ್ಯೋ! ಫೋಟೋ ನೋಡಿದ ದಿನವೇ ಇವಳೇ ನಮ್ಮ ಸೊಸೆಯೆಂದು ನಾವು ನಿರ್ಧರಿಸಿಯಾಗಿದೆ.ಈಗೇನೂ ಆಲೋಚಿಸುವುದು ಬಾಕಿಯಿಲ್ಲ" ಎಂದು ಚುಟುಕು ಹಾರಿಸಿದ. ಸುಗುಣಳ ದೊಡ್ಡಮ್ಮ "ಏನೇ ಆಗಲಿ, ಹುಡುಗ-ಹುಡುಗಿಗೂ ಒಮ್ಮೆ ಕೇಳಿನೋಡೋಣ" ಎಂದು ಹೇಳಿದರೆ ಸುನಂದಮ್ಮ "ನಮ್ಮ ಮಗ ಎಂದೋ ಒಪ್ಪಿಯಾಗಿದೆ, ಈಗ ನಿಮ್ಮ ಮಗಳು ತನ್ನ ಇಷ್ಟಾರ್ಥ ತಿಳಿಸಬೇಕಷ್ಟೇ" ಎಂದು ತಮ್ಮ ಇಷ್ಟವೇ ಮಗನ ಇಷ್ಟವೆಂದು ಪರೋಕ್ಷವಾಗಿ ಸಮರ್ಥಿಸಿಕೊಂಡರು.

ಸುಗುಣಳ ದೊಡ್ಡಮ್ಮ ಪರಸ್ಪರ ಒಮ್ಮೆಯೂ ಕಣ್ಣೆತ್ತಿ ನೋಡದ ಸುಗುಣ-ಸಂಜಯರಿಬ್ಬರನ್ನೂ ಒಂದು ಕೋಣೆಗೆ ಕರೆದೊಯ್ದು ಮಾತನಾಡಲು ಬಿಟ್ಟರು. ನಾಲ್ಕು ಗೋಡೆಗಳ ನಡುವೆ ಇಬ್ಬರೂ ಎದುರು-ಬದುರಾಗಿ ಕುಳಿತಿದ್ದರೂ ಮಾತಾಡುವುದಿರಲಿ ಕಣ್ಣೆತ್ತಿಯೂ ನೋಡಲಿಲ್ಲ. ಸುಗುಣಳಿಗೆ ಸಹಜವಾಗಿ ಹೆಣ್ತನದ ನಾಚಿಕೆ ಅಡ್ಡವಾದರೆ, ಸಂಜಯನಿಗೆ ಎದುರಿಗೆ ಕುಳಿತಿರೋ ಹುಡುಗಿಗಿಂತ ಅವಳ ತಂದೆ ಸುಧಾಕರ ನೆನಪಾಗತೊಡಗಿದ. ಹತ್ತು ನಿಮಿಷ ಕಳೆದರೂ ಇಬ್ಬರ ನಡುವೆ ಒಂದೂ ಮಾತಿಲ್ಲ. ಸುಗುಣಳ ದೊಡ್ಡಮ್ಮ ಬಾಗಿಲು ತೆರೆದು 'ಆಯ್ತಾ? ನಿಮಗೋಸ್ಕರ ನಾವೆಲ್ಲ ಕಾಯುತ್ತಿದ್ದೇವೆ ಬನ್ನಿ' ಎಂದು ಕರೆದಾಗ ಸುಗುಣ ತಲೆಕೆರೆದುಕೊಂಡು ಹೊರನಡೆದಳು. ಸಂಜಯ ಅವಳನ್ನು ನೆರಳಿನಂತೆ ಹಿಂಬಾಲಿಸಿದ. ಹೊತ್ತು ಮೀರುತ್ತಿರುವ ಕಾರಣ ಎಲ್ಲರ ಎದುರು ತುಸು ಧೈರ್ಯ ತಂದುಕೊಂಡ ಸುಗುಣ "ಅಪ್ಪನ ಇಷ್ಟವೇ ನನ್ನಿಷ್ಟ. ಹಾಗಾಗಿ ನನಗೆ ಒಪ್ಪಿಗೆಯಿದೆ" ಎಂದು ಸಮ್ಮತಿ ಸೂಚಿಸಿದಳು. ಸಂಜಯನಿಗೆ ಕೇಳಿದಾಗ

ಹರಕೆಯ ಕುರಿಯಂತೆ ಒಪ್ಪಿಗೆ ಇದೆ ಎಂಬುದನ್ನು ತಲೆ ಅಲ್ಲಾಡಿಸುತ ಸೂಚಿಸಿದನೇ ಹೊರತು ತುಟಿ ಬಿಚ್ಚಲಿಲ್ಲ. ಹುಡುಗ-ಹುಡುಗಿಯರಿಬ್ಬರಿಗೂ ಒಪ್ಪಿಗೆಯಾಗಿರುವುದು ನೋಡಿ ಮನೆ ತುಂಬಾ ಖುಷಿ ಕಾರಂಜಿಯಂತೆ ಚಿಮ್ಮಿ ಸಂಭ್ರಮದ ಹೊನಲು ಹರಿದಾಡಿತು. ಪರಸ್ಪರ ಫಲ-ತಾಂಬೂಲ ಬದಲಾಯಿಸಿಕೊಂಡು "ನೀವೊಮ್ಮೆ ನಮ್ಮ ಮನೆಗೆ ಬನ್ನಿ, ಅಲ್ಲೇ ಮುಂದಿನ ಮಾತುಕತೆ ನಡೆಸೋಣ" ಎಂದು ಸತ್ಯನಾರಾಯಣ ಹಾಗೂ ಸುನಂದಮ್ಮ ಎಲ್ಲರಿಗೂ ಕೈಮುಗಿದು ಹೊರನಡೆದರು.

ಮರಳಿ ಗೂಡು ಸೇರಿದ ಸಂಜಯ ಮರುದಿನವೇ ಬೆಳಿಗ್ಗೆ ಎದ್ದು ಆಫೀಸಿಗೆ ಓಡಿದ. ಅವನು ಆಫೀಸು ತಲುಪುವ ಮುನ್ನವೇ ಶ್ರೀನಿವಾಸ್ ಸ್ವಾಗತ ಕೋರಲು ಅದ್ದೂರಿ ತಯಾರಿ ಮಾಡಿಕೊಂಡಿದ್ದರು. ಸತ್ಯನಾರಾಯಣ ನಿನ್ನೆಯ ದಿನ ರಾತ್ರಿಯೇ ಶ್ರೀನಿವಾಸರಿಗೆ ಕರೆಮಾಡಿ ಸಂಬಂಧ ಕುದುರಿರುವ ವಿಚಾರ ತಿಳಿಸಿದ್ದರು. ಜೊತೆಗೆ ನಿಮ್ಮಿಂದ ನಮ್ಮ ಬಹುದಿನದ ಕನಸೊಂದು ಈಡೇರಿತೆಂದು ಕೃತಜ್ಞತೆ ಸಲ್ಲಿಸಿದ್ದರು. ಸಂಜಯ ಪಾರ್ಕಿಂಗ್ ಕಡೆ ಕಾರ್ ನಿಲ್ಲಿಸಿ ಒಳಗಡೆ ಕಾಲಿಡುತ್ತಿದ್ದಂತೆಯೇ ಹೂಗುಚ್ಛದೊಂದಿಗೆ ಎದುರಾದ ಶ್ರೀನಿವಾಸ್ "ಕಂಗ್ರಾಜುಲೇಷನ್ ಜಯ್" ಎಂದು ಸಂತಸದಿಂದ ಶುಭಕೋರಿದರು. ಸಂಜಯ ಅವರ ಕಣ್ಣುಗಳನ್ನೊಮ್ಮೆ ದಿಟ್ಟಿಸಿ ನೋಡಿದ. ಆ ಕಣ್ಣಪಾಪೆಗಳ ಮೇಲೆ ತಾನು ಕಟ್ಟಿದ್ದ ಪ್ರೀತಿಯ ಮಹಲು ಕುಸಿದು ಬಿದ್ದಿರುವುದು ಕಂಡು ಅವನ ಕಣ್ಣುಗಳು ಮಂಜಾದವು. "ಆಫ್ಟರ್ ಎಂಗೇಜ್, ಲೈಫ್ ಈಸ್ ಫುಲ್ ಎಂಗೇಜ್. ಎಂಜಾಯ್ ಯುವರ್ ಗೋಲ್ಡನ್ ಡೇಸ್ ಜಯ್, ಹ್ಯಾಪಿ ಎಂಗೇಜ್ ಲೈಫ್" ಎಂದು ಕೈಕುಲುಕಿದ ಶ್ರೀನಿವಾಸ್ ಹೆಚ್ಚು ಮಾತನಾಡದೇ ತಮ್ಮ ಚೇಂಬರಿಗೆ ಹೊರಟರು. ತನಗೆ ಮುತ್ತಿಗೆ ಹಾಕಿದ ಸಹಸಿಬ್ಬಂದಿಗಳಿಂದ ತಪ್ಪಿಸಿಕೊಳ್ಳುವುದರಲ್ಲಿ ಸುಸ್ತಾದ ಸಂಜಯ ತನ್ನ ಬಾಸ್‌ನ ಭೇಟಿಯಾಗಲು ಅವರ ಕೋಣೆಗೆ ಹೊರಟ. ಇವೆಲ್ಲವನ್ನೂ ಗಮನಿಸುತ್ತಿದ್ದ ವಾಸುಕಿ ಸಂಶಯದಿಂದ ಸಂಜಯನ ಹಿಂಬಾಲಿಸಿದ.

ಅತಿಮುಖ್ಯವಾದ ಹಣಕಾಸಿನ ಫೈಲೊಂದರ ಮೇಲೆ ಕಣ್ಣಾಡಿಸುತ್ತಿದ್ದ ಶ್ರೀನಿವಾಸರಿಗೆ ಸಂಜಯ ಒಳಗೆ ಬಂದಿದ್ದು ಗೊತ್ತಾಗಲಿಲ್ಲ. ಅವನು ಪ್ರತಿಬಾರಿಯೂ ಅಪ್ಪಣೆ ಕೇಳಿಯೇ ಚೇಂಬರಿನೊಳಗೆ ಕಾಲಿಡುತ್ತಿದ್ದದ್ದು. ಇಂದವನು ನೇರವಾಗಿ ಒಳಗೆ ಹೋಗಿ ಶ್ರೀನಿವಾಸರ ಕಾಲಿಗೆ ಬಿದ್ದು ಕಣ್ಣೀರಿಡುತ್ತ ಗೋಗರೆದ

"ಸರ್, ದಯವಿಟ್ಟು ನನ್ನ ಕ್ಷಮಿಸಿ ಬಿಡಿ"

"ಅಯ್ಯೋ! ಏನಾಗಿದೆ ನಿಮಗೆ? ಮೊದಲು ಕಾಲು ಬಿಡಿ ಜಯ್"

"ಇಲ್ಲ, ನೀವು ಕ್ಷಮಿಸಿದ್ದೀನಂತ ಹೇಳುವವರೆಗೂ ನಾನು ಕಾಲು ಬಿಡೋಲ್ಲ"

"ಕ್ಷಮಿಸುವಂತಹ ತಪ್ಪಾದರೂ ನೀವೇನು ಮಾಡಿದ್ದೀರಾ?"

"ನಡೆದದ್ದೆಲ್ಲಾ ನಿಮಗೆ ಗೊತ್ತಿದೆ ಸರ್, ಆದರೆ ಒಂದು ವಿಷಯ ಗೊತ್ತಿಲ್ಲ, ನನ್ನೊಳಗಿನ ಕಾಮವನ್ನು ಹತ್ತಿಕ್ಕಲಾಗದೆ ಅಂದು ನಾನು ದುಡುಕಿ ತಪ್ಪು ಮಾಡಿಬಿಟ್ಟೆ. ನೀವು ಇಷ್ಟು ದಿನ ತೋರಿಸಿದ ಅಕ್ಕರೆಯನ್ನು ಕಂಡು ನಾನು ಒಬ್ಬ ಪ್ರೇಮಿಯಂತೆ ನಿಮ್ಮನ್ನು ಮನಸಾರೆ ಪ್ರೀತಿಸುತ್ತಿದ್ದೆ..." ಉಮ್ಮಳಿಸಿ ಬಂದ ದುಃಖ ಅವನ ಗಂಟಲನ್ನು ಬಿಗಿಗೊಳಿಸಿತ್ತು. ಮುಂದೆ ಮಾತನಾಡಲಾಗದೇ ಗಳಗಳನೇ ಅಳತೊಡಗಿದ. ತನ್ನ ಕಾಲು ಹಿಡಿದು ಪುಟ್ಟ ಮಗುವಿನಂತೆಯೇ ಅಳುತ್ತಿರುವ ಸಂಜಯನ ಕಂಡು ಶ್ರೀನಿವಾಸರು ಪೇಚಿಗೆ ಸಿಲುಕಿದರು. ನಾನು ಹೀಗೆಯೇ ಕುಳಿತರೆ ವಿಷಯ ಎಲ್ಲಿಗೆ ಹೋಗಿ ಮುಟ್ಟುತ್ತದೋ ಎಂಬ ದಿಗಿಲಿನಿಂದ ಎದ್ದು ನಿಂತು

"ಇದು ಆಫೀಸ್, ದಯವಿಟ್ಟು ಇಲ್ಲಿ ಆ ವಿಷಯ ಬೇಡ" ಎಂದು ಸಂಜಯನಿಗೆ ಕೈಮುಗಿದರು. ವಾಸ್ತವಕ್ಕೆ ಮರಳಿದ ಸಂಜಯ "ಇಟ್ಸ್ ಓಕೆ ಸರ್, ಸಾರೀ" ಎಂದು ಕಣ್ಣೀರೊರಿಸಿಕೊಂಡು ಹೊರನಡೆದ. ಇದನ್ನೆಲ್ಲಾ ಮರೆಯಲ್ಲಿ ನಿಂತು ರೆಕಾರ್ಡ್ ಮಾಡಿಕೊಂಡ ವಾಸುಕಿಯ ಸಂಭ್ರಮಕ್ಕೆ ಎಲ್ಲೆ ಇಲ್ಲದಂತಾಯಿತು. ತನ್ನ ಗೆಳೆಯ ಪ್ಲವಂಗನ ಬಳಿ ಹೋಗಿ "ಇಷ್ಟು ದಿನ ನಾನು ಪಟ್ಟ ಪರಿಶ್ರಮಕ್ಕೆ ಈಗ ಫಲ ದೊರೆತಿದೆ ಪ್ಲವ. ನನ್ನ ಊಹೆ ಸುಳ್ಳಾಗಲಿಲ್ಲ. ಇವರಿಬ್ಬರೂ ಸಲಿಂಗಿಗಳೇ. ಅದಕ್ಕೆ ಈ ರೆಕಾರ್ಡಿಂಗೇ ಸಾಕ್ಷಿ. ಒಳಗೊಳಗೆ ಕದ್ದುಮುಚ್ಚಿ ಕೋಲಾಟವಾಡೋ ಇವರಿಬ್ಬರೂ ಹೊರಗಡೆ ಮಾತ್ರ ಸಭ್ಯರಂತೆ ಪೋಸ್ ಕೊಡುತ್ತಾರೆ. ನೋಡ್ತಾಯಿರು ಇಷ್ಟರಲ್ಲೇ ಇವರಿಬ್ಬರಿಗೂ ದೊಡ್ಡ ಸರ್ಪ್ರೈಸ್ ಕೊಡ್ತೀನಿ" ಎಂದು ಹಲ್ಲು ಕಡಿಯುತ ಕೇಕೆ ಹಾಕಿದ.

ಸಂಜೆ ಸೂರ್ಯಾಸ್ತದ ವೇಳೆಗೆ ಆ ದಿನದ ಆಫೀಸಿನ ಕೆಲಸಕ್ಕೆ ತೆರೆಬಿತ್ತು. ಎಲ್ಲರೂ ಎದ್ದು ತಮ್ಮ ತಮ್ಮ ಮನೆಗೆ ತೆರಳುತ್ತಿದ್ದರೆ ಸಂಜಯ ಅಳಿದುಳಿದ ಕೆಲಸಗಳನ್ನೆಲ್ಲಾ ಅವಸರದಿಂದ ಮಾಡಿ ಮುಗಿಸಿದ. ತಾನು ಮನೆಗೆ ಹೊರಡಲು ಏಳಬೇಕೆನ್ನುವಷ್ಟರಲ್ಲಿ ಶ್ರೀನಿವಾಸರು ಎದುರಾದರು. ಯಾವಾಗಲೂ ಸಂಜೆ ಆಫೀಸು ಬಿಟ್ಟಾಗ ಕಾಫಿ, ಸ್ನ್ಯಾಕ್ಸ್ ಎಂದು ಇಬ್ಬರೂ ಜೊತೆಜೊತೆಯಾಗಿ ಹೊರಡುತ್ತಿದ್ದವರು ಇಂದು ಅಪರಿಚಿತರಂತೆ ಮಾತನಾಡಿಸದೇ ತಮ್ಮ ತಮ್ಮ ಕಾರುಗಳತ್ತ ಹೊರಟರು. ಕಾಫಿ ಕುಡಿಯಲು ಕರೆಯುತ್ತಾರೇನೋ ಎಂದು ಆಸೆಗಣ್ಣಿನಿಂದ ನೋಡುತ್ತಾ ನಿಂತಿದ್ದ ಸಂಜಯನಿಗೆ ಶ್ರೀನಿವಾಸರು ಹಿಂತಿರುಗಿ ನೋಡದೇ ಕಾರ್ ಏರಿ ಹೊರಟಿದ್ದು ಅತೀವ ಬೇಸರ ತರಿಸಿತು. ವಿಧಿಯಿಲ್ಲದೇ ತನ್ನ ಕಾರ್ ಏರಿದ ಸಂಜಯ ಇಷ್ಟು ಬೇಗನೇ ಮನೆಗೆ ಹೋಗುವ

ಬದಲು ಕನ್ನಿಕಾಳನ್ನು ಭೇಟಿಯಾಗೋಣವೆಂದು ಅವಳ ಬಳಿಗೆ ಹೊರಟ. ಹಾದಿಯುದ್ದಕ್ಕೂ ಸಂಜಯನ ಮನಸ್ಸು "ಈ ಪ್ರಪಂಚ ತುಂಬಾ ಕ್ರೂರಿ, ನೀನು ಯಾರನ್ನು ಬಲವಾಗಿ ನಂಬುತ್ತೀಯೋ ಅವರೇ ನಿನ್ನ ನಂಬಿಕೆಗಳನ್ನು ಕೊಂದು ಸಮಾಧಿ ಮಾಡುತ್ತಾರೆ" ಎಂದು ಮೂದಲಿಸುತಿತ್ತು.

ಸಂಜಯ ಕಾಲ್‌ಸೆಂಟರ್ ಬಳಿ ಕಾರ್ ನಿಲ್ಲಿಸಿದಾಗ ಕನ್ನಿಕಾ ಕಾಣಲಿಲ್ಲ. ಅವಳು ಅಪೋಲೋ ಆಸ್ಪತ್ರೆಯಲ್ಲಿರುವ ವಿಚಾರ ತಿಳಿಯಿತು. ಏನು ಅನಾಹುತವಾಯಿತೋ! ಎಂದು ಗಾಬರಿಯಿಂದ ಗಡಿಬಿಡಿಯಲ್ಲಿ ಆಸ್ಪತ್ರೆಗೆ ಧಾವಿಸಿದ. ಕನ್ನಿಕಾಳ ಬಾಳಸಂಗಾತಿ ಕರುಣಾ ಆಸ್ಪತ್ರೆಗೆ ದಾಖಲಾಗಿ ವೈದ್ಯರ ಆರೈಕೆಯೊಂದಿಗೆ ತುಸು ಚೇತರಿಸಿಕೊಂಡಿದ್ದಳು. ಸಂಜಯನ ಕಂಡೊಡನೆ ಕನ್ನಿಕಾ ಆವೇಷದಿಂದ "ಯಾಕೋ ಸಂಜು ಇಷ್ಟು ದಿನ ಆದ ನಂತರ ನಮ್ಮನ್ನು ನೋಡಲು ಬಂದಿದ್ದೀಯಾ? ಅಟ್ಲೀಸ್ಟ್ ಒಂದು ಫೋನ್ ಮಾಡಲಿಲ್ಲ. ನಾವಾದರೂ ಮಾಡಿದರೆ ರಿಸೀವ್ ಮಾಡಲಿಲ್ಲ" ಎಂದು ಬೇಸರ ವ್ಯಕ್ತಪಡಿಸಿದಳು.

"ಸಾರೀ, ನಾನು ಎಲ್ಲಾ ದಿಕ್ಕುಗಳಿಂದಲೂ ಬಂಧನಕ್ಕೊಳಪಟ್ಟಿದ್ದೆ. ಅಲ್ಲಿಂದ ಹೊರಬರುವ ದಾರಿ ಗೊತ್ತಿಲ್ಲದೇ ಒದ್ದಾಡುತ ನೋವುಂಡಿದ್ದೇ ಹೆಚ್ಚು. ಅದಿರಲಿ ಇವಳಿಗೇನಾಯಿತು?" ಎಂದು ಕರುಣಾಳ ಬಗ್ಗೆ ವಿಚಾರಿಸಿದ.

"ನಿನಗೆ ಗೊತ್ತಲ್ಲಾ ಸಂಜು, ಈ ಸಮಾಜ ಎಂದೂ ನಮ್ಮನ್ನು ಒಪ್ಪಿಕೊಳ್ಳುವುದಿಲ್ಲ. ಎಷ್ಟು ದಿನ ಅಂತ ಇಬ್ಬರೂ ದೂರವಿದ್ದು ಜೀವನ ನಡೆಸುವುದು? ಅದಕ್ಕೆ ಯಾರಿಗೂ ತೊಂದರೆ ಕೊಡದೆ ನಾವಿಬ್ಬರೂ ಒಂದು ರೂಮ್ ಮಾಡಿ ಹೊಸಜೀವನ ಆರಂಭಿಸಿದ್ದೆವು. ನಮ್ಮ ಏರಿಯಾದ ಕೆಲವು ರೌಡಿಗಳು ನಮ್ಮಿಬ್ಬರನ್ನು ಗೇಲಿ ಮಾಡುವಾಗ ಕರುಣಾ ಸಹನೆ ಕಳೆದುಕೊಂಡು ಒಬ್ಬನಿಗೆ ಚಪ್ಪಲಿಯಿಂದ ಹೊಡೆದಳು. ಅದಕ್ಕೆ ಅವರೆಲ್ಲಾ ಗುಂಪಾಗಿ ಇವಳು ಒಂಟಿಯಾಗಿ ಸಿಕ್ಕಾಗ ಮರಣಾಂತಿಕ ಹಲ್ಲೆ ನಡೆಸಿದರು. ಅವಳ ತಲೆಗೆ ಬಲವಾದ ಪೆಟ್ಟು ಬಿದ್ದು ಸಾವು–ಬದುಕಿನ ನಡುವೆ ಹೋರಾಡುತ್ತಿರುವಾಗ ನನಗೆ ದಿಕ್ಕುತೋಚದೆ ಹತ್ತಾರು ಬಾರಿ ನಿನಗೆ ಕರೆ ಮಾಡಿದ್ದೆ. ಆ ವೇಳೆ ನೀನು ನನ್ನ ಕರೆ ಸ್ವೀಕರಿಸಲಿಲ್ಲ. ಆ ದೇವರ ಮೇಲೆ ಭಾರ ಹಾಕಿ ನಾನೇ ನನ್ನ ಕೈಲಾದಷ್ಟು ಟ್ರೀಟ್ಮೆಂಟ್ ಕೊಡಿಸಿದ್ದೇನೆ. ಈಗ ಸ್ವಲ್ಪ ಪರವಾಗಿಲ್ಲ, ಸಾವನ್ನು ಗೆದ್ದು ಬಂದಿದ್ದಾಳೆ" ಎಂದು ಕನ್ನಿಕಾ ಒದ್ದೆಯಾದ ತನ್ನೆರಡೂ ಕಣ್ಣುಗಳನ್ನು ಒರೆಸಿಕೊಂಡಳು. ಅವರ ಚಿಂತಾಜನಕ ಕಥೆ ಕೇಳಿ ಸಂಜಯನ ಹೃದಯ ಮತ್ತಷ್ಟು ಭಾರವಾಯಿತು. ಅಂದು ಸಂಜಯ ಮೊಬೈಲ್ ತೆರೆದು ನೋಡಿದಾಗ ಕನ್ನಿಕಾಳ ಐದಾರು ಮಿಸ್ ಕಾಲ್ ಕಂಡದ್ದು, ಅದನ್ನು ನೋಡಿದರೂ ಮರಳಿ ಕರೆ ಮಾಡದೇ ಮೊಬೈಲ್ ಪಕ್ಕಕ್ಕೆ ಸರಿಸಿ ಮಲಗಿದ್ದು ಎಲ್ಲಾ ನೆನಪಾಗಿ

"ನೀವಿಬ್ಬರೂ ದಯವಿಟ್ಟು ನನ್ನ ಕ್ಷಮಿಸಿ. ನೀನು ಕರೆ ಮಾಡಿದ ದಿನ ನನ್ನ ಮನಸ್ಸು ಸರಿಯಿರಲಿಲ್ಲ" ಎಂದು ಅಪರಾಧಿಯಂತೆ ತಲೆತಗ್ಗಿಸಿದ. ಕನ್ನಿಕಾ ಸಂಜಯನ ಭುಜ ತಟ್ಟಿ "ಇರಲಿ, ನಮ್ಮ ಸಮಯ ಕೆಟ್ಟದಿದ್ದಾಗ ಯಾರೇನು ಮಾಡಲಾದಿತು? ಅದು ಸರಿ, ನೀನು ಸೌಖ್ಯವೇ? ಏನು ಸಮಾಚಾರ?" ಎಂದು ಸಂಜಯನ ಗಮನ ಬೇರೆ ವಿಷಯದ ಕಡೆಗೆ ಎಳೆದಳು. ಅವನು ಮತ್ತೊಮ್ಮೆ ಬಂದಾಗ ಮಾತನಾಡುತ್ತೇನೆಂದು ಹೇಳಿ ಅಲ್ಲಿಂದ ಹೊರನಡೆದ.

ಸಂಜಯ ಆಸ್ಪತ್ರೆಯಿಂದ ಮನೆಗೆ ಹೊರಡುವ ಮುನ್ನ ಕೌಂಟರಿಗೆ ಹೋಗಿ ಕರುಣಾಳ ಬಿಲ್ ಬಗ್ಗೆ ವಿಚಾರಿಸಿದ. ತಲೆ ಮತ್ತು ಬೆನ್ನಿಗೆ ಬಲವಾದ ಪೆಟ್ಟು ಬಿದ್ದ ಕಾರಣ ಬೆನ್ನುಮೂಳೆ ಸೀಳಿತ್ತು ಅದರ ಶಸ್ತ್ರಚಿಕಿತ್ಸೆಗೆ ಹಾಗೂ ಇದುವರೆಗಿನ ಎಲ್ಲಾ ಮೆಡಿಸಿನ್ ಮತ್ತು ಇತರೆ ಖರ್ಚು ಸೇರಿ ಇಪ್ಪತ್ತೆರಡು ಲಕ್ಷದ ಹದಿನೈದು ಸಾವಿರ ಆಗಿದೆ. ಈಗಾಗಲೇ ಅಡ್ವಾನ್ಸ್ ಆರು ಲಕ್ಷ ಕಟ್ಟಿದ್ದು ಇನ್ನು ಹದಿನಾರು ಲಕ್ಷದ ಹದಿನೈದು ಸಾವಿರ ರೂಪಾಯಿ ಕಟ್ಟುವುದು ಬಾಕಿ ಇದೆ ಎಂದರು. ಮರುದಿನ ಬ್ಯಾಂಕಿಗೆ ಹೋದ ಸಂಜಯ ಹಣ ಬಿಡಿಸಿಕೊಂಡು ಬಂದು ಒಟ್ಟಾರೆ ಹದಿನೇಳು ಲಕ್ಷ ರೂಪಾಯಿಗಳನ್ನು ಕ್ಯಾಶಿಯರ್ ಕೈಗಿಟ್ಟ. ಅವನು ಎಣಿಸಿ ಎಂಬತ್ತೈದು ಸಾವಿರ ಹೆಚ್ಚಿಗೆ ಇದೆ ಸರ್ ತಗೊಳಿ ಎಂದು ವಾಪಸುಕೊಡಲು ಬಂದ. "ಪರವಾಗಿಲ್ಲ ಅವರು ಡಿಸ್ಚಾರ್ಜ್ ಆಗುವವರೆಗೆ ಇನ್ನೂ ಎಷ್ಟು ಖರ್ಚು ಬರುತ್ತೋ ಅದಕ್ಕೆಲ್ಲಾ ಇದನ್ನು ಅಡ್ಜೆಸ್ಟ್ ಮಾಡಿ. ಬ್ಯಾಲೆನ್ಸ್ ಉಳಿದರೆ ಅವರಿಗೆ ಕೊಡಿ. ಬಿಲ್ ಹೆಚ್ಚಾದರೆ ನಾನು ಮತ್ತೊಮ್ಮೆ ಬಂದು ಕಟ್ಟುತ್ತೇನೆ" ಎಂದು ಆ ಹಣವನ್ನು ಅವರಿಗೆ ಹಿಂತಿರುಗಿಸಿದ. ಕ್ಯಾಶಿಯರ್ ಆಶ್ಚರ್ಯದಿಂದ ಸಂಜಯನಿಗೆ "ನೀವು ಯಾರು ಸರ್? ಅವರಿಗೆ ಏನಾಗಬೇಕು?" ಎಂದು ಪ್ರಶ್ನಿಸಿದ. "ನಾನು ಹೃದಯವಿರುವ ಮನುಷ್ಯ, ಅವರ ಆತ್ಮೀಯ" ಎಂದು ಚುಟುಕಾಗಿ ಉತ್ತರಿಸಿದ ಸಂಜಯ ಮರುಪ್ರಶ್ನೆ ಎದುರಾಗುವ ಮುನ್ನವೇ ಅಲ್ಲಿಂದ ಹೊರಟುಹೋದ. ಸಂಜಯನ ಬಾಯಿಯಿಂದ ಬಂದ ಉತ್ತರ ಕೇಳಿ ಕ್ಯಾಶಿಯರ್‌ಗೆ ದಂಗು ಬಡಿದಂತಾಗಿತ್ತು.

ದಿನಕಳೆದಂತೆ ಶ್ರೀನಿವಾಸ್ ಸಂಜಯನ ಮನಸ್ಸು ಬದಲಾಯಿಸಲೆಂದೇ ಆಫೀಸಿನಲ್ಲಿ ಅವನನ್ನು ನಿರ್ಲಕ್ಷಿಸತೊಡಗಿದರು. ಇದರಿಂದಾಗಿ ಅವರಿಬ್ಬರ ನಡುವಿನ ಅಂತರ ಹೆಚ್ಚುತ್ತಾ ಹೋಯಿತು. ಅಂತೆಯೇ ಶ್ರೀನಿವಾಸರ ಮೇಲೆ ಸಂಜಯ ಇಟ್ಟಿದ್ದ ಬೆಟ್ಟದಷ್ಟು ಪ್ರೀತಿಯೂ ಕರಗುತ್ತಾ ಬಂತು. ಇದರಿಂದ ಅವನು ದೂರ ಸರಿದಂತೆ ನಿಧಾನವಾಗಿ ವಾಸುಕಿ ಶ್ರೀನಿವಾಸರಿಗೆ ಹತ್ತಿರವಾಗುತ್ತ ಹೋದ. ಈ ನಡುವೆ ಸುಧಾಕರ್ ಕುಟುಂಬ ಸಮೇತರಾಗಿ ಸಂಜಯನ ಮನೆಗೆ ಬಂದು ನಿಶ್ಚಿತಾರ್ಥ ನಿಗದಿ ಪಡಿಸಲು ಮುಂದಾದರು. ಆದರೆ ಸುನಂದಮ್ಮ "ನಿಶ್ಚಿತಾರ್ಥ ಅಂತ ಕುಳಿತರೆ ಮದುವೆಗೆ ತಡವಾಗುತ್ತದೆ ಹಾಗಾಗಿ ನೇರವಾಗಿ

ವಿಜೃಂಭಣೆಯಿಂದ ಮದುವೆ ಮಾಡಿಬಿಡೋಣ" ಎಂದು ಒತ್ತಾಯಿಸಿದ್ದರಿಂದ ಅವರಿಚ್ಛೆಯಂತೆಯೇ ಮದುವೆಯ ದಿನಾಂಕ ಗೊತ್ತು ಪಡಿಸಿದರು.

***

ಸಂಜಯ ತಮ್ಮನ್ನು ಭೇಟಿಯಾಗಲು ಬಂದಾಗ ತುಂಬಾ ಬೇಸರದಲ್ಲಿದ್ದ ಕಾರಣ ಅವನ ಬಳಿ ಸಹಾಯ ಕೇಳಲು ಹಿಂದೇಟು ಹಾಕಿದ್ದ ಕನ್ನಿಕಾ ತನ್ನ ಸಂಗಾತಿ ಕರುಣಾ ಪೂರ್ಣ ಗುಣಮುಖಳಾಗಿ ಆಸ್ಪತ್ರೆಯಿಂದ ಬಿಡುಗಡೆಯಾಗುವ ದಿನಗಳು ಹತ್ತಿರವಾಗುತ್ತಿದ್ದಂತೆ ಚಿಂತಾಕ್ರಾಂತಳಾಗಿದ್ದಳು. ಈಗಾಗಲೇ ತನ್ನ ಕಾಲ್ ಸೆಂಟರ್ ಮಾಲೀಕನ ಬಳಿ ನಾಲ್ಕು ಲಕ್ಷ ಹಣ ಸಾಲ ಪಡೆದಿದ್ದರಿಂದ ಅವಳಿಗೆ ಉಳಿದ ಆಸ್ಪತ್ರೆಯ ಬಿಲ್ ಕಟ್ಟಲು ಲಕ್ಷಗಟ್ಟಲೆ ಹಣ ಹೊಂದಿಸುವುದು ಹೇಗೆಂದು ತೋಚಲಿಲ್ಲ. ಅವಳ ಬಳಿ ಉಳಿದಿದ್ದ ಅಲ್ಪ ಸ್ವಲ್ಪ ಹಣವೂ ಊಟ, ಉಪಚಾರಕ್ಕೆ ಖರ್ಚಾಗಿತ್ತು. ಕೊನೆಗೂ ಅವಳು ಹೃದಯ ಕಲ್ಲಾಗಿಸಿಕೊಂಡು ಬೆಳಿಗ್ಗೆಯೇ ಎದ್ದು ಬಂದು ಹೈವೆ ಪಕ್ಕ ನಿಲ್ಲುತ್ತಿದ್ದಳು. ಆ ಹಾದಿಯಲ್ಲಿ ಹೋಗಿ ಬರುವ ಒಂಟಿ ಗಂಡಸರಿಗೆ ಕೈಬೀಸಿ ರಸ್ತೆ ಬದಿಗಿದ್ದ ಪಾಳು ಗುಡಿಸಲಿಗೆ ಕರೆದೊಯ್ದು ಅವರ ಜೊತೆಗೆ ನಿರ್ಜೀವ ಗೊಂಬೆಯಂತೆ ಮಲಗುತ್ತಿದ್ದಳು. ಕೆಲವರು ಹೇಗೋ ತಮ್ಮ ತೀಟೆ ತೀರಿತೆಂದು ನೂರಿನ್ನೂರು ಅವಳ ಮೇಲೆ ಎಸೆದು ಹೋದರೆ, ಮತ್ತೇ ಕೆಲವರು ಇವಳ ಜೊತೆಗೆ ಮಲಗುವುದು ಹೆಣದ ಜೊತೆಗೆ ಮಲಗಿದಂತೆ, ಒಂಚೂರು ರಸಿಕತೆ ತೋರಿಸದ ಹೆಂಗಸು ಎಂದು ಹಣ ಕೊಡದೆ ಕಾಲಿನಿಂದ ಜಾಡಿಸಿ ಒದ್ದು ಹೋಗುತ್ತಿದ್ದರು. ಅಷ್ಟೋ, ಇಷ್ಟೋ ಸಿಕ್ಕಿದ್ದಷ್ಟು ಬಾಚಿಕೊಂಡು ರಾತ್ರಿ ಮರಳಿ ಆಸ್ಪತ್ರೆಗೆ ಹೋಗುತ್ತಿದ್ದಳು. ಹೀಗೆ ಒಂದು ವಾರ ಕಂಡ ಕಂಡವರ ಜೊತೆಗೆ ಮಲಗಿ ಎಂಬತ್ತು ಸಾವಿರ ಜೋಡಿಸುವ ವೇಳೆಗೆ ಸುಸ್ತಾಗಿ ಹೋದಳು. ಒಂದೆಡೆ ವಿಪರೀತ ಹೊಟ್ಟೆನೋವು, ಮತ್ತೊಂದೆಡೆ ಸೊರಗಿ ಹೋಗಿರುವ ಕರುಣಾಳ ವದನ ಕನ್ನಿಕಾಳನ್ನು ಬೆಂಕಿಯಿಂದ ಬಾಣಲೆಗೆ ದೂಡಿತ್ತು.

ಅಂದು ವೀಕೆಂಡ್ ರಜೆಯಿದ್ದ ಕಾರಣ ಶ್ರೀನಿವಾಸರು ಎಲ್ಲಾದರೂ ಹೊರಗಡೆ ಸುತ್ತಾಡಲು ಹೋಗಬೇಕೆಂದು ಯೋಚಿಸುತ್ತಿದ್ದರು. ಆದರೆ ಅವರಿಗೆ ಸಾಥ್ ಕೊಡಲು ಜೊತೆಗ್ಯಾರೂ ಇರಲಿಲ್ಲ. ಸಂಜಯನಿಗೆ ಕರೆಯೋಣವೆಂದರೆ ಅವನು ಮತ್ತೇ ಪ್ರೀತಿ-ಪ್ರೇಮ ಎಂಬ ಹುಚ್ಚಾಟದಲ್ಲಿ ಮುಳುಗಿಬಿಡಬಹುದೆಂಬ ಭಯ. ಈಗ ಹೇಗೋ ಸಂಜಯ ನಿಧಾನವಾಗಿ ನನ್ನಿಂದ ದೂರ ಸರಿಯುತ್ತಿದ್ದಾನೆ. ಹೀಗೆಯೇ ನಾನವನನ್ನು ನಿರ್ಲಕ್ಷ್ಯಿಸುತ್ತಾ ಹೋದರೆ ಅವನು ನನ್ನ ದ್ವೇಷಿಸುತ್ತ ಮುಂದೆ ಮದುವೆ ಆಗುವ ಹುಡುಗಿಯ

ಪ್ರೀತಿಸಬಹುದೆಂದು ಭಾವಿಸಿದರು. ತಾವೊಬ್ಬರೇ ಕಾರ್ ಏರಿ ನಾಗರಹೊಳೆಯ ಕಡೆ ಹೊರಟಾಗ ಹಾದಿಯುದ್ದಕ್ಕೂ ಹಳೆಯ ನೆನಪುಗಳು ಉಕ್ಕಿ ಬಂದವು. ನನ್ನ ಪ್ರೇಮದೇವತೆ ಅಹುಜಾ ನಿಧನದ ನಂತರ ಬೇರೊಬ್ಬ ಹೆಣ್ಣು ನನ್ನ ಜೀವನದಲ್ಲಿ ಬರಲೇಯಿಲ್ಲ. ಅದಕ್ಕೆ ತದ್ವಿರುದ್ಧವಾಗಿ ಸಂಜಯ ನನಗೆ ಪರಮಾಪ್ತನಾದ. ಅವನು ಮಾಡಿದ್ದು ತಪ್ಪಲ್ಲ, ಆದರೆ ಅವನಾಸೆಗಳಿಗೆ ಸ್ಪಂದಿಸದಿದ್ದದ್ದು ನನ್ನದೇ ತಪ್ಪು. ಹಾಗೇನಾದರೂ ನಾನವನ ಆಸೆಗಳನ್ನು ಈಡೇರಿಸಿದ್ದರೆ ಅವನು ಅದೆಷ್ಟು ಖುಷಿಯಾಗಿರುತ್ತಿದ್ದನೋ? ಎಂಬ ಆಲೋಚನೆ ಶ್ರೀನಿವಾಸರಿಗೆ ಸಂಜಯನ ಮೇಲೆ ಮಮಕಾರ ಹುಟ್ಟಿಸಿತು. ಒಮ್ಮೆ ಅವನ ಆಸೆ ಈಡೇರಿಸಿ ದೂರ ಸರಿದಿದ್ದರೆ ಬಹುಶಃ ಅವನು ಹುಚ್ಚನಾಗುತ್ತಿದ್ದನೇನೋ? ಅವನೊಳಗೆ ನನ್ನ ಬಗ್ಗೆ ಗೂಡು ಕಟ್ಟಿರುವ ಭಾವನೆ ಪ್ರೀತಿಯೋ? ಕಾಮವೋ? ಶ್ರೀನಿವಾಸರು ನಿಂತಲ್ಲೇ ನಿಂತರೂ ಅವರ ಯೋಚನೆಗಳು ಬಹುದೂರ ಸಾಗಿದ್ದವು. ಬೇಡ! ಪ್ರಕೃತಿಗೆ ವಿರುದ್ಧವಾಗಿರುವ ಈ ಸಲಿಂಗಕಾಮ ನನ್ನೊಳಗೆ ಪಾಪಪ್ರಜ್ಞೆ ಹುಟ್ಟಿಸುವುದು ಬೇಡ. ಸಂಜಯನ ಆಸೆಗಳಿಗೆ ಸ್ಪಂದಿಸಲು ಹೋಗಿ ನನ್ನ ಘನತೆ, ಗೌರವಗಳಿಗೆ ಧಕ್ಕೆ ತಂದುಕೊಳ್ಳುವುದೂ ಬೇಡ. ಹಾಗೆಯೇ ಅವನ ಹೆತ್ತವರ ಆಸೆಗಳನ್ನು ಕೊಲ್ಲುವುದೂ ಬೇಡ ಎಂಬ ನಿರ್ಧಾರ ತಾಳಿ ಮನೆಗೆ ಹಿಂತಿರುಗಿದರು.

ಹಲವಾರು ಕಸರತ್ತು ನಡೆಸಿ ಒಂದು ಲಕ್ಷ ಹಣ ಜೋಡಿಸಿಕೊಂಡಿದ್ದ ಕನ್ನಿಕಾಳ ಬಳಿ ಬಂದ ವೈದ್ಯರು "ಇದೀಗ ತಾನೇ ಮಾಡಿದ ಸ್ಕ್ಯಾನಿಂಗ್‌ನಲ್ಲಿ ಯಾವುದೇ ತೊಂದರೆ ಕಂಡು ಬಂದಿಲ್ಲ. ನೀವೀಗ ಇವರನ್ನು ಮನೆಗೆ ಕರೆದೊಯ್ಯಬಹುದು" ಎಂದರು. ವೈದ್ಯರ ಮಾತು ಕೇಳಿ ಕನ್ನಿಕಾಳಿಗೆ ಖುಷಿಗಿಂತಲೂ ಆತಂಕವೇ ಹೆಚ್ಚಾಯಿತು. ಮುಂದೇನು ಮಾಡುವುದು ತೋಚದೇ ವೈದ್ಯರ ಕಾಲು ಹಿಡಿದು "ಸರ್ ನನ್ನ ಜೀವ ಇರುವ ತನಕ ದುಡಿದು ಬಾಕಿ ಬಿಲ್ ಕಟ್ಟುತ್ತೇನೆ. ಸದ್ಯ ನನ್ನ ಬಳಿ ಒಂದು ಲಕ್ಷ ರೂಪಾಯಿ ಇದೆ, ಇದನ್ನೇ ತೆಗೆದುಕೊಳ್ಳಿ" ಎಂದು ಕಣ್ಣೀರಿಡುತ್ತಾ ಬೇಡಿಕೊಂಡಳು. ಅವಳ ಮಾತು ಕೇಳಿ ವೈದ್ಯರಿಗೆ ಆಶ್ಚರ್ಯವಾಯಿತು. "ಈಗಾಗಲೇ ಯಾರೋ ನಿಮ್ಮ ಆತ್ಮೀಯರು ಪೂರ್ಣ ಬಿಲ್ ಕಟ್ಟಿ ಹೋಗಿದ್ದಾರಲ್ಲ! ನಿಮ್ಮ ಖಾತೆಯಲ್ಲಿ ಎಂಟು ಸಾವಿರ ಅಮೌಂಟ್ ಏನೋ ಉಳಿದಿದೆ. ನೀವು ಇಲ್ಲಿಂದ ಹೊರಡುವಾಗ ಅದನ್ನು ಇಸ್ಕೊಂಡು ಹೋಗಿ" ಎಂದು ಹೇಳಿ ಬೇರೆ ರೋಗಿಗಳತ್ತ ತೆರಳಿದರು. ಕನ್ನಿಕಾಳಿಗೆ ಒಂದು ಕ್ಷಣ ವೈದ್ಯರು ಹೇಳಿದ ಮಾತು ನಂಬಲಾಗಲಿಲ್ಲ. ಯಾರಿರಬಹುದು ಆ ಪುಣ್ಯಾತ್ಮರು! ಅಷ್ಟೊಂದು ಬಿಲ್ ಕಟ್ಟಿ ನಮ್ಮ ಸಂಕಟ ದೂರ ಮಾಡಿದವರು! ಎಂಬ ಆಲೋಚನೆಯೊಂದಿಗೆ ಕರುಣಾಳನ್ನು ಆಸ್ಪತ್ರೆಯಿಂದ ಡಿಸ್ಚಾರ್ಜ್ ಮಾಡಿಸಿಕೊಂಡು ಮನೆಗೆ ಕರೆದೊಯ್ದಳು.

ಸಂಜಯನ ಮನೆಯಲ್ಲಿ ಮದುವೆಯ ತಯಾರಿ ಭರದಿಂದ ಸಾಗಿತ್ತು. ಸುನಂದಮ್ಮ ತನ್ನ ಸೊಸೆಗೆ ತೊಡಿಸಲು ಅವಲಕ್ಕಿ ಸರ, ಡಾಬು, ನೆಕ್ಲೇಸು, ಬಳೆಗಳು, ಬಣ್ಣ ಬಣ್ಣದ ಮೈಸೂರು ಸಿಲ್ಕ್ ಸೀರೆಗಳು ಹಾಗೂ ಮದುವೆಗೆ ಬರುವ ನೆಂಟರಿಷ್ಟರಿಗೆ ಕೊಡಲು ಬಟ್ಟೆ-ಬರೆಗಳನ್ನು ಕೊಳ್ಳುವುದರಲ್ಲಿ ಮಗ್ನಳಾಗಿದ್ದರೆ ಸತ್ಯನಾರಾಯಣ ಲಗ್ನಪತ್ರಿಕೆ, ಊಟ, ವಸತಿ, ವಾಹನ ವ್ಯವಸ್ಥೆ ಇತ್ಯಾದಿಗಳ ಬಗ್ಗೆ ತುಂಬಾ ಮುತುವರ್ಜಿ ವಹಿಸಿ ಮುಂದೆ ನಿಂತು ಎಲ್ಲಾ ಮಾಡಿಸತೊಡಗಿದ.

ರಮಾಕಾಂತ ಬಹುದಿನಗಳ ನಂತರ ದಿಢೀರನೆ ತನ್ನ ಅಕ್ಕನ ಮನೆಯಲ್ಲಿ ಪ್ರತ್ಯಕ್ಷನಾದ. ಸಂಜಯನ ಮದುವೆಯ ನಿಮಿತ್ತವೇ ಸುನಂದಮ್ಮ ತನ್ನ ತಮ್ಮ ರಮಾಕಾಂತನನ್ನು ಮನೆಗೆ ಕರೆಸಿಕೊಂಡಿದ್ದಳು. ಅಕ್ಕನ ಕೋರಿಕೆಯ ಮೇರೆಗೆ ಮದುವೆ ಕಾರ್ಯದಲ್ಲಿ ಸಹಾಯ ಮಾಡಲೆಂದೇ ಅವನು ದೂರದ ಮಂಗಳೂರಿನಿಂದ ಮೈಸೂರಿಗೆ ಬಂದಿದ್ದ. ಅವನ ವದನ ಕಂಡೊಡನೆ ಸಂಜಯನಿಗೆ ಬಾಲ್ಯದ ದಿನಗಳು ನೆನಪಾದವು. ಇಂದು ನನ್ನ ಈ ಪರಿಸ್ಥಿತಿಗೆ ಈ ದರಿದ್ರನೇ ಕಾರಣ. ಇವನೇ ನನ್ನೊಳಗೆ ಹೆಣ್ತನವ ಹುಟ್ಟು ಹಾಕಿದ್ದು. ನನ್ನ ಬದುಕನ್ನೇ ಹಾಳು ಮಾಡಿದ ಇವನ ಮುಖ ಏಕಾದರೂ ನೋಡಿದೆನೋ? ಎಂದು ಗಂಟುಮುಖ ಹಾಕಿಕೊಂಡು ನೋಡಿದರೂ ನೋಡದಂತೆ ಸುಮ್ಮನೆ ನಿಂತನು. ಅವನ ಹತ್ತಿರಕ್ಕೆ ಹೋದ ರಮಾಕಾಂತ ಹಲ್ಲು ಕಿರಿಯುತ್ತ "ಅರಾಮ ಸಂಜು?" ಎಂದು ಸಂಜಯನ ಬೆನ್ನು ಸವರಲು ಹೋದ. ಆ ಕೈ ತನ್ನ ಮೈ ಸ್ಪರ್ಶಿಸುವ ಮೊದಲೇ ಮಾರುದ್ದ ದೂರ ಸರಿದ ಸಂಜಯ ರಮಾಕಾಂತನ ಕಡೆಗೆ ತಿರುಗಿಯೂ ನೋಡದೇ ಹೊರಟುಹೋದ. ಇದನ್ನೆಲ್ಲಾ ಗಮನಿಸಿದ ಸುನಂದಮ್ಮ ಮುಗುಳುನಗುತ "ಬಹಳ ದಿನಗಳ ನಂತರ ಬಂದೀಯಲ್ಲ ಅದಕ್ಕೆ ನಿನ್ನ ಮೇಲೆ ಸಿಟ್ಟಾಗಿದ್ದಾನೆ. ನಾಳೆಗೆ ಸರಿಯಾಗ್ತಾನೆ, ನೀನೇನೂ ಬೇಜಾರಾಗಬೇಡ" ಎಂದು ತಮ್ಮನಿಗೆ ಸಮಾಧಾನ ಮಾಡಿದಳು.

ಎದೆಯೆತ್ತರಕ್ಕೆ ಬೆಳೆದು ತುಸು ಮೈ ಕೈ ತುಂಬಿಕೊಂಡಿರುವ ಸಂಜಯನ ವದನ ಕಂಡು ರಮಾಕಾಂತನಿಗೆ ತಡೆದುಕೊಳ್ಳಲು ಆಗಲಿಲ್ಲ. ಆ ದಿನಗಳಲ್ಲಿ ಸಂಜಯ ಹಾಲುಗಲ್ಲದ ಹುಡುಗ. ಮನೆ ತುಂಬಾ ಚಿಗರೆಯಂತೆ ಓಡಾಡಿಕೊಂಡಿರುತ್ತಿದ್ದ. ಅವನ ತಂದೆ-ತಾಯಿ ಉದ್ಯೋಗದ ನಿಮಿತ್ತ ಹೊರಗೆ ಹೋದರೆ ಕತ್ತಲಾದಾಗ ಮರಳಿ ಗೂಡು ಸೇರುತ್ತಿದ್ದರು. ಸುನಂದಮ್ಮ ರಾತ್ರಿ ಮಲಗುವಾಗ ಬಾಲಕ ಸಂಜಯನನನ್ನು ಪಕ್ಕದಲ್ಲೇ ಮಲಗಿಸಿಕೊಂಡರೆ ಸತ್ಯನಾರಾಯಣ ಮಲಗಿರುವ ಮಗನನ್ನು ಎತ್ತಿಕೊಂಡು ರಮಾಕಾಂತನ ಬಳಿಗೆ ಹೋಗಿ 'ನಿದ್ದೆ ಮಾಡೋಕೆ ಬಿಡೋಲ್ಲ, ತುಂಬಾ ಕಾಡಿಸ್ತಾನೆ. ನಿನ್ನ ಜೊತೆಗೆ ಮಲಗಿಸಿಕೋ' ಎಂದು ಹೇಳಿ ಬರುತ್ತಿದ್ದ. ಮನೆಯಲ್ಲಿ ಎಲ್ಲರೂ ಮಲಗಿರುವ ವೇಳೆ ರಮಾಕಾಂತನೊಳಗಿನ ಕಾಮಪಿಶಾಚಿ ಎಚ್ಚರಗೊಳ್ಳುತ್ತಿತ್ತು. ಅವನ

ಲೈಂಗಿಕ ಆಸೆಗಳ ಎದುರು ರಕ್ತಸಂಬಂಧ, ವಯಸ್ಸು, ಲಿಂಗ ಯಾವುದೂ ಗಣನೆಗೆ ಬರುತ್ತಿರಲಿಲ್ಲ. ರಾತ್ರಿ ಕಾಡುವ ಏಕಾಂಗಿತನ, ಆ ವೇಳೆ ಕೆರಳುತ್ತಿದ್ದ ಲೈಂಗಿಕ ಆಸೆಗಳಿಗೆ ಸೋತು ಪಕ್ಕದಲ್ಲೇ ಮಲಗಿರುತ್ತಿದ್ದ ಏನೂ ಅರಿಯದ ಮುಗ್ಧ ಬಾಲಕ ಸಂಜಯನನ್ನು ನಗ್ನಗೊಳಿಸುತ್ತಿದ್ದ. ಆ ಎಳೆಯ ದೇಹ ಇವನಿಗೆ ಮತ್ತಷ್ಟು ಕಿಚ್ಚು ಹೊತ್ತಿಸುತ್ತಿತ್ತು. ಈಗ ನಾನು ಮಾಡಿದಂತೆ ನೀನು ಮಾಡಿದರೆ ನಾಳೆ ನಿನಗೆ ಹೊಸ ಆಟ ಆಡಿಸುತ್ತೇನೆಂದು ಆಸೆ ತೋರಿಸಿ ಅವನ ಇಡೀ ದೇಹ ಚುಂಬಿಸುತ್ತಿದ್ದ. ಅವನು ಮಾಡಿದಂತೆ ಸಂಜಯನೂ ರಮಾಕಾಂತನ ಸರ್ವಾಂಗಗಳಿಗೆಲ್ಲಾ ಚುಂಬಿಸಿದಾಗ ಉದ್ರೇಕಗೊಂಡು ರತಿಕ್ರೀಡೆಯ ಉತ್ತುಂಗಕ್ಕೆ ತಲುಪುತ್ತಿದ್ದನು. ಮೊದಮೊದಲು ತನ್ನ ಸೋದರಮಾವ ಮುಟ್ಟಿದರೆ ನಡುಗುತ್ತಿದ್ದ ಸಂಜಯ ಕಾಲಕ್ರಮೇಣ ರಮಾಕಾಂತ ಹೇಳಿದ ಹಾಗೆ ಮಾಡತೊಡಗಿದ. ಬಾಲ್ಯದಲ್ಲೇ ಅವನ ಮನಸ್ಸಿನ ಮೇಲೆ ಇದು ತೀವ್ರ ಪ್ರಭಾವ ಬೀರಿ ಅವನೊಳಗೆ ಹೆಣ್ತನದ ಆಸೆಗಳನ್ನು ಚಿಗುರಿಸಿತ್ತು. ಸಂಜಯನ ಕೋಮಲ ಕಾಯದ ಮೇಲೆ ನಿತ್ಯವೂ ರಮಾಕಾಂತ ನಡೆಸುತ್ತಿದ್ದ ಕ್ರೌರ್ಯದಿಂದ ಗುದದೊಳಗೆ ಏಳುತ್ತಿದ್ದ ವಿಪರೀತ ನೋವಿಗೆ ಅಸ್ತವ್ಯಸ್ತಗೊಂಡು ಸಂಜಯ ಆಸ್ಪತ್ರೆಯ ಕದ ತಟ್ಟಿದಾಗಲೇ ಸುನಂದಮ್ಮ ಸ್ವಯಂ ನಿವೃತ್ತಿ ಪಡೆದದ್ದು, ತಾನು ಮಾಡಿದ ತಪ್ಪುಗಳು ಎಲ್ಲಿ ತನ್ನ ಅಕ್ಕ-ಭಾವನಿಗೆ ಗೊತ್ತಾಗಿ ಬಿಡುತ್ತದೋ ಎಂಬ ಭಯದಲ್ಲಿ ರಮಾಕಾಂತ ತನ್ನಕ್ಕನ ಮನೆ ತೊರೆದದ್ದು.

ಅಂದು ಮಧ್ಯರಾತ್ರಿ ಮದುವೆ ಮನೆ ನಿಶ್ಯಬ್ದವಾಗಿತ್ತು. ಎಲ್ಲರೂ ನಿದ್ರಾದೇವಿಯ ತೊಟ್ಟಿಲಲ್ಲಿ ಹಾಯಾಗಿ ಮಲಗಿದ್ದರು. ಹಳೆಯ ನೆನಪುಗಳು ಕಾಡತೊಡಗಿದ್ದರಿಂದ ರಮಾಕಾಂತನೊಬ್ಬನಿಗೆ ಅರ್ಧ ರಾತ್ರಿ ಕಳೆದರೂ ನಿದ್ದೆ ಬಂದಿರಲಿಲ್ಲ. ಬೆಳಿಗ್ಗೆ ಸಂಜಯನ ವದನ ನೋಡಿದಾಗಿನಿಂದಲೂ ಅವನ ಮನಸ್ಸಿನ ಸ್ಥಿಮಿತತೆ ಕಳೆದುಹೋಗಿತ್ತು. ಚಿಕ್ಕವನಿದ್ದಾಗ ನನ್ನ ಆಸೆಗಳನ್ನು ಈಡೇರಿಸುತ್ತಿದ್ದವನು ಬೆಳೆದು ದೊಡ್ಡವನಾದ ನಂತರ ಈಡೇರಿಸಲಾರನೇ? ಒಮ್ಮೆ ರುಚಿ ನೋಡಿದ ನಂತರ ಮತ್ತೇ ಮತ್ತೇ ಬಯಸುವುದು ಮಾನವನ ಸಹಜ ಗುಣ. ನಾನೀಗ ಸಂಜಯನ ಬಳಿಗೆ ಹೋದರೆ ಅವನು ಸ್ಪಂದಿಸಿಯೇ ತೀರುತ್ತಾನೆಂಬ ಅಚಲ ನಂಬಿಕೆಯಿಂದ ರಮಾಕಾಂತ ಯಾರಿಗೂ ಗೊತ್ತಾಗದ ಹಾಗೆ ಸಂಜಯನ ಕೋಣೆಗೆ ಹೋದ. ತೆರೆದ ಬಾಗಿಲು ಅವನ ಆಸೆಗಳಿಗೆ ಅಡ್ಡಿ ಪಡಿಸದೇ ಸ್ವಾಗತಿಸಿತು. ಕೋಣೆಯೊಳಗೆ ಕಾಲಿಡುತ್ತಿದ್ದಂತೆ ನಿಧಾನವಾಗಿ ಬಾಗಿಲು ಮುಚ್ಚಿ, ಸಂಜಯನ ಮಂಚದ ಬಳಿಗೆ ಹೋದ. ಟೇಬಲ್ ಲೈಟಿನ ಬೆಳಕಿನಲ್ಲಿ ಅವನ ಅರೆಬೆತ್ತಲೆ ದೇಹ ನೋಡಿದೊಡನೆ ರಮಾಕಾಂತನ ಆಸೆಗಳು ನಿಯಂತ್ರಣ ಕಳೆದುಕೊಂಡವು. ಸಂಜಯನ ದೇಹಸಿರಿಯ ಕಂಡು ಅವನ ಉದ್ರೇಕ ಹೆಚ್ಚತೊಡಗಿತು. ನರನಾಡಿಗಳು ಬಿಗಿಯಾಗುತ್ತಿದ್ದಂತೆ

ತಡೆದುಕೊಳ್ಳಲಾಗದೇ ಮೆಲ್ಲನೆ ಸಂಜಯನ ಪಕ್ಕ ಮಲಗಿ ಅವನನ್ನು ಬಿಗಿಯಾಗಿ ತಬ್ಬಿಕೊಂಡ. ಯಾರೋ ತಮ್ಮ ಕಬಂಧ ಬಾಹುಗಳಿಂದ ತನ್ನ ಬಂಧಿಸಿದಂತಾಗಿ ಗಲಿಬಿಲಿಗೊಂಡ ಸಂಜಯ ಧಡಕ್ಕನೆ ಎದ್ದು ಕುಳಿತ. ಲೈಟ್ ಆನ್ ಮಾಡಿ ನೋಡಿದರೆ ರಮಾಕಾಂತನ ವದನ ವ್ಯಾಘ್ರದ ಮುಖದಂತೆ ಕಂಡಿತು.

ತನ್ನನ್ನು ಮತ್ತೇ ತನ್ನ ತೆವಲಿಗೆ ಬಳಸಿಕೊಳ್ಳಲು ಬರುತ್ತಿರುವ ತನ್ನ ಸೋದರಮಾವನ ಬಗ್ಗೆ ಸಂಜಯನಿಗೆ ಆ ಕ್ಷಣ ಅಸಹ್ಯ ಹುಟ್ಟಿತ್ತು. "ಏನು ಮಾವ ಇದು? ಇಷ್ಟೊತ್ತಿಗೆ ಇಲ್ಲೇಕೆ ಬಂದೆ?" ಎಂದು ಸಿಟ್ಟಿನಿಂದ ಕೇಳಿದ. ಕಾಮದ ಪರಾಕಾಷ್ಟೆಗೆ ತಲುಪಿದ್ದ ರಮಾಕಾಂತ "ಏನಿಲ್ಲ ಸಂಜು, ನಿನ್ನ ನೋಡಿದಾಗಿನಿಂದ ಹಳೆಯ ನೆನಪುಗಳು ಉಕ್ಕಿ ಬರುತ್ತಿವೆ" ಎಂದು ತನ್ನ ಕೈಯಿಂದ ಸಂಜಯನ ದೇಹವನ್ನು ಸವರಲು ಹೋದ. ಸರಕ್ಕನೇ ಆ ಕೈಯನ್ನು ಕಿತ್ತೆಸೆದ ಸಂಜಯ ಕಟಕಟನೇ ಹಲ್ಲು ಕಡಿಯುತ "ಒಳ್ಳೆಯ ಮಾತಿನಿಂದ ಎದ್ದು ಹೋಗ್ತೀಯಾ? ಇಲ್ಲ ಕುತ್ತಿಗೆ ಹಿಡಿದು ಆಚೆಗೆ ತಳ್ಳ ಬೇಕಾ?" ಎಂದು ಗುಡುಗಿದ. ಬೆಂಕಿ ಉಗುಳುವ ಸಂಜಯನ ಕಣ್ಣುಗಳು, ಆಕ್ರೋಶಭರಿತ ಮಾತುಗಳು, ಯಾವುದಕ್ಕೂ ರಮಾಕಾಂತ ಬಗ್ಗಲಿಲ್ಲ. ಅವನಾಸೆಯ ಈಡೇರಿಕೆಗಾಗಿ ಮರಳಿ ಯತ್ನವೆಂಬಂತೆ

"ನೀನು ಮದುವೆ ಆದ ಮೇಲೆ ಹೀಗೆಲ್ಲಾ ಮಾಡಲು ಆಗೋಲ್ಲ ಅಲ್ವಾ? ಅದಕ್ಕೆ ಕೊನೆಯ ಬಾರಿ ನನ್ನಾಸೆ ಈಡೇರಿಸಿಬಿಡು" ಎಂದು ಒತ್ತಾಯಪೂರ್ವಕವಾಗಿ ಸಂಜಯನನ್ನು ಪುನಃ ತಬ್ಬಿಕೊಳ್ಳಲು ಹೋದ.

ಇಷ್ಟವಿಲ್ಲದವನ ಜೊತೆಗೆ ಅರಿವಿಲ್ಲದೇ ಬೆರೆತು ಬಾಲ್ಯದಲ್ಲೇ ನೋವುಂಡಿದ್ದು ಸಾಕು. ಈಗ ಮತ್ತದೇ ತಪ್ಪು ಮಾಡುವುದು ಬೇಡವೆಂದು ಸಂಜಯ "ಹೊರಟೋಗೋ ರ್‍ಯಾಸ್ಕಲ್" ಎಂದು ಮುಖಕ್ಕೆ ಕ್ಯಾಕರಿಸಿ ಉಗಿದು ಜೋರಾಗಿ ಕಿರುಚಿಕೊಂಡ. ಮಗನ ಧ್ವನಿ ಕೇಳಿ ಹಾಸಿಗೆಯಲ್ಲೇ ಬೆಚ್ಚಿಬಿದ್ದ ಸುನಂದಮ್ಮ ಓಡೋಡಿ ಬಂದು "ಏನಾಯ್ತೋ ಸಂಜು? ಕೆಟ್ಟ ಕನಸೇನಾದರೂ ಬಿದ್ದಿತ್ತಾ?" ಎಂದು ಮಗನ ತಲೆನೇವರಿಸಿ ಕೇಳಿದಳು. ಅವನು ಉತ್ತರಿಸುವ ಮೊದಲೇ ಅಲ್ಲೇ ನಿಂತಿದ್ದ ರಮಾಕಾಂತ "ಹೌದು ಅಕ್ಕಾ" ಎಂದು ಹೇಳಿ ತಾನು ಆಪತ್ತಿನಿಂದ ನುಣುಚಿಕೊಳ್ಳುವುದರ ಜೊತೆಗೆ ಸುನಂದಮ್ಮಳ ದುಗುಡ ತುಸು ಕಡಿಮೆ ಮಾಡಿದ. "ಸ್ವಲ್ಪ ನೀರು ಕುಡಿದು ಮಲಗು ಏನೂ ಆಗೋಲ್ಲ. ಭಯ ಆಗ್ತಿದ್ರೆ ರಮಾಕಾಂತನ ನಿನ್ನ ಜೊತೆಗೆ ಮಲಗಿಸಿಕೋ" ಎಂದಳು. ತಾಯಿಯ ಮಾತು ಕೇಳಿ ಸಂಜಯನ ಪಿತ್ತ ನೆತ್ತಿಗೇರಿತು. "ಬೇಕಾಗಿಲ್ಲ, ಮೊದಲು ಈ ಮಾವನ ಹೊರಗಡೆ ಕಳಿಸು" ಎಂದು ಹೇಳಿ ಮಂಚದ ಮೇಲೆ ದೊಪ್ಪೆಂದು ಬಿದ್ದು, ಸರಕ್ಕನೆ ಮೈಮೇಲೆ ಬೆಡ್ಶೀಟ್ ಎಳೆದುಕೊಂಡ. ತನಗಾದ ಅವಮಾನಕ್ಕೆ ತಲೆತಗ್ಗಿಸಿಕೊಂಡು ನಿಂತಿದ್ದ ತನ್ನ ತಮ್ಮನನ್ನು ನೋಡಿ ಸುನಂದಮ್ಮ "ಅವನು

ಹಾಗೆ ಕಣೋ, ಸ್ವಲ್ಪ ಸಿಡುಕ. ಅವನ ಮಾತಿಗೆ ನೊಂದ್ಕೋಬೇಡ. ಬಾ ಹೋಗೋಣ" ಎಂದು ರಮಾಕಾಂತನ ಕೈಹಿಡಿದು ಹೊರಗೆ ಕರೆದುಕೊಂಡು ಹೋದಳು.

ಸಂಜು ಬೆಳೆದು ದೊಡ್ಡವನಾಗಿದ್ದಾನೆ. ಅವನಿಗೀಗ ಒಳ್ಳೆಯದು ಯಾವುದು? ಕೆಟ್ಟದ್ದು ಯಾವುದು ಎಂದು ಆಲೋಚಿಸುವ ಬುದ್ಧಿ ಶಕ್ತಿ ಇದೆ. ಸಣ್ಣವನಾಗಿದ್ದಾಗ ನಾನು ಹೇಳಿದಂತೆ ಕೇಳುತ್ತಿದ್ದ. ಈಗಲೂ ಹಾಗೆ ನನ್ನ ಮಾತು ಕೇಳಬಹುದೆಂದು ನಾನು ಭಾವಿಸಿದ್ದು ತಪ್ಪು. ಅವನೇನಾದರೂ ನಾಳೆ ಬೆಳಿಗ್ಗೆ ನಾಲ್ವರ ಮುಂದೆ ನನ್ನ ಸೋದರಮಾವ ಇಂಥವನು ಅಂತ ಹೇಳಿದರೆ ಈ ಮದುವೆ ಮನೆಯಲ್ಲಿ ಅದು ಹೇಗೆ ತಲೆಯೆತ್ತಿಕೊಂಡು ತಿರುಗುವುದು? ಈಗಾಗಿರುವ ಅವಮಾನವೇ ಸಾಕು ಎಂದು ನಿರ್ಧರಿಸಿದ ರಮಾಕಾಂತ ಸೂರ್ಯ ಹುಟ್ಟುವ ಮುನ್ನವೇ ಅಕ್ಕನ ಮನೆ ತೊರೆದಿದ್ದ. ಸುನಂದಮ್ಮ ಮದುವೆ ಕಾರ್ಯಗಳ ತಯಾರಿಯಲ್ಲಿ ಈ ವಿಚಾರ ತಲೆಗೆ ಹಾಕಿಕೊಳ್ಳಲು ಹೋಗಲಿಲ್ಲ. ತನ್ನ ಸೋದರಮಾವ ಮನೆ ತೊರೆದಿದ್ದರಿಂದ ಸಂಜಯನಿಗೆ ತುಸು ನಿರಾಳವೆನಿಸಿದರೂ ಎಲ್ಲೋ ಮನದ ಮೂಲೆಯಲ್ಲಿ ಯಾರೂ ತೀರಿಸಲಾಗದ ಈ ವಾಂಛೆಯನ್ನು ತೀರಿಸಲು ಬಂದ ಆ ಹೃದಯವನ್ನು ದೂರ ತಳ್ಳಿದೆನಲ್ಲಾ ಛೇ! ಎಂಬ ಪುಟ್ಟ ಕೊರಗು ಕಾಡತೊಡಗಿತು. ರಮಾಕಾಂತನ ಉದುರಿದ ಹಲ್ಲುಗಳು, ಬೆಳೆದಿರುವ ಗಡ್ಡ, ಅವನ ಬೆಕ್ಕಿನ ಕಣ್ಣುಗಳು ನೆನಪಾಗಿ ಒಡನೆ ಅವನು ಹೋಗಿದ್ದು ಒಳ್ಳೆಯದೇ ಆಯಿತು ಎಂದು ಸಂಜಯ ಅವನೊಳಗಿನ ಅವಳಿಗೆ ತಾನೇ ಪಾಠ ಹೇಳಿದನು.

***

ಸಂಜಯನ ಮದುವೆಯ ಲಗ್ನಪತ್ರಿಕೆ ಹಂಚುವ ಕಾರ್ಯ ಆರಂಭವಾಗಿತ್ತು. ಇಂತಹ ಸಂಭ್ರಮದ ದಿನಗಳಿಗೆ ಕಾರಣಕರ್ತರಾದ ಶ್ರೀನಿವಾಸರನ್ನು ಮರೆತರೆ ಹೇಗೆ? ಅವರಿಗೆ ಮೊದಲು ಆಮಂತ್ರಣ ನೀಡಬೇಕೆಂದು ಸತ್ಯನಾರಾಯಣ ಹಾಗೂ ಸುನಂದಮ್ಮ ತುಂಬು ಖುಷಿಯಿಂದ ಶ್ರೀನಿವಾಸರ ಮನೆಗೆ ಹೋದರು. ಏಕಾಂತತೆ ಕಳೆಯಲು ಕೋಣೆಯ ತುಂಬಾ ಸೀಗರೇಟು ಹೊಗೆ ತುಂಬಿಸಿಕೊಂಡು ತಂಬಾಕಿನ ಘಾಟು ನೆತ್ತಿಗೇರಿಸಿಕೊಂಡಿದ್ದ ಶ್ರೀನಿವಾಸರಿಗೆ ವಾಚ್‌ಮನ್ 'ಯಾರೋ ನಿಮ್ಮನ್ನು ನೋಡಲು ಬಂದಿದ್ದಾರೆ ಸರ್' ಎಂದಾಗಲೇ ಎಚ್ಚರವಾಗಿದ್ದು. 'ಒಳಗೆ ಕಳಿಸು' ಎಂದು ಹೇಳಿ ತಾವೂ ಸಹ ಬಟ್ಟೆ ಹಾಕಿಕೊಂಡು ಕೆಳಗಿನ ಹಾಲ್‌ಗೆ ಬಂದರು. ಸಂಜಯನ ತಂದೆ-ತಾಯಿಯನ್ನು ಕಂಡೊಡನೆ ಶ್ರೀನಿವಾಸರಿಗೆ ಖುಷಿಯಾಯಿತು. "ಬನ್ನಿ ಕುಳಿತುಕೊಳ್ಳಿ, ಎಲ್ಲರೂ ಸೌಖ್ಯ ತಾನೇ?" ಎಂದು ಆತ್ಮೀಯವಾಗಿ ಮಾತಿಗಿಳಿದರು. ಸತ್ಯನಾರಾಯಣ-

ಸುನಂದಮ್ಮರಿಬ್ಬರಿಗೂ ಶ್ರೀನಿವಾಸರ ಸರಳತೆ ಕಂಡು ಹೃದಯ ತುಂಬಿ ಬಂತು. ಅವರ ಕೈಗೆ ಲಗ್ನಪತ್ರಿಕೆ ಕೊಟ್ಟು ಕುಟುಂಬ ಸಮೇತರಾಗಿ ಮದುವೆಗೆ ತಪ್ಪದೇ ಬರಬೇಕೆಂದು ವಿನಂತಿಸಿದರು.

ಮದುವೆ ಎಂಬ ಮೂರಕ್ಷರದ ಬಂಧನಕ್ಕೆ ಕಾಲಿಡುತ್ತಿರುವ ಸಂಜಯನ ನೆನೆದು ಶ್ರೀನಿವಾಸರಿಗೆ ಅತೀವ ಆನಂದವಾಯಿತು. ಲಗ್ನ ಪತ್ರಿಕೆ ತೆರೆದು ನೋಡಿ "ತುಂಬಾ ಸಂತೋಷದ ವಿಚಾರ, ಖಂಡಿತ ಬರುತ್ತೇನೆ. ಹುಡುಗಿ ಯಾವ ಊರಿನವಳು? ಏನು ಓದಿದ್ದಾಳೆ? ಫೋಟೋ ಇದ್ದರೆ ತೋರಿಸಿ" ಎಂದು ಒಂದೇ ಉಸಿರಿಗೆ ಕುತೂಹಲದಿಂದ ಕೇಳಿದರು. ತಮ್ಮೆದುರು ತೇಲಿಬಂದ ಪ್ರಶ್ನೆಗಳಿಗೆ ತಬ್ಬಿಬ್ಬಾದ ಸುನಂದಮ್ಮ–ಸತ್ಯನಾರಾಯಣ ದಂಪತಿಗಳು ಅಚ್ಚರಿಯಿಂದ ಒಬ್ಬರ ಮುಖ ಮತ್ತೊಬ್ಬರು ನೋಡಿಕೊಂಡರು. "ಸಂಜು ನಿಮ್ಮ ಬಳಿ ಏನು ಹೇಳಲಿಲ್ಲವೇ?" ಎಂದು ಸತ್ಯನಾರಾಯಣ ಮರುಪ್ರಶ್ನಿಸಿದ. "ಇಲ್ಲ" ಎಂದು ತಲೆ ಅಲ್ಲಾಡಿಸಿದ ಶ್ರೀನಿವಾಸ್ ಏನೋ ಆಲೋಚಿಸಿ "ಪರವಾಗಿಲ್ಲ ಬಿಡಿ, ಮದುವೆಗೆ ಖಂಡಿತ ಬರುತ್ತೇನೆ ಶುಭವಾಗಲಿ" ಎಂದು ಕೈ ಮುಗಿದು ದಂಪತಿಗಳೀರ್ವರಿಗೆ ಬೀಳ್ಕೊಟ್ಟರು. ಸತ್ಯನಾರಾಯಣ ಹೆಂಡತಿಯ ಸೊಂಟ ಚಿವುಟಿ "ನೋಡೇ ನಿನ್ನ ಮಗ ಅವರ ಬಾಸ್‌ಗೂ ಸಹ ಏನೂ ಹೇಳಿಲ್ಲವಂತೆ, ನಾನೂ ಹೀಗೆ ನಿನ್ನ ಫೋಟೋ ಯಾರಿಗೂ ತೋರಿಸಿರಲಿಲ್ಲ" ಎಂದು ಮುಗುಳುನಕ್ಕ. "ಹೌದೌದು ಅಪ್ಪನ ಬುದ್ಧಿ ಮಗನಿಗೆ, ಸಾಕು ನಡೀರಿ" ಎಂದು ಸುನಂದಮ್ಮ ಲಗುಬಗೆಯಿಂದ ಕಾರ್ ಏರಿದಳು.

ಅನ್ಯಕಾರ್ಯದ ನಿಮಿತ್ತ ಮಂದಿ ಮೊಹಲ್ಲಾ ಕಡೆಗೆ ಹೋಗಿ ಬರುತ್ತಿದ್ದ ಸಂಜಯನಿಗೆ "ಇಡ್ಲಿ ಸರ್, ಇಡ್ಲಿ" ಎಂದು ರಸ್ತೆಯಲ್ಲಿ ಹೋಗಿಬರುವವರಿಗೆಲ್ಲಾ ಕೈಬೀಸುತ್ತಿದ್ದ ಹೆಣ್ಣುಮಗಳೊಬ್ಬಳು ಕಂಡಳು. ಕುತೂಹಲದಿಂದ ಕಾರಿನ ಗ್ಲಾಸ್ ಕೆಳಗಿಳಿಸಿದ ಸಂಜಯ ಆ ಹೆಣ್ಣುಮಗಳು ಕನ್ನಿಕಾ ಎಂದು ತಿಳಿದು ಒಂದು ಕ್ಷಣ ದಂಗಾದ. ಎಲ್ಲರೂ ಸೇರಿ ಅವನ ಕುತ್ತಿಗೆಗೆ ಮದುವೆ ಎಂಬ ನೇಣು ಬಿಗಿಯಲು ಹೊರಟಿರುವ ವೇಳೆಯಲ್ಲಿ ಅವನ ಮನಸ್ಸಿಗಾದ ಬೇಸರದ ನಡುವೆ ಅವನು ಯಾರ ಜೊತೆಗೂ ಬೆರೆಯುತ್ತಿರಲಿಲ್ಲ. ತನ್ನ ಬಹುಪಾಲು ಸಮಯವನ್ನು ಏಕಾಂಗಿಯಾಗಿ ಕಳೆಯುತ್ತಿದ್ದ. ಇಂದು ಹಠಾತ್ತನೆ ಕನ್ನಿಕಾಳ ಕಂಡೊಡನೆ ಅವಳ ಅವಸ್ಥೆ ನೋಡಿ ಸಂಜಯನಿಗೆ ಕರುಳು ಕಿವುಚಿದಂತಾಯಿತು. ಅವನ ತಾಯ್ಗರುಳು ಮಮಕಾರದಿಂದ ಕೇಳಿತು

"ಏನಿದು ನಿನ್ನ ಅವತಾರ?"

"ಬದುಕಿನ ಬಂಡಿ ಎಳಿಬೇಕಲ್ಲಾ ಸಂಜು?"

"ಕಾಲ್ ಸೆಂಟರ್ ಕೆಲಸ ಏನಾಯಿತು?"

"ಅದು ಇದೆ. ಸಂಜೆಯಿಂದ ರಾತ್ರಿಯವರೆಗೆ ಈ ಕೆಲಸ"

"ಅದೇ ಯಾಕೆ? ಈಗ ಕರುಣಾ ಹೇಗಿದ್ದಾಳೆ"

"ಅವಳು ಪರವಾಗಿಲ್ಲ. ಅವಳೇ ಈ ಇಡ್ಲಿ, ಚಟ್ನಿ ತಯಾರಿಸಿರೋದು. ಯಾರೋ ದೇವರಂಥಾ ಮನುಷ್ಯ ಬೆಟ್ಟದಷ್ಟಿದ್ದ ಕರುಣಾಳ ಟ್ರೀಟ್ಮೆಂಟ್ ಬಿಲ್ ಕಟ್ಟಿಹೋಗಿದ್ದ. ಅದಕ್ಕಿಂತಲೂ ಮುಂಚೆ ನಾನಾಗಲೇ ನನ್ನ ಕಾಲ್ ಸೆಂಟರ್ ಓನರ್ ಬಳಿ ಕರುಣಾಳ ಚಿಕಿತ್ಸೆಗಾಗಿ ನಾಲ್ಕು ಲಕ್ಷ ಸಾಲ ಮಾಡಿದ್ದೆ. ನೀನು ಮುದುಕಿಯಾಗೋವರೆಗೂ ದುಡಿದ್ರು ಈ ಸಾಲ ತೀರಿಸ್ತೀಯೋ ಇಲ್ವೋ ಎಂದು ಆ ಮುದುಕ ದಿನಾಲೂ ಆಡಿಕೊಳ್ಳೋದು ನೋಡಿ ಈ ಇಡ್ಲಿ ಮಾರೋ ಕೆಲಸಕ್ಕೆ ಕೈ ಹಾಕಿದ್ದೇನೆ. ಸ್ವಾಭಿಮಾನದ ಬದುಕಿಗೆ ಇದೇನು ನನಗೆ ಅಡ್ಡಿಯಲ್ಲ. ಅದೂ ಸರಿ ನೀನು ಹೇಗಿದ್ದೀಯಾ? ಯಾಕಿಷ್ಟು ವೀಕ್ ಆಗಿದ್ದೀಯಾ? ಮೈಯಲ್ಲಿ ಹುಷಾರಿಲ್ವಾ?" ಕನ್ನಿಕಾ ಸಂಜಯನ ಕಣ್ಣುಗಳ ಆಳಕ್ಕಿಳಿದು ಕೇಳಿದಳು. ಅವಳ ಪ್ರಶ್ನೆಗಳನ್ನು ಅವೈಡ್ ಮಾಡಿ

"ಕಾರು ಹತ್ತು" ಅಂದ. ಅವಳು ಚಡಪಡಿಸುತ್ತಾ

"ಅಯ್ಯೋ, ಇವೆಲ್ಲಾ ಮಾರೋದಿದೆ. ಸದ್ಯಕ್ಕೀಗ ನನಗೆಲ್ಲಿಗೂ ಬರಲು ಆಗೋಲ್ಲ ಸಾರೀ" ಎಂದಳು.

"ಮೊದಲು ನೀನು ಕಾರು ಹತ್ತು" ಸಂಜಯ ಆವೇಶದಿಂದ ಮರು ನುಡಿದ. ಸುತ್ತಮುತ್ತ ಜನ ಇರುವುದನ್ನು ಗಮನಿಸಿದ ಕನ್ನಿಕಾ ಹಠ ಮಾಡದೇ ಕಾರ್ ಏರಿದಳು. ಅವನು ನೇರವಾಗಿ ಅನಾಥಾಶ್ರಮದ ಬಳಿಗೆ ಹೋಗಿ ಆ ಇಡ್ಲಿ, ಚಟ್ನಿಯನ್ನೆಲ್ಲಾ ಅಲ್ಲಿನ ಮಕ್ಕಳು, ಹಿರಿಯರಿಗೆ ಹಂಚಿ ವಾಪಸ್ ಕನ್ನಿಕಾಳನ್ನು ಮನೆಗೆ ಕರೆತಂದವನೇ ಅವಳ ಕೈಗೆ ಹತ್ತು ಸಾವಿರ ರೂಪಾಯಿ ಕೊಟ್ಟ. ಅವಳದನ್ನು ಪಡೆಯದೇ "ನೀನು ಒಳ್ಳೆಯ ಕೆಲಸ ಮಾಡಿದ್ದೀಯ ಸಂಜು. ಆ ಪುಣ್ಯದ ಕೆಲಸದಲ್ಲಿ ನನಗೂ ಸ್ವಲ್ಪ ಪಾಲಿರಲಿ ಸಾಕು, ನನಗೆ ಈ ಹಣ ಬೇಡ" ಎಂದು ವಾಪಸ್ ಅವನ ಕೈಯಲ್ಲಿಟ್ಟಳು.

ಮಾನವೀಯತೆಯೆನ್ನುವುದು ಮಹಲುಗಳಿಗಿಂತ ಹೆಚ್ಚಾಗಿ ಗುಡಿಸಲುಗಳಲ್ಲೇ ಹುಟ್ಟುತ್ತದೆಯೆಂದು ಆಗಾಗ್ಗೆ ಸುನಂದಮ್ಮ ಹೇಳುತ್ತಿದ್ದ ಮಾತುಗಳು ಇಂದು ಕನ್ನಿಕಾಳ ರೂಪದಲ್ಲಿ ಕಂಡದ್ದು ನೋಡಿ ಸಂಜಯನ ಹೃದಯ ತುಂಬಿ ಬಂತು. ಆ ವೇಳೆ ಅವನ ಕಣ್ಣಿಗೆ ಅನತಿ ದೂರದಲ್ಲಿ ಅಸ್ಥಿಪಂಜರವೊಂದು ನಡೆದು ಬರುವಂತೆ ಭಾಸವಾಯಿತು. ಕನ್ನಿಕಾ ಮತ್ತು ಸಂಜಯನ ನಡುವಿನ ಮಾತುಕತೆ ಕೇಳಿ ಕರುಣಾ ಅವರತ್ತಲೇ ಧಾವಿಸುತ್ತಿದ್ದಳು. ಪ್ರತಿ ಹೆಜ್ಜೆ ಎತ್ತಿಡುವಾಗ ಅವಳು ಬಿಡುತ್ತಿದ್ದ ಏದುಸಿರು ದೂರದಲ್ಲಿ ನಿಂತವರಿಗೂ ಕೇಳಿಸುತ್ತಿತ್ತು. ಸಾವಿನೊಂದಿಗೆ ಹೋರಾಡಿ ಗೆದ್ದು ಮನೆಗೆ ಬಂದಿದ್ದ ಕರುಣಳ ದೇಹದಲ್ಲಿ ಮಾಂಸಖಂಡಗಳೇ ಮಾಯವಾಗಿದ್ದವು. ಎಲುಬಿಗೆ ಅಂಟಿಕೊಂಡಿದ್ದ ಆ ಚರ್ಮ, ನಿಧಾನವಾಗಿ ನಡೆಯಲು ಅವಳು ಪಡುತ್ತಿದ್ದ

ಕಷ್ಟ ಕಂಡು ಸಂಜಯನ ಕಣ್ಣಾಲಿಗಳು ತೇವಗೊಂಡವು. "ಯಾಕೋ ಕನ್ನಿ, ಅಣ್ಣನ ಅಲ್ಲೇ ನಿಲ್ಲಿಸಿದ್ದೀಯಾ? ಬುದ್ದಿ ಇಲ್ವಾ ನಿನಗೆ? ಅವಳು ಹಾಗೆ, ನೀನು ಒಳಗೆ ಬಾ ಅಣ್ಣಾ" ಎಂದು ಕನ್ನಿಕಾಳತ್ತ ಹುಸಿಕೋಪ ಬೀರಿ ಸಂಜಯನ ಅಕ್ಕರೆಯಿಂದ ಒಳಗೆ ಕರೆದಳು. ಕರುಳಿನ ಕರೆಯಂತೆ ಕೇಳಿಸಿದ ಆ ಕೂಗು ಸಂಜಯನ ಹೃದಯವನ್ನು ಮತ್ತಷ್ಟು ಕಲಕಿತ್ತು. "ಬರ್ತೀವಿ ನಡಿಯೇ ತಿಮ್ಮಿ" ಎಂದು ಕನ್ನಿಕಾ ತಮಾಷೆ ಮಾಡುತ್ತಿದ್ದಂತೆ ಎಲ್ಲರೂ ನಗುಮುಖದೊಂದಿಗೆ ಮನೆಯೊಳಗೆ ಹೋದರು. ಆದರೆ ನೋವಿನಿಂದ ಜಡ್ಡುಗಟ್ಟಿರುವ ಅವರೆಲ್ಲರ ಹೃದಯಗಳೂ ಭಾರವಾಗಿದ್ದವು.

ಆಸೆಗಳ ಬೆನ್ನೇರಿ ಹೊರಡುವ ನಮ್ಮಂಥವರಿಗೆಲ್ಲಾ ಹಿಂದಿನಿಂದ ಬೀಳುವುದು ಕಲ್ಲೇಟೆ ಹೊರತು ಹೂವಿನ ಅಭಿಷೇಕವಲ್ಲ ಎಂದು ಒದ್ದೆಯಾದ ಕಣ್ಣುಗಳನ್ನೊರೆಸಿಕೊಂಡ ಸಂಜಯ "ನಿಮಗೆ ಬದುಕಿನ ಮೇಲೆ ಅದೆಷ್ಟು ಪ್ರೀತಿಯಿದೆ! ಆದರೆ ಸಮಾಜ ನಿಮ್ಮ ಬದುಕನ್ನು ಕಸಿದುಕೊಳ್ಳಲು ಹವಣಿಸುತ್ತಿದೆ. ಐ ಹೇಟ್ ದಿಸ್ ಸೊಸೈಟಿ" ಎಂದು ಎದುರಿಗಿದ್ದ ಮೇಜನ್ನು ಬಲವಾಗಿ ಕುಟ್ಟಿದ. ಅವನ ಮಾತಿಗೆ ಧ್ವನಿಗೂಡಿಸಿದ ಕರುಣಾ "ಹೌದು ಅಣ್ಣ, ನಮ್ಮ ಹೋರಾಟದ ಬದುಕಿಗೆ ನಿತ್ಯವೂ ಅವಮಾನ. ಅಯ್ಯೋ! ಅವಳು ಹೆಣ್ಣುಮಗಳಾಗಿ ಮತ್ತೊಂದು ಹೆಣ್ಣುಮಗಳನ್ನೇ ಮದುವೆ ಆಗಿದಾಳಂತೆ. ಏನು ಕಾಲ ಬಂತಪ್ಪಾ! ಇವರೆಲ್ಲಾ ಭೂಮಿಗೆ ಹೊರೆ ಎಂದು ಜನ ಆಡಿಕೊಳ್ಳುವಾಗಲೆಲ್ಲಾ ಮನಸ್ಸು ಕಲ್ಲಾಗಿಸಿಕೊಳ್ಳಬೇಕು. ಜನರಿಂದ ಆಗುವ ಇಂಥಹ ಅವಮಾನಗಳೇ ನಮಗೆ ಸನ್ಮಾನಗಳಿದ್ದಂತೆ. ಆದರೂ ನಾವು ಬದುಕುವ ಆಸೆ ಕೈಬಿಟ್ಟಿಲ್ಲ" ಎಂದು ಬದುಕಿನೆಡೆಗಿನ ಅವರ ಸಂಪ್ರೀತಿಯ ಸಾದರಪಡಿಸಿದಳು.

ತನ್ನ ಮನದಲ್ಲಿ ಹೆಪ್ಪುಗಟ್ಟಿರುವ ಭಾವನೆಗಳನ್ನು ಕನ್ನಿಕಾ, ಕರುಣಾರ ಎದುರು ಹೇಳಿಕೊಳ್ಳಲು ಸಂಜಯನ ಎದುರಿಗೀಗ ವೇದಿಕೆಯೊಂದು ಸಿದ್ಧವಾಗಿತ್ತು. ಕೇವಲ ಕಾಮಕ್ಕಾಗಿ ಅಷ್ಟೇ ಅಲ್ಲ, ನಿನ್ನ ನೋವಿಗೂ ಧ್ವನಿಯಾಗುವೆ ಎಂಬಂತೆ ಅವನೊಳಗಿನ ಅವಳು ಮಾತಿಗೆ ನಿಂತಳು "ನನ್ನ ಬದುಕೂ ಭಿನ್ನವೇನಲ್ಲ, ನಾನೂ ನಿಮ್ಮಂತೆ ನಿತ್ಯ ಸತ್ತು ಬದುಕುತಿದ್ದೇನೆ. ನಿಮ್ಮ ಜೊತೆಗೆ ಒಲವಿದೆ ಹಾಗಾಗಿ ಎಂಥಹಾ ಕಠಿಣ ಪರಿಸ್ಥಿತಿ ಎದುರಾದರೂ ನಿಮಗೆ ಬದುಕುವ ಛಲ ಮೂಡುತ್ತದೆ, ನನ್ನ ಜೊತೆಗೆ ಒಲವೂ ಇಲ್ಲ, ಗೆಲುವೂ ಇಲ್ಲ. ಹತಾಶೆ ಕಾಡಿದಾಗಲೆಲ್ಲಾ ಈ ಕಂಗಳಿಗೆ ಗೋಚರಿಸದೇ ಕಾಡಿಸುವ ಸಾವು ಓಡಿ ಬಂದು ನನ್ನ ಅಪ್ಪಿಕೊಳ್ಳಬಾರದೇ? ಎಂದನಿಸುತ್ತದೆ. ಸಾವನ್ನು ನೆನೆದು ಅವನೊಳಗಿನ ಅವಳು ಮೌನವಾಗಿದ್ದರೆ ಸಂಜಯ ಬಿಕ್ಕುತ್ತಲೇ ಇದ್ದ. ಕನ್ನಿಕಾ ತುಸು ನೀರು ಕುಡಿಸಿ ಸಮಾಧಾನ ಪಡಿಸಲು ಪ್ರಯತ್ನಿಸಿದಳು. "ಯಾಕೆ ಅಣ್ಣಾ, ನಿನಗಂಥದ್ದೇನಾಗಿದೆ? ಒಳ್ಳೇ ನೌಕರಿ ಇದೆ, ಕೈತುಂಬಾ ಹಣವಿದೆ. ಮುದ್ದಾದ

ಕುಟುಂಬ ಇದೆ. ಇಷ್ಟೆಲ್ಲಾ ಇದ್ದರೂ ಸಾವನ್ನೇಕೆ ಬಯಸುತ್ತೀಯಾ?" ಕರುಣಾ ಸಂಜಯನ ತಲೆ ನೇವರಿಸುತ ಕರುಣೆಯಿಂದ ಕೇಳಿದಳು. "ನಿಜ ನನಗೆ ಎಲ್ಲಾ ಇದೆ, ಆದರೆ ಮನಸ್ಸಿಗೆ ನೆಮ್ಮದಿಯಿಲ್ಲ. ನಿಮ್ಮನ್ನು ಮಹಿಳೆಯರಂತೆಯೇ ಸ್ವೀಕರಿಸುವ ಈ ಸಮಾಜ ನೀವು ಲೆಸ್ಬಿಯನ್ ಅಂತ ಗೊತ್ತಾದರೆ ನಿಮ್ಮನ್ನು ದೂರ ತಳ್ಳಿಬಿಡುತ್ತದೆ. ಹಾಗೆಯೇ ನನ್ನನ್ನೂ ಸಹ ಸಮಾಜವಿರಲಿ ಸ್ವತಃ ನನ್ನ ಹೆತ್ತವರಿಗೆ ನಾನು ಇಂಥವನು ಅಂಥ ಗೊತ್ತಾದರೆ ಕುತ್ತಿಗೆ ಹಿಡಿದು ಮನೆಯಿಂದ ಆಚೆ ನೂಕಬಹುದು! ನಿನಗೆ ಕನ್ನಿಕಾ ಸಿಕ್ಕಂತೆ ನನಗೂ ಒಬ್ಬ ಜೊತೆಗಾರ ಸಿಕ್ಕಿದ್ದ. ಆದರೆ ಅವನಿಗೆ ನನ್ನ ಭಾವನೆಗಳು ಅರ್ಥವಾಗಲೇ ಇಲ್ಲ. ನನ್ನನ್ನು ನರಕಕ್ಕೆ ತಳ್ಳಿ ಅವನೀಗ ತನಗೇನೂ ಗೊತ್ತಿಲ್ಲವೆಂಬಂತೆ ಬದುಕುತ್ತಿದ್ದಾನೆ" ಸಂಜಯ ಮುಂದೆ ಮಾತನಾಡದೆ ಮೌನವಾದರೆ ಅವನೊಳಗಿನ ಅವಳು ಕಣ್ಣೀರು ಸುರಿಸತೊಡಗಿದಳು. ಕನ್ನಿಕಾಳಿಗೆ ಈಗ ಸಂಜಯನೊಬ್ಬ ಸಲಿಂಗಿ ಎಂಬ ಸತ್ಯ ಅರಿವಾಯಿತು. ಕುತೂಹಲದಿಂದ ಕೇಳಿದಳು "ಯಾರು ಸಂಜು ನಿನ್ನ ನರಕಕ್ಕೆ ನೂಕಿದವರು? ಅವರ ಬಗ್ಗೆ ನನಗೆ ಮಾಹಿತಿ ಕೊಡು. ನಿಮ್ಮಿಬ್ಬರನ್ನು ಒಂದುಗೂಡಿಸುವ ಜವಬ್ದಾರಿ ನನ್ನದು"

ಕನ್ನಿಕಾಳ ಮಾತು ಕೇಳಿ ಸಂಜಯನಿಗೆ ಸಮಾಧಾನ ಆಗುವ ಬದಲು ನಗು ಬಂತು. "ನನ್ನ ಹಾಗೂ ಅವರನ್ನು ಒಂದುಗೂಡಿಸಲು ಆ ಬ್ರಹ್ಮನಿಂದಲೂ ಸಾಧ್ಯವಿಲ್ಲ. ಅವರೇ ನನ್ನ ತಂದೆ-ತಾಯಿಯ ಜೊತೆಗೂಡಿ ನನಗೊಬ್ಬ ಹುಡುಗಿಯನ್ನು ನಿಶ್ಚಯಿಸಿದ್ದಾರೆ. ನನ್ನಿಂದ ಒಬ್ಬ ಹೆಣ್ಣುಮಗಳ ಬಾಳು ಹಾಳಾಗಬಾರದೆಂದು ನಾನು ಹಿಡಿದ ಒಂದೇ ಒಂದು ಹಠ ಕೊನೆಗೂ ಸೋತಿದೆ. ಈ ವಿಷವರ್ತುಲದಿಂದ ಹೊರಬರಲಾಗದೇ ಒದ್ದಾಡಿ ಹೈರಾಣಾಗಿರುವೆ. ಮುಂದೆ ಎದುರಾಗುವ ಪ್ರತೀ ಸಮಸ್ಯೆಗೂ ಎದೆಯೊಡ್ಡಿ ನಿಲ್ಲುವುದಷ್ಟೇ ನನಗಿರುವ ಏಕೈಕ ಮಾರ್ಗ" ಎಂದು ಮಾತಿಗೆ ವಿರಾಮವಿಟ್ಟ ಸಂಜಯ ಮರಳಿ ಮತ್ತೊಂದು ಪ್ರಶ್ನೆ ಎದುರಾಗುವ ಮುನ್ನವೇ ಕರುಣಾಳ ಕೈಯಲ್ಲಿ ಹತ್ತು ಸಾವಿರ ಹಣವಿಟ್ಟು ಅಲ್ಲಿಂದ ಹೊರನಡೆದ. ಕನ್ನಿಕಾ-ಕರುಣಾ ಇಬ್ಬರೂ ಆಶ್ಚರ್ಯದಿಂದ ಮುಖ ಮುಖ ನೋಡಿಕೊಂಡರು.

ತಮಗಿರುವ ಒಬ್ಬನೇ ಮಗನ ಮದುವೆಯನ್ನು ಅದ್ದೂರಿಯಾಗಿ ಮಾಡಿಮುಗಿಸಬೇಕೆಂದು ಕಡ್ಲೆಪುರಿಯಂತೆ ಹಣ ಖರ್ಚು ಮಾಡಿದ್ದ ಸುನಂದಮ್ಮ ಸತ್ಯನಾರಾಯಣರಿಗೆ ನಿತ್ಯವೂ ಮಲಗುವ ಮುನ್ನ ಮತ್ತೇನಾದರೂ ಕೆಲಸ ಬಾಕಿ ಉಳಿದಿರಬಹುದೇ? ನಮ್ಮ ಆತಿಥ್ಯ, ಉಪಚಾರ ಬೀಗರನ್ನು ಸಂತುಷ್ಟಗೊಳಿಸಬಹುದೋ, ಇಲ್ಲವೋ! ಎಂಬ ಅಳುಕು ಕಾಡುತ್ತಿತ್ತು.

ಮದುವೆಗೆ ಬಾಕಿ ಉಳಿದದ್ದು ನಾಲ್ಕೈದು ದಿನಗಳಷ್ಟೆ. ಆದರೂ ಸಂಜಯ ರಜೆ ಹಾಕದೇ ಆಫೀಸಿಗೆ ಹೊರಟಿದ್ದ. "ನಾವು ನಮ್ಮ ಬಂಧು-ಮಿತ್ರರು, ಅಕ್ಕ-

ಪಕ್ಕದ ಮನೆಯವರಿಗೆಲ್ಲಾ ಲಗ್ನ ಪತ್ರಿಕೆ ಕೊಟ್ಟು ಮದುವೆಗೆ ಕರೆದದ್ದಾಯ್ತು. ಇನ್ನೇನು ಅರಿಶಿನ ಹಚ್ಚೋ ಕಾರ್ಯ ಹತ್ತಿರಕ್ಕೆ ಬಂದಿದೆ. ಅದಕ್ಕೆ ಈ ಇನ್ವಿಟೇಷನ್ ಕಾರ್ಡ್ ಬ್ಯಾಗಲ್ಲಿ ಇಡ್ತೀನಿ, ನಿನ್ನ ಫ್ರೆಂಡ್ಸ್ ಹಾಗೂ ಸ್ಟಾಫ್‌ಗೆಲ್ಲಾ ಕೊಟ್ಟು ಮದುವೆಗೆ ತಪ್ಪದೇ ಬರಲು ಹೇಳು. ಹಾಗೆಯೇ ನಾಳೆಯಿಂದಲೇ ಎರಡು ತಿಂಗಳು ರಜೆ ತಗೊಂಡು ಬಿಡು" ಎಂದು ಸುನಂದಮ್ಮ ಮಗನ ಕಿವಿಯಲ್ಲಿ ಉಸುರಿದಳು. ತನ್ನ ತಾಯಿ ಹೇಳಿದ್ದು ತನಗಲ್ಲವೆಂಬಂತೆ ಅವನು ಅದ್ಯಾವುದನ್ನು ಕಿವಿಗೆ ಹಾಕಿಕೊಳ್ಳದೇ ಹಾಗೆಯೇ ಹೊರಟ.

ಸಂಜಯನ ಆಫೀಸಿನಲ್ಲಿಂದು ಹಬ್ಬದ ವಾತಾವರಣ ಸೃಷ್ಟಿಯಾಗಿತ್ತು. ಹೊಸಬಟ್ಟೆ ತೊಟ್ಟು, ಸ್ವೀಟ್ ಬಾಕ್ಸಿನೊಂದಿಗೆ ಆಫೀಸಿಗೆ ಬಂದಿದ್ದ ವಾಸುಕಿ ಸಂಜಯನ ಎದುರೇ ಶ್ರೀನಿವಾಸರಿಗೆ ತನ್ನ ಕೈಯಾರೆ ಸ್ವೀಟ್ ತಿನ್ನಿಸಿದ. ಅದನ್ನು ಸಂಜಯ ಗಮನಿಸುತ್ತಿರುವುದನ್ನು ಅರಿತ ಶ್ರೀನಿವಾಸರು ಪ್ರತಿಯಾಗಿ ವಾಸುಕಿಗೆ ಸ್ವೀಟ್ ತಿನ್ನಿಸಿ, ತಬ್ಬಿಕೊಂಡು ಹುಟ್ಟು ಹಬ್ಬದ ಶುಭಕೋರಿದರು. ಅಷ್ಟೊಂದು ಜನರೆದೆರು ಎಂದೂ ತೋರಿಸದ ಆತ್ಮೀಯತೆ, ಆಲಿಂಗನ ಕಂಡು ವಾಸುಕಿ ಕಡುಬಿನಂತೆ ಉಬ್ಬಿಹೋದ. ಆದರೆ ಕಣ್ಣಾರೆ ಆ ದೃಶ್ಯ ಕಂಡ ಸಂ'ಜಯ'ನ ಹೊಟ್ಟೆಯಲ್ಲಿ ಬೆಂಕಿ ಬಿದ್ದಿತ್ತು. ಇಷ್ಟೊಂದು ದಿನ ಅವನ ನಯನಗಳಿಗೆ ಸುಂದರವಾಗಿ ಕಾಣುತ್ತಿದ್ದ ಶ್ರೀನಿವಾಸರ ವದನ ಇಂದು ಕುರೂಪವಾಗಿ ಕಂಡಿತು. ಅವನೊಳಗಿನ ಅವಳು ಈ ಪ್ರಪಂಚದಲ್ಲಿ ನೀನೊಬ್ಬನೇ ಸುಂದರನಲ್ಲ. ನಿನಗಿಂತಲೂ ಸುರಸುಂದರರು ಸಾಕಷ್ಟು ಜನರಿದ್ದಾರೆ. ಅವರ ಸೌಂದರ್ಯದ ಎದುರು ನೀನು ಯಾವ ಲೆಕ್ಕ? ಎಂದು ಶ್ರೀನಿವಾಸರ ಮೇಲೆ ಕೆಂಡ ಕಾರತೊಡಗಿದಳು. ಆ ಸಮಯ ವಾಸುಕಿ ಸಂಜಯನಿಗೆ ತಿನ್ನಿಸಿದ ಸಿಹಿಯೂ ಅವನ ಪಾಲಿಗೆ ವಿಷದಂತೆ ಕಹಿಯಾಗಿತ್ತು. ತನ್ನ ಯೋಜನೆ ಫಲಿಸಿತೆಂದು ಶ್ರೀನಿವಾಸರು ಮನದೊಳಗೆ ಖುಷಿ ಪಡಬೇಕೆನ್ನುವಷ್ಟರಲ್ಲಿ ಬಾಡಿ ಹೋಗಿರೋ ಸಂಜಯನ ವದನವೇಕೋ ಆ ಖುಷಿಗೆ ಬ್ರೇಕ್ ಹಾಕಿತು. ಅವನ ಸಮಾಧಾನ ಪಡಿಸಲೆಂದೇ ಸಂಜಯನನ್ನು ಚೇಂಬರಿನೊಳಗೆ ಕರೆಸಿ "ಇನ್ನೇನು ನಿಮ್ಮ ಒಂಟಿ ಬದುಕು ಅಂತ್ಯಗೊಳ್ಳುವ ಸಮಯ ಹತ್ತಿರವಾಗುತ್ತಿದೆ ಜಯ್. ನಿಮ್ಮ ಶ್ರೀಮತಿ ಬಂದೊಡನೆ ನನ್ನ ಮರೆತುಬಿಡುತ್ತೀರಲ್ವಾ?" ಎಂದು ತಮಾಷೆಯಾಗಿ ಕೇಳಿದರು. ನಿಮ್ಮನ್ನು ನೆನೆಸಿಕೊಂಡರೆ ಸಾಕು ನನ್ನ ಹೃದಯ ಗಾಣಕ್ಕೆ ಸಿಲುಕಿದ ಕಬ್ಬಿನಂತಾಗುತ್ತದೆ. ನಿಮ್ಮನ್ನು ನೆನಪಿಸಿಕೊಂಡು ಅತ್ತೂ ಅತ್ತು ನನ್ನ ಜೀವನದ ಅಮೂಲ್ಯ ಕ್ಷಣಗಳನ್ನು ಹಾಳು ಮಾಡಿಕೊಳ್ಳುವುದಕ್ಕಿಂತಲೂ ನಿಮ್ಮನ್ನು ಮರೆಯುವುದೇ ಒಳಿತೆಂದು ಸಂಜಯನ ಹೃದಯ ಸಾರಿ ಹೇಳುತ್ತಿತ್ತು. "ನನ್ನ ಕಣ್ಣುಗಳನ್ನೊಮ್ಮೆ ದಿಟ್ಟಿಸಿ ನೋಡಿ ನಿಮ್ಮ ಪ್ರಶ್ನೆಗೆ ಅಲ್ಲೇ ಉತ್ತರ ಸಿಗುತ್ತದೆ" ಎಂದು ಸಂಜಯ ಅಡ್ಡಗೋಡೆಯ ಮೇಲೆ ದೀಪವಿಟ್ಟ. ಆ ಮಾತಿಗೆ

ಶ್ರೀನಿವಾಸರು ಪೇಚಿಗೆ ಸಿಲುಕಿದರು. ಮತ್ತೇ ಹಳೆಯ ರಾಡಿ ಬೇಡವೆಂದು ಕೂಡಲೇ ಗೇರ್ ಬದಲಾಯಿಸಿ "ಮದುವೆಗೆ ನೀವು ನನಗೆ ಕರೆಯದಿದ್ದರೂ ನಿಮ್ಮ ತಂದೆ-ತಾಯಿ ಕರೆದಿದ್ದಾರೆ. ಹಾಗಾಗಿ ಖಂಡಿತ ಬರುತ್ತೇನೆ. ಅಡ್ವಾನ್ಸ್ ಹ್ಯಾಪಿ ಮ್ಯಾರೀಡ್ ಲೈಫ್" ಎಂದು ಖುಷಿಯಿಂದ ಶುಭಕೋರಿದರು.

ನಾನೊಬ್ಬ ಸಲಿಂಗಿ ಎಂದು ಅಪ್ಪ-ಅಮ್ಮನ ಬಳಿ ಹೇಳಿಬಿಡಲೇ? ಅಥವಾ ಸುಗುಣಳಿಗಾದರೂ ಕರೆ ಮಾಡಿ ತಿಳಿಸಿಬಿಡಲೇ? ಈಗಾಗಲೇ ಮದುವೆ ಕಾರ್ಯಗಳೆಲ್ಲಾ ಭರದಿಂದ ಸಾಗಿವೆ. ಈ ಸಮಯ ನಾನೇನಾದರೂ ಸತ್ಯ ಬಾಯ್ಬಿಟ್ಟರೆ ಅಪ್ಪ-ಅಮ್ಮನಿಗೆ ಸಹಿಸಿಕೊಳ್ಳೋ ಶಕ್ತಿ ಇದೆಯೇ? ಈ ವಿಷಯ ಗೊತ್ತಾದರೆ ಸಂಪ್ರದಾಯಸ್ಥಳಾದ ನನ್ನ ತಾಯಿ ಖಂಡಿತ ಬದುಕಿರಲಾರಳು. ಎಂದು ಧೀರ್ಘ ಆಲೋಚನೆಗಳೊಳಗೆ ಮುಳುಗಿದ್ದ ಸಂಜಯ ಕಾಡುತ್ತಿದ್ದ ಬೇಸರದ ನಡುವೆಯೇ ಆಫೀಸಿನ ಕೆಲಸ ಕಾರ್ಯಗಳೆಲ್ಲವೂ ಮುಗಿಸಿ ಮನೆಗೆ ಹೊರಟ. ಹೊರಡುವಾಗ ತನ್ನ ಸಹದ್ಯೋಗಿಗಳಿಗೆಲ್ಲಾ ಲಗ್ನಪತ್ರಿಕೆ ಕೊಟ್ಟು "ನನ್ನ ಮದುವೆಗೆ ಬನ್ನಿ" ಎಂದು ಕರೆಯಲು ಮನಸ್ಸಾಗಲಿಲ್ಲ, ಹಾಗೆಯೇ ಶ್ರೀನಿವಾಸರ ಬಳಿ ನಾಳೆಯಿಂದ ನನಗೆ ರಜೆ ಬೇಕೆಂದು ಕೇಳಲೂ ಸಹ.

ಕಾರ್ ಏರಿ ಮನೆಗೆ ಹೊರಟ ಸಂಜಯನ ಕಣ್ಣುಗಳಿಗೆ ತನ್ನ ತಾಯಿ ಬೆಳಿಗ್ಗೆ ಬ್ಯಾಗೊಳಗೆ ಇಟ್ಟಿದ್ದ ಲಗ್ನಪತ್ರಿಕೆಗಳು ಅವನ ವದನ ನೋಡಿ ನಕ್ಕಂತಾಯಿತು. ಸಿಟ್ಟಿನಿಂದ ಅಷ್ಟೂ ಲಗ್ನಪತ್ರಿಕೆಗಳನ್ನು ಹಾದಿಯ ಬದಿಯಲ್ಲಿದ್ದ ಕಸದಬುಟ್ಟಿಗೆ ಎಸೆದ. ಅವನ ಆಕ್ರೋಶವ ಕಂಡು ಅವನೊಳಗಿನ ಅವಳು ಗಹಗಹಿಸಿ ನಗತೊಡಗಿದಳು. ಮನೆಗೆ ಹೊರಡುವ ಮುನ್ನ ಕನ್ನಿಕಾ ಪ್ರತಿದಿನ ಸಂಜೆ ಇಡ್ಲಿ ಮಾರುವುದನ್ನು ತಪ್ಪಿಸಲು ಅವಳ ಕಾಲ್ ಸೆಂಟರ್ ಓನರನ್ನು ಭೇಟಿಯಾದ. ತನ್ನ ಬ್ಯಾಗಿನಲ್ಲಿದ್ದ ನಾಲ್ಕು ಲಕ್ಷ ಹಣ ಹೊರತೆಗೆದು "ಇದು ಕನ್ನಿಕಾ ನಿಮ್ಮ ಬಳಿ ಪಡೆದ ಸಾಲ. ಇನ್ನು ಮುಂದೆ ಅವಳಿಗೆ ಪೂರ್ಣ ಸಂಬಳ ಕೊಡಿ" ಎಂದು ಕೈಮುಗಿದು ಬೇಡಿಕೊಂಡ. ಆ ಕಾಲ್ ಸೆಂಟರ್ ಓನರ್ ಸಂಜಯ ಕೊಟ್ಟ ನೋಟುಗಳನ್ನೆಲ್ಲಾ ಎಣಿಸಿ ಸರಿಯಾಗಿರುವುದು ಖಾತ್ರಿ ಪಡಿಸಿಕೊಂಡ ತರುವಾಯ ಕನ್ನಿಕಾ ಬರೆದುಕೊಟ್ಟಿದ್ದ ಸಾಲದ ಪತ್ರಗಳನ್ನೆಲ್ಲಾ ಸಂಜಯನ ಕೈಗೆ ಕೊಟ್ಟ. ಸಂಜಯ ಅವುಗಳನ್ನು ತೆರೆದು ಓದುವ ಗೋಜಿಗೆ ಹೋಗದೇ ಹರಿದು ಕಸದ ಬುಟ್ಟಿಗೆ ಎಸೆದ. ಕನ್ನಿಕಾಳ ಮೇಲಿದ್ದ ಬೆಟ್ಟದಷ್ಟು ಸಾಲವನ್ನು ಸಹೋದರನ ಸ್ಥಾನದಲ್ಲಿ ನಿಂತು ತೀರಿಸಿ ಅವಳನ್ನು ಸಾಲದಿಂದ ಮುಕ್ತಗೊಳಿಸಿದ ಸಂಜಯನಿಗೆ ಆ ನೋವಿನಲ್ಲೂ ತುಸು ಸಮಾಧಾನವೆನಿಸಿತು.

***

ಮದುವೆಯ ಎಲ್ಲಾ ಕಾರ್ಯಗಳು ಸುಸೂತ್ರವಾಗಿ ಸಾಗಿದ್ದವು. ಶ್ರೀನಿವಾಸರು ಇಮೇಲ್ ಮೂಲಕ ಸಂಜಯನಿಗೆ ನಾಳೆಯಿಂದಲೇ ನಿಮಗೆ ಎರಡು ತಿಂಗಳು ರಜೆ ಮಂಜೂರು ಮಾಡಲಾಗಿದೆ. ಎಂಜಾಯ್ ಯುವರ್ ಗೋಲ್ಡನ್ ಡೇಸ್ ಎಂಬ ಸಂದೇಶ ರವಾನಿಸಿದ್ದರು. ಅದನ್ನು ಓದಿದರೂ ಓದದಂತಿದ್ದ ಸಂಜಯನಿಗೆ ಅವನ ತಾಯಿ "ನಾಳೆ ನಿನಗೆ ಅರಿಶಿಣ ಹಚ್ಚುತ್ತಾರೆ. ಅದಕ್ಕೆ ಈಗ ಬ್ಯೂಟಿಷಿಯನ್ ಟೀಂ ಬರುತ್ತಿದ್ದಾರೆ. ನಮ್ಮ ಜೊತೆಗೆ ಸಿಡುಕಿದಂತೆ ಅವರ ಜೊತೆಗೂ ಸಿಡುಕಬೇಡ. ಎಲ್ಲಾ ಮುಗಿಯೋವರೆಗೂ ಸ್ವಲ್ಪ ತಾಳ್ಮೆಯಿಂದ ಕೂತ್ಕೋ" ಎಂದು ಪಾಠ ಹೇಳಿದಳು. ತನ್ನ ತಾಯಿಯ ಮಾತು ಕೇಳಿ ಸಂಜಯನಿಗೆ ವಿಪರೀತ ಕೋಪ ಬಂತು. "ಈ ದರಿದ್ರ ಮೇಕಪ್, ಈ ಹಾಳು ಅರಿಶಿನ ಇದೆಲ್ಲಾ ನನಗ್ಯಾಕೆ ಮಮ್ಮಿ? ನಾನೇನು ಹೆಣ್ಣುಡುಗಿನ? ನಿನಗೆ ಬೇಕಿದ್ದರೆ ಮಾಡಿಸಿಕೋ. ಜೊತೆಗೆ ನಿನ್ನ ಗಂಡನಿಗೂ ಮಾಡಿಸು" ಎಂದು ರೇಗಾಡಿದ. ಮಗನ ರಂಪಾಟ ಕೇಳಿ ಅಲ್ಲಿಗೆ ಬಂದ ಸತ್ಯನಾರಾಯಣ "ಮದುವೆ ಆಗ್ತಾಯಿರೋನು ನೀನು, ನಾವಲ್ಲ. ಸುಮ್ಮನೆ ಅವಳ ತಲೆಕೆಡಿಸಬೇಡ. ಏನಾದರೂ ಹೆಚ್ಚು ಕಡಿಮೆ ಆದರೆ ಡಾಕ್ಟರ್ ಹತ್ತಿರ ಹೋಗಬೇಕಾಗುತ್ತೆ" ಎಂದು ಮಗನಿಗೆ ಹೆದರಿಸಿದ. ಪ್ರತಿಬಾರಿಯೂ ತನ್ನ ತಂದೆಯ ಮಾತಿಗೆ ಮರುವಾದಿಸುತ್ತಿದ್ದ ಸಂಜಯ ವೈದ್ಯರು ಹೇಳಿದ ಮಾತುಗಳನ್ನು ನೆನಪಿಸಿಕೊಂಡು ಎದುರು ವಾದಿಸದೇ ಸುಮ್ಮನಾದ.

ಬ್ಯೂಟಿಷಿಯನ್‌ಗಳ ಕೈ ಕುಸುರಿಯಿಂದ ಮನ್ಮಥನ ರೂಪ ಪಡೆದಿದ್ದ ಸಂಜಯ ಅರಿಶಿನ ಹಚ್ಚುವ ದಿನ ಎಲ್ಲರ ಕಣ್ಣುಗಳಿಗೆ ಫಳಫಳ ಹೊಡೆಯತೊಡಗಿದ. ನೆರೆದ ಬಂಧು ಬಳಗದ ಸಮ್ಮುಖದಲ್ಲಿ ಅರಿಶಿನ ಶಾಸ್ತ್ರ ಕಾರ್ಯ ಅದ್ದೂರಿಯಾಗಿ ನಡೆಯಿತು. ಎಲ್ಲರೂ ಸಂಜಯನಿಗೆ ಅರಿಶಿನ ಹಚ್ಚುವಾಗ ಮೂಗನಂತಿರುವ ಅವನ ನಗಿಸಲೆಂದು ತಮಾಷೆ ಮಾಡಿದರೆ ಅವನು ಶಾಸ್ತ್ರಕ್ಕೆಂಬಂತೆ ಅವರೆದುರು ಹಲ್ಲು ಗಿಂಜುತ್ತಿದ್ದ. ಮನಸ್ಸಿನಾಳದಿಂದ ಅವನು ನಕ್ಕು ತುಂಬಾ ದಿನಗಳೇ ಕಳೆದುಹೋಗಿದ್ದವು. ಮನದೊಳಗೆ ಮಡುಗಟ್ಟಿದ್ದ ನೋವು ಅವನಿಗೆ ಮನಸಾರೆ ನಗಲು ಬಿಡಲೇ ಇಲ್ಲ. ಅರಿಶಿನ ಶಾಸ್ತ್ರ ಮುಗಿದ ನಂತರ ಸುನಂದಮ್ಮ ಮಗನಿಗೆ ಹೊರಗಡೆ ಕಾಲಿಡಲು ಬಿಡದ ಕಾರಣ ಅವನ ಪಾಲಿಗೆ ಮನೆ ಸೆರಮನೆಯಾಯಿತು. ಅತ್ತ ಸುಗುಣ ಅರಿಶಿನ, ಮೆಹೆಂದಿ ಕಾರ್ಯಗಳಲ್ಲಿ ಮುಳುಗಿ ತನ್ನ ಭಾವಿ ಪತಿ ಸಂಜಯನ ಕನಸುಗಳ ಕಾಣತೊಡಗಿದರೆ ಇತ್ತ ಸಂಜಯನಿಗೆ ಸುಗುಣಳಿಗಿಂತ ಅವಳಪ್ಪ ಸುಧಾಕರನೇ ಹೆಚ್ಚು ನೆನಪಾಗುತ್ತಿದ್ದ.

ಮಲೆಗಳಲ್ಲಿದ್ದ ಮದುಮಗಳನ್ನು ಹೊತ್ತ ದಿಬ್ಬಣ ಮಲೆನಾಡಿನಿಂದ ಅರಮನೆ ನಗರಿ ಮೈಸೂರಿನತ್ತ ಹೊರಟರೆ ಸಂಜಯ ತನ್ನ ಕೋಣೆಯಲ್ಲಿ ಒಬ್ಬನೇ ಕುಳಿತು ಬಿಕ್ಕುತ್ತಿದ್ದ. ಅವನೊಳಗಿನ ಅವಳು ಒಬ್ಬರ ಜೀವ ಉಳಿಸಲು

ಮತ್ತೊಬ್ಬರ ಜೀವನ ಹಾಳು ಮಾಡುತ್ತಿದ್ದೀಯ! ಎಂದು ಜರಿಯತೊಡಗಿದಳು. ನನ್ನ ಜೀವನದಲ್ಲಿ ಶ್ರೀನಿವಾಸರು ಕಾಲಿಡುವ ಮುನ್ನವೇ ನಾನು ಈ ಲೋಕ ತೊರೆದಿದ್ದರೆ ಇಂದು ನನಗೆ ಈ ಪರಿಸ್ಥಿತಿ ಬರುತ್ತಿರಲಿಲ್ಲವೆಂದು ಮತ್ತಷ್ಟು ಗದ್ಗದಿತನಾದ. ನಾಳೆ ಸುಗುಣಳ ಕೊರಳಿಗೆ ತಾಳಿ ಕಟ್ಟುವುದು ನೆನಪಿಸಿಕೊಂಡಾಗಲೆಲ್ಲಾ ಅವನ ಕೈಕಾಲುಗಳು ನಡುಗತೊಡಗಿದವು. ನಿನ್ನ ಪಾಲಿನ ಎಲ್ಲಾ ಹಾದಿಗಳು ಮುಚ್ಚಿ ಹೋಗಿವೆ. ನೀನೀಗ ಏನೂ ಮಾಡಲು ಸಾಧ್ಯವಿಲ್ಲ, ನಿನ್ನ ಹಣೆಯಲ್ಲಿ ಬರೆದಂತೆ ಆಗುತ್ತದೆಯೆಂದು ಅವನ ಮನಸ್ಸು ಸಾಂತ್ವಾನ ಹೇಳಿದಂತೆ ತುಸು ಧೈರ್ಯ ತಂದುಕೊಂಡ ಸಂಜಯ ತನ್ನ ಕೋಣೆ ತೊರೆದು ಆಚೆಗೆ ಬಂದನು.

ವರನ ಕರೆದುಕೊಂಡು ಹೋಗಲು ಭರ್ಜರಿ ಅಲಂಕೃತಗೊಂಡಿರುವ ಕಾರು ತಯಾರಾಗಿ ನಿಂತಿತ್ತು. ಸಂಜೆಯ ವೇಳೆಗೆ ಸಂಜಯನೂ ಸಿದ್ಧನಾಗಿ ಸಿದ್ದಾರ್ಥ ಪ್ಯಾಲೇಸಿನತ್ತ ಹೊರಟ. ಕಲ್ಯಾಣಮಂಟಪದೊಳಗೆ ಕಾಲಿಡುತ್ತಿದ್ದಂತೆ ಅವನ ಸುತ್ತ ಮತ್ತೆ ಬ್ಯೂಟಿಷಿಯನ್‌ಗಳ ದಂಡು ಮುತ್ತಿಕೊಂಡಿತು. ಗುಲಾಬಿ ಬಣ್ಣದ ಘಾಗ್ರ ತೊಟ್ಟಿದ್ದ ಸುಗುಣ ನೋಡಲು ಗುಲಾಬಿಯಂತೆಯೇ ಕಂಡರೆ, ಕಪ್ಪು ಬಣ್ಣದ ಸೂಟಲ್ಲಿ ಸಂಜಯ ನಕ್ಷತ್ರದಂತೆ ನಿಗಿನಿಗಿ ಹೊಳೆಯುತ್ತಿದ್ದ. ಆರತಕ್ಷತೆ ಕಾರ್ಯಕ್ರಮ ನೆರೆದವರಿಗೆ ಎರಡೂ ಕುಟುಂಬಗಳ ಬಲಾಬಲ ತೋರಿಸುವಂತಿತ್ತು. ಕಪ್ಪು ಸೂಟು-ಬೂಟು ತೊಟ್ಟು ಅತ್ತಿಂದಿತ್ತ ಚಿಗರೆಯಂತೆ ಓಡಾಡುತ್ತಿದ್ದ ಸುಗುಣಳ ತಂದೆ ಸುಧಾಕರನ ನೋಡಿದಾಗಲೆಲ್ಲಾ ಸಂ'ಜಯ'ನೊಳಗಿನ ಅವಳು ರೋಮಾಂಚಿತಳಾಗುತ್ತಿದ್ದಳು.

ಆರತಕ್ಷತೆ ಕಾರ್ಯಕ್ರಮ ಮುಗಿಸಿ, ಊಟದ ನಂತರ ಮಲಗಲು ಕೋಣೆಗೆ ಹೊರಟಿದ್ದ ಸಂಜಯನಿಗೆ ಅವನ ಆತ್ಮೀಯರೊಬ್ಬರು "ಬ್ಯಾಚುಲರ್ ಬದುಕಿನ ಕೊನೆಯ ದಿನವಿದು ಹುಡುಗ. ಚಂದ ನಿದ್ದೆ ಮಾಡು ಹೋಗು. ನಾಳೆಯಿಂದ ನಿನ್ನ ತಲೆ ತಿನ್ನಲು ಒಬ್ಬರು ತಯಾರಾಗಿದ್ದಾರೆ" ಎಂದು ತಮಾಷೆ ಮಾಡಿದರು. ಅವರ ಮಾತಿಗೆ ನಗಲೂ ಆಗದೇ, ಅಳಲೂ ಆಗದೇ ಸಂಜಯ ಮನದೊಳಗೆ "ನಾನು ಬಯಸಿದಂತವರು ಸಿಗುವವರೆಗೂ ನಾನು ಬ್ಯಾಚುಲರೇ!" ಎಂದು ಉತ್ತರಿಸಿಕೊಳ್ಳುತ್ತ ಕೋಣೆಯ ಬಾಗಿಲು ಹಾಕಿಕೊಂಡ.

ಬೆಳಗಿನ ಜಾವ ನಾಲ್ಕು ಗಂಟೆಯಿಂದಲೇ ಎಲ್ಲಾ ಕಾರ್ಯಗಳು ಭರದಿಂದ ಸಾಗಿದ್ದವು. ಎರಡೂ ಕುಟುಂಬಗಳು ಅಂದುಕೊಂಡಂತೆ ಮದುವೆ ಅದ್ದೂರಿಯಾಗಿ ನಡೆಯಿತು. ದೂರ ದೂರದ ಊರುಗಳಿಂದ ಮದುವೆಗೆ ಬಂದವರೆಲ್ಲರೂ ನೂತನ ಜೋಡಿಗೆ ಹರಸಿ, ಹಾರೈಸಿ ಫಲ ತಾಂಬೂಲ ಸ್ವೀಕರಿಸಿ ಸತ್ಯನಾರಾಯಣ-ಸುಧಾಕರರ ಕುಟುಂಬದ ಸಂಭ್ರಮದಲ್ಲಿ ಭಾಗಿಯಾದರು. ಶ್ರೀನಿವಾಸರು ಸಹ ಮದುವೆಗೆ ಹಾಜರಾಗಿ ತನ್ನ ಕಡೆಯಿಂದ

ಸುಗುಣಳಿಗೆ ದುಬಾರಿ ಬೆಲೆಯ ಹೊಸ ಕಾರೊಂದನ್ನು ಉಡುಗೊರೆಯಾಗಿ ನೀಡಿದರು. ಅವರು ವೇದಿಕೆಯ ಮೇಲೆ ಏರಿದಾಗಲಂತೂ ಸಂಜಯ ಹಳೆಯ ನೆನಪುಗಳನ್ನೆಲ್ಲಾ ಕೆದಕಿ ಮನಸ್ಸು ರಾಡಿ ಮಾಡಿಕೊಂಡ. ಅವರಿಗೆ ನಾನು ಇಷ್ಟವಿದ್ದಿದ್ದರೆ ಇಂದು ಸುಗುಣಳ ಬದಲು ಅವರ ಜೊತೆಗೆ ಹಸೆಮಣೆ ಏರುತ್ತಿದ್ದೆನೇನೋ! ನಾನು ಬಯಸಿದ್ದು ನನಗೆ ಸಿಗಲಿಲ್ಲ. ಎಲ್ಲಾ ನನ್ನ ಪಾಲಿನ ದುರ್ದೈವ. ಎಂದು ಅವನ ಒಳಮನಸ್ಸು ಬಿಕ್ಕುತ್ತಾ ದುಃಖದ ನದಿ ಹರಿಸಿತ್ತು. ವೇದಿಕೆಯಿಂದ ಕೆಳಗಿಳಿಯುವ ಮುನ್ನ ಸಂಜಯನ ಒಮ್ಮೆ ಆಲಿಂಗಿಸಿದ ಶ್ರೀನಿವಾಸ್ "ಹೊಸಜೀವನ ಸುಖಮಯವಾಗಿರಲಿ ಜಯ್. ಒಮ್ಮೆ ನಿಮ್ಮ ಪತ್ನಿಯ ಜೊತೆಗೆ ಮನೆಗೆ ಬಂದು ಹೋಗಿ" ಎಂದು ಆತ್ಮೀಯ ಆಹ್ವಾನ ಕೊಟ್ಟು ವೇದಿಕೆಯಿಂದ ಕೆಳಗಿಳಿದು ಹೊರಟರು. ಅವರನ್ನೇ ದಿಟ್ಟಿಸಿ ನೋಡುತ್ತಿದ್ದ ಸಂಜಯನ ಕಂಗಳಿಗೆ ತನ್ನ ಬದುಕಿನ ಪುಟಗಳಿಂದಲೂ ಶ್ರೀನಿವಾಸ್ ಶಾಶ್ವತವಾಗಿ ದೂರವಾಗುತ್ತಿದ್ದಾರೇನೋ ಎಂಬಂತೆ ಭಾಸವಾಯಿತು.

ಸೊಸೆಯನ್ನು ಮನೆ ತುಂಬಿಸಿಕೊಳ್ಳುವ ಶಾಸ್ತ್ರ ಮುಗಿಯುತ್ತಿದ್ದಂತೆ ಸುನಂದಮ್ಮ ಸುಗುಣಳಿಗೆ ಉಡಿ ತುಂಬಿ ತವರಿಗೆ ಕಳಿಸಿಕೊಟ್ಟಳು. ಮಲೆನಾಡು ನವದಂಪತಿಗಳನ್ನು ಸ್ವಾಗತಿಸಲು ಸಜ್ಜಾಗಿತ್ತು. ಸುಧಾಕರ ಅಳಿಯನಿಗೆ ಚೂರೂ ಬೇಸರವಾಗದಂತೆ ಎಲ್ಲಾ ವ್ಯವಸ್ಥೆ ಮಾಡಿಸಿದ್ದ. ಆದರೂ ಹೊಸ ಜನರೊಂದಿಗೆ ಬೆರೆಯಲು ಆಗದೇ ಸಂಜಯ ಒದ್ದಾಡತೊಡಗಿದ. ಮದುವೆಯ ಉಳಿದ ಶಾಸ್ತ್ರಗಳೆಲ್ಲಾ ಮುಗಿದು ಒಳ್ಳೆಯ ಮುಹೂರ್ತವಿದೆಯೆಂದು ಪ್ರಸ್ತ ಏರ್ಪಡಿಸಿದ್ದರು. ಮೊದಲ ರಾತ್ರಿ ಎರಡು ಮನಸ್ಸುಗಳ ಮಿಲನದ ಜೊತೆ ವಧು-ವರರ ನಡುವೆ ಹಲವು ಬಂಧಗಳು ಏರ್ಪಡುತ್ತವೆ. ಆದರೆ ಸುಗುಣಳ ಹಣೆಯಲ್ಲಿ ಅಂತಹ ಅದೃಷ್ಟ ಬರೆದಿರಲಿಲ್ಲ. ಅವಳು ಹಾಲಿನ ಲೋಟ ಹಿಡಿದುಕೊಂಡು ಗಂಡನ ತೋಳಿನಲ್ಲಿ ಬಂಧಿಯಾಗುವ ಆಸೆಯೊಂದಿಗೆ ಕೋಣೆಗೆ ಕಾಲಿಟ್ಟರೆ ಸಂಜಯ ತನ್ನುಸಿರಾಗಿದ್ದ ಲ್ಯಾಪ್ಟಾಪಿನೊಳಗೆ ಮುಳುಗಿ ಹೋಗಿದ್ದ. ಅವರಿಗೆ ಏನಾದರೂ ತುರ್ತು ಕೆಲಸವಿರಬಹುದು. ಡಿಸ್ಟರ್ಬ್ ಮಾಡುವುದು ಬೇಡವೆಂದು ಸುಗುಣ ಮಧ್ಯರಾತ್ರಿಯವರೆಗೆ ಮೂಗಿಯಂತೆ ಕುಳಿತು ಕಾದಳು. ಆದರೆ ಸಂಜಯ ಅವಳತ್ತ ಕಣ್ಣೆತ್ತಿಯೂ ನೋಡಲಿಲ್ಲ. ನಿದ್ರೆಯ ಮಂಪರು ಏರುತ್ತಿದ್ದಂತೆ ಲ್ಯಾಪ್ಟಾಪ್ ಪಕ್ಕಕ್ಕೆ ಸರಿಸಿ ಬೆಚ್ಚಗೆ ಹೊದ್ದಿಕೊಂಡು ಮಲಗಿದ. ಸುಗುಣಳ ಪಾಲಿಗೆ ಮೊದಲ ರಾತ್ರಿಯೇ ದಂತಭಗ್ನವಾಯಿತು. ತನ್ನ ಗಂಡನ ಜೊತೆಗೆ ಮಾನಸಿಕವಾಗಿ, ದೈಹಿಕವಾಗಿ ಬೆರೆತು ಲೋಕವನ್ನೇ ಮರೆಯಬೇಕೆನ್ನುವ ಅವಳ ಕನಸು ನನಸಾಗಲಿಲ್ಲ. ಹೊತ್ತು ಮೀರಿದ್ದರಿಂದ ತೂಕಡಿಕೆ ಹೆಚ್ಚುತ್ತಿದ್ದಂತೆ ಅವಳೂ ಸಹ ನಿರಾಸೆಯ ಮೊಗ ಹೊತ್ತು ನಿದ್ರೆಗೆ ಜಾರಿದಳು. ಅವರಿಬ್ಬರ ನಡುವಿನ ಪವಿತ್ರ ಸಂಬಂಧಕ್ಕೆ ಮೊದಲ ರಾತ್ರಿ ಆದಿಯಾಗಲಿಲ್ಲ.

ಸುಧಾಕರ ತನ್ನ ಏಕೈಕ ಕನಸು, ತನ್ನ ಜೀವನವೇ ಆಗಿದ್ದ ಪ್ರೀತಿಯ ಪುತ್ರಿ ಸುಗುಣಳನ್ನು ಗಂಡನ ಮನೆಗೆ ಕಳಿಸಿಕೊಡುವಾಗ ಪುಟ್ಟ ಮಗುವಂತೆ ಬಿಕ್ಕಿ ಬಿಕ್ಕಿ ಅತ್ತ. ಅಪ್ಪನನ್ನು ಬಿಟ್ಟಿರಲಾಗದ ಮಗಳು, ಮಗಳನ್ನು ಬಿಟ್ಟಿರಲಾಗದ ಅಪ್ಪ... ಇಬ್ಬರ ನಡುವಿನ ಕೊಂಡಿ ಈಗ ಕಳಚಿತ್ತು. ಒಬ್ಬರನೊಬ್ಬರು ತಬ್ಬಿಕೊಂಡು ಕರುಳು ಕಿತ್ತು ಬರುವಂತೆ ಅಳುತ್ತಿದ್ದರೆ ಅದನ್ನು ನೋಡುತ್ತಾ ನಿಂತಿದ್ದವರ ಕಣ್ಣಾಲಿಗಳು ಸಹ ತೇವಗೊಂಡಿದ್ದವು. ಸುಗುಣ ಸಾವಿರ ಕನಸುಗಳ ಬೆನ್ನೇರಿ ಕಪಿಲೆ ಕಡಲಿಗೆ ಹರಿದಂತೆ ಗಂಡನ ಮನೆಗೆ ಹೊರಟಳು. ಅವಳ ಓಡಾಟ, ತುಂಟಾಟ ಕಾಣದ ಸುಧಾಕರನ ಮನೆಗೀಗ ಗರ ಬಡಿದಂತಾಗಿದ್ದರೆ ಸತ್ಯನಾರಾಯಣನ ಮನೆಗೆ ಹೊಸ ಕಳೆ ಬಂದಿತ್ತು.

ಸಿಟಿಯಲ್ಲಿ ಹುಟ್ಟಿ ಬೆಳೆದು, ಉನ್ನತ ವಿದ್ಯಾಭ್ಯಾಸ ಮಾಡಿರುವ ಅಗರ್ಭ ಶ್ರೀಮಂತರ ಮಗಳೊಬ್ಬಳು ಗರ್ವದಿಂದ ನಡೆದುಕೊಳ್ಳುವಂತಹ ಹಮ್ಮುಬಿಮ್ಮು ಸುಗುಣಳಲ್ಲಿ ಸಾಸಿವೆ ಕಾಳಿನಷ್ಟೂ ಇರಲಿಲ್ಲ. ಹಿರಿಯರಿಗೆ ತಲೆಬಾಗಿ, ಕಿರಿಯರಿಗೆ ಹೃದಯ ಬಾಗಿ ಸುಸಂಸ್ಕೃತ ಹೆಣ್ಣುಮಗಳ ಹಾಗೆ ನಡೆದುಕೊಳ್ಳುತ್ತಿದ್ದಳು. ಪ್ರತಿದಿನ ಬೆಳಿಗ್ಗೆ ಕತ್ತಲು ಕಳೆಯುವ ಮುನ್ನವೇ ಎದ್ದು ಸ್ನಾನ ಮುಗಿಸಿದರೆ ದೇವರ ಕೋಣೆಯಲ್ಲಿ ಅವಳ ಕೈಯಿಂದಲೇ ದೀಪ ಬೆಳಗಿರುತ್ತಿತ್ತು. ಸುನಂದಮ್ಮಳಿಂದ ಅಲಂಕೃತಗೊಳ್ಳುತ್ತಿದ್ದ ಮನೆಯಂಗಳ ಈಗ ಸುಗುಣಳ ಕೈಯಲ್ಲರಳಿದ ರಂಗೋಲಿಯ ಚಿತ್ತಾರದೊಂದಿಗೆ ಮನೆಗೆ ಬರುವವರಿಗೆ ಸ್ವಾಗತಿಸುತ್ತಿತ್ತು. ಇವೆಲ್ಲಾ ಮುಗಿಸಿ ಅಡುಗೆ ಕೋಣೆಗೆ ಕಾಲಿಟ್ಟರೆ ಮನೆಕೆಲಸದವರು ನಾವು ಮಾಡ್ತೀವಿ ಅಮ್ಮಾವ್ರೇ, ನೀವು ಇನ್ನಷ್ಟು ಸಮಯ ಮಲಗಿ ಏಳಬಾರದೇ? ಎಂದು ವಿನಂತಿಸಿಕೊಂಡರೂ ನನಗೂ ಚೂರು ಏನಾದರೂ ಮಾಡಲು ಬಿಡಿ ಎಂದು ಸ್ವತಃ ತಾನೇ ಕಾಫಿ ಮಾಡಿ ಗಂಡ ಹಾಗೂ ಅತ್ತೆ ಮಾವರಿಗೆ ಅವರು ಮಲಗಿರುವಲ್ಲಿಗೆ ತಂದು ಕೊಡುತ್ತಿದ್ದಳು. ಸುನಂದಮ್ಮ-ಸತ್ಯನಾರಾಯಣ ಇಂಥಾ ಒಳ್ಳೆಯ ಸೊಸೆ ಪಡೆಯಲು ನಾವು ಅದೃಷ್ಟ ಮಾಡಿದ್ದೆವು ಎಂದು ಬೀಗಿದರೆ ಸಂಜಯ ಮಾತ್ರ ಸುಗುಣಳ ಜೊತೆಗೆ ಮಾತನಾಡುವುದಿರಲಿ ಅವಳನ್ನು ಕಣ್ಣೆತ್ತಿಯೂ ನೋಡುತ್ತಿರಲಿಲ್ಲ. ಅವಳು ಎದುರಾದಾಗಲೆಲ್ಲಾ ಬೇರೆ ಕಡೆ ಮುಖ ತಿರುಗಿಸಿಬಿಡುತ್ತಿದ್ದ. ಮಗನ ಈ ವರ್ತನೆ ನೋಡಿ ಸುನಂದಮ್ಮ ಮೈಮೇಲೆ ದೇವರು ಬಂದಂತೆ ರೇಗಾಡುತ್ತಿದ್ದಳು. ತಾನೇ ಅಪರಾಧಿ ಎಂಬಂತೆ ತಲೆತಗ್ಗಿಸಿ ನಿಲ್ಲೋ ಸೊಸೆಗೆ "ಅವನು ಹಾಗೆ, ಸ್ವಲ್ಪ ದಿನ ಸರಿ ಹೋಗ್ತಾನೆ. ನೀನು ಬೇಜಾರು ಮಾಡಿಕೊಳ್ಳಬೇಡಮ್ಮ" ಎಂದು ಸಮಾಧಾನ ಮಾಡುತ್ತಿದ್ದರು.

***

ಮದುವೆ ಮುಗಿದು ಆಗಲೇ ಹದಿನೈದು ದಿನಗಳು ಕಳೆದಿದ್ದವು. ಸುಗುಣ ನಿಧಾನವಾಗಿ ಗಂಡನ ಜೊತೆಗೆ ಹೊಂದಿಕೊಳ್ಳಲು ಪ್ರಯತ್ನಿಸಿದರೆ ಸಂಜಯ ಮಾತ್ರ ಹೆಂಡತಿಯನ್ನು ಕಂಡರೆ ಅನ್ಯಗ್ರಹದ ಜೀವಿಯಂತೆ ವರ್ತಿಸತೊಡಗಿದ. ಸೊಸೆ ಮನೆಗೆ ಬಂದು ಎರಡು ವಾರ ಕಳೆದರೂ ಮಗನ ವರ್ತನೆಯಲ್ಲಿ ಚೂರು ಬದಲಾವಣೆ ಆಗದೇ ಇರುವುದು ನೋಡಿ ಸುನಂದಮ್ಮ ತಾನೆಲ್ಲೋ ದುಡುಕಿಬಿಟ್ಟೆನೇ! ಎಂದು ಚಡಪಡಿಸತೊಡಗಿದಳು. ಸತ್ಯನಾರಾಯಣ ಇವರಿಬ್ಬರಿಗೂ ಎಲ್ಲಾದರೂ ದೂರ ಕಳಿಸಿದರೆ ಅವನು ಸರಿ ಹೋಗಬಹುದು ಎಂಬ ಆಲೋಚನೆಯಿಂದ ಹನಿಮೂನಿಗಾಗಿ ಭೂಮಿಯ ಮೇಲಿನ ಸ್ವರ್ಗವೆಂದೇ ಖ್ಯಾತಿವೆತ್ತ ಸ್ವಿಡ್ಜರ್‌ಲ್ಯಾಂಡ್‌ಗೆ ಟಿಕೆಟ್ ಬುಕ್ಕಿಂಗ್ ಮಾಡಿಸಿದ. ವಿಷಯ ತಿಳಿದ ಸುಗುಣ ಸ್ವರ್ಗಕ್ಕೆ ಮೂರೇ ಗೇಣು ಎಂಬಂತೆ ಮನದೊಳಗೆ ಕುಣಿದಾಡಿದಳು. ಆದರೆ ಸಂಜಯ ಮಾತ್ರ "ನಮಗೇಕೆ ಅರ್ಥವಿಲ್ಲದ ಈ ಹನಿಮೂನ್, ಬೇಕಿದ್ದರೆ ಅಮ್ಮನ ಜೊತೆಗೆ ನೀವೇ ಸ್ವಿಟ್ಜರ್ಲೆಂಡಿಗೆ ಹೋಗಿ ಬನ್ನಿ. ನಾನು ನಾಳೆಯಿಂದಲೇ ಆಫೀಸಿಗೆ ಹೊರಡುತ್ತೇನೆ" ಎಂದು ಎಲ್ಲರ ಆಸೆಗೆ ತಣ್ಣೀರೆರೆಚಿದ್ದ. ಅವನು ಹಿಡಿದ ಹಠ ಬಿಡೋನಲ್ಲ, ನಾವೇ ಎಲ್ಲಾದರೂ ಒಂದು ವಾರ ಹೋಗಿ ಬರೋಣ. ಆಗಲಾದರೂ ಅವನು ಹೆಂಡತಿಯನ್ನು ಅರ್ಥ ಮಾಡಿಕೊಳ್ಳಬಹುದೆಂದು ಸುನಂದಮ್ಮ ತನ್ನ ಪತಿಯ ಜೊತೆಗೆ ಪುಣ್ಯಕ್ಷೇತ್ರಗಳಿಗೆ ಯಾತ್ರೆ ಹೊರಟಳು.

ಸಂಜಯನ ಮ್ಯಾರೇಜ್ ಲೀವ್ ಇನ್ನೂ ಒಂದು ತಿಂಗಳು ಉಳಿದಿತ್ತು. ಮನೆಯಲ್ಲಿದ್ದರೆ ಸುಗುಣಳ ವದನ ನೋಡಬೇಕಾಗುತ್ತದೆ, ನನ್ನ ಬೇಕು-ಬೇಡಗಳಿಗೆ ಅವಳ ಜೊತೆಗೆ ಮಾತಾಡಬೇಕಾಗುತ್ತದೆಯೆಂದು ಆಫೀಸಿಗೆ ಹೊರಟ. ಟ್ರಾಫಿಕ್ ಸದ್ದು ಗದ್ದಲಗಳ ನಡುವೆ ತೂರಿಕೊಂಡು ಪ್ರಾಯಾಸದಿಂದ ಆಫೀಸು ತಲುಪಿದ ಸಂಜಯನಿಗೆ ಅಂದು ಹುಡುಗಿ ಒಪ್ಪಿಗೆಯಾದಾಗ ಶ್ರೀನಿವಾಸರಿಂದ ಸಿಕ್ಕ ಆತ್ಮೀಯ ಸ್ವಾಗತ ಮದುವೆ ಆಗಿ ಇಂದು ಮೊದಲ ಬಾರಿಗೆ ಆಫೀಸಿಗೆ ಬಂದಾಗ ಸಿಗದೇ ಹೋಯಿತು. ಅನಾಮಧೇಯ ವ್ಯಕ್ತಿಯೊಬ್ಬನ ದೂರಿನಿಂದಾಗಿ ಶ್ರೀನಿವಾಸರನ್ನು ದೂರದ ತಮಿಳುನಾಡಿನ ಚೆನ್ನೈಗೆ ವರ್ಗಾವಣೆ ಮಾಡಲಾಗಿತ್ತು. ಅವರ ಸ್ಥಾನಕ್ಕೆ ಹೊಸದಾಗಿ 'ರೇವತಿ' ಎನ್ನುವವರು ಹಾಜರಾಗಿದ್ದರು. ಹರುಷದಿಂದ ಆಫೀಸಿಗೆ ಬಂದ ಸಂಜಯನಿಗೆ ಈ ವಿಷಯ ತಿಳಿದು ಸಿಡಿಲು ಬಡಿದಂತಾಯಿತು. ಮದುವೆ ಮಂಟಪದಲ್ಲಿ ಕಣ್ಣೀರಿನ ಸಾಕ್ಷಿಗೆ ಜೊತೆಯಾದ ಆ ಆಲಿಂಗನವೇ ಅಂತಿಮವಾಯಿತೇ! ಅವರು ಇಲ್ಲಿಂದ ಹೊರಡುವಾಗ ಕನಿಷ್ಠ ಪಕ್ಷ ನನಗೆ ಒಂದು ಮಾತಾದರೂ ಹೇಳಲಿಲ್ಲವಲ್ಲಾ! ನನ್ನೊಳಗಿನ ಅವಳಿಗಾಗಿ ನಾನಿಟ್ಟ ಒಂದೇ ಒಂದು ತಪ್ಪು ನಡೆ ನನ್ನ ಹಾಗೂ ಅವರ ನಡುವೆ ಇಷ್ಟೆತ್ತರ ಗೋಡೆ ಕಟ್ಟುತ್ತದೆಯೆಂದು

ನನಗೆ ಮೊದಲೇ ಏಕೆ ತೋಚಲಿಲ್ಲ? ಆಲೋಚನೆಗಳ ಕಡಲೊಳಗೆ ಸಂಜಯ ಮುಳುಗಿ ಹೋಗಿದ್ದ.

ಮದುವೆಗೆ ಕರೆದಿಲ್ಲವೆಂಬ ಕೋಪದಲ್ಲಿ ಆಫೀಸಿನಲ್ಲಿದ್ದ ಎಲ್ಲರೂ ಸಂಜಯನ ಮೇಲೆ ಮುನಿಸಿಕೊಂಡಿದ್ದರು. ಚೇಂಬರಿನೊಳಗೆ ಹೋದ ಸಂಜಯ ತನ್ನ ಹೊಸ ಬಾಸ್‌ಗೆ ಉಳಿದ ಮ್ಯಾರೇಜ್ ಲೀವ್ ಕ್ಯಾನ್ಸಲ್ ಮಾಡಲು ರಿಕ್ವೆಸ್ಟ್ ಮಾಡಿಕೊಂಡ. ಅವನ ಕಣ್ಣಿಗೆ ಶ್ರೀನಿವಾಸರಿದ್ದಾಗ ಸ್ವರ್ಗದಂತೆ ಕಂಗೊಳಿಸುತ್ತಿದ್ದ ಚೇಂಬರು ಇಂದು ಬೇರೊಬ್ಬರ ಅಧೀನದಲ್ಲಿ ಸುಡುಗಾಡಿನಂತೆ ಕಂಡಿತು. ವಿಷಾದ ತುಂಬಿದ ಕಂಗಳಿಂದ ಹೊರಬಂದ ಸಂಜಯನಿಗೆ ಗಡಿಬಿಡಿಯಿಂದ ಬಂದ ವಾಸುಕಿ ಆಗಂತುಕನಂತೆ ಎದುರಾದ. ಒಂದು ತಿಂಗಳ ವಿರಾಮದ ನಂತರ ಸಂಜಯನ ವದನ ನೋಡಿ ವಾಸುಕಿಯ ಹೊಟ್ಟೆಯೊಳಗೆ ಬೆಂಕಿ ಬಿದ್ದಿತ್ತು. ಮದುವೆ ಮನೆಯಲ್ಲಿ ಗೋಡಂಬಿ, ದ್ರಾಕ್ಷಿ, ಪಿಸ್ತಾ, ಬಾದಾಮಿ ತಿಂದು ಪಾಪು ಸ್ವಲ್ಪ ದುಂಡುದುಂಡಾಗಿದೆ. ಇನ್ನೇನು ಆಫೀಸಿಗೆ ಬಂದಾಯ್ತು ಕರುಗುತ್ತಾನೆ ಎಂದು ಮನದೊಳಗೆ ಗಹಗಹಿಸಿ ನಕ್ಕ. ಸಾಲದೆಂಬಂತೆ ತನ್ನ ಜೊತೆಗಿದ್ದ ಪ್ಲವಂಗನಿಗೆ "ಪುರದ ರಾಜನೊಬ್ಬ ಮಾಡಿದ ಪಾಪ ತೊಳೆದುಕೊಳ್ಳಲು ತನ್ನ ಯುವರಾಣಿಯನ್ನು ಗಂಡಸಲ್ಲದ ಶಿಖಂಡಿಯೊಬ್ಬನಿಗೆ ಧಾರೆ ಎರೆದು ಕೊಟ್ಟನಂತೆ. ಅವನಿಂದ ಮಕ್ಕಳಾಗೋಲ್ಲವೆಂಬ ಸತ್ಯ ತಿಳಿದಾಗ ಆ ಯುವರಾಣಿ ನನ್ನ ಬಳಿಗೆ ಬಂದು ಮಲಗಿದಳಂತೆ ಪ್ಲವ" ಎಂದು ವಿಕಾರವಾಗಿ ನಗುತ ಸಂಜಯನ ಕಾಲೆಳೆದ. ವಾಸುಕಿಯ ಕುಹಕಕ್ಕೆ ಕೆಂಡಾಮಂಡಲನಾದ ಸಂಜಯ ಸಹನೆ ಕಳೆದುಕೊಂಡು ಕಾಲಲ್ಲಿರೋ ಬೂಟ್ ಕೈಗೆತ್ತಿಕೊಂಡ. ಅವನ ಉಗ್ರ ರೂಪ ನೋಡಿ ಬೆಚ್ಚಿಬಿದ್ದ ವಾಸುಕಿ ರಕ್ಷಣೆಗಾಗಿ ಎಲ್ಲರಿಗೂ ಕೇಳಿಸುವಂತೆ ಜೋರಾಗಿ ಕಿರುಚಿಕೊಂಡ. ಆ ಧ್ವನಿಗೆ ಹೆದರಿ ಆಫೀಸಿನಲ್ಲಿದ್ದ ಎಲ್ಲರೂ ಅವರತ್ತ ಓಡಿಬಂದರು. ಸಂಜಯನ ಕೈಯಲ್ಲಿ ಬೂಟ್ ಇರುವುದು ಕಂಡ ರೇವತಿ ಅವನ ವರ್ತನೆಗೆ ಅಸಹ್ಯ ಪಡುತ್ತ "ಮಿಸ್ಟರ್ ಸಂಜಯ್, ಇದು ನಿಮ್ಮ ಮನೆಯಲ್ಲ ಆಫೀಸ್. ಒಬ್ಬ ಎಜುಕೇಟೆಡ್ ಆಗಿ ಎಲ್ಲಿ, ಯಾವಾಗ ಹೇಗೆ ನಡೆದುಕೊಳ್ಳಬೇಕೆನ್ನೋ ಕಾಮನ್‌ಸೆನ್ಸ್ ಇಲ್ವೇ? ಈ ದುರ್ವರ್ತನೆಗೆ ಈಗಿನಿಂದಲೇ ಜಾರಿಗೆಯಾಗುವಂತೆ ನಿಮಗೆ ಮೂರು ತಿಂಗಳು ಸಸ್ಪೆಂಡ್ ಮಾಡಿದ್ದೇನೆ. ಗೆಟ್ ಔಟ್" ಎಂದು ಗುಡುಗಿದರು. ಹಿಂದೆ ಮುಂದೆ ಯೋಚಿಸದೇ ಹಠಾತ್ತನೆ ರೇವತಿ ಕೈಗೊಂಡ ಕಠಿಣ ನಿರ್ಧಾರಕ್ಕೆ ಸಂಜಯ ವ್ಯಥೆ ಪಡಲಿಲ್ಲ, ಅವಳ ಬಳಿ ಕ್ಷಮೆಯೂ ಕೇಳಲಿಲ್ಲ. ಬದಲಾಗಿ "ನೀವೇನು ನನಗೆ ಸಸ್ಪೆಂಡ್ ಮಾಡುವುದು, ನಾನೇ ನನ್ನ ಕೆಲಸಕ್ಕೆ ರಾಜಿನಾಮೆ ಕೊಡುತ್ತೇನೆ. ಇನ್ನೊಂದೆರಡು ವರ್ಷದಲ್ಲಿ ಈ ಬ್ರಾಂಚಿಗೆ

ಬೀಗ ಬಿದ್ದಿರುತ್ತೆ ಬರೆದಿಟ್ಟುಕೊಳ್ಳಿ" ಎಂದು ಆವೇಶದಿಂದ ನುಡಿದ ಸಂಜಯ ಸುಂಟರಗಾಳಿಯಂತೆ ಹೊರಟುಹೋದ.

ತನ್ನ ಮಾತಿಗೆ ಗೌರವ ಕೊಟ್ಟು ಕ್ಷಮೆ ಕೋರಬಹುದೆಂದು ಭಾವಿಸಿದ್ದ ರೇವತಿಗೆ ಸಂಜಯನ ಉತ್ತರ ದಂಗುಬಡಿಸಿತ್ತು. ಇಂಥಹ ಕೋಪಿಷ್ಟನ ಜೊತೆಗೆ ಈ ಹಿಂದಿನ ಮ್ಯಾನೇಜರ್‌ಗಳು ಅದು ಹೇಗೆ ಕೆಲಸ ಮಾಡುತಿದ್ರೋ! ಎಂದು ರೇವತಿ ಹಣೆ ಚಚ್ಚಿಕೊಂಡರೆ ಅಂತೂ ಕೊನೆಗೆ ಒಂದೇ ಕಲ್ಲಿಗೆ ಎರಡು ಹಕ್ಕಿ ಹೊಡೆದೆನೆಂದು ವಾಸುಕಿ ಸಹದ್ಯೋಗಿ ಪ್ಲವಂಗನ ಜೊತಗೂಡಿ ಸಂಭ್ರಮದಿಂದ ಕುಣಿದು ಕುಪ್ಪಳಿಸಿದ. ಅವರಿಬ್ಬರ ಖುಷಿಗೆ ಪಾರವೇ ಇರಲಿಲ್ಲ. ಮಧ್ಯರಾತ್ರಿಯವರೆಗೆ ಪಾರ್ಟಿಯೊಳಗೆ ಮುಳುಗಿ ಹೋಗಿದ್ದರು.

***

ಮಗಳ ಮದುವೆ ಮುಗಿಸಿ ರಿಯಲ್ ಎಸ್ಟೇಟ್ ವ್ಯವಹಾರದಲ್ಲಿ ಬ್ಯುಸಿಯಾಗಿದ್ದ ಸುಧಾಕರ ತುಸು ಬಿಡುವು ಸಿಗುತ್ತಿದ್ದಂತೆ ಮಗಳ ನೆನಪಿಸಿಕೊಂಡು ಮೈಸೂರಿಗೆ ಓಡೋಡಿ ಬಂದ. ಗಂಡನ ದಾರಿ ಕಾಯುತ್ತ ಕುಳಿತಿದ್ದ ಸುಗುಣಳಿಗೆ ಭಾರೀ ಉಡುಗೊರೆಗಳೊಂದಿಗೆ ತನ್ನಪ್ಪ ಪ್ರತ್ಯಕ್ಷನಾಗಿದ್ದು ನೋಡಿ ಆಕಾಶವೇ ಕೈಗೆ ಸಿಕ್ಕಷ್ಟು ಖುಷಿಯಾಯಿತು. ಹುಸಿಕೋಪದಿಂದ ತಂದೆಯ ಮೂಗು ಹಿಡಿದು ಕೇಳಿದಳು

"ಯಾಕಪ್ಪ ಇಷ್ಟು ದಿನ ನಿಮಗೆ ನನ್ನ ನೆನಪಾಗಲಿಲ್ವಾ?

"ಹಾಗೇನಿಲ್ಲಮ್ಮ, ನಿನಗೆ ಗೊತ್ತಲ್ಲಾ ಈ ಬ್ಯುಸಿನೆಸ್ ಒತ್ತಡ"

"ಇನ್ನೂ ಯಾರಿಗೋಸ್ಕರ ಅಷ್ಟೊಂದು ಟೆನ್ಷನ್ ತಗೊಂಡು ದುಡಿತೀಯಪ್ಪ? ನನ್ನ ಮದುವೆಯಂತೂ ಮುಗಿದಿದೆ. ಇನ್ನಾದ್ರೂ ಕತ್ತೆ ಥರಾ ದುಡಿಯೋದು ನಿಲ್ಲಿಸಿ ನಿಮ್ಮ ಆರೋಗ್ಯದ ಕಡೆಗೆ ಗಮನ ಕೊಡಿ"

"ಹೂಂ, ಕೊಡ್ತೀನಮ್ಮ. ನಿಮ್ಮತ್ತೆ-ಮಾವ ಯಾತ್ರೆಗೆ ಹೋಗಿರೋ ವಿಚಾರ ಗೊತ್ತಾಯ್ತು. ಅವರಿದ್ದಾಗ ಬಂದಿದ್ದರೆ ಚೆನ್ನಾಗಿತ್ತು ಅನಿಸ್ತಿದೆ. ಅದು ಸರಿ, ಅಳಿಯಂದ್ರು ಎಲ್ಲಿ ಕಾಣಿಸ್ತಾಯಿಲ್ಲ?"

"ಅವರು ಹೊರಗಡೆ ಹೋಗಿದ್ದಾರೆ. ಇನ್ನೇನು ಬರೋ ಹೊತ್ತು. ನೀವು ದೂರದ ಪ್ರಯಾಣ ಮಾಡಿ ಸುಸ್ತಾಗಿದೀರ. ಮೊದಲು ಸ್ನಾನ ಮಾಡಿ ಫ್ರೆಶ್ ಆಗಿ. ನಾನು ಅಡುಗೆ ರೆಡಿ ಮಾಡಿಸ್ತೀನಿ" ಎಂದು ತನ್ನ ತಂದೆಯನ್ನು ಸ್ನಾನದ ಕೋಣೆಗೆ ಬಿಟ್ಟ ಸುಗುಣ ತನಗಾದ ಖುಷಿಯಲ್ಲಿ ತನ್ನ ತಂದೆಗೆ ಇಷ್ಟವಾದ ಶೇಂಗಾ ಹೋಳಿಗೆ ಮಾಡಲು ಅಡುಗೆ ಕೋಣೆಗೆ ಹೊಕ್ಕಳು.

ವೀರಾವೇಶದಿಂದ ಕೆಲಸಕ್ಕೆ ರಾಜಿನಾಮೆ ಕೊಟ್ಟಿದ್ದ ಸಂಜಯ ಸಂಜೆಯ ವೇಳೆಗೆ ಮನಸ್ಸಿಲ್ಲದೇ ಮನೆಗೆ ಬಂದ. ಸುಧಾಕರ ಆಗ ತಾನೇ ಸ್ನಾನ

ಮುಗಿಸಿ ವರಾಂಡದಲ್ಲಿ ದಿನ ಪತ್ರಿಕೆ ಓದುತ್ತಾ ಕುಳಿತಿದ್ದ. ಮನೆಯೊಳಗೆ ಕಾಲಿಟ್ಟ ಸಂಜಯನಿಗೆ ಇದೇ ಮೊದಲ ಬಾರಿಗೆ ತನ್ನ ಮನೆಯಲ್ಲಿ ಹೆಣ್ಣು ಕೊಟ್ಟ ಮಾವನ ಕಂಡ ಖುಷಿಯಲ್ಲಿ ನಾಚಿಕೆ ಉಕ್ಕಿ ಬಂತು. ಸಂಕೋಚದಿಂದ 'ನಮಸ್ಕಾರ' ಎಂದು ಕೈ ಮುಗಿದ. ಅಳಿಯನ ಧ್ವನಿ ಕೇಳಿ ಎಚ್ಚೆತ್ತ ಸುಧಾಕರ ಎದ್ದು ನಿಂತು ಪ್ರತಿ ನಮಸ್ಕರಿಸಿದ. ಇಬ್ಬರೂ ಅಕ್ಕ ಪಕ್ಕ ಕುಳಿತು ಪರಸ್ಪರ ಸಮಾಲೋಚನೆಯಲ್ಲಿ ತೊಡಗಿದರು. ಸುಧಾಕರ ಬನಿಯನ್ ಮೇಲಿದ್ದ ಕಾರಣ ಅವನ ದಪ್ಪಪುಷ್ಟ ತೋಳುಗಳು ಎದ್ದು ಕಾಣುತ್ತಿದ್ದವು. ಉಬ್ಬಿದ ಎದೆ, ಬನಿಯನ್ ಇಂದ ಆಚೆಗೆ ಇಣುಕಿರುವ ಕಪ್ಪು-ಬಿಳಿ ಗುಂಗುರು ಕೂದಲುಗಳು ಸಂ'ಜಯ'ನ ಮೈಬಿಸಿ ಏರಿಸತೊಡಗಿದವು. ಅದೇ ವೇಳೆಗೆ ಅಲ್ಲಿಗೆ ಬಂದ ಸುಗುಣ ತನ್ನ ತಂದೆಯ ಹಿಂದೆ ತಲೆತಗ್ಗಿಸಿಕೊಂಡು ನಿಂತಳು. ಅವನೊಳಗಿನ ಅವಳು ಹುಟ್ಟು ಪಡೆಯುತ್ತಿರುವ ವೇಳೆಯಲ್ಲಿ ಶನಿಯಂತೆ ಅಡ್ಡಬಂದ ಸುಗುಣಳ ಕಂಡು ಸಂಜಯನಿಗೆ ಕಸಿವಿಸಿ ಶುರುವಾಯಿತು. ವಿಧಿಯಿಲ್ಲದೆ "ಏನಾದರೂ ತರಲಾ?" ಎಂದು ತುಟಿ ಬಿಚ್ಚಿದ. ಗಂಡನ ಧ್ವನಿ ಕೇಳಿ ಸುಗುಣಳಿಗೆ ಅಚ್ಚರಿಯಾಯಿತು. ಅವರು ತನಗೇ ಕೇಳಿದ್ದಾ! ಎಂಬ ಗೊಂದಲದಲ್ಲಿ ಮುಳುಗಿದ್ದಳು. "ಅಳಿಯಂದ್ರು ಏನೋ ಕೇಳ್ತಿದಾರೆ ನೋಡಮ್ಮ" ಎಂದು ಸುಧಾಕರ ಮಗಳತ್ತ ತಿರುಗಿ ನೋಡಿದ. ತಂದೆಯ ಮಾತಿಗೆ ಅವಳು ಕಕ್ಕಾಬಿಕ್ಕಿಯಾಗಿ "ಅದೂ...ಅದು... ನೀವಿಲ್ಲಿ ಸ್ವಲ್ಪ ಬನ್ನಿ... ಹೇಳ್ತೀನಿ" ಎಂದು ಗಂಡನ ಸ್ವಲ್ಪ ದೂರ ಕರೆದಳು. ಈಗವಳ ಜೊತೆಗೆ ಮಾತನಾಡಬೇಕಲ್ಲ ಎಂದು ಸಂಜಯ ಕೈ ಕೈ ಹಿಚುಕಿಕೊಂಡು ಹೆಂಡತಿಯ ಹಿಂದೆ ಹೋದ. "ಅಪ್ಪನಿಗೆ ಮೈಸೂರ್ ಪಾಕ್ ಅಂದರೆ ತುಂಬಾ ಇಷ್ಟ. ಬೇಕರಿಗೆ ಹೋಗಿ ಫ್ರೆಶ್ ಆಗಿರೋದು ಸ್ವಲ್ಪ ಕಟ್ಟಿಸಿಕೊಂಡು ಬನ್ನಿ, ಬರುವಾಗ ಹಾಗೇ ಬಾಳೆಹಣ್ಣು ಸಹ ತನ್ನಿ" ಎಂದಳು. ಸಂಜಯ ಏನೂ ಮಾತನಾಡದೇ 'ಸರಿ' ಎಂಬಂತೆ ತಲೆ ಅಲ್ಲಾಡಿಸಿ ಹೊರನಡೆದ.

ಕಾಶಿಯ ವಿಶ್ವನಾಥನ ದರ್ಶನ ಪಡೆದು ಗಂಡನ ಜೊತೆಗೆ ಅಲ್ಲೇ ಉಳಿದುಕೊಂಡಿದ್ದ ಸುನಂದಮ್ಮ "ಅವರಿಬ್ಬರೂ ಹೊಂದಿಕೊಳ್ಳಲಿ ಅಂತ ನಾವು ಮನೆ ಬಿಟ್ಟು ಬಂದರೆ ಬೀಗ್ರು ಅಲ್ಲಿಗೆ ಹೋಗಿದಾರಂತಲ್ರೀ! ಒಳ್ಳೇ ಕರ್ಮ ಆಯ್ತು ಬಿಡಿ" ಎಂದು ಹಣೆ ಚಚ್ಚಿಕೊಂಡಳು. "ಅವರು ಬಂದಿದ್ದೂ ಒಳ್ಳೆಯದೇ ಆಯ್ತು ಬಿಡೇ. ಈಗಲಾದರೂ ಅವನು ತುಸು ಭಯದಿಂದ ಆ ಹುಡುಗಿ ಜೊತೆ ಮಾತಾಡಿರ್ತಾನೆ ಪುಣ್ಯಾತ್ಮ" ಎಂದು ಸತ್ಯನಾರಾಯಣ ಜೋರಾಗಿ ನಕ್ಕ. "ಏನೋ ನಾ ಕಾಣೆ. ಈ ವಿಶ್ವನಾಥ ಅವನಿಗೆ ಹೆಂಡತಿ ಜೊತೆಗೆ ಹೊಂದಿಕೊಂಡು ಸಂಸಾರ ನಡೆಸೋ ಬುದ್ಧಿ ಕೊಟ್ರೆ ಸಾಕು. ಮುಂದಿನ ಬಾರಿ

ಮೊಮ್ಮಗು ಸಹಿತ ಇಲ್ಲಿಗೆ ಬಂದು ಅನ್ನದಾಸೋಹ ಮಾಡಿಸ್ತೀನಿ" ಎಂದು ಕೈ ಮುಗಿದು ಹರಕೆ ಹೊತ್ತುಕೊಂಡಳು.

ಅಳಿಯ ತಂದಿದ್ದ ರುಚಿಯಾದ ಮೈಸೂರು ಪಾಕ್ ಜೊತೆಗೆ ಮಗಳು ಮಾಡಿದ್ದ ಭರ್ಜರಿ ಹೋಳಿಗೆ ಊಟ ಸವಿದ ಸುಧಾಕರ ಅಂತೂ ಮಗಳನ್ನು ಸರಿಯಾದ ದಡಕ್ಕೆ ಮುಟ್ಟಿಸಿದ್ದೇನೆಂದು ನೆಮ್ಮದಿಯಿಂದ ನಿದ್ರೆಗೆ ಜಾರಿದ.

ಬೆಳಿಗ್ಗೆ ಆಫೀಸಿನಲ್ಲಿ ತನಗಾದ ಅವಮಾನವ ನೆನಪಿಸಿಕೊಂಡ ಸಂಜಯನಿಗೆ ರಾತ್ರಿ ಹನ್ನೆರಡು ಗಂಟೆಯಾದರೂ ನಿದ್ರೆಯೇ ಬರಲಿಲ್ಲ. ಮಗ್ಗಲು ಬದಲಾಯಿಸಿದರೆ ಸುಗುಣಳ ವದನ ನೋಡಬೇಕಾಗುತ್ತದೆ ಎನ್ನುವ ಕಾರಣದಿಂದ ಒಂದೇ ಕಡೆಗೆ ಮಲಗಿ ಚಡಪಡಿಸತೊಡಗಿದ. ಅವನೆದುರು ಗಾಢವಾದ ಕತ್ತಲಿನ ನಡುವೆ ಕೆಂಪು ಬಣ್ಣದ ಗೆರೆಗಳು ಮೂಡಿ ಒಂದು ವಿಚಿತ್ರ ಚಿತ್ರ ಮೂಡಿತು. ಆ ಚಿತ್ರವನ್ನು ಸೀಳಿಕೊಂಡು ಮುಂದೆ ಸಾಗಿದ ಸಂಜಯ ನಿಧಾನವಾಗಿ ತನ್ನ ಮಾವ ಮಲಗಿದ ಕೊಠಡಿಯ ಒಳಗೆ ಹೋದ. ಸುಧಾಕರ ಸೆಕೆಗೆ ತನ್ನೆಲ್ಲಾ ಬಟ್ಟೆ ಬಿಚ್ಚಿ ಕೇವಲ ಅಂಗೈ ಅಗಲದಷ್ಟು ಪುಟ್ಟ ಕೌಪೀನದ ಮೇಲೆ ಮಲಗಿದ್ದ. ಅವನನ್ನು ನೋಡಿದ ಕೂಡಲೇ ಸಂ'ಜಯ'ನೊಳಗಿನ ಅವಳು ಎದ್ದು ಕುಳಿತಿದ್ದಳು. ಅವಳ ಆತ್ಮ ತನ್ನಾಸೆಗಳ ಈಡೇರಿಕೆಗಾಗಿ ತವಕಿಸುತ್ತಿತ್ತು. ಮನ್ಮಥನನ್ನು ಕೂಡಲು ಬಂದ ರತಿಯಂತೆ ಸಂ'ಜಯ' ಸುಧಾಕರನ ಜೊತೆಗೆ ಸರಸಕ್ಕಿಳಿದ. ಬೆವರ ಘಮಲಿನಲಿ ಬೆರೆತ ತನುಗಳೆರಡು ಕಾಮದ ಉತ್ತುಂಗಕ್ಕೆ ತಲುಪಿ ಕೆಲವು ನಿಮಿಷ ಸುಖ ಸವಿದವು. ಏನೋ ಸಿಕ್ಕ ಖುಷಿಯಲ್ಲಿ ಸಂಜಯ ಎಚ್ಚೆತ್ತು ನೋಡಿದರೆ ಅವನ ಪಕ್ಕ ಸುಗುಣ ಮಲಗಿದ್ದಳು. ಇದೊಂದು ಕನಸಾ! ಛೇ...ಎಂದು ಮಗ್ಗಲು ಬದಲಿಸಿ ನಿದ್ರೆಗೆ ಜಾರಿದ.

ಮರುದಿನ ತಂದೆ-ಮಗಳು ಬೆಳಿಗ್ಗೆ ಬೇಗನೇ ಎದ್ದು ಸ್ನಾನ ಮುಗಿಸಿ ಪೂಜೆ, ಧ್ಯಾನದಲ್ಲಿ ಮುಳುಗಿದ್ದರೆ ಸಂಜಯ ಬಿಸಿಲು ತನ್ನ ಮುಖದ ಮೇಲೆ ಬೀಳುವವರೆಗೂ ಹಾಸಿಗೆಯ ಮೇಲೆಯೇ ಬಿದ್ದುಕೊಂಡಿದ್ದ. ಅವನಿಗೆ ಎಚ್ಚರವಾದಾಗ ಸಮಯ ಒಂಬತ್ತು ದಾಟಿತ್ತು. ತನ್ನ ಮಾವ ಮನೆಯಲ್ಲಿರುವುದು ನೆನಪಾಗಿ ಗಡಿಬಿಡಿಯಿಂದ ಎದ್ದು ಕೆಳಗಿಳಿದು ಬಂದ. ವಾರ್ತೆಗಳನ್ನು ವೀಕ್ಷಿಸುತ್ತ ಕಳಿತಿದ್ದ ತನ್ನ ಮಾವನ ಕಂಡೊಡನೆ ರಾತ್ರಿಯ ಕನಸು ನೆನಪಾಗಿ ಸಂಜಯನ ಮುಖ ಕಪ್ಪಿಟ್ಟಿತು. ಸಾಧ್ಯವಾದಷ್ಟು ಅವರನ್ನು ನೋಡದೇ ತನ್ನ ಗಮನ ಬೇರೆಡೆಗೆ ಹರಿಸುವುದು ಒಳ್ಳೆಯದೆಂದು ಅಂತರ ಕಾಯ್ದುಕೊಳ್ಳಲು ಪ್ರಯತ್ನ ಪಟ್ಟ. ಆದರೆ ಸುಧಾಕರ ಅಳಿಯನ ಸಖ್ಯ ಬಯಸಿ ಅವನ ಬಳಿಗೆ ಬಂದು ಮಾತಿಗಿಳಿದನು. "ಆಫೀಸಿಗೆ ರಜೆ ಹಾಕಿರೋ ಥರಾ ಕಾಣಿಸುತ್ತಿದೆ. ಮನೆಯಲ್ಲೇ ಇದ್ದು ಬೇಸರವಾಗುವುದಿಲ್ಲವೇ? ಎಲ್ಲಾದರೂ ಹೊರಗೆ ಹೋಗಿ ಬರೋಣ ನಡೆಯಿರಿ" ಎಂದು ಅಳಿಯನಿಗೆ ವಿನಂತಿಸಿದ. ಮಾವನ ಒತ್ತಾಸೆಗೆ

ಒಲ್ಲೆ ಎನ್ನದ ಸಂಜಯ ಪತ್ನಿಯನ್ನು ಜೊತೆಗೆ ಕರೆದುಕೊಂಡು ಮೈಸೂರಿನ ಪ್ರೇಕ್ಷಣೀಯ ಸ್ಥಳಗಳಾದ ಚಾಮುಂಡಿ ಬೆಟ್ಟ, ಜಯಚಾಮರಾಜೇಂದ್ರ ಮೃಗಾಲಯ, ಅರಮನೆ, ಕೃಷ್ಣರಾಜಸಾಗರ ಅಣೆಕಟ್ಟು ಮುಂತಾದ ಕಡೆ ಸುತ್ತಾಡಿಸಿದ. ಹನಿಮೂನ್ ಕೈತಪ್ಪಿದ ಬೇಸರದಲ್ಲಿದ್ದ ಸುಗುಣಳಿಗೆ ಇಂದು ತನ್ನ ಅಪ್ಪನ ನೆರವಿನಿಂದ ಮೊದಲ ಬಾರಿಗೆ ಗಂಡನ ಜೊತೆಗೆ ಹೊರಗಡೆ ಸುತ್ತಾಡುವಂತಾಯಿತು. ದಿನವಿಡೀ ಅವಳ ಖುಷಿಗೆ ಪಾರವೇ ಇರಲಿಲ್ಲ. ಎರಡ್ಮೂರು ದಿನಗಳು ಮೈಸೂರು ಸುತ್ತಿದ ಸುಧಾಕರ ಅಳಿಯನ ಉಪಚಾರ ಕಂಡು ಕಡುಬಿನಂತೆ ಉಬ್ಬಿಹೋಗಿದ್ದ.

ಸಂಜಯನ ಪಾಲಿಗೆ ರೂಕೋ ಕಂಪನಿಯ ಬಾಗಿಲು ಮುಚ್ಚಿದ್ದರಿಂದ ಅವನು ಅನಿವಾರ್ಯವಾಗಿ ಬೇರೊಂದು ಕಂಪನಿಯ ಕೆಲಸಕ್ಕಾಗಿ ಗೂಗಲ್ನಲ್ಲಿ ಹುಡುಕಾಡುತ್ತಿದ್ದ. ಈ ವೇಳೆ ಅವನಿಗೆ ಗ್ರೈಂಡರ್ ಗೇ ಚಾಟ್, ಬ್ಲೂಡ್ ಲೈವ್ ಅಂಡ್ ಮೇಲ್ ಡೇಟಿಂಗ್, ಎಲ್‌ಜಿಬಿಟಿ ಹುಕ್‌ಅಪ್‌ನಂತಹ ಆನ್ಲೈನ್ ಆಪ್‌ಗಳ ಪರಿಚಯವಾಯಿತು. ಜೊತೆಗೆ ಟ್ವಿಟ್ಟರ್‌ನಲ್ಲಿ ಕಂಡ ಮಿತಿಯಿಲ್ಲದಷ್ಟು ವೀಡಿಯೊಗಳು, ವ್ಯಕ್ತಿಗಳು ಅವನೊಳಗಿನ ಆಸೆಗಳನ್ನು ಹೆಚ್ಚಿಸತೊಡಗಿದರು. ಸಂಜಯನ ಮನಸ್ಸು ಅವುಗಳತ್ತ ಆಕರ್ಷಿತವಾಗಿ ಅವನ ಗಮನ ಅತ್ತ ಸೆಳೆಯುತ್ತಿದ್ದಂತೆ ಫೇಸ್ಬುಕ್ ಜಾಲತಾಣದಲ್ಲಿ ರೊಹತಾಷ್ ಕುಮಾರ್ ಎಂಬ ಹರಿಯಾಣದ ಸಲಿಂಗಿಯ ಪರಿಚಯವಾಯಿತು. ಇಬ್ಬರ ನಡುವೆ ಸ್ನೇಹದ ಕೊಂಡಿ ಬೆಸೆದುಕೊಳ್ಳುತ್ತಿದ್ದಂತೆ ರೊಹತಾಷ್ ಸಂಜಯನಿಗೆ "ನೀನು T ನಾ? ಅಥವಾ B ನಾ? ಎಂದು ಅಕ್ಷರಗಳ ಕೋಡ್‌ಯಿರುವ ಸಂದೇಶವೊಂದನ್ನು ಕಳಿಸಿದ. ಸಂಜಯನಿಗೆ ಆ ಕೋಡ್‌ಗಳ ಅರ್ಥವೇನೆಂದು ಗೊತ್ತಿರಲಿಲ್ಲ. ಎಷ್ಟೇ ತಲೆ ಕೆಡಿಸಿಕೊಂಡರೂ ಆ ಅಕ್ಷರಗಳ ಒಳಾರ್ಥ ತಿಳಿಯದೇ ಹೋದಾಗ "ಹೀಗಂದರೇನು?" ಎಂದು ರೊಹತಾಷನಿಗೆ ಮರು ಪ್ರಶ್ನಿಸಿದ. ಬಹುಶಃ ಇವನು ಗೇ ಚಾಟಿಂಗ್ ಲೋಕಕ್ಕೆ ಹೊಸದಾಗಿ ಪ್ರವೇಶಿಸಿರೋ ಹಕ್ಕಿ ಅನಿಸುತ್ತದೆ ಎಂದು ಭಾವಿಸಿದ ರೊಹತಾಷ್ 'T' ಎಂದರೆ Top (ಗಂಡಾಗಿ, ಗಂಡಿನ ರೂಪದಲ್ಲಿ ಗಂಡಿನ ಜೊತೆಗೆ ಸುಖ ಬಯಸುವವರು), 'B' ಎಂದರೆ Bottom (ಗಂಡಾಗಿದ್ದು ಹೆಣ್ಣಿನ ರೂಪದಲ್ಲಿ ಗಂಡಿನ ಜೊತೆಗೆ ಸುಖ ಬಯಸುವವರು). ಈಗ ಹೇಳು ನೀನು ಈ ಎರಡರಲ್ಲಿ ಯಾವ ಕೋಡ್‌ಗೆ ಸೇರಿದವನು ಎಂದು ಕೇಳಿದ. ಹೊರಪ್ರಪಂಚಕ್ಕೆ ತಾನು ಇಂಥವನು ಎಂದು ಹೇಳಿಕೊಳ್ಳಲು ಅಂಜುತ್ತಿದ್ದ ಸಂಜಯ ಇಂದು ಯಾವ ಅಳುಕಿಲ್ಲದೇ ಧೈರ್ಯವಾಗಿ "ನಾನು ಬಾಟಮ್" ಎಂದು ರಿಪ್ಲೆ ಮಾಡಿದ. ಅವನ ಉತ್ತರ ಓದಿ "ಅರೇ! ನಾನು 'ಪ್ಯೂರ್ ಟಾಪ್'. ನನಗೆ ನಿನ್ನಂತಹ ತರುಣ ಬಾಟಮ್‌ಗಳೇ ಬೇಕು. ಬರ್ತೀಯಾ ಹರಿಯಾಣಕ್ಕೆ? ನಿನಗೆಷ್ಟು ಸುಖ ಬೇಕು ಕೊಡುತ್ತೇನೆ" ಎಂದನು ರೊಹತಾಷ್.

ಮೊದಲ ಬಾರಿಗೆ ಇಷ್ಟವಾದ ಪುರುಷನೊಬ್ಬನ ಬಾಯಿಯಿಂದ ಹೊರಬಂದ ಕಾಮೋದ್ರೇಕದ ಮಾತು ಕೇಳಿ ಸಂಜಯ ಸೀಮೋಲ್ಲಂಘನ ದಾಟಿದ್ದ. ಅವನ ಮನದೊಳಗೆ ಡಿಪಿಯಲ್ಲಿ ಇರುವ ವ್ಯಕ್ತಿಯೇ ಹೀಗೆ ಮಾತನಾಡುತ್ತಿರುವುದೇ! ಎಂಬ ಪುಟ್ಟ ಸಂಶಯವೂ ಹುಟ್ಟಿಕೊಂಡಿತು. ಒಡನೇ ಸಂಜಯ "ನಾನು ನಿನ್ನನ್ನೊಮ್ಮೆ ವೀಡಿಯೊ ಕಾಲ್ ಮಾಡಿ ನೋಡಬಹುದೇ?" ಎಂದು ಕೇಳಿದ. ಅದಕ್ಕೇನಂತೆ? ಧಾರಾಳವಾಗಿ! ಎಂದು ರೊಹತಾಷನೇ ಬಚ್ಚಲು ಕೋಣೆಯಲ್ಲಿ ಕುಳಿತು ಸಂಜಯನಿಗೆ ಕಾಲ್ ಮಾಡಿ ತನ್ನ ನಗ್ನ ದೇಹಸಿರಿ ಪ್ರದರ್ಶಿಸಿದ. ಪೊಗದಸ್ತಾದ ಮೈಕಟ್ಟು, ಗಂಡಸಿನ ಪೌರುಷ ತೋರಿಸುವಂತಹ ಹುರಿ ಮೀಸೆ, ಕೆಂಪಾದ ಮೈ ಕೈ ಕಂಡು ಸಂ'ಜಯ' ದಂಗಾದ. ಎರಡು ದಿನಗಳು ಇಬ್ಬರ ನಡುವೆ ಎಗ್ಗಿಲ್ಲದೆ ಚಾಟಿಂಗ್, ಕಾಲಿಂಗ್ ನಡೆಯಿತು. ಸಂಜಯನ ಬಗ್ಗೆ ಪೂರ್ಣ ವಿಷಯ ತಿಳಿದುಕೊಂಡ ರೊಹತಾಷ್ ನೀನು ಹರಿಯಾಣಕ್ಕೆ ಬರುವಾಗ ಜೊತೆಗೆ ನಿನ್ನ ಹೆಂಡತಿಯನ್ನೂ ಕರೆದುಕೊಂಡು ಬಾ. ನಿನ್ನೆದುರೇ ಅವಳಿಗೂ ಸುಖ ಕೊಡುತ್ತೇನೆ ಎಂದನು. ಅವನ ಮಾತು ಕೇಳಿ ಸಂಜಯನ ಕೋಪ ನೆತ್ತಿಗೇರಿತು. ಆದರೂ ತಾಳ್ಮೆ ತಂದುಕೊಂಡು "ನನ್ನ ಬಗ್ಗೆ ಏನೇ ಹೇಳು ಐ ಡೋಂಟ್ ಮೈಂಡ್. ಆದರೆ ನನ್ನ ಹೆಂಡತಿಯ ವಿಚಾರ ಬೇಡ" ಎಂದನು. ಅವನ ಮಾತು ಕೇಳಿ ಗಹಗಹಿಸಿ ನಕ್ಕ ರೊಹತಾಷ್ "ನಿನಗೊಂದೇ ಸುಖ ಸಿಕ್ಕರೆ ಹೇಗೆ? ಪಾಪ ಅವಳಿಗೂ ಬೇಡವೇ?" ಎಂದು ಮರುಪ್ರಶ್ನಿಸಿದ. ಅವು ಬರೀ ಪ್ರಶ್ನೆಗಳಲ್ಲ ಸಂಜಯನ ತಾಳ್ಮೆಯ ಕಟ್ಟೆ ಒಡೆದು ಹಾಕಿದ ಆಟಂ ಬಾಂಬುಗಳು. ರೊಚ್ಚಿಗೆದ್ದ ಸಂಜಯ "ಈಗ ನೀನೇನಾದರೂ ನನ್ನ ಎದುರಿಗೆ ಇದ್ದಿದ್ದರೆ ಬೂಟು ಕಿತ್ತುಹೋಗುತ್ತಿದ್ದವು ಬಾಸ್ಟರ್ಡ್" ಎಂದವನೇ ಅವನ ನಂಬರ್ ಹಾಗೂ ಖಾತೆಯನ್ನು ಬ್ಲಾಕ್ ಮಾಡಿ ಬಿಸಾಕಿದ. ಆ ವೇಳೆಗಾಗಲೇ ರೊಹತಾಷ್ ನಾಡಿದ್ದು ಕೊಡುತ್ತೇನೆಂದು ಸಂಜಯನ ಕಡೆಯಿಂದ ಐವತ್ತು ಸಾವಿರ ರೂಪಾಯಿ ಕಿತ್ತಿದ್ದ.

ಮರಳಿ ಊರಿಗೆ ಹೋಗಬೇಕೆಂದಿದ್ದ ಸುಧಾಕರನನ್ನು ಸುಗುಣ "ಇನ್ನೊಂದೆರಡು ದಿನ ಇಲ್ಲೇ ಇರಿ ಅಪ್ಪಾ" ಎಂದು ಕಾಡಿ..ಬೇಡಿ ಉಳಿಸಿಕೊಂಡಿದ್ದಳು. ಅಂದು ಸುಧಾಕರ ಮೈ ಕೈ ಹಗುರಗೊಳಿಸಿಕೊಳ್ಳಲು ಎಣ್ಣೆ ಸ್ನಾನಕ್ಕೆ ಕುಳಿತಿದ್ದ. ಸುಗುಣ ತಂದೆಯ ತಲೆಗೆ ನೀರು ಸುರುವಿ ಕೆಳಗೆ ಯಾರೋ ಕಾಲಿಂಗ್ ಬೆಲ್ ಒತ್ತಿದರೆಂದು ಬಾಗಿಲು ತೆರೆಯಲು ಹೋದಳು. ಎಣ್ಣೆಯೊಂದಿಗೆ ನೀರು ಬೆರೆತು ಸುಧಾಕರನ ಮೈ ಜಿಡ್ಡಾಗಿತ್ತು. ಮಗಳು ಪಕ್ಕದ ಕೋಣೆಯಲ್ಲಿದ್ದಾಳೆಂದು ಭಾವಿಸಿದ ಅವನು "ಸ್ವಲ್ಪ ಬೆನ್ನು ಉಜ್ಜು ಬಾರಮ್ಮ" ಎಂದು ಕೂಗಿದ. ಆದರೆ ಆ ವೇಳೆ ಸುಗುಣ ಅಲ್ಲಿರಲಿಲ್ಲ. ಸುಧಾಕರನ ಕೂಗು ಕೇಳಿಸಿಕೊಂಡ ಸಂಜಯ ತಾನೇ ಬಾತ್ರೂಮಿಗೆ ಹೋಗಿ ನಾಚಿಕೆ ತೊರೆದು

ಮಾವನ ಬೆನ್ನು ಉಜ್ಜಿದ. ನುಣುಪಾಗಿರುವ ಬೆನ್ನು, ಕೌಪೀನಿನ ಮೇಲಿರುವ ಆ ಅರೆನಗ್ನ ದೇಹ ಸಂ'ಜಯ'ನ ಕೆರಳಿಸಿತು. ನಯವಾಗಿ ಬೆನ್ನುಜ್ಜುವಾಗ ಹೆಚ್ಚುತ್ತಿದ್ದ ಉದ್ರೇಕವನ್ನು ಹತ್ತಿಕ್ಕಲಾಗದೆ ಸಂಜಯ ಇನ್ನೇನು ದುಡುಕಿಬಿಟ್ಟ ಅನ್ನುವ ವೇಳೆಗೆ ಸುಗುಣ ಪ್ರತ್ಯಕ್ಷಳಾದಳು. ತನ್ನ ಗಂಡನ ಕೈಯಲ್ಲಿರುವ ಸೋಪು ನೋಡಿ ಸುನಾಮಿಯ ಅಲೆಗಳಂತೆ ಉಕ್ಕಿ ಬಂದ ನಗು ತಡೆದುಕೊಳ್ಳಲಾಗದೇ ಜೋರಾಗಿ ನಕ್ಕಳು. ಅವಳ ನಗುವಿನ ಅಲೆ ಸುಧಾಕರನ ಕಿವಿಗಪ್ಪಳಿಸಿ ಆಶ್ಚರ್ಯದಿಂದ ಹಿಂತಿರುಗಿ ನೋಡಿದ. ಸಂ'ಜಯ'ನ ಆಸೆಗೆ ಭಂಗವಾಗಿ ಅವನೊಳಗಿನ ಅವಳು ಮರೆಯಾಗುತ್ತಿದ್ದಂತೆ ಅವನು ಪೆಚ್ಚುಮೋರೆ ಹಾಕಿಕೊಂಡು ನಿಂತನು. ಒಡನೇ ತನ್ನ ಸೊಂಟಕ್ಕೆ ಟವಾಲೊಂದನ್ನು ಸುತ್ತಿಕೊಂಡ ಸುಧಾಕರ "ಅಯ್ಯೋ ಅಳಿಯಂದ್ರೇ! ಇಷ್ಟು ಹೊತ್ತು ನನ್ನ ಬೆನ್ನು ಉಜ್ಜಿದ್ದು ನೀವೇ ಅಂತ ನನಗೆ ಗೊತ್ತೇ ಆಗಲಿಲ್ಲವಲ್ಲಾ? ಹಹಹಹಹಹಹ... ನೀವಿಬ್ಬರೂ ನಡೆಯಿರಿ, ನಾನೀಗ ಬರುತ್ತೇನೆ" ಎಂದು ನಗುತ್ತ ಬಾತ್ರೂಮಿನ ಬಾಗಿಲು ಹಾಕಿಕೊಂಡನು.

ಸಂಜಯ ತನ್ನ ಕೋಣೆಗೆ ಬಂದವನೇ ಮಂಚದ ಮೇಲೆ ದೊಪ್ಪೆಂದು ಕುಳಿತ. ಸುಗುಣ ಬಾತ್ರೂಮಿಗೆ ಬರದೇ ಹೋಗಿದ್ದಿದ್ದರೆ ಏನಾಗಿರುತ್ತಿತ್ತು? ನನ್ನ ಮಾವನೊಳಗೂ ಒಬ್ಬ ಸಲಿಂಗರತಿ ಇರುವುದೇ ಆಗಿದ್ದರೆ ನನ್ನಾಸೆಗಳಿಗೆ ಸ್ಪಂದಿಸುತ್ತಿದ್ದರು. ಇಲ್ಲದಿದ್ದರೆ ಶ್ರೀನಿವಾಸರಂತೆ ದೂರ ತಳ್ಳುತ್ತಿದ್ದರು. ಅವರು ತಿರಸ್ಕರಿಸಿದ್ದಿದ್ದರೆ ನನ್ನ ಜೀವನದಲ್ಲಿ ಮತ್ತೊಂದು ಅಚಾತುರ್ಯವೂ ನಡೆದೇ ಬಿಡುತ್ತಿತ್ತು. ಒಟ್ಟಾರೆಯಾಗಿ ಈ ಮನಸ್ಸಿಗೆ ಶ್ರೀನಿವಾಸರು ಮಾಡಿರುವ ಗಾಯದ ಮೇಲೆ ನನ್ನ ಮಾವ ಬರೆ ಎಳೆಯುವುದನ್ನು ಸುಗುಣ ತಪ್ಪಿಸಿದಳು. ಹೀಗೆಯೇ ನಾನು ದುಡುಕುವಾಗ ನನ್ನ ಪಾಲಿಗೆ ಯಾರಾದರೂ ಆಪತ್ಬಾಂಧವರಾಗಲಿ ಎಂದು ಸಂಜಯ ಮನದೊಳಗೆ ಪ್ರಾರ್ಥಿಸುತ್ತಿದ್ದರೆ ಅವನೊಳಗಿನ ಅವಳು ತನ್ನಾಸೆಗೆ ಅಡ್ಡಿ ಬಂದ ಸುಗುಣಳ ಶಪಿಸತೊಡಗಿದಳು. ಎದುರಿಗಿದ್ದ ಲ್ಯಾಪ್ಟಾಪ್ ಸಂಜಯನ ಗಮನವನ್ನು ತನ್ನತ್ತ ಸೆಳೆಯುತ್ತಿದ್ದಂತೆ ಅದನ್ನು ತೆರೆದು ನೋಡಿದ. ಗ್ರಿಂಡರ್ ಆಪ್‌ನಲ್ಲಿ ನೂರಾರು ಸಂದೇಶಗಳು ಸಂಜಯನ ಆಗಮನದ ನಿರೀಕ್ಷೆಯಲ್ಲಿ ಸರತಿ ಸಾಲಿನಲ್ಲಿ ಬಕ ಪಕ್ಷಿಗಳಂತೆ ನಿಂತು ಕಾಯುತ್ತಿದ್ದವು. ಅವನ ಸುತ್ತಮುತ್ತ ಒಂದೆರಡು ಕಿಲೋಮೀಟರ್ ದೂರದಲ್ಲಿರುವ ಹತ್ತಾರು ಯುವಕರು ಸಂಜಯನ ಜೊತೆಗೆ ಡೇಟಿಂಗ್ ಮಾಡಲು ಹಾತೊರೆದು ಪ್ರೇಮ ಸಂದೇಶಗಳನ್ನು ಕಳಿಸಿದ್ದರು. ತನ್ನ ಬಯಸಿ ಬಂದಿರೋ ಅಷ್ಟೊಂದು ಜನರ ನಡುವೆ ಯಾರಾದರೂ ಐವತ್ತರಿಂದ ಅರವತ್ತರ ಪ್ರಾಯದೊಳಗಿನ ಸುಂದರ ವದನವಿರುವ ಗಂಡಸರು ಮೆಸೇಜ್ ಮಾಡಿದ್ದಾರೇನೋ ಎಂದು ಕುತೂಹಲದಿಂದ ತಡಕಾಡಿದ. ಆದರೆ ಅವರೆಲ್ಲರೂ ಇವನಿಗಿಂತಲೂ ಚಿಕ್ಕ

ವಯಸ್ಸಿನ ತರುಣರು. ಅದರಲ್ಲೂ ಚಿಗುರು ಮೀಸೆಯ ಕಾಲೇಜು ಹುಡುಗರೇ ಹೆಚ್ಚು.

ಐ ಆಮ್ ಪ್ಯೂರ್ ಟಾಪ್!

ಐ ಆಮ್ ಬಾಟಮ್!

ಐ ವಾಂಟ್ ಗೇ ಸೆಕ್ಸ್ ಚಾಟ್!

ಐ ಕ್ಯಾನ್ ಕಾಲ್ ಯೂ?

ಪ್ಲೀಸ್ ಸೆಂಡ್ ಮಿ ಯುವರ್ ನ್ಯೂಡ್ ಇಮೇಜಸ್.

ಎಂಬ ಇತ್ಯಾದಿ ಲೋಡುಗಟ್ಟಲೇ ಸಂದೇಶಗಳನ್ನು ಓದಿ, ಓದಿ ಸಂಜಯನಿಗೆ ಸಾಕಾಯಿತು. ಪದೇ ಪದೇ ಬರುತ್ತಿದ್ದ ವೀಡಿಯೊ ಕಾಲ್‌ಗಳ ಕಿರಿಕಿರಿ ತಾಳಲಾರದೆ ಎಲ್ಲಾ ಗೇ ಡೇಟಿಂಗ್ ಆಪ್ ಡಿಲೇಟ್ ಮಾಡಿದ.

***

ಶ್ರೀನಿವಾಸ್ ಬಹುದಿನಗಳ ನಂತರ ಇಮೇಲ್ ಮೂಲಕ ಸಂಜಯನಿಗೊಂದು ಸಂದೇಶ ಕಳಿಸಿದ್ದರು.

"ಪ್ರೀತಿಯ ಜಯ್, ಇಷ್ಟು ದಿನಗಳ ನಂತರ ನಿಮಗೆ ಮೆಸೇಜ್ ಮಾಡುತ್ತಿರುವುದಕ್ಕೆ ಮೊದಲಿಗೆ ಕ್ಷಮೆಯಿರಲಿ. ನನಗೆ ಹಠಾತ್ತನೆ ಟ್ರಾನ್ಸ್‌ಫರ್ ಮಾಡಿದ್ದರು. ನಾಳೆಯೇ ಚೆನ್ನೈ ಬ್ರ್ಯಾಂಚಿಗೆ ಜಾಯಿನ್ ಆಗಬೇಕೆಂಬ ಮೇಲಿನವರ ಸಂದೇಶ ಓದಿ ಆ ಕ್ಷಣ ನನಗೆ ಏನು ಮಾಡಬೇಕೆಂದು ದಿಕ್ಕು ತೋಚಲಿಲ್ಲ. ಅನಿವಾರ್ಯವಾಗಿ ಇದ್ದಬದ್ದ ಲಗೇಜ್ ಪ್ಯಾಕ್ ಮಾಡಿ ದೂರದ ಚೆನ್ನೈಗೆ ಬಂದಿಳಿದೆ. ಇಲ್ಲಿ ನಾನು ಸೆಟ್ಲ್ ಆದ ನಂತರ ನಿಮಗೆ ವಿಷಯ ತಿಳಿಸೋಣ ಅಂದುಕೊಂಡೆ. ಆದರೆ ನೀವು ಆಗತಾನೆ ಹೊಸಬದುಕಿನ ಹೊಸ ಹುಮ್ಮಸ್ಸಿನಲ್ಲಿದ್ದಿರಿ. ಸುಮ್ಮನೆ ನಿಮಗೆ ನನ್ನಿಂದ ತೊಂದರೆ ಏಕೆಂದು ಭಾವಿಸಿ ಈ ವಿಷಯ ನಿಮ್ಮಿಂದ ಮುಚ್ಚಿಟ್ಟೆ. ತಾವೀಗ ಮದುವೆಯ ರಜೆ ಮುಗಿಸಿ ಡ್ಯೂಟಿಗೆ ಜಾಯಿನ್ ಆಗಿರಬೇಕು! ನಿಮಗೆ ನನ್ನ ಟ್ರಾನ್ಸಫರ್ ವಿಷಯ ಗೊತ್ತಾಗಿರುತ್ತದೆ ಅಂದುಕೊಂಡಿರುವೆ. ಹೊಸ ಬಾಸ್ ಜೊತೆಗೆ ನಿಮ್ಮ ಬಾಂಧವ್ಯ ಉತ್ತಮವಾಗಿರಲಿ. ಹಾಗೆಯೇ ನೆಚ್ಚಿನ ಮಡದಿಯ ಜೊತೆ ಸಂಸಾರದ ದೋಣಿ ಯಾವ ಅಡೆತಡೆಯಿಲ್ಲದೇ ಸುಗಮವಾಗಿ ಸಾಗಲಿ. ಮೈಸೂರಿನಲ್ಲಿರುವಷ್ಟು ದಿನ ನನ್ನಿಂದ ನಿಮ್ಮ ಮನಸ್ಸಿಗೆ ಏನಾದರೂ ಬೇಸರವಾಗಿದ್ದರೆ ಕ್ಷಮಿಸಿ. ನಿಮ್ಮ ತಂದೆ, ತಾಯಿ, ಮಡದಿ ಹಾಗೂ ಮನೆಯವರೆಲ್ಲರಿಗೂ ನನ್ನ ನಮಸ್ಕಾರಗಳು. ಇಂತಿ ನಿಮ್ಮವ:- ಶ್ರೀನಿವಾಸ್".

ರಾತ್ರಿ ಮಾವನ ಜೊತೆಗೆ ಕುಳಿತು ಊಟ ಮುಗಿಸಿದ ಸಂಜಯ ಮಲಗುವ ಮುನ್ನ ಒಮ್ಮೆ ಲ್ಯಾಪ್ಟಾಪ್ ಮೇಲೆ ಕಣ್ಣಾಡಿಸಿದ. ಇಮೇಲ್ ಇನ್ಬಾಕ್ಸ್ ತೆರೆದ

ಕೂಡಲೇ ಅವನ ಕಣ್ಣಿಗೆ ಶ್ರೀನಿವಾಸರ ಸಂದೇಶ ಕಂಡಿತು. ಅಚ್ಚರಿಯಿಂದ ಅದನ್ನು ಒಂದೇ ಉಸಿರಿಗೆ ಓದಿ ಮುಗಿಸಿದ. ಈ ಹಿಂದೆ ಶ್ರೀನಿವಾಸರ ಪ್ರತಿ ಮಾತಿಗೆ ಭಾವಪರವಶನಾಗುತ್ತಿದ್ದ ಸಂಜಯ ಇಂದು ನೆನಪುಗಳ ಪುಟ್ಟ ಮೂಟೆಯಂತಿದ್ದ ಆ ಪತ್ರವನ್ನು ಓದಿದರೂ ಅವನ ಭಾವನೆಗಳು ಕೆರಳಲಿಲ್ಲ. ಜೊತೆಗೆ ಮೊದಲಿನಂತೆ ನಿರಾಶೆಯಾಗಲೀ, ಹತಾಶೆಯಾಗಲಿ ಕಾಡಲಿಲ್ಲ. ಸಂಜಯನ ಪ್ರೀತಿಯನ್ನು ಶ್ರೀನಿವಾಸ್ ಎಂದು ನಿರಾಕರಿಸಿದರೋ ಅಂದೇ ಅವನ ಮನದೊಳಗಿನ ಶ್ರೀನಿವಾಸರ ಚಿತ್ರ ನಿಧಾನವಾಗಿ ಅಳಿಸಿ ಹೋಗಿತ್ತು. ತನ್ನ ಬಾಳಿನಲ್ಲಿ ಹೊಸದಾಗಿ ಪ್ರವೇಶಿಸಿದ ಸುಧಾಕರನ ಮೇಲೆ ಒಲವು ಹೆಚ್ಚುತ್ತಾ ಹೋದಂತೆ ಶ್ರೀನಿವಾಸರ ಮೇಲೆ ದ್ವೇಷ ಹುಟ್ಟಿಕೊಳ್ಳತೊಡಗಿತು. ಜೀವಕ್ಕಿಂತಲೂ ಹೆಚ್ಚು ಪ್ರೀತಿಸುತ್ತಿದ್ದ ನನ್ನನ್ನು ದೂರ ತಳ್ಳಿ ನನ್ನ ಪರಮಶತ್ರು ವಾಸುಕಿಯ ಜೊತೆಗೆ ಬೆರೆತವರನ್ನು ಈಗ ನಾನೇಕೆ ನೆನೆಯಲಿ? ಎಲ್ಲಾದರೂ ಇರಲಿ, ಹೇಗಾದರೂ ಇರಲಿ. ಅವರ ವಿಷಯ ನನಗೇಕೆ? ಅಷ್ಟಕ್ಕೂ ಅವರು ನನಗೇನಾಬೇಕು? ಎಂಬ ಪ್ರಶ್ನೆಗಳು ಸಮುದ್ರದ ಅಲೆಗಳಂತೆ ಸಂಜಯನೊಳಗೆ ಆರ್ಭಟಿಸಿ ಶ್ರೀನಿವಾಸರ ಸಂದೇಶವನ್ನು ಉದಾಸೀನತೆಯಿಂದ ಕಾಣುವಂತೆ ಮಾಡಿದ್ದವು.

ಆಷಾಢಕ್ಕೆ ಕರೆದುಕೊಂಡು ಹೋಗಲು ಮತ್ತೇ ಬರುತ್ತೇನೆಂದು ಮಗಳನ್ನು ಒಪ್ಪಿಸಿದ ಸುಧಾಕರ ಮರಳಿ ಊರಿಗೆ ಹೊರಡಲು ತಯಾರಾದ. ತನ್ನ ಮಾವ ಹೊರಡುತ್ತಿರೋ ಸುದ್ದಿ ಕೇಳಿ ಸಂಜಯನಿಗೆ ಅತೀವ ಬೇಸರವೆನಿಸಿತು. "ಅಲ್ಲಿ ಒಬ್ಬರೇ ಇದ್ದು ಏನು ಮಾಡೋದಿದೆ! ಇಲ್ಲೇ ನಮ್ಮ ಜೊತೆಗಿದ್ದು ಬಿಡಿ ಮಾವ" ಎಂದು ಸುಧಾಕರನಿಗೆ ವಿನಂತಿಸಿದ. ಅಳಿಯನ ಬಾಯಿಯಿಂದ ಹೊರಬಂದ ಮಾತು ಕೇಳಿ ಭಾವುಕನಾದ ಸುಧಾಕರ "ಇಲ್ಲ ಅಳಿಯಂದ್ರೆ ನಿಮಗೆ ಗೊತ್ತಲ್ಲಾ ಈ ರಿಯಲ್ ಎಸ್ಟೇಟ್ ಕೆಲಸ! ನಿತ್ಯವೂ ಕರೆ ಬರುತ್ತಿವೆ. ಹಾಗಾಗಿ ನಾನು ಹೋಗಲೇ ಬೇಕು. ನಿಮ್ಮ ತಂದೆ ತಾಯಿ ಮನೆಗೆ ಬಂದ ನಂತರ ನೀವು ಸುಗುಣಳನ್ನು ಕರೆದುಕೊಂಡು ಊರಿಗೆ ಬನ್ನಿ" ಎಂದು ಸಂಜಯನಿಗೆ ಸಮಜಾಯಿಷಿ ನೀಡಿ ಅಲ್ಲಿಂದ ಹೊರಟ. ತನ್ನ ಗಂಡ ತನ್ನುಸಿರಾಗಿದ್ದ ತಂದೆಗೆ ಇಲ್ಲೇ ಇರಿ ಅಂದಿದ್ದು ಕೇಳಿ ಸುಗುಣಳಿಗೆ ಅತೀವ ಸಂತಸವಾಯಿತು. ಮೊದಲೇ ನನ್ನ ಜೊತೆಗೆ ಚೂರೂ ಮಾತನಾಡುವುದಿಲ್ಲ. ಇನ್ನೂ ನನ್ನ ತಂದೆಯ ಜೊತೆಗೆ ಅವರು ಮಾತನಾಡುವುದೆಂತು! ಎಂಬ ಸಂಕಟದಿಂದ ಒದ್ದಾಡುತ್ತಿದ್ದ ಸುಗುಣಳಿಗೆ ಸಂಜಯನ ನಡೆ ಅಚ್ಚರಿ ತರಿಸಿತ್ತು.

ಸುಧಾಕರ ಹೋದ ನಂತರ ಮನೆಯಲ್ಲಿ ಸುಗುಣ ಜೊತೆಗಿದ್ದರೂ ಸಂಜಯನಿಗೆ ಒಂಟಿತನ ಕಾಡತೊಡಗಿತು. ಹಾಗೆಯೇ ಲ್ಯಾಪ್ಟಾಪ್

ತೆರೆದು ಫೇಸ್ಬುಕ್ ಮೇಲೊಮ್ಮೆ ಕಣ್ಣಾಡಿಸಿದ. ದೇಬಶಿಷ್ ಚಟರ್ಜಿ ಎಂಬ ಸುಂದರ ವ್ಯಕ್ತಿಯ ಫೋಟೋ ಕಣ್ಣು ಕುಕ್ಕಿತು. ಒಡನೇ ಅವನ ಪ್ರೊಫೈಲ್‌ಗೆ ಹೋಗಿ ಪೂರ್ವಪರಗಳನ್ನೆಲ್ಲಾ ತಡಕಾಡಿದ. ದೇಬಶಿಷ್‌ನ ಫೋಟೋಗಳಿಗೆ ಸಲಿಂಗಿಗಳು ಜೇನುನೊಣಗಳಂತೆ ಮೆತ್ತಿಕೊಂಡು ಕಾಮೆಂಟ್ ಹಾಕಿದ್ದರು. ಸಂಜಯ ಆಸೆಯಿಂದ ದೇಬಶಿಷ್‌ನ ಇನ್ಬಾಕ್ಸಿಗೆ ಹೋಗಿ "ಹಾಯ್" ಎಂಬ ಪುಟ್ಟ ಸಂದೇಶ ಕಳಿಸಿದ. ಅತ್ತ ಕಡೆಯಿಂದ ಒಡನೇ "ಸ್ವಾಗತ" ಎಂಬ ಉತ್ತರ ಬಂತು. ಇಬ್ಬರೂ ಸುಮಾರು ಎರಡು ತಾಸು ಚಾಟಿಂಗ್ ಮುಂದುವರೆಸಿ ಪರಸ್ಪರ ಪರಿಚಯ ಮಾಡಿಕೊಂಡರು. ವಯಸ್ಸು, ಆಸಕ್ತಿ, ಅಭಿರುಚಿ ಎಲ್ಲಾ ವಿಚಾರಗಳಲ್ಲೂ ಇಬ್ಬರಿಗೂ ಒಪ್ಪಿಗೆಯಾಯಿತು. ನಾಲ್ಕೈದು ದಿನ ರೋಮಿಯೋ ಜೂಲಿಯೆಟ್‌ನಂತೆ ಹಗಲು–ರಾತ್ರಿ ಪ್ರೇಮ ಸಲ್ಲಾಪದಲ್ಲಿ ಮುಳುಗಿ ಕಾಮದ ಮದವೇರಿಸಿಕೊಂಡರು.

ಮನೆಕೆಲಸದವರು ಆ ದಿನದ ಎಲ್ಲಾ ಕೆಲಸ ಮುಗಿಸಿ ರಾತ್ರಿಯ ವೇಳೆಗೆ ತಮ್ಮ ಮನೆಗೆ ಹೊರಟರೆ ಅಷ್ಟು ದೊಡ್ಡ ಮನೆಯಲ್ಲಿ ಸುಗುಣ ಸಂಜಯ ಇಬ್ಬರೇ. ಅವಳು ತುಸು ಧೈರ್ಯ ತಂದುಕೊಂಡು ತನ್ನ ಗಂಡನಿಗೆ ಊಟ ಮಾಡಲು ಬನ್ನಿ, ಕಾಫಿ ತಗೋಳಿ! ಎಂದು ಮಾತನಾಡಿಸಲು ಪ್ರಯತ್ನ ಪಡತೊಡಗಿದಳು. ಸಂಜಯ ಮಾತ್ರ ತನ್ನ ಮಾವ ಊರಿಗೆ ಹೋದ ನಂತರ ಮರಳಿ ಮೊದಲಿನಂತೆ ಹೆಂಡತಿಯ ಕಂಡರೆ ಮಾರುದ್ದ ದೂರ ಸರಿಯತೊಡಗಿದ. ಗಂಡಸರನ್ನು ಒಲಿಸಿಕೊಳ್ಳಲು ರಾತ್ರಿಯೇ ಸರಿಯಾದ ಸಮಯವೆಂದು ಗೆಳತಿಯೊಬ್ಬಳು ಹೇಳಿದ್ದು ಕೇಳಿ ಸುಗುಣ ಒಮ್ಮೆ ರಾತ್ರಿ ಮಲಗಿರುವಾಗ ಸಂಜಯನ ಒಲಿಸಿಕೊಳ್ಳಲು ಅವನ ಬಿಗಿಯಾಗಿ ತಬ್ಬಿಕೊಂಡಳು. ದೇಬಶಿಷ್‌ನ ನಶೆಯಲ್ಲಿದ್ದ ಸಂಜಯನಿಗೆ ಸುಗುಣಳ ಅಪ್ಪುಗೆ ಮೈಗೆಲ್ಲಾ ಮುಳ್ಳು ಚುಚ್ಚಿದಂತಾಯಿತು. ಎರಡ್ಮೂರು ಬಾರಿ ಅವಳ ಬಾಹುಗಳಿಂದ ಬಿಡಿಸಿಕೊಂಡ ಸಂಜಯ ತುಸು ದೂರ ಸರಿದು ಮಲಗಿದ. ಆದರೆ ಸುಗುಣ ಸುಮ್ಮನಿರದೇ ಮತ್ತೇ ಮತ್ತೇ ಬಲವಂತವಾಗಿ ಗಂಡನ ತಬ್ಬಿಕೊಳ್ಳಲು ಪ್ರಯತ್ನಿಸಿದಳು. ಇದರಿಂದ ತಾಳ್ಮೆ ಕಳೆದುಕೊಂಡ ಸಂಜಯ

"ಕೆಣಕಬೇಡ, ಕಾಲಿನಿಂದ ಜಾಡಿಸಿ ಒದೆಯಬೇಕಾಗುತ್ತದೆ" ಎಂದು ಆವೇಷದಿಂದ ಗುಡುಗಿದ. ಗಂಡನ ವರ್ತನೆ ಕಂಡು ಬೆಚ್ಚಿಬಿದ್ದ ಸುಗುಣ ಮಂಚದ ಮೇಲಿನಿಂದ ಕೆಳಗಿಳಿದು ಹೋಗಿ ಮೂಲೆಯೊಂದರಲ್ಲಿ ಕುಳಿತು ರಾತ್ರಿಯಿಡೀ ಕಣ್ಣೀರ ಕೋಡಿ ಹರಿಸಿದಳು.

ಸಂಜಯನಿಗೆ ಹೊಸ ಕಂಪನಿಯಿಂದ ಸಂದರ್ಶನಕ್ಕೆ ಕರೆ ಬಂದಿತ್ತು. ಇಂಟರ್‌ವ್ಯೂ ಕೊಟ್ಟು ಮರಳಿ ಮನೆಗೆ ಬರುವಾಗ ತಲೆಸಿಡಿತದ ಕಾರಣ ಕಾಫಿ

ಕುಡಿಯಲು ಹೋಟೆಲಿಗೆ ಹೊರಟ. ಇಬ್ಬರು ಟ್ರಾನ್ಸ್‌ಜೆಂಡರ್‌ಗಳು ಅವನತ್ತಲೇ ಬರುತ್ತಿರುವುದು ಕಂಡಿತು. ಒಡನೇ ಜೇಬಿನಿಂದ ಐದುನೂರು ರೂಪಾಯಿಯ ನೋಟೊಂದನ್ನು ಹೊರತೆಗೆದು ಅವರು ಕೇಳುವ ಮುನ್ನವೇ ಅವರ ಕೈಯಲ್ಲಿಟ್ಟನು. ಹಣ ಪಡೆದ ಆ ಟ್ರಾನ್ಸ್‌ಜೆಂಡರ್‌ಗಳು ಖುಷಿಯಿಂದ ಇವನ ಕೆನ್ನೆಗೊಂದು ಮುತ್ತು ಕೊಟ್ಟು ಅಲ್ಲಿಂದ ಹೊರಟರು. ಪಬ್ಲಿಕ್ ಆಗಿ ಅವರು ಹಾಗೆ ಮುತ್ತು ಕೊಟ್ಟಿದ್ದು ಸಂಜಯನಿಗೆ ಅಸಹ್ಯವೆನಿಸಿದರೂ ಭಿಕ್ಷೆ ಬೇಡಿ ಬದುಕುವ ಅವರ ಕಷ್ಟದ ಬದುಕಿನ ಬಗ್ಗೆ ಆಲೋಚಿಸುತ್ತ ಕೆಫೆ ಒಳಗೆ ಕಾಲಿಟ್ಟ. ಸೂಟು ಬೂಟು ತೊಟ್ಟ ಸುಂದರ ವದನಗಳೇ ಅವನ ಕಣ್ಣು ಕುಕ್ಕತೊಡಗಿದವು. ಆ ಚೆಲುವಿನ ಗಿಣಿಗಳನ್ನು ನೋಡಿ ಹದ್ದಿನಂತೆ ಹುಟ್ಟು ಪಡೆದ

ಅವನೊಳಗಿನ ಅವಳು "ಅಲ್ನೋಡು ಅವನ ಸುಂದರ ವದನ, ಪೊಗದಸ್ತಾದ ಮೈಕಟ್ಟು, ಕಿಚ್ಚು ಹೊತ್ತಿಸುವ ಮೀಸೆ. ಹೋಗು ಅವರ ಪಕ್ಕ ಸೀಟ್ ಖಾಲಿ ಇದೆ ಕುಳಿತುಕೋ. ಭುಜಕ್ಕೆ ಭುಜ ತಗುಲಿಸು, ಅವರು ಸಹಕರಿಸಿದರೆ ನಯವಾಗಿ ತೊಡೆ ಸವರು, ಅವರ ಆಸೆಗಳು ಕೆರಳಿ ಬಾ ಹೋಗೋಣವೆಂದರೆ ಈ ದಿನ ನಮ್ಮದೆ" ಎಂದು ಪ್ರಚೋದಿಸತೊಡಗಿದಳು. ರಸ್ತೆಯಲ್ಲಿ, ಮಾರ್ಕೇಟುಗಳಲ್ಲಿ, ಕಛೇರಿಗಳಲ್ಲಿ, ಸಮಾರಂಭಗಳಲ್ಲಿ ಕಾಣುವ ಈ ಸುಂದರ ಪುರುಷರ ವದನಗಳು ನೋಡಿದಾಗ ಅವರು ಗಂಡಸು ಎಂದು ತಿಳಿಯುವಂತೆ ಮುಖ ನೋಡಿಯೇ ಅವರು ಸಲಿಂಗಿಯೋ, ಅಲ್ಲವೋ ಎಂದು ತಿಳಿಯುವಂತಿದ್ದರೆ ಅದೆಷ್ಟು ಚೆನ್ನಾಗಿರುತ್ತಿತ್ತು! ಹೊರದೇಶಗಳಲ್ಲಿ ಅಲ್ಲಲ್ಲಿ "ಐ ಆಮ್ ಗೇ" ಎಂದು ಬೋರ್ಡ್ ಹಿಡಿದು ನಿಲ್ಲುವಂತೆ ಇಲ್ಲೂ ಯಾರಾದರೂ? ಎಂದು ಯೋಚಿಸುತ್ತ ಮೈಮರೆತಿದ್ದ ಸಂ'ಜಯ'ನಿಗೆ ಮಾಣಿ "ಸರ್ ಏನು ಬೇಕು?" ಎಂದು ಭುಜ ಅಲುಗಾಡಿಸಿದಾಗ ಎಚ್ಚರವಾಯಿತು. ಅವನೊಳಗಿನ ಕಾಮ ಕಾಡಿನ ಬೆಂಕಿಯಂತೆ ಅವನನ್ನು ಸುಡುವ ಮುನ್ನ ವಾಸ್ತವಕ್ಕೆ ಮರಳಿದ ಸಂಜಯ ಒಂದು ಕಾಫಿ ತರಿಸಿಕೊಂಡು ಹೀರುತ್ತ ಕುಳಿತನು.

ಸಂಜೆಯ ಸಮಯ ಹೊರಗಡೆ ವಾಕಿಂಗಿಗೆ ಹೋಗಿದ್ದ ವಾಸುಕಿ ಮತ್ತು ಅವನ ಗೆಳೆಯರು ಕಾಫಿ ಕುಡಿಯಲು ಕೆಫೆಗೆ ಬಂದರು. ಎದುರಿಗೆ ಸಂಜಯ ಕುಳಿತಿದ್ದು ನೋಡಿ ಆಫೀಸಿನಲ್ಲಿ ಕೊನೆಯ ಬಾರಿಗೆ ನಡೆದ ಘಟನೆ ನೆನಪಿಸಿಕೊಂಡ ವಾಸುಕಿ ಲಾವಾರಸದಂತೆ ಕುದಿಯತೊಡಗಿದ. ಆ ಸಿಟ್ಟು ಶಮನಗೊಳಿಸಲೆಂದೇ ತನ್ನ ಗೆಳೆಯರಿಗೆಲ್ಲಾ ಎದುರಿಗೆ ಕುಳಿತಿರುವ ವ್ಯಕ್ತಿಯನ್ನು ಹಿಯಾಳಿಸಬೇಕೆಂದು ಸಂಜ್ಞೆ ಮಾಡಿ ಸೂಚಿಸಿದ. ಅವರು ಆಗಲಿ ಎಂದು ಸಂಜಯನ ಕೆಣಕಲು ಶುರು ಮಾಡಿದರು. ಮೊದಮೊದಲು ಸಂಜಯ ಅವರ ಕುಹಕಗಳಿಗೆಲ್ಲಾ ಪ್ರತಿಕ್ರಿಯಿಸದೇ ತನ್ನ ಪಾಡಿಗೆ ತಾನು ಕಾಫಿ ಕುಡಿಯುತ್ತಿದ್ದ.

ವಾಸುಕಿ "ಮಾಮ ಕುಂತ್ಯೆತೆ ನೋಡ್ರೋ, ಯಾರಾದಲೂ ಕಂಪನಿ ಕೊಡೋ ಆಸೆ ಇದ್ದರೆ ಎತ್ತಾಕಿಕೊಂಡು ಹೋಗಿ ಮಜಾ ಉಡಾಯಿಸಿ" ಎಂದು ಗಹಗಹಿಸಿ ನಕ್ಕ. ಸಂಜಯ ಅದನ್ನು ಕೇಳಿಸಿಕೊಂಡರೂ ಅದು ತನಗೆ ಸಂಬಂಧಿಸಿಲ್ಲವೆಂಬಂತೆ ಸುಮ್ಮನಿದ್ದ. "ನೋಡ್ರಪ್ಪಾ ಮಾಮನ ಕಣ್ಣು ಯಾವಾಗ ನಿಮ್ಮ ಸಾಮಾನುಗಳ ಮೇಲೆ ಬೀಳುತ್ತೋ ಗೊತ್ತಿಲ್ಲ. ಯಾವುದೇ ಕಾರಣಕ್ಕೂ ಹುಷಾರಿರಿ" ಎಂದು ವಾಸುಕಿ ಮತ್ತೊಮ್ಮೆ ಕೆಣಕುತ್ತಿದ್ದಂತೆ ಜೊತೆಗಿದ್ದವರು ಗೊಳ್ ಎಂದು ನಕ್ಕರು. ಪದೇ ಪದೇ ತನಗೆ 'ಮಾಮಾ' ಅಂದಿದ್ದಕ್ಕೆ ತಾಳ್ಮೆ ಕಳೆದುಕೊಂಡ ಸಂಜಯ ಬೂಟು ಕೈಗೆತ್ತಿಕೊಂಡು "ಹಂದಿ ಮುಖದವನೇ, ಯಾವನಲೇ ನಿನ್ನ ಮಾಮಾ? ಅವತ್ತು ಆ ಮೇಡಂ ಅಡ್ಡ ಬಂದಿದ್ದಕ್ಕೆ ಬಚಾವಾಗಿದ್ದೆ, ಇವತ್ತು ಯಾವನು ಅಡ್ಡ ಬರ್ತಾನೋ ಬರಲಿ. ಈ ಬೂಟಿನಿಂದಲೇ ಎಲ್ಲರ ಗ್ರಹಚಾರ ಬಿಡಿಸ್ತೀನಿ" ಎಂದು ವಾಸುಕಿಗೆ ಕೈಯಲ್ಲಿದ್ದ ಬೂಟಿನಿಂದ ರಪರಪ ಬಾರಿಸಿದ. ಸಂಜಯನ ಏಟಿಗೆ ನಾಯಿಮರಿಯಂತೆ ಕುಂಯ್ಯೋ...ಕುಂಯ್ಯೋ ಎಂದು ಅರಚುತ್ತಿದ್ದ ವಾಸುಕಿಯ ಅವಸ್ಥೆ ನೋಡಿ ಅವನ ಗೆಳೆಯರು ಹೆದರಿ ಓಡಿ ಹೋಗಿದ್ದರೆ ಕೆಫೆಯ ಮಾಲಿಕ ಇಬ್ಬರ ಮಧ್ಯೆ ತೂರಿ ಜಗಳ ಬಿಡಿಸಿದ. ಹೋಟೆಲಿನಲ್ಲಿ ಜನರೆಲ್ಲಾ ಇವರತ್ತ ನೋಡುತ್ತಿರುವಾಗ ಅಷ್ಟು ಜನರ ಮುಂದೆಯೇ ರೊಚ್ಚಿಗೆದ್ದ ವಾಸುಕಿ "ಗಂಡಸರ ಸಾಮಾನು ನೆಕ್ಕೋಕೆ ಬರೋ ನಿಮ್ಮಂಥವರಿಗೆ ಸಲಿಂಗಿ ಅನ್ನದೇ ಸ್ವಾತಂತ್ರ್ಯ ಹೋರಾಟಗಾರ ಅನ್ನೋಕಾಗುತ್ತಾ? ನಿನಗೆ ತಾಕತ್ತಿದ್ರೆ ಮನೇಲಿರೋ ನಿನ್ನ ಹೆಂಡತಿ ಮುಂದೆ ತೋರಿಸು ಇಲ್ಲಲ್ಲಾ" ಎಂದು ಸಂಜಯನನ್ನು ಬಲವಾಗಿ ಹಿಂದಕ್ಕೆ ತಳ್ಳಿದ. ಕೆಲವರು ಅವರಿಬ್ಬರ ನಡುವಿನ ಜಗಳವನ್ನು ವೀಡಿಯೊ ಮಾಡಿಕೊಳ್ಳತೊಡಗಿದರು. ಸಂಜಯನಿಗೆ ವಾಸುಕಿಯ ಕಠೋರ ಮಾತುಗಳನ್ನು ಅರಗಿಸಿಕೊಳ್ಳಲು ಆಗಲಿಲ್ಲ. ತಾನೊಬ್ಬ ಸಲಿಂಗಿ ಎನ್ನುವುದನ್ನು ಔಟ್ಡ್ (outed–ಹೊರಹಾಕುವಿಕೆ. ಲೆಸ್ಬಿಯನ್, ಗೇ, ದ್ವಿ ಅಥವಾ ಟ್ರಾನ್ಸ್ ವ್ಯಕ್ತಿಯ ಲೈಂಗಿಕ ದೃಷ್ಟಿಕೋನ ಅಥವಾ ಲಿಂಗ ಗುರುತನ್ನು ಅವರ ಒಪ್ಪಿಗೆಯಿಲ್ಲದೆ ಬೇರೆಯವರಿಗೆ ಬಹಿರಂಗಪಡಿಸುವುದು) ಮಾಡಿದನಲ್ಲಾ ಎಂದು ಅಳು ಉಕ್ಕಿ ಬಂತು. "ವಾಸು ನಾನೆಂದೂ ನಿನಗೆ ಕೇಡು ಬಗೆದವನಲ್ಲ. ಆದರೆ ನೀನು? ಇಷ್ಟೊಂದು ಜನರ ಎದುರು ನನಗೆ ಅವಮಾನ ಮಾಡಿದ್ದೀಯ. ನೋಡುತ್ತಿರು ನನ್ನ ಕಣ್ಣೆದುರೇ ಸರ್ವನಾಶ ಆಗ್ತೀಯ" ಎಂದು ಹಿಡಿಶಾಪ ಹಾಕಿದ ಸಂಜಯ ಬೇಸರದಿಂದ ತನಗಾದ ಅವಮಾನಕ್ಕೆ ತಲೆತಗ್ಗಿಸಿಕೊಂಡು ಹೊರನಡೆದ.

ಮನೆಯ ಹಾದಿಗುಂಟ ಸಂಜಯನ ಮನಸ್ಸು ರೋಧಿಸುತ್ತಿತ್ತು. ಅಷ್ಟೊಂದು ಜನರ ಮುಂದೆ ವಾಸುಕಿ 'ಸಲಿಂಗಿ' ಎಂದು ನನ್ನತ್ತ ಬೊಟ್ಟು

ಮಾಡಿ ತೋರಿಸಿದನಲ್ಲ! ಅವನ ಬಳಿ ನಾನು ಸಲಿಂಗಿ ಎಂದು ಹೇಳಿದ್ದಾದರೂ ಯಾರು? ಶ್ರೀನಿವಾಸರು ಏನಾದರೂ ಹೇಳಿರಬಹುದೇ! ಇರಬಹುದು, ಅವರು ಬಿಟ್ಟರೆ ಬೇರಾರಿಗೂ ನನ್ನ ಆಂತರಿಕ ಮನಸ್ಸಿನ ತೊಳಲಾಟದ ಬಗ್ಗೆ ಗೊತ್ತೇ ಇಲ್ಲ. ಶ್ರೀನಿವಾಸರ ಮೇಲೆ ಬೆಟ್ಟದಷ್ಟು ನಂಬಿಕೆ ಇಟ್ಟಿದ್ದೆ. ಅವರು ಸತ್ಯವನ್ನು ಮುಚ್ಚಿಡದೇ ಬಹಿರಂಗ ಪಡಿಸಿರುವುದು, ಅದೂ ಸಹ ತನ್ನ ಪರಮಶತ್ರು ವಾಸುಕಿಯ ಮುಂದೆ ಹೇಳಿರುವುದು ನೆನೆದು ಕಣ್ಣೀರಿಡುತ್ತಲೇ ಮನೆ ತಲುಪಿದ. ಮನಸ್ಸಿಗೆ ಮಾತ್ರ ಸಮಾಧಾನವೇ ಇರಲಿಲ್ಲ. ಅವನಿಗೆ ಆ ಒಂದು ಕ್ಷಣ ಬದುಕಿನ ಮೇಲಿದ್ದ ಭರವಸೆಯೇ ಕಳೆದು ಹೋಗಿತ್ತು.

ಅಡುಗೆಯವರ ಜೊತೆಗೆ ಮಾತಾಡುತ್ತ ಕುಳಿತಿದ್ದ ಸುಗುಣ ಗಂಡ ಮನೆಗೆ ಬಂದೊಡನೆ ಎದ್ದು ಹೋಗಿ ಕುಡಿಯಲು ನೀರು ತಂದು ಕೊಟ್ಟಳು. ಸಂಜಯ ಅದನ್ನು ಮುಟ್ಟದೇ ನೇರವಾಗಿ ತನ್ನ ರೂಮಿಗೆ ಹೋಗಿ ಬಾಗಿಲು ಹಾಕಿಕೊಂಡ. ಅಡುಗೆಯವರೂ ತಮ್ಮ ಇಂದಿನ ಕೆಲಸ ಮುಗಿಯಿತೆಂದು ಅವರ ಮನೆಗೆ ಹೊರಟರು. ಆ ವೇಳೆ ಸುಗುಣಳಿಗೆ ಸುನಂದಮ್ಮಳ ಕರೆ ಬಂತು. "ಹೇಗಿದ್ದೀಯಮ್ಮಾ? ಅವನೇನು ಮಾಡ್ತಾಯಿದ್ದಾನೆ? ಊಟ ಆಯ್ತಾ ಇಬ್ಬರದೂ?" ಎಂದು ಸೊಸೆಯ ಯೋಗಕ್ಷೇಮ ವಿಚಾರಿಸಿದಳು. "ನೀವು ಮನೆ ತೊರೆದು ಇಷ್ಟು ದಿನವಾದರೂ ಅವರು ಚೂರೂ ಬದಲಾಗಿಲ್ಲ ಅತ್ತೆ. ನನಗೆ ಮನೆಯಲ್ಲಿ ಒಬ್ಬಳೇ ಮೂಗಿ ಥರ ಇರಲು ಹಿಂಸೆ ಅನಿಸುತ್ತಿದೆ. ದಯವಿಟ್ಟು ನಿಮಗೆ ಕೈ ಮುಗಿತೀನಿ ಊರಿಗೆ ಬನ್ನಿ. ಇಲ್ಲ ಅಂದರೆ ನೀವು ಬರೋವರೆಗೆ ನಾನಾದರೂ ಅಪ್ಪನ ಮನೆಗೆ ಹೋಗಿ ಬರುತ್ತೇನೆ" ಎಂದು ಬಿಕ್ಕಳಿಸುತ್ತ ಕಣ್ಣೀರಿಟ್ಟಳು. "ಹೆಣ್ಣುಮಗಳು ತವರುಮನೆಗೆ ಹಾಗೆಲ್ಲಾ ಹೋಗಬಾರದಮ್ಮ, ನಾವೇ ಬರ್ತೀವಿ ಇರು, ನಂತರ ಬೇಕಿದ್ದರೆ ನಿಮ್ಮ ಅಪ್ಪನ ಮನೆಗೆ ಸಂಜು ಕರಕೊಂಡು ಹೋಗಿ ಬರುವಿಯಂತೆ" ಎಂದು ಸುನಂದಮ್ಮ ಸೊಸೆಗೆ ಸಮಾಧಾನ ಮಾಡಿದಳು.

ಊಟದ ಹೊತ್ತು ಮೀರಿತ್ತು, ಹೊಟ್ಟೆಯೊಳಗೆ ಕರುಳುಗಳು ಕಿರುಚತೊಡಗಿದವು. ಸುಗುಣ ಕೋಣೆಯ ಬಳಿ ಹೋಗಿ ಸಂಜಯನಿಗೆ ಊಟಕ್ಕೆ ಕರೆದಳು. ತನ್ನ ಸಂಗಾತಿ ಗೆಳೆಯ ದೇಬಶಿಷ್ ಜೊತೆಗೆ ಚಾಟಿಂಗಲ್ಲಿ ಮುಳುಗಿದ್ದ ಸಂಜಯ ಸುಗುಣಳ ಕರೆಗೆ ಸಿಡುಕಿ "ನಿನಗೆ ಹೊಟ್ಟೆ ಹಸಿದಿದ್ದರೆ ನೀನು ತಿಂದು ಮಲಗು, ನನಗೆ ಬೇಕನಿಸಿದಾಗ ನಾನು ಬಡಿಸಿಕೊಂಡು ತಿಂತೀನಿ" ಎಂದು ಗುಡುಗಿದ. ಅವನ ಧ್ವನಿಗೆ ಬೆಚ್ಚಿಬಿದ್ದ ಸುಗುಣ "ನಾನು ಏನು ತಪ್ಪು ಮಾಡಿದ್ದೀನಂತ ಹೀಗೆ ರೇಗಾಡುತ್ತೀರ? ನಾನು ಈ ಮನೆಗೆ ಕಾಲಿಟ್ಟಾಗಿನಿಂದಲೂ ನೋಡುತ್ತಿದ್ದೇನೆ, ನನ್ನ ಕಂಡರೆ ಮಾರುದ್ದ ದೂರ

ಸರಿಯುತ್ತೀರ. ನಿಮಗೆ ನಾನು ಇಷ್ಟ ಇಲ್ವಾ? ಹೇಳಿ, ನಾನು ನಮ್ಮಪ್ಪನ ಮನೆಗೆ ಹೊರಟೋಗ್ತೀನಿ" ಎಂದು ಜೋರಾಗಿ ಅಳಲು ಶುರುಮಾಡಿದಳು. ಸುಗುಣಳ ಕಣ್ಣಲ್ಲಿ ನೀರು ಬಂದಿದ್ದು ನೋಡಿ ಸಂಜಯ ಏನೂ ಮಾತನಾಡದೇ ಹೊರನಡೆಯಲು ಯತ್ನಿಸಿದ. ಅವನನ್ನು ತಡೆದ ಸುಗುಣ ಪತಿಯ ಕಾಲಿಗೆ ಬಿದ್ದು "ಇಲ್ಲ, ನೀವು ಉತ್ತರಿಸೋ ತನಕ ನಿಮ್ಮನ್ನು ನಾನು ಹೋಗೋಕೆ ಬಿಡೋಲ್ಲ. ಹೇಳ್ರೀ. ನಾನೇನಾದ್ರೂ ತಪ್ಪು ಮಾಡಿದ್ರೆ ನಿಮ್ಮ ಚಪ್ಪಲಿಯಿಂದ ಹೊಡೆಯಿರಿ, ನಿಮಗೆ ಆ ಅಧಿಕಾರ ಇದೆ. ಆದರೆ ಮಾತು ಬಾರದವರಂತೆ ಕಲ್ಲಾಗಿ ನಿಲ್ಲಬೇಡಿ. ನಿಮ್ಮನ್ನೇ ನಂಬಿ ಸರ್ವಸ್ವವೇ ಆಗಿದ್ದ ನನ್ನ ತಂದೆಯನ್ನು ತೊರೆದು ಈ ಮನೆಗೆ ಬಂದಿದ್ದೇನೆ. ನಿಮ್ಮ ಈ ಮೌನ ನನ್ನ ಹಿಡಿದು ಇಂಚಿಂಚು ಕೊಲ್ಲುತ್ತಿದೆ. ಮಾತಾಡ್ರಿ, ನಿಮಗೆ ದಮ್ಮಯ್ಯ ಅಂತೀನಿ ಒಂದೇ ಒಂದು ಸಾರಿ ನಗುನಗುತ್ತಾ 'ಸುಗುಣ' ಅಂದು ಬಿಡಿ ಸಾಕು" ಎಂದು ಹಣೆ ಚಚ್ಚಿಕೊಂಡು ಉರುಳಾಡಿ ಅತ್ತಳು. ಅವಳ ರೋಧನೆ ಸಂಜಯನ ಕರುಳುಗಳ ಕಲಕಿತ್ತು. ನಾನು ಸುಗುಣಳ ಮದುವೆ ಆಗಿ ಮಾಡಬಾರದ ತಪ್ಪು ಮಾಡಿಬಿಟ್ಟೆ ಎಂಬ ಅತೀವ ಪಶ್ಚಾತ್ತಾಪ ಅವನ ಕಾಡತೊಡಗಿತು. ಎದೆ ಭಾರವಾಗಿ ಮಂಚದ ಮೇಲೆ ದೊಪ್ಪೆಂದು ಕುಳಿತ.

ಸುಗುಣ ರೂಪವತಿ, ಗುಣವತಿ, ಎಲ್ಲದಕ್ಕಿಂತಲೂ ಮಿಗಿಲಾಗಿ ವಿದ್ಯಾವತಿ. ಅವಳ ತಂದೆ ಅವಳಿಗೆ ಯಾವುದೇ ಕೊರತೆ ಇಲ್ಲದ ಹಾಗೆ ಬೆಳೆಸಿದ್ದರು. ಹೀಗಿರುವಾಗ ಅವಳು ನನ್ನ ಕೈ ಹಿಡಿಯುವ ಬದಲು ಬೇರೊಬ್ಬ ಪುರುಷನನ್ನು ಮದುವೆ ಆಗಿದ್ದಿದ್ದರೆ ಖುಷಿಯಾಗಿರುತ್ತಿದ್ದಳೇನೋ? ನಾನು ದೊಡ್ಡ ತಪ್ಪು ಮಾಡಿದೆ. ಅಂದೇ ನನಗೆ ಇವಳು ಇಷ್ಟವಿಲ್ಲ ಎಂದು ಬಾಯಿಯಿಂದ ಒಂದೇ ಒಂದು ಮಾತು ಹೊರಹಾಕಿದ್ದರೂ ಸಾಕಿತ್ತು. ನಾನೀಗ ಏನು ಮಾಡಲಿ? ಈಗಲೂ ಒಲ್ಲದ ಮನಸ್ಸಿನಿಂದ ನಂಬಿಸಿ, ನಟಿಸಿ ಅವಳಿಗೆ ಮತ್ತಷ್ಟು ಮೋಸ ಮಾಡಲೇ? ಅಯ್ಯೋ ವಿಧಿಯೇ! ಏಕೆ ನನ್ನ ಬದುಕಿನಲ್ಲಿ ಈ ರೀತಿ ಚೆಲ್ಲಾಟವಾಡುತ್ತಿರುವೆ? ನಮ್ಮಿಬ್ಬರ ನೋವಿಗೆ ಮುಕ್ತಿ ಸಿಗುವುದಾದರೂ ಎಂತು? ಸಂಜಯ ಆಲೋಚಿಸುತ್ತ ಊಟ ಸಹ ಮಾಡದೇ ಹಾಗೆಯೇ ನಿದ್ರೆಗೆ ಜಾರಿದ. ಗಂಡನ ಕಡೆಯಿಂದ ಉತ್ತರ ಬರುತ್ತದೆ ಎಂಬ ನಿರೀಕ್ಷೆಯಲ್ಲಿ ಅತ್ತು ಅತ್ತು ಹೈರಾಣಾದ ಸುಗುಣ ಕುಳಿತಲ್ಲಿಯೇ ನೆಲದ ಮೇಲೆ ನಿದ್ರೆಗೆ ಜಾರಿದಳು.

ಮಗ–ಸೊಸೆ ಬಗ್ಗೆ ಆಲೋಚಿಸುತ್ತ ಸುನಂದಮ್ಮ "ನಾನು ಯೋಚಿಸಿದ್ದೇ ಒಂದು, ಆದರೆ ಆಗುತ್ತಿರೋದೇ ಮತ್ತೊಂದು. ಇದೆಲ್ಲಾ ನಮ್ಮ ಪೂರ್ವ ಜನ್ಮದ ಪಾಪ ಕರ್ಮವಿರಬೇಕು" ಎಂದು ಬೇಸರ ವ್ಯಕ್ತಪಡಿಸಿದಳು. ಹೆಂಡತಿಯ ದುಗುಡವ ಕಂಡು ಸತ್ಯನಾರಾಯಣ "ಅಂಥದ್ದೀಗ ಏನಾಯ್ತು?" ಎಂದನು.

"ಇನ್ನೇನಾಗುತ್ತೆ ನಾವು ಮನೆ ತೊರೆದು ಇಷ್ಟು ದಿನಗಳಾದರೂ ಆ ಕೋತಿ ಹೆಂಡತಿಯ ಜೊತೆಗೆ ಮಾತಾಡ್ತಾನೇ ಇಲ್ವಂತೆ. ಆ ಹುಡುಗಿ ಫೋನ್ ಮಾಡಿ ಅತ್ತಳು. ನಡೀರಿ ಅವನು ಬದಲಾಗೋಲ್ಲ, ನಾವೇ ಬದಲಾಗೋಣ" ಎಂದು ಗಂಡನಿಗೆ ಮೈಸೂರಿಗೆ ಹೊರಡಲು ಲಗೇಜ್ ಪ್ಯಾಕಿಂಗ್ ಮಾಡಲು ತಿಳಿಸಿದಳು. ಹೆಂಡತಿಯ ಮಾತಿಗೆ ಸತ್ಯನಾರಾಯಣ "ಇಷ್ಟೇ ಅವನ ಕಥೆ ನಡೀ...ನಡಿ" ಎಂದು ತನ್ನ ಬಟ್ಟೆ-ಬರೆಗಳನ್ನೆಲ್ಲಾ ಸೂಟ್ಕೇಸೊಳಗೆ ತುರುಕಲು ಹೊರಟ. ಅಂದೇ ರಾತ್ರಿ ಅವರ ಪಯಣ ಮೈಸೂರಿನತ್ತ ಸಾಗಿತು.

ಬೆಳಿಗ್ಗೆ ಸೊರಗಿ ಹೋಗಿರುವ ಸುಗುಣಳ ವದನ ಕಂಡು ಸಂಜಯನ ದುಗುಡ ಮತ್ತಷ್ಟು ಹೆಚ್ಚಿತು. ಅತ್ತ ಕಡೆ ದೇಬಶಿಷ್ "ಬಂದು ಬಿಡು, ನಾನೇ ರಾಜ, ನೀನೇ ರಾಣಿ. ನಿನಗೋಸ್ಕರ ನನ್ನ ಮನೆ, ಮನದ ಬಾಗಿಲು ತೆರೆದಿದೆ. ಇಬ್ಬರೂ ಹೊಸಜೀವನ ಆರಂಭಿಸೋಣ" ಎಂದು ಮೇಲಿಂದ ಮೇಲೆ ಸಂದೇಶ ಕಳಿಸುತ್ತಿದ್ದ. ಅದನ್ನು ಓದಿದ ಸಂಜಯನಿಗೆ ಅವನೊಳಗಿನ ಅವಳು "ಹೊರಡು...ಹೊರಡು" ಎಂದು ಒತ್ತಾಯಿಸತೊಡಗಿದಳು. ಒಂದು ನಿಷ್ಕಲ್ಮಶ ಪ್ರೀತಿಯನ್ನು ತಿರಸ್ಕರಿಸಿದ ಶ್ರೀನಿವಾಸ್, ಭಾವನೆಗಳ ಅರ್ಥೈಸಿಕೊಳ್ಳದ ಸುನಂದಮ್ಮ- ಸತ್ಯನಾರಾಯಣ, ಸಮಾಜದ ಎದುರು ಮರ್ಯಾದೆ ತೆಗೆದ ವಾಸುಕಿ, ಒಂದು ಜೀವವನ್ನು ನಂಬಿ ಬಂದು ಲವಲೇಶ ಸುಖ ಅನುಭವಿಸದೆ ಕಣ್ಣೀರಿಡುತ್ತ ಕೊರಗುತ್ತಿರೋ ಮತ್ತೊಂದು ಜೀವ ಸುಗುಣ, ಎಲ್ಲರೂ ಸಂಜಯನ ಸುತ್ತ ಸುತ್ತತೊಡಗಿದರು. ಇವರಲ್ಲಿ ಯಾರಿಗೂ ನನ್ನ ಮಾನಸಿಕ ತೊಳಲಾಟ ಅರ್ಥವಾಗುವುದಿಲ್ಲ ಅಂದ ಮೇಲೆ ನಾನೇಕೆ ಇವರ ನಡುವೆ ಬದುಕಬೇಕು? ಇವರಿಗಿಂತಲೂ ಪ್ರೀತಿಯ ಸಾಗರವನ್ನೇ ಉಣಬಡಿಸಿರುವ ದೇಬಶಿಷ್‌ನೇ ಎಷ್ಟೋ ಮೇಲು ಎಂಬ ನಿರ್ಧಾರಕ್ಕೆ ಬಂದ ಸಂಜಯ "ಬರುತ್ತೇನೆ, ಇನ್ನೂ ನನಗೆ ಕಾಯಲು ಆಗುವುದಿಲ್ಲ" ಎಂಬ ಸಂದೇಶವನ್ನು ತನ್ನ ಪ್ರಿಯತಮ ದೇಬಶಿಷ್‌ನಿಗೆ ಕಳಿಸಿ ಅವನ ವಿಳಾಸ, ದೂರವಾಣಿ ಸಂಖ್ಯೆ ಕೇಳಿ ಬರೆದಿಟ್ಟುಕೊಂಡ.

ಸಂಜಯನ ಮನಸ್ಸೀಗ ಕಲ್ಲಾಗಿತ್ತು. ತನ್ನ ಮೊಬೈಲ್ ಹಾಗೂ ಲ್ಯಾಪ್ಟಾಪ್‌ನಲ್ಲಿರುವ ಎಲ್ಲಾ ಸೀಕ್ರೇಟ್ ಫೋಟೋ, ವೀಡಿಯೊ, ಆಡಿಯೋಗಳನ್ನೆಲ್ಲಾ ಪೆನ್‌ಡ್ರೈವ್‌ಗೆ ಹಾಕಿ, ಫೈಲ್‌ಗಳನ್ನೆಲ್ಲಾ ತನ್ನ ಮೇಲ್‌ಗೆ ಕಳಿಸಿದ. ಯಾರಾದರೂ ಹುಡುಕಿದರೆ ಮೊಬೈಲ್ ಹಾಗೂ ಲ್ಯಾಪ್ಟಾಪ್‌ನಲ್ಲಿ ಯಾವುದೇ ವಿಷಯ ಸಿಗದಂತೆ ಮಾಡಿ ಅವೆರಡನ್ನೂ ತನ್ನ ಕಬೋರ್ಡಿನಲ್ಲೇ ಒಂದು ಮೂಲೆಗೆ ಎಸೆದ. ಬೆಳಿಗ್ಗೆಯಿಂದ ರಾತ್ರಿಯವರೆಗೆ ಅವನ ಯೋಜನೆಯಂತೆಯೇ ಎಲ್ಲಾ ಕೆಲಸಗಳು ಆದವು. ನಾಳೆ ಅತ್ತೆ-

ಮಾವ ಬರುತ್ತಾರೆ. ಆಗ ಇವರು ಸ್ವಲ್ಪನಾದರೂ ಸರಿಯಾಗಬಹುದೆಂಬ ಆಶಾವಾದದಿಂದ ಸುಗುಣ ನಿದ್ರೆಗೆ ಜಾರಿದ್ದಳು. ಇಷ್ಟು ದಿನ ಆಡಿ ಬೆಳೆದ ಮನೆ, ತನ್ನ ಬದುಕೇ ಆಗಿದ್ದ ಪುಟ್ಟ ಲ್ಯಾಪ್ಟಾಪ್ ಎಲ್ಲವನ್ನೂ ಕೊನೆಯ ಬಾರಿಗೆ ಕಣ್ಣಾರೆ ನೋಡಿ ಕಣ್ಣೀರಿಟ್ಟ ಸಂಜಯ ತನ್ನ ಪತ್ನಿಗೆ ಸಂಶಯ ಬಾರದಂತೆ ಒಂದೆರಡು ಜೊತೆ ಬಟ್ಟೆ, ಖರ್ಚಿಗೆ ಸ್ವಲ್ಪ ಹಣ ಇಟ್ಟುಕೊಂಡು ರಾತ್ರೋರಾತ್ರಿ ಮನೆ ತೊರೆದ.

"ಮನುಷ್ಯನು ಬಯಸುವ ಎಲ್ಲವೂ ಹೊಂದಿದ್ದರೂ ರಾತ್ರೋರಾತ್ರಿ ಬುದ್ಧನು ಮನೆ ತೊರೆದಂತೆ ಸಂಜಯನೂ ತನ್ನ ಪಾಲಿಗೆ ಎಲ್ಲವೂ ಇದ್ದರೂ ಸಿಗದ ಲೈಂಗಿಕ ಸುಖದ ಬೆನ್ನೇರಿ ರಾತ್ರೋರಾತ್ರಿ ಮನೆ ತೊರೆದ...!"

ಭಾಗ 2

ಆ... ವದನ

ಸುಗುಣ ಬೆಳಗಿನ ಜಾವ ಹಾಸಿಗೆಯಿಂದ ಎದ್ದೊಡನೇ ಗಂಡನ ಪಾದ ಮುಟ್ಟಿ ನಮಸ್ಕರಿಸಲು ಹೋದಳು. ಆದರೆ ಮಂಚದ ಮೇಲೆ ಸಂಜಯ ಇರಲಿಲ್ಲ. ಬಹುಶಃ ಪ್ರಾತಃಕಾಲದ ಕಾರ್ಯಗಳಿಗಾಗಿ ಶೌಚಾಲಯಕ್ಕೆ ಹೋಗಿರಬಹುದೆಂಬ ಆಲೋಚನೆಯೊಂದಿಗೆ ಅವಳು ಕೆಳಗಡೆ ಇಳಿದು ಬಂದಳು. ತನ್ನೆಲ್ಲಾ ನಿತ್ಯ ಕರ್ಮ ಮುಗಿಸಿ ಕೆಲಸಕ್ಕೆ ಬಂದ ಮನೆಗೆಲಸದವರಿಗೆ ತಿಂಡಿ ಹಾಗೂ ಕಾಫಿ ತಯಾರಿಸಲು ಹೇಳಿ ಮೇಲ್ಗಡೆ ಕೋಣೆಗೆ ಹೋದರೆ ಸಂಜಯನ ಸುಳಿವೇ ಇಲ್ಲ. ಗಾಬರಿಯಿಂದ ಮನೆಕೆಲಸದವರಿಗೆ ಅವರೇನಾದರೂ ಕಂಡರಾ? ಎಂದು ಕೇಳಿದಳು. ಕೆಲಸದಾಕೆ ಹೊರಗಡೆ ಸುತ್ತಾಡಲು ಹೋಗಿರಬಹುದು ಬರ್ತಾರೆ ಬಿಡಿ ಅಮ್ಮಾವ್ರೇ ಎಂದು ಸುಗುಣಳಿಗೆ ಸಮಾಧಾನ ಮಾಡಿದಳು.

ಸುನಂದಮ್ಮ ಸತ್ಯನಾರಾಯಣ ಕಾಶಿಯಿಂದ ನಾಗ್ಪುರ, ಹೈದರಾಬಾದ್ ಮಾರ್ಗವಾಗಿ ಸಂಜೆಯ ವೇಳೆಗೆ ಬೆಂಗಳೂರಿಗೆ ಬಂದು ತಲುಪಿದ್ದರು. ಅಲ್ಲಿಂದ ಅವರ ಪ್ರಯಾಣ ಮೈಸೂರಿನತ್ತ ಸಾಗಿತ್ತು. ಇತ್ತ ಗಂಡನ ಕಾಣದೇ ಸುಗುಣಳ ಚಡಪಡಿಸುವಿಕೆ ಕ್ಷಣಕ್ಷಣಕ್ಕೂ ಪಾದರಸದಂತೆ ಏರುತ್ತಲೇ ಇತ್ತು. ಸಂಜಯನಿಗೆ ಫೋನ್ ಮಾಡಿದರೆ 'ಸ್ವಿಚ್ ಆಫ್' ಎಂಬ ಸಿದ್ಧ ಉತ್ತರ ಪದೇ ಪದೇ ಅವಳ ತಾಳ್ಮೆಯನ್ನು ಪರೀಕ್ಷಿಸತೊಡಗಿತು. ಆಫೀಸಿಗೇನಾದರೂ ಹೋಗಿರಬಹುದು, ಸಂಜೆಯಾಗಿದೆ ಇನ್ನೇನು ಬರಬಹುದೆನ್ನುವ ನಿರೀಕ್ಷೆಯಲ್ಲಿ ಸೂರ್ಯಾಸ್ತದವರೆಗೂ ಕಾದಳು. ದೇವರ ಕೋಣೆಯಲ್ಲಿ 'ನನ್ನ ಗಂಡ ಎಲ್ಲೇ

ಇದ್ದರೂ ಕ್ಷೇಮವಾಗಿ ಮರಳಿ ಮನೆಗೆ ಬರಲಿ. ನನ್ನ ಚಿಂತೆ ದೂರವಾಗಲಿ' ಎಂದು ಕೈ ಮುಗಿದು ದೀಪ ಹಚ್ಚಿದಳು. ಆದರೂ ಅವಳ ದುಗುಡ ಕಡಿಮೆಯಾಗಲಿಲ್ಲ. ಕತ್ತಲಾದ ವೇಳೆಗೆ ಆಟೋದಿಂದ ಕೆಳಗಿಳಿದು ಮನೆ ಒಳಗೆ ಬಂದ ಸತ್ಯನಾರಾಯಣ–ಸುನಂದಮ್ಮರನ್ನು ನೋಡಿ ಸುಗುಣ ಓಡೋಡಿ ಹೋಗಿ ಕಾಲಿಗೆ ಬಿದ್ದು ನಮಸ್ಕರಿಸಿದಳು. ಆತಂಕಭರಿತ ಅವಳ ವದನ ನೋಡಿ ಸುನಂದಮ್ಮ "ಯಾಕೆ ಸುಗುಣ ಇಷ್ಟು ಡಲ್ ಆಗಿದ್ದೀಯಾ? ಇನ್ನು ನಾವು ಬಂದಾಯ್ತಲ್ಲಾ. ಎಲ್ಲಾ ಸರಿ ಹೋಗುತ್ತದೆ" ಎಂದು ಸೊಸೆಯ ತಲೆ ನೇವರಿಸಿದರು. ಅತ್ತೆಯ ಮಾತು ಕೇಳಿ ಸುಗುಣಳ ಕಣ್ಣುಗಳು ಮಂಜಾದವು "ಅತ್ತೆ, ಅವರು ಬೆಳಿಗ್ಗೆ ಹೋದೋರು ಇನ್ನೂ ವಾಪಸ್ ಬಂದಿಲ್ಲ. ನನಗ್ಯಾಕೋ ತುಂಬಾ ಭಯವಾಗ್ತಾಯಿದೆ" ಎಂದು ತೊದಲುತ್ತ ಕೆನ್ನೆಯಿಂದ ಜಾರುತ್ತಿದ್ದ ಕಣ್ಣೀರನ್ನು ಒರೆಸಿಕೊಂಡಳು. "ಅಯ್ಯೋ ಹುಚ್ಚಿ, ಇಷ್ಟಕ್ಕೆಲ್ಲಾ ಅಳ್ತಾರ? ಅವನು ಹಾಗೆ ಯಾವಾಗಲೂ ಆಫೀಸ್ ಅಂತ ಬಡಕೊಳೋನು. ಅವನ ಬಾಸ್ ಪಾರ್ಟಿ ಅಂತ ಎಲ್ಲಾದರೂ ಕರೆದುಕೊಂಡು ಹೋಗಿರಬೇಕು. ಎಲ್ಲಿಗೋಗ್ತಾನೆ? ಬರ್ತಾನೆ ಬಿಡು, ನೀನು ಅರಾಮಾಗಿ ಊಟ ಮಾಡಿ ಮಲಗು " ಎಂದು ಸುನಂದಮ್ಮ ಸೊಸೆಗೆ ಸಮಾಧಾನ ಮಾಡಿ ಪ್ರಯಾಣದ ಆಯಾಸ ತಡೆಯಲಾಗದೇ ತಮ್ಮ ಕೋಣೆಗೆ ಹೋದರು.

ಗಂಡನ ಬರುವಿಕೆಯ ಎದುರು ನೋಡುತ್ತ ಕುಳಿತಿದ್ದ ಸುಗುಣ ಊಟ ಸಹ ಮಾಡದೇ ಮಧ್ಯರಾತ್ರಿಯ ವೇಳೆಗೆ ನಿದ್ರೆಗೆ ಜಾರಿದ್ದಳು. ಬೆಳಿಗ್ಗೆ ಅವಳಿಗೆ ಎಚ್ಚರವಾದಾಗ ಸಮಯ ಆಗಲೇ ಏಳು ಗಂಟೆಯಾಗಿತ್ತು. ತನ್ನ ಗಂಡ ಮನೆಗೆ ಬಂದಿರಬಹುದೆಂದು ಭಾವಿಸಿ ಎಲ್ಲಾ ಕಡೆಗೆ ತಡಕಾಡಿದಳು. ಅವಳ ಕಣ್ಣಿಗೆ ಸಂಜಯನ ನೆರಳೂ ಸಹ ಕಾಣಿಸಲಿಲ್ಲ. ವರಾಂಡದಲ್ಲಿ ಪೇಪರ್ ಓದುತ್ತ ಕುಳಿತಿದ್ದ ಸತ್ಯನಾರಾಯಣನ ಕಂಡು "ಮಾವ, ಅವರು ಮನೆಗೆ ಬಂದಿದ್ದಾರ?" ಎಂದಳು. ಸತ್ಯನಾರಾಯಣ ತನಗೆ ಗೊತ್ತಿಲ್ಲವೆಂಬಂತೆ ತಲೆ ಅಲ್ಲಾಡಿಸಿದ. ಆ ವೇಳೆಗೆ ಅಲ್ಲಿಗೆ ಬಂದ ಸುನಂದಮ್ಮಳಿಗೆ ಸುಗುಣಳ ವದನ ನೋಡಿ ಏನೋ ಅನುಮಾನದ ವಾಸನೆ ಮೂಗಿಗೆ ಬಡಿಯತೊಡಗಿತು. ಒಡನೇ ಮಗನಿಗೊಮ್ಮೆ ಫೋನ್ ಮಾಡಿದಳು. "ಸ್ವಿಚ್ ಆಫ್" ಎಂಬ ಉತ್ತರ ಕಿವಿಗೆ ಬಡಿಯುತ್ತಿತ್ತು. ಕೂಡಲೇ ಸೊಸೆಗೆ ಕೇಳಿದಳು

"ನಿನ್ನೆ ಅವನು ಎಷ್ಟು ಗಂಟೆಗೆ ಮನೆಯಿಂದ ಆಚೆ ಹೋಗಿದ್ದು?"

"ಬೆಳಿಗ್ಗೆ ಐದು ಗಂಟೆಗೆ ಇರಬೇಕು ಅತ್ತೆ".

"ಅಷ್ಟೊತ್ತಿಗೆ ಅವನೆಂದಿಗೂ ಆಫೀಸಿಗೆ ಹೋದವನಲ್ಲ"

"ಇಲ್ಲ ಅತ್ತೆ, ನಾನು ಬೆಳಿಗ್ಗೆ ಐದು ಗಂಟೆಗೆ ಎದ್ದಾಗ ಅವರು ಮನೆಯಲ್ಲಿ ಇರಲಿಲ್ಲ"

"ಇರು ಅವನ ಬಾಸ್‌ಗೆ ಒಮ್ಮೆ ಫೋನ್ ಮಾಡ್ತೀನಿ" ಎಂದು ಶ್ರೀನಿವಾಸರಿಗೆ ಕಾಲ್ ಮಾಡಿದಳು. ಬಹುದಿನಗಳ ನಂತರ ಸಂಜಯನ ಮನೆಯಿಂದ ಕರೆ ಬಂದದ್ದು ನೋಡಿ ಶ್ರೀನಿವಾಸರಿಗೆ ತುಂಬಾ ಖುಷಿಯಾಯಿತು. ಸುನಂದಮ್ಮ ಅವಸರದಿಂದ "ಸರ್, ಸಂಜು ನಿನ್ನೆ ಆಫೀಸಿಗೆ ಬಂದಿದ್ನಾ?" ಎಂದು ಕೇಳಿದರು. ಆ ಪ್ರಶ್ನೆ ಕೇಳಿ ಶ್ರೀನಿವಾಸರಿಗೆ ಅಚ್ಚರಿಯಾಯಿತು! "ನನಗೆ ದೂರದ ಚೆನ್ನೈಗೆ ಟ್ರಾನ್ಸಫರ್ ಆಗಿ ಒಂದು ತಿಂಗಳಾಗುತ್ತ ಬಂತಲ್ಲಾ? ಕೆಲಸಗಳ ಒತ್ತಡದಲ್ಲಿ ನಿಮಗೆ ಖುದ್ದು ನಾನೇ ಈ ವಿಚಾರ ತಿಳಿಸಲು ಆಗಿರಲಿಲ್ಲ. ಜಯ್ ನಿಮಗೆ ಈ ವಿಷಯ ಹೇಳಿರಬಹುದೆಂದು ಸುಮ್ಮನಿದ್ದೆ" ಎಂದರು. ಶ್ರೀನಿವಾಸರ ಬಾಯಿಯಿಂದ ಬಂದ ಉತ್ತರ ಸುನಂದಮ್ಮಳ ಎದೆಬಡಿತ ಹೆಚ್ಚಿಸಿತ್ತು. ಒಡನೇ ಡ್ರೈವರ್ ಕರೆದುಕೊಂಡು ಸುಗುಣಳ ಜೊತೆಗೆ ಸಂಜಯ ಕೆಲಸ ಮಾಡುತ್ತಿದ್ದ ಆಫೀಸಿಗೆ ಹೊರಟಳು.

ರೂಕೋ ಮೈಸೂರು ಬ್ರಾನ್ಯಂಚಿನ ಗೇಟಿನ ಬಳಿ ವಾಚಮನ್ ಆಫೀಸಿಗೆ ಬರುವ ಸಿಬ್ಬಂಧಿಗಳಿಗೆಲ್ಲರಿಗೂ ಸೆಲ್ಯೂಟ್ ಹೊಡೆದು ಒಳಗಡೆ ಬಿಡುತ್ತಿದ್ದ. ಆದರೆ ಅಪರಿಚಿತರಾದ ಸುಗುಣ, ಸುನಂದಮ್ಮರನ್ನು ಕಂಡು ಅನುಮಾನದಿಂದ ಪ್ರವೇಶದ್ವಾರದ ಬಳಿಯೇ ತಡೆದು ನಿಲ್ಲಿಸಿದ. ಅವರ ವದನಗಳನ್ನೊಮ್ಮೆ ದಿಟ್ಟಿಸಿ ನೋಡಿ ಹೊಸದಾಗಿ ಕೆಲಸಕ್ಕೆ ಜಾಯಿನ್ ಆಗಿರುವವರಿರಬಹುದೇ! ಎಂಬ ಸಂಶಯದಿಂದ ಕೇಳಿದ

"ನೀವು ಯಾರು?"

"ನಾನು ಸಂಜಯನ ತಾಯಿ. ಇವಳು ಸಂಜಯನ ಪತ್ನಿ"

"ಈಗ ನಿಮಗಿಲ್ಲೇನು ಕೆಲಸವಿತ್ತು ಮೇಡಂ!"

"ನಿನ್ನೆ ಸಂಜು ಡ್ಯೂಟಿಗೆ ಬಂದಿದ್ನಾ? ಎಂದು ತಿಳಿದುಕೊಳ್ಳಬೇಕಿತ್ತಷ್ಟೆ"

ಸುನಂದಮ್ಮಳ ಮಾತು ಕೇಳಿ ವಾಚ್ಮನ್‌ನ ಬಾಯಿ ಬೊಂಬಾಯಿಯಷ್ಟಗಲವಾಗಿತ್ತು. ತಲೆಕೆರೆದುಕೊಳ್ಳುತ

"ಕೆಲವು ದಿನಗಳ ಹಿಂದೆಯೇ ಅವರನ್ನು ಕೆಲಸದಿಂದ ಸಸ್ಪೆಂಡ್ ಮಾಡಿದ್ದರಲ್ಲ!" ಎಂದನು. (ಅವನ ತೆರೆದ ಬಾಯಿ ತೆರೆದೇ ಇತ್ತು.) ವಾಚ್‌ಮನ್ ಹೇಳಿದ ಮಾತು ಕೇಳಿ ಅತ್ತೆ-ಸೊಸೆ ಇಬ್ಬರಿಗೂ ಸಿಡಿಲು ಬಡಿದಂತಾಯಿತು. ಸುನಂದಮ್ಮ ಎದೆಯಮೇಲೆ ಕೈಯಿಟ್ಟುಕೊಂಡು ಕೇಳಿದಳು

"ಏನು ಸಸ್ಪೆಂಡಾ!"

"ಹೌದು!"

"ಯಾವ ವಿಚಾರಕ್ಕೆ ಅಂತ ನಿಮಗೇನಾದರೂ ಗೊತ್ತಾ?"

"ಏನೋ ಚಿಕ್ಕಪುಟ್ಟ ವಿಷಯಕ್ಕೆ ಸಂಜಯ್ ಸರ್ ಮತ್ತು ವಾಸುಕಿ ಸರ್ ನಡುವೆ ಜಗಳ ಆಗಿತ್ತು. ಅದಕ್ಕೆ ಹೊಸದಾಗಿ ಬಂದಿರೋ ಬಾಸ್ ಸಂಜಯ್

ಸರ್‌ನ ಸಸ್ಪೆಂಡ್ ಮಾಡಿದ್ದರು. ಇದಿಷ್ಟೇ ನನಗೆ ಗೊತ್ತಿರೋದು ಮೇಡಂ" ಎಂದು ಕೈ ಮುಗಿದ.

ಬಹುಶಃ ಈ ಅವಮಾನ ತಾಳಲಾರದೆ ನನ್ನ ಗಂಡ ಏನಾದರೂ ದುಡುಕಿರಬಹುದೇ! ಎಂಬ ಆತಂಕದಿಂದ ಸುಗುಣ ಜೋರಾಗಿ ಅಳತೊಡಗಿದಳು. ಸುನಂದಮ್ಮ "ಏನೂ ಆಗಿರೋಲ್ಲ. ಎಲ್ಲಾದರೂ ಹೊರಗೆ ಹೋಗಿರಬೇಕು. ಬರ್ತಾನೆ ಅಳಬೇಡ" ಎಂದು ಸೊಸೆಗೆ ಸಮಾಧಾನ ಮಾಡುತ್ತಾ ಮನೆಗೆ ಕರೆತಂದರು. ಮನೆಮಂದಿಗೆಲ್ಲಾ ವಿಷಯ ತಿಳಿದು ನಂದನವನದಂತಿದ್ದ ಮನೆ ಸ್ಮಶಾನದಂತಾಯಿತು. ಸಂಜಯ ಮನೆಗೆ ಬಂದೇ ಬರುತ್ತಾನೆನ್ನುವ ನಂಬಿಕೆಯಿಂದ ಎಲ್ಲರೂ ಅವನ ಬರುವಿಕೆಯ ದಾರಿ ಎದುರು ನೋಡುತ ಕಾದು ಕಾದು ಸೋತು ಹೋದರು.

***

ಕನ್ನಿಕಾ ತುಂಬಾ ಕಷ್ಟಪಟ್ಟು ನಾಲ್ಕು ಲಕ್ಷ ಹಣ ಜೋಡಿಸಿಟ್ಟು ಕೊಂಡಿದ್ದಳು. ಅದನ್ನು ತನ್ನ ಓನರಿಗೆ ಹಿಂತಿರುಗಿಸಿ ಸಾಲದಿಂದ ಮುಕ್ತಳಾಗಬೇಕೆಂದು ಅವನ ಮನೆಗೆ ಹೋದಾಗ ಅವಳಿಗೊಂದು ಅಚ್ಚರಿ ಕಾದಿತ್ತು. ಅವಳ ಓನರ್ "ಈಗಾಗಲೇ ಸಾಲ ತೀರಿದೆ" ಎಂದು ಅವಳ ಬಳಿ ಹಣ ಪಡೆಯಲು ನಿರಾಕರಿಸಿದನು. ಕನ್ನಿಕಾಳಿಗೆ ಒಂದು ಕ್ಷಣ ನಂಬಲಾಗಲಿಲ್ಲ. ಕುತೂಹಲದಿಂದ "ಯಾರವರು ನಿಮಗೆ ಹಣ ಕೊಟ್ಟಿದ್ದು?" ಎಂದು ಕೇಳಿದಳು. "ಆಗಾಗ ನಿನ್ನ ಹುಡುಕಿಕೊಂಡು ಬರ್ತಿದ್ರಲ್ಲಾ ತೆಳ್ಳಗೆ, ಬೆಳ್ಳಗೆ ಇದ್ದ ಹುಡುಗ. ಅವರೇ ನಿನ್ನ ಸಾಲದ ಹಣ ಪಾವತಿಸಿದ್ದಾರೆ" ಎಂದು ಕಾಲ್‌ಸೆಂಟರ್ ಓನರ್ ಅವಳ ಕುತೂಹಲಕ್ಕೆ ತೆರೆ ಎಳೆದ. ಆಗಲೇ ಕನ್ನಿಕಾಳಿಗೆ ಅವರು ಬೇರೆ ಯಾರೂ ಅಲ್ಲ, ಸಂಜಯನೇ ಎಂಬ ಸತ್ಯ ಅರಿವಾಯಿತು. ಆಸ್ಪತ್ರೆಯ ಬಿಲ್ ಸಹ ಅವನೇ ಕಟ್ಟಿರಬೇಕು. ಅದ್ಯಾವ ಜನ್ಮದ ಋಣಾನುಬಂಧವೋ? ಈ ಪುಣ್ಯಾತ್ಮ ನಮ್ಮ ಪಾಲಿಗೆ ದೇವರಾದ. ಸಂಜಯನ ನೆನೆದು ಕನ್ನಿಕಾಳ ಕಣ್ಣುಗಳ ತುಂಬಾ ಆನಂದಬಾಷ್ಪ ಉಕ್ಕಿಬಂತು. ಈ ಉಪಕಾರ ಹೇಗೆ ತೀರಿಸುವುದೆಂದು ತಡಬಡಾಯಿಸುತ ಸಂಜಯನಿಗೊಂದು ಕಾಲ್ ಮಾಡಿದಳು. ಆದರೆ ಮೊಬೈಲ್ ರಿಂಗಣಿಸಲಿಲ್ಲ. ಅವನ ಹುಡುಕಿಕೊಂಡು ಆಫೀಸಿಗೆ ಹೋದರೆ ಕೆಲಸದಿಂದ ಸಸ್ಪೆಂಡ್ ಮಾಡಿರುವ ವಿಚಾರ ಗೊತ್ತಾಯಿತು. ಒಳ್ಳೆಯತನಕ್ಕೆ ಈ ಪ್ರಪಂಚದಲ್ಲಿ ಸಿಗುವ ಬೆಲೆ ಇಷ್ಟೇ ಎಂಬ ವಿಷಾದದಿಂದ ಸಂಜಯನ ಮನೆಗೆ ಹೋದಳು.

ಹೆತ್ತವರು, ಕಟ್ಟಿಕೊಂಡವಳು ಯಾರ ಪರಿವೆಯೂ ಇಲ್ಲದೇ ಮನೆ ತೊರೆದಿರುವ ಮಗನ ನೆನೆಯುತ್ತಾ ಸುನಂದಮ್ಮ, ಸತ್ಯನಾರಾಯಣ ತಲೆ ಮೇಲೆ ಕೈಹೊತ್ತುಕೊಂಡು ಕುಳಿತಿದ್ದರು. ಆ ವೇಳೆ ಅಲ್ಲಿಗೆ ಬಂದ ಕನ್ನಿಕಾ ಹಿರಿಯರಿಗೆ

ಕೈ ಮುಗಿದು "ಸಂಜಯ್ ಇದ್ದಾರ?" ಎಂದು ಕೇಳಿದಳು. ಅವಳನ್ನು ಅಡಿಯಿಂದ ಮುಡಿಯವರೆಗೆ ಕಿತ್ತು ತಿನ್ನುವ ಹಾಗೆ ನೋಡಿದ ಸುನಂದಮ್ಮ ಮೆಲ್ಲಗೆ 'ನಮ್ಮ ಸಂಜು ಮದುವೆ ಆಗೋ ಮುಂಚೆ ಬೇರೆ ಯಾರೋ ಹುಡುಗಿ ಬಗ್ಗೆ ತಲೆಕೆಡಿಸಿಕೊಂಡಿದಾನಂತ ನಾವು ಸಂಶಯ ಪಡ್ತಿದ್ವಲ್ಲಾ ಆ ಹುಡುಗಿ ಇವಳೇ ಇರಬಹುದಾ!' ಎಂದು ಗಂಡನ ತಲೆಯೊಳಗೆ ಹುಳ ಬಿಟ್ಟಳು. ಸತ್ಯನಾರಾಯಣ ಕನ್ನಿಕಾಳನ್ನು ದಿಟ್ಟಿಸಿ ನೋಡಿ ಕುತೂಹಲದಿಂದ ಕೇಳಿದ

"ನೀವ್ಯಾರಮ್ಮ?"

"ನಾನು ಕನ್ನಿಕಾ ಅಂತ ಸಂಜಯನ ಆಪ್ತಳು"

"ಆಪ್ತಳು ಅಂದರೆ!"

"ಅಂದರೆ, ಅವರಿಗೆ ನಾನು ಅಕ್ಕನ ಸಮಾನ"

ಕನ್ನಿಕಾಳ ಬಾಯಿಯಿಂದ ಹೊರಬಂದ ಮಾತು ಕೇಳಿ ಸುನಂದಮ್ಮ ಸತ್ಯನಾರಾಯಣ ಇಬ್ಬರೂ ಮುಖಮುಖ ನೋಡಿಕೊಂಡರು. ಅದೇ ವೇಳೆಗೆ ಅಲ್ಲಿಗೆ ಸುಗುಣ ಆಗಮಿಸಿದಳು. ಆ ಸುಂದರ ಮೊಗದ ಆಸೆಕಂಗಳ ಹುಡುಗಿಯ ನೋಡಿ ಸಂಜಯನ ತಂಗಿ ಇರಬಹುದೆಂದು ಭಾವಿಸಿದ ಕನ್ನಿಕಾ "ಇವರು ನಿಮ್ಮ ಮಗಳಾ!" ಎಂದು ಕೇಳಿದಳು. "ಇವಳು ಸಂಜಯನ ಹೆಂಡತಿ, ನನ್ನ ಸೊಸೆ; ಮಗಳ ಸಮಾನಳೇ" ಎಂದರು ಸುನಂದಮ್ಮ. ಅವರ ಮಾತು ಕೇಳಿ ಕನ್ನಿಕಾಳಿಗೆ ಶಾಕ್ ಹೊಡೆದಂತಾಯಿತು. ಅವಸರದಿಂದ "ನಾನು ಸಂಜುನ ಸ್ವಲ್ಪ ನೋಡಬೇಕಿತ್ತು" ಎಂದು ಚಡಪಡಿಸಿದಳು. ಆಕೆಯ ಮಾತಿಗೆ ಸುಗುಣ, ಸುನಂದಮ್ಮ ಇಬ್ಬರ ಕಣ್ಣುಗಳು ತೇವಗೊಂಡವು. "ಅವನು ಮನೆ ಬಿಟ್ಟು ಹೋಗಿ ಆಗಲೇ ನಾಲ್ಕು ದಿನ ಆಯಿತು. ಎಲ್ಲಿದ್ದಾನೋ? ಹೇಗಿದ್ದಾನೋ? ನಮಗೆ ಒಂದೂ ಗೊತ್ತಿಲ್ಲ. ನಿಮಗೇನಾದರೂ ಅವನ ಕಡೆಯಿಂದ ಫೋನ್ ಬಂದರೆ ದಯವಿಟ್ಟು ನಮಗೆ ತಿಳಿಸಿ" ಎಂದು ಸುನಂದಮ್ಮ ಕನ್ನಿಕಾಳಿಗೆ ಕೈ ಮುಗಿದರು. ತಾಯ್ಗರುಳಿನ ಸಂಕಟ ಕೇಳಿ ಅವಳಿಗೆ ಮಾತೇ ಹೊರಡಲಿಲ್ಲ. ತುಸು ಸಾವರಿಸಿಕೊಂಡು "ಪೋಲೀಸರಿಗೆ ಒಂದು ಕಂಪ್ಲೆಂಟ್ ಕೊಡಿ. ಅವರು ಮೊಬೈಲ್ ಟ್ರ್ಯಾಕ್ ಮಾಡಿ ಸಂಜು ಎಲ್ಲಿದ್ದಾರಂತ ಪತ್ತೆ ಹಚ್ಚುತ್ತಾರೆ" ಎಂದು ಸಲಹೆ ಕೊಟ್ಟಳು. ಅವರ ಮಾತಿನ ಮಧ್ಯೆ ಪ್ರವೇಶಿಸಿದ ಸತ್ಯನಾರಾಯಣ "ನಮಗೂ ಗೊತ್ತು, ಅವನು ಇಲ್ಲೇ ಎಲ್ಲಾದರೂ ಹೋಗಿರಬಹುದು ಎಂದು ಭಾವಿಸಿ ಮರ್ಯಾದೆಗೆ ಅಂಜಿ ಕಂಪ್ಲೆಂಟ್ ಕೊಡಲಿಲ್ಲ. ಇಂದು ಆಗಿದ್ದಾಗಲಿ ಪೋಲೀಸ್ ಸ್ಟೇಶನ್‌ಗೆ ಹೋಗಿ ಬರುತ್ತೇನೆ" ಎಂದನು. "ಮೊದಲು ಹೋಗಿ ಬನ್ನಿ ಸರ್, ಇಂತಹ ವಿಚಾರದಲ್ಲಿ ಮರ್ಯಾದೆಯ ಪ್ರಶ್ನೆ ಬೇಡ. ನಿಮಗೇನಾದರೂ ನನ್ನಿಂದ ಸಹಾಯ ಬೇಕೆಂದರೆ ಈ ನಂಬರಿಗೆ ಕಾಲ್ ಮಾಡಿ, ನಾನು ನಿಮಗೆ ಸಿಗುತ್ತೇನೆ" ಎಂದು ಹೇಳಿದ ಕನ್ನಿಕಾ ಅಲ್ಲಿಂದ ಹೊರ ನಡೆದಳು.

ಸುಧಾಕರ ಅಳಿಯ ನಾಪತ್ತೆಯಾಗಿರುವ ವಿಚಾರ ತಿಳಿದು ಮೈಸೂರಿಗೆ ಓಡೋಡಿ ಬಂದ. ಎಲ್ಲರೂ ಹತ್ತಿರದ ಪೋಲೀಸ್ ಠಾಣೆಗೆ ಹೋಗಿ ತಮಗೆ ಸಂಶಯವಿರುವ ವಾಸುಕಿಯ ಮೇಲೆ ಕಂಪ್ಲೆಂಟ್ ಕೊಟ್ಟರು. ಪೋಲೀಸರು ವಾಸುಕಿಯನ್ನು ಹುಡುಕಿ ಠಾಣೆಗೆ ಕರೆತಂದು ವಿಚಾರಿಸಿದಾಗ ಅವನು 'ನನಗೆ ಏನೂ ಗೊತ್ತಿಲ್ಲ' ಎಂದನು. ಕೂಡಲೇ ಸತ್ಯನಾರಾಯಣ ರೂಕೋ ಮೈಸೂರು ಬ್ರ್ಯಾಂಚಿನ ವಾಚ್‌ಮನ್‌ನನ್ನು ಠಾಣೆಗೆ ಕರೆತಂದರು. ವಾಚ್ಮನ್ ಯಾವ ಅಳುಕಿಲ್ಲದೇ ಸಂಜಯನ ಸಸ್ಪೆಂಡ್ ವಿಚಾರದಲ್ಲಿ ವಾಸುಕಿಯ ಜಗಳದ ಬಗ್ಗೆ ತಿಳಿಸಿದಾಗ ಪೋಲೀಸರಿಗೆ ವಾಸುಕಿಯ ಮೇಲೆ ಬಲವಾದ ಸಂಶಯ ಮೂಡಿ ಬೆನ್ನಿಗೆ ಎರಡು ಬಾರಿಸಿದರು. ಆ ಹೊಡೆತಗಳಿಗೆ ಹೆದರಿದ ವಾಸುಕಿ ಕೊನೆಗೂ "ಹೌದು ನನಗೆ ಸಂಜಯನ ಕಂಡರೆ ಆಗಿಬರುತ್ತಿರಲಿಲ್ಲ. ಅದಕ್ಕೆ ಅವನು ಒಂಟಿಯಾಗಿ ಸಿಕ್ಕಾಗಲೆಲ್ಲ ಕೆಣಕುತ್ತಿದ್ದೆ. ಆದರೆ ಈಗ ಸಂಜಯ ನಾಪತ್ತೆಯಾಗಿರೋದಕ್ಕೂ ನನಗೂ ಯಾವುದೇ ಸಂಬಂಧವಿಲ್ಲ" ಎಂದು ಬಾಯ್ಬಿಟ್ಟ. ಸುನಂದಮ್ಮಳಿಗೆ ವಾಸುಕಿಯ ಮಾತುಗಳು ಕೇಳಿ ರೋಷ ಉಕ್ಕಿ ಬಂತು. ಆವೇಶದಿಂದ ತಾನು ನಿಂತಿರುವ ಸ್ಥಳದ ಅರಿವಿಲ್ಲದೇ ವಾಸುಕಿಯ ಕೊಳಪಟ್ಟಿ ಹಿಡಿದು "ಅಯ್ಯೋ ಪಾಪಿ, ನನ್ನ ಮಗ ನಿನಗೇನು ದ್ರೋಹ ಮಾಡಿದ್ದ? ಸಂಜುನ ಏನು ಮಾಡಿದೆ ಅಂತ ಹೇಳೋ? ನಿನ್ನ ಕಾಲಿಗೆ ಬೀಳ್ತೀನಿ ಸಂಜು ಈಗ ಎಲ್ಲಿದ್ದಾನಂತ ಹೇಳೋ" ಎಂದು ಉರುಳಾಡಿ ಅತ್ತಳು. ಪೋಲೀಸರು ಸುನಂದಮ್ಮಳಿಗೆ ಸಮಾಧಾನ ಮಾಡಿ ಶೀಘ್ರದಲ್ಲೇ ನಿಮ್ಮ ಮಗನ ಹುಡುಕಿ ಕೊಡುತ್ತೇವೆ. ನೀವೀಗ ಮನೆಗೆ ಹೊರಡಿ ಎಂದು ಭರವಸೆ ನೀಡಿ ಕಳಿಸಿದರು.

ಪೋಲೀಸರ ಎರಡು ಲಾಟಿ ಏಟಿಗೆ ಗಡಗಡ ನಡುಗುತ್ತ ಕುಳಿತಿದ್ದ ವಾಸುಕಿ "ಸರ್ ನನ್ನದೇನು ತಪ್ಪಿಲ್ಲ. ದಯವಿಟ್ಟು ನನ್ನ ಬಿಟ್ಟುಬಿಡಿ" ಎಂದು ಪೋಲೀಸರ ಕಾಲು ಹಿಡಿದು ಪರಿಪರಿಯಾಗಿ ಬೇಡಿಕೊಂಡ. ಬಿಡುತ್ತೇವೆ ಆದರೆ ನಾವು ಕರೆದಾಗಲೆಲ್ಲಾ ಠಾಣೆಗೆ ಬಂದು ವಿಚಾರಣೆಗೆ ಹಾಜರಾಗಬೇಕು. ಇಲ್ಲ ಅಂದ್ರೆ ಗೊತ್ತಲ್ಲಾ ಇದೇ ಲಾಟಿಯಿಂದ ಚರ್ಮ ಸುಲಿಯಬೇಕಾಗುತ್ತದೆ. ಎಂದು ಬೆದರಿಸಿ ವಾಸುಕಿಯ ಕಡೆಯಿಂದ ಮುಚ್ಚಳಿಕೆ ಪತ್ರ ಬರೆಸಿಕೊಂಡು ಮನೆಗೆ ಹೋಗಲು ಬಿಟ್ಟರು.

***

ಸಂಜಯ ಆಗಲೇ ಸಾಗಿದ್ದ ದೂರ
ಆದರೆ ಅವನನ್ನೇ ನಂಬಿದವರೆಲ್ಲರ ಹೃದಯಗಳು ಬಲು ಭಾರ...!

ನಾಗ್ಪುರ ಮಾರ್ಗವಾಗಿ ಕಾನ್ಪುರ ತಲುಪಿದ ಸಂಜಯ ಅಲ್ಲಿಂದ ಲಕ್ನೋಗೆ ಪ್ರಯಾಣ ಬೆಳೆಸಿದ್ದ. ಆಗೊಮ್ಮೆ, ಈಗೊಮ್ಮೆ ಸುಗುಣ ನನ್ನ ಅಗಲುವಿಕೆಯಿಂದ ಎಷ್ಟು ನೊಂದಿರುವಳೋ ಎಂಬ ಆಲೋಚನೆ ತಲೆಯೊಳಗೆ ಸುಳಿದು ಖೇದವೆನಿಸಿದರೆ ದೇಬಶಿಷ್‌ನಿಗೆ ತಾನೀಗ ಹತ್ತಿರವಾಗುತ್ತಿರುವೆ ಎನ್ನುವ ಪುಳಕ ಅವನೊಳಗಿನ ಸಂಕಟವನ್ನು ಹೊಡೆದೋಡಿಸುತ್ತಿತ್ತು. ಉಟ್ಟುಡುಗೆಯಲ್ಲಿ ಮನೆ ತೊರೆದ ನಂತರ ಮೊಬೈಲ್, ಲ್ಯಾಪ್ಟಾಪ್ ಬಳಸದೇ ಐದಾರು ದಿನಗಳೇ ಕಳೆದುಹೋಗಿದ್ದವು. ಕೆಲವೊಮ್ಮೆ ಕೈಕಾಲು, ತಲೆಗೆ ಚಿಟ್ಟಿಡಿಸಿದಂತಾಗಿ ರೈಲುಗಾಡಿಯ ಕಿಟಕಿಯ ಕಂಬಿಗಳನ್ನು ಬಲವಾಗಿ ತಳ್ಳಲು ಯತ್ನಿಸುತ್ತಿದ್ದ. ರೈಲು ನಿಲುಗಡೆಯಾದ ಕಡೆಯಲ್ಲಾ ಜನರು ಹತ್ತಿ, ಇಳಿದು ಅವನೆದುರಿನಿಂದಲೇ ಓಡಾಡುತ್ತಿದ್ದರೂ ಅವನ ಕಣ್ಣಿಗವರು ಜೀವಂತ ಗೊಂಬೆಗಳಂತೆಯೇ ಗೋಚರಿಸುತ್ತಿದ್ದರು. ಕೇವಲ ಕನ್ನಡ ಭಾಷೆಯಲ್ಲದೇ ಇಂಗ್ಲೀಷ್, ಹಿಂದಿ, ತೆಲುಗು, ಮರಾಠಿ ಭಾಷೆಗಳನ್ನು ಪಾರಂಗತಗೊಳಿಸಿಕೊಂಡಿದ್ದ ಸಂಜಯನಿಗೆ ಉತ್ತರ ಭಾರತದ ಪಯಣವೇನೂ ಕಷ್ಟವೆನಿಸಲಿಲ್ಲ. ತನ್ನ ಪಕ್ಕದಲ್ಲಿ ಕುಳಿತಿದ್ದ ಸಹಪ್ರಯಾಣಿಕರೊಬ್ಬರ ಸಹಾಯದಿಂದ ದೇಬಶಿಷ್‌ಗೆ ಕರೆ ಮಾಡಿ ತಾನೀಗ ಕಾನ್ಪುರದಿಂದ ಲಕ್ನೋಗೆ ಹೊರಟಿರುವುದಾಗಿಯೂ, ಅಲ್ಲಿಗೆ ತಲುಪಿದ ನಂತರ ರೈಲು ನಿಲ್ದಾಣದಲ್ಲಿ ನಿನಗೋಸ್ಕರ ಕಾಯುವುದಾಗಿಯೂ ತಿಳಿಸಿದ್ದನು.

ಸುಧಾಕರ ಒಂದು ದಿನ ಮಗಳ ಜೊತೆಗೇ ಉಳಿದುಕೊಂಡು ಕಳೆದ ಬಾರಿ ತಾನು ಇಲ್ಲಿಗೆ ಬಂದಾಗ ಸಂಜಯ ನೋಡಿಕೊಂಡ ಪರಿಯನ್ನು ಬಣ್ಣಿಸಿ ಕಣ್ಣೀರಿಟ್ಟ. ಹಾಗೆಯೇ ಮಗಳಿಗೆ "ನಿನ್ನ ಗಂಡ ಎಲ್ಲೇ ಇದ್ದರೂ ಹುಡುಕಿ ಕರೆತರುವ ಜವಾಬ್ದಾರಿ ನನ್ನದು. ನೀನು ಮನಸ್ಸಿಗೆ ಹಚ್ಚಿಕೊಂಡು ಕೊರಗಬೇಡ" ಎಂದು ಸಮಾಧಾನ ಮಾಡಿ ಮರುದಿನ ಬೆಳಿಗ್ಗೆ ಬೆಂಗಳೂರಿನ ಸೈಬರ್ ಕಛೇರಿಗೆ ಹೊರಟನು.

ಶಬರಿಯಂತೆ ಮಗ ಮನೆಗೆ ಬರುವ ದಾರಿ ನೋಡುತ್ತಾ ಕುಳಿತಿದ್ದ ಸುನಂದಮ್ಮ, ನನ್ನ ಗಂಡನಿಗೆ ಏನೂ ಅನಾಹುತ ಆಗದಿರಲೆಂದು ಸತಿ ಸಾವಿತ್ರಿಯಂತೆ ದೇವರ ಕೋಣೆಯಲ್ಲಿ ಪ್ರಾರ್ಥಿಸುತ್ತ ಕುಳಿತಿದ್ದ ಸುಗುಣ, ಅಳಿಯನಿಗಾಗಿ ಶೋಧನೆಯಲ್ಲಿ ತೊಡಗಿದ್ದ ಸುಧಾಕರ, ತನ್ನ ಮರ್ಯಾದೆ ಬೀದಿಪಾಲಾಯಿತೆಂದು ತಲೆಮೇಲೆ ಕೈಹೊತ್ತು ಕುಳಿತಿದ್ದ ಸತ್ಯನಾರಾಯಣ ಎಲ್ಲರಿಗೂ ಸಂಜಯ ಮನೆ ತೊರೆದದ್ದು ತಲೆಯ ಮೇಲೆ ಬೆಟ್ಟ ಬಿದ್ದಂತಾಗಿತ್ತು.

ಸುಗುಣಳ ದೊಡ್ಡಪ್ಪನ ಮಗ ಶಶಿ ರಜೆಯ ಮೇರೆಗೆ ಅಮೇರಿಕಾದಿಂದ ತಾಯ್ನಾಡಿಗೆ ಬಂದಿದ್ದ. ಬೆಂಗಳೂರಿಗೆ ಕಾಲಿಟ್ಟ ಕೂಡಲೇ ಅವನಿಗೆ ನೆನಪಾಗಿದ್ದು ತನ್ನ ಚಿಕ್ಕಪ್ಪನ ಮುದ್ದಿನ ಮಗಳು ಸುಗುಣ. ರಜೆ ಸಿಗದ ಕಾರಣ

ಕೆಲಸಗಳ ಒತ್ತಡದಲ್ಲಿ ಅವಳ ಮದುವೆಗೆ ಬರಲು ಆಗದ ಬೇಸರ ಇನ್ನೂ ಅವನಿಗೆ ಕಾಡುತ್ತಿತ್ತು. ತಂಗಿಗೆ ಈಗಲೂ ನನ್ನ ಮೇಲೆ ಕೋಪವಿರಬಹುದು! ನನ್ನ ನೋಡಿದರೆ ಅವಳು ಮಾತಾಡಿಸದೇ ರೇಗಾಡಬಹುದು! ಏನೇ ಆಗಲೀ ಬಾಲ್ಯದಿಂದಲೂ ಎತ್ತಿ ಆಡಿಸಿದ ಅವಳಿಗೊಂದು ಸರ್ಪ್ರೈಸ್ ಕೊಡಬೇಕು! ಎಂದು ಆಲೋಚಿಸಿದ ಶಶಿ ಒಡನೇ ಸುಧಾಕರನಿಗೆ ಕರೆಮಾಡಿ ತಾನು ಸುಗುಣಳ ನೋಡಲು ಶಿವಮೊಗ್ಗಕ್ಕೆ ಬರುವುದಾಗಿ ತಿಳಿಸಿದ. ಆದರೆ ಅವಳೀಗ ಮೈಸೂರಿನಲ್ಲಿರುವ ವಿಚಾರ ತಿಳಿದು ಅವಳ ಗಂಡನ ಮನೆಯ ವಿಳಾಸ ಕೇಳಿ ಪಡೆದುಕೊಂಡ.

ಸಂಜಯ ಮನೆ ಬಿಟ್ಟು ಹೋದ ದಿನದಿಂದಲೂ ಸುಗುಣ ಸರಿಯಾಗಿ ಊಟ, ನಿದ್ರೆ ಮಾಡಿರಲಿಲ್ಲ. ಅವಳ ಕೈಕಾಲುಗಳು ಸೊರಗಿ ಮುಖದ ಚೆಲುವು ತುಸು ಕಳೆಗುಂದಿತ್ತು. ಗಂಡ ಬರಬಹುದೆನ್ನುವ ನಿರೀಕ್ಷೆ ಹೊತ್ತು ಯಾವಾಗಲೂ ಕಿಟಕಿಯಿಂದ ಮನೆಯಾಚೆಯ ಗೇಟಿನತ್ತ ದೃಷ್ಟಿ ನೆಟ್ಟಿರುತ್ತಿದ್ದಳು. ಪುಸ್ತಕಗಳ ಕಪಾಟಿನ ಮೇಲಿಟ್ಟಿದ್ದ ಸಂಜಯನ ನಗುಮುಖದ ಫೋಟೋವೊಂದು ಸುಗುಣಳ ನೋಡಿ ಕೊರಗದಿರು ಮನಸೇ ನಾನಿದ್ದೇನೆ! ಎಂದು ನುಡಿದಂತೆ ಭಾಸವಾಯಿತು. ಒಡನೇ ಸುಗುಣ ಆ ಫೋಟೋವನ್ನು ತಬ್ಬಿಕೊಂಡು “ನಾನೇ ತಪ್ಪು ಮಾಡಿಬಿಟ್ಟೆ ರೀ, ಅಂದು ನಿಮಗೆ ನಾನೇನೂ ಕೇಳದೇ ಇದ್ದಿದ್ದರೆ ನೀವಿಂದು ಮನೆಬಿಟ್ಟು ಹೋಗುತ್ತಿರಲಿಲ್ಲವೇನೋ? ಈ ಜೀವನದಲ್ಲಿ ಮತ್ತೊಮ್ಮೆ ನಿಮಗೆ ಪ್ರಶ್ನಿಸಲಾರೆ. ದಯವಿಟ್ಟು ಎಲ್ಲೇ ಇದ್ದರೂ ವಾಪಸ್ ಬನ್ನಿ” ಎಂದು ಬಿಕ್ಕಿ ಬಿಕ್ಕಿ ಅಳತೊಡಗಿದಳು. ಆ ಮಾತುಗಳನ್ನೆಲ್ಲಾ ಕೇಳಿಸಿಕೊಂಡ ಸುನಂದಮ್ಮ ಹೌಹಾರಿ “ನನಗೆ ನಿನ್ನ ಮೇಲೆ ಮೊದಲಿನಿಂದಲೂ ಸಂಶಯವಿತ್ತು. ನನ್ನ ಮಗ ಹೀಗೆಲ್ಲ ಮನೆಬಿಟ್ಟು ಹೋಗುವವನಲ್ಲ. ನೀನೇ ಏನೋ ಕಿತಾಪತಿ ಮಾಡಿರಬೇಕು. ಹೇಳೇ ಏನು ತಪ್ಪು ಮಾಡಿದೆ? ಅವನು ಮನೆಬಿಟ್ಟು ಏಕೆ ಹೋದ! ಹೇಳೇ” ಎಂದು ಸೊಸೆಯ ಕೈ ಹಿಡಿದು ಎಳೆದಾಡಿದಳು. ಇಷ್ಟು ದಿನ ತನ್ನ ಪಾಲಿಗೆ ತಾಯಿಯಂತಿದ್ದ ಅತ್ತೆ ಇಂದು ತನ್ನ ಮಾತನ್ನು ತಪ್ಪಾಗಿ ಅರ್ಥೈಸಿಕೊಂಡು ಸಂಶಯ ಪಟ್ಟಿದ್ದು ನೋಡಿ ಸುಗುಣಳಿಗೆ ಆಕಾಶವೇ ಕಳಚಿ ತಲೆ ಮೇಲೆ ಬಿದ್ದಂತಾಯಿತು. “ಇಲ್ಲ ಅತ್ತೆ, ಅವರು ಮೂಗರಂತೆ ಇದ್ದದ್ದು ನೋಡಿ ಒಮ್ಮೆಯಾದರೂ ಮಾತಾಡಿ ಅಂತ ಕೈಮುಗಿದು ಕೋರಿಕೊಂಡೆನೇ ಹೊರತು ಮತ್ತೇನೂ ಅಂದಿಲ್ಲ” ಎಂದು ಸುಗುಣ ಕುಸಿದು ಕುಳಿತಳು. ತನ್ನ ಪತ್ನಿಯ ಜೋರು ಧ್ವನಿ ಕೇಳಿ ಅಲ್ಲಿಗೆ ಬಂದ ಸತ್ಯನಾರಾಯಣ “ಇವಳು ಹಾಗೆ, ಆಗಾಗ ಹುಚ್ಚುಚ್ಚಾಗಿ ವರ್ತಿಸ್ತಾಳೆ. ಕಾಲ ಎಲ್ಲಾ ಸರಿಪಡಿಸುತ್ತದೆ” ಎಂದು ಸೊಸೆಗೆ ಸಮಾಧಾನ ಮಾಡಿ ಹುಚ್ಚಿಯಂತೆ ನಿಂತಿದ್ದ ಹೆಂಡತಿಯನ್ನು ಎಳೆದುಕೊಂಡು ಹೋದ.

ಕಾನ್ಪುರ ಮಾರ್ಗವಾಗಿ ಲಕ್ನೋ ತಲುಪಿದ ಸಂಜಯ ರೈಲ್ವೆ ಸಿಬ್ಬಂಧಿಯ ಸಹಾಯದಿಂದ ದೇಬಶಿಷ್‌ಗೆ ಕರೆಮಾಡಿ ತಾನೀಗ ಲಕ್ನೋ ರೈಲ್ವೆ ನಿಲ್ದಾಣದಲ್ಲಿರುವ ವಿಚಾರ ತಿಳಿಸಿದ. ಅರ್ಧ ತಾಸಿನ ತರುವಾಯ ದೇಬ್ ರೈಲ್ವೆ ನಿಲ್ದಾಣದಲ್ಲಿ ಪ್ರತ್ಯಕ್ಷನಾದನು. ಐವತ್ತರ ಪ್ರಾಯದ ದೇಬಶಿಷ್ ನೋಡಲು ಶ್ರೀನಿವಾಸ್‌ಗಿಂತಲೂ ಸುಂದರನಾಗಿದ್ದ. ಈ ಹಿಂದೆ ತನ್ನ ಜೊತೆಗೆ ಗೆಳೆತನ ಮಾಡಿ ದೂರವಾಗಿದ್ದ ಹರಿಯಾಣದ ರೊಹತಾಷ್ ಕುಮಾರನಂತೆ ಸುಂದರವಾದ ವದನ, ಗಟ್ಟಿಮುಟ್ಟಾದ ಮೈಕಟ್ಟು, ಮೊನಚಾದ ಮೀಸೆ, ಪ್ರೀತಿಯ ಸಂಕೋಲೆಯೊಳಗೆ ಬಂಧಿಸುವಂತಹ ಕಣ್ಣುಗಳನ್ನು ಹೊಂದಿದ್ದ. ಸಂಜಯ ಭಾವಪರವಶನಾಗಿ ದೇಬಶಿಷ್‌ನ ಸುಂದರವಾದ ವದನವನ್ನೇ ನೋಡುತ್ತ ಮೈಮರೆತ. ಆದರೆ ಬಡಕಲು ಎತ್ತಿನಂತಿರುವ ಸಂಜಯನನ್ನು ನೋಡಿ ದೇಬಶಿಷ್ ಆಸಕ್ತಿ ಕಳೆದುಕೊಂಡಿದ್ದನೇನೋ ಆದರೂ ಔಪಚಾರಿಕವೆಂಬಂತೆ ಹಾಯ್ ಎಂದನು. ಆ ಮಧುರವಾದ ಮಾತಿಗೆ ಸಂಜಯ ನಾಚಿಕೆ ತೊರೆದು ಅವನ ಆಲಿಂಗಿಸಿದ. ಹಿಂದಿ ಭಾಷೆಯಲ್ಲೇ ದೇಬಶಿಷ್ "ಎಲ್ಲಿಗೆ ಹೋಗೋಣ?" ಎಂದನು. ಭಾಷೆ, ಭಾವ ಬಲ್ಲವನಾಗಿದ್ದ ಸಂಜಯ ಹಿಂದಿಯಲ್ಲೇ "ನಾನೀಗ ನಿನಗೋಸ್ಕರ ಬಹುದೂರ ಬಂದಿದ್ದೇನೆ. ನನ್ನನ್ನೀಗ ಕರೆದೊಯ್ಯಬೇಕಾದ ಸ್ಥಳ ನಿನ್ನಿಚ್ಛೆಗೆ ಬಿಟ್ಟಿದ್ದು" ಎಂದು ತನ್ನ ಕೈಯನ್ನು ದೇಬಶಿಷ್‌ನ ಹಣೆಯ ಮೇಲಿನಿಂದ ತುಟಿಯವರೆಗೆ ಸವರಿದ. ತನ್ನ ಸ್ಪರ್ಶಿಸಿದ ಆ ಕೈಗೊಂದು ಹೂಮುತ್ತು ಕೊಟ್ಟ ದೇಬಶಿಷ್ "ಓಕೆ...ಓಕೆ ಲಗೇಜ್ ಏನಾದರೂ ತಂದಿರುವೆಯಾ?" ಎಂದು ಸಂಜ್ಞೆ ಮಾಡಿದ. ಅವನ ಪ್ರಶ್ನೆಗೆ ಸಂಜಯ ಏನೂ ತಂದಿಲ್ಲವೆಂಬಂತೆ ತಲೆ ಅಲ್ಲಾಡಿಸಿದ. ಇಬ್ಬರೂ ಗಾಡಿಯೇರಿ ಹೊರಟರು.

ಸುಗುಣಳ ಮನೆಗೆ ಬಂದ ಶಶಿ ಕಾಲಿಂಗ್ ಬೆಲ್ ಜೋರಾಗಿ ಒತ್ತುತ್ತಿದ್ದ. ಆ ಸದ್ದಿಗೆ ಎದ್ದು ಬಂದ ಸುನಂದಮ್ಮ ಡೋರ್ ಓಪನ್ ಮಾಡಿದರು. "ನಮಸ್ತೆ, ಇದು ಸತ್ಯನಾರಾಯಣ ಅವರ ಮನೆ ತಾನೇ?" ಎಂದು ಒಳಗಡೆ ಕಾಲಿಟ್ಟ ಶಶಿ "ಸುಗುಣ ಎಲ್ಲಿ?" ಎಂದು ಅತ್ತಿತ್ತ ನೋಡ ತೊಡಗಿದ. ಸುನಂದಮ್ಮ ಹೆತ್ತ ಮಗನೇ ಮರಳಿ ಮನೆಗೆ ಬಂದನೇನೋ ಎಂಬ ಭ್ರಮೆಯಿಂದ ಹೊರಬಂದು "ಹೌದು ಇದು ಸತ್ಯನಾರಾಯಣ ಅವರ ಮನೆಯೇ. ಅದು ಸರಿ, ನೀವು ಯಾರು?" ಎಂದು ಕೇಳಿದಳು. ಶಶಿ ಆಗಲೇ ಕೆಳಗಿನ ಒಂದೆರಡು ಕೋಣೆಗಳ ಇಣುಕಿ ನೋಡಿ ಸುಗುಣ ಕಾಣಿಸದಿದ್ದರಿಂದ ಮೆಟ್ಟಿಲೇರಿ ಮೇಲೆ ಓಡಿದ. ಸುನಂದಮ್ಮಳಿಗೆ "ಸುಗುಣ ಇವನ ಜೊತೆಗೆ ಏನಾದರೂ ಸಂಬಂಧ ಇಟ್ಟುಕೊಂಡಿರಬಹುದಾ! ಈ ವಿಚಾರ ಗೊತ್ತಾಗಿ ಸಂಜಯ ಜಗಳ ಮಾಡಿಕೊಂಡು ಮನೆ ತೊರೆದಿರಬಹುದಾ!" ಎಂಬ ಸಂಶಯ ತಲೆಯೊಳಗೆ ಸುತ್ತಿಕೊಂಡಿದ್ದರಿಂದ ಶಶಿಯನ್ನು ಹಿಂಬಾಲಿಸಿದಳು

ಸುಗುಣ ಮಂಚಕ್ಕೆ ಒರಗಿ ಸಂಜಯನ ಫೋಟೋವನ್ನೇ ದಿಟ್ಟಿಸಿ ನೋಡುತ್ತ ತನ್ನ ಕೋಣೆಯೊಳಗೆ ಹುಚ್ಚಿಯಂತೆ ಕುಳಿತಿದ್ದಳು. ಶಶಿ ಹಿಂದಿನಿಂದ ತನ್ನೆರಡೂ ಕೈಗಳು ಚಾಚಿ ಸುಗುಣಳ ಕಣ್ಣು ಮುಚ್ಚಿದ. ತನ್ನ ಗಂಡನೇ ಬಂದು ಕಣ್ಣು ಮುಚ್ಚಿದ್ದಾರೇನೋ! ಎಂದು ಭಾವಿಸಿದ ಸುಗುಣ "ಯಾರಿದು?" ಎಂದು ಗಲಿಬಿಲಿಗೊಂಡಳು. ಶಶಿಗೆ ಸುಗುಣಳ ಪೆದ್ದುತನ ಕಂಡು ನಗುಬಂತು. "ಯಾರಂತ ಹೇಳು ನೋಡೋಣ" ಎಂದು ಕೀರಲು ಧ್ವನಿಯಲ್ಲಿ ಕೇಳಿದ. ಸುಗುಣಳಿಗೆ ಆ ಕೈಗಳ ಸ್ಪರ್ಷವಾಗಲಿ, ಧ್ವನಿಯ ಗುರುತಾಗಲಿ ಸಿಗಲಿಲ್ಲ. ಕೈ ಮುಟ್ಟಿ, ಮುಖ ಮುಟ್ಟಲು ಹೋದಳು. ಶಶಿಗೆ ಕಚಗುಳಿ ಇಟ್ಟಂತಾಗಿ ಕೈ ಬಿಟ್ಟ. ಕಣ್ತೆರೆದು ನೋಡಿದ ಸುಗುಣ ಖುಷಿ ತಾಳಲಾರದೇ "ಅಣ್ಣಾ sss" ಎಂದು ಶಶಿಯನ್ನು ಬಿಗಿದಪ್ಪಿಕೊಂಡಳು. ಆ ವೇಳೆಗೆ ಅಲ್ಲಿಗೆ ಬಂದ ಸುನಂದಮ್ಮ ತನ್ನ ಸೊಸೆ ಪರಪುರುಷನ ತಬ್ಬಿ ಕೊಂಡಿರುವುದು ನೋಡಿ ಸಿಟ್ಟಿಗೆದ್ದು "ಏನಿದೆಲ್ಲಾ ಛೀ! ಯಾರ‍್ರೀ ನೀವು? ಹೇಳದೇ ಕೇಳದೇ ನಮ್ಮನೆಗೆ ನುಗ್ಗಿದೀರಾ!" ಎಂದು ಗುಡುಗಿದಳು. ಆ ರೋಷಭರಿತ ಧ್ವನಿ ಕೇಳಿ ಶಶಿಗೆ ದಂಗು ಬಡಿದಂತಾಯಿತು. ಸುನಂದಮ್ಮಳ ಬೆಂಕಿ ಉಗುಳುವ ಕಣ್ಣುಗಳ ನೋಡಿ ತುಂಬಾ ದಿನಗಳ ನಂತರ ಸುಗುಣಳ ಮುಖದಲ್ಲಿ ಮೂಡಿದ್ದ ಸಂತಸದ ಅಲೆ ಕ್ಷಣಮಾತ್ರದಲ್ಲೇ ಮಾಯವಾಗಿತ್ತು. "ಅತ್ತೆ, ಇವನು ನನ್ನಣ್ಣ, ನಮ್ಮ ದೊಡ್ಡಪ್ಪನ ಮಗ" ಎಂದು ಶಶಿಯತ್ತ ತಿರುಗಿ "ಅಣ್ಣಾ, ಇವರು ನಮ್ಮತ್ತೆ" ಎಂದಳು. ಒಡನೇ ಶಶಿ ತಲೆಕೆರೆದುಕೊಂಡು "ಆಶಿರ್ವಾದ ಮಾಡಿ ಅಮ್ಮಾ" ಎಂದು ಸುನಂದಮ್ಮಳ ಕಾಲಿಗೆ ಬಿದ್ದ. ಅವನ ತಲೆ ಮುಟ್ಟಿ ಮೇಲಕ್ಕೆತ್ತಿದ್ದ ಸುನಂದಮ್ಮ "ನಾನು ಅಂದುಕೊಳ್ಳೋದೆ ಒಂದು, ಆಗುತ್ತಿರೋದೇ ಮತ್ತೊಂದು. ಅಯ್ಯೋ, ವಿಶ್ವನಾಥನೇ, ನಿನ್ನ ಸನ್ನಿಧಿಗೆ ಬಂದು ಹೋದರೂ ಯಾಕಪ್ಪ ನನಗೆ ಈ ಶಿಕ್ಷೆ" ಎಂದು ಕಣ್ಣೀರೊರೆಸಿಕೊಂಡು ಅಲ್ಲಿಂದ ಹೊರನಡೆದಳು.

ಶಶಿಗೆ ಸುನಂದಮ್ಮಳ ನಡೆ ಅರ್ಥವಾಗಲಿಲ್ಲ. ಬಾಯಿ ತೆರೆದುಕೊಂಡು ಹಾಗೆ ನೋಡುತ್ತ ನಿಂತನು. ಸುಗುಣ ಕಣ್ಣೀರೊರೆಸಿಕೊಂಡು "ಅವರು ಹಾಗೆ ಅಣ್ಣ, ಮಗನ ಅಗಲುವಿಕೆ ಅವರಿಗೆ ಕಾಡುತ್ತಿದೆ. ನೀನೇನೂ ಬೇಜಾರು ಮಾಡಕೋಬೇಡ" ಎಂದಳು. ಶಶಿಗೆ ಸುಗುಣಳ ಮಾತು ಕೇಳಿ ಶಾಕ್ ಹೊಡೆದಂತಾಯಿತು. "ಏನಂದೆ? ನಿನ್ನ ಗಂಡ ಸತ್ತು ಹೋದನಾ?" ಎಂದು ತಲೆಯ ಮೇಲೆ ಕೈ ಇಟ್ಟುಕೊಂಡ. ಒಡನೇ ಶಶಿಯ ಬಾಯಿಗೆ ಕೈ ಅಡ್ಡ ಇಟ್ಟ ಸುಗುಣ "ಅಯ್ಯೋ, ಬಿಡ್ತು ಅನ್ನು. ಅವರು ಮನೆಬಿಟ್ಟು ಹೋಗಿದಾರಷ್ಟೇ" ಎಂದು ಅಳತೊಡಗಿದಳು. ಪ್ರೀತಿಯ ತಂಗಿಯ ಮದುವೆಗಂತೂ ಬರಲಾಗಲಿಲ್ಲ, ಈಗಲಾದರೂ ಒಂದು ಒಳ್ಳೆಯ ಸರ್ಪ್ರೈಸ್ ಕೊಡೋಣ ಎಂದು ಬಂದು ಕಣ್ಣೀರು ಹಾಕಿಸಿಬಿಟ್ಟೆನಲ್ಲ! ಛೇ, ಎಂದು ಶಶಿ ಸುಗುಣಳ ಗಮನ ಬೇರೆಡೆ

ಎಳೆಯಲು "ಸಾರಿ, ಸಾರಿ ಸುಗುಣ. ಅಳಬೇಡ, ನನಗೆ ಹೊಟ್ಟೆ ತುಂಬಾ ಹಸಿತಾಯಿದೆ ಏನಾದರೂ ಇದ್ದರೆ ಬಡಿಸು ಬಾ" ಎಂದು ಕರೆದ. ಸುಗುಣ ಕಣ್ಣೀರೊರೆಸಿಕೊಂಡು "ಬಾ ಅಣ್ಣಾ" ಎಂದು ಕೈ ಹಿಡಿದು ಊಟದ ಕೋಣೆಗೆ ಕರೆದೊಯ್ದಳು.

***

ದೇಬಶಿಷ್ ಪತ್ನಿ ತವರಿಗೆ ಹೋಗಿದ್ದಳು. ಆದಕಾರಣ ಅವನು ಸಂಜಯನನ್ನು ತನ್ನ ಮನೆಗೆ ಕರೆದೊಯ್ಯುವ ಆಲೋಚನೆಯಿಂದ ನೇರವಾಗಿ ಮನೆಯತ್ತ ಗಾಡಿ ಓಡಿಸಿದ. ಆಗಲೇ ಕತ್ತಲಾಗುತ್ತ ಬಂದಿತ್ತು. ಬೈಕಿನಲ್ಲಿ ಅವನ ಹಿಂದೆ ಕುಳಿತು ಪಯಣಿಸುವಾಗ ಸಂಜಯ ಸ್ವಚ್ಛಂದ ಗಾಳಿಗೆ ಮೈಯೊಡ್ಡಿ ತನ್ನ ಬದುಕಿನ ಹೊಸ ಇನ್ನಿಂಗ್‌ನ್ನು ಆನಂದಿಸತೊಡಗಿದ. ಕೆಲವೊಮ್ಮೆ ದೇಬಶಿಷ್‌ನ ಭುಜದ ಮೇಲೆ ಕೈ ಹಾಕಬೇಕನಿಸಿದರೆ, ಕೆಲವೊಮ್ಮೆ ಅವನ ಸೊಂಟ ಬಳಸಿ ಒಂದು ಕೈಯಿಂದ ತಬ್ಬಿ ಕುಳಿತುಕೊಳ್ಳಬೇಕೆನಿಸುತ್ತಿತ್ತು. ಆದರೆ ಹಾದಿಬದಿಯ ಜನ ನೋಡಿದರೆ ಏನು ತಿಳಿಯುವರೋ? ಎಂದು ಹಿಂಜರಿಯತೊಡಗಿದ. ದೇಬಶಿಷ್ ಅಷ್ಟೇನೂ ಶ್ರೀಮಂತನಲ್ಲ. ತಂದೆಯಿಂದ ಪಿತ್ರಾರ್ಜಿತವಾಗಿ ಸಿಕ್ಕ ಹಳೆಯ ಮನೆಯಲ್ಲಿ ಹೆಂಡತಿಯೊಂದಿಗೆ ಅವನ ಬದುಕಿನ ಬಂಡಿ ಸಾಗುತ್ತಿತ್ತು. ಮಕ್ಕಳು ಎದೆಯೆತ್ತರಕ್ಕೆ ಬೆಳೆದು ಓದಲು ಪರಸ್ಥಳಕ್ಕೆ ಹೋಗಿದ್ದರು. ಚಿಗುರು ಮೀಸೆಯ ಹುಡುಗರ ಕಂಡರೆ ದೇಬಶಿಷ್‌ಗೆ ಹುಚ್ಚು ಹಿಡಿಯುತ್ತಿತ್ತು. ಇಷ್ಟಪಟ್ಟವರನ್ನು ಹೇಗಾದರೂ ಪುಸಲಾಯಿಸಿ ಬಳಸಿಕೊಳ್ಳುವ ಚಾಣಾಕ್ಷತನ ಚೆನ್ನಾಗಿ ಕರಗತಗೊಳಿಸಿಕೊಂಡಿದ್ದ.

ದೇಬಶಿಷ್ ಮನೆಯ ಮುಂದೆ ಗಾಡಿ ನಿಲ್ಲಿಸಿ ತನ್ನ ಮನೆಗೆ ಹಾಕಿದ್ದ ಬೀಗ ತೆರೆದ. ಹಳೆಯ ಕಾಲದ ಬೃಹತ್ ಗಾತ್ರದ ಬಾಗಿಲೊಂದು ಕಿರ್... ಎಂಬ ಸದ್ದು ಮಾಡುತ್ತ ಸಂಜಯನಿಗೆ ಸ್ವಾಗತ ಕೋರಿತು. ದೇಬಶಿಷ್‌ನನ್ನು ಹಿಂಬಾಲಿಸಿಕೊಂಡು ಹೋದ ಸಂಜಯ ಆ ಮನೆಯ ಒಳಗಡೆ ಗೋಡೆಗೆ ನೇತು ಹಾಕಿದ್ದ ಜಿಂಕೆಯ ಕೋಡುಗಳು, ಹುಲಿಯ ಚರ್ಮ ಕಂಡು ಇವರದು ಬೇಟೆಗಾರರ ಮನೆತನ ಇರಬಹುದೆಂದು ಯೋಚಿಸುತ್ತಾ ನಿಂತಿದ್ದನು. ದೇಬಶಿಷ್ ಸಂಜಯನಿಗೆ ಕೈಕಾಲು ತೊಳೆದುಕೊಳ್ಳಲು ದೊಡ್ಡ ಹಿತ್ತಾಳೆಯ ತಂಬಿಗೆಯೊಂದರಲ್ಲಿ ನೀರು ತುಂಬಿ ಕೊಟ್ಟ. ಆಧುನಿಕತೆಯ ಮಡಿಲಲ್ಲಿ ಬೆಳೆದ ಸಂಜಯ ಹೊಸ ಪರಿಸರ ಕಂಡು ತುಸು ತಳಮಳಗೊಂಡನು. ಒಂದೈದು ನಿಮಿಷದ ತರುವಾಯ ದೇಬಶಿಷ್ ಹಾಲು ಬೆರೆಸದ ಕಪ್ಪು ಕಷಾಯದಂತಹ ಟೀ ಮಾಡಿ ತಂದುಕೊಟ್ಟನು. ಅದನ್ನು ಕೆಮ್ಮುತ್ತಲೇ ಕುಡಿದ ಸಂಜಯ ನಂತರ ರುಚಿಸದ ಅನ್ನ, ದಾಲ್ ಹೊಟ್ಟೆಗೆ ಇಳಿಸಿ ತಾನೇ ತಟ್ಟೆ ತೊಳೆದಿಟ್ಟ,

ಮನೆಯ ಗೋಡೆಗಳನ್ನು ದಿಟ್ಟಿಸುತ್ತಿರುವಾಗ ಅವನ ಬಳಿಗೆ ಬಂದ ದೇಬಶಿಷ್ "ಸ್ನಾನ ಮಾಡುವುದಿದ್ದರೆ ಬಚ್ಚಲ ಕೋಣೆಯಲ್ಲಿ ಕಾಯಿಸಿದ ನೀರಿದೆ ಹೋಗಿ ಬಾ" ಎಂದನು. ಸಂಜಯನ ದೇಹ ದೂರದ ಪಯಣ ಮಾಡಿ ದಣಿದಿತ್ತು. ಅವನಿಗೂ ಸ್ನಾನ ಮಾಡುವ ಹಂಬಲ, ಒಡನೇ ಬಚ್ಚಲಕೋಣೆಗೆ ಹೋಗಿ ಚಿಲಕ ಹಾಕಿಕೊಂಡ. ಮೂತ್ರದ ವಾಸನೆ ಘಮ್ಮೆಂದು ನಾಸಿಕಕ್ಕೆ ಬಡಿಯಿತು. ಮೊದಲು ವಾಂತಿ ಬಂದಂತಾದರೂ ದೇಬಶಿಷ್ ನೆನೆದಂತೆಲ್ಲಾ ಗಬ್ಬು ವಾಸನೆಯೂ ಹಿತವೆನಿಸತೊಡಗಿತು. ದಬದಬನೇ ನಾಲ್ಕು ಚರಿಗೆ ನೀರು ಸುರಿದುಕೊಂಡು ಹೊರಬಂದ.

ದೇಬಶಿಷ್ ಮಲಗುವ ಕೋಣೆಯಲ್ಲಿ ಮಂಚದ ಮೇಲೆ ಹಾಸಿಗೆ ಸರಿಪಡಿಸಿ, ಸುಗಂಧ ದ್ರವ್ಯ ಚೆಲ್ಲುತ್ತಿದ್ದ. ಪುಟ್ಟ ಟವಾಲು ಸುತ್ತಿಕೊಂಡು ಆ ಕೋಣೆಯೊಳಗೆ ಕಾಲಿಟ್ಟ ಸಂಜಯ ತನ್ನ ಪ್ರಿಯತಮ ದೇಬಶಿಷ್ ಕಣ್ಣಿಗೆ ಶಿಲಾಬಾಲಿಕೆಯಂತೆಯೇ ಕಂಡನು. ಕಾಮಪ್ರಚೋದಿತನಾಗಿ 'ವಾವ್...ಆಪಲ್' ಎಂದು ಉದ್ಗರಿಸುತ ಅವನ ಹತ್ತಿರಕ್ಕೆ ಹೋದ. ಸಂಜಯನ ಹಾಲಿನಂತಹ ತ್ವಚೆ ದೇಬಶಿಷ್‌ನ ಉದ್ರೇಕ ಮತ್ತಷ್ಟು ಹೆಚ್ಚಿಸಿತ್ತು. ಒಡನೇ ಸಂಜಯನ ಕೈ ಹಿಡಿದು "ಸಕ್ಕರೆ ಬೊಂಬೆಯಂತಿದ್ದೀಯಾ

ಕಚ್ಚಿದರೆ ಕರಗಿ ಹೋದೀಯಾ" ಎಂದು ಎರಡೂ ಕೈ ಬಳಸಿ ತಬ್ಬಿಕೊಂಡ. ಆ ಅಪ್ಪುಗೆಯಲ್ಲಿ ಸಂ'ಜಯ' ನಿಂತ ನೆಲವನ್ನೇ ಮರೆತ. ಮೈಗೆ ಸುತ್ತಿಕೊಂಡಿದ್ದ ಟವಾಲು ಜಾರಿ ಕೆಳಗೆ ಬಿತ್ತು.

ರತಿ ಮನ್ಮಥರಂತೆ ಇಬ್ಬರೂ ಮಂಚವೇರಿ ತಮ್ಮ ಆಸೆಗಳ ಈಡೇರಿಕೆಗಾಗಿ ಸರಸ ಸಲ್ಲಾಪಕ್ಕಿಳಿದರು.

ಸಂ'ಜಯ'ನೊಳಗಿನ ಅವಳೀಗ ಪೂರ್ಣ ರೂಪು ಪಡೆದಿದ್ದಳು. ದೇಬ್‌ನ ನವಿರಾದ ಮೀಸೆ ತಾಗಿ ಮಂಚದ ಮೇಲೆ ಅತ್ತಿತ್ತಾ ಹೊರಳಾಡುತ ನಾಟ್ಯ ಮಯೂರಿಯಂತೆ ನರ್ತಿಸತೊಡಗಿದಳು. ದೇಬಶಿಷ್ ಮದವೇರಿದ ಗೂಳಿಯಂತೆ ಪ್ರತಾಪ ತೋರುತ್ತ, ಹಸಿದ ದೇಹಕ್ಕೆ ಸಂ'ಜಯ'ನೊಳಗಿನ ಸವಿ ಉಣಿಸತೊಡಗಿದ. ಅವನ ಹೂಂಕಾರ ಹೆಚ್ಚಿದಂತೆಲ್ಲಾ ಸಂಜಯ ಮೆಲು ಧ್ವನಿಯಲ್ಲಿ ಮುಲುಕುತ್ತಿದ್ದ. ಹತ್ತು ನಿಮಿಷಗಳ ನಂತರ ದೇಬಶಿಷ್‌ನೊಳಗಿನ ಕಾಮದ ಮದ ಇಳಿದು ಅವನ ಆರ್ಭಟ ನಿಂತು ಹೋಯಿತು. ತನ್ನ ಕಾಮತೃಷೆ ತೀರಿಸಿ ಮೈ ಮನಸ್ಸಿಗೆ ಹಿತವಾದ ಅನುಭವ ನೀಡಿದ ಸಂಜಯನ ಹಣೆಗೊಂದು ಹೂಮುತ್ತನ್ನಿಟ್ಟ. ದಣಿದು ಹೋದ ಕಾಯಕ್ಕೆ ವಿಶ್ರಾಂತಿ ಬಯಸಿ ಮಲಗಲು ಮಗ್ಗಲು ಬದಲಿಸಿದ. ಸಂ'ಜಯ' ಇನ್ನೂ ರತಿಕ್ರೀಡೆಯ ಉತ್ತುಂಗಕ್ಕೆ ತಲುಪಿರಲಿಲ್ಲ. ತನ್ನಾಸೆ ಈಡೇರಿಸಿಕೊಳ್ಳಲು ದೇಬಶಿಷ್ ಮೇಲೆ ಕೈ ಹಾಕಿ ಅವನ ಕಾಯ ಸವರಲು ಯತ್ನಿಸಿದ. ದೇಬ್‌ಗೆ ಸಿಟ್ಟು ಬಂತೇನೋ? ತನಗೆ

ಡಿಸ್ಟರ್ಬ್ ಮಾಡುತ್ತಿರೋ ಆ ಕೈಯನ್ನು ಕಿತ್ತೊಸೆದ. ಆದರೂ ಸಂ'ಜಯ' ಮರಳಿ ಯತ್ನವ ಮಾಡು ಎಂಬಂತೆ ದೇಬ್‌ನ ತಬ್ಬಿಕೊಂಡು ತನ್ನ ಒಂದು ಕಾಲನ್ನು ಅವನ ಮೇಲೆ ಹಾಕಿದ. ಈ ಬಾರಿ ದೇಬಶಿಷ್ ಪೂರ್ಣ ತಾಳ್ಮೆ ಕಳೆದುಕೊಂಡ. "ಹೇಯ್, ಸುಮ್ಮನೆ ಮಲಗಿದರೆ ಸರಿ. ನಾನೇನು ನಿನ್ನ ಹೆಂಡತಿ ಅಂದುಕೊಂಡ್ಯಾ?" ಎಂದು ಬಲವಾಗಿ ಕಾಲಿನಿಂದ ಜಾಡಿಸಿ ಒದ್ದ. ಆ ಒದೆತಕ್ಕೆ ಸಂಜಯ ಮಂಚದ ಮೇಲಿನಿಂದ ದೊಪ್ಪೆಂದು ಕೆಳಗೆ ಬೀಳುತ್ತಿದ್ದಂತೆ ಅವನೊಳಗಿನ ಅವಳು ಮರೆಯಾದಳು. ಹೊಟ್ಟೆಗೆ ಬಿದ್ದ ಏಟಿಗೆ ಪಕ್ಕೆಲಬುಗಳು ಮುರಿದಂತಾಗಿ ಅವನು ಬಿಕ್ಕಳಿಸತೊಡಗಿದ.

ಈ ಹಿಂದೆ ಒಮ್ಮೆ ರಾತ್ರಿ ಸುಗುಣ ತನ್ನ ಮೇಲೆ ಕೈ ಹಾಕಿದಾಗ ಅವಳಿಗೆ ಸಂಜಯ ಬಾಯಿ ಮುಚ್ಚಿಕೊಂಡು ಮಲಗಿದರೆ ಸರಿ ಇಲ್ಲಂದರೆ ಕಾಲಿನಿಂದ ಜಾಡಿಸಿ ಒದೆಯಬೇಕಾಗುತ್ತದೆ ಎಂದು ಹೇಳಿದ್ದ ಮಾತು ಇಂದು ದೇಬಶಿಷ್‌ನ ರೂಪದಲ್ಲಿ ಸಂಜಯನಿಗೆ ತಿರುಗೇಟಾಗಿದ್ದು ಅವನು ಇಡೀ ರಾತ್ರಿ ಪಶ್ಚಾತ್ತಾಪ ಪಡುವಂತೆ ಮಾಡಿತ್ತು. ಸುಗುಣಳ ನೆನಪಿಸಿಕೊಂಡು ಕಣ್ಣೀರಿಟ್ಟ. ಮತ್ತೇ ಮಂಚ ಏರುವ ಸಾಹಸ ಮಾಡಲಿಲ್ಲ. ಈ ಪ್ರಪಂಚದಲ್ಲಿ ಯಾವುದು ಸತ್ಯ? ಯಾವುದು ಮಿಥ್ಯ? ಎಂಬ ಆಲೋಚನೆ ಅವನನ್ನು ರಣಹದ್ದುವಿನಂತೆ ಕುಕ್ಕತೊಡಗಿತು. ನೋವಿನಿಂದ ನರಳುತ್ತಾ ಬೆಳಗಿನ ಜಾವ ನಿದ್ರೆಗೆ ಜಾರಿದ.

***

ಆಷಾಢ ಮಾಸ ಬಂದಿತ್ತು. ಚಕ್ಕುಲಿ, ನಿಪ್ಪಟ್ಟು, ಸಿಹಿ ತಿಂಡಿಗಳನ್ನು ತಯಾರಿಸಿ ಸೊಸೆಗೆ ತವರಿಗೆ ಕಳಿಸಿಕೊಡಬೇಕು. ಆದರೆ ಮಗ ಮನೆಬಿಟ್ಟು ಹೋಗಿರುವ ಈ ವೇಳೆ ಯಾವ ಮುಖವಿಟ್ಟುಕೊಂಡು ಸೊಸೆಯನ್ನು ತವರಿಗೆ ಕಳಿಸಿಕೊಡಲಿ ಎಂದು ಸುನಂದಮ್ಮ ಕಣ್ಣೀರಿಡತೊಡಗಿದಳು. ಆದರೆ ಸತ್ಯನಾರಾಯಣ "ಆ ಹುಡುಗಿ ಎಲ್ಲಾ ನೋವು ಮರೆತು ಸ್ವಲ್ಪ ದಿನ ನೆಮ್ಮದಿಯಿಂದ ಇದ್ದು ಬರಲಿ" ಎಂದು ಸುಗುಣಳನ್ನು ತವರಿಗೆ ಕಳಿಸಿಕೊಟ್ಟ. ಗಂಡ ಮನೆಬಿಟ್ಟು ಹೋದ ನೋವಿನಲ್ಲಿದ್ದ ಸುಗುಣಳಿಗೆ ಮೊದಲಿನಂತೆ ತವರುಮನೆ ಖುಷಿ ಕೊಡಲಿಲ್ಲ. ಹೆಚ್ಚು ದಿನ ಅಲ್ಲಿರಲಾಗದೇ ಮರಳಿ ಮೈಸೂರಿಗೆ ಬಂದಳು.

ಜೋತುಬಿದ್ದಿರುವ ಸುಗುಣಳ ವದನ ನೋಡಿದಾಗಲೆಲ್ಲಾ ಸತ್ಯನಾರಾಯಣನ ಕರುಳುಗಳು ಕಿತ್ತು ಬರುತ್ತಿದ್ದವು. ಮೊಮ್ಮಕ್ಕಳನ್ನು ಎತ್ತಿ ಆಡಿಸಬೇಕೆಂಬ ಒಂದೇ ಒಂದು ಪುಟ್ಟ ಆಸೆಯಿಂದ ತನಗೆ ಮದುವೆಯೇ ಬೇಡವೆನ್ನುತ್ತಿದ್ದ ಮಗನಿಗೆ ಒತ್ತಾಯ ಮಾಡಿ ಮದುವೆ ಮಾಡಿಸಿದ್ದು ಈ ಜನ್ಮದಲ್ಲಿ ನಾನು ಮಾಡಿದ ದೊಡ್ಡ ತಪ್ಪು ಎಂದು ಮರುಗತೊಡಗಿದ. ಸುಗುಣಳಿಗೆ ಮಾತನಾಡಿಸಬೇಕೆಂದು ಮನೆಗೆ ಬಂದಿದ್ದ ಶಶಿಯ ಮುಂದೆ

"ನೋಡಪ್ಪ, ನಿನ್ನ ತಂಗಿ ಊಟ, ನಿದ್ರೆ ಸರಿಯಾಗಿ ಮಾಡೋಲ್ಲ. ಅವನು ಮನೆಬಿಟ್ಟು ಹೋದಾಗಿನಿಂದಲೂ ಯಾವಾಗಲೂ ಅಳುತ್ತಿರುತ್ತಾಳೆ. ನನಗಂತೂ ಹೇಳಿ ಹೇಳಿ ಸಾಕಾಗಿದೆ. ನೀನಾದರೂ ಸ್ವಲ್ಪ ಬುದ್ಧಿ ಹೇಳು. ನಿನ್ನ ಮಾತಾದರೂ ಕೇಳುತ್ತಾಳೇನೋ!" ಎಂದು ತನ್ನ ಹತಾಶೆ ತೋಡಿಕೊಂಡ.

ಶಶಿ ತನ್ನ ತಂಗಿಯ ಸ್ಥಾನದಲ್ಲಿ ನಿಂತು ಒಮ್ಮೆ ದೀರ್ಘವಾಗಿ ಆಲೋಚಿಸಿದ. ಬಾಲ್ಯದಿಂದಲೂ ಸುಗುಣ ಯಾವುದಾದರೂ ಒಂದು ವಿಷಯವನ್ನು ಮನಸ್ಸಿಗೆ ಹಚ್ಚಿಕೊಂಡರೆ ಅದರೊಳಗೆಯೇ ಮುಳುಗಿ ಹೋಗುತ್ತಿದ್ದಳು. ಈಗಲೂ ಅವಳು ಆ ಮನಸ್ಥಿತಿಯಿಂದ ಹೊರಬಂದಿಲ್ಲವೆನಿಸಿ ಶಶಿಗೆ ಇಂತಹ ಪರಿಸ್ಥಿತಿಯಲ್ಲಿ ಮನೋವೈದ್ಯರನ್ನು ಭೇಟಿಯಾಗುವುದು ಒಳಿತೆನಿಸಿತು. "ಸುಗುಣ ಮಾನಸಿಕವಾಗಿ ನೊಂದಿದ್ದಾಳೆ. ಅವಳಿಗೆ ಒಮ್ಮೆ ಕೌನ್ಸೆಲಿಂಗ್ ಮಾಡಿಸುವುದು ಒಳ್ಳೆಯದನಿಸುತ್ತದೆ. ಬೆಂಗಳೂರಿನಲ್ಲಿ ನನಗೆ ಪರಿಚಯ ಇರೋ ಒಬ್ಬ ಒಳ್ಳೆಯ ಡಾಕ್ಟರ್ ಇದ್ದಾರೆ ಅವರ ಬಳಿ ಒಮ್ಮೆ ತೋರಿಸೋಣ" ಎಂದನು. ಅವನ ಮಾತಿನಲ್ಲಿ ಅರ್ಥವಿರುವುದು ಮನಗಂಡ ಸತ್ಯನಾರಾಯಣ 'ಆಗಲಿ' ಎಂದು ಒಪ್ಪಿಗೆ ಸೂಚಿಸಿದ. ಮರುದಿನವೇ ಶಶಿ ತನ್ನ ತಂಗಿಯ ಕರೆದುಕೊಂಡು ಬೆಂಗಳೂರಿನ ಖ್ಯಾತ ಸೈಕಿಯಾಟ್ರಿಸ್ಟ್ ಮುಂದೆ ಹಾಜರಾದ. ಸುಗುಣಳ ಎಲ್ಲಾ ಕೌಟುಂಬಿಕ ವಿಚಾರಗಳನ್ನು ಆಲಿಸಿದ ವೈದ್ಯರು "ಇದಕ್ಕೆ ಮಾತ್ರೆಗಿಂತಲೂ ಮಾತೃ ಹೃದಯದ ಸಾಂತ್ವಾನದ ಅವಶ್ಯಕತೆ ಇದೆ. ಮೈಸೂರಿನಲ್ಲೇ 'ಸ್ಪಂದನ' ಎಂಬ ಮಹಿಳಾ ಸಾಂತ್ವನ ಕೇಂದ್ರವಿದೆ. ಅಲ್ಲಿ 'ರೇಖಾ' ಎನ್ನುವ ಒಬ್ಬರು ಒಳ್ಳೆಯ ಕನ್ಸುಲ್‌ಟೆಂಟ್ ಇದ್ದಾರೆ. ನೀವು ಒಮ್ಮೆ ಅವರನ್ನು ಭೇಟಿಯಾಗಿ ಖಂಡಿತ ಇವರಿಗೆ ಒಳ್ಳೆಯ ಚಿಕಿತ್ಸೆ ಸಿಗುತ್ತದೆ" ಎಂದು ಹೇಳಿ ಕಳಿಸಿದರು. ತನ್ನ ತಂಗಿ ಎಲ್ಲಾ ನೋವು ಮರೆತು ಉತ್ಸಾಹದಿಂದ ಬರುವ ದಿನಗಳ ಸ್ವಾಗತಿಸಿದರೆ ಸಾಕು ಅದಕ್ಕಿಂತ ನಾನವಳಿಗೆ ಕೊಡಬಹುದಾದ ದೊಡ್ಡ ಸರ್ಪ್ರೈಸ್ ಮತ್ತೊಂದಿಲ್ಲವೆಂದು ಭಾವಿಸಿದ ಶಶಿ ಅವಳನ್ನು ಮರಳಿ ಮೈಸೂರಿಗೆ ಕರೆದೊಯ್ದು.

ರಾತ್ರಿ ವಿಕಾರವಾಗಿ ನಡೆದುಕೊಂಡ ದೇಬಶಿಷ್ ಮರುದಿನ ಬೆಳಿಗ್ಗೆ ಸಂಜಯನ ಹಣೆಗೊಂದು ಮುತ್ತನ್ನಿಟ್ಟು "ಬೇಜಾರಾಯ್ತಾ? ನನ್ನ ನಿದ್ರೆಗೆ ಭಂಗ ತಂದರೆ ನನಗೆ ವಿಪರೀತ ಸಿಟ್ಟು ಬರುತ್ತದೆ. ಈ ವೇಳೆ ನಾನು ಹೇಗೆ ವರ್ತಿಸುತ್ತೀನೋ ನನಗೆ ಅರಿವಿರುವುದಿಲ್ಲ" ಎಂದು ಸಮಜಾಯಿಷಿ ನೀಡಿದ. ಅವನ ಮಾತು ಕೇಳಿ ನನ್ನ ಪ್ರೀತಿ ಇನ್ನೂ ಸೋತಿಲ್ಲವೆಂದು ನಿಟ್ಟುಸಿರು ಬಿಟ್ಟ ಸಂಜಯ "ಇಟ್ಸ್ ಓಕೆ" ಎಂದು ನಿನ್ನೆ ರಾತ್ರಿಯಿಂದ ತನ್ನ ಮನಸ್ಸಿಗಾದ ನೋವನ್ನು ಮರೆತು ಅವನನ್ನು ತಬ್ಬಿಕೊಂಡ. ದೇಬಶಿಷ್ ಸಂಜಯನ ತಲೆ ನೇವರಿಸಿ "ಇಂದು ನನ್ನ ಹೆಂಡತಿ ಮನೆಗೆ ವಾಪಸ್ ಬರುತ್ತಿದ್ದಾಳೆ. ನಿನಗೆ ನಿನ್ನೆ

ಸುಖ ಸಿಕ್ಕಾಯ್ತಲ್ಲಾ? ನೀನಿನ್ನೂ ನಿಮ್ಮೂರಿಗೆ ಹೊರಡು" ಎಂದು ಹೇಳಿ ತಾನು ಹೊರಗಡೆ ಹೋಗಲು ತಯಾರಾದ. ಅವನ ಮಾತು ಕೇಳಿ ಸಂಜಯನಿಗೆ ಎದೆ ಹೊಡೆದಂತಾಯಿತು. ಕೈ ಹಿಡಿದು ಕೇಳಿದ

"ಏನು ಹೇಳ್ತಾಯಿದ್ದೀಯಾ? ನಾನು ನಿನ್ನನ್ನೇ ನಂಬಿ ನನ್ನ ಕುಟುಂಬ ತೊರೆದು ಇಲ್ಲಿಗೆ ಬಂದಿದ್ದೇನೆ. ಈಗ ಮತ್ತೆ ಯಾವ ಮುಖವಿಟ್ಟುಕೊಂಡು ಮನೆಗೆ ಹೋಗಲಿ?"

"ನಾನೇನು ಮಾಡಲಿ? ನನಗೆ ಹೆಂಡತಿ ಇದ್ದಾಳೆ"

"ನನಗೂ ಹೆಂಡತಿಯಿದ್ದಾಳೆ"

"ನಿನಗೆ ಹೆಂಡತಿ ಬೇಕಾಗಿಲ್ಲ, ಅದಕ್ಕೆ ನೀನವಳನ್ನು ಬಿಟ್ಟು ಬಂದೆ. ನನಗೆ ಹೆಂಡತಿ ಬೇಕು ಹಾಗಾಗಿ ನಿನಗೋಸ್ಕರ ಅವಳನ್ನು ಕೈಬಿಡಲು ಆಗುವುದಿಲ್ಲ"

"ಅಂದರೆ ನೀನೊಬ್ಬ ಬಿ (ಬೈಸೆಕ್ಸುಯಲ್:– ಒಂದಕ್ಕಿಂತ ಹೆಚ್ಚು ಲಿಂಗಗಳ ಕಡೆಗೆ ಪ್ರಣಯ ಮತ್ತು ಲೈಂಗಿಕ ದೃಷ್ಟಿಕೋನ ಹೊಂದಿರುವ ವ್ಯಕ್ತಿ)"

"ಹೇಗಾದರೂ ಭಾವಿಸಿಕೋ"

"ನನಗೆ ಪ್ರತಿನಿತ್ಯ ನಿನ್ನ ಸಖ್ಯ ಬೇಕನಿಸುತ್ತಿದೆ. ಬದುಕಿನುದ್ದಕ್ಕೂ ತುಂಬಾ ನೊಂದಿದ್ದೇನೆ. ನಿನ್ನ ತೊಡೆಯ ಮೇಲೆ ಮಲಗಿ ನನ್ನ ನೋವೆಲ್ಲಾ ಮರೆಯಬೇಕು. ಪ್ಲೀಸ್ ನನ್ನ ವಾಪಸ್ ಮನೆಗೆ ಹೋಗು ಅನ್ನಬೇಡ"

"ಸಾರಿ, ನಾನು ಹೆಂಡತಿ ಬಿಟ್ಟು ಬೇರೆಯವರನ್ನು ಒಮ್ಮೆ ಮುಟ್ಟಿದರೆ ಮುಗಿಯಿತು ಮತ್ತೊಮ್ಮೆ ಮುಟ್ಟುವುದಿಲ್ಲ"

"ಇದರರ್ಥ?"

"ಜಸ್ಟ್ ಸಿಂಪಲ್ ನಿನ್ನ ಜೊತೆಗೆ ಮತ್ತೊಮ್ಮೆ ಮಲಗಲು ನನಗಿಷ್ಟವಿಲ್ಲ"

"ಇಷ್ಟು ದಿನ ನೀನು ಆಡಿದ ಮಾತುಗಳು ನನ್ನ ಎದೆಯೊಳಗೆ ಪ್ರೀತಿಯ ಮಹಲ್ ಕಟ್ಟಿದ್ದವು. ಯಾರ ಜೊತೆಗೂ ಹಂಚಿಕೊಳ್ಳದ ಈ ದೇಹ ನಿನ್ನ ಜೊತೆಗೆ ಹಂಚಿಕೊಂಡೆ. ನೀನೀಗ ಹೀಗಂದರೆ ನನ್ನ ಪಾಡೇನು?"

"ಗೇ ಸೆಕ್ಸಲ್ಲಿ ಇವೆಲ್ಲಾ ಸಹಜ. ಆಕರ್ಷಣೆ ಇರುವ ತನಕ ಸಂಬಂಧ ಮುಂದುವರೆಯುತ್ತೆ ನಂತರ ನಾವ್ಯಾರೋ ಅವರು ಯಾರೋ? ನಿನ್ನೊಳಗೆ ಕಾಮ ಇಲ್ಲದಿದ್ದರೆ ನೀನು ಅಷ್ಟು ದೂರದಿಂದ ನನ್ನ ಹುಡುಕಿಕೊಂಡು ಬರುತ್ತಿರಲಿಲ್ಲ"

"ಅರೆಕ್ಷಣವೂ ನಿನ್ನ ಬಿಟ್ಟಿರಲಾಗದಷ್ಟು ನನ್ನ ಮುಗ್ದತೆಯನ್ನು ಪ್ರೇಮ ಎನ್ನುತ್ತಾರೆಯೇ ಹೊರತು ಕಾಮವೆನ್ನಲಾರರು. ದಯವಿಟ್ಟು ನನ್ನ ನಂಬು. ನಾನು ನನ್ನ ಜೀವಕ್ಕಿಂತಲೂ ಹೆಚ್ಚಾಗಿ ನಿನ್ನ ಪ್ರೀತಿಸುತ್ತಿರುವೆ"

"ನೀನು ನನ್ನ ಪ್ರೀತಿಸ್ತೀಯ ಅಂತ ನಾನು ನಿನ್ನನ್ನು ಪ್ರೀತಿಸಲು ಆಗುತ್ತಾ? ನಿನ್ನನ್ನೇ ಮದುವೆಯಾಗಿ, ನಿನ್ನ ಜೊತೆಗೆ ಸಂಸಾರ ನಡೆಸಲಾಗುತ್ತಾ? ಸಮಾಜ ನಮ್ಮಿಬ್ಬರ ಮದುವೆ ಒಪ್ಪುತ್ತಾ?"

"ಸಮಾಜ ಒಪ್ಪಲಿ, ಬಿಡಲಿ. ನಮ್ಮ ಮನಸ್ಸಿಗೆ ಸಂತೋಷವಾದರೆ ಸಾಕು"

"ನನ್ನ ಮನಸ್ಸಿಗೆ ಸಂತೋಷವಾಗುವಂಥದ್ದು ನಿನ್ನಲ್ಲೇನಿದೆ? ನೀನೇನು ನೋಡಲು ಅಷ್ಟು ಸುಂದರನಲ್ಲ. ನನ್ನೊಳಗಿನ ಕಾಮವನ್ನು ಬಡಿದೆಬ್ಬಿಸುವ ಯಾವ ಆಕರ್ಷಣೆಯೂ ನಿನ್ನಲ್ಲಿಲ್ಲ. ಏನೋ ಅಷ್ಟು ದೂರದಿಂದ ಆಸೆ ಇಟ್ಟುಕೊಂಡು ಬಂದಿದ್ದೀಯಾ ನಿರಾಸೆ ಆಗದಿರಲಿ ಎಂದು ನಿನ್ನ ಮೈ ಮುಟ್ಟಿದೆನೇ ವಿನಃ, ನಿನ್ನನ್ನೇ ಮದುವೆಯಾಗಿ, ನಿನ್ನ ಜೊತೆಗೆ ಸಂಸಾರ ನಡೆಸಲು ಅಲ್ಲ"

ದೇಬಶಿಷ್‌ನ ಕೊನೆಯ ಮಾತು ಸಂಜಯನ ಹೃದಯವನ್ನು ಮೊನಚಾದ ಕತ್ತಿಯಿಂದ ತಿವಿದಿತ್ತು. ಅವನೊಳಗೆ ಆ ಕ್ಷಣ ಬೈಫೋಬಿಯಾ (ಪೂರ್ವಾಗ್ರಹ ಅಥವಾ ಋಣಾತ್ಮಕ ವರ್ತನೆಗಳು ಅಥವಾ ದ್ವಿ ಎಂದು ಗುರುತಿಸಿ ಕೊಳ್ಳುವವರ ಭಯ ಅಥವಾ ಇಷ್ಟವಿಲ್ಲದಿರುವಿಕೆ.) ಆವರಿಸಿಕೊಂಡಿತ್ತು. ಅವನ ಬಾಯಿಯಿಂದ ಮಾತುಗಳೇ ಹೊರಡಲಿಲ್ಲ. ಭಾರವಾದ ಹೃದಯ ಹೊತ್ತು ಆ ಮನೆಯಿಂದಾಚೆಗೆ ಬಂದ. ಅವನ ಕಣ್ಣುಗಳು ದುಃಖದ ಮಳೆ ಸುರಿಸುತ್ತಿದ್ದರೆ, ನಿಂತ ನೆಲ ಆ ಮಳೆಯಲ್ಲಿ ತೋಯ್ದು ನಗುತ್ತಿತ್ತು. ತನಗೆ ಬಂದ ಈ ಅವಸ್ಥೆ ಈ ಭೂಮಿಯ ಮೇಲೆ ಬೇರೆ ಯಾರಿಗೂ ಬಾರದಿರಲೆಂದು ಆಕಾಶಕ್ಕೆ ಕೈಮುಗಿದ. ಮುಂದೇನು ಮಾಡುವುದೆಂದು ತೋಚದೇ ಬೇವಿನ ಮರವೊಂದರ ಕೆಳಗೆ ಕುಳಿತು ನೊಂದ ಮನಸ್ಸಿಗೆ ಸಮಾಧಾನ ಮಾಡಲು ಪ್ರಯತ್ನಿಸಿದ. ಆ ವೇಳೆಗೆ ಅವನ ಎದುರುಗಡೆಯಿಂದಲೇ ಎಲ್ಲಿಗೋ ಹೋದ ದೇಬಶಿಷ್ ಮರಳಿ ಮನೆಯ ಕಡೆಗೆ ಬರುವಾಗ ಹೆಂಡತಿಯನ್ನು ಕರೆತರುವ ಬದಲು ಬೇರೆ ಯಾರೋ ತರುಣನನ್ನು ಕರೆದುಕೊಂಡು ಹೋಗುತ್ತಿರುವುದು ಸಂಜಯನ ಕಣ್ಣಿಗೆ ಬಿತ್ತು. ಅವನ ಮಗನಿರಬಹುದೇ? ಅಥವಾ ಆ ತರುಣನೂ ನನ್ನಂತೆಯೇ ಈ ವ್ಯಾಘ್ರನ ಬಾಯಿಗೆ ಆಹಾರವಾಗಲು ಹೊರಟಿದ್ದಾನೆಯೇ? ಕುಳಿತಲ್ಲಿಯೇ ಸಂಜಯನ ಚಡಪಡಿಕೆ ಹೆಚ್ಚಾಯಿತು. ಎದ್ದು ನಿಧಾನವಾಗಿ ದೇಬಶಿಷ್ ಮನೆಯ ಹಿತ್ತಲಿಗೆ ಹೋಗಿ ಮಲಗುವ ಕೋಣೆಯ ಕಿಟಕಿಯ ಸಂದಿನಿಂದ ಇಣುಕಿ ನೋಡಿದ. ಅವನ ಸಂಶಯ ನಿಜವಾಗಿತ್ತು. ನಿನ್ನೆ ಸಂಜಯ ಮಲಗಿದ್ದ ಮಂಚದ ಮೇಲೆ ಇಂದು ಆ ತರುಣ ಬೆತ್ತಲಾಗಿ ಮಲಗಿದ್ದ. ದೇಬಶಿಷ್ ಆವೇಶದಿಂದ ಅವನ ಜೊತೆಗೆ ರತಿಕ್ರೀಡೆಯಲ್ಲಿ ತೊಡಗಿದ್ದ.

ನನ್ನದು ನಿಷ್ಕಲ್ಮಶ ಪ್ರೇಮ
ಅವನದೋ ಬರೀ ಕಾಮ.

ನಾನೇ ರಾಜ...ನೀನೇ ರಾಣಿ. ಬಂದುಬಿಡು ಹೊಸಜೀವನ ಆರಂಭಿಸೋಣವೆಂದು ನಂಬಿಸಿ ಅಷ್ಟು ದೂರದಿಂದ ಕರೆಸಿಕೊಂಡು ಟಿಶ್ಯೂ

ಪೇಪರಿನಂತೆ ಬಳಸಿಕೊಂಡು ಬಿಸಾಡಿದ. ಇವನ ಬಣ್ಣದ ಮಾತುಗಳನ್ನು ನಂಬಿದ್ದು ನಾನು ಮಾಡಿದ ದೊಡ್ಡ ತಪ್ಪು. ಈ ಸಲಿಂಗ ಪ್ರಪಂಚದಲ್ಲಿ ಇಂತಹ ಮೋಸಗಾರರೇ ತುಂಬಿದ್ದಾರೆ. ಒಬ್ಬರಾದರೂ ನನ್ನ ಮಗುವಿನಂಥಾ ಮನಸ್ಸನ್ನು ಅರ್ಥೈಸಿಕೊಂಡು ನನಗೆ ಹೊಸಜೀವನ ಕೊಡಲಿಲ್ಲ ಎಂದು ಯೋಚಿಸುತ್ತಿದ್ದ ಸಂಜಯನಿಗೆ ಶ್ರೀನಿವಾಸ್, ಸುಧಾಕರ್, ರೊಹತಾಷ್, ದೇಬಶಿಷ್ ಎಲ್ಲರೂ ಅಸಹ್ಯವಾಗಿ ಕಾಣಿಸತೊಡಗಿದರು.

ಒಂದು ಕ್ಷಣವೂ ಅಲ್ಲಿ ನಿಲ್ಲಲಾಗದೇ ನೇರವಾಗಿ ರೈಲ್ವೆ ನಿಲ್ದಾಣಕ್ಕೆ ಬಂದ. ಹೋಗುವುದಾದರೂ ಎಲ್ಲಿಗೆ? ನಾನೀಗ ದಿಕ್ಕಿಲ್ಲದವನು, ಯಾವ ದಿಕ್ಕಿಗೆ ಹೊರಟರೇನು? ದೆಹಲಿಯ ಕಡೆಗೆ ಹೋಗುವ ರೈಲು ಬಂತು. ಹಿಂದೆ ಮುಂದೆ ನೋಡದೇ ಅದನ್ನೇ ಏರಿದ. ಸ್ವಲ್ಪ ಸಮಯದ ನಂತರ ರೈಲು ಹೊರಟಿತು, ಜೊತೆಗೆ ಅದರ ದಿಕ್ಕೂ ಬದಲಿತು.

***

ಸೈಬರ್ ಠಾಣೆಗೆ ಅಲೆದ ಸುಧಾಕರನಿಗೆ ಸಂಜಯ ಎಲ್ಲಿದ್ದಾನೆಂದು ಪತ್ತೆ ಹಚ್ಚಲು ಆಗಲಿಲ್ಲ. ಹಾಗೆಯೇ ಪೋಲೀಸರು ಸೂಕ್ತ ಸಾಕ್ಷಿಗಳು ಸಿಗದ ಕಾರಣ ವಾಸುಕಿಯನ್ನು ಠಾಣೆಗೆ ಕರೆಸುವುದು ನಿಲ್ಲಿಸಿ, ಯಾವುದಾದರೂ ಪತ್ರಿಕೆಯೋ ಅಥವಾ ಮಾಧ್ಯಮದ ಮೂಲಕವೋ ಜಾಹೀರಾತು ಕೊಡಿ ನಿಮ್ಮ ಮಗ ಸಿಗಬಹುದು ಎಂದು ಸಲಹೆ ಕೊಟ್ಟರು. ಸತ್ಯನಾರಾಯಣ ತನ್ನ ಮರ್ಯಾದೆ ಹೋಗುತ್ತದೆ ಎಂದು ಅಂಜಿ ಕೈ ಚೆಲ್ಲಿದ.

ಸ್ಪಂದನ ಮಹಿಳಾ ಸಾಂತ್ವನ ಕೇಂದ್ರಕ್ಕೆ ಬಂದ ಸುಗುಣ ಮತ್ತು ಶಶಿಗೆ ರೇಖಾಳ ಪರಿಚಯವಾಯಿತು. ಅವಳು ಆಕ್ಸ್‌ಫರ್ಡ್ ವಿಶ್ವವಿದ್ಯಾಲಯದಲ್ಲಿ ಅಧ್ಯಯನ ಮಾಡಿ ಮನಃಶಾಸ್ತ್ರದಲ್ಲಿ ಡಿ.ಲಿಟ್ ಪದವಿ ಪಡೆದಿದ್ದಳು. ಜೀವನದಲ್ಲಿ ನೊಂದು ಬೆಂದು ಹೈರಾಣಾಗಿರುವ ಹೆಣ್ಣುಮಕ್ಕಳನ್ನ ವಾತ್ಸಲ್ಯದಿಂದ ಕಾಣುತ್ತಿದ್ದ ರೇಖಾಳ ಕಂಗಳಿಗೆ ಸುಗುಣ ಪುಟ್ಟ ಮಗುವಂತೆ ಕಂಡಳು. ಅವಳ ಮಂಕು ಕವಿದ ವದನವೇ ಸಾರಿ ಹೇಳುತ್ತಿತ್ತು ಅವಳು ಮಾನಸಿಕ ಖಿನ್ನತೆಗೆ ಈಡಾಗಿದ್ದಾಳೆಂದು. ಅವಳಿಗೆ ಮಾತೃ ಮಮತೆಯ ಅವಶ್ಯಕತೆ ಇದೆ ಎಂದರಿತ ರೇಖಾ ಎದುರಿಗಿದ್ದ ಗೋಡೆಯನ್ನು ದಿಟ್ಟಿಸಿ ನೋಡುತ್ತಾ ಕುಳಿತಿದ್ದ ಸುಗುಣಳ ಭುಜದ ಮೇಲೆ ಕೈ ಹಾಕಿದಳು. ಆ ಸ್ಪರ್ಶಕ್ಕೆ ಎಚ್ಚೆತ್ತ ಸುಗುಣ ಕಣ್ಣರಳಿಸಿ ನೋಡಿದಳು. ರೇಖಾ ಆ ಕಣ್ಣುಗಳ ಆಳಕ್ಕಿಳಿದು "ನಿಮ್ಮ ಬದುಕಿನಲ್ಲಿ ಏನೆಲ್ಲಾ ನಡೆದಿದೆ? ನಿಮ್ಮ ಈ ಮೌನಕ್ಕೆ ಕಾರಣವಾದ ಘಟನೆಗಳನ್ನು ಯಾವ ಮುಚ್ಚುಮರೆ ಇಲ್ಲದೆ ನನಗೆ ತಿಳಿಸಿ. ನಿಮ್ಮ ಸಮಸ್ಯೆಗೆ ನನ್ನ ಕೈಲಾದ ಪರಿಹಾರ ಸೂಚಿಸುವೆ" ಎಂದಳು. ರೇಖಾ ಹೇಳಿದ್ದು ಕೇಳಿ ಸುಗುಣ ಕಣ್ಣೀರು ಸುರಿಸಿದಳೇ ಹೊರತು ತುಟಿ ಬಿಚ್ಚಿ

ಮಾತನಾಡಲಿಲ್ಲ. ತನ್ನ ಕರವಸ್ತ್ರದಿಂದ ಅವಳ ಕಣ್ಣೀರೊರೆಸಿದ ಶಶಿ "ನಾನಿದ್ದೇನೆ; ಹೆದರಬೇಡ, ಮಾತಾಡು ಪ್ಲೀಸ್" ಎಂದು ಅಲವತ್ತುಕೊಂಡ. ಅವನ ತುಂಬಿದ ಕಣ್ಣುಗಳನ್ನೊಮ್ಮೆ ನೋಡಿದ ಸುಗುಣ ಅಣ್ಣನ ಮೇಲಿನ ಮಮತೆಯಿಂದ ತನ್ನ ವೈವಾಹಿಕ ಬದುಕಿನಲ್ಲಿ ನಡೆದ ಘಟನೆಗಳನ್ನು ಬಿಡಿಸಿಟ್ಟಳು. ಅವೆಲ್ಲಾ ಕೇಳಿದ ರೇಖಾಳಿಗೆ ಸಮಸ್ಯೆಯ ಮೂಲಬೇರು ಎಲ್ಲಿದೆಯೆಂದು ತಿಳಿಯಲಿಲ್ಲ.

ನಮ್ಮ ಮನಸ್ಸಿನಲ್ಲಿ ಎರಡು ಭಾಗಗಳಿವೆ. ಒಂದು ಹೊರ ಅಥವಾ ಜಾಗೃತ ಮನಸ್ಸು. ಈ ಭಾಗದಲ್ಲಿ ನಡೆಯುವ ಎಲ್ಲ ಚಟುವಟಿಕೆಗಳು ನಮಗೆ ಅರಿವಿದ್ದು ಅವುಗಳ ಮೇಲೆ ನಮಗೆ ಹತೋಟಿ ಇರುತ್ತದೆ. ಇನ್ನೊಂದು ಸುಪ್ತ ಮನಸ್ಸು. ಇದರಲ್ಲಿ ನಡೆಯುವ ವಿಚಾರಗಳು ಮತ್ತು ವಿದ್ಯಾಮಾನಗಳು ನಮ್ಮ ಅರಿವಿಗೆ ಬರುವುದಿಲ್ಲ, ಹಾಗು ಅದರ ಮೇಲೆ ನಮಗೆ ಹತೋಟಿ ಇರುವುದಿಲ್ಲ. ನಿಮ್ಮ ತಂಗಿಯ ವಿಚಾರದಲ್ಲಿ ಆಗಿರೋದು ಸಹ ಇದೇ. ಅವಳ ಸುಪ್ತ ಮನಸ್ಸಿನ ಮೇಲೆ ಯಾವುದೋ ಕಾರಕ ಬಲವಾದ ಪ್ರಭಾವ ಬೀರಿರಬಹುದು. ನಾನೊಮ್ಮೆ ಇವರ ಮನೆಗೆ ಭೇಟಿ ನೀಡಿ ಮನೆಯವರೆಲ್ಲರ ಜೊತೆಗೆ ಮಾತನಾಡಬೇಕಿತ್ತು. ನಂತರ ಮುಂದೇನು ಮಾಡಬಹುದೆಂದು ಹೇಳಬಲ್ಲೆ" ಎಂದಳು. ಶಶಿ ಧಾರಾಳವಾಗಿ ಬನ್ನಿ ಎಂದು ರೇಖಾಳನ್ನು ಸತ್ಯನಾರಾಯಣರ ಮನೆಗೆ ಕರೆದೊಯ್ದ.

ಚಿಕ್ಕ ಕುಟುಂಬವಾದರೂ ಅವಶ್ಯಕತೆಗೆ ಮೀರಿ ಕಟ್ಟಿಸಿದ್ದ ವಿಶಾಲವಾದ ಮನೆ. ಆ ಮನೆಯ ತುಂಬಾ ಅಲ್ಲಲ್ಲಿ ಗೋಡೆಗಳ ಮೇಲೆ ಬಾಲ್ಯದಿಂದ ಹಿಡಿದು ಮದುವೆಯಾಗುವವರೆಗೆ ಸಂಜಯನ ವಿವಿಧ ವಿನೋದಾವಳಿಗಳ ಪಟಗಳು ಕಂಡವು. ಅವು 'ಕಥೆಯೊಂದನು ಹೇಳುವೆ ಬನ್ನಿ' ಎಂದು ರೇಖಾಳನ್ನು ಕೂಗಿ ಕರೆದಂತಾಯಿತು. ಸಂಜಯನ ಕೋಣೆಯನ್ನೆಲ್ಲಾ ಸೂಕ್ಷ್ಮವಾಗಿ ಅವಲೋಕಿಸಿದ ರೇಖಾ ಸಂಜಯ ಬಳಸುತ್ತಿದ್ದ ಮೊಬೈಲ್, ಕಂಪ್ಯೂಟರ್ ಹಾಗೂ ಅವರೇನಾದರೂ ಬರೆದ ಡೈರಿ ಇದೆಯಾ ಎಂದು ಕೇಳಿದಳು. ಕೆಲವು ಕ್ಷಣ ಆಲೋಚಿಸಿದ ಸುಗುಣ ನಂತರ ಇಲ್ಲ ಎಂಬಂತೆ ತಲೆ ಅಲ್ಲಾಡಿಸಿದಳು. ರೇಖಾ ಅಲ್ಲೇ ಇದ್ದ ಬೀರೋ ತೆರೆದು ತಡಕಾಡಿದಳು. ಅದರೊಳಗೆ ಸಂಜಯ ತೊಡುತ್ತಿದ್ದ ಬಟ್ಟೆ ಬಿಟ್ಟರೆ ಬೇರೇನೂ ಕಾಣಿಸಲಿಲ್ಲ. ನಂತರ ಕಿಟಕಿಯ ಪಕ್ಕ ಮೂಲೆಯಲ್ಲಿದ್ದ ಪುಸ್ತಕಗಳ ರ್‍ಯಾಂಪ್ ತೆರೆದು ನೋಡಿದಳು. ಮಾರ್ಕೇಟಿಂಗ್ ಪುಸ್ತಕಗಳು ಜೊತೆಗೊಂದಿಷ್ಟು ಇಂಗ್ಲೀಷ್ ಕಾದಂಬರಿಗಳು ಬಿಟ್ಟರೆ ಅದರಲ್ಲೂ ಬೇರೇನೂ ಸಿಗಲಿಲ್ಲ. ಆದರೆ ಅಲ್ಲೇ ಇದ್ದ ಪುಟ್ಟ ಕಬೋರ್ಡ್ ಒಂದು ರಹಸ್ಯದ ಮೂಟೆಯಂತೆ ರೇಖಾಳ ಗಮನ ತನ್ನತ್ತ ಸೆಳೆಯಿತು. ಸಮಸ್ಯೆಯ ಮೂಲಬೇರು ಅದರೊಳಗಿದೆ ಎಂದು ಯಾರಿಗೂ ಗೊತ್ತಿರಲಿಲ್ಲ. ಅದಕ್ಕೆ ಬೀಗ ಹಾಕಿದ್ದರಿಂದ ತೆರೆಯಲು ಆಗದೇ ರೇಖಾ ಸುಮ್ಮನಾದಾಗ ಸುನಂದಮ್ಮ ತನ್ನ ಬಳಿಯ ಬೀಗಗಳ ಗೊಂಚಲಿನಲ್ಲಿದ್ದ

ಪುಟ್ಟ ಬೀಗವೊಂದನ್ನು ತಂದು ರೇಖಾಳ ಕೈಗೆ ಕೊಟ್ಟಳು. ಅದನ್ನು ತೆರೆದು ನೋಡಿದರೆ ಸಂಜಯ ಬಳಸುತ್ತಿದ್ದ ಲ್ಯಾಪ್ಟಾಪ್ ಮತ್ತು ಮೊಬೈಲ್ ಸಿಕ್ಕಿತು. ಅವುಗಳನ್ನು ಚಾರ್ಜ್ ಮಾಡಿ ಪರೀಕ್ಷಿಸಿದಾಗ ಅದರೊಳಗೆ ಯಾವ ಮಾಹಿತಿಯೂ ಇರಲಿಲ್ಲ. ಆದರೆ ಅಲ್ಲೇ ಇದ್ದ ಟೀ ಕುಡಿಯುವ ಲೋಟದ ಮೇಲೆ "ಫೀಲ್ ಮೈ ಲವ್ ಶ್ರೀನಿವಾಸ್" ಎಂದು ಬರೆದು ಜೊತೆಗೆ ದಿನಾಂಕ ನಮೂದಿಸಿದ್ದು ಕಂಡು ರೇಖಾಳಿಗೆ ಅಚ್ಚರಿಯಾಯಿತು. ಕೂಡಲೇ ಅವಳು "ಶ್ರೀನಿವಾಸ್ ಅಂದರೆ ಯಾರೆಂದು ನಿಮಗೆ ಗೊತ್ತಾ?" ಎಂದು ಕೇಳಿದಳು. ಸುನಂದಮ್ಮ "ಅವರು ಸಂಜು ಕೆಲಸ ಮಾಡುತ್ತಿದ್ದ ಕಂಪನಿಯ ಮ್ಯಾನೇಜರ್" ಎಂದಳು. ಆ ಮಾತು ಕೇಳಿ ರೇಖಾಳ ತಲೆಯಲ್ಲೊಂದು ಮಿಂಚುಹುಳು ಸಂಚರಿಸಿದಂತಾಯಿತು. ಒಡನೇ ಆ ಕಬೋರ್ಡ್ ಕೆಳಗೆ ಮತ್ತಷ್ಟು ತಡಕಾಡಿದರೆ ಕೆಲವು ಸೀಗರೇಟು ತುಂಡುಗಳು ಕಂಡವು. ಅವುಗಳ ಮೇಲೂ ಶ್ರೀನಿವಾಸರ ಹೆಸರು ಬರೆದಿರುವುದು ನೋಡಿ ರೇಖಾ ತಬ್ಬಿಬ್ಬಾದಳು. ಕೊನೆಗೆ ಸಿಕ್ಕ ಪುಟ್ಟ ಡೈರಿ ಒಂದು ನಿಗೂಢ ರಹಸ್ಯದಂತೆ ಕಂಡಿತು.

ಕೆಲವು ಅಂಶಗಳನ್ನು ಆಧಾರವಾಗಿಟ್ಟುಕೊಂಡು ಒಂದು ನಿರ್ಧಾರಕ್ಕೆ ಬರುವುದಕ್ಕಿಂತಲೂ ಇದನ್ನು ಮತ್ತಷ್ಟು ವಿಚಾರಣೆಗೆ ಒಳಪಡಿಸಬೇಕೆಂದು ಮಾತು ಮುಂದುವರೆಸಿದ ರೇಖಾ "ಸಂಜಯ್ ಅವರಿಗೆ ಯಾರಾದರೂ ಆತ್ಮೀಯ ಗೆಳೆಯ, ಗೆಳತಿಯರಿದ್ದಾರ?" ಎಂದು ಕೇಳಿದಳು. ಕೆಲವು ಕ್ಷಣ ಆಲೋಚಿಸಿದ ಸುನಂದಮ್ಮ ಅವನು ಯಾವಾಗಲೂ ಒಂಟಿಯಾಗಿರುತ್ತಿದ್ದ, ಈ ಹಿಂದೆ ಸಮೀರ್ ಅಂತ ಒಬ್ಬ ಗೆಳೆಯ ಇದ್ದನೇನೋ? ನಂಜನಗೂಡಲ್ಲಿ ಮೇಷ್ಟ್ರು ಅನಿಸುತ್ತದೆ. ಒಂದೆರಡು ಬಾರಿ ಅವನನ್ನು ಸಂಜು ನಮ್ಮ ಮನೆಗೆ ಕರೆತಂದಿದ್ದು ನನಗೆ ನೆನಪಿದೆ. ನಂತರ ಅವನ ಯಾವ ಗೆಳೆಯರ ಪರಿಚಯವೂ ನಮಗಿಲ್ಲ. ಗೆಳತಿಯರೆಂದರೆ ಕೆಲವು ದಿನಗಳ ಹಿಂದೆ ಯಾರೋ ಕನ್ನಿಕಾ ಅನ್ನೋ ಹುಡುಗಿ ನಾನು ಸಂಜಯನ ಆಪ್ತಳೆಂದು ಮನೆಗೆ ಬಂದಿದ್ದಳು, ಇದು ಅವಳ ನಂಬರ್ ಎನ್ನುತ ಒಂದು ಚೀಟಿ ಕೊಟ್ಟ ಸುನಂದಮ್ಮ ಇವರು ಬಿಟ್ಟರೆ ಆ ಲ್ಯಾಪ್ಟಾಪೇ ಅವನ ಸರ್ವಸ್ವ ಎಂದರು.

ಸ್ಪಂದನ ಮಹಿಳಾ ಸಾಂತ್ವನ ಕೇಂದ್ರಕ್ಕೆ ಬರುತ್ತಿದ್ದ ಬಹುತೇಕ ಮಹಿಳೆಯರು ವರದಕ್ಷಿಣೆ ಕಿರುಕುಳ, ವಿಚ್ಛೇದನ, ಗಂಡಂದಿರ ಕುಡಿತದಿಂದ ಬೇಸತ್ತವರೇ ಹೆಚ್ಚು. ಆಗೊಮ್ಮೆ, ಈಗೊಮ್ಮೆ ವಿಶೇಷ ಪ್ರಕರಣಗಳಂತೆ ಎಲ್‌ಜಿಬಿಟಿಕ್ಯೂ ಸಮುದಾಯದ ವ್ಯಕ್ತಿಗಳು ತಮ್ಮ ಅಳಲನ್ನು ತೋಡಿಕೊಳ್ಳಲು ಬರುತ್ತಿದ್ದರು. ಹೀಗೆ ಬಂದವರಿಗೆ ರೇಖಾ ಕೊಡುತ್ತಿದ್ದ ಚಿಕಿತ್ಸಕ ಸಲಹೆಗಳು ಅವರ ಬದುಕಿನ ದಿಕ್ಕು ದೆಸೆಯನ್ನೇ ಬದಲಾಯಿಸಿದ್ದವು.

ಸಂಜಯನ ಕುರಿತು ಹೆಚ್ಚಿನ ವಿಚಾರಗಳನ್ನು ಕಲೆ ಹಾಕಲು ಸಮೀರ್ ಮತ್ತು ಕನ್ನಿಕಾಳ ಭೇಟಿ ಆಗಬೇಕಿತ್ತು. ಅದರ ನಂತರವೇ ಮುಂದೇನು ಮಾಡಬಹುದೆಂದು ಸ್ಪಷ್ಟ ಚಿತ್ರಣ ಸಿಗಬಹುದೆನ್ನುವ ನಿರೀಕ್ಷೆಯಲ್ಲಿ ರೇಖಾ ಮತ್ತೇನಾದರೂ ಮಾಹಿತಿ ಬೇಕಿದ್ದರೆ ಮನೆಗೆ ಬರುತ್ತೇನೆಂದು ಹೇಳಿ ಅಲ್ಲಿಂದ ಹೊರಡುವಾಗ ಆ ಪುಟ್ಟ ಡೈರಿಯ ಜೊತೆಗೆ ಸಂಜಯ ಓದುತ್ತಿದ್ದ ಇಂಗ್ಲೀಷ್ ಕಾದಂಬರಿಗಳನ್ನು ತನ್ನ ಬ್ಯಾಗಿನೊಳಗಿಟ್ಟುಕೊಂಡು ಹೋದಳು.

ಒಬ್ಬ ಸಿಐಡಿ ಆಫೀಸರ್‌ಗಿಂತಲೂ ಮಿಗಿಲಾಗಿ ರೇಖಾ ಈ ವಿಷಯವನ್ನು ಹ್ಯಾಂಡಲ್ ಮಾಡುತ್ತಿರುವ ರೀತಿ ನೋಡಿ ಶಶಿ ಮೂಕವಿಸ್ಮಿತನಾದ. ಅವಳು ಹೀಗೆಯೇ ಮುಂದುವರೆದರೆ ಸಂಜಯ ಮನೆಬಿಟ್ಟು ಹೋಗಲು ಕಾರಣ ತಿಳಿಯುತ್ತದೆ. ನಂತರ ಅವನ ಪತ್ತೆ ಹಚ್ಚಿ, ಮರಳಿ ಮನೆಗೆ ಕರೆತರಬಹುದು. ಒಂದೆಡೆ ಸಂಜಯನನ್ನು ಹುಡುಕಿದಂತಾಗುತ್ತದೆ ಮತ್ತೊಂದೆಡೆ ಸುಗುಣಳ ನೊಂದ ಮನಸ್ಸಿಗೆ ಸಾಂತ್ವಾನವೂ ಸಿಗುತ್ತದೆ. ಈ ವಿಚಾರದಲ್ಲಿ ಪೋಲೀಸರು ಹಾಗೂ ವೈದ್ಯರಿಗಿಂತಲೂ ಇವಳೇ ಬೆಟರ್ ಅನಿಸುತ್ತದೆ. ಒಟ್ಟಾರೆ ನನ್ನ ತಂಗಿಯ ಜೀವನ ಸರಿಯಾದರೆ ಸಾಕು ಎಂದು ಶಶಿ ನಿಟ್ಟುಸಿರು ಬಿಟ್ಟನು.

***

ರೇಖಾ ತನ್ನ ಆಫೀಸಿನಲ್ಲಿ ಏಕಾಂತವಾಗಿ ಕುಳಿತಾಗ ಸಂಜಯನ ಕೋಣೆಯಿಂದ ತಂದ ಡೈರಿಯನ್ನು ತೆರೆದು ನೋಡಿದಳು. ಅದರ ತುಂಬಾ ಹೆಸರು ಪ್ರಸ್ತಾಪಿಸದೇ ಅನಾಮಿಕ ವ್ಯಕ್ತಿಯೊಬ್ಬನ ವರ್ಣನೆಯೇ ತುಂಬಿತ್ತು. ಯಾವ ಮೇರು ಕವಿಯ ಕಲ್ಪನೆಗೂ ನಿಲುಕದ ಪದಪುಂಜಗಳೊಂದಿಗೆ ಸಂಜಯ ತನ್ನ ಪ್ರೇಮಿಯ ವದನವನ್ನು ವರ್ಣಿಸಿರುವುದು ಕಂಡು ರೇಖಾ ದಿಗ್ಭ್ರಮೆಗೊಳಗಾದಳು. ದೇಹದ ಇತರೆ ಯಾವ ಅಂಗಾಂಗಳನ್ನು ಹೆಚ್ಚು ವರ್ಣಿಸದೆ ಕೇವಲ ವದನವನ್ನೇ ಪುಂಖಾನುಪುಂಖವಾಗಿ ವರ್ಣಿಸಿರುವುದು ನೋಡಿ ಅವಳು ತಲೆಕೆರೆದು ಕೊಂಡಳು. ಅಂತಿಮ ಪುಟಗಳಲ್ಲಿ ಆ ವ್ಯಕ್ತಿಯ ಮೀಸೆ ಮತ್ತು ಕಪ್ಪು ಕೇಶರಾಶಿಯು ರವಿವರ್ಮನ ಕುಂಚದಿಂದ ಅರಳಿದ ಕಲೆಯಂತೆ ಚಿತ್ರಿತವಾಗಿತ್ತು. ಒಬ್ಬ ಗಂಡಸು ಮತ್ತೊಬ್ಬ ಗಂಡಸಿನ ಮೇಲೆ ಇಷ್ಟೊಂದು ಆಕರ್ಷಣೆ ಇಟ್ಟುಕೊಳ್ಳುವುದು ನೋಡಿದರೆ ಇದು ಸಲಿಂಗಕಾಮ ಇರಬಹುದು ಎಂಬ ಸಂಶಯ ಅವಳಿಗೆ ಕಾಡತೊಡಗಿತು. ಮುಂದುವರೆದು ಸಂಜಯ ಓದುತ್ತಿದ್ದ ಕಾದಂಬರಿಗಳನ್ನು ತೆರೆದು ನೋಡಿದಳು. ಡಾಮೋನ್ ಸ್ಯೂಡೆಯ 'ಹಾಟ್ ಹೆಡ್', ಜಾನೆ ಸೆವಿಲ್ಲೆಯ 'ಜೀರೋ ಅಟ್ ದಿ ಬೋನ್', ಡೇವಿಡ್ ಲೆವಿಥಾನ್‌ನ 'ಎವೆರಿ ಡೇ' ಇವೆಲ್ಲವೂ ಸಲಿಂಗಕಾಮದ ಕಥಾವಸ್ತು

ಹೊಂದಿರುವ ಕೃತಿಗಳೇ ಆಗಿದ್ದವು. ರೇಖಾ ಇದನ್ನೆಲ್ಲಾ ತನ್ನ ಫೈಲ್ ಒಳಗೆ ಟಿಪ್ಪಣಿ ಮಾಡಿಟ್ಟುಕೊಂಡಳು.

ದೇಬಶಿಷ್‌ನ ಮಾತುಗಳಿಂದ ನೊಂದು ತನ್ನ ಬದುಕಿನ ಬಗ್ಗೆಯೇ ಜಿಗುಪ್ಸೆ ಅನುಭವಿಸುತ ದೆಹಲಿಗೆ ಬಂದಿಳಿದ ಸಂಜಯ ರಸ್ತೆಯ ಬದಿ ಸಿಕ್ಕಿದ್ದು ಕೊಂಡು ತಿಂದು, ಫುಟ್‌ಪಾತಲ್ಲೇ ಮಲಗುತ್ತಿದ್ದ. ಬೋಳಿಸಿದ ತಲೆ ಮತ್ತು ಮೀಸೆ ಅವನು ಯಾರಿಗೂ ಗುರುತು ಸಿಗದಂತೆ ಮಾಡಿತ್ತು. ಅವನ ಬಳಿಯಿದ್ದ ಎರಡು ಜೊತೆ ಬಟ್ಟೆ ತೊಟ್ಟು, ತೊಟ್ಟು ಹರಿದುಹೋಗುವ ಹಂತಕ್ಕೆ ಬಂದಿದ್ದವು. ಮೈ ಕೈಗೆ ಸರಿಯಾಗಿ ಸೋಪು ಕಾಣದೇ ಹತ್ತಿರ ನಿಂತವರಿಗೆ ಕೆಟ್ಟ ವಾಸನೆ ಬರುತ್ತಿತ್ತು. ತನ್ನ ಬಳಿ ಉಳಿದಿರುವ ಹಣದಿಂದ ಮುಂದಿನ ದಿನಗಳನ್ನು ದೂಡುವುದೇ ಅವನ ಪಾಲಿಗೆ ಬಹುದೊಡ್ಡ ಸವಾಲಾಗಿತ್ತು.

ನಂಜನಗೂಡಿನ ಸಿಆರ್‌ಪಿಯ (ಸಮೂಹ ಸಂಪನ್ಮೂಲ ವ್ಯಕ್ತಿ) ಸಹಾಯದಿಂದ ಸಮೀರ್‌ನ ಪತ್ತೆಹಚ್ಚಿದ ರೇಖಾ ಅವನನ್ನು ಭೇಟಿಯಾಗಿ ಸಂಜಯನ ಬಗ್ಗೆ ವಿಚಾರಿಸಿದಳು. ತನ್ನಿಂದ ದೂರವಾಗಿರೋ ವ್ಯಕ್ತಿಯ ಬಗ್ಗೆ ಮೂರನೆಯವರ ಬಳಿ ಮಾತನಾಡಲು ಅವನಿಗೆ ಇಷ್ಟವಿಲ್ಲದ ಕಾರಣ ತನಗೂ ಸಂಜಯನಿಗೂ ಯಾವುದೇ ಸಂಬಂಧವಿಲ್ಲವೆಂಬಂತೆ ಜಾರಿಕೊಳ್ಳಲು ಯತ್ನಿಸಿದ. ಅವನೇಕೆ ಹಿಂಜರಿಯುತ್ತಿದ್ದಾನೆಂದು ಅವನ ವದನ ನೋಡಿಯೇ ಅರ್ಥೈಸಿಕೊಂಡ ರೇಖಾ ಸಂಜಯ ಮನೆಬಿಟ್ಟು ಹೋಗಿರುವ ಹಾಗೂ ಅವನ ಹೆಂಡತಿಯ ಅಳಲನ್ನು ಮನ ಕಲಕುವಂತೆ ವಿವರಿಸಿದಾಗ ಸಮೀರನ ಮನಸ್ಸು ಕರಗಿ ತನಗೆ ಗೊತ್ತಿರುವ ವಿಚಾರಗಳನ್ನು ಬಹಿರಂಗ ಪಡಿಸುತ್ತಾ ಹೋದ.

“ನಾನು ಸಂಜಯ ತುಂಬಾ ಆತ್ಮೀಯ ಗೆಳೆಯರು. ಎಷ್ಟು ಆಯ್ಮೀಯರೆಂದರೆ ಒಬ್ಬರನ್ನೊಬ್ಬರು ಬಿಟ್ಟಿರಲಾರದಷ್ಟು. ಇಬ್ಬರೂ ವೀಕೆಂಡ್ ರಜೆ ಇದ್ದಾಗ ಹೊರಗಡೆ ಸುತ್ತಾಡುತ್ತಿದ್ವಿ. ಅವನು ನನ್ನ ಬಿಟ್ಟರೆ ಬೇರೆ ಯಾರ ಜೊತೆಗೂ ಬೆರೆಯುತ್ತಿರಲಿಲ್ಲ. ಒಮ್ಮೆ ಪಾರ್ಕ್ ಒಂದರಲ್ಲಿ ಇಬ್ಬರು ಲೆಸ್ಬಿಯನ್ ಯುವತಿಯರು ಪಬ್ಲಿಕ್ ಆಗಿ ಕಾಮಕೇಳಿಯಲ್ಲಿ ತೊಡಗಿದ್ದು ನೋಡಿ ನಾನು ರೊಚ್ಚಿಗೆದ್ದಿದ್ದೆ. ಅಂದು ಸಹಜವಾಗಿ ನನ್ನೊಳಗೆ ಹುಟ್ಟಿಕೊಂಡ ಸಿಟ್ಟದು. ಕೋಪದ ಕೈಗೆ ಮತಿ ಕೊಟ್ಟಿದ್ದರಿಂದ ನನಗರಿವಿಲ್ಲದೆ ನಾನು ಆ ಯುವತಿಯರ ಮೇಲೆ ಚಪ್ಪಲಿ ಎಸೆಯಲು ಹೋಗಿದ್ದೆ. ಆದರೆ ಆ ವೇಳೆ ನನ್ನ ತಡೆದ ಸಂಜಯ ನನಗೆ ಬುದ್ಧಿ ಹೇಳಲು ಬಂದ. ಅವನ ನಡವಳಿಕೆ ನನಗೇಕೋ ಸರಿಕಾಣಿಸಲಿಲ್ಲ. ನನ್ನ ಸ್ನೇಹಕ್ಕಿಂತಲೂ ಅದ್ಯಾರೋ ಮಾನಗೆಟ್ಟವರು ಇವನಿಗೆ ದೊಡ್ಡವರಾದರಾ? ಎಂದು ನಾನು ಮನಸಿಗೆ ಬೇಜಾರು ಮಾಡಿಕೊಂಡು ಅವನಿಂದ ದೂರವಾದೆ. ಅವನೂ ಸಹ ಅದೇ ಕೊನೆ ಮತ್ತೆಂದೂ ನನ್ನ ಭೇಟಿಯಾಗಲಿಲ್ಲ. ಕೆಲವೊಮ್ಮೆ ರಸ್ತೆಯಲ್ಲಿ ಎದುರಾದರೂ ನನ್ನ ನೋಡದ

ಹಾಗೆ ಹೋಗುತ್ತಿದ್ದ. ಇಷ್ಟೇ ನಮ್ಮಿಬ್ಬರ ನಡುವಿನ ಗೆಳೆತನದ ಬಾಂಧವ್ಯ" ಎಂದು ತನ್ನ ಮಾತಿಗೆ ವಿರಾಮವಿಟ್ಟ.

ಸಮೀರ್‌ನ ಮಾತುಗಳನ್ನು ಆಲಿಸಿದ ರೇಖಾಳಿಗೆ ಜೀವದ ಗೆಳೆಯನಿಗಿಂತಲೂ ಸಂಜಯ್‌ಗೆ ಲೆಸ್ಬಿಯನ್‌ಗಳ ಮೇಲೆ ಯಾಕಷ್ಟು ಒಲವಿತ್ತೋ! ಬಹುಶಃ ಅವರೂ ಸಹ ಎಲ್‌ಜಿಬಿಟಿಕ್ಯೂ ಸಮುದಾಯವನ್ನು ಪ್ರತಿನಿಧಿಸುವವರು ಎಂಬ ಕಾರಣದಿಂದಿರಬಹುದೇ! ಎಂಬ ಪ್ರಶ್ನೆ ಕಾಡತೊಡಗಿತು. ಅವಳು ಆಲೋಚಿಸುತ್ತ ಮೌನವಾಗಿ ಕುಳಿತಿರುವುದು ನೋಡಿ ಸಮೀರ್ "ನಾನಿನ್ನೂ ಹೊರಡಬಹುದೇ?" ಎಂದು ಎದ್ದು ನಿಂತನು. ಒಡನೇ ಅವನ ತಡೆದ ರೇಖಾ "ನಾನಿನ್ನೂ ಕೇಳಬೇಕಾದ ಪ್ರಶ್ನೆಗಳನ್ನೇ ಕೇಳಿಲ್ಲ. ದಯವಿಟ್ಟು ಸುಗುಣಳಿಗಾಗಿ ಮತ್ತೊಂದೈದು ನಿಮಿಷ ನಿಮ್ಮ ಅಮೂಲ್ಯ ಸಮಯ ಕೊಡಿ" ಎಂದಳು. ಸಮೀರ್ ಆಗಲಿ ಎಂಬಂತೆ ಕುಳಿತುಕೊಂಡ. ರೇಖಾ ಪ್ರಶ್ನೆ ಕೇಳುವುದನ್ನು ಮುಂದುವರೆಸಿದಳು.

"ನೀವಿಬ್ಬರೂ ತುಂಬಾ ಆತ್ಮೀಯರಾಗಿದ್ದ ಸಮಯದಲ್ಲಿ ಸಂಜಯ್ ನಿಮ್ಮ ಬಳಿ ಯಾರಾದರೂ ಹುಡುಗಿಯರ ಬಗ್ಗೆ ಮಾತಾಡ್ತಿದ್ರಾ? ಹೊಗಳಿಕೆ, ತೆಗಳಿಕೆ, ಪ್ರೀತಿ–ಪ್ರೇಮ ಇತ್ಯಾದಿ" ಎಂದು ಕುತೂಹಲದಿಂದ ಕೇಳಿದಳು.

"ಹುಡುಗಿಯರ ಬಗ್ಗೆ ಎಂದೂ ಮಾತನಾಡಿಲ್ಲ. ಅದರಲ್ಲಿ ಅವನಿಗೆ ಆಸಕ್ತಿಯೂ ಇರಲಿಲ್ಲ. ನಾನಾಗಿಯೇ ನೆರೆಹೊರೆ ಹೆಣ್ಣುಮಕ್ಕಳ ಬಗ್ಗೆ ಏನಾದರೂ ವಿಷಯ ಪ್ರಸ್ತಾಪಿಸಿದರೆ ಅದರ ಬಗ್ಗೆ ಅವನು ಚರ್ಚಿಸದೇ ಬೇರೊಂದು ವಿಷಯದ ಕಡೆಗೆ ನನ್ನ ಗಮನ ಸೆಳೆಯುತ್ತಿದ್ದ. ಆದರೆ ಅವನ ಆಫೀಸಿನ ಹೊಸ ಬಾಸ್ ಬಗ್ಗೆ ತುಂಬಾ ಹೊಗಳುತ್ತಿದ್ದದ್ದು ನನಗೆ ನೆನಪಿದೆ"

"ಓಹ್, ನಿಜವಾಗಿಯೂ! ಆ ಹೊಗಳಿಕೆ ಹೇಗಿರುತ್ತಿತ್ತು?"

"ಒಬ್ಬ ಗಂಡಸು ಸುಂದರವಾದ ಹೆಣ್ಣನ್ನು ನೋಡಿ ಅವಳ ಸೌಂದರ್ಯದ ಬಗ್ಗೆ ವರ್ಣನೆ ಮಾಡುವಂತೆ ಸಂಜಯ್ ತನ್ನ ಬಾಸ್ ಬಗ್ಗೆ ವರ್ಣಿಸುತ್ತಿದ್ದ. ಅವರ ವಿಶೇಷ ಗುಣಗಳು, ಹವ್ಯಾಸಗಳಿಗಿಂತಲೂ ಮುಖ, ಮೀಸೆಯ ಬಗ್ಗೆಯೇ ಭಾವಪರವಶನಾಗಿ ಮಾತನಾಡುತ್ತಿದ್ದ. ಅದೆಲ್ಲಾ ಕೇಳಿ ನನಗೆ ತಲೆ ಸಿಡಿದಂತಾಗಿ ಸಾಕು ಹೊತ್ತಾಯಿತು ಮನೆಗೆ ಹೋಗೋಣ ನಡಿ ಎಂದು ಎದ್ದು ಬರುತ್ತಿದ್ದೆ"

"ಸಂಜಯ್ ಅವರು ಎಂದಾದರೂ ನಿಮ್ಮ ಜೊತೆಗೆ ಹೆಂಗಸರಂತೆ ನಡೆದುಕೊಂಡಿದ್ದಾರ?"

"ಇಲ್ಲ, ಅವನೊಳಗೆ ಮಾತೃಹೃದಯವಿತ್ತು. ಆದರೆ ಅವನೆಂದೂ ನನ್ನ ಮುಂದೆ ಹೆಣ್ಣು ಮಗಳಂತೆ ನಡೆದುಕೊಂಡಿಲ್ಲ"

"ಸಂಜಯ್‌ಗೆ ಸಾಲ ಮಾಡುವ, ಆನ್ಲೈನ್ ಬೆಟ್ಟಿಂಗ್ ಆಡುವ, ಧೂಮಪಾನ, ಮದ್ಯಪಾನದಂತಹ ದುಶ್ಚಟಗಳೇನಾದರೂ ಇದ್ದವೇ?"

"ನನಗೆ ತಿಳಿದಂತೆ ಅವನಲ್ಲಿ ಅಂತಹ ಯಾವ ದುಶ್ಚಟಗಳೂ ಇರಲಿಲ್ಲ. ಅವನೊಬ್ಬ ಸೀದಾ ಸಾದಾ ಮನುಷ್ಯ. ಹೆಚ್ಚೆಂದರೆ ಹೊರಗಡೆ ಟೀ ಕುಡಿಯುತ್ತಿದ್ದ. ಅಪರೂಪಕ್ಕೊಮ್ಮೆ ಪಾರ್ಟಿ. ಅದೂ ಸಹ ನಾನ್‌ವೆಜ್"

ರೇಖಾ ತನ್ನೊಳಗಿನ ಸಾಮಾನ್ಯ ಜ್ಞಾನ ಬಳಸಿ ಸಮೀರ್‌ಗೆ

ಕೇಳಬೇಕಾದ ಪ್ರಶ್ನೆಗಳೆಲ್ಲಾ ಕೇಳಿಯಾಗಿತ್ತು. ಅವಳು ಕೇಳಿದ ಒಂದೊಂದು ಪ್ರಶ್ನೆಗಳು ಅವಳ ಸಾಮರ್ಥ್ಯಕ್ಕೆ ಹಿಡಿದ ಕೈಗನ್ನಡಿಯಂತಿದ್ದವು. ಈ ಭೇಟಿಯಿಂದ ಅವಳಿಗೆ ಕೆಲವು ವಿಷಯಗಳು ತಿಳಿದರೂ ಅವಳು ಸಂಜಯನೊಬ್ಬ ಸಲಿಂಗಿ ಎಂಬ ನಿರ್ಧಾರಕ್ಕೆ ಬರಲಿಲ್ಲ.

ಶಸ್ತ್ರಚಿಕಿತ್ಸೆಯ ನಂತರ ತುಸು ಚೇತರಿಸಿಕೊಂಡಿದ್ದ ಕರುಣಾ ರಕ್ತಹೀನತೆಯಿಂದ ಹಾಸಿಗೆ ಹಿಡಿದವಳು ಪುನಃ ಏಳಲೇ ಇಲ್ಲ. ತನ್ನ ಬದುಕಿನ ಏಕೈಕ ಭರವಸೆಯಾಗಿದ್ದ ಕರುಣಾಳನ್ನು ಉಳಿಸಿಕೊಳ್ಳಲು ಕನ್ನಿಕಾ ನಡೆಸಿದ ಹೋರಾಟವೆಲ್ಲವೂ ವ್ಯರ್ಥವಾಯಿತು. ಕರುಣಾಳ ಸಾವಿನ ನಂತರ ಕನ್ನಿಕಾಳಿಗೆ ಲೌಕಿಕ ಬದುಕಿನ ಬಗ್ಗೆ ಆಸಕ್ತಿ ಕಡಿಮೆ ಆಗಿತ್ತು. ಅವಳು ಜೀವನ ವಿಧಾನವಾಗಿ ಆಧ್ಯಾತ್ಮಿಕತೆಯ ಆವಿಷ್ಕಾರ ಮಾಡಲು ಪ್ರಜಾಪಿತ ಬ್ರಹ್ಮಕುಮಾರಿ ಈಶ್ವರೀಯ ವಿಶ್ವವಿದ್ಯಾಲಯ ಸೇರಿಕೊಂಡು ಕನ್ನಿಕೇಶ್ವರಿಯಾಗಿ ಆಧ್ಯಾತ್ಮದ ಹಾದಿ ತುಳಿದಳು.

ಶಶಿಯ ರಜೆ ಮುಗಿಯಲು ಬಂದಿದ್ದರಿಂದ ಅವನು ಅಮೇರಿಕಾಗೆ ಮರಳಿ ಹೋಗಬೇಕಾಗಿತ್ತು. ಇತ್ತ ತಂಗಿಯ ಬಾಳು ಸರಿಪಡಿಸಬೇಕಿತ್ತು. ಇವೆರಡರ ನಡುವೆ ಸಿಲುಕಿ ಮುಂದೇನು ಮಾಡುವುದೆಂದು ತೋಚದೇ ರೇಖಾಳ ಬಳಿ ತನ್ನ ಸಂಕಟ ತೋಡಿಕೊಂಡ. ಅವನ ಮಾನಸಿಕ ತೊಳಲಾಟ ಅರಿತ ರೇಖಾ "ಎರಡು ದೋಣಿಯ ಮೇಲೆ ಕಾಲಿಟ್ಟರೆ ಪಯಣ ಸಾಗೋಲ್ಲ. ಎರಡರಲ್ಲಿ ಒಂದು ಆಯ್ಕೆ ಮಾಡಿಕೊಳ್ಳಿ. ನೀವು ಅಮೇರಿಕಾಗೆ ಹೋಗುವುದಾದರೆ ಹೋಗಿ. ನಾನು ನನ್ನ ಕೆಲಸ ಮುಂದುವರೆಸುವೆ. ಆದರೆ ಸಂಜಯನನ್ನು ಪತ್ತೆ ಹಚ್ಚಲು ನಿಮ್ಮ ಸಹಕಾರ ನನಗೆ ತುಂಬಾ ಮುಖ್ಯ" ಎಂದಳು. ಅವಳಾಡಿದ ಮಾತುಗಳಲ್ಲಿ ತೂಕವಿತ್ತು. ಈ ವಿಚಾರವಾಗಿ ಒಂದೆರಡು ದಿನ ಧೀರ್ಘವಾಗಿ ಆಲೋಚಿಸಿದ ಶಶಿ ತನ್ನ ತಂಗಿ ಸುಗುಣಳಿಗಾಗಿ ಕೊನೆಗೂ ಅಮೇರಿಕಾಗೆ ವಿದಾಯ ಹೇಳಿ ಮೈಸೂರಿನಲ್ಲೇ ಕೆಲಸಕ್ಕೆ ಅರ್ಜಿ ಸಲ್ಲಿಸಿದ.

***

ಸಂಜಯನ ಬಳಿಯೀಗ ಇದ್ದ ಹಣವೆಲ್ಲಾ ಖಾಲಿಯಗಲು ಬಂದಿತ್ತು. ಜೇಬಿನಲ್ಲಿ ಉಳಿದದ್ದು ಕೇವಲ ಇಪ್ಪತ್ತು ರೂಪಾಯಿಯ ನೋಟಷ್ಟೆ. ಆ ಹಣದಲ್ಲಿ ಬಟ್ಟೆ ಒಗೆಯಲು ಸೋಪು ತೆಗೆದುಕೊಳ್ಳಲೇ? ಉಳಿದ ದುಡ್ಡು ಮಧ್ಯಾಹ್ನದ ಊಟಕ್ಕೆ ಸಾಲದು. ಮುಂದೆ ಹೇಗೆ? ಅವನ ಚಿಂತೆ ಹೆಚ್ಚುತ್ತಾ ಹೋಯಿತು.

ಬಸ್ ತಂಗುದಾಣ ಒಂದರಲ್ಲಿ ಜನ ಯಾರೂ ಇರಲಿಲ್ಲ ಅಲ್ಲೊಂದು ಆಸನದ ಮೇಲೆ ಕುಳಿತು ರಸ್ತೆಯಲ್ಲಿ ಹೋಗಿ ಬರುವವರನ್ನ ನೋಡುತ್ತಿದ್ದ. ಆ ವೇಳೆ ಅವನೆದುರು ಪ್ರತ್ಯಕ್ಷಳಾದ ಚಾಂದನಿ ಎಂಬ ಟ್ರ್ಯಾನ್ಸ್‌ಜೆಂಡರ್ ಒಬ್ಬಳು "ಲಾ (ಕೊಡು)..." ಎಂದು ಕೈ ಹೊಡೆದು ಹಣ ಕೇಳಿದಳು. ತಾನು ನೌಕರಿ ಮಾಡುತ್ತಿದ್ದ ದಿನಗಳಲ್ಲಿ ಮೈಸೂರಿನಲ್ಲಿ ಹೀಗೆ ಟ್ರ್ಯಾನ್ಸ್‌ಜೆಂಡರ್‌ಗಳು ಎದುರಾದರೆ ಸಾಕು ಅವರು ಕೈಚಾಚುವ ಮುನ್ನವೇ ನೂರೋ, ಐನೂರೋ ಜೇಬಿನಿಂದ ಹೊರತೆಗೆದು ಅವರ ಕೈಗಿಟ್ಟು 'ಒಳಿತಾಗಲಿ' ಎಂದು ಅವರು ಹಾರೈಸುತ್ತಿದ್ದಂತೆ ಮುಂದೆ ಹೋಗುತ್ತಿದ್ದದ್ದು ನೆನಪಾಯಿತು. ತನ್ನೆದೆರು ಕೈ ಚಾಚಿ ನಿಂತಿರುವ ಆ ಚಾಂದನಿಯನ್ನು ದಿಟ್ಟಿಸಿ ನೋಡಿದ. ಕಿತ್ತು ತಿನ್ನುವಂತಹ ಅವನ ನೋಟ ಕಂಡು "ಮುಖದಲ್ಲೇನಿದೆ ಅಂತ ಹಂಗೆ ನೋಡ್ತಾಯಿದೀಯಾ?" ಎಂದು ಸಂಜಯನ ಕೆನ್ನೆಗೆ ಜೂಟಿದ ಆ ಟ್ರಾನ್ಸ್ ಒಡನೆ ಅವನ ಜೇಬಿಗೆ ಕೈ ಹಾಕಿದಳು. ಮಡಚಿ ಮುದ್ದೆಯಂತಾಗಿದ್ದ ಇಪ್ಪತ್ತು ರೂಪಾಯಿಯ ನೋಟು ಸಿಕ್ಕಿತು. ಸರಕ್ಕನೇ ಅದನ್ನು ತೆಗೆದುಕೊಂಡು ಸಂಜಯನಿಗೆ ನೆಟಿಗೆ ಮುರಿದು ಮುಂದೆ ಸಾಗಿದಳು. ಅವನದನ್ನು ಪ್ರತಿಭಟಿಸಲು ಹೋಗಲಿಲ್ಲ. ಆ ಹಣ ಬಿಟ್ಟರೆ ನನ್ನ ಬಳಿ ಏನೂ ಇಲ್ಲ. ರಾತ್ರಿ ಉಪವಾಸ ಮಲಗಬೇಕಾಗುತ್ತದೆ ದಯವಿಟ್ಟು ನನ್ನ ದುಡ್ಡು ವಾಪಸ್ ಕೊಡು ಎಂದು ಅಂಗಲಾಚಲಿಲ್ಲ. ಅವಳು ಹೋದ ದಿಕ್ಕಿನತ್ತಲೇ ನೋಡುತ್ತ ಕುಳಿತ. ಆ ಹಾದಿಯಲ್ಲಿ ಮುಂದೆ ನಿರ್ಜನ ಪ್ರದೇಶವಿತ್ತು. ಯಾರೋ ನಾಲ್ವರು ಪುಂಡರು ಚಾಂದನಿಯನ್ನು ಅಡ್ಡಗಟ್ಟಿ ಚುಡಾಯಿಸತೊಡಗಿದರು. ಅವರ ಹಿಂಸೆ ತಾಳಲಾರದೆ ಅವಳು ಸಾಧ್ಯವಾದಷ್ಟು ಪ್ರತಿರೋಧ ಒಡ್ಡುತ್ತಿದ್ದಳು. ನೋಡು ನೋಡುತಿದ್ದಂತೆಯೇ ಆ ಪುಂಡರೆಲ್ಲಾ ಚಾಂದನಿಯನ್ನು ಎತ್ತಿಕೊಂಡು ಸಮೀಪದ ಪೊದೆಯತ್ತ ಹೊರಟರು. ಅವೆಲ್ಲವನ್ನೂ ಗಮನಿಸಿದ ಸಂಜಯ ಎದ್ದು ಅತ್ತ ಕಡೆಗೆ ಓಡಿದ. ಅವನಲ್ಲಿಗೆ ಬರುವ ವೇಳೆಗೆ ವಿಕೃತನೊಬ್ಬ ಚಾಂದನಿಯ ನಗ್ನಗೊಳಿಸಿ ಅವಳ ಮೇಲೆ ಅತ್ಯಾಚಾರ ನಡೆಸಲು ಯತ್ನಿಸುತ್ತಿದ್ದನು. ಸಂಜಯ ಕೈಗೆ ಸಿಕ್ಕ ಕೋಲು ಹಿಡಿದುಕೊಂಡು 'ಪೋಲೀಸ್, ಪೋಲೀಸ್' ಎಂದು ಕಿರುಚುತ್ತ ಓಡಿಬಂದ. 'ಪೋಲೀಸ್' ಎಂಬ ಶಬ್ದ ಕೇಳಿ ಆ ನಾಲ್ವರು ಪುಂಡರು ಹೆದರಿ ಅಲ್ಲಿಂದ ಪರಾರಿಯಾದರು. ತನ್ನೆರಡೂ ಕೈಗಳಿಂದ ತನ್ನ ದೇಹವನ್ನು ಮುಚ್ಚಿಕೊಳ್ಳುತ್ತ ಬಿಕ್ಕಳಿಸುತ್ತಿದ್ದ ಚಾಂದನಿಯ ಕಂಡು ಸಂಜಯನ ಕರುಳುಗಳು ಚುರ್ ಎಂದವು. ಅನತಿ ದೂರದಲ್ಲಿ ಬಿದ್ದಿದ್ದ ಸೀರೆ ಎತ್ತಿ ತಂದು 'ತಗೋಳಿ ಅಕ್ಕಾ' ಎಂದು ಅವಳ ಕೈಗಿಟ್ಟು ಬೆನ್ನು ತಿರುಗಿಸಿ ನಿಂತ. ಕಣ್ಣೀರಿಡುತ್ತಲೆ ಬಟ್ಟೆ ತೊಟ್ಟುಕೊಂಡ ಚಾಂದನಿ "ಅವರು ತೀಟೆ ತೀರಿಸಿಕೊಂಡು ನನ್ನ ಕೊಂದು ಹಾಕ್ತಿದ್ರು ಅಣ್ಣಾ, ನಿಮ್ಮಿಂದ ನನ್ನ ಜೀವ ಉಳಿಯಿತು" ಎಂದು ಅವನ ಕಾಲಿಗೆ ಬಿದ್ದಳು. ಸಂಜಯ

ತುಟಿ ಬಿಚ್ಚದೇ ಅಲ್ಲಿಂದ ಹೊರಟ. ಅವನ ತಡೆದ ಚಾಂದನಿ ಸಂಜಯನ ಇಪ್ಪತ್ತು ರೂಪಾಯಿಯ ಜೊತೆಗೆ ತಾನು ಭಿಕ್ಷೆ ಬೇಡಿ ಸಂಪಾದಿಸಿದ್ದ ಹಣವನ್ನು ಅವನಿಗೆ ನೀಡಲು ಹೋದಳು.

ಯಾರಾದರೂ ಕಷ್ಟದಲ್ಲಿದ್ದಾರೆಂದು ತಿಳಿದರೆ ಸಾಕು ತನ್ನ ಬಳಿ ಇರುವ ಹಣವನ್ನು ದಾನಚಿಂತಾಮಣಿಯಂತೆ ದಾನ ಮಾಡುತ್ತಿದ್ದ ಸಂಜಯ ಬದುಕಿನುದ್ದಕ್ಕೂ ಯಾರ ಬಳಿಯೂ ಕೈ ಚಾಚಿ ನಯಾಪೈಸೆ ಕೇಳಿ ಪಡೆದವನಲ್ಲ. ಇಂದು ತಾನು ಮಾಡಿದ ಪುಟ್ಟ ಉಪಕಾರಕ್ಕೆ ಚಾಂದನಿ ಭಿಕ್ಷೆ ಬೇಡಿ ಗಳಿಸಿರುವ ಹಣವೆಲ್ಲಾ ಕೊಡಲು ಬಂದಿದ್ದು ನೋಡಿ ಅದನ್ನು ಸ್ವೀಕರಿಸಲು ಅವನ ಮನಸ್ಸು ಒಪ್ಪಲಿಲ್ಲ.

"ಬದುಕುವ ಆಸೆಯೇ ಇಲ್ಲದವನಿಗೆ ಈ ಹಣದ ಅವಶ್ಯಕತೆ ಏನಿದೆ? ನೀವು ಹೊಟ್ಟೆಪಾಡಿಗಾಗಿ ಭಿಕ್ಷೆ ಬೇಡೋರು. ಈ ಹಣದಿಂದ ನಿಮ್ಮ ಹೊಟ್ಟೆ ಆದರೂ ತುಂಬುತ್ತದೆ" ಎಂದು ಆ ಹಣವನ್ನು ಅವಳಿಗೆ ಹಿಂತಿರುಗಿಸಿ ಮುಂದೆ ಹೆಜ್ಜೆ ಹಾಕಿದ. ಆದರೆ ಅವಳು ಬಿಡಲಿಲ್ಲ "ಸಾಯುವಂತದ್ದು ನಿಮಗೇನಾಗಿದೆ ಅಣ್ಣ? ನಮ್ಮಂಥವರೇ ಬದುಕ್ತಾಯಿದ್ದೀವಿ" ಎಂದು ಅವನೊಳಗೆ ಆಶಾವಾದದ ಬೀಜವನ್ನು ಬಿತ್ತಲು ಯತ್ನಿಸಿದಳು. ಸಂಜಯ ಒಮ್ಮೆ ಅವಳ ಕಣ್ಣುಗಳ ಆಳಕ್ಕಿಳಿದು ನೋಡಿದ. ಅವಳ ಕಣ್ಣ ಪಾಪೆಯ ಮೇಲೆ ಕನ್ನಿಕಾ, ಕರುಣಾರ ಬಿಂಬ ಕಂಡು ಮರೆಯಾದವು. ಬಹುದಿನಗಳಿಂದಲೂ ಅವನ ಮನದೊಳಗೆ ಜಡ್ಡುಗಟ್ಟಿದ್ದ ನೋವನ್ನು ಇಂದು ಹೊರಗೆ ಚೆಲ್ಲುವ ಸಮಯ ಒದಗಿ ಬಂದಿತ್ತು. ಚಾಂದನಿ ಟ್ರಾನ್ಸ್‌ಜೆಂಡರ್ ಆಗಿರುವ ಕಾರಣ ತನ್ನ ನೋವು ಅವಳಿಗೆ ಅರ್ಥವಾಗಬಹುದೆಂದು ಚುಟುಕಾಗಿ ತನ್ನ ಬದುಕಿನ ವೃತ್ತಾಂತ ತಿಳಿಸಿದ. ಅದನ್ನು ಕೇಳಿದ ಚಾಂದನಿ "ಅಣ್ಣಾ ನನ್ನ ಬದುಕು ಸಹ ರಕ್ತ ಮತ್ತು ಕಣ್ಣೀರಿನ ಹಾಸಿಗೆ. ನಮಗೆ ಸಾಯಲು ನೂರಾರು ದಾರಿಗಳಿರುವಂತೆ ಬದುಕಲೂ ಸಾವಿರಾರು ದಾರಿಗಳಿರುತ್ತವೆ. ಆಯ್ಕೆ ನಮ್ಮ ಕೈಯಲ್ಲಿದೆ ಅಷ್ಟೆ. ನೀನೀಗ ನನ್ನ ಜೊತೆಗೆ ಬಾ, ನಾನು ಎಲ್ಲಾ ಹೇಳುತ್ತೇನೆ" ಎಂದು ಒತ್ತಾಯ ಮಾಡಿ ಸಂಜಯನ ಕೈ ಹಿಡಿದುಕೊಂಡು ಅವಳ ಮನೆಗೆ ಕರೆದೊಯ್ದಳು.

***

ವೈವಾಹಿಕ ಬದುಕಿನಲ್ಲಿ ನೊಂದಿರುವ ಸುಗುಣಳ ನೋವು ತನ್ನದೇ ನೋವೆಂಬಂತೆ ಭಾವಿಸಿದ್ದ ರೇಖಾ ಅವಳ ಕಾಯಕಕ್ಕೆ ಚುರುಕು ನೀಡಿದ್ದಳು. ಈ ಹಿಂದೆ ಸಂಜಯ ಕೆಲಸ ಮಾಡುತ್ತಿದ್ದ ಆಫೀಸಿಗೆ ಭೇಟಿ ನೀಡಿ ಅಲ್ಲಿನ ಸಿಬ್ಬಂಧಿಗಳ ಬಳಿ ಸಂಜಯನ ವಿಚಾರ ಕೇಳಿದಳು. ಎಲ್ಲರೂ ವಾಸುಕಿಯತ್ತ ಬೆರಳು ತೋರಿಸಿ ತಮಗೆ ಏನೂ ಗೊತ್ತಿಲ್ಲವೆಂಬಂತೆ ಜಾರಿಕೊಂಡರು. ವಾಸುಕಿ

ಬಹುಶಃ ಇವರು ಸಿಐಡಿ ಆಫೀಸರ್ ಇರಬಹುದೆಂದು ಭಾವಿಸಿ ಸಂಜಯ ನನಗೆ ಪರಿಚಿತನಷ್ಟೆ, ಒಂದೆರಡು ಬಾರಿ ಜಗಳ ಮಾಡಿದ್ದ, ಇದು ಬಿಟ್ಟರೆ ಅವನ ಬಗ್ಗೆ ನನಗೇನೂ ಗೊತ್ತಿಲ್ಲವೆಂದು ನುಣುಚಿಕೊಳ್ಳಲು ಯತ್ನಿಸಿದ. ಸುಗುಣಳ ನೋವನ್ನು ಇಂಚಿಂಚಾಗಿ ಬಿಡಿಸಿಟ್ಟ ರೇಖಾ "ಇವಳೂ ನಿಮಗೆ ತಂಗಿ ಇದ್ದ ಹಾಗಲ್ಲವೇ? ನಿಮ್ಮ ತಂಗಿಯ ಬಾಳು ಸರಿಯಾಗಬೇಕೆಂದರೆ ಮುಚ್ಚುಮರೆ ಇಲ್ಲದೆ ಸಂಜಯನ ಬಗ್ಗೆ ನಿಮಗೆ ಗೊತ್ತಿರುವ ಎಲ್ಲಾ ವಿಷಯ ತಿಳಿಸಿ" ಎಂದು ವಿನಂತಿಸಿದಳು. ಅವಳ ಮಾತುಗಳ ಕೇಳಿ ವಾಸುಕಿಯ ಹೃದಯ ಮಮ್ಮಲ ಮರುಗಿತು "ನಾನು ತುಂಬಾ ತಪ್ಪು ಮಾಡಿಬಿಟ್ಟೆ ಕ್ಷಮಿಸಿ. ಇಂದು ಸಂಜಯನ ಕುಟುಂಬಕ್ಕೆ ಇಂತಹ ಪರಿಸ್ಥಿತಿ ಬರಲು ಬಹುಶಃ ನಾನೇ ಕಾರಣವೆನಿಸುತ್ತದೆ. ಸಂಜಯ ತುಂಬಾ ಚುರುಕು ಬುದ್ದಿಯವನು. ಅವನ ಓಟಕ್ಕೆ ಬ್ರೇಕ್ ಹಾಕಲು ನಮ್ಮ ಆಫೀಸಿನಲ್ಲಿ ಯಾರಿಂದಲೂ ಸಾಧ್ಯವಾಗುತ್ತಿರಲಿಲ್ಲ. ವಯಸ್ಸು ಹಾಗೂ ಅನುಭವದಲ್ಲಿ ಅವನಿಗಿಂತಲೂ ಹಿರಿಯನಾದ ನನಗೆ ಬಡ್ತಿ ಸಿಗದೆ ಸಂಜಯನಿಗೆ ಮೇಲಿಂದ ಮೇಲೆ ಬಡ್ತಿ ಸಿಗುತ್ತಿದ್ದದ್ದು ನನಗೆ ಸಹಿಸಲೂ ಸಾಧ್ಯವಾಗದ ವಿಚಾರವಾಗಿತ್ತು. ಈ ಹಿಂದಿನ ಬಾಸ್ ಶ್ರೀನಿವಾಸರ ಜೊತೆಗೆ ಸಂಜಯ ತುಂಬಾ ಆತ್ಮೀಯತೆಯಿಂದ ನಡೆದುಕೊಳ್ಳುತ್ತಿದ್ದದ್ದು ನೋಡಿ ನನ್ನ ಮೂಗಿಗೆ ಸಂಶಯದ ವಾಸನೆ ಬಡಿಯಿತು. ಅದಕ್ಕಾಗಿ ಅವರಿಬ್ಬರ ಮೇಲೆ ಕಣ್ಣಿಟ್ಟಿದ್ದೆ. ಅವರ ಖಾಸಗಿ ವಿಚಾರಗಳ ಕೆಲವು ಆಡಿಯೋ, ಮತ್ತು ವೀಡಿಯೊ ಸಂಗ್ರಹಿಸಿ ರೂಕೋ ಕಂಪನಿಯ ಮಾಲಿಕರಿಗೆ ಅನಾಮಧೇಯ ವ್ಯಕ್ತಿಯ ಹೆಸರಿನಲ್ಲಿ ಮೇಲ್ ಮಾಡಿದ್ದೆ. ಇದನ್ನೆಲ್ಲಾ ನೋಡಿದ ಮಾಲೀಕರು ಶ್ರೀನಿವಾಸರನ್ನು ಚೆನ್ನೈಗೆ ವರ್ಗಾಯಿಸಿದರು. ಅವರ ಸ್ಥಾನಕ್ಕೆ ಹೊಸದಾಗಿ ಬಂದ ಮೇಡಂಗೆ ಸಂಜಯನ ಬಗ್ಗೆ ಏನೂ ಗೊತ್ತಿರಲಿಲ್ಲ. ಆ ವೇಳೆ ಸಂಜಯನಿಗೆ ನಾನು ಸಲಿಂಗಿ ಎಂದು ಮೂದಲಿಸಿ ರೋಷ ತರಿಸಿದ್ದೆ. ಇಬ್ಬರ ನಡುವೆ ಜಗಳ ಆಯಿತು. ಇದರಿಂದ ಸಂಜಯ ಕೆಲಸ ಕಳೆದುಕೊಂಡ. ನಂತರ ಅವನ ಸ್ಥಾನಕ್ಕೆ ನನಗೆ ಬಡ್ತಿ ದೊರೆಯಿತು. ಇದು ನಾನು ಮಾಡಿದ ದೊಡ್ಡ ತಪ್ಪು. ಇದಕ್ಕಾಗಿಯೇ ಸಂಜಯ ಮನೆ ತೊರೆದಿರಬೇಕು" ಎಂದು ಹೇಳಿ ಕಣ್ಣೀರಿಟ್ಟನು.

ಮಾಡಿದ ತಪ್ಪಿಗೆ ಮರುಕಪಟ್ಟು ಪಶ್ಚಾತ್ತಾಪವೆಂಬಂತೆ ಬಿಕ್ಕಳಿಸುತ್ತಿದ್ದ ವಾಸುಕಿಯ ಸಂತೈಸಿದ ರೇಖಾ "ನಿಮ್ಮ ಬಳಿ ಈಗಲೂ ಆ ಆಡಿಯೋ, ವೀಡಿಯೋಗಳಿದ್ದರೆ ತೋರಿಸುವಿರಾ?" ಎಂದು ಕೇಳಿದಳು. ವಾಸುಕಿ ತನ್ನ ಮೊಬೈಲ್ ತೆರೆದು ಲಾಕ್ ಮಾಡಿಟ್ಟುಕೊಂಡಿದ್ದ ಫೈಲ್ ಓಪನ್ ಮಾಡಿ ತೋರಿಸಿದ. ಆ ವೀಡಿಯೋಗಳಲ್ಲಿ ಸಂಜಯ ಮತ್ತು ಶ್ರೀನಿವಾಸರ ಒಡನಾಟ, ಅವರ ಮಾತುಕತೆ ಗಮನಿಸಿದಾಗ ಅದೊಂದು ಆತ್ಮೀಯ ಸ್ನೇಹವೆನಿಸಿತೇ ಹೊರತು ಸಲಿಂಗಪ್ರೇಮದಂತೆ ಕಾಣಿಸಲಿಲ್ಲ. ಒಂದು ಆಡಿಯೋದಲ್ಲಿ

ಸಂಜಯ 'ನಾನು ತಪ್ಪು ಮಾಡಿಬಿಟ್ಟೆ. ದಯವಿಟ್ಟು ನನ್ನನ್ನು ಕ್ಷಮಿಸಿ' ಎಂದು ಅಂಗಲಾಚಿ ಬೇಡಿಕೊಂಡಿದ್ದಷ್ಟೇ ಇತ್ತೇ ಹೊರತು ಏನು ತಪ್ಪು ಮಾಡಿದ್ದ ಎಂಬ ವಿಚಾರವಿರಲಿಲ್ಲ. ವಾಸುಕಿ ಹೇಳಿದ್ದು ಕೇಳಿ ಬಹುಶಃ ಸಂಜಯ ಮತ್ತು ಶ್ರೀನಿವಾಸರ ತೀರಾ ಖಾಸಗಿ ವೀಡಿಯೋಗಳಿರಬಹುದೆಂದು ಭಾವಿಸಿದ್ದ ರೇಖಾಳಿಗೆ ಅವನು ತೋರಿಸಿದ ಆಡಿಯೋ, ವೀಡಿಯೋ ತುಣುಕುಗಳಲ್ಲಿ ಸ್ಪಷ್ಟತೆ ಇಲ್ಲದ ಕಾರಣ ಅವಳು ಈ ಬಾರಿಯೂ ನಿಖರವಾಗಿ ಸಂಜಯನೊಬ್ಬ ಸಲಿಂಗಿ ಎಂಬ ನಿರ್ಧಾರಕ್ಕೆ ಬರಲಿಲ್ಲ.

ಸಂಜಯನನ್ನು ತನ್ನ ಪುಟ್ಟ ಮನೆಗೆ ಕರೆತಂದ ಚಾಂದನಿ ಟೀ ಮಾಡಿ ಕುಡಿಯಲು ತಂದುಕೊಟ್ಟಳು. ಆ ವೇಳೆಗೆ ಬಾಯಿ ಜೋರು ಮಾಡಿಕೊಂಡು ಒಬ್ಬ ಟ್ರಾನ್ಸ್‌ಜೆಂಡರ್ ಒಳಗೆ ಬಂದಳು. ಟೀ ಹೀರುತ್ತಿದ್ದ ಸಂಜಯನನ್ನು ನೋಡಿ ಕುತೂಹಲದಿಂದ "ಯಾರೇ ಇವರು? ನಮ್ಮ ಗುಂಪಿಗೆ ಹೊಸ ಸೇರ್ಪಡೆನಾ?" ಎಂದಳು. ಅವಳ ವಿಚಿತ್ರ ನೋಟ ಮತ್ತು ಮಾತು ಕೇಳಿ ಸಂಜಯನಿಗೆ ಕಸಿವಿಸಿ ಎನಿಸಿತು. ಟೀ ಲೋಟ ಕೆಳಗಿಟ್ಟು ಯಾಕಾದರೂ ಇವರ ಕೈಗೆ ಸಿಗಿಬಿದ್ನೋ? ಎಂದು ಕೈ ಕೈ ಹಿಚುಕಿಕೊಂಡ. ಚಾಂದನಿ "ಅಲ್ಲೇ, ಇವರು ಇಂದು ನನ್ನ ಪಾಲಿಗೆ ದೇವರಾಗಿ ಬಂದವರು" ಎಂದು ಸಂಜಯನಿಗೆ ಕೈ ಮುಗಿದಳು. "ಓಹೋ, ಅಂದ್ರೆ ನಿನ್ನ ಲವರಾ?" ಎಂದು ಅಪಹಾಸ್ಯ ಮಾಡುತ ಆ ಟ್ರಾನ್ಸ್‌ಜೆಂಡರ್ ಜೋರಾಗಿ ನಕ್ಕಳು. "ಲವರ್ ಅಲ್ಲ, ಪವರ್ ಅಂದ್ಕೋ. ಇಂದೇನಾದರೂ ಇವರು ಸಮಯಕ್ಕೆ ಸರಿಯಾಗಿ ಬರದೇ ಇದ್ದಿದ್ರೆ ನನ್ನ ಕಥೆ ಏನಾಗ್ತಿತ್ತೋ?" ಎಂದು ಚಾಂದನಿ ಬೆಳಿಗ್ಗೆ ನಡೆದ ಎಲ್ಲಾ ಘಟನೆ ವಿವರಿಸಿದಳು. ಅವಳ ಮಾತುಗಳಿಂದ ಆ ಟ್ರಾನ್ಸ್‌ಜೆಂಡರ್‌ಳ ಹೃದಯ ಕರಗಿ "ಧನ್ಯವಾದಗಳು ಅಣ್ಣಾ, ಇವಳಿಗೆ ತುಂಬಾ ಸಾರಿ ಹೇಳಿದ್ದೀನಿ. ಒಬ್ಬಳೇ ಹೋಗಬೇಡ. ಗುಂಪಾಗಿ ಹೋದರೆ ನಮ್ಮ ತಂಟೆಗೆ ಯಾರೂ ಬರೋಲ್ಲ ಅಂತ. ಆದರೂ ಹೆಚ್ಚು ದುಡಿಯೋ ಹುಚ್ಚು ಇವಳಿಗೆ" ಎಂದು ಚಾಂದನಿಗೆ ಬೈದು ಸಂಜಯನಿಗೆ ಕೈ ಮುಗಿದಳು. ಅವರ ಮಾತು ಮುಗಿಯುವುದೊರಳಗೆ ಭಿಕ್ಷೆ ಬೇಡಲು ಹೋಗಿದ್ದ ಮತ್ತಿಬ್ಬರು ಟ್ರಾನ್ಸ್‌ಜೆಂಡರ್‌ಗಳು ಬಂದು ಕೂಡಿದರು. ಆ ನಾಲ್ವರ ಹಾವಭಾವಗಳನ್ನು ನೋಡಿ ಸಂಜಯನಿಗೆ ಅಲ್ಲಿರಲು ಮನಸ್ಸಾಗಲಿಲ್ಲ. ಸುಮ್ಮನೆ ನನ್ನಿಂದ ನಿಮಗೆ ತೊಂದರೆ ಬೇಡ. ನಾನು ಹೊರಡ್ತೀನಿ ಎಂದು ಎದ್ದು ನಿಂತ. ಅವನನ್ನು ತಡೆದ ಚಾಂದನಿ "ನಾವೆಲ್ಲ ನಿನ್ನ ತಂಗಿಯರೇ. ಬದುಕಿನುದ್ದಕ್ಕೂ

ನೊಂದು, ಬೆಂದು ಕೊನೆಗೂ ಪುಟ್ಟ ಸೂರು ಮಾಡಿಕೊಂಡು ಅಲ್ಪದರಲ್ಲೇ ಕಲ್ಪವನ್ನು ಕಾಣುತ ಬದುಕುತಿದ್ದೇವೆ. ನೀನು ಸ್ವಲ್ಪ ದಿನ ನಮ್ಮ ಜೊತೆಗೆ ಇಲ್ಲೇ ಇರು. ನಾವು ಹಣ ಜೋಡಿಸಿ ನಿನಗೆ ಏನಾದರೂ ಪುಟ್ಟ ಬ್ಯುಸಿನೆಸ್ ಮಾಡಲು

ಸಹಾಯ ಮಾಡ್ತೀವಿ. ಆಮೇಲೆ ನೀನು ನಿನ್ನಿಷ್ಟದಂತೆ ಬದುಕಬಹುದು" ಎಂದಳು. ಅವಳ ಮಾತುಗಳು ಸಂಜಯನ ಹೃದಯದಾಳಕ್ಕೆ ಇಳಿದಿದ್ದವು. ಅವರಿಗೆ ತಿನ್ನಲು ಇಲ್ಲದಿದ್ದರೂ ಮತ್ತೊಬ್ಬ ಹಸಿದವನ ಹೊಟ್ಟೆ ತುಂಬಿಸಲು ಯೋಚಿಸಿದ್ದು ಅವರ ಬಗೆಗಿನ ಗೌರವ ಹೆಚ್ಚಿಸಿತು. ಅವರೆಲ್ಲಾ ಪುಟ್ಟ ಸೂರಿನಡಿ ಒಟ್ಟುಗೂಡಿ ನಡೆಸುತ್ತಿರುವ ಸಾಂಘಿಕ ಬದುಕು, ಅವಮಾನಗಳನ್ನೇ ಮೆಟ್ಟಿಲಾಗಿಸಿಕೊಂಡು ಬೆಳೆಯುತ್ತಿರುವ ರೀತಿ ನೋಡಿ ಸಂಜಯನೊಳಗೆ ಮರಳಿ ಬದುಕು ಕಟ್ಟಿಕೊಳ್ಳುವ ಆಸೆ ಚಿಗುರತೊಡಗಿತು. ಚಾಂದನಿಯ ಕರೆಗೆ ಓಗೊಟ್ಟು ಆ ಮನೆಯಲ್ಲಿದ್ದ ನಾಯಿ-ಬೆಕ್ಕುಗಳೊಂದಿಗೆ ಆಟ ಆಡಿಕೊಂಡು ತನ್ನ ನೋವು ಮರೆಯಲು ಯತ್ನಿಸಿದ.

ರೇಖಾ ಕನ್ನಿಕಾಳಿಗೆ ಕರೆ ಮಾಡಿ ನಿಮ್ಮ ಜೊತೆಗೆ ಸ್ವಲ್ಪ ಮಾತನಾಡೋದಿದೆ ಆಫೀಸಿಗೆ ಬನ್ನಿ ಎಂದು ಕೋರಿಕೊಂಡರೆ ವಾಸುಕಿಯಂತೆ ಅವಳು ಸಹ ಇವರಾರೋ ಪತ್ರಿಕೆಯವರು ಇರಬೇಕು! ಬೇಕಾಬಿಟ್ಟಿ ಪ್ರಶ್ನೆ ಕೇಳ್ತಾರೆ. ನಾವು ಹೇಳೋದೇ ಒಂದು ಅವರು ಬರಕೊಳೋದೇ ಮತ್ತೊಂದು. ಅದರ ಮೇಲೆ ಕಪೋಲಕಲ್ಪಿತ ಕಥೆ ಕಟ್ಟಿ, ಪತ್ರಿಕೆಗಳಲ್ಲಿ ಪ್ರಕಟಿಸಿ ನಮ್ಮನ್ನು ಮತ್ತಷ್ಟು ಹಿಂಸೆಗೆ ಒಳಪಡಿಸೋದೇ ಅವರ ಕೆಲಸ ಎಂಬ ಭಯದಿಂದ ಮೈಯಲ್ಲಿ ಹುಷಾರಿಲ್ಲವೆಂಬ ಕುಂಟುನೆಪ ಹೇಳಿ ಜಾರಿಕೊಳ್ಳತೊಡಗಿದಳು. ಇದರಿಂದ ರೇಖಾಳ ಕಾರ್ಯಕ್ಕೆ ಸ್ವಲ್ಪ ಹಿನ್ನಡೆಯಾದರೂ ಅವಳು ಹಿಡಿದ ಪಟ್ಟು ಸಡಿಲಿಸಲಿಲ್ಲ. ನಾನು ಚದುರಿರುವ ಸಂಜಯನ ಕುಟುಂಬವನ್ನು ಮರಳಿ ಒಂದುಗೂಡಿಸಲು ಪ್ರಯತ್ನಿಸುತ್ತಿದ್ದು ದಯವಿಟ್ಟು ನನ್ನ ಜೊತೆಗೆ ಕೈಜೋಡಿಸಿ ಎಂದು ಬೇಡಿಕೊಂಡಾಗ ತನ್ನ ತಪ್ಪಿಗೆ ಕ್ಷಮೆ ಕೋರಿದ ಕನ್ನಿಕಾ ಸ್ಪಂದನ ಸಾಂತ್ವನ ಕೇಂದ್ರಕ್ಕೆ ತೆರಳಿದಳು.

ಬಿಳಿಯ ಸೀರೆ ಉಟ್ಟು ನೋಡಲು ಸನ್ಯಾಸಿನಿಯಂತಿದ್ದ ಕನ್ನಿಕಾಳನ್ನು ನೋಡಿದರೆ ಸಾಕು ಅವಳು ಬ್ರಹ್ಮಕುಮಾರಿ ಎಂದು ಅರ್ಥವಾಗಿ ಬಿಡುತ್ತಿತ್ತು. ಅವಳ ವದನದಲ್ಲಿನ ತೇಜಸ್ಸು ರೇಖಾಳನ್ನು ಸೂಜಿಗಲ್ಲಿನಂತೆ ಆಕರ್ಷಿಸಿತು. ತನ್ನ ಸ್ಪಂದನ ಸಂಸ್ಥೆಯ ಪರಿಚಯ ಮಾಡಿಕೊಟ್ಟು ಸಂಜಯನ ಕುರಿತು ಹಲವು ಪ್ರಶ್ನೆಗಳನ್ನು ಕೇಳಿದಳು. ಕನ್ನಿಕಾ ತನ್ನ ಬದುಕಿನಲ್ಲಿ ಸಂಜಯ ಪ್ರವೇಶಿಸಿದ ಪರಿ ತಿಳಿಸುತ ಅವನು ಕೊನೆಯ ಭೇಟಿಯಲ್ಲಿ ಆಡಿದ ಮಾತುಗಳನ್ನು ನೆನಪಿಸಿಕೊಂಡಳು. ಸ್ಮೃತಿ ಸುರುಳಿ-ಸುರುಳಿಯಾಗಿ ಸುತ್ತುತ್ತ ಅವಳ ಬಾಯಿಯಿಂದ ಒಂದೊಂದೇ ಮಾತುಗಳು ಹೊರಬರತೊಡಗಿದವು.

"ಸಂಜಯ ನನ್ನ ಬದುಕಿನ ಸಂಕಷ್ಟ ಕಾಲದಲ್ಲಿ ಕೈಹಿಡಿದ ಆಪತ್ಬಾಂಧವ. ನಾನವನನ್ನು ಸಹೋದರನಂತೆಯೇ ಕಾಣುತ್ತಿದ್ದೆ. ಅವನ ನೋವು-ನಲಿವುಗಳಲ್ಲಿ ನಾನು ಹಲವು ಬಾರಿ ಭಾಗಿಯಾಗಿದ್ದೇನೆ. ನನ್ನ ಜೊತೆಗಿನ

ಅಂತಿಮ ಭೇಟಿಯ ತನಕ ಅವನೊಬ್ಬ ಸಲಿಂಗಿಯೆಂದು ನನಗೆ ತಿಳಿದಿರಲಿಲ್ಲ. ಬದುಕಿನಲ್ಲಿ ತುಂಬಾ ಜಿಗುಪ್ಸೆ ಅನುಭವಿಸಿದ್ದ ಅವನಿಗೆ ವಿರುದ್ಧ ಲಿಂಗಿಯ ಜೊತೆಗೆ ಮದುವೆ ಇಷ್ಟವಿರಲಿಲ್ಲ. ಬಹುಶಃ ಹೆತ್ತವರ ಒತ್ತಾಯದ ಮೇರೆಗೆ ಮದುವೆ ಆಗಿರಬಹುದು. ಅವನಿಗೆ ಮೊದಲಿನಿಂದಲೂ ಯಾರ ಮೇಲೋ ಬಹಳ ಆಸೆಯಿತ್ತು. ಅವರನ್ನು ಜೀವಕ್ಕಿಂತಲೂ ಹೆಚ್ಚು ಪ್ರೀತಿಸುತ್ತಿದ್ದ. ಅವರಿಂದ ಇವನಾಸೆ ಈಡೇರದಿದ್ದಾಗ ಸಹಜವಾಗಿ ತುಂಬಾ ನೊಂದುಕೊಂಡಿದ್ದ. ಇದರಿಂದಾಗಿ ಜಿಗುಪ್ಸೆ ಹೆಚ್ಚಾಗಿರಬಹುದು ಅಥವಾ ಅವನ ಪ್ರೇಮಿ ಅವನಿಗೆ ದೊರೆತು ಅವರ ಜೊತೆಗೆ ಬಾಳ್ವೆ ನಡೆಸಲು ಹೆಂಡತಿಯ ಬಿಟ್ಟು ಮನೆ ತೊರೆದಿರಬಹುದು" ಎಂದು ವಿಷಾದದಿಂದ ನುಡಿದಳು. ಅವಳ ಮಾತುಗಳು ಸಂಜಯ ಒಬ್ಬ ಸಲಿಂಗಿಯೆಂಬ ರೇಖಾಳ ಸಂಶಯವನ್ನು ಕೊನೆಗೂ ನಿಜವಾಗಿಸಿದವು. ಅವಳಿಗೀಗ ಸಮಸ್ಯೆಯ ಮೂಲಬೇರು ಎಲ್ಲಿದೆಯೆಂದು ಗೊತ್ತಾಗಿತ್ತು. ಈಗ ಯಾವ ರೀತಿ ಮುಂದೆ ಹೆಜ್ಜೆ ಇಡಬೇಕೆಂಬ ಯೋಚನೆಯಲ್ಲಿ ತನಗೆ ಸಹಕಾರ ನೀಡಿದ ಕನ್ನಿಕಾಳಿಗೆ ಧನ್ಯವಾದ ತಿಳಿಸಿ ಅವಳನ್ನು ಆತ್ಮೀಯವಾಗಿ ಬೀಳ್ಕೊಟ್ಟಳು.

ಮರುದಿನ ತನ್ನನ್ನು ಭೇಟಿಯಾಗಲು ಬಂದ ಶಶಿಗೆ ರೇಖಾ "ನಿಮಗೊಂದು ವಿಷಯ ತಿಳಿಸುತ್ತೇನೆ, ಆದರೆ ಅದು ನಮ್ಮಿಬ್ಬರ ಮಧ್ಯೆಯೇ ಇರಲಿ, ಸುಗುಣಳಿಗೆ ಗೊತ್ತಾಗುವುದು ಬೇಡ" ಎಂದಳು. ಅವಳ ಮಾತು ಕೇಳಿದ ಶಶಿಗೆ ಸಂಜಯ ಸತ್ತಿರಬಹುದೇ! ಎಂಬ ಸಂಶಯ ಕಾಡತೊಡಗಿತು. ಸತ್ಯಾಂಶ ತಿಳಿದುಕೊಳ್ಳುವ ಕಾತರತೆಯಿಂದ ಸರಿ ನೀವು ಹೇಳಿದ ಹಾಗೆಯೇ ಆಗಲಿ ಎಂಬಂತೆ ತಲೆ ಅಲ್ಲಾಡಿಸಿದ. ಅವಳು ಸುದ್ದಿ ಬಳಸಿ ಮಾತಾಡದೇ ನೇರವಾಗಿ "ನಿಮ್ಮ ತಂಗಿಯ ಗಂಡ ಒಬ್ಬ ಗೇ" ಎಂದಳು. ಅವಳ ಬಾಯಿಯಿಂದ ಹೊರಬಿದ್ದ ಮಾತು ಕೇಳಿ ಶಶಿ ಬೆಚ್ಚಿಬಿದ್ದ. ಅವನು ಊಹಿಸಿದ್ದೇ ಬೇರೆ, ಆದರೆ ರೇಖಾ ಹೇಳಿದ್ದೇ ಬೇರೆ. ಆ ಒಂದು ಕ್ಷಣ ಅವನು ಅವನನ್ನೇ ನಂಬಲಿಲ್ಲ. ಗರಬಡಿದವನಂತೆ ನಿಂತಿರುವ ಅವನನ್ನು ರೇಖಾ ಕೈ ಹಿಡಿದು ಅಲುಗಾಡಿಸಿದಾಗ ಆಶ್ಚರ್ಯದಿಂದ ಕೇಳಿದ

"ನೀವು ಹೇಳ್ತಾಯಿರೋದು ನಿಜನಾ?"

"ಎಸ್, ಸಂಜಯ್ ಪ್ರೀತಿಸುತ್ತಿದ್ದದ್ದು ಬೇರೆ ಯಾರನ್ನಲ್ಲಾ, ಅವನ ಕಂಪನಿಯ ಬಾಸ್ ಶ್ರೀನಿವಾಸರನ್ನೆ! ಅಂದು ನಾನು ಸಂಜಯನ ಮನೆಗೆ ಭೇಟಿ ಕೊಟ್ಟಾಗ ಕೋಣೆ ಜಾಲಾಡಿದ ವೇಳೆ ಸಿಕ್ಕ ಚಹಾ ಕಪ್ ಮೇಲೆ ಬರೆದಿದ್ದ 'ಫೀಲ್ ಮೈ ಲವ್ ಶ್ರೀನಿವಾಸ್' ಎಂಬ ಬರಹ, ಅವನ ಡೈರಿಯಲ್ಲಿದ್ದ ಅನಾಮಿಕ ವ್ಯಕ್ತಿಯ ವದನದ ವರ್ಣನೆ, ಅವನ ಸಂಗ್ರಹದಲ್ಲಿದ್ದ ಇಂಗ್ಲೀಷ್ ಕೃತಿಗಳನ್ನು ನೋಡಿದಾಗ ಸಂಜಯನೊಬ್ಬ 'ಗೇ' ಆಗಿರಬಹುದೆಂಬ ಸಂಶಯ ನನ್ನೊಳಗೆ ಹುಟ್ಟಿಕೊಂಡಿತ್ತು. ಸಮೀರ್‌ನ ಹೇಳಿಕೆಗಳನ್ನು ಅವಲೋಕಿಸಿದಾಗ

ಸಂಜಯ್ 'ಸಲಿಂಗಿ' ಇರಬಹುದು ಎಂಬ ನನ್ನ ಸಂಶಯಕ್ಕೆ ಪುಷ್ಟಿ ಬಂತು. ಮುಂದುವರೆದು ವಾಸುಕಿ ಸಂಜಯ್ ಮತ್ತು ಶ್ರೀನಿವಾಸರ ವಿಚಾರಗಳನ್ನು ಹೇಳಿದಾಗ ನನ್ನ ಊಹೆಗೆ ಮತ್ತಷ್ಟು ರೆಕ್ಕೆ ಬಂದವು. ಕೊನೆಯದಾಗಿ ಕನ್ನಿಕಾ ನನ್ನ ಸಂಶಯಗಳನ್ನು ಹೊಗಲಾಡಿಸಿ ನಾನು ಮಾಡಿದ ಊಹೆ ನಿಜವಾಗಿಸಿದಳು. ಇಷ್ಟು ದಿನ ಸಂಜಯ ಮನೆ ತೊರೆಯಲು ಕಾರಣ ಏನಿರಬಹುದೆಂದು ಹುಡುಕುತಿದ್ದೆ, ಈಗ ಸಂಜಯನ ಹುಡುಕುವ ಕೆಲಸ ಶುರು ಮಾಡಬೇಕು. ನನ್ನ ಬಳಿ ಈ ಹಿಂದೆಯೂ ಇಂತಹ ಕೇಸ್‌ಗಳು ಬಂದಿದ್ದವು. ಕೆಲವು ಗಂಡಸರೂ ಸಹ ಮನೆಬಿಟ್ಟು ಹೋಗಿರುವ ತಮ್ಮ ಲೆಸ್ಬಿಯನ್ ಹೆಂಡತಿಯರ ಬಗ್ಗೆ ಅಳಲು ತೋಡಿಕೊಂಡಿದ್ದಾರೆ. ಸಹಾಯ ಆಪೇಕ್ಷಿಸಿ ನನ್ನ ಬಳಿ ಬಂದವರೆಲ್ಲರಿಗೂ ನನ್ನ ಕೈಲಾದಷ್ಟು ಸಹಾಯ ಮಾಡಿದ್ದೇನೆ. ಈಗ ನಿಮ್ಮ ತಂಗಿಗೂ ನನ್ನ ಕೈಲಾದ ಸಹಾಯ ಮಾಡುತ್ತೇನೆ" ಎಂದು ರೇಖಾ ಶಶಿಯ ಮುಂದೆ ವಾಗ್ದಾನ ಮಾಡಿದಳು.

ಸಲಿಂಗಿಗಳೆಂದರೆ ಸಾರ್ವಜನಿಕವಾಗಿ ಮಾನ-ಮರ್ಯಾದೆ ಹರಾಜಿಗಿಡುವವರು ಎಂದು ಭಾವಿಸಿ ಗೇಫೋಬಿಯಾದಿಂದ (ಸಲಿಂಗಿ ವ್ಯಕ್ತಿಗಳ ಬಗ್ಗೆ ಪೂರ್ವಗ್ರಹ ಪೀಡಿತರಾಗಿ ಅವರ ಕಂಡರೆ ಹೆದರುವುದು, ಅವರನ್ನು ದ್ವೇಷಿಸುವುದು) ನರಳುತ್ತಿದ್ದ ಶಶಿ ಇಂದು ರೇಖಾ ಹೇಳಿದ ಮಾತುಗಳನ್ನು ಕೇಳಿ ತೆರೆದ ಬಾಯಿ ಮುಚ್ಚಲೇ ಇಲ್ಲ. ಅವನ ಮಂಕಾದ ವದನ ನೋಡಿ ರೇಖಾ ಕೇಳಿದಳು

"ವಾಟ್ ಮೆನ್? ನಮ್ಮ ಸುತ್ತಮುತ್ತ ಇವೆಲ್ಲಾ ಸಹಜ"

"ಸಂಜಯ್ ಸಲಿಂಗಿ ಎಂಬುದು ನನಗೆ ಅರಗಿಸಿಕೊಳ್ಳಲು ಆಗುತ್ತಿಲ್ಲ. ಸುಗುಣಳಿಗೆ ಈ ವಿಚಾರ ಗೊತ್ತಾದರೆ?"

"ಸದ್ಯಕ್ಕೆ ಗೊತ್ತಾಗುವುದು ಬೇಡ, ಮೊದಲೇ ನೊಂದಿರುವ ಅವಳು ಮತ್ತಷ್ಟು ನೊಂದುಕೊಳ್ಳಬಹುದು"

"ನಾನು ಅಮೇರಿಕಾದಲ್ಲಿದ್ದಾಗ ನ್ಯೂಯಾರ್ಕ್, ವಾಷಿಂಗ್ಟನ್ ಡಿಸಿಯಲ್ಲಿ ತುಂಬಾ ಜನ ಸಲಿಂಗಿಗಳನ್ನು ನೋಡಿದ್ದೇನೆ. ಯಾರಿಗೂ ಕೇರ್ ಮಾಡದೇ ಹಾದಿ-ಬೀದಿಯಲ್ಲೇ ಸತಿ-ಪತಿಗಳಂತೆ ಕೈ ಕೈ ಹಿಡಿದುಕೊಂಡು ಓಡಾಡುತ್ತಿರುತ್ತಾರೆ"

"ಅಲ್ಲಿ ಸಲಿಂಗಿಗಳಿಗೆ ಕಾನೂನಿನ ಮಾನ್ಯತೆ ಇದೆ. ಅಷ್ಟಕ್ಕೂ ಪಾಶ್ಚಿಮಾತ್ಯರು ಹೊರಜಗತ್ತಿಗೆ ತಮ್ಮನ್ನು ತೆರೆದುಕೊಂಡಿದ್ದಾರೆ. ನಮಗೆ ಅಸಹ್ಯ ಅನಿಸೋದು ಅವರಿಗೆ ಸಹಜ ಅನಿಸಲೂಬಹುದು. ನಮ್ಮ ದೇಶದಲ್ಲಿ ಸಲಿಂಗಿಗಳಿಗೆ ಧರ್ಮ, ಸಂಸ್ಕೃತಿ, ಸಮುದಾಯ, ಕುಟುಂಬ ವ್ಯವಸ್ಥೆ, ವಿವಾಹ ಮುಂತಾದವೆಲ್ಲಾ ಅಡ್ಡಿ ಬರುತ್ತವೆ. ಆದರೆ ಅವರಿಗೆ ಇಂತಹ ಕಟ್ಟಳೆಗಳಿಲ್ಲ ಹಾಗಾಗಿ ಅವರು

ನಿರ್ಭೀತಿಯಿಂದ ತಾವು ಸಲಿಂಗಿಗಳೆಂದು ಹೇಳಿಕೊಳ್ಳುತ್ತಾರೆ. ಇಲ್ಲಿ ಪಬ್ಲಿಕ್ ಆಗಿ ನಾವು ಸಲಿಂಗಿಗಳು ಎಂದು ಹೇಳಿಕೊಳ್ಳಲು ಹಲವರಿಗೆ ಧೈರ್ಯವಿಲ್ಲ"

"ಇವರೇಕೆ ಹೀಗೆ ಸಲಿಂಗಿಗಳಾಗುತ್ತಾರೆ ಎಂಬುದೇ ನನಗೆ ತೋಚುತ್ತಿಲ್ಲ"

"ಕೆಲವರು ಅನುವಂಶಿಕವಾಗಿ ಸಲಿಂಗಿಗಳಾಗುತ್ತಾರೆ. ಮತ್ತೇ ಕೆಲವರು ಬಾಲ್ಯದಲ್ಲಿ ಪರಸ್ಪರ ಸಮಾನ ಲಿಂಗಿಗಳ ಜೊತೆಗೆ ಲೈಂಗಿಕ ಕ್ರಿಯೆಗಳಲ್ಲಿ ತೊಡಗಿ ಮುಂದೆ ಅದನ್ನೇ ರೂಢಿ ಮಾಡಿಕೊಂಡು ಮದುವೆಯ ನಂತರ ಬದಲಾಗುತ್ತಾರೆ, ಬದಲಾಗದೆ ಹಾಗೆಯೇ ಮುಂದುವರೆಯುವವರೂ ಇದ್ದಾರೆ. ಇನ್ನೂ ಕೆಲವರು ಮದುವೆಯ ನಂತರ ವಿಧುರ, ವಿಧವೆ ಆದಾಗ ಅಥವಾ ಪತಿ, ಪತ್ನಿಯಿಂದ ಲೈಂಗಿಕ ಸುಖ ಸಿಗದೇ ಇದ್ದಾಗ ದ್ವಿಲಿಂಗಿ, ಲೆಸ್ಬಿಯನ್‌ಗಳಾಗಿ ಬದಲಾಗುವ ಸಾಧ್ಯತೆಗಳು ಇರುತ್ತವೆ."

"ಪ್ರಕೃತಿಗೆ ವಿರುದ್ದವಾಗಿರೋ ಈ ಸಲಿಂಗಕಾಮಿಗಳನ್ನು ಕಂಡರೆ ನನಗೆ ಅಸಹ್ಯವೆನಿಸುತ್ತದೆ. ಈಗ ಸಂಜಯನ ಬಗ್ಗೆಯೂ ನನಗೆ ವಾಕರಿಕೆ ಬರುತ್ತಿದೆ. ಇವರಿಂದ ಸಮಾಜಕ್ಕೇನೂ ಉಪಯೋಗವಿಲ್ಲ"

"ಸಲಿಂಗಕಾಮ ಪ್ರಕೃತಿಗೆ ವಿರುದ್ಧವೆನ್ನುವ ನಿಮ್ಮ ಮಾತನ್ನು ಒಪ್ಪುತ್ತೇನೆ. ಆದರೆ ಸಲಿಂಗಿಗಳಿಂದ ಸಮಾಜಕ್ಕೇನು ಉಪಯೋಗವಿಲ್ಲವೆಂಬ ನಿಮ್ಮ ತರ್ಕವನ್ನು ನಾನು ಒಪ್ಪಲಾರೆ. ಏಕೆಂದರೆ ಇತಿಹಾಸದಲ್ಲಿ ಖ್ಯಾತನಾಮರೆನಿಸಿಕೊಂಡ ಅದೆಷ್ಟೋ ಜನ ಸಲಿಂಗಿಗಳು ಈ ಸಮಾಜಕ್ಕೆ ತಮ್ಮದೇ ಆದ ಕೊಡುಗೆಗಳನ್ನು ನೀಡಿದ್ದಾರೆ. 'ಮೊನಾಲಿಸಾ'ದಂತಹ ಶ್ರೇಷ್ಠ ಕಲಾಕೃತಿ ರಚಿಸಿದ ಲಿಯೋನಾರ್ಡೊ ಡಾ ವಿಂಚಿ, ಖ್ಯಾತ ವರ್ಣಚಿತ್ರ ಕಲಾವಿದ ಮೈಕೆಲ್ಯಾಂಜೆಲೋ, ಗ್ರೀಸ್ ದೇಶದ ಮಹಾನ್ ತತ್ವಜ್ಞಾನಿ ಪ್ಲೇಟೋ (ಉಲ್ಲೇಖ:- ಸಿಗ್ಮಂಡ್ ಫ್ರಾಯ್ಡ್‌ರ 1935ರ ಪತ್ರ) ಇವರೆಲ್ಲಾ ಕೊಟ್ಟ ಕೊಡುಗೆಗಳನ್ನು ಇತಿಹಾಸ ಎಂದೂ ಮರೆಯಲಾರದು. ಇವರಂತೆ ಸಲಿಂಗಿಗಳಾಗಿದ್ದ ಕೆಲವರು ಸೂಫಿಗಳು, ಸಾಧು-ಸಂತರು, ರಾಜ-ಮಹಾರಾಜರು, ಕವಿಗಳೂ ಪ್ರಪಂಚಕ್ಕೆ ಕೊಟ್ಟ ಕಾಣಿಕೆಗಳ ಎದುರು ನಾನು ನೀವು ಇಬ್ಬರೂ ತುಂಬಾ ಕುಬ್ಜರು"

"ಓಹೋ! ಹೀಗೂ ಉಂಟೇ! ಈ ಸಲಿಂಗಿಗಳನ್ನು ಸುಲಭವಾಗಿ ಗುರುತಿಸಲು ಆಗೋಲ್ಲ ಅಲ್ವಾ?"

"ಹೌದು, ಸಲಿಂಗಿಗಳಲ್ಲಿ ಕೆಲವರು ತಮ್ಮ ಸಾಮಾಜಿಕ ಅಂತಸ್ತು, ಕೌಟುಂಬಿಕ ಕಟ್ಟಳೆಗಳು, ವೃತ್ತಿಯ ಘನತೆ ಇತ್ಯಾದಿಗಳಿಗೆ ಅಂಜಿ ಗುಪ್ತವಾಗಿಯೇ ತಮ್ಮ ಲೈಂಗಿಕ ಆಸೆಗಳನ್ನು ಈಡೇರಿಸಿಕೊಳ್ಳುತ್ತಾರೆ. ಕೆಲವರಿಗೆ ಇದ್ಯಾವುದರ ಚಿಂತೆ ಇರುವುದಿಲ್ಲ. ಹಾಗಾಗಿ ಅವರು ಮುಕ್ತವಾಗಿ ಸಂಗಾತಿಗಳ ಹುಡುಕಾಟ, ಅವರ ಜೊತೆಗೆ ವಿವಾಹ-ವಿವಾಹೇತರ ಸಂಬಂಧ ಬೆಳೆಸುವುದು ಕಂಡುಬರುತ್ತದೆ"

"ಪ್ರಪಂಚದಲ್ಲಿ ಸಲಿಂಗಿಗಳು ಮೊದಲೆಲ್ಲಾ ಕೇವಲ ಪ್ರೇಮ, ಕಾಮಗಳಲ್ಲಿ ತೊಡಗಿದ್ದವರು ಈಗ ವಿವಾಹದವರೆಗೂ ಕಾಲಿಟ್ಟಿದ್ದಾರೆ. ವಿರುದ್ಧ ಲಿಂಗಿಗಳು ಕೂಡಿದಾಗಲಷ್ಟೇ ಮಕ್ಕಳಾಗೋದು ಅಂದ ಮೇಲೆ ಈ ಸಮಾನ ಲಿಂಗಿಗಳಿಗೆ ಮದುವೆ ಏಕೆ ಬೇಕು? ಇದು ನಮ್ಮ ಸಾಮಾಜಿಕ ಸಂರಚನೆಯನ್ನು ವಿರೂಪಗೊಳಿಸೋಲ್ವೇ?"

"ನಿಮ್ಮದು ಸಂಕುಚಿತ ಮನೋಭಾವ. ಈ ಎಲ್‌ಜಿಬಿಟಿಕ್ಯೂ ಸಮುದಾಯದ ಬಗ್ಗೆ ತಿಳಿದುಕೊಳ್ಳಬೇಕೆಂದರೆ ವಿಶಾಲವಾದ ಮನೋಭಾವ ಇರಬೇಕು. ಈ ಸಲಿಂಗ ವಿವಾಹ ಬೆಳೆದುಬಂದ ಪರಿ ಹೇಳುತ್ತೇನೆ ಕೇಳಿ.

ಪ್ರಪಂಚದ ಹೆಚ್ಚಿನ ದೇಶಗಳಲ್ಲಿ, ಕಾನೂನು, ಧರ್ಮ ಮತ್ತು ಸಂಪ್ರದಾಯಗಳು ಸಲಿಂಗ ವಿವಾಹ ಸೇರಿದಂತೆ ವಿವಾಹವನ್ನು ನಿಯಂತ್ರಿಸುತ್ತವೆ. 20ನೇ ಶತಮಾನದ ಕೊನೆಯಲ್ಲಿ LGBTQ+ ಸಮಸ್ಯೆಗಳ ಬಗ್ಗೆ ಪ್ರಪಂಚದ ಕೆಲವು ಭಾಗಗಳಲ್ಲಿ ಜನರ ವರ್ತನೆಗಳು ಉದಾರತೆಯ ಸ್ವರೂಪ ಪಡೆದುಕೊಂಡವು. ಸಲಿಂಗ ವಿವಾಹದ ವಿಷಯದಲ್ಲಿ ಸಾಮಾನ್ಯ ಜನರು ಹೆಚ್ಚು ಆಸಕ್ತಿ ವಹಿಸಿದರು. ಬೆಂಬಲಿಗರು ಮತ್ತು ವಿರೋಧಿಗಳ ನಡುವೆ ಆಗಾಗ್ಗೆ ಭಾವನಾತ್ಮಕ ಮತ್ತು ರಾಜಕೀಯ ಘರ್ಷಣೆಗಳು ನಡೆಯುತ್ತಿದ್ದವು. 21ನೇ ಶತಮಾನದ ಆರಂಭದ ವೇಳೆಗೆ ಹಲವಾರು ದೇಶಗಳು ಸಲಿಂಗ ವಿವಾಹವನ್ನು ಕಾನೂನುಬದ್ಧಗೊಳಿಸಿದವು. ಪಶ್ಚಿಮ ಯುರೋಪ್ ಮತ್ತು ಯುನೈಟೆಡ್ ಸ್ಟೇಟ್ಸ್ ದೇಶಗಳು ವಿಶೇಷವಾಗಿ ಬದಲಾವಣೆಗೆ ಮುಕ್ತ ಅವಕಾಶ ನೀಡಿದವು. ಇತರ ದೇಶಗಳು ಸಲಿಂಗ ವಿವಾಹವನ್ನು ಚರ್ಚೆಗೆ ಸೂಕ್ತವಲ್ಲದ ವಿಷಯವಾಗಿ ಪರಿಗಣಿಸತೊಡಗಿದವು. ಇನ್ನೂ ಕೆಲವರು ಸಲಿಂಗ ವಿವಾಹವನ್ನು ದೊಡ್ಡ ಅಪರಾಧವೆಂಬಂತೆ ಕಾಣತೊಡಗಿದರು. ಹೆಚ್ಚಿನ ಧರ್ಮಗಳು ಕೆಲವು ಸಮಯದಲ್ಲಿ ಸಲಿಂಗ ವಿವಾಹವನ್ನು ವಿರೋಧಿಸಿವೆ. ಇಬ್ಬರು ಪುರುಷರು ಅಥವಾ ಇಬ್ಬರು ಮಹಿಳೆಯರ ನಡುವಿನ ವಿವಾಹಗಳು ದೈವಿಕ ಉದ್ದೇಶಗಳನ್ನು ಉಲ್ಲಂಘಿಸುವುದರಿಂದ ಅನೈತಿಕವೆಂದೇ ಕೆಲವರು ನಂಬಿದ್ದರು. ಧಾರ್ಮಿಕ ಸಂಪ್ರದಾಯವು ಪುರುಷ ಮತ್ತು ಮಹಿಳೆಯ ವಿವಾಹವನ್ನು ಮಾತ್ರ ಮಾನ್ಯವೆಂದು ಗುರುತಿಸುತ್ತದೆ ಎಂದು ಕೆಲವರ ವಾದವಾಗಿತ್ತು.

20ನೇ ಶತಮಾನದ ಅಂತ್ಯ ಮತ್ತು 21ನೇ ಶತಮಾನದ ಆರಂಭದಲ್ಲಿ ಆರ್ಥೊಡಾಕ್ಸ್ ಜುದಾಯಿಸಂ ಸಲಿಂಗ ವಿವಾಹವನ್ನು ವಿರೋಧಿಸಿತು. ಹೆಚ್ಚಿನ ಕ್ರಿಶ್ಚಿಯನ್ ಪಂಗಡಗಳು ಸಲಿಂಗ ವಿವಾಹವನ್ನು ವಿರೋಧಿಸಿದ್ದವು. ಆದಾಗ್ಯೂ, ಯುನೈಟೆಡ್ ಚರ್ಚ್ ಆಫ್ ಕ್ರೈಸ್ಟ್, ಯುನೈಟೆಡ್ ಚರ್ಚ್ ಆಫ್ ಕೆನಡಾ ಮತ್ತು ರಿಲಿಜಿಯಸ್ ಸೊಸೈಟಿ ಆಫ್ ಫ್ರೆಂಡ್ಸ್ (ಕ್ವೇಕರ್ಸ್) ಹೆಚ್ಚು ಅನುಕೂಲಕರವಾದ ನಿಲುವನ್ನು ತೆಗೆದುಕೊಂಡವು.

ನಾಗರಿಕ ಸಮಸ್ಯೆಗಳು ಸಹ ಸಲಿಂಗ ವಿವಾಹದ ಚರ್ಚೆಗೆ ಪ್ರವೇಶಿಸುತ್ತವೆ. ಮಕ್ಕಳನ್ನು ಹೆರಲು ಮತ್ತು ಬೆಳೆಸಲು ಸ್ಥಿರವಾದ ಸಾಮಾಜಿಕ ಸಂಸ್ಥೆಯನ್ನು ಒದಗಿಸುವುದು ಮದುವೆಯ ಪ್ರಾಥಮಿಕ ಗುರಿಯಾಗಿದೆ ಎಂದು ಕೆಲವರು ನಂಬುತ್ತಾರೆ. ಹೊಸ ಜೀವನವನ್ನು ಸೃಷ್ಟಿಸಲು ಗಂಡು ಮತ್ತು ಹೆಣ್ಣು ಇಬ್ಬರೂ ಅವಶ್ಯಕ. ಆದ್ದರಿಂದ ಮದುವೆಯ ಸವಲತ್ತುಗಳು ವಿರುದ್ಧ ಲಿಂಗದ ದಂಪತಿಗಳಿಗೆ ಮಾತ್ರ ಲಭ್ಯವಿರಬೇಕು ಎಂಬುದು ಈ ಜನರ ವಾದ.

ಈ ಪ್ರಪಂಚದಲ್ಲಿ ಭಿನ್ನಲಿಂಗೀಯ ವಿವಾಹಿತ ದಂಪತಿಗಳು ಮಕ್ಕಳನ್ನು ಹೊಂದಿರುವಂತೆ ಅನೇಕ ಸಲಿಂಗ ವಿವಾಹಿತ ದಂಪತಿಗಳೂ ಮಕ್ಕಳನ್ನು ಹೊಂದಿದ್ದಾರೆ ಮತ್ತು ಬೆಳೆಸುತ್ತಿದ್ದಾರೆ. ಸಲಿಂಗ ಪೋಷಕರಿಂದ ಬೆಳೆದ ಮಕ್ಕಳು ಭಿನ್ನಲಿಂಗೀಯ ಪೋಷಕರ ಮಕ್ಕಳಂತೆ ಭಾವನಾತ್ಮಕವಾಗಿ ಮತ್ತು ಸಾಮಾಜಿಕವಾಗಿ ಉತ್ತಮವಾಗಿ ಹೊಂದಿಕೊಳ್ಳುತ್ತಾರೆ ಎಂದು ಅಧ್ಯಯನಗಳು ಸೂಚಿಸಿವೆ.

ಸಲಿಂಗ ವಿವಾಹದ ಪ್ರತಿಪಾದಕರು ವಿವಾಹದೊಂದಿಗೆ ಬರುವ ಕಾನೂನು ಪ್ರಯೋಜನಗಳು ಮತ್ತು ರಕ್ಷಣೆಗಳನ್ನು ಪಡೆಯಲು ಸಲಿಂಗ ದಂಪತಿಗಳಿಗೆ ಅವಕಾಶ ನೀಡಬೇಕು ಎಂದು ಹೇಳುತ್ತಾರೆ. ಹೆಚ್ಚಿನ ದೇಶಗಳು ವಿವಾಹಿತ ದಂಪತಿಗಳಿಗೆ ಅಂತಹ ಪ್ರಯೋಜನಗಳನ್ನು ಒದಗಿಸುತ್ತವೆ. ಇವುಗಳು ಪಾಲುದಾರರ ಉದ್ಯೋಗದ ಪ್ರಯೋಜನಗಳು, ಉತ್ತರಾಧಿಕಾರದ ಹಕ್ಕುಗಳು ಒಳಗೊಂಡಿರಬಹುದು. ಸಲಿಂಗ ವಿವಾಹವನ್ನು ಪ್ರತಿಪಾದಿಸುವ ಜನರು ಸಲಿಂಗ ದಂಪತಿಗಳಿಗೆ ಇದೇ ಹಕ್ಕುಗಳನ್ನು ಅನುಮತಿಸದಿರುವುದು ತಾರತಮ್ಯ ಎಂದು ವಾದಿಸಿದರು.

1993ರಲ್ಲಿ ಹವಾಯಿಯ ಸುಪ್ರೀಂ ಕೋರ್ಟ್ ಸಲಿಂಗ ವಿವಾಹ ಕಾನೂನುಬದ್ಧವಾಗಿದೆ ಎಂದು ತೀರ್ಪು ನೀಡಿತು. ಯುಎಸ್ ರಾಜ್ಯದಲ್ಲಿ ಈ ರೀತಿಯ ಮೊದಲ ತೀರ್ಪು ಇದಾಗಿದೆ. 1999 ರಲ್ಲಿ ವೆರ್ಮಾಂಟ್ ಸುಪ್ರೀಂ ಕೋರ್ಟ್ ಸಲಿಂಗ ದಂಪತಿಗಳು ವಿವಾಹಿತ ವಿರುದ್ಧ-ಲಿಂಗದ ದಂಪತಿಗಳಂತೆಯೇ ಅದೇ ಕಾನೂನು ಹಕ್ಕುಗಳಿಗೆ ಅರ್ಹರಾಗಿದ್ದಾರೆ ಎಂದು ಘೋಷಿಸಿತು. 2003 ರಲ್ಲಿ ಕ್ಯಾಲಿಫೋರ್ನಿಯಾ ಇದೇ ರೀತಿಯ ಶಾಸನವನ್ನು ಜಾರಿಗೊಳಿಸಿತು. ಅದೇ ವರ್ಷ ಮ್ಯಾಸಚೂಸೆಟ್ಸ್ ಸಲಿಂಗ ವಿವಾಹವನ್ನು ಕಾನೂನುಬದ್ಧಗೊಳಿಸಿದ ಮೊದಲ ರಾಜ್ಯವಾಯಿತು.

2011ರ ಹೊತ್ತಿಗೆ ವಾಷಿಂಗ್ಟನ್, DC ಮತ್ತು ನ್ಯೂಯಾರ್ಕ್ ರಾಜ್ಯಗಳು ಸಲಿಂಗ ವಿವಾಹವನ್ನು ಕಾನೂನುಬದ್ಧಗೊಳಿಸಿದವು. 2012ರ ಆರಂಭದಲ್ಲಿ ಮೇರಿಲ್ಯಾಂಡ್ ಮತ್ತು ವಾಷಿಂಗ್ಟನ್ ರಾಜ್ಯದ ಶಾಸಕಾಂಗಗಳು ಸಲಿಂಗ ವಿವಾಹಕ್ಕೆ ಅವಕಾಶ ನೀಡುವ ಮಸೂದೆಗಳನ್ನು ಅಂಗೀಕರಿಸಿದವು. ಅದೇ

ವರ್ಷ ಅಧ್ಯಕ್ಷ ಬರಾಕ್ ಒಬಾಮಾ ಸಲಿಂಗ ವಿವಾಹವನ್ನು ಸಾರ್ವಜನಿಕವಾಗಿ ಬೆಂಬಲಿಸಿದ ಮೊದಲ ಯುಎಸ್ ಅಧ್ಯಕ್ಷರಾದರು.

21ನೇ ಶತಮಾನದ ಆರಂಭದಲ್ಲಿ, ಪ್ರಪಂಚದ ಸಂಪ್ರದಾಯವಾದಿ ಪ್ರದೇಶಗಳು ಸಲಿಂಗ ಸಂಬಂಧಗಳನ್ನು ಅತ್ಯಂತ ಗಂಭೀರವಾಗಿ ಶಿಕ್ಷಿಸಿದವು. ಈ ಪ್ರದೇಶಗಳು ಕೆಲವು ಮುಸ್ಲಿಂ ರಾಷ್ಟ್ರಗಳು ಮತ್ತು ಏಷ್ಯಾ ಮತ್ತು ಆಫ್ರಿಕಾದ ಕೆಲವು ಭಾಗಗಳನ್ನು ಒಳಗೊಂಡಿವೆ. ಕಾನೂನು ಸಮಸ್ಯೆಗಳ ಬದಲಿಗೆ ಇತರ ದೇಶಗಳು ನೈತಿಕವಾಗಿ ಪರಿಗಣಿಸುವ ನಡವಳಿಕೆಗಳನ್ನು ಅವರು ಸಾಮಾನ್ಯವಾಗಿ ನಿಷೇಧಿಸಿದ್ದರು. ಉದಾಹರಣೆಗೆ, ಅನೇಕ ಪ್ರಧಾನ ಮುಸ್ಲಿಂ ರಾಷ್ಟ್ರಗಳ ನ್ಯಾಯಾಂಗ ವ್ಯವಸ್ಥೆಗಳು ಸಾಮಾನ್ಯವಾಗಿ ಇಸ್ಲಾಮಿಕ್ ಕಾನೂನನ್ನು (ಶರಿಯಾ) ಬಳಸುತ್ತವೆ. ಇಸ್ಲಾಮಿಕ್ ಕಾನೂನು ಸಾಮಾನ್ಯವಾಗಿ ಸಲಿಂಗ ಅನ್ಯೋನ್ಯತೆಯನ್ನು ಅಪರಾಧೀಕರಿಸುತ್ತದೆ. ಈ ಕೃತ್ಯಗಳಿಗೆ ದಂಡಗಳು ಮರಣದಂಡನೆಯಷ್ಟೇ ತೀವ್ರವಾಗಿರುತ್ತದೆ.

ಇದಕ್ಕೆ ವ್ಯತಿರಿಕ್ತವಾಗಿ, ಉತ್ತರ ಯುರೋಪಿನ ದೇಶಗಳು ನಿರ್ದಿಷ್ಟವಾಗಿ ಸಲಿಂಗ ಪಾಲುದಾರಿಕೆಯನ್ನು ಸ್ವೀಕರಿಸುತ್ತಿವೆ. 1989ರಲ್ಲಿ ಡೆನ್ಮಾರ್ಕ್ ಸಲಿಂಗ ದಂಪತಿಗಳಿಗೆ ನೋಂದಾಯಿತ ಪಾಲುದಾರಿಕೆಯನ್ನು ಸ್ಥಾಪಿಸಿದ ಮೊದಲ ದೇಶವಾಯಿತು. ನಾರ್ವೆ (1993), ಸ್ವೀಡನ್ (1995), ಐಸ್ಲ್ಯಾಂಡ್ (1996), ಮತ್ತು ನೆದರ್ಲ್ಯಾಂಡ್ಸ್ (1998) ನಲ್ಲಿ ಇದೇ ರೀತಿಯ ಕಾನೂನುಗಳು ಜಾರಿಗೆ ಬಂದ ಕೆಲವೇ ದಿನಗಳಲ್ಲಿ. ಯುನೈಟೆಡ್ ಕಿಂಗ್‌ಡಮ್ (2005) ಮತ್ತು ಐರ್ಲೆಂಡ್ (2011) ಸೇರಿದಂತೆ ಇತರ ಯುರೋಪಿಯನ್ ರಾಷ್ಟ್ರಗಳು ಅನುಸರಿಸಿದವು.

ಯುರೋಪಿನ ಹೊರಗಿರುವ ಹಲವಾರು ದೇಶಗಳು ಸಹ ಕೆಲವು ರೀತಿಯ ಸಲಿಂಗ ಪಾಲುದಾರಿಕೆಯ ಹಕ್ಕುಗಳನ್ನು ಅಳವಡಿಸಿಕೊಂಡಿವೆ. 1990ರ ದಶಕದ ಮಧ್ಯಭಾಗದಲ್ಲಿ ಇಸ್ರೇಲ್ ಸಾಮಾನ್ಯ ಕಾನೂನು (ನಾಗರಿಕ ಅಥವಾ ಧಾರ್ಮಿಕ ಸಮಾರಂಭವಿಲ್ಲದೆ ಮದುವೆ) ಸಲಿಂಗ ವಿವಾಹವನ್ನು ಗುರುತಿಸಿತು. ಸಲಿಂಗ ನಾಗರಿಕ ಒಕ್ಕೂಟಗಳು 2005ರಲ್ಲಿ ನ್ಯೂಜಿಲೆಂಡ್‌ನಲ್ಲಿ ಮತ್ತು 21ನೇ ಶತಮಾನದ ಆರಂಭದಲ್ಲಿ ಅರ್ಜೆಂಟೀನಾ, ಆಸ್ಟ್ರೇಲಿಯಾ, ಬ್ರೆಜಿಲ್ ಮತ್ತು ಮೆಕ್ಸಿಕೋದ ಕೆಲವು ಭಾಗಗಳಲ್ಲಿ ಜಾರಿಗೆ ಬಂದವು. 2007ರಲ್ಲಿ ಉರುಗ್ವೆ ದೇಶಾದ್ಯಂತ ಸಲಿಂಗ ನಾಗರಿಕ ಒಕ್ಕೂಟಗಳನ್ನು ಕಾನೂನುಬದ್ಧಗೊಳಿಸಿದ ಮೊದಲ ಲ್ಯಾಟಿನ್ ಅಮೇರಿಕನ್ ದೇಶವಾಯಿತು.

2003 ರಲ್ಲಿ ಯುರೋಪಿಯನ್ ಯೂನಿಯನ್ (EU) ತನ್ನ ಎಲ್ಲಾ ಸದಸ್ಯರು ಸಹ EU ದೇಶಗಳ ಸಲಿಂಗ ವಿವಾಹಗಳನ್ನು ಗುರುತಿಸುವ ಕಾನೂನುಗಳನ್ನು ಅಂಗೀಕರಿಸುವಂತೆ ನಿರ್ದೇಶಿಸಿತು. 2005ರಲ್ಲಿ ಕೆನಡಾ

ಯುರೋಪಿನ ಹೊರಗೆ ಸಲಿಂಗ ವಿವಾಹವನ್ನು ಕಾನೂನುಬದ್ಧಗೊಳಿಸುವ ಶಾಸನವನ್ನು ಅಂಗೀಕರಿಸಿದ ಮೊದಲ ದೇಶವಾಯಿತು. ಅದರ ನಂತರ, ದಕ್ಷಿಣ ಆಫ್ರಿಕಾ (2006) ಮತ್ತು ಅರ್ಜೆಂಟೀನಾ (2010) ಕ್ರಮವಾಗಿ ಸಲಿಂಗ ವಿವಾಹವನ್ನು ಕಾನೂನುಬದ್ಧಗೊಳಿಸಿದ ಮೊದಲ ಆಫ್ರಿಕನ್ ಮತ್ತು ಲ್ಯಾಟಿನ್ ಅಮೇರಿಕನ್ ದೇಶಗಳಾಗಿವೆ. (ಮಾಹಿತಿ ಕೃಪೆ:–ಗೂಗಲ್)

ಹೀಗೆ ಪ್ರಪಂಚದಾದ್ಯಂತ ನಿಧಾನವಾಗಿ ತನ್ನ ಬೇರುಗಳನ್ನು ಹರಡಿಕೊಳ್ಳುತ್ತಾ ಬಂದ ಈ ಸಲಿಂಗ ವಿವಾಹವು ನಮ್ಮ ದೇಶ ಭಾರತದಲ್ಲಿಯೂ ವಿಸ್ತರಿಸಲು ಹೆಣಗಾಡುತ್ತಲೇ ಇದೆ. ಇಲ್ಲಿನ ಲೈಂಗಿಕ ಅಲ್ಪಸಂಖ್ಯಾತರು ಸಲಿಂಗ ವಿವಾಹವನ್ನು ಕಾನೂನು ಬದ್ಧಗೊಳಿಸಬೇಕೆಂದು ಸುಪ್ರೀಂ ಕೋರ್ಟಿನಲ್ಲಿ ಮನವಿ ಸಲ್ಲಿಸಿದ್ದರು. ಆದರೆ ಸುಪ್ರಿಂಕೋರ್ಟ್ ಈ ಮನವಿಯನ್ನು ನಿರಾಕರಿಸಿದೆ. ಆದರೂ ಆ ಸಮುದಾಯದ ಕಾರ್ಯಕರ್ತರು ಮುಂದೊಂದು ದಿನ ನಮಗೆ ಮಾನ್ಯತೆ ಸಿಕ್ಕೇ ಸಿಗುತ್ತದೆ ಎಂಬ ನಂಬಿಕೆಯೊಂದಿಗೆ ಅವರ ಹೋರಾಟ ಮುಂದುವರೆಸಿದ್ದಾರೆ.

ರೇಖಾ ತನ್ನೆದೆರು ತನಗೆ ತಿಳಿದಿರುವ ಜ್ಞಾನಕೋಶವನ್ನು ತೆರೆದಿಟ್ಟಿದ್ದು ನೋಡಿ ತಬ್ಬಿಬ್ಬಾದ ಶಶಿ

"ಅಬ್ಬಾ!...ನೀವು ಇಷ್ಟೊಂದು ವಿಚಾರಗಳನ್ನು ತಿಳಿದುಕೊಂಡಿದ್ದೀರ! ಪಾಶ್ಚಿಮಾತ್ಯ ಸಲಿಂಗಿಗಳು ಸಲಿಂಗಿಗಳನ್ನೇ ವಿವಾಹವಾಗುತ್ತಾರೆ. ಆದರೆ ಭಾರತೀಯನಾದ ಸಂಜಯ ಒಂದು ಐಡೆಂಟಿಟಿಗೋಸ್ಕರ ಸುಗುಣಳನ್ನು ಮದುವೆಯಾಗಿದ್ದು ತಪ್ಪಲ್ಲವೇ?" ಎಂದು ಕೇಳಿದ. ಅವನ ಪ್ರಶ್ನೆಗೆ ರೇಖಾ ನಗುತ್ತಾ

"ನಿಮ್ಮ ಕಲ್ಪನೆ ಮತ್ತು ಅಭಿಪ್ರಾಯ ಎರಡೂ ತಪ್ಪು. ಜಗತ್ತಿನಲ್ಲಿ ಯಾವೊಬ್ಬ ಸಲಿಂಗಿಯೂ ವಿರುದ್ಧ ಲಿಂಗಿಯ ಜೊತೆಗೆ ಮದುವೆಯಾಗಲು ಬಯಸುವುದಿಲ್ಲ. ಅವರ ಮೊದಲ ಆಯ್ಕೆ ಇಷ್ಟಪಟ್ಟ ಸಮಾನಲಿಂಗಿಯೇ ಆಗಿರುತ್ತಾರೆ. ಸಂಜಯ ಒಂದು ಐಡೆಂಟಿಟಿಗೋಸ್ಕರ ಸುಗುಣಳನ್ನು ಮದುವೆ ಆಗಿಲ್ಲ. ಕನ್ನಿಕಾ ಹೇಳಿದಂತೆ ಸಂಜಯನಿಗೆ ಮದುವೆ ಇಷ್ಟವಿರಲಿಲ್ಲ ಅಂದ ಮೇಲೆ ಅವನ ತಂದೆ ತಾಯಿಯ ಒತ್ತಡಕ್ಕೆ ಮಣಿದು ಒಲ್ಲದ ಮನಸ್ಸಿನಿಂದ ಆಗಿರಬಹುದು! ಇಂದಿನ ಬಹುತೇಕ ಸಲಿಂಗಿ ಯುವಕರು ಮಾಡುವ ಬಹುದೊಡ್ಡ ತಪ್ಪು ಇದೇ. ಹೆತ್ತವರ ಮುಂದೆ ನಾನೊಬ್ಬ ಸಲಿಂಗಿ ಎಂದು ಹೇಳುವ ಧೈರ್ಯ ಇರುವವರು ಬೆರಳೆಣಿಕೆಯಷ್ಟು ಜನ ಮಾತ್ರ ಉಳಿದವರೆಲ್ಲರೂ ಸಂಜಯನಂತೆಯೇ ಒತ್ತಡದಲ್ಲಿ ತಪ್ಪು ಹೆಜ್ಜೆ ಇಡುತ್ತಾರೆ" ಎಂದಳು. ಅವಳ ಮಾತುಗಳು ಶಶಿಗೆ ಬಟ್ಟೆಯಲ್ಲಿ ಕಲ್ಲು ಸುತ್ತಿ ಮುಖಕ್ಕೆ ಎಸೆದಂತೆ ಕಂಡವು. ಉಗುಳು ನುಂಗುತ ತನ್ನ ಅಲ್ಪ ಬುದ್ಧಿಯ ಬಗ್ಗೆ ನಾಚಿಕೆ

ಪಟ್ಟುಕೊಂಡ. ಜೊತೆಗೆ ತನ್ನ ಅಹಂ ತೊರೆದು ರೇಖಾಳ ಜ್ಞಾನದ ಎದುರು ತಲೆಬಾಗಿದ.

ಬಹುಶಃ ಸಂಜಯ ತಾನು ಶ್ರೀನಿವಾಸರ ಬಳಿಗೆ ಹೋಗಿರಬಹುದು. ಅವರೇ ಸುಗುಣಳ ನೋವಿಗೆ ಮದ್ದಾಗಬಹುದು ಎಂದು ಯೋಚಿಸುತ್ತಿದ್ದ ರೇಖಾಳನ್ನು ಶಶಿ ಮತ್ತೇ ಕೇಳಿದ.

"ಈಗ ಸುಗುಣಳ ಗತಿ!"

"ಅದಕ್ಕೆ ಸಂಂಜಯನೇ ಉತ್ತರ. ಅವನನ್ನು ಹುಡುಕಬೇಕು"

"ಹಾಗಿದ್ದರೆ ನಿಮ್ಮ ಮುಂದಿನ ಯೋಜನೆಯೇನು?"

"ಸಂಜಯ ಪ್ರೀತಿಸುತ್ತಿದ್ದ ಶ್ರೀನಿವಾಸರನ್ನು ಭೇಟಿಯಾಗುವುದು. ಮುಂದಿನ ಕೆಲಸ ನಿಮಗೆ ಅಲ್ಲೇ ಗೊತ್ತಾಗುತ್ತದೆ"

ಶಶಿ ಕಣ್ಣ ಹುಬ್ಬೇರಿಸಿ ಹೇಳಿದ

"ಅಬ್ಬಾ! ಇದು ಅಂತಿಂಥಾ ತಲೆಯಲ್ಲ, ರಿಯಲಿ ಗ್ರೇಟ್. ಇನ್ನು ಮುಂದೆ ನಾನು ನಿಮ್ಮ ಬಿಗ್ ಫ್ಯಾನ್."

"ಸಾಕು ಹೊಗಳಿದ್ದು" ರೇಖಾ ಜೋರಾಗಿ ನಕ್ಕಳು. ಅವಳ ಮುಗ್ಧ ನಗುವಿನಲ್ಲಿ ನಿಷ್ಕಲ್ಮಶ ಪ್ರೀತಿಯ ಕಂಡ ಶಶಿ ಅವಳಿಗೆ ಮನಸೋತ. ಮನದೊಳಗೆಯೇ ಈ ಜನ್ಮದಲ್ಲಿ ಮದುವೆ ಅಂತ ಆದರೆ ಇವಳನ್ನೇ ಆಗಬೇಕು. ಇವಳ ಕೈ ಹಿಡಿದು ಸ್ಪಂದನ ಸಂಸ್ಥೆಯನ್ನು ಮತ್ತಷ್ಟು ಎತ್ತರಕ್ಕೇರಿಸಬೇಕು ಎಂದು ನಿರ್ಧರಿಸಿದ.

***

ಸುಗುಣಳಿಗೆ ತನ್ನ ಗಂಡನ ಬಗ್ಗೆ ತಿಳಿದುಕೊಳ್ಳುವ ಹಂಬಲ ಹೆಚ್ಚಾದಾಗಲೆಲ್ಲ "ಅವರೆಲ್ಲಿದ್ದಾರಂತ ಗೊತ್ತಾಯ್ತಾ ಅಣ್ಣಾ?" ಎಂದು ಶಶಿಯ ಹಿಂದೆ ದುಂಬಾಲು ಬೀಳುತ್ತಿದ್ದಳು. ಅವಳ ಸಮಾಧಾನ ಪಡಿಸಲೆಂದೇ ಅವನು ಒಂದರ ಮೇಲೊಂದು ಸುಳ್ಳಿನ ಸರಮಾಲೆ ಹೆಣೆಯುತ್ತಿದ್ದ. ಅದನ್ನು ನಿಜವೆಂದೇ ಭಾವಿಸುತ್ತಿದ್ದ ಸುಗುಣ ತನ್ನ ಗಂಡ ಹಿಂತಿರುಗಿ ಬಂದೇ ಬರುತ್ತಾನೆನ್ನುವ ಅಚಲ ನಂಬಿಕೆಗೆ ಜೋತು ಬಿದ್ದಿದ್ದಳು.

ಸೊಸೆಯನ್ನು ಹೆತ್ತ ಮಗಳಂತೆ ಕಾಣುತ್ತಿದ್ದ ಸುನಂದಮ್ಮ ಬರುಬರುತ್ತಾ ಮಗನ ನೆನಪಲ್ಲಿ ಖಿನ್ನತೆಗೆ ಒಳಗಾಗಿ "ಎಲ್ಲಾ ನಿನ್ನಿಂದಲೇ ಆಗಿದ್ದು, ನೀನೇ ಏನೋ ಮಾಡಿ ನನ್ನ ಮಗನ ಮನೆ ಬಿಟ್ಟು ಓಡಿಸಿದ್ದೀಯಾ!" ಎಂದು ಜರಿಯಲು ಶುರುಮಾಡಿದಳು. ಹೀಗೆ ಬೈದಾಗಲೆಲ್ಲಾ ಸುಗುಣ ಅತ್ತೆಗೆ ಉತ್ತರಿಸಲು ಹೋಗದೇ ಅಪರಾಧಿಯಂತೆ ತಲೆತಗ್ಗಿಸಿ ಗಳಗಳನೇ ಅಳುತ್ತಿದ್ದಳು. ಆ ಸಮಯ ಮಧ್ಯ ಪ್ರವೇಶಿಸುತ್ತಿದ್ದ ಸತ್ಯನಾರಾಯಣ ನೊಂದ ಹೆಣ್ಣುಮಗು

ಹೀಗೆ ಕಣ್ಣೀರಿಟ್ಟರೆ ಈ ಮನೆ ಸರ್ವನಾಶವಾಗುತ್ತದೆಯೆಂದು ಸುನಂದಮ್ಮಳ ಬಾಯಿ ಮುಚ್ಚಿಸುತ್ತಿದ್ದನು.

ವಾರ್ತಾಪತ್ರಿಕೆಯ ತುಂಡೊಂದರ ಮೇಲೆ ಕಣ್ಣಾಡಿಸುತ್ತಾ ಕುಳಿತಿದ್ದ ಸಂಜಯನಿಗೆ ಚಾಂದನಿ ತಿನ್ನಲು ತಿಂಡಿ ತಂದು ಕೊಟ್ಟಳು. ಹೆಣ್ಣಿನಂತೆಯೇ ಬಳಕುವ ಅವಳ ಸೊಂಟ, ಕೋಮಲ ತ್ವಚೆ, ಮೂಗಿಗಿಂತಲೂ ದೊಡ್ಡದಾಗಿ ಕಾಣಿಸುವ ಮೂಗುತಿ, ಮಾರುದ್ದದ ಜಡೆಯನ್ನು ಎಂದೂ ನೋಡದವನಂತೆ ನೋಡತೊಡಗಿದ. ಚಾಂದನಿ ಎದೆಯ ಮೇಲಿನ ಸೆರಗು ಸರಿಪಡಿಸಿಕೊಂಡು "ಏನು ಯೋಚಿಸ್ತಿದ್ದೀಯಾ ಅಣ್ಣಾ?" ಎಂದಳು. "ಅದೇ ಗಂಡಾಗಿದ್ದ ನೀನು ಅಕ್ಷರಶಃ ಹೆಣ್ಣಂತೆ ಬದಲಾಗಿದ್ದಾದರೂ ಹೇಗೆ! ಎಂದು ಆಲೋಚಿಸುತ್ತಿದ್ದೆ ಅಷ್ಟೇ" ಎಂದು ತಟ್ಟೆಯಲ್ಲಿದ್ದ ತಿಂಡಿಯನ್ನು ಬಾಯಿಯಲ್ಲಿಟ್ಟುಕೊಂಡ. ಸಂಜಯ ಕೇಳಿದ ಪ್ರಶ್ನೆ ಚಾಂದನಿಯನ್ನು ಅವಳ ಬಾಲ್ಯಕ್ಕೆ ಜಾರಿಸಿತು.

"ನಮ್ಮಪ್ಪ ಅಮ್ಮನಿಗೆ ಇದ್ದ ಮೂರು ಜನ ಮಕ್ಕಳಲ್ಲಿ ಎಲ್ಲರೂ ಗಂಡುಮಕ್ಕಳೆ. ನಾನೇ ಕಿರಿಯವನು. ನೋಡಲು ಚಂದ್ರನ ಬೆಳಕಿನಂತೆ ಕಂಗೊಳಿಸುತ್ತಿದ್ದರಿಂದ ನನಗೆ ಪ್ರೀತಿಯಿಂದ ಚಂದ್ರ ಎಂದೇ ಹೆಸರಿಟ್ಟಿದ್ದರು. ಹೆಣ್ಣುಮಗು ಇಲ್ಲದ ಕೊರಗು ಅಮ್ಮನಿಗೆ ಸದಾ ಕಾಡುತ್ತಿತ್ತು. ಅದಕ್ಕೆ ನನಗೆ ಅವಳೇ ಹೊಲಿದ ಚಂದದ ಲಂಗ ಉಡಿಸಿ, ಕಾಲಿಗೆ ಚೈನ, ಕೈಗೆ ಬಳೆ ತೊಡಿಸಿ, ಉದ್ದ ಕೂದಲಿಗೆ ಜಡೆ ಕಟ್ಟಿ, ಜಡೆಯ ತುಂಬಾ ಹೂ ಮುಡಿಸಿ ಖುಷಿ ಪಡುತ್ತಿದ್ದಳು. ಅಮ್ಮ ನನಗೆ ಅಲಂಕಾರ ಮಾಡಿದಾಗಲೆಲ್ಲಾ ನಾನು ಕನ್ನಡಿಯಲ್ಲಿ ನನ್ನ ನೋಡಿಕೊಂಡು ಕುಣಿದಾಡುತ್ತಿದ್ದೆ. ಈ ಹವ್ಯಾಸ ಮುಂದುವರೆದಂತೆ ಮೈಮೇಲೆ ಏನೂ ತೊಡದೇ ಹುಡುಗನಾಗಿರುವುದಕ್ಕಿಂತ ಮೈತುಂಬಾ ಅಲಂಕಾರ ಮಾಡಿಕೊಂಡು ಹುಡುಗಿಯಾಗಿರುವುದು ನನಗೆ ಹಿತವೆನಿಸತೊಡಗಿತು. ಶಾಲೆಗೆ ಹುಡುಗನಂತೆ ಹೋದರೂ ಹೆಣ್ಣು ಮಕ್ಕಳ ಜೊತೆಗೆ ಕುಳಿತುಕೊಳ್ಳುವುದು, ಹೆಣ್ಣುಮಕ್ಕಳ ಜೊತೆಗೆ ಆಟವಾಡುವುದು. ಅವರು ಬಳಸುವ ಶೌಚಾಲಯಗಳನ್ನೇ ಬಳಸುವುದು ನೋಡಿ ನಮ್ಮ ಟೀಚರ್ ಒಬ್ಬರು ಮನೆಗೆ ಬಂದು ನಿಮ್ಮ ಮಗ ಹೀಗೆಯೇ ಮುಂದುವರೆದರೆ ಮುಂದೆ ಒಬ್ಬ 'ಹಿಜಡಾ' ಆಗಬಹುದೆಂದು ಅಮ್ಮನಿಗೆ ಎಚ್ಚರಿಸಿ ಹೋಗಿದ್ದರು. ಅವರ ಮಾತು ಕೇಳಿ ಅಮ್ಮ ಹೌಹಾರಿದ್ದಳು. ಅಂದಿನಿಂದಲೇ ನನಗೆ ಹೆಣ್ಣು ಮಕ್ಕಳ ವೇಷ ಹಾಕುವುದು ನಿಲ್ಲಿಸಿ ಬಿಟ್ಟಳು. ಆದರೇನು ಮಾಡುವುದು ಆ ವೇಳೆಗಾಗಲೇ ನಾನು ಹೆಣ್ತನಕ್ಕೆ ಒಗ್ಗಿಕೊಂಡು ಬಿಟ್ಟಿದ್ದೆ. ಗಂಡು ಮಗನಂತೆ ಇರಲು ನನ್ನ ಮನಸ್ಸು ಒಪ್ಪುತ್ತಿರಲಿಲ್ಲ. ಅಪ್ಪ ಅಮ್ಮನ ಕಣ್ತಪ್ಪಿಸಿ ಹೆಣ್ಣು ಮಕ್ಕಳ ವೇಷ ಧರಿಸಿಕೊಂಡು ಹೊರಗೆ ಆಡಲು ಹೋಗುತ್ತಿದ್ದೆ. ನಮ್ಮ ವಠಾರದ ಬೀದಿ ಕಾಮಣ್ಣನೊಬ್ಬ ನನ್ನ ಎತ್ತಿಕೊಂಡು

ಹೋಗಿ ಅತ್ಯಾಚಾರ ಮಾಡಿದ. ಇದನ್ನು ಕಣ್ಣಾರೆ ನೋಡಿದವರು ಊರೆಲ್ಲಾ ಡಂಗುರ ಸಾರಿದರು. ಈ ವಿಷಯ ಮನೆಯಿಂದ ಮನೆಗೆ ಹಬ್ಬಿ ಅಪ್ಪನ ಕಿವಿಗೆ ಬಿತ್ತು. ಮನೆಗೆ ಬಂದವನೇ ನನ್ನ ಹಿಡಕೊಂಡು ದನಕ್ಕೆ ಬಡಿದ ಹಾಗೆ ಬಡಿದ. ಆ ವೇಳೆ ನನ್ನ ಬಿಡಿಸಿಕೊಳ್ಳಲು ಬಂದ ಅಮ್ಮ ಸಹ ಒದೆ ತಿನ್ನಬೇಕಾಯಿತು. ಅಪ್ಪ ಕೊಟ್ಟ ಏಟಿಗೆ ನನ್ನ ಕಾಲುಗಳು ಆನೆಕಾಲುಗಳಂತೆ ಊದಿಕೊಂಡಿದ್ದವು. ನನ್ನಣ್ಣದೇಲ್ಲಾ ನನ್ನ ಅವಸ್ಥೆ ನೋಡಿ ಮರುಗುವ ಬದಲು ಮುಸಿಮುಸಿ ನಗ್ತಿದ್ರು. ಅಪ್ಪ ಕೊಟ್ಟ ಏಟಿಗಿಂತಲೂ ನನಗೆ ಹೆಣ್ಣಿನ ವೇಷ ಹಾಕಲು ಆಗದಿದ್ದದ್ದು ತುಂಬಾ ನೋವು ಕೊಡುತ್ತಿತ್ತು. ಒಮ್ಮೆ ನಮ್ಮೂರಲ್ಲಿ ಮಾರಮ್ಮನ ಜಾತ್ರೆ ಇತ್ತು. ಬೀದಿ ಹೆಣ್ಣುಮಕ್ಕಳೆಲ್ಲಾ ಸಿಂಗಾರ ಮಾಡಿಕೊಂಡು ದೇವಿಗೆ ನೈವೇದ್ಯ ಕೊಡಲು ಹೋಗ್ತಿದ್ದು ನೋಡಿ ನನಗೆ ತಡಕೋಳೋಕೆ ಆಗ್ಲಿಲ್ಲ. ಆಗಿದ್ದಾಗ್ಲಿ ಬಿದ್ರೆ ಮೈಗೆ ನಾಲ್ಕೇಟು ಬಿದ್ದಾವು ಅಷ್ಟೇ ಅಂತ ಧೈರ್ಯ ತಂದುಕೊಂಡು ಮನೆಯಲ್ಲಿದ್ದ ಅಮ್ಮನ ಸೀರೆ ಉಟ್ಟಿಕೊಂಡೆ. ತೋಚಿದಂಗೆ ಅಲಂಕಾರ ಮಾಡಿಕೊಂಡು ಮಾರಮ್ಮ ನೀನೇ ಕಾಪಾಡು ಅಂತ ನೈವೇದ್ಯ ತಗೊಂಡು ಗುಡಿಗೆ ಹೊರಟೆ. ಜನರ ಗಲಾಟೆಯಲ್ಲಿ ಯಾರೂ ನನ್ನ ಗುರುತಿಸಲಿಲ್ಲ. ಆದರೆ ನನ್ನ ದೊಡ್ಡಣ್ಣ ಅಮ್ಮನ ಸೀರೆಯ ಗುರುತು ಹಿಡಿದು ನನ್ನ ಎಳಕೊಂಡು ಬಂದು ಅಪ್ಪನ ಕೈಗೆ ಒಪ್ಪಿಸಿದ. ಆ ಮಾರಮ್ಮನಿಗೆ ಕೋಣ ಬಲಿ ಕೊಡೋ ಬದಲು ಇವನನ್ನೇ ಬಲಿ ಕೊಟ್ರೆ ಈ ಮನೆಗೂ, ಮನಸಿಗೂ ನೆಮ್ಮದಿ ಇರುತ್ತೆ ಕಣ್ಲಾ ಅಂತ ಅಪ್ಪ ರೊಚ್ಚಿಗೆದ್ದು ನನ್ನ ಕೊಲ್ಲಲು ಮಚ್ಚು ಹರಿತಗೊಳಿಸತೊಡಗಿದ. ಅಲ್ಲೇ ಇದ್ರೆ ಈ ರುಂಡ ಉಳಿಯೋಲ್ಲ ಅಂತ ಹೆದರಿ ಅವರ ಕೈಯಿಂದ ತಪ್ಪಿಸಿಕೊಂಡು ಊರು ಬಿಟ್ಟು ಓಡಿ ಬಂದೆ. ನಂತರ ಕಷ್ಟಪಟ್ಟು ಇವರ ಗುಂಪು ಸೇರಿಕೊಂಡು ಚಂದ್ರ ಅಂತಿದ್ದ ನನ್ನ ಹೆಸರನ್ನು ಮೃತ್ಯುನಾಮಕರಣ (ಡೆಡ್ ನೇಮಿಂಗ್- ಈ ಪದವು ಸಾಮಾನ್ಯವಾಗಿ ತಮ್ಮ ಪರಿವರ್ತನೆಯ ಭಾಗವಾಗಿ ತಮ್ಮ ಹೆಸರನ್ನು ಬದಲಾಯಿಸಿದ ಟ್ರಾನ್ಸ್ ಜನರೊಂದಿಗೆ ಸಂಬಂಧಿಸಿದೆ.)ದ ಮೂಲಕ ಚಾಂದನಿ ಎಂದು ಬದಲಾಯಿಸಿಕೊಂಡು ಭಿಕ್ಷೆ ಬೇಡುತ್ತ ಹೇಗೋ ಜೀವನ ನಡೆಸ್ತಾಯಿದ್ದೀನಿ" ಎಂದು ಕಣ್ಣೀರೊರೆಸಿಕೊಂಡಳು.

ಚಾಂದನಿಯ ದುರಂತ ಕಥೆ ಕೇಳಿ ಸಂಜಯನಿಗೆ ಬಾಯಲ್ಲಿಟ್ಟುಕೊಂಡ ತಿಂಡಿ ಗಂಟಲೊಳಗೆ ಸಿಲುಕಿಕೊಂಡಂತಾಯಿತು. ಕನ್ನಿಕಾ, ಕರುಣಾರಂತೆ ಇವಳದೂ ಒಂದು ಘೋರ ಬದುಕು. ಇವರೆಲ್ಲರ ನೋವಿನ ಮುಂದೆ ತನ್ನ ನೋವು ದೊಡ್ಡದೇನಲ್ಲವೆಂದು ಅವನಿಗೀಗ ಅರ್ಥವಾಗತೊಡಗಿತು. ದಿನಾಲೂ ಅವರಿವರ ಮುಂದೆ ಕೈಚಾಚಿ, ಜನರಿಂದ ಅಪಹಾಸ್ಯಕ್ಕೀಡಾಗಿ, ನಿತ್ಯವೂ ಸತ್ತು ಬದುಕುವ ಈ ಮುತ್ತೈದೆಯರ ಗೋಳು ತಪ್ಪಿಸಲು ತಾನು

ಏನಾದರೂ ಮಾಡಲೇಬೇಕು ಎಂಬ ಛಲ ಅವನಲ್ಲೀಗ ಮೊಳಕೆಯೊಡೆದು ಸಸಿಯಾಗತೊಡಗಿತು.

***

ಶಶಿ ಹಾಗೂ ರೇಖಾ ಇಬ್ಬರೂ ಶ್ರೀನಿವಾಸರನ್ನು ಭೇಟಿಯಾಗಲು ದೂರದ ಚೆನ್ನೈಗೆ ಹೊರಟಿದ್ದರು. ಮಾರ್ಗದುದ್ದಕ್ಕೂ ಶಶಿ ಮಾಡುತ್ತಿದ್ದ ತಮಾಷೆಗಳು, ಬ್ಯೂಟಿಫುಲ್ ಲೈಫ್ ಬಗೆಗಿನ ಅವನ ದೃಷ್ಟಿಕೋನಗಳು ರೇಖಾಳಿಗೆ ಆಪ್ತವೆನಿಸತೊಡಗಿದವು. ಪಯಣ ಸಾಗಿದಂತೆ ಸಂಜಯ ಚೆನ್ನೈನಲ್ಲಿರಬಹುದೇ? ವಿಧುರರಾಗಿರುವ ಶ್ರೀನಿವಾಸರು ಯಾರಿಗೂ ತಿಳಿಯದಂತೆ ಸಂಜಯನನ್ನು ತಮ್ಮ ಬಾಳಸಂಗಾತಿಯನ್ನಾಗಿ ಸ್ವೀಕರಿಸಿರಬಹುದೇ? ಅವರಿಬ್ಬರೂ ಅನ್ಯೋನ್ಯವಾಗಿ ಬದುಕುತ್ತಿದ್ದರೇ! ಹಾಗೇನಾದರೂ ಆಗಿದ್ದರೆ ಮುಂದೇನು ಮಾಡುವುದೆಂದು ಯೋಚಿಸುತ್ತಲೇ ರೇಖಾ ಶಶಿಯ ಜೊತೆಗೆ ಚೆನ್ನೈ ತಲುಪಿದಳು.

ಹಿಂದಿನಂತೆಯೇ ಒಂಟಿ ಜೀವನ. ಧೂಮಪಾನ ಮತ್ತು ಮದ್ಯಪಾನಗಳೇ ಶ್ರೀನಿವಾಸರ ಪಾಲಿನ ಹೆಂಡತಿ ಮಕ್ಕಳು. ದುಡಿದ ಹಣವನ್ನೆಲ್ಲಾ ಮೋಜು-ಮಸ್ತಿಗಾಗಿ ವಿನಿಯೋಗಿಸುತ ಕುಡಿದು, ಕುಡಿದು ಕ್ಯಾನ್ಸರಿಗೆ ತುತ್ತಾಗಿ ಸುಂದರ ಕಾಯವನ್ನು ಕೃಷಗೊಳಿಸಿಕೊಂಡಿದ್ದರು. ತಮ್ಮನ್ನು ಭೇಟಿಯಾಗಲು ದೂರದ ಮೈಸೂರಿನಿಂದ ಬಂದಿರುವ ಶಶಿ ಮತ್ತು ರೇಖಾರನ್ನು ಆತ್ಮೀಯವಾಗಿ ಬರಮಾಡಿಕೊಂಡ ಶ್ರೀನಿವಾಸ್ ತಾನು ಮೈಸೂರಿನಲ್ಲಿದ್ದಾಗ ಅಲ್ಲಿನ ಜನ ತೋರಿಸಿದ ಪ್ರೀತಿ, ವಿಶ್ವಾಸ, ಅರಮನೆ ನಗರಿಯ ಪರಿಸರ ಎಲ್ಲವನ್ನೂ ಹಾಡಿ ಹೊಗಳುತ್ತ ಈ ಭೇಟಿಯ ವಿಷಯವೇನೆಂದು ಕೇಳಿದರು. ರೇಖಾ ತನ್ನ ಸ್ಪಂದನ ಎನ್‌ಜಿಓ ಬಗ್ಗೆ ವಿವರಿಸುತ್ತ ತಾನು ಲೈಂಗಿಕ ಅಲ್ಪಸಂಖ್ಯಾತರ ಹಾಗೂ ನೊಂದ ಮಹಿಳೆಯರಿಗೆ ಮರಳಿ ಬದುಕು ಕಟ್ಟಿಕೊಳ್ಳುವ ಕಾಯಕದಲ್ಲಿ ತೊಡಗಿಸಿಕೊಂಡಿದ್ದು ತಿಳಿಸಿ ಒಂದು ನೊಂದ ಹೆಣ್ಣುಜೀವಕ್ಕೆ ನಿಮ್ಮಿಂದ ಉಪಕಾರವಾಗಬೇಕಾಗಿದೆ ಎಂದು ಕೋರಿಕೊಂಡಳು.

"ನೊಂದ ಜೀವಕ್ಕೆ ಆಸರೆಯಾಗುವುದು ಮಾನವ ಧರ್ಮ. ಅದು ನಮ್ಮ ಮೊದಲ ಕರ್ತವ್ಯವೂ ಹೌದು. ಅದರಲ್ಲೂ ಹೆಣ್ಣುಮಕ್ಕಳಿಗೆ ಜೀವಮಾನದಲ್ಲಿ ನನ್ನ ಕೈಲಾದಷ್ಟು ಸಹಾಯ ಮಾಡಿದ್ದೇನೆ. ಹೇಳಿ ಯಾರು ಆ ಹೆಣ್ಣುಮಗಳು? ನನ್ನಿಂದ ಅವರಿಗೇನು ಸಹಾಯ ಬೇಕು?" ಎಂದು ನುಡಿದ ಶ್ರೀನಿವಾಸರ ಮಾತುಗಳಲ್ಲಿ ವಿನಯತೆ, ವಿಧೇಯತೆ, ಪರೋಪಕಾರದ ಗುಣಗಳೇ ತುಂಬಿದ್ದವು. ಆ ಕ್ಷಣ ರೇಖಾ

"ಮೊದಲು ಕೆಲವು ಪ್ರಶ್ನೆ ಕೇಳುವೆ. ನಂತರ ನಿಮಗೆ ಅರ್ಥವಾಗುತ್ತದೆ ಆ ಹೆಣ್ಣುಮಗಳು ಯಾರು? ನಿಮ್ಮಿಂದ ಅವಳಿಗೀಗ ಆಗಬೇಕಾಗಿರೋ ಸಹಾಯವೇನೆಂದು"

"ಸರಿ, ಕೇಳಿ ಏನು ಪ್ರಶ್ನೆ?"

"ಸಂಜಯನೇ ಪ್ರಶ್ನೆ, ನೀವೇ ಉತ್ತರ" ಎಂದು ಅಡ್ಡಗೋಡೆಯ ಮೇಲೆ ದೀಪವಿಟ್ಟಳು. ಅವಳ ಮಾತಿಗೆ ಪೆಚ್ಚಾದ ಶ್ರೀನಿವಾಸ್ 'ಜಯ್' ಎಂದು ತೊದಲಿದರೇ ಹೊರತು ಮುಂದೆ ಮಾತನಾಡಲಿಲ್ಲ. ಸಮಯ, ಸಂದರ್ಭ ತನ್ನ ಪರವಾಗಿರುವುದು ಮನಗಂಡು ರೇಖಾ ಮಾತು ಮುಂದುವರೆಸಿದಳು

"ಹೇಳಿ ಸರ್ ಅದೇ ನಿಮ್ಮ ಜಯ್ ಬಗ್ಗೆನೇ ನಾನು ಕೇಳುತ್ತಿರೋದು. ಅವರ ಜೊತೆಗೆ ಸ್ವಲ್ಪ ಮಾತನಾಡುವುದಿದೆ. ದಯವಿಟ್ಟು ಅವರನ್ನು ಕರೆಯುವಿರಾ?"

ಅನಿರೀಕ್ಷಿತವಾಗಿ ತೇಲಿ ಬಂದ ಪ್ರಶ್ನೆಗೆ ಗಲಿಬಿಲಿಗೊಂಡ ಶ್ರೀನಿವಾಸರು ಸರಕ್ಕನೇ ಜೇಬಿನಿಂದ ಸೀಗರೇಟು ತೆಗೆದು ಎರಡ್ಮೂರು ಧಮ್ ಎಳೆದರು. ಮನಸ್ಸಿಗೆ ನಿರಾಳವೆನಿಸಿತೇನೋ! ಮೆಲು ಧ್ವನಿಯಲ್ಲಿ ಹೇಳಿದರು

"ಕರೆಯಲು ನನ್ನ ಜೊತೆಗಿದ್ದರೆ ತಾನೇ?"

"ಅಂದರೆ ಸಂಜಯ್ ನಿಮ್ಮ ಜೊತೆಗೆ ಲೈಫ್ ನಡೆಸುತ್ತಿಲ್ಲವೇ?"

"ನೋ, ನೆವರ್. ನಾನು ಜಯ್ ವದನ ಕೊನೆಯ ಬಾರಿಗೆ ನೋಡಿದ್ದು ಅವರ ಮದುವೆಯ ದಿನದಂದೆ. ನಂತರ ನಾನವನನ್ನು ನೋಡೇ ಇಲ್ಲ"

"ಹೋಗಲಿ, ಅಟ್ಲೀಸ್ಟ್ ಸಂಜಯ್ ಈಗ ಎಲ್ಲಿದ್ದಾರೆಂದು ನಿಮಗೆ ಗೊತ್ತಿದೆಯೇ?"

"ಇಲ್ಲ, ಅವನ ಬಗ್ಗೆ ನನಗೆ ಯಾವ ವಿಚಾರವೂ ತಿಳಿಯದು" ಶ್ರೀನಿವಾಸರು ತಮ್ಮ ಕೈಯಲ್ಲಿದ್ದ ಸೀಗರೇಟಿನ ತುಂಡನ್ನು ಪಕ್ಕಕ್ಕೆಸೆದರು.

ಸಂಜಯ್ ಶ್ರೀನಿವಾಸರ ಜೊತೆಗೆ ಹೊಸ ಬದುಕು ನಡೆಸುತ್ತಿರ ಬಹುದೆನ್ನುವ ರೇಖಾಳ ಊಹೆ ಸುಳ್ಳಾಗಿತ್ತು. ಸಂಜಯ ಪ್ರಶ್ನೆಯಾಗಿಯೇ ಉಳಿದ ಆದರೆ ಶ್ರೀನಿವಾಸರು ಆ ಪ್ರಶ್ನೆಗೆ ಉತ್ತರವಾಗಲಿಲ್ಲ. ಆದರೂ ರೇಖಾ ಹಿಡಿದ ಪಟ್ಟು ಸಡಿಲಿಸಲಿಲ್ಲ. ಅವಳ ವಿಚಾರಣೆ ಮುಂದುವರೆಸಿದಳು.

"ಸಂಜಯ್ ಬಗ್ಗೆ ಒಬ್ಬೊಬ್ಬರು ಒಂದೊಂದು ರೀತಿ ಮಾತನಾಡುತ್ತಾರೆ. ನಿಮ್ಮ ಅಭಿಪ್ರಾಯವೇನು ಸರ್?"

"ಅವನೊಬ್ಬ ಹುಚ್ಚು ಹುಡುಗ, ನಾನು ಮೈಸೂರು ಬ್ರ್ಯಾಂಚಿಗೆ ವರ್ಗಾವಣೆ ಆಗಿ ಬಂದ ಆರಂಭದ ದಿನಗಳಲ್ಲಿ ಸಂಜಯನ ಮುಗ್ದತನ, ಲವಲವಿಕೆ, ಪಾದರಸದಂತಹ ಅವನ ಚಟುವಟಿಕೆ, ಕಾರ್ಯದಕ್ಷತೆಗೆ ಮಾರುಹೋಗಿದ್ದೆ. ಇದನ್ನು ಕಂಡು ಸಂಜಯ್ ನನ್ನನ್ನು ತುಂಬಾ ಪ್ರೀತಿಸುತ್ತಿದ್ದ. ನಾನೂ ಸಹ ಅಷ್ಟೇ"

ಶ್ರೀನಿವಾಸರು ಮುಂದೆ ಮಾತನಾಡಬೇಕೆಂದಿದ್ದರು ಅಷ್ಟರೊಳಗೆ ರೇಖಾ "ಅಂದರೆ ನಿಮಗೂ ಸಂಜಯ್ ಮೇಲೆ ಮನಸ್ಸಿತ್ತಾ?" ಎಂಬ ಪ್ರಶ್ನೆಯೊಂದನ್ನು ತೇಲಿಬಿಟ್ಟಳು. ಶ್ರೀನಿವಾಸ್ ಆ ಕ್ಷಣ ತಬ್ಬಿಬ್ಬಾಗಿ ಉಗುಳು ನುಂಗುತ್ತ ಕೇಳಿದರು

"ನಿಮ್ಮ ಮಾತಿನ ಅರ್ಥ?"

"ಸಂಜಯ್ ನಿಮ್ಮನ್ನು ತುಂಬಾ ಪ್ರೀತಿಸುತ್ತಿದ್ದರು ಹಾಗೆಯೇ ನೀವೂ ಸಹ ಅವರನ್ನು ತುಂಬಾ ಪ್ರೀತಿಸುತ್ತಿದ್ರಿ ಅಂದ್ರಲ್ಲಾ ನೀವು ಅವರನ್ನು ಪ್ರೇಮಿಯಂತೆಯೇ ಪ್ರೀತಿಸುತ್ತಿದ್ರಾ?"

"ನೋ, ನೆವರ್. ಅದು ಹೇಗೆ ಸಾಧ್ಯ! ಸಮಾನ ಲಿಂಗಿಗಳ ನಡುವೆ."

"ಹಾಗಿದ್ದರೆ ನಿಮ್ಮಿಬ್ಬರ ನಡುವಿನ ಪ್ರೀತಿ"

"ಅದು ಗೆಳೆತನದ ಸವಿ ಅಷ್ಟೇ"

"ನಾವು ನಿಮ್ಮನ್ನು ಭೇಟಿಯಾಗುವ ಮುನ್ನ ವಾಸುಕಿ ಅವರನ್ನು ಭೇಟಿಯಾಗಿದ್ದೆವು. ಸಂಜಯ್ ಹಾಗೂ ನಿಮ್ಮ ನಡುವಿನ ಕೆಲವು ಖಾಸಗಿ ವಿಚಾರಗಳನ್ನು ಸ್ವತಃ ವಾಸುಕಿಯೇ ಆಡಿಯೋ, ವೀಡಿಯೊ ರೆಕಾರ್ಡ್ ಮಾಡಿ ಕಂಪನಿಯ ಮಾಲೀಕರಿಗೆ ಕಳಿಸಿ ನಿಮ್ಮನ್ನಿಲ್ಲಿಗೆ ಟ್ರಾನ್ಸಫರ್ ಮಾಡಿಸಿರೋದಂತೆ. ಇದಕ್ಕಾಗಿ ಅವರು ತುಂಬಾ ಪಶ್ಚಾತ್ತಾಪ ಪಟ್ಟರು"

"ಹಾಗಾದರೆ ಈಗಾಗಲೇ ನಿಮಗೆ ಎಲ್ಲಾ ಗೊತ್ತಿದೆ. ಹೀಗಿದ್ದೂ ನನಗೆ ಈ ರೀತಿ ಪ್ರಶ್ನಿಸಿದ್ದೇಕೆ?"

"ಸುಗುಣಳಿಗಾಗಿ...ನೊಂದ ಆ ಹೆಣ್ಣುಮಗಳ ಜೀವನದಲ್ಲಿ ನೆಮ್ಮದಿ ಮೂಡಿಸುವುದಕ್ಕಾಗಿ"

ಶ್ರೀನಿವಾಸ್ ತನ್ನೆರಡೂ ಕಣ್ಣುಗಳನ್ನು ಬಿಗಿಯಾಗಿ ಒತ್ತಿಕೊಂಡರು. ಅವರ ಸ್ಮೃತಿಯಿಂದ ನೀರ ಮೇಲಿನ ಗುಳ್ಳೆಯಂತೆ ಎದ್ದ ಸಂಜಯನ ಬಿಂಬ ನಕ್ಕು ಮರೆಯಾಯಿತು. ಕೆಲವು ಕ್ಷಣ ಎಲ್ಲರೂ ಮೌನವಾಗಿ ಕುಳಿತಿದ್ದರು. ನಿಧಾನವಾಗಿ ಎದ್ದುನಿಂತ ಶ್ರೀನಿವಾಸ್ ಕಿಟಕಿಯಾಚೆಗೆ ನೋಡುತ್ತ "ನಾನು ಸಂಜಯನ ಮಗುವಿನಂತಹ ಮನಸ್ಸನ್ನು ನಿಜವಾಗಿಯೂ ಪ್ರೀತಿಸುತ್ತಿದ್ದೆ. ಅದು ಒಬ್ಬ ಜೀವದ ಗೆಳೆಯನಂತೆ. ಆದರೆ ಸಂಜಯ್ ಅದನ್ನು ಪ್ರೀತಿ ಎಂದು ಭಾವಿಸಿದ. ನನ್ನನ್ನು ಅವನ ಮನದೊಳಗೆ ಪ್ರೇಮಿಯಂತೆ ಆರಾಧಿಸಿದ. ಮುಂದುವರೆದು ನನ್ನಿಂದ ಲೈಂಗಿಕ ಸುಖ ಬಯಸಿದ. ಹೆಂಡತಿಯಿಲ್ಲದೇ ಒಂಟಿ ಜೀವನ ನಡೆಸುತ್ತಿದ್ದ ನನ್ನನ್ನು ಅವನು ಬಹುಶಃ ಸಲಿಂಗಕಾಮಿ Homosexual (ಅದೇ ಲಿಂಗದವರ ಕಡೆಗೆ ಪ್ರಣಯ ಮತ್ತು/ಅಥವಾ ಲೈಂಗಿಕ ದೃಷ್ಟಿಕೋನ ಹೊಂದಿರುವ ವ್ಯಕ್ತಿಯನ್ನು ವಿವರಿಸಲು ಇದನ್ನು ಹೆಚ್ಚು ವೈದ್ಯಕೀಯ ಪದವೆಂದು ಪರಿಗಣಿಸಬಹುದು. 'ಗೇ' ಎಂಬ ಪದವನ್ನು ಈಗ

ಹೆಚ್ಚು ಸಾಮಾನ್ಯವಾಗಿ ಬಳಸಲಾಗುತ್ತದೆ) ಎಂದೇ ಭಾವಿಸಿರಬಹುದು. ಆದರೆ ನಾನೊಬ್ಬ ಭಿನ್ನಲಿಂಗೀಯ/ನೇರ Heterosexual or straight (ಮಹಿಳೆಯರ ಕಡೆಗೆ ಪ್ರಣಯ ಮತ್ತು/ಅಥವಾ ಲೈಂಗಿಕ ದೃಷ್ಟಿಕೋನ ಹೊಂದಿರುವ ಪುರುಷ ಅಥವಾ ಪುರುಷರ ಕಡೆಗೆ ಪ್ರಣಯ ಮತ್ತು/ಅಥವಾ ಲೈಂಗಿಕ ದೃಷ್ಟಿಕೋನ ಹೊಂದಿರುವ ಮಹಿಳೆಯನ್ನು ಸೂಚಿಸುತ್ತದೆ) ಎಂದು ಅವನಿಗೆ ಗೊತ್ತಿರಲಿಲ್ಲ. ಪ್ರೀತಿ-ಪ್ರೇಮ-ಕಾಮದೊಳಗೆ ಮುಳುಗಿರುವ ಸಂಜಯನ ಬಗ್ಗೆ ನನಗೆ 'ಹೋಮೋಫೋಬಿಯಾ' ಕಾಡತೊಡಗಿತು. ನಿಧಾನವಾಗಿ ಸಂಜಯನ ಲೈಂಗಿಕ ಆಸೆಗಳನ್ನು ವಿರೋಧಿಸಿದೆ. ಅವನಿಂದ ಸಾಧ್ಯವಾದಷ್ಟು ಅಂತರ ಕಾಯ್ದುಕೊಂಡರೆ ಅವನು ನನ್ನನ್ನು ದ್ವೇಷಿಸಬಹುದು, ನನ್ನಿಂದ ದೂರವಾಗಿ ಸಮಾಜದಲ್ಲಿ ಸೃಜನಶೀಲತೆಯಿಂದ ಬಾಳಬಹುದೆಂದು ಆಲೋಚಿಸಿ ಅವನನ್ನು ದೂರವಿಟ್ಟು ವಾಸುಕಿಯ ಜೊತೆಗೆ ಹೆಚ್ಚು ಬೆರೆತೆ. ಇದರಿಂದಾಗಿ ನನ್ನ ಮೇಲೆ ದ್ವೇಷ ಸಾಧಿಸಲು ಸಂಜಯನೇ ಕಂಪನಿಯ ಮಾಲೀಕರಿಗೆ ದೂರು ಕೊಟ್ಟಿರಬಹುದೆಂದು ಭಾವಿಸಿದ್ದೆ. ಈಗ ಅರ್ಥವಾಯಿತು ಅವನೆಂದೂ ನನಗೆ ಕೇಡು ಬಗೆಯುವವನಲ್ಲ"

ಶ್ರೀನಿವಾಸರ ಕಣ್ಣುಗಳು ಒದ್ದೆಯಾಗಿದ್ದವು. ರೇಖಾ ಒಡನೆಯೇ ಕುಡಿಯಲು ನೀರು ತಂದು ಕೊಟ್ಟಳು. ಸೋಪಾದ ಮೇಲೆ ಕುಳಿತು ತುಸು ಸಾವರಿಸಿಕೊಂಡ ಶ್ರೀನಿವಾಸ್ "ಹೇಳಿ ನನ್ನದೇನಾದರೂ ತಪ್ಪಿದೆಯಾ?" ಎಂದು ನಿಟ್ಟುಸಿರು ಬಿಟ್ಟರು.

ರೇಖಾಳಿಗೀಗ ಮುಂದೇನು ಮಾಡಬೇಕೆಂಬ ಪೂರ್ಣ ಚಿತ್ರಣ ಸಿಕ್ಕಿತ್ತು. ಅವಳು "ನಿಮ್ಮದೇನೂ ತಪ್ಪಿಲ್ಲ, ಆದರೆ ಸಂಜಯನ ಪಾಲಿಗಿದು ತಪ್ಪೇ. ಈ ತಪ್ಪನ್ನು ಅವರು ತಿದ್ದಿಕೊಂಡು ಮರಳಿ ಹೊಸಜೀವನ ನಡೆಸುವಂತೆ ಮಾಡಲು ನಿಮ್ಮ ಕೈಯಿಂದ ಮಾತ್ರ ಸಾಧ್ಯ"

ರೇಖಾಳ ಮಾತು ಕೇಳಿ ಶಶಿ ಮತ್ತು ಶ್ರೀನಿವಾಸ್ ಇಬ್ಬರೂ ಆಶ್ಚರ್ಯಚಕಿತರಾದರು. ಮಧ್ಯೆ ಬಾಯಿ ಹಾಕಿದ ಶಶಿ "ಅದು ಹೇಗೆ ಸಾಧ್ಯ?" ಎಂದು ಕೇಳಿದ.

"ಸಾಧ್ಯವಿದೆ" ರೇಖಾ ಮುಗುಳುನಕ್ಕಳು.

"ಹೇಳಿ, ನನ್ನ ಕೈಲಾದ ಪ್ರಯತ್ನ ಮಾಡುತ್ತೇನೆ. ಸಂಜಯ್ ಹಾಗೂ ಅವರ ಕಟುಂಬ ಖುಷಿಯಾಗಿದ್ದರೆ ಸಾಕು" ಶ್ರೀನಿವಾಸ್ ತುಂಬು ಹುರುಪಿನಿಂದ ಕೇಳಿದರು.

"ಸರ್, ನೀವು ಸಂಜಯ್ ಅವರನ್ನು ಸಂಪರ್ಕಿಸಲು ಬಳಸುತ್ತಿದ್ದ ಯಾವುದಾದರೂ ಒಂದು ಮಾರ್ಗದಿಂದ ಅವರಿಗೊಂದು ಸಂದೇಶ ಕಳಿಸಬೇಕು"

"ಮೊಬೈಲ್ ಅಥವಾ ಇಮೇಲ್"

"ಈಗ ಅವರ ಬಳಿ ಹಳೆಯ ಮೊಬೈಲ್ ಇಲ್ಲ, ಹಾಗಾಗಿ ಯಾರಿಗೂ ಅವರ ನಂಬರ್ ಗೊತ್ತಿಲ್ಲ. ಇಮೇಲ್ ಬಳಸಿ"

"ಸರಿ, ವಿಷಯ ಒಕ್ಕಣಿಕೆ ಏನಿರಬೇಕು"

"ಇಮೇಲ್ ಓಪನ್ ಮಾಡಿ ಕೊಡಿ, ನಾನೇ ಟೈಪಿಸುತ್ತೇನೆ'

ರೇಖಾ ಹೇಳಿದಂತೆ ಶ್ರೀನಿವಾಸ್ ತಮ್ಮ ಲ್ಯಾಪ್ಟಾಪಿನಿಂದ ಸಂಜಯನ ಇಮೇಲ್ ಐಡಿ ತೆರೆದು ಕೊಟ್ಟರು.

ರೇಖಾ ಕೆಲವು ಕ್ಷಣ ಆಲೋಚಿಸಿ ಒಂದು ಪ್ರೇಮ ನಿವೇದನೆಯ ಪತ್ರ ಬರೆದಳು. ಅದು ಪೂರ್ಣಗೊಂಡ ನಂತರ ಮತ್ತೊಮ್ಮೆ ಅದರ ಮೇಲೆ ಕಣ್ಣಾಡಿಸಿ ಶ್ರೀನಿವಾಸರಿಗೆ ನೀವು ಓದಿ ಸೆಂಡ್ ಮಾಡಿ ಎಂದು ಲ್ಯಾಪ್ಟಾಪ್ ಅವರ ಮುಂದೆ ಇಟ್ಟಳು. ಕನ್ನಡಕ ಹಾಕಿಕೊಂಡು ಶ್ರೀನಿವಾಸ್ ಆ ಬರಹ ಓದಿ ಹೌಹಾರಿದರು. "ನಾನೀಗಾಗಲೆ ಸಂಜಯನ ಮನಸ್ಸನ್ನು ತುಂಬಾ ನೋಯಿಸಿದ್ದೇನೆ. ಈಗ ಮತ್ತೇ ಅವನೊಳಗೆ ಆಸೆ ಹುಟ್ಟಿಸಿ ಅವನ ಮೇಲೆ ಅವನೇ ಜಿಗುಪ್ಸೆ ಪಟ್ಟುಕೊಳ್ಳುವಂತೆ ಮಾಡುವುದು ತಪ್ಪಲ್ಲವೇ? ನನಗೇಕೋ ಇದು ಸರಿ ಕಾಣಿಸುತ್ತಿಲ್ಲ" ಎಂದು ಬೇಸರ ವ್ಯಕ್ತಪಡಿಸಿದರು.

ರೇಖಾ ವಿನಮ್ರತೆಯಿಂದ "ಸರ್ ಸಂಜಯ್ ಅವರ ಮೇಲೆ ಅವರೇ ಜಿಗುಪ್ಸೆ ಪಟ್ಟುಕೊಳ್ಳುವಂತೆ ಆದರೆ ನಮ್ಮ ಪ್ಲಾನ್ ಸಕ್ಸಸ್ ಆದ ಹಾಗೆಯೇ. ಆಗ ಮಾತ್ರ ಅವರಿಗೆ ಸುಗುಣಳ ಬೆಲೆ ಅರ್ಥವಾಗುತ್ತದೆ. ಸಮಾನ ಲಿಂಗಿಯ ಮೇಲೆ ಒಲವು ಕಡಿಮೆಯಾಗಿ ಭಿನ್ನ ಲಿಂಗೀಯ ಮೇಲೆ ಒಲವು ಹೆಚ್ಚಬಹುದು. ನೀವೇನು ಭಯ ಪಡಬೇಡಿ. ನಿಮ್ಮ ಜೊತೆಗೆ ನಾವಿರುತ್ತೇವೆ. ಸಂಜಯ್ ನಿಮ್ಮ ಇಮೇಲ್ ಓದಿ ಉತ್ತರಿಸಿದರೆ ಸಾಕು ಮುಂದೇನು ಮಾಡಬೇಕಂತ ನಾನು ನಿಮಗೆ ತಿಳಿಸುತ್ತೇನೆ. ಆ ಸಂದೇಶದ ಕೆಳಗೆ ನಿಮ್ಮ ವಿಳಾಸ ಮತ್ತು ಮೊಬೈಲ್ ನಂಬರ್ ನಮೂದಿಸಿ ಸೆಂಡ್ ಮಾಡಿ" ಎಂದು ಕೈ ಮುಗಿದಳು.

ಇವೆಲ್ಲವನ್ನೂ ಆಲಿಸಿದ ಶಶಿ "ಹೌದು ಸರ್ ನಿಮಗೆ ಯಾವುದೇ ರೀತಿಯ ತೊಂದರೆ ಆಗುವುದಿಲ್ಲ. ನನ್ನ ತಂಗಿಗೆ ಹೊಸಬದುಕು ಸಿಗಬಹುದು" ಎಂದು ಅವನೂ ಸಹ ಕೈ ಮುಗಿದ. ಕೆಲವು ನಿಮಿಷ ಆಲೋಚಿಸಿದ ಶ್ರೀನಿವಾಸ್ ಸಂಜಯ ಒಬ್ಬ ಸಲಿಂಗಿ ಎಂದು ಗೊತ್ತಿದ್ದರೂ ನಾನೇ ಅವನಿಗೆ ಕಾಡಿ ಬೇಡಿ ಮದುವೆಗೆ ಒಪ್ಪಿಸಿದ್ದು. ಅಂದು ನಾನು ಯೋಚಿಸಿ ಹೆಜ್ಜೆ ಇಟ್ಟಿದ್ದಿದ್ದರೆ ಇಂದು ಸುಗುಣಳಿಗೆ ಇಂಥಹ ಪರಿಸ್ಥಿತಿ ಬರುತ್ತಿರಲಿಲ್ಲ. ಇದಕ್ಕೆಲ್ಲಾ ನಾನೇ ಕಾರಣ. ನಾನು ಮಾಡಿರುವ ಈ ಪಾಪದಿಂದ ಮುಕ್ತನಾಗಬೇಕೆಂದರೆ ಸುಗುಣಳಿಗೆ ನನ್ನ ಕೈಲಾದ ಸಹಾಯ ಮಾಡಲೇಬೇಕೆಂದು ನಿರ್ಧರಿಸಿದರು. ನೀವು ಹೇಳಿದಂತೆಯೇ ಆಗಲಿ ಎಂದು ದೀರ್ಘ ನಿಟ್ಟುಸಿರೊಂದನ್ನು ಬಿಟ್ಟು ಆ

ಸಂದೇಶದ ಕೆಳಗೆ ತನ್ನ ವಿಳಾಸ, ನಂಬರ್ ನಮೂದಿಸಿ ಸೆಂಡ್ ಮಾಡಿದರು. ಶಶಿ ಮತ್ತು ರೇಖಾ ಖುಷಿಯಿಂದ ಶ್ರೀನಿವಾಸರಿಗೆ ಕೈ ಮುಗಿದು ಅತ್ತ ಕಡೆಯಿಂದ ಉತ್ತರ ಬಂದರೆ ನಮಗೆ ತಿಳಿಸಿ ಎಂದು ಹೇಳಿ ತಮ್ಮ ನಂಬರ್ ಕೊಟ್ಟು ಮೈಸೂರಿನತ್ತ ಹೊರಟರು.

***

ಚಾಂದನಿ ಹಾಗೂ ಅವಳ ಗೆಳತಿಯರೆಲ್ಲಾ ಸೇರಿ ಕೂಡಿಟ್ಟ ಹಣವನ್ನು ಸಂಜಯನಿಗೆ ಸ್ವ ಉದ್ಯೋಗ ಕೈಗೊಳ್ಳಲು ನೀಡಿದ್ದರು. ಒಂದು ಕಂಪ್ಯೂಟರ್ ಸೆಂಟರ್ ತೆರೆಯಬೇಕೆನ್ನುವ ಅವನ ಆಲೋಚನೆಗೆ ಜನನಿಬಿಡ ಪ್ರದೇಶದಲ್ಲಿ ಬಾಡಿಗೆಗೆ ಒಂದು ರೂಮಿನ ಅವಶ್ಯಕತೆ ಇತ್ತು. ಇದನ್ನರಿತ ಚಾಂದನಿ ತನ್ನ ಗೆಳತಿಯರೊಂದಿಗೆ ಪ್ರಮುಖ ರಸ್ತೆಗಳಲ್ಲಿ ರೂಮ್ ಹುಡುಕುವ ಸಾಹಸಕ್ಕೆ ಕೈ ಹಾಕಿದಳು. ಅಲ್ಲೊಂದು, ಇಲ್ಲೊಂದು ಒಳ್ಳೆಯ ಮಳಿಗೆಗಳು ಖಾಲಿ ಇದ್ದರೂ ಅದರ ಮಾಲೀಕರು ಇವರ ಮುಖ ನೋಡಿ ಆಗಲೇ ಬಾಡಿಗೆಗೆ ಕೊಟ್ಟಿದ್ದೇವೆಂದು ಸುಳ್ಳು ಹೇಳಿ ನಿರಾಸೆಗೊಳಿಸುತ್ತಿದ್ದರು. ಒಬ್ಬ ಸೇಠು ನಿಮಗೆ ರೂಮ್ ಬಾಡಿಗೆಗೆ ಕೊಡುತ್ತೇನೆ ನಿಮ್ಮ ಜಿಆರ್‌ಸಿ (ಲಿಂಗ ಗುರುತಿಸುವಿಕೆ ಪ್ರಮಾಣಪತ್ರ (GRC) Gender recognition certificate. ಇದು ಟ್ರಾನ್ಸ್ ಜನರು ತಮ್ಮ ದೃಢೀಕರಿಸಿದ ಲಿಂಗದಲ್ಲಿ ಕಾನೂನುಬದ್ಧವಾಗಿ ಗುರುತಿಸಿಕೊಳ್ಳಲು ಮತ್ತು ಹೊಸ ಜನನ ಪ್ರಮಾಣಪತ್ರದೊಂದಿಗೆ ನೀಡುವುದನ್ನು ಸಕ್ರಿಯಗೊಳಿಸುತ್ತದೆ. ಎಲ್ಲಾ ಟ್ರಾನ್ಸ್ ಜನರು GRCಗೆ ಅರ್ಜಿ ಸಲ್ಲಿಸುವುದಿಲ್ಲ. ಇದಕ್ಕೆ ಕಡ್ಡಾಯವಾಗಿ 18 ವರ್ಷಕ್ಕಿಂತ ಮೇಲ್ಪಟ್ಟವರಾಗಿರಬೇಕು.) ತೋರಿಸಿ ಎಂದನು.

ಚಾಂದನಿಯ ಬಳಿ ಇಂತಹ ಯಾವ ದಾಖಲೆಯೂ ಇರಲಿಲ್ಲ.

ಎಷ್ಟೇ ಕಷ್ಟವಾದರೂ ಒಂದು ರೂಮ್ ಹುಡುಕಲೇ ಬೇಕೆಂದು ಪಣತೊಟ್ಟ ಚಾಂದನಿ ಹಾಗೂ ಅವಳ ಜೊತೆಗಿದ್ದವರು ಶಾಲಾ-ಕಾಲೇಜುಗಳಿರುವ ಮುಖ್ಯರಸ್ತೆಯಲ್ಲಿ ಹುಡುಕುತ್ತಿರುವಾಗ ಎಲ್ಲಾ ಸೌಕರ್ಯಗಳನ್ನೊಳಗೊಂಡ ಒಂದು ರೂಮ್ ಕಂಡಿತು. ಅದರ ಮಾಲೀಕನ ಬಳಿ ಬಾಡಿಗೆಗೆ ವಿಚಾರಿಸಿದರೆ "ನೀವು ತೃತೀಯ ಲಿಂಗಿಗಳು. ನಿಮಗೆಲ್ಲಾ ರೂಮ್ ಬಾಡಿಗೆಗೆ ಕೊಟ್ಟರೆ ನಾವು ಸಹ ನಿಮ್ಮ ಹಾಗೆ ಸೀರೆ ಉಟ್ಕೊಂಡು ಬಾ...ತಾ ಅಂತ ಗಲ್ಲಿ-ಗಲ್ಲಿ ತಿರುಗಬೇಕಾಗುತ್ತದೆ" ಎಂದು ಮೂದಲಿಸಿದ. ಅವನ ಮಾತಿಗೆ ಚಾಂದನಿಯ ಜೊತೆಗಿದ್ದವರು ರೊಚ್ಚಿಗೆದ್ದು ಕೊತಕೊತ ಕುದಿಯತೊಡಗಿದರು. ಆ ಗುಪಿನಲ್ಲಿದ್ದ ಒಬ್ಬಳು ತಾಳ್ಮೆ ಕಳೆದುಕೊಂಡು ಲಂಗ ಎತ್ತಿ ತೋರಿಸಿಯೇ ಬಿಟ್ಟಳು. ಅವಳ ಅವತಾರ ನೋಡಿ ಆ ರೂಮಿನ ಮಾಲೀಕ "ಛೀ, ಥೂ... ಅಸಹ್ಯ. ನಿಮ್ಮದೂ ಒಂದು ಜನ್ಮನಾ? ದೇವರು ಗಂಡಸರನ್ನಾಗಿ ಹುಟ್ಟಿಸಿ,

ಕೈಕಾಲುಗಳಲ್ಲಿ ಶಕ್ತಿ ಕೊಟ್ಟು, ದುಡಿದು ತಿನ್ರೋ ಅಂದರೆ ನೀವು ಹಿಜಡಾಗಳಾಗಿ ಭಿಕ್ಷೆ ಬೇಡ್ತೀರಲ್ಲಾ ನಾಚಿಕೆ ಆಗೋಲ್ವಾ?" ಎಂದು ಕ್ಯಾಕರಿಸಿ ಉಗಿದ. ಮುಖದ ಮೇಲೆ ಬಿದ್ದ ಉಗುಳು ಅವರ ಸ್ವಾಭಿಮಾನವ ಮತ್ತಷ್ಟು ಕೆಣಕಿತ್ತು. "ಏನೋ ನಿಂದು?" ಎಂದು ಮುನ್ನುಗ್ಗುತ್ತಿದ್ದ ಆ ಮೂವರನ್ನು ಸಂತೈಸಿದ ಚಾಂದನಿ

"ಯಾರೋ ತೃತೀಯ ಲಿಂಗಿ? ನೀನೇನು ಪ್ರಥಮ ಲಿಂಗಿನ? ನಿನ್ನಮ್ಮನ ಉದರದಿಂದ ಬಂದ್ಯೋ? ಇಲ್ಲ ನೇರವಾಗಿ ಆಕಾಶದಿಂದ ಉದುರಿದ್ಯೋ? ನೀನು ಹೇಗೆ ಮನುಷ್ಯನೋ ನಾವೂ ಹಾಗೆಯೇ ಮನುಷ್ಯರು. ನಿನ್ನ ದೇಹದಲ್ಲಿ ಹರಿತಾಯಿರೋ ಕೆಂಪು ರಕ್ತನೇ ನಮ್ಮ ದೇಹದಲ್ಲೂ ಹರಿತಾಯಿರೋದು. ಭಿಕ್ಷೆ ಬೇಡಲು ಬಂದ್ರೆ ಬಾಯಿಗೆ ಬಂದ ಹಾಗೆ ಬೈದು ಕಳಿಸ್ತೀರಾ. ದುಡಿದು ತಿನ್ನೋಣವೆಂದರೆ ಇದರಲ್ಲೂ ಕೊಂಕು ಹುಡುಕೋದು ಬಿಡೋಲ್ಲ. ಥೂ ನಿಮ್ಮ ಜನ್ಮಕ್ಕಿಷ್ಟು. ಮುಂದೆ ನಿಮ್ಮ ಮಕ್ಕಳೂ ಸಹ ನಿಮಗೆ ಭಿಕ್ಷೆ ಬೇಡೋ ಹಾಗೆ ಮಾಡಲಿ ಆಗ ಗೊತ್ತಾಗುತ್ತದೆ ನಮ್ಮ ಕಷ್ಟ ಏನಂತ" ಎಂದು ತಿರುಗಿ ಅವನ ಮುಖಕ್ಕೆ ಕ್ಯಾಕರಿಸಿ ಉಗಿದವಳೇ ತಮ್ಮ ಪರಿಸ್ಥಿತಿಗೆ ಮರುಗುತ್ತ ಮನೆಗೆ ಬಂದಳು. ವಿಷಯ ತಿಳಿದ ಸಂಜಯ ಇನ್ನೂ ನೀವು ಹೀಗೆ ಅಲೆದು, ಅಲೆದು ನಾಲ್ವರಿಂದ ಅನ್ನಿಸಿಕೊಳ್ಳೋದು ಬೇಡ. ಒಂದು ಸೆಕೆಂಡ್ ಹ್ಯಾಂಡ್ ಸಂಚಾರಿ ವಾಹನ ತಗೊಳೋಣ. ಎಲ್ಲಾದರೂ ಶಾಲಾ, ಕಾಲೇಜು, ಕಛೇರಿ ಇರುವ ಕಡೆ ರಸ್ತೆ ಪಕ್ಕ ವಾಹನ ನಿಲ್ಲಿಸಿ ದುಡಿದರಾಯಿತೆಂದು ಅಳುತ್ತಿದ್ದ ಚಾಂದನಿಯ ಕಣ್ಣೀರು ಒರೆಸಿದ.

ಶ್ರೀನಿವಾಸರ ನಂತರ ರೂಕೋ ಮೈಸೂರು ಬ್ರ್ಯಾಂಚಿನ ಜವಬ್ದಾರಿ ವಹಿಸಿಕೊಂಡಿದ್ದ ರೇವತಿ ತನ್ನ ಕಛೇರಿಯ ಕ್ಲರ್ಕ್ ಪ್ಲವಂಗನ ಜೊತೆಗೆ ಲವ್ವಿಡವ್ವಿಯಲ್ಲಿ ತೊಡಗಿದ್ದಳು. ಜೊತೆಗೆ ಅವರಿಬ್ಬರೂ ಸೇರಿ ಕಂಪನಿಯ ಷೇರುಗಳನ್ನೆಲ್ಲಾ ತಿಂದು ನೀರು ಕುಡಿದ್ದಿದ್ದರು. ಇದರಿಂದಾಗಿ ರೂಕೋ ಕಂಪನಿಯ ಮಾಲೀಕರಿಗೆ ಅಪಾರ ನಷ್ಟವಾಯಿತು. ಕೊನೆಗೂ ಅಲ್ಲಿನ ಸಿಬ್ಬಂಧಿಗಳಿಗೆ ಸಂಬಳ ಕೊಡಲಾಗದೆ ಆಫೀಸಿಗೆ ಬೀಗ ಜಡಿದರು. ಅಂದು ಸಂಜಯನನ್ನು ರೇವತಿ ಸಸ್ಪೆಂಡ್ ಮಾಡಿದಾಗ ಅವನು ಆವೇಷದಿಂದ "ಇನ್ನೊಂದೆರಡು ವರ್ಷಗಳಲ್ಲಿ ಆಫೀಸಿಗೆ ಬೀಗ ಜಡಿದಿರುತ್ತದೆ ಬರೆದಿಟ್ಟುಕೊಳ್ಳಿ" ಎಂದು ಹೇಳಿದ್ದ ಮಾತು ಇಂದು ನಿಜವಾಗಿತ್ತು. ಇದರಿಂದಾಗಿ ವಾಸುಕಿಯೂ ಇದ್ದ ಕೆಲಸ ಕಳೆದುಕೊಂಡು ಬೀದಿಗೆ ಬಂದ. ಅವನು ಜೀವನ ನಿರ್ವಹಣೆಗಾಗಿ ಮಾಡಿದ ಸಾಲ ಬೆಟ್ಟದಷ್ಟಾಗಿತ್ತು. ಒಂದೆಡೆ ಸಾಲ ಕೊಟ್ಟವರು ಕೊಡುತ್ತಿದ್ದ ಕಾಟ, ಮತ್ತೊಂದೆಡೆ ಮನೆ ಬಾಡಿಗೆಯೂ ಕಟ್ಟಲಾಗದ ಪರಿಸ್ಥಿತಿಯಲ್ಲಿ ಬದುಕಿನ ಬಗ್ಗೆ ದಿನದಿಂದ ದಿನಕ್ಕೆ ಜಿಗುಪ್ಸೆ ಹೆಚ್ಚಾಯಿತು. ಕೊನೆಗೆ ಉಣ್ಣುವ ಅನ್ನದಲ್ಲಿ ವಿಷ ಬೆರೆಸಿಕೊಂಡು ಹೆಂಡತಿ ಮಕ್ಕಳ ಜೊತೆಗೂಡಿ ತಿಂದು ಆತ್ಮಹತ್ಯೆ

ಮಾಡಿಕೊಂಡ. ಅಲ್ಲಿಗೆ ಸಂಜಯ ಹೇಳಿದಂತೆ ವಾಸುಕಿಯೂ ತಾನು ಮಾಡಿದ ತಪ್ಪಿಗೆ ಸರ್ವನಾಶವಾದನು.

ಒಂದು ವಾರ ಕಳೆಯುವುದರೊಳಗೆ ಸಂಜಯನ ಯೋಜನೆಯಂತೆಯೇ ಒಂದು ಹಳೆಯ ಸಂಚಾರಿ ವಾಹನ ಸಿದ್ಧಗೊಂಡಿತು. ಅದರೊಳಗೊಂದು ಜೆರಾಕ್ಸ್ ಮಾಡುವ ಯಂತ್ರ, ಲ್ಯಾಮಿನೇಷನ್ ಯಂತ್ರ, ಲ್ಯಾಪ್ಟಾಪ್ ಜೊತೆಗೆ ಪ್ರಿಂಟರ್, ಜನರೇಟರ್ ಇಟ್ಟುಕೊಂಡು ಶಾಲಾ, ಕಾಲೇಜುಗಳಿರುವ ಪ್ರಮುಖ ರಸ್ತೆಯ ಪಕ್ಕದಲ್ಲಿ ವಾಹನ ನಿಲ್ಲಿಸಿದ ಸಂಜಯ ತನ್ನ ದುಡಿಮೆ ಆರಂಭಿಸಿದ. ಮೊದಮೊದಲು ಜನ ಇಲ್ಲಿ ವಾಹನ ನಿಲ್ಲಿಸಬೇಡಿ ಎಂದು ತಗಾದೆ ತೆಗೆದರು. ಆದರೂ ಚಾಂದನಿ ಹಠಕ್ಕೆ ಬಿದ್ದು ಏನು ಮಾಡ್ತಾರೋ ನೋಡೇಬಿಡೋಣವೆಂದು ಸಂಜಯ ಹಿಂದೆ ಹೆಜ್ಜೆ ಇಡಲು ಬಿಡಲಿಲ್ಲ. ಕಾಲಕ್ರಮೇಣ ಜನರು ಅವರ ಪಾಡಿಗೆ ಅವರಿರಲು ಬಿಟ್ಟುಬಿಟ್ಟರು. ಆರಂಭದಲ್ಲಿ ದಿನವೊಂದಕ್ಕೆ ನೂರು, ಇನ್ನೂರು ಲಾಭ ಬರುತ್ತಿತ್ತು. ದಿನಗಳು ಉರುಳಿದಂತೆ ಸಂಜಯನ ಕಾರ್ಯವೈಖರಿಗೆ ಎರಡು ಸಾವಿರ, ಮೂರು ಸಾವಿರದವರೆಗೆ ಲಾಭ ಬರತೊಡಗಿತು. ಇದರಿಂದ ಸಂಜಯ ಒಂದು ಸಂಕಷ್ಟಕ್ಕೆ ಸಿಲುಕಬೇಕಾಯಿತು. ಅವನ ಬಳಿ ಕೆಲಸ ಮಾಡಿಸಿಕೊಳ್ಳುತ್ತಿದ್ದ ಹಲವರು ನಿಮ್ಮ ಮೊಬೈಲ್ ನಂಬರ್ ಕೊಡಿ ಎಂದು ಕೇಳಿದಾಗಲೆಲ್ಲಾ ಅವನಿಗೆ ಚಾಂದನಿಯ ನಂಬರ್ ಕೊಟ್ಟು ಅವಳಿಂದ ಮಾಹಿತಿ ಪಡೆದು ಇವನು ಕೆಲಸ ಮಾಡುವುದು ಸ್ವಲ್ಪ ತ್ರಾಸದಾಯಕವೆನಿಸತೊಡಗಿತು. ಇದನ್ನು ಅರಿತು ಚಾಂದನಿ ಒಂದು ಹೊಸ ಮೊಬೈಲ್ ಕೊಡಿಸಿದಳು. ಸಂಜಯ ಅನಿವಾರ್ಯವಾಗಿ ಮತ್ತೇ ಇಂಟರ್ನೆಟ್ ದುನಿಯಾಗೆ ಪ್ರವೇಶಿಸಿದ.

ಈ ದುಷ್ಟ ಸಮಾಜದ ಸಹವಾಸವೇ ಬೇಡವೆಂದು ಬದುಕಿನಲ್ಲಿ ಆಸಕ್ತಿಯೇ ಕಳೆದುಕೊಂಡಿದ್ದ ಸಂಜಯನ ಕಣ್ಣೊಳಗೆ ಚಾಂದನಿ ಹುಣ್ಣಿಮೆಯ ಬೆಳದಿಂಗಳನ್ನೇ ಚೆಲ್ಲಿದ್ದಳು. ತಂದೆ-ತಾಯಿ, ಹೆಂಡತಿಯ ನೆನಪಾದಾಗಲೆಲ್ಲಾ ಸಂಜಯ ಮಗುವಿನಂತಾಗುತ್ತಿದ್ದ. ನನಗೋಸ್ಕರ ಅಪ್ಪ-ಅಮ್ಮ ಅದೆಷ್ಟು ಚಡಪಡಿಸುತ್ತಿದ್ದಾರೋ? ನನ್ನನ್ನೇ ನಂಬಿ ಬಂದ ಸುಗುಣ ಈಗ ನನ್ನ ಮರೆತಿರಬಹುದೇ? ನಾನೇನಾದರೂ ಮರಳಿ ಅವರ ಬಳಿಗೆ ಹೋದರೆ ಅಪ್ಪ ನನ್ನ ಮನೆಗೆ ಸೇರಿಸಿಕೊಳ್ಳುವರೇ? ಎಂಬ ಆಲೋಚನೆಗಳು ಅವನ ತಲೆಯೊಳಗೆ ಸುಂಟರಗಾಳಿಯಂತೆ ಎದ್ದು ಮಾಯವಾಗುತ್ತಿದ್ದವು. ಹೀಗೆ ನೆನಪುಗಳು ಉಕ್ಕಿ ಬಂದಾಗಲೆಲ್ಲಾ ನನ್ನ ಹಣೆಯಲ್ಲಿ ಬರೆದದ್ದು ಆಗುತ್ತದೆ ಎಂದು ಸುಮ್ಮನಾಗಿಬಿಡುತ್ತಿದ್ದ.

ಸಂಜಯನ ಅವಿರತ ಶ್ರಮಕ್ಕೆ ಪ್ರತಿಫಲದಂತೆ ಕೈಯಲ್ಲಿ ಕಾಂಚಾಣ ಝಣಝಣ ಗುಟ್ಟತೊಡಗಿತು. ಅಂದು ಅವರೆಲ್ಲಾ ಕೂಡಿಟ್ಟ ಹಣದಲ್ಲಿ

ನನಗೊಂದು ತಾತ್ಕಾಲಿಕ ನೆಲೆ ಕಲ್ಪಿಸಿಕೊಟ್ಟರು. ಈಗ ನಾನು ಕೂಡಿಟ್ಟಿರುವ ಈ ಹಣದಿಂದ ಅವರಿಗೊಂದು ಶಾಶ್ವತ ನೆಲೆ ಕಲ್ಪಿಸಿಕೊಡಬೇಕೆಂದು ಯೋಚಿಸಿದ ಸಂಜಯ ಚಾಂದನಿ ಹಾಗೂ ಅವಳ ಗೆಳತಿಯರೆಲ್ಲಾ ಭಿಕ್ಷೆ ಬೇಡುವುದನ್ನು ತಪ್ಪಿಸಿ ಸ್ವ ಉದ್ಯೋಗ ಕೈಗೊಳ್ಳುವಂತೆ ಮಾಡಿದ. ಅವರಿರುವ ಮನೆಯಲ್ಲೇ ಬಹುಪಯೋಗಿ ವಸ್ತುಗಳನ್ನು ತಯಾರಿಸುವ ಪುಟ್ಟ ಗೃಹ ಉದ್ಯಮ ಆರಂಭವಾಯಿತು. ಚಾಂದನಿ ಹಾಗೂ ಅವಳ ಸಹಚರರು ತಯಾರಿಸಿದ ವಸ್ತುಗಳನ್ನು ಸಂಜಯ ಪ್ರತಿದಿನ ತನ್ನ ಸಂಚಾರಿ ವಾಹನದಲ್ಲಿ ನೇತುಹಾಕಿಕೊಂಡು ಹೋಗಿ ಮಾರುತ್ತಿದ್ದನು. ಇದರಿಂದ ಅವನ ಆದಾಯವೂ ಹೆಚ್ಚಾಗಿ ಆ ಮನೆಯಲ್ಲಿ ಎಲ್ಲರೂ ಸಹ ದುಡಿದು ತಿನ್ನುವಂತಾದರು.

***

ಅಮೇರಿಕಾದಲ್ಲಿ ಕೈತುಂಬಾ ಹಣ ತಂದು ಕೊಡುತ್ತಿದ್ದ ಕೆಲಸಕ್ಕೆ ವಿದಾಯ ಹೇಳಿದ್ದ ಶಶಿಗೆ ಮೈಸೂರಿನಲ್ಲೇ ಅವನ ಸಾಮರ್ಥ್ಯಕ್ಕೆ ತಕ್ಕ ಕೆಲಸ ಸಿಕ್ಕಿತ್ತು. ನಿತ್ಯ ಬೆಂಗಳೂರಿನಿಂದ ಓಡಾಡಲು ಆಗದೇ ಮೈಸೂರಿನಲ್ಲೇ ಅಪಾರ್ಟ್ಮೆಂಟ್ ಒಂದರಲ್ಲಿ ಸುಂದರ ಮನೆಯೊಂದನ್ನು ಖರೀದಿಸಿದ. ಇದರಿಂದಾಗಿ ರೇಖಾಳನ್ನು ಬೇಕಾದಾಗಲೆಲ್ಲಾ ಭೇಟಿಯಾಗಲು ಅವನಿಗೆ ಸುಲಭವಾಯಿತು.

ಅಂದು ಮುಸ್ಸಂಜೆಯ ಹೊತ್ತಿನಲ್ಲಿ ಶಶಿ ಮತ್ತು ರೇಖಾ ಇಬ್ಬರೂ ಹಲವು ವಿಚಾರಗಳನ್ನು ಚರ್ಚಿಸುತ್ತಾ ಕಾಲ್ನಡಿಗೆ ಹೊರಟಿದ್ದರು. ಶಶಿಗೆ ತಾನು ಅಮೇರಿಕಾದಲ್ಲಿದ್ದಾಗ ತನ್ನ ಸಹದ್ಯೋಗಿಯಾಗಿದ್ದ ಲೈರಾಳ ನೆನಪಾಯಿತು. ಅವಳಿಗೆ ಹುಡುಗಿಯರ ಜೊತೆಗೆ ನಂಟಿದೆ ಎಂಬ ಕಾರಣವೊಡ್ಡಿ ಅವಳು ಪ್ರೀತಿಸುತ್ತಿದ್ದ ಹುಡುಗ ಅವಳನ್ನು ತೊರೆದಿದ್ದ. ಈ ಘಟನೆ ಶಶಿಯ ಮನಸ್ಸಿನ ಮೇಲೆ ಎಷ್ಟು ಪರಿಣಾಮ ಬೀರಿತ್ತೆಂದರೆ ಅವನು ಅಲ್ಲಿರುವಷ್ಟು ದಿನ ನೆರೆಹೊರೆಯ ಯುವತಿಯರನ್ನು ಸಂಶಯದಿಂದ ನೋಡುವಂತಾಗಿತ್ತು. ಈ ವಿಷಯವನ್ನು ರೇಖಾಳ ಮುಂದೆ ಪ್ರಸ್ತಾಪಿಸಿದ ಶಶಿ

ಕೆಲವು ಹುಡುಗಿಯರು ಗಂಡಿನೊಂದಿಗೆ ಬೆರೆಯುತ್ತಿದ್ದರೂ ಹೆಣ್ಣಿನೊಂದಿಗೆ ಲೈಂಗಿಕ ಸಖ್ಯ ಬೆಳೆಸುತ್ತಾರಲ್ಲಾ ಏಕೆ? ಎಂದು ಪ್ರಶ್ನಿಸಿದ. ಅವನಿಗೀಗ ಲೆಸ್ಬಿಯನ್‌ಗಳ ಬಗ್ಗೆ ತಿಳಿದುಕೊಳ್ಳುವ ಕುತೂಹಲವಾಗಿದೆಯೆಂದು ರೇಖಾಳಿಗೆ ಅರ್ಥವಾಗಿತ್ತು. "ಒಬ್ಬ ಹೆಣ್ಣಿಗೆ ಗಂಡಿನ ಶರೀರದಿಂದ ಸಿಗುವ ಸುಖವೇ ಬೇರೆ, ಹೆಣ್ಣಿನ ಶರೀರದಿಂದ ಸಿಗುವ ಸುಖವೇ ಬೇರೆ. ಗಂಡಿನೊಡನೆ ಕಾಮಕೂಟ ನಡೆಸುವಾಗ ಉಕ್ಕುವ ಹಸಿಕಾಮಕ್ಕೆ ಸಿಗುವ ಭಾವಪ್ರಾಪ್ತಿಯು ಒಂದು ಬಗೆಯಾದರೆ, ಹೆಣ್ಣಿನ ಮೃದು ಶರೀರದಿಂದ ಸಿಗುವ ಬೆಚ್ಚಗಿನ ನಂಟು– ಪ್ರೀತಿ ಇನ್ನೊಂದು ಬಗೆ. ಮಾನವರಲ್ಲಿ ಒಂದು ಭಾಷೆಯು ದೇಶ, ಕಾಲಗಳನ್ನು

ಮೀರಿ ಎಲ್ಲ ಜನಾಂಗಗಳಲ್ಲೂ ಬಳಕೆಯಲ್ಲಿದೆ. ಅದುವೇ ದೇಹಭಾಷೆ. ಈ ದೇಹಭಾಷೆಯನ್ನು ನಾವೆಲ್ಲರೂ ಹುಟ್ಟಿನಿಂದಲೇ ಕಲಿತಿರುತ್ತೇವೆ. ನೂರು ಪ್ರೀತಿಯ ಮಾತುಗಳಿಗಿಂತ ಒಂದು ಅಪ್ಪುಗೆಯು ಹೆಚ್ಚು ಭದ್ರ ಬಾಂಧವ್ಯದ ಅನುಭೂತಿ ನೀಡುತ್ತದೆ. ಗಂಡಿನ ಸ್ಪರ್ಶ-ಕೂಟಗಳು ನೀವು ಹೇಳಿದಂತಹ ಹುಡುಗಿಯರಿಗೆ ಇಂಥಹ ಪ್ರೀತಿಯನ್ನು ಕೊಡಲಾರವು. ಅದಕ್ಕೆಂದೇ ಅವರು ಮತ್ತೊಬ್ಬ ಹೆಣ್ಣನ್ನು ಬಯಸುತ್ತಾರೆ" ಎಂದು ಶಶಿಯ ಕುತೂಹಲ ಮತ್ತಷ್ಟು ಕೆರಳಿಸಿದಳು. ಆ ವೇಳೆಗೆ ಸುಗುಣಳ ಕಡೆಯಿಂದ ಶಶಿಗೆ ಕರೆ ಬಂತು. ಸಂಜಯನ ವಿಚಾರ ಕೇಳಲು ಕರೆ ಮಾಡಿರಬಹುದೆಂದು ಭಾವಿಸಿದ್ದ ಶಶಿಗೆ ಸಂಜಯನ ತಂದೆ ಸತ್ಯನಾರಾಯಣ ಇಹಲೋಕ ತ್ಯಜಿಸಿರುವ ವಿಚಾರ ತಿಳಿದು ಸಿಡಿಲು ಬಡಿದಂತಾಯಿತು. ಒಡನೇ ಅವನು ರೇಖಾಳ ಜೊತೆಗೆ ಸುಗುಣಳ ಮನೆಗೆ ಹೋದ.

ನೆರೆದ ಸಾವಿರಾರು ಜನರ ನಡುವೆ ಶುಭ್ರವಾದ ಬಿಳಿ ಬಟ್ಟೆಯೊಳಗೆ ಸತ್ಯನಾರಾಯಣ ಚಿಂತೆಗಳಿಗೆ ವಿದಾಯ ಹೇಳಿ ಹಾಯಾಗಿ ಮಲಗಿದ್ದರು. ಆ ವದನದ ತುಂಬಾ ವೇದನೆ ಹೊಳೆಯಾಗಿ ಹರಿಯುತ್ತಿತ್ತು. ಸೊರಗಿದ ಆ ವದನದಲ್ಲಿ ಕೊನೆಗೂ ನಗು ಮೂಡಿಸಲು ನನ್ನಿಂದ ಆಗಲಿಲ್ಲವಲ್ಲಾ ಎಂಬ ಕೊರಗಿನೊಂದಿಗೆ ಶಶಿ ಭಾರವಾದ ಹೆಜ್ಜೆಗಳನ್ನಿಡುತ್ತ ಹತ್ತಿರಕ್ಕೆ ಹೋದ. ಅವನ ಕಂಡೊಡನೇ "ಅಣ್ಣಾ" ಎಂದು ಓಡಿಹೋಗಿ ತಬ್ಬಿಕೊಂಡ ಸುಗುಣ ಪುಟ್ಟ ಮಗುವಿನಂತೆ ಬಿಕ್ಕಿಬಿಕ್ಕಿ ಅತ್ತಳು. ಕಳೇಬರದ ಪಕ್ಕ ಮಾತು ಬಾರದ ಮೂಗಿಯಂತೆ ಕುಳಿತಿದ್ದ ಸುನಂದಮ್ಮಳ ಕಂಡು ಶಶಿಗೆ ಹೇಗೆ ಧೈರ್ಯ ತುಂಬುವುದೆಂದು ತೋಚಲಿಲ್ಲ. ಅವಳ ಪಕ್ಕ ಕುಳಿತು ಮೆಲ್ಲನೆ ತಲೆ ಸವರಿದ. ಅವನ ಬಾಯಿಯಿಂದ ಹೊರಡಿದ್ದು 'ಅಮ್ಮಾ' ಎಂಬ ಎರಡೇ ಅಕ್ಷರ. ಆ ಸ್ಪರ್ಶ ಹಾಗೂ ಧ್ವನಿಗೆ ಸಂಜಯನೇ ಬಂದನೇನೋ ಎಂಬ ಖುಷಿಯಿಂದ ಸುನಂದಮ್ಮ ಕಾಸಗಲ ಕಣ್ಣರಳಿಸಿ ನೋಡಿದಳು. ಎದುರಿಗೆ ಕುಳಿತವನು ತನ್ನ ಮಗನಲ್ಲ ಎಂಬ ಸತ್ಯ ಅರಿವಿಗೆ ಬರುತ್ತಿದ್ದಂತೆ ಅವಳ ಕಣ್ಣುಗಳು ಮಂಜಾದವು.

ಬೆಳಗಿನ ಜಾವ ನೆಂಟರಿಷ್ಟರೆಲ್ಲಾ ಸತ್ಯನಾರಾಯಣನ ಮನೆಯ ಮುಂದೆ ಜಮಾಯಿಸಿದ್ದರು. ರಾತ್ರಿಯಿಡೀ ಅತ್ತು, ಅತ್ತು ಕಣ್ಣೀರನ್ನೆಲ್ಲಾ ಬತ್ತಿಸಿಕೊಂಡವಳಂತೆ ಸುನಂದಮ್ಮ ಕಲ್ಲಾಗಿ ಕುಳಿತಿದ್ದರೆ ಇಷ್ಟು ದಿನ ಹೆತ್ತ ತಂದೆಯಂತೆ ತನಗೆ ಕಾವಲಿದ್ದ ಮಾವನನ್ನು ಕಳೆದುಕೊಂಡ ನೋವಿನಲ್ಲಿ ಸುಗುಣ ಬಿಕ್ಕಳಿಸುತ್ತಿದ್ದಳು. ಬೀಗ್ರ ಸಾವಿನ ಸುದ್ದಿ ಕೇಳಿ ಓಡೋಡಿ ಬಂದಿದ್ದ ಸುಧಾಕರ ಮಗಳಿಗೆ ಧೈರ್ಯ ತುಂಬುತ್ತಾ ಅಂತಿಮ ವಿಧಿವಿಧಾನಕ್ಕಾಗಿ ಸಿದ್ಧತೆ ಮಾಡಿಸುತ್ತಿದ್ದ. ಇನ್ನೇನು ತನ್ನ ಗಂಡನನ್ನು ಸ್ಮಶಾನಕ್ಕೆ ಕರೆದೊಯ್ಯುತ್ತಿದ್ದಾರೆ ಎನ್ನುವ ವೇಳೆಗೆ ಎದ್ದು ನಿಂತ ಸುನಂದಮ್ಮ "ನನ್ನ ಗಂಡನ ಯಾರೂ

ಮುಟ್ಟಬೇಡಿ, ಅವರು ಮಲಗಿದ್ದಾರೆ. ಅವರ ನಿದ್ದೆಗೆ ಡಿಸ್ಟರ್ಬ್ ಆದರೆ ಎದ್ದು ಎಲ್ಲರಿಗೂ ಬಯ್ಯುತ್ತಾರೆ. ದೂರ ಸರೆಯಿರಿ, ಸಂಜು ಬರ್ತಾನೆ. ಹೂಂ ನನ್ನ ಸಂಜು ಬರ್ತಾನೆ" ಎಂದು ಕಿರುಚುತ್ತ ಅಳತೊಡಗಿದಳು. ನೆರೆದವರು ಅವಳಿಗೆ ಸಮಾಧಾನ ಮಾಡಲು ಪ್ರಯತ್ನಿಸಿದರು. ಇಂತಹ ಸಮಯ ನನ್ನ ಮಗನಿದ್ದಿದ್ದರೆ ಅದೆಷ್ಟು ಕಣ್ಣೀರು ಸುರಿಸುತ್ತಿದ್ದನೋ? ಎಂದು ನೆನೆದು ಸುನಂದಮ್ಮ "ಸಂಜು ಬಾರೋ, ನಿಮ್ಮಪ್ಪನ ಏಳಿಸು ಬಾರೋ" ಎಂದು ಅರಚಿ, ಅರಚಿ ಪ್ರಜ್ಞೆ ತಪ್ಪಿ ಬಿದ್ದಳು. ಅವಳ ಅವಸ್ಥೆ ಕಂಡು ಹೆದರಿದ ಸುಗುಣ, ಸುಧಾಕರ ಮತ್ತು ರೇಖಾ ಮೂವರೂ ಸೇರಿ ಅವಳನ್ನು ಆಸ್ಪತ್ರೆಗೆ ಕರೆದೊಯ್ದರೆ ಶಶಿ ತಾನೇ ಸಂಜಯನ ಸ್ಥಾನದಲ್ಲಿ ನಿಂತು ಸತ್ಯನಾರಾಯಣರ ಅಂತಿಮ ಕಾರ್ಯಗಳನ್ನೆಲ್ಲಾ ಮಾಡಿ ಮುಗಿಸಿದ.

ಒಂದು ಕಾಲದಲ್ಲಿ ನಂದನವನದಂತಿದ್ದ ಸತ್ಯನಾರಾಯಣನ ಮನೆ ಇಂದು ಯಜಮಾನನಿಲ್ಲದೇ ಮಸಣದಂತಾಗಿತ್ತು. ಹೇಳದೇ ಕೇಳದೇ ಗಂಡ ಮನೆ ಬಿಟ್ಟು ಹೋದ ನೋವಿನಲ್ಲಿದ್ದ ಸುಗುಣಳಿಗೆ ತನ್ನತ್ತೆ ಸಿಡಿಮಿಡಿಗೊಂಡಾಗಲೆಲ್ಲಾ ಅವರ ಬಾಯಿ ಮುಚ್ಚಿಸಿ ತನಗೆ ಸಮಾಧಾನ ಮಾಡುತ್ತಿದ್ದ ದೇವರಂಥಾ ಮಾವನ ಕಳೆದುಕೊಂಡ ನೋವು ಮತ್ತೊಂದೆಡೆ. ಇದರ ಮೇಲೆ ಬರೆ ಎಳೆದಂತೆ ಸುನಂದಮ್ಮ ಹುಚ್ಚಿಯಂತಾಗಿದ್ದು ನುಂಗಲಾರದ ತುತ್ತಾಯಿತು. ಮಗಳ ವೇದನೆ ಅರ್ಥೈಸಿಕೊಂಡ ಸುಧಾಕರ ಮಗಳು ಒಂಟಿಯಾಗಬಾರದೆಂದು ತನ್ನ ಬ್ಯುಸಿನೆಸ್‌ಗೆ ವಿದಾಯ ಹೇಳಿ ಸುಗುಣಳ ಜೊತೆಗೆ ಉಳಿದುಕೊಂಡರೆ ಸುನಂದಮ್ಮಳನ್ನು ಹೆಚ್ಚಿನ ಚಿಕಿತ್ಸೆಗೆ ನಿಮ್ಹಾನ್ಸ್‌ಗೆ ಕರೆದೊಯ್ದರು.

***

ದೇಶದ ರಾಜಧಾನಿಯಲ್ಲಿ ಸಂಜಯನ ಜಾಣ್ಮೆ, ವಾಕ್ಚಾತುರ್ಯತೆ, ತಂತ್ರಜ್ಞಾನದ ಅನುಭವ ಮತ್ತೊಮ್ಮೆ ಅವನನ್ನು ಗತಕಾಲದ ಯಶಸ್ಸಿಗೆ ಕೊಂಡೊಯ್ದಿದ್ದವು. ಅವನ ದುಡಿಮೆ ಕಂಡು ಹೌಹಾರಿದ ವ್ಯಕ್ತಿಯೊಬ್ಬ ತನ್ನ ವಿಶಾಲವಾದ ಮಳಿಗೆಯೊಂದನ್ನು ಬಾಡಿಗೆಗೆ ಕೊಟ್ಟ. ಅಂದಿನಿಂದ ಸಂಜಯ ಆ ಮಳಿಗೆಯನ್ನೇ ಒಂದು ಸುಂದರ ಸೆಂಟರನ್ನಾಗಿ ಪರಿವರ್ತಿಸಿ ಅದಕ್ಕೆ 'ಚಾಂದನಿ ಕಂಪ್ಯೂಟರ್ ಸೆಂಟರ್' ಎಂದು ನಾಮಕರಣ ಮಾಡಿ ಹಗಲು, ರಾತ್ರಿ ಎನ್ನದೇ ಬೆವರು ಸುರಿಸಿ ದುಡಿಯತೊಡಗಿದ. ಕೇವಲ ಚಿಲ್ಲರೆ ಗ್ರಾಹಕರಷ್ಟೇ ಅಲ್ಲದೇ ನೆರೆ ಹೊರೆಯ ಶಾಲಾ, ಕಾಲೇಜು, ಕಛೇರಿಗಳ ಕೆಲಸವೂ ಇವನ ಸೆಂಟರಿನ ಮೂಲಕವೇ ನಡೆದು ಇವನ ಖ್ಯಾತಿ ದಿನದಿಂದ ದಿನಕ್ಕೆ ಹೆಚ್ಚಾಗತೊಡಗಿತು. ಎಲ್ಲಿ ತನ್ನ ಬಗ್ಗೆ ಯಾರಿಗಾದರೂ ಸಂಶಯ ಬಂದುಬಿಡುವುದೋ ಎಂಬ ಭಯದಿಂದ ಕೇಳಿದವರಿಗೆ ತನ್ನ ಹೆಸರು ಸೂರಜ್ ಎಂದು ಹೇಳುತ್ತಿದ್ದ.

ತಲೆಯಲ್ಲಿ ಕೂದಲಾಗಲಿ, ಮೀಸೆಯಾಗಲಿ ಬೆಳೆಯಲು ಬಿಡುತ್ತಿರಲಿಲ್ಲ. ಇತ್ತ ಚಾಂದನಿ ತನ್ನ ಪುಟ್ಟ ಗೃಹ ಕೈಗಾರಿಕೆಯನ್ನು ವಿಸ್ತರಿಸಿ ಬದುಕಿನಲ್ಲಿ ತನ್ನಂತೆ ನೊಂದ ನೂರಾರು ಟ್ರಾನ್ಸ್‌ಜೆಂಡರ್‌ಗಳಿಗೆ ದುಡಿದು ತಿನ್ನಲು ನೆರವಾದಳು.

ಸಂಜೆ ಕೆಲಸ ಮುಗಿಸಿಕೊಂಡು ತನ್ನ ಮನೆಗೆ ಬಂದಿದ್ದ ಶಶಿಗೆ ರೇಖಾಳ ಬಗ್ಗೆ ಕೆಲವು ಪ್ರಶ್ನೆಗಳು ಕಾಡತೊಡಗಿದವು. ಅವಳು ಎಲ್‌ಜಿಬಿಟಿಕ್ಯೂಗಳ ಪರವಾಗಿ ಶ್ರಮಿಸುತ್ತಿದ್ದು ಜೊತೆಗೆ ನೊಂದ ಹೆಣ್ಣುಮಕ್ಕಳ ಪರವಾಗಿಯೂ ಕೆಲಸ ಮಾಡುತ್ತಿದ್ದಾಳೆ. ಸಂಜಯನೇನಾದರೂ ಮರಳಿ ಮನೆಗೆ ಬಂದು ನಾನೊಬ್ಬ ಸಲಿಂಗಿ, ನನ್ನ ಭಾವನೆಗಳ ಜೊತೆಗೆ ಚೆಲ್ಲಾಟವಾಡಬೇಡಿ ಎಂದು ತನ್ನ ಅಳಲು ತೋಡಿಕೊಂಡರೆ ಅವಳು ಯಾರ ಪರ ನಿಲ್ಲಬಹುದು! ಸಂಜಯನ ಪರವೋ? ಸುಗುಣಳ ಪರವೋ? ಎಂದು ಯೋಚಿಸಿ ಅವನ ತಲೆ ಬಿಸಿಯಾಗಿತ್ತು. ರೇಖಾಳಿಗೆ ಈ ವಿಚಾರ ತಿಳಿದಾಗ ಗಹಗಹಿಸಿ ನಕ್ಕಳು. ಸಂಜಯನಾಗಲಿ, ಸುಗುಣಳಾಗಲಿ ನನ್ನ ಮೊದಲ ಆಯ್ಕೆಯಲ್ಲ. ಇಬ್ಬರಲ್ಲಿ ಯಾರದು ಸರಿ? ಯಾರದು ತಪ್ಪು? ನಿಖರವಾಗಿ ತಿಳಿದ ನಂತರ ಸರಿ ಇರುವವರ ಪರ ನಿಲ್ಲುವುದಷ್ಟೇ. ಎಂದು ಅಡ್ಡಗೋಡೆಯ ಮೇಲೆ ದೀಪವಿಟ್ಟಳು. ಅವಳ ಉತ್ತರದಿಂದ ಶಶಿಗೆ ಸಮಾಧಾನವಾಗಲಿಲ್ಲ. "ಒಬ್ಬ ಹೆಣ್ಣಾಗಿ ಮತ್ತೊಬ್ಬ ಹೆಣ್ಣಿನ ಸಂಕಟ ಅರ್ಥೈಸಿಕೊಳ್ಳುವುದು ದೊಡ್ಡ ವಿಚಾರವಲ್ಲ. ಎಲ್‌ಜಿಬಿಟಿಕ್ಯೂ ಸಮುದಾಯದ ವ್ಯಕ್ತಿಗಳ ಬಗ್ಗೆ ನಿನಗೆ ಬಹಳಷ್ಟು ವಿಷಯ ಗೊತ್ತಿದೆ. ಇಷ್ಟೆಲ್ಲಾ ವಿಚಾರ ನಿನಗೆ ಹೇಗೆ ತಿಳಿದವು? ಅವರ ಪರವಾಗಿ ಕೆಲಸ ಮಾಡಲು ನಿನಗೆ ಪ್ರೇರಣೆ ಆದವರು ಯಾರು?" ಎಂಬ ಮತ್ತೊಂದೆರಡು ಪ್ರಶ್ನೆ ಮುಂದಿಟ್ಟ. ಶಶಿಯ ಕುತೂಹಲ ತಣಿಸಲು ರೇಖಾ ತನ್ನ ಬದುಕಿನ ಪುಟಗಳನ್ನು ತೆರೆದಿಟ್ಟಳು.

ಮೈಸೂರಿನ ಅಗರ್ಭ ಶ್ರೀಮಂತರೊಬ್ಬರ ಮುದ್ದಿನ ಮಗಳಾಗಿದ್ದ ಮಾಬೆನ್ ವಯಸ್ಸಿಗೆ ಬಂದಂತೆ ಒಬ್ಬ ಕ್ವಿಯರ್ ಆಗಿ ಪರಿವರ್ತನೆ ಆಗಿದ್ದಳು. ಒಬ್ಬ ಗಂಡು ಹೆಣ್ಣಾಗುವುದು ನೀವು ಸಾಕಷ್ಟು ಕೇಳಿರಬಹುದು. ಆದರೆ ಒಬ್ಬ ಹೆಣ್ಣು ಗಂಡಾಗಿ ಪರಿವರ್ತನೆ ಆಗುವುದು ಅಪರೂಪವಲ್ಲವೇ! ಮುಂದೆ ಮಾಬೆನ್ ಹೋಗಿ ಬೆನ್ ಆದ 'ಜಿರ್'ನ (ಸಂಭಾಷಣೆಯಲ್ಲಿ ಜನರ ಲಿಂಗವನ್ನು ಉಲ್ಲೇಖಿಸಲು ನಾವು ಸರ್ವನಾಮ ಪದಗಳಾದ 'ಅವನು' ಅಥವಾ 'ಅವಳು'ಗಳಂತೆ ಕೆಲವು ಜನರು ಇತರರನ್ನು ಲಿಂಗ ತಟಸ್ಥ ಭಾಷೆಯಲ್ಲಿ ಉಲ್ಲೇಖಿಸಲು ze/zir ನಂತಹ ಸರ್ವನಾಮಗಳನ್ನು ಬಳಸುತ್ತಾರೆ) ಆಸೆಗೆ ಹೆತ್ತವರು ವಿರೋಧಿಸಲಿಲ್ಲ. ಅವರ ಜೊತೆಗೆ ಬದುಕುತ್ತಿದ್ದ ಬೆನ್ ಬಳಿ ಅಪಾರ ಹಣ, ಆಸ್ತಿ ಇತ್ತು ಜೊತೆಗೆ ಹೆತ್ತವರ ಪ್ರೀತಿಯೂ. ಆದರೆ ಬೆನ್‌ಗೆ ಕಾಡುತ್ತಿದ್ದ ಒಂದೇ ಕೊರತೆಯೆಂದರೆ ಬಯಸಿದ ವ್ಯಕ್ತಿ ಸಿಗದಿರುವುದು. ಆದರೂ ಎಲ್‌ಜಿಬಿಟಿಕ್ಯೂ ಸಮುದಾಯದ ಚಳುವಳಿಗಳಲ್ಲಿ ತನ್ನನ್ನು ಸಕ್ರಿಯವಾಗಿ

ತೊಡಗಿಸಿಕೊಂಡಿದ್ದ. ತೀರದ ಲೈಂಗಿಕ ಆಸೆಗಳು ಮೂಡಿಸಿದ ಹತಾಶೆಯೋ ಏನೋ ಬೆನ್ ಮನಸ್ಸು ನಿಧಾನವಾಗಿ ಸಮಾಜಸೇವೆಯತ್ತ ಹೊರಳಿತು. ಕಸದ ತೊಟ್ಟಿಯೊಂದರಲ್ಲಿ ಸಿಕ್ಕ ಹೆಣ್ಣುಮಗುವೊಂದನ್ನು ಸಾಕಿ ಬೆಳೆಸಿ, ಆ ಮಗುವಿಗೆ ಒಳ್ಳೆಯ ವಿದ್ಯಾಭ್ಯಾಸ ಕೊಡಿಸಿದನು. ಆ ಮಗು ಬೇರೆ ಯಾರೂ ಅಲ್ಲ. ಇಂದು ನಿನ್ನ ಕಣ್ಣೆದುರಿಗೆ ಇರೋ ನಾನೇ. ಮುಂದೆ ತನ್ನೆಲ್ಲಾ ಹಣ, ಆಸ್ತಿಯನ್ನು ಮಗಳ ಸಮಾನಳಾದ ನನಗೆ ಕೊಟ್ಟು ಎಲ್‌ಜಿಬಿಟಿಕ್ಯೂ ಸಮುದಾಯದ ವ್ಯಕ್ತಿಗಳ ಬಗ್ಗೆ ಹಲವಾರು ವಿಚಾರಗಳನ್ನು ತಿಳಿಸಿದ್ದನು. ಅಂತಿಮವಾಗಿ ಸ್ಪಂದನ ಎಂಬ ಸಾಂತ್ವನ ಕೇಂದ್ರ ತೆರೆದು ಎಲ್‌ಜಿಬಿಟಿಕ್ಯೂ ಸಮುದಾಯದ ವ್ಯಕ್ತಿಗಳಿಗೆ ಹಾಗೂ ನೊಂದ ಮಹಿಳೆಯರಿಗೆ ಸಾಧ್ಯವಾದಷ್ಟು ಸಹಾಯ ಮಾಡುವುದನ್ನು ಕಲಿಸಿ ಅಸುನೀಗಿದ್ದನು. ನನ್ನ ಪಾಲಿನ ತಂದೆ-ತಾಯಿ ಎರಡೂ ಆಗಿದ್ದ ಬೆನ್‌ನ ಋಣ ತೀರಿಸಲು ಈ ಸ್ಪಂದನ ಸಾಂತ್ವನ ಕೇಂದ್ರಕ್ಕಾಗಿ ನನ್ನ ಉಸಿರನ್ನು ಮುಡುಪಾಗಿಟ್ಟಿದ್ದೇನೆ.

ತನ್ನ ಬದುಕಿನ ಪುಟಗಳ ತೆರೆದಿಟ್ಟ ರೇಖಾಳ ಮುಖದಲ್ಲಿ ವಿಷಾದದ ಬದಲು ಹೆಮ್ಮೆಯಿತ್ತು. ಕಣ್ಣಂಚಿನಲ್ಲಿ ಮೂಡಿದ ನಾಲ್ಕು ಹನಿಗಳು ಅವಳೊಳಗಿನ ದುಗುಡವನ್ನು ಹೊರಚೆಲ್ಲಿದ್ದವು. ಅಮಾವಾಸ್ಯೆಯ ಚಂದಿರನಂತಾಗಿದ್ದ ಶಶಿಯ ವದನ ನೋಡಿ ಅನಾಥ ಭಾವ ತೊರೆದು ನಕ್ಷತ್ರದಂತೆ ನಕ್ಕಳು. ಅವಳ ಬಾಳ ಪುಟಗಳ ಕೇಳಿ ಕಣ್ಣ ಹುಬ್ಬೇರಿಸಿದ ಶಶಿ "ನಾನು ಇದುವರೆಗೂ ಗೇ, ಲೆಸ್ಬಿಯನ್, ಟ್ರಾನ್ಸ್ ಜನರ ಬಗ್ಗೆಯಷ್ಟೇ ಕೇಳಿದ್ದೆ. ಈ ಕ್ವೀರ್‌ಗಳ ಬಗ್ಗೆ ಸಾಸಿವೆ ಕಾಳಿನಷ್ಟು ಗೊತ್ತಿರಲಿಲ್ಲ. ಈ 'ಕ್ವೀರ್' ಅನ್ನುವ ಪದವೇ ವಿಚಿತ್ರವಾಗಿದೆ. ಇನ್ನೂ ಆ ಜನ ಮತ್ತಷ್ಟು ವಿಚಿತ್ರ" ಎಂದು ಅಚ್ಚರಿ ವ್ಯಕ್ತಪಡಿಸಿದ. ಅವನ ಮಾತಿಗೆ ರೇಖಾ 'ಕ್ವೀರ್' ಎಂಬ ಪದವು ನೋವುಂಟುಮಾಡುವ ಇತಿಹಾಸ ಹೊಂದಿದೆ. ಎಲ್ಜಿಬಿಟಿ ಜನರನ್ನು ಅಗೌರವಿಸಲು 'ಕ್ವೀರ್' ಅನ್ನು ಬಳಸಲಾಗುತ್ತಿತ್ತು. (ಈಗಲೂ ಕೆಲವೊಮ್ಮೆ ಬಳಸುತ್ತಾರೆ) ಆದರೆ ಹೆಚ್ಚು-ಹೆಚ್ಚು ಜನರು ತಮ್ಮನ್ನು ಗುರುತಿಸಿಕೊಳ್ಳಲು ಹೆಮ್ಮೆಯಿಂದ ಈ ಪದವನ್ನು ಬಳಸುತ್ತಾರೆ. ಆದ್ದರಿಂದ ಯಾರನ್ನಾದರೂ 'ಕ್ವೀರ್' ಎಂದು ಕರೆಯುವ ಮುನ್ನ ಅವರು ಅದರೊಂದಿಗೆ ಖುಷಿಯಾಗಿದ್ದಾರೆಯೇ ಎಂದು ನಮಗೆ ತಿಳಿಯದ ಹೊರತು ಆ ಪದ ಬಳಸದಿರುವುದು ಸೂಕ್ತವೆಂದಳು.

ಇವಳೊಂದು ಜ್ಞಾನ ಭಂಡಾರ. ಇವಳ ಜೊತೆಗೆ ಚರ್ಚೆಗಿಳಿದಷ್ಟು ನಮ್ಮ ತಿಳುವಳಿಕೆ ಮತ್ತಷ್ಟು ವಿಸ್ತರಿಸುತ್ತದೆ. ಇವಳ ಸ್ನೇಹ ಸಿಕ್ಕಿದ್ದು ನನ್ನ ಪೂರ್ವಜನ್ಮದ ಸುಕೃತವೇ ಸರಿ ಎಂದು ಶಶಿ ತನ್ನ ಭುಜವನ್ನು ತಾನೇ ತಟ್ಟಿಕೊಂಡ.

***

ತನಗೆ ಗೊತ್ತಿದ್ದ ಹಲವಾರು ಮಾರ್ಗಗಳ ಮೂಲಕ ಹರಸಾಹಸ ಪಟ್ಟರೂ ಸುಧಾಕರನಿಗೆ ತನ್ನ ಅಳಿಯ ಸಂಜಯನ ಪತ್ತೆ ಹಚ್ಚಲು ಆಗಲೇ ಇಲ್ಲ. ಲಕ್ಷಾಂತರ ಹಣ ವ್ಯಯಿಸಿ ಅವನು ಪಟ್ಟ ಪ್ರಯತ್ನಗಳೆಲ್ಲಾ ಹರಿಯುವ ನೀರಿನಲ್ಲಿ ಹುಣಸೆ ಹಣ್ಣು ತೊಳೆದಂತಾಗಿತ್ತು. ಕೊನೆಗೂ ಆ ಭಗೀರಥ ಪ್ರಯತ್ನ ಫಲಿಸದೇ ಹೋಗಿದ್ದರಿಂದ ಅದನ್ನು ಅಲ್ಲಿಗೆ ಕೈಬಿಟ್ಟಿದ್ದ. ನಿತ್ಯ ಉಟ್ಟ ಸೀರೆಯ ಸೆರಗನ್ನು ಕಣ್ಣೀರಿನಿಂದ ಒದ್ದೆಯಾಗಿಸಿಕೊಳ್ಳುತ್ತಿದ್ದ ಸುಗುಣಳಿಗೆ ಬೇರೆ ಸಂಬಂಧ ಹುಡುಕಿ ಮದುವೆ ಮಾಡಬೇಕೆಂದು ನಿರ್ಧರಿಸಿದ್ದ. ಆದರೆ ಈ ವಿಷಯವನ್ನು ಮಗಳ ಬಳಿ ಹೇಳಿದಾಗ ಅವಳದನ್ನು ಸರಾಸಗಾಟವಾಗಿ ತಳ್ಳಿಹಾಕಿದಳು. "ಗಂಡ ಬದುಕಿರುವಾಗಲೇ ಬೇರೊಬ್ಬರ ಜೊತೆಗೆ ಹಸೆಮಣೆ ಏರುವುದು ನನಗೆ ಸುತಾರಾಂ ಇಷ್ಟವಿಲ್ಲ. ಅವರು ಮರಳಿ ಮನೆಗೆ ಬಂದೇ ಬರುತ್ತಾರೆ. ನನ್ನ ಜೊತೆಗೆ ಬಾಳ್ವೆ ನಡೆಸಿಯೇ ತೀರುತ್ತಾರೆ. ಹಾಗೇನಾದರೂ ಅವರು ಬರದೇ ಹೋದರೆ ಜೀವನವಿಡೀ ಹೀಗೆ ಇದ್ದು ಬಿಡುತ್ತೇನೆಯೇ ವಿನಃ ಮತ್ತೊಂದು ಮದುವೆ ಮಾಡಿಕೊಳ್ಳಲಾರೆ. ನೀವು ಈ ವ್ಯರ್ಥ ಪ್ರಯತ್ನಕ್ಕೆ ಕೈ ಹಾಕುವ ಬದಲು ಸುಮ್ಮನಿದ್ದು ಬಿಡಿ ಅಪ್ಪಾ" ಎಂದು ತಂದೆಗೆ ಕಿವಿಮಾತು ಹೇಳಿದ್ದಳು.

ಹಗಲಿರುಳು ಬೆವರು ಸುರಿಸಿ ಸಾಕಷ್ಟು ದುಡಿದ ನಂತರ ಕೈಯಲ್ಲಿ ಹಣ ಆಟವಾಡುತ್ತಿದ್ದಂತೆ ಸಂಜಯನ ಮನಸ್ಸು ನಿಧಾನವಾಗಿ ತನ್ನ ಹಳೆಯ ದಿನಗಳತ್ತ ಹೊರಳತೊಡಗಿತು. ತನ್ನ ಬಳಿಯಿದ್ದ ಲ್ಯಾಪ್ಟಾಪಿನಲ್ಲಿ ಭಯದಿಂದಲೇ ತಾನು ಬಳಸುತ್ತಿದ್ದ ಹಳೆಯ ಮೇಲ್ ಐಡಿ ಹಾಕಿ ನೋಡಿದ. ನೂರಾರು ಸಂದೇಶಗಳು ಗೋರ್ಕಲ್ಲ ಮೇಲೆ ನೀರು ಸುರಿದಂತೆ ಕಂಡವು. ಅವುಗಳನ್ನು ತೆರೆದು ನೋಡುವುದೇ ಬೇಡವೆಂದುಕೊಂಡವನಿಗೆ ಆಂತರಿಕ ತೊಳಲಾಟ ಹೆಚ್ಚುತ್ತಿದ್ದಂತೆ ಸುಮ್ಮನಿರಲು ಆಗಲಿಲ್ಲ. ಹಾಗೆಯೇ ಅವುಗಳ ಮೇಲೆ ಕಣ್ಣಾಡಿಸುತ್ತಿರುವಾಗ ಶ್ರೀನಿವಾಸರ ಸಂದೇಶ ಕಂಡಿತು. ಅದನ್ನು ನೋಡಿದೊಡನೆಯೇ ಅವರ ಜೊತೆಗೂಡಿ ಸುತ್ತಾಡಿದ ಹಳೆಯ ನೆನಪುಗಳು ಅಲೆಅಲೆಯಾಗಿ ಉಕ್ಕಿ ಬಂದವು. ಅವನ ಒಳ ಮನಸ್ಸು ಮುಂದೆ ಹೋಗಲು ಬಿಡದೆ ಏನೆಂದು ಸಂದೇಶ ಕಳಿಸಿದ್ದಾರೋ ನೋಡು ಎಂದು ಪಟ್ಟು ಹಿಡಿದ ಕಾರಣ ನಡುಗುವ ಕೈಯಿಂದ ತೆರೆದು ನೋಡಿದ.

"ಪ್ರೀತಿಯ ಸಂಜಯ್, ನಾನೀಗ ನಿನ್ನಿಂದ ತುಂಬಾ ದೂರದಲ್ಲಿದ್ದೇನೆ. ಆ ದಿನಗಳು ನಾವಿಬ್ಬರೂ ಕೂಡಿ ಸಂಭ್ರಮಿಸಿದ್ದು ನೆನೆದಾಗಲೆಲ್ಲಾ ಬೇಸರ ಕಾಡುತ್ತದೆ. ನೀನು ನನ್ನನ್ನು ಎಷ್ಟು ಪ್ರೀತಿಸುತ್ತಿದ್ದೆಯೋ ನಾನು ನಿನ್ನನ್ನು ಅಷ್ಟೇ ಪ್ರೀತಿಸುತ್ತಿದ್ದೆ. ನೀನು ನನ್ನಿಂದ ಲೈಂಗಿಕ ಸುಖ ಬಯಸಿದಾಗ ನಾನು ನಿರಾಕರಿಸಲು ಮುಖ್ಯ ಕಾರಣ ನನ್ನ ಹುದ್ದೆಯ ಘನತೆ, ಸುತ್ತಲಿನ ಸಮಾಜದ ಕಟ್ಟುಪಾಡುಗಳೇ ಹೊರತು ನನಗೆ ನಿನ್ನ ಮೇಲೆ ಆಸಕ್ತಿ ಇರಲಿಲ್ಲವಂತೇನಲ್ಲ.

ನನ್ನ ಏಕಾಂಗಿ ಜೀವನದ ಅದೆಷ್ಟೋ ರಾತ್ರಿಗಳು ನಿನ್ನ ನೆನಪುಗಳೇ ನನ್ನನ್ನು ತೃಪ್ತಿಪಡಿಸಿವೆ.ನಾನೀಗ ಎಲ್ಲಾ ಕಟ್ಟಳೆಗಳಿಂದ ಹೊರಬಂದಿದ್ದೇನೆ. ನಿನ್ನನ್ನು ನನ್ನ ಪತ್ನಿಯಂತೆ ಸ್ವೀಕರಿಸಿ ನಿನ್ನಾಸೆಗಳನ್ನು ಈಡೇರಿಸುವ ಬಯಕೆ. ಹಿಂದೆ ನನ್ನಿಂದಾದ ತಪ್ಪುಗಳನ್ನು ಮನ್ನಿಸಿ ಬೇಗ ನನ್ನ ಬಳಿಗೆ ಬಾ. ನಿನಗೋಸ್ಕರ ಕಾಯುತ್ತಿರುತ್ತೇನೆ. ಇಂತಿ ನಿನ್ನ ಪ್ರೇಮಿ:– ಶ್ರೀನಿವಾಸ್"

ಅದು ಕೇವಲ ಸಂದೇಶವಲ್ಲ. ಸತ್ತು ಹೋಗಿದ್ದ ಅದೆಷ್ಟೋ ಭಾವನೆಗಳಿಗೆ ಮರುಜೀವ ನೀಡಿದ ಸಂಜೀವಿನಿ. ಸಂಜಯನ ಕೈಗಳು ಕಂಪಿಸತೊಡಗಿದವು. ಇದನ್ನು ಏಕಾದರೂ ತೆರೆದು ಓದಿದೆನೋ ಎಂದು ಶತಪತಿಸತೊಡಗಿದ. "ನಿನ್ನನ್ನು ನನ್ನ ಪತ್ನಿಯಂತೆಯೇ ಸ್ವೀಕರಿಸಿ ನಿನ್ನಾಸೆಗಳನ್ನು ಈಡೇರಿಸುವ ಬಯಕೆ" ಎಂಬ ಮಾತು ಮತ್ತೇ ಮತ್ತೇ ಕಾಡತೊಡಗಿ ಸಂ'ಜಯ' ಶ್ರೀನಿವಾಸರ ಕೂಡಲು ಯೋಚಿಸತೊಡಗಿದ. ಬೆವರಿರುವ ಅವನ ವದನ ಕಂಡು ಚಾಂದನಿ ಗಾಬರಿಯಿಂದ ಏನಾಯಿತೆಂದು ವಿಚಾರಿಸಿದಳು. ಅವನು ಮೊದಮೊದಲು ಏನಿಲ್ಲವೆಂದು ಹೇಳಿ ಜಾರಿಕೊಳ್ಳಲು ಯತ್ನಿಸಿದ. ಆದರೆ ಚಾಂದನಿ ಹಿಡಿದ ಪಟ್ಟು ಸಡಿಲಿಸಲಿಲ್ಲ. ಇವಳ ಬಳಿ ಮುಚ್ಚಿಡುವಂಥದ್ದೇನಿದೆಯೆಂದು ಗಟ್ಟಿ ಮನಸ್ಸು ಮಾಡಿ "ನನಗೆ ನನ್ನ ಹಳೆಯ ಪ್ರೀತಿ ಸಿಕ್ಕಿದೆ, ಒಮ್ಮೆ ಆ ಪ್ರೀತಿಯ ಸಂಧಿಸುವ ಬಯಕೆಯಾಗುತ್ತಿದೆ" ಎಂದು ನುಡಿದನು. ಚಾಂದನಿ ಖುಷಿಯಿಂದ ಕೇಳಿದಳು

"ನೀನು ಪ್ರೀತಿಸುತ್ತಿದ್ದ ಹುಡುಗಿ ಸಿಕ್ಕಳೇ?"

"ಹೌದು, ಆದರೆ ಹೆಣ್ಣಲ್ಲ, ಗಂಡಸು"

"ಅಂದರೆ...ನೀನೂ ನಮ್ಮಂತೆ...!"

"ಹೌದು, ದಯವಿಟ್ಟು ತಪ್ಪು ತಿಳಿಯಬೇಡ. ಅಂದೇ ನಿನಗೆ ನನ್ನ ಬದುಕಿನ ವೃತ್ತಾಂತ ತಿಳಿಸುವಾಗ ನಾನೊಬ್ಬ ಸಲಿಂಗಿ ಎಂಬ ವಿಚಾರವನ್ನು ನಿನ್ನ ಬಳಿ ಹೇಳಿರಲಿಲ್ಲ. ಹೇಳುವ ಪರಿಸ್ಥಿತಿಯಲ್ಲೂ ನಾನಿರಲಿಲ್ಲ. ಈಗ ಯಾವ ಮುಚ್ಚುಮರೆಯಿಲ್ಲದೇ ಹೇಳುತ್ತಿದ್ದೇನೆ. ನನಗೆ ನಿಮ್ಮ ಹಾಗೆ ವಯ್ಯಾರ ಮಾಡಿಕೊಳ್ಳಲು ಆಸೆಯಿಲ್ಲ, ಸೀರೆಯಂತೂ ಆಗಿಬರದು. ಗಂಡಸಿನಂತೆಯೇ ಇದ್ದು ಗಂಡಸಿನಿಂದಲೇ ಹೆಣ್ತನದ ಸುಖ ಅನುಭವಿಸುವ ಆಸೆ"

"ಅರ್ಥವಾಯಿತು, ನಿನ್ನೆಲ್ಲಾ ಆಸೆಗಳು ಈಡೇರಲಿ"

"ಈಡೇರಬೇಕೆಂದರೆ ನಾನು ನಿಮ್ಮನ್ನು ತೊರೆಯಬೇಕಾಗುತ್ತದೆ"

"ನಮ್ಮ ಪಾಲಿಗೆ ಇದೊಂದು ದುಃಖಕರ ವಿಚಾರ. ಆದರೂ ನಿನ್ನ ಒಳಿತಿಗೋಸ್ಕರ ನಾನು ಯಾವ ತ್ಯಾಗ ಮಾಡಲಾದರೂ ಸಿದ್ಧಳಿದ್ದೇನೆ"

ಚಾಂದನಿಯ ಕಣ್ಣುಗಳು ಒದ್ದೆಯಾಗಿದ್ದವು. ಮುಖದಲ್ಲಿ ಮಾತ್ರ ಸಂತೃಪ್ತಿಯ ನಗುವಿತ್ತು.

ಒಬ್ಬನೇ ಕುಳಿತು ಬಹಳ ಹೊತ್ತು ಆಲೋಚಿಸಿದ ಸಂಜಯ ಶ್ರೀನಿವಾಸರ ನಂಬರಿಗೆ "ನೀವು ಕಳಿಸಿದ ಪ್ರೇಮದ ಮಳೆಯೆಂಬ ಸಂದೇಶ ನನ್ನ ಮನದಲ್ಲಿ ಬಹುದಿನಗಳಿಂದ ಜಡ್ಡುಗಟ್ಟಿದ್ದ ನೋವನ್ನು ತೊಳೆದು ಹಾಕಿದೆ. ಈ ಶುಭ್ರ ಮನಸ್ಸೀಗ ನಿಮ್ಮ ಸಾಮಿಪ್ಯ ಬಯಸುತ್ತಿದೆ. ನನಗೆ ಗೊತ್ತಿತ್ತು ಇಂದಲ್ಲಾ ನಾಳೆ ನೀವು ನನ್ನ ಅರ್ಥ ಮಾಡಿಕೊಳ್ಳುವಿರಿಯೆಂದು. ನನ್ನ ನಂಬಿಕೆ ಹುಸಿಯಾಗಲಿಲ್ಲ. ನದಿ ಎಲ್ಲೆಲ್ಲೋ ಹರಿದರೂ ಅಂತಿಮವಾಗಿ ಸಾಗರ ಸೇರಬೇಕಲ್ಲವೇ? ನಾನು ನಾಳೆಯೇ ಇಲ್ಲಿಂದ ಹೊರಡುತ್ತಿದ್ದೇನೆ. ಇದು ನನ್ನ ಮೊಬೈಲ್ ನಂಬರ್" ಎಂಬ ಆಪ್ತ ಸಂದೇಶವೊಂದನ್ನು ಕಳಿಸಿದ. ಮರುದಿನವೇ ಅತ್ತ ಕಡೆಯಿಂದ ಕರೆ ಬಂತು ಗದ್ಗದಿತ ಕಂಠದಿಂದ "ಜಯ್, ನನ್ನ ಜಯ್" ಸಂಜಯ ಖುಷಿಯಿಂದ "ಹೌದು, ನಾನೇ. ನಿಮ್ಮ ಜಯ್" ಎಂದು ಕಣ್ಣೀರಿಟ್ಟ. "ಬಹಳ ಮಾತಾಡೋದಿದೆ. ನಿನಗೋಸ್ಕರ ಕಾಯುತ್ತಿರುತ್ತೇನೆ ಬೇಗ ಬಂದು ಬಿಡು" ಶ್ರೀನಿವಾಸ್ ಭಾವುಕರಾಗಿಯೇ ನುಡಿದರು. "ನಿಮ್ಮ ಬಾಹುಗಳಲ್ಲಿ ಬಂಧಿಯಾಗಬೇಕೆಂಬ ನನ್ನಾಸೆಗೆ ಈಗ ನೀವೇ ರೆಕ್ಕೆ ಕಟ್ಟಿದ್ದೀರ. ತಡಮಾಡದೇ ಬರುವೆ" ಎಂದು ಹೇಳಿ ಕರೆ ಕತ್ತರಿಸಿದ.

ಸಂಜಯ ಸತ್ತಿಲ್ಲ, ಬದುಕಿದ್ದಾನೆ. ಹಾಗೆಯೇ ಅವನು ನನ್ನ ಮೇಲಿಟ್ಟಿರೋ ಪ್ರೇಮ-ಕಾಮವೂ ಹಸಿರಾಗಿಯೇ ಇದೆ. ಯಾರ ಕೈಗೂ ಸಿಗದೇ ಅಜ್ಞಾತವಾಸಿಯಾಗಿದ್ದ ಅವನೀಗ ನನ್ನ ಒಂದೇ ಒಂದು ಸಂದೇಶಕ್ಕೆ ಪ್ರತ್ಯಕ್ಷನಾಗುತ್ತಿದ್ದಾನಲ್ಲ! ಈಗೇನು ಮಾಡುವುದು? ಶ್ರೀನಿವಾಸರ ಚಡಪಡಿಸುವಿಕೆ ಹೆಚ್ಚಾಯಿತು. ಒಡನೇ ರೇಖಾಳಿಗೊಂದು ಕರೆ ಮಾಡಿದರು.

"ಸಂಜಯ್ ಕಡೆಯಿಂದ ಉತ್ತರ ಬಂದಿದೆ. ನನ್ನ ಭೇಟಿಯಾಗಲು ನಾಳೆಯೇ ಬರುತ್ತಿದ್ದಾನಂತೆ"

ಶ್ರೀನಿವಾಸರ ಮಾತಿನ್ನೂ ಮುಗಿದಿರಲಿಲ್ಲ ರೇಖಾ ಆನಂದತುದಿಲಳಾಗಿ "ಸರ್, ನೀವು ಹೇಳ್ತಾಯಿರೋದು ನಿಜಾನ?" ಎಂದು ಅಚ್ಚರಿ ವ್ಯಕ್ತಪಡಿಸಿದಳು. ಅತ್ತ ಕಡೆಯಿಂದ 'ಹೌದು' ಎಂಬ ಉತ್ತರ ಕಿವಿಗೆ ಬೀಳುತ್ತಿದ್ದಂತೆ ಮತ್ತಷ್ಟು ಖುಷಿಯಾದ ರೇಖಾ "ಅಂತೂ ನನ್ನ ಊಹೆ ಸುಳ್ಳಾಗಲಿಲ್ಲ ಸರ್, ನಾನು ಈ ವಿಚಾರವಾಗಿ ಇಷ್ಟು ದಿನ ಪಟ್ಟ ಪರಿಶ್ರಮಕ್ಕೆ ಫಲ ಸಿಗುತ್ತಿದೆ. ಈಗಲೇ ಶಶಿಗೆ ವಿಷಯ ತಿಳಿಸಿ ಇಂದು ರಾತ್ರಿಯೇ ಚೆನ್ನೈಗೆ ಹೊರಡುತ್ತೇವೆ" ಎಂದು ವಾಗ್ದಾನ ಮಾಡಿದಳು. ಶ್ರೀನಿವಾಸ್ "ನನಗೀಗ ಮುಂದೇನು ಮಾಡಬೇಕೆಂದು ತೋಚುತ್ತಿಲ್ಲ. ಸಂಜಯ್ ಇಲ್ಲಿಗೆ ಬರುವ ಮುಂಚಿತವಾಗಿಯೇ ನೀವಿಲ್ಲಿ ಹಾಜರಿರಬೇಕು" ಎಂದರು. ಅವರ ಮಾತಿನ ಹಿಂದಿನ ಪೇಚಾಟ ಅರ್ಥೈಸಿಕೊಂಡ ರೇಖಾ "ಡೋಂಟ್ ವರಿ ಸರ್, ನಾವಿದ್ದೇವೆ" ಎಂದು

ಹೇಳಿ ಕರೆ ಕಟ್ ಮಾಡಿದಳು. ಶಶಿಗೆ ಸಂಜಯ ಸತ್ತಿಲ್ಲ, ಬದುಕಿದ್ದಾನೆಂದು ತಿಳಿದು ಹುಚ್ಚೆದ್ದು ಕುಣಿದ. ಸುಗುಣಳಿಗೆ ಈ ವಿಷಯ ಗೊತ್ತಾದರೆ ಅದೆಷ್ಟು ಖುಷಿಯಾಗುತ್ತಾಳೋ! ನಾನೀಗಲೇ ನಿನ್ನಲ್ಲಿಗೆ ಬರುತ್ತೇನೆಂದು ತಿಳಿಸಿ ಅವಸರದಿಂದ ರೇಖಾಳ ಬಳಿಗೆ ಹೊರಟ.

ತನ್ನ ಜೀವನದ ಎರಡನೇ ಇನ್ನಿಂಗ್ಸ್ ಆರಂಭಿಸಲು ನೆರವಾದ ಚಾಂದನಿ ಮತ್ತು ಅವಳ ಗೆಳತಿಯರ ತೊರೆದು ಹೋಗಲು ಸಂಜಯನ ಮನಸ್ಸು ಕೆಲವೊಮ್ಮೆ ಹಿಂದೇಟು ಹಾಕಿದರೆ ಶ್ರೀನಿವಾಸರ ನೆನೆದಾಗಲೆಲ್ಲಾ ಹೊರಡಲು ತವಕಿಸುತ್ತಿತ್ತು. ಹೆಗಲಿಗೆ ಹೆಗಲು ಕೊಟ್ಟ ಆ ನೊಂದ ಜೀವಗಳಿಗೆಲ್ಲಾ ವಿದಾಯ ಹೇಳುವಾಗ ಸಂಜಯ ಪುಟ್ಟ ಮಗುವಿನಂತೆ ಬಿಕ್ಕಿಬಿಕ್ಕಿ ಅತ್ತನು. ಆ ನಾಲ್ಕೂ ಜೀವಗಳು "ಕೂಡುವುದು ಆಕಸ್ಮಿಕ, ಅಗಲುವುದು ಅನಿವಾರ್ಯ" ಎಂದು ಸಂಜಯನ ಸಂತೈಸುತ ಪರಸ್ಪರ ಸಮಾಧಾನ ಮಾಡಿಕೊಂಡು ರೈಲ್ವೆ ನಿಲ್ದಾಣದವರೆಗೆ ಬಂದು ತಮ್ಮ ಬಾಳಿಗೊಂದು ಹೊಸ ಅರ್ಥ ತಂದುಕೊಟ್ಟ ಜೀವಬಂಧುವಿಗೆ ವಿದಾಯ ಹೇಳಿದರು. ಆ ಕ್ಷಣ ಎಲ್ಲರ ಗಂಟಲು ಒಣಗಿದರೆ, ಆ ಬಾಂಧವ್ಯಕ್ಕೆ ಸಾಕ್ಷಿಯಾಗಿದ್ದ ಕಣ್ಣುಗಳು ಒದ್ದೆಯಾಗಿದ್ದವು.

***

ನಿಮ್ಹಾನ್ಸ್‌ನಲ್ಲಿ ತನ್ನ ಅತ್ತೆಯ ಪರಿಸ್ಥಿತಿ ನೋಡಿ ಕಣ್ಣೀರಿಟ್ಟ ಸುಗುಣ ತಾಯಿಗೆ ಸಮಾನರಾದ ಈ ಜೀವ ತಮ್ಮ ಸಂಧ್ಯಾಕಾಲದಲ್ಲಿ ಹೀಗೆ ಆಸ್ಪತ್ರೆಯಲ್ಲಿ ಮಲಗುವುದು ನನಗೇಕೋ ಸರಿ ಕಾಣಿಸುತ್ತಿಲ್ಲ. ಮನೆಯಲ್ಲೇ ಅವರಿಗೆ ಆರೈಕೆ ಮಾಡುತ್ತೇನೆ ಕಳಿಸಿಕೊಡಿ ಎಂದು ವೈದ್ಯರ ಕೈಕಾಲಿಗೆ ಬಿದ್ದು ಸುನಂದಮ್ಮಳನ್ನು ವಾಪಸ್ ಮನೆಗೆ ಕರೆತಂದಿದ್ದಳು. ಸೊಸೆಯ ನೋಡಿದಾಗಲೆಲ್ಲಾ ನಿನ್ನಿಂದಲೇ ಎಲ್ಲಾ ಆಗಿದ್ದು, ತಾಯಿ-ಮಗನ ದೂರ ಮಾಡಿದ್ದೀಯ ಎಂದು ಚೀರಾಡುತ್ತಿದ್ದ ಸುನಂದಮ್ಮಳನ್ನು ಸಂತೈಸುವುದರಲ್ಲೇ ಸುಗುಣಳ ಆ ದಿನ ಕಳೆದು ಹೋಗುತ್ತಿತ್ತು. ಇದ್ದ ಒಬ್ಬಳೇ ಮಗಳ ಬದುಕು ಹೇಗಾಯಿತಲ್ಲಾ! ಅವಳನ್ನು ಸರಿಯಾದ ದಡ ತಲುಪಿಸುವಲ್ಲಿ ನಾನು ಸೋತು ಹೋದೆ ಎಂದು ಸುಧಾಕರ ಯಾರಿಗೂ ಕಾಣದ ಹಾಗೆ ಅತ್ತು ಭಾರವಾದ ಹೃದಯವನ್ನು ಹಗುರ ಮಾಡಿಕೊಳ್ಳುತ್ತಿದ್ದ.

ರೇಖಾ ಚೆನ್ನೈಗೆ ಹೊರಡುವ ಮುನ್ನ ಸುಗುಣಳನ್ನು ಭೇಟಿಯಾಗಿ ಅವಳ ಮನದಿಂಗಿತ ತಿಳಿದುಕೊಳ್ಳಬೇಕಿತ್ತು. ಆ ಕಾರಣದಿಂದಲೇ ಅವಳು ಲಗುಬಗೆಯಿಂದ ಸುಗುಣಳ ಮನೆಗೆ ಹೋಗಿದ್ದಳು. ಆ ವೇಳೆ ಮನೆಯೊಳಗಿನ ಒಂದು ದೃಶ್ಯ ಅವಳನ್ನು ದಂಗು ಬಡಿಸಿತ್ತು. ಸುನಂದಮ್ಮಳ ತಲೆಗೆ ಎಣ್ಣೆ ಹಚ್ಚಿ ಕೂದಲು ಬಾಚುತ್ತಿದ್ದ ಸುಗುಣಳನ್ನು ಕಂಡು ರೇಖಾ ಮಾತು ಬಾರದ

ಮೂಗಿಯಂತೆ ನಿಂತುಬಿಟ್ಟಳು. ಅದೆಂಥಹ ತಪಸ್ಸು ಇವಳದು! ಎಷ್ಟೊಂದು ಓದಿದ್ದರೂ ಎಳ್ಳಷ್ಟು ಗರ್ವವಿಲ್ಲ. ಇವಳ ಸ್ಥಾನದಲ್ಲಿ ಬೇರೆ ಯಾರಾದರೂ ಇದ್ದಿದ್ದರೆ ಗಂಡ ತೊರೆದರೂ ಅತ್ತೆ-ಮಾವನ ಸೇವೆ ಮಾಡಿಕೊಂಡಿರುತ್ತಿದ್ದರೇ? 'ಇವಳು ಬರೀ ಹೆಣ್ಣಲ್ಲ ಮಮತೆಯ ಸಾಗರ' ಎಂದು ಮನದೊಳಗೆ ಸುಗುಣಳ ಗುಣಗಾನ ಮಾಡಿದಳು.

ಬಾಗಿಲ ಬಳಿಯೇ ನಿಂತಿರುವ ರೇಖಾಳ ಕಂಡ ಸುಗುಣ ಅವಳ ಬಳಿಗೆ ಹೋಗಿ ಅಕ್ಕರೆಯಿಂದ ಒಳಗೆ ಕರೆದಳು. ತನ್ನೆರಡೂ ಕೈಗಳಿಂದ ಅವಳ ಕೆನ್ನೆ ಮುಟ್ಟಿದ ರೇಖಾ ಸಂಜಯನೊಬ್ಬ 'ಸಲಿಂಗಿ' ಎಂಬ ವಿಷಯವನ್ನು ನೇರವಾಗಿ ಹೇಳದ ಸುದ್ದಿ ಬಳಸಿ ಮಾತಿಗಿಳಿದಳು.

"ಸುಗುಣ ನಿಮ್ಮ ಪತಿ ಸಂಜಯ್ ಈಗ ಏನಾದರೂ ಮನೆಗೆ ಬಂದರೆ ಏನು ಮಾಡುತ್ತೀರ?"

"ಇದಕ್ಕಿಂತ ಖುಷಿಯ ವಿಚಾರ ನನ್ನ ಪಾಲಿಗೆ ಮತ್ತೇನಿದೆ? ನಿಮ್ಮ ಬಾಯಿ ಮಾತಿನಿಂದ ಅವರೇನಾದರೂ ಮನೆಗೆ ಬಂದರೆ ಮೊದಲು ನಿಮ್ಮ ಬಾಯಿಗೆ ಲಡ್ಡು ಇಡುವೆ."

"ಸಂಜಯ್ ನಿಮ್ಮನ್ನು ಬಿಟ್ಟು ಹೋಗಿ ತುಂಬಾ ದಿನಗಳಾಗಿವೆ. ಅವರೇನಾದರೂ ಬೇರೆಯವರ ಜೊತೆಗೆ ಸಂಬಂಧ ಬೆಳೆಸಿದ್ದರೆ?"

"ಅವರು ಅಂಥವರಲ್ಲ ಅನ್ನುವ ನಂಬಿಕೆ ನನಗಿದೆ"

"ಅಕಸ್ಮಾತ್ ಸಂಬಂಧ ಬೆಳೆಸಿರೋದು ನಿಜವಾಗಿದ್ದರೆ?"

"ನಿಜವಾಗಿದ್ದರೆ! ಅವರು ಯಾರ ಜೊತೆಗೆ ಸಂಬಂಧ ಬೆಳೆಸಿರುತ್ತಾರೋ ಅವರ ಜೊತೆಗೆ ಬದುಕಲು ಬಿಟ್ಟುಬಿಡುತ್ತೇನೆ. ಅವರಿಗೆ ಆ ಸಂಬಂಧ ಬೇಕಾಗಿಲ್ಲ; ನಾನೇ ಬೇಕಾಗಿದ್ದರೆ ಹಿಂದಿನ ಕಹಿ ಘಟನೆಗಳನ್ನೆಲ್ಲಾ ಮರೆತು ಅವರ ಜೊತೆಗೆ ಖುಷಿಯಾಗಿ ಸಂಸಾರ ನಡೆಸುತ್ತೇನೆ"

"ಗುಡ್, ಅವರು ಮಾಡಿರುವ ತಪ್ಪುಗಳನ್ನೆಲ್ಲಾ ಮನ್ನಿಸಿ ಬಿಡುತ್ತೀರಾ ಅಂತಾಯಿತು. ಅವರಿಗೇನಾದರೂ ದೊಡ್ಡ ರೋಗವಿದ್ದರೆ?"

"ನಾನು ಅವರ ಧರ್ಮಪತ್ನಿ. ಗಂಡನ ಸೇವೆಯೇ ಪರಮಧರ್ಮವೆಂದು ನಂಬಿದವಳು. ಈಗ ಅತ್ತೆನ ನೋಡಿಕೊಳ್ಳೋ ಹಾಗೇ ಅವರನ್ನು ನೋಡಿಕೊಳ್ಳುತ್ತೇನೆ. ನನಗೆ ಅವರು ಬೇಕಷ್ಟೇ"

"ನಿಮಗೆ ಎಲ್‌ಜಿಬಿಟಿಕ್ಯೂ ಬಗ್ಗೆ ಗೊತ್ತಾ?"

"ಹಾ, ಗೊತ್ತು. ನನ್ನ ಕಾಲೇಜು ದಿನಗಳಲ್ಲೇ ಅವರ ಬಗ್ಗೆ ಬಹಳ ವಿಚಾರಗಳನ್ನು ಕೇಳಿದ್ದೇನೆ. ಸಂಚಾರಿ ವಿಜಯ್ ಅವರ 'ನಾನು ಅವನಲ್ಲ ಅವಳು' ಚಲನಚಿತ್ರವನ್ನೂ ನೋಡಿದ್ದೇನೆ. ಅವರ ಬಗ್ಗೆ ಸಹಾನುಭೂತಿಯೂ ಇದೆ"

"ವೆರಿಗುಡ್, ನನಗೂ ಸಹ ಅಷ್ಟೇ. ಲೈಂಗಿಕ ಅಲ್ಪಸಂಖ್ಯಾತರ ಬಗ್ಗೆ ಕರುಣೆ, ಕಾಳಜಿ ಇದೆ. ನೊಂದವರಿಗಾಗಿಯೇ ನನ್ನ ಬದುಕು ಮೀಸಲಿಟ್ಟಿದ್ದೇನೆ. ನಿಮ್ಮ ಗಂಡ ಏನಾದರೂ ಸಲಿಂಗಿ ಆಗಿದ್ದರೇ!"

"ತಮಾಷೆ ಮಾಡುತ್ತಿಲ್ಲ ತಾನೇ?"

"ಈ ಪ್ರಶ್ನೆ ಕೇವಲ ನಿಮ್ಮ ಅಭಿಪ್ರಾಯ ತಿಳಿದುಕೊಳ್ಳಲು ಅಷ್ಟೇ"

"ನನ್ನ ಗಂಡ ಅಂಥವರಲ್ಲ ಎಂದು ಮೊದಲೇ ಹೇಳಿದ್ದೇನೆ. ನಾನು ಅವರ ಜೊತೆಗೆ ಕೆಲವು ದಿನಗಳ ಮಟ್ಟಿಗಾದರೂ ಸಂಸಾರ ನಡೆಸಿದ್ದೇನೆ. ಅವರೆಂದೂ ಸಲಿಂಗಿಯಂತೆ ವರ್ತಿಸಿಲ್ಲ. ಹಾಗೇನಾದರೂ ಅವರು ಸಲಿಂಗಿಯಾಗಿದ್ದರೆ ಅತ್ತೆ-ಮಾವರಿಗಾದರೂ ಈ ವಿಚಾರ ಗೊತ್ತಿರುತ್ತಿತ್ತು ಅಲ್ವಾ?"

"ನಿಮ್ಮ ನಂಬಿಕೆಯ ಪ್ರಕಾರ ಸಂಜಯ್ ಸಲಿಂಗಿ ಅಲ್ಲ ಸರಿ. ಅಕಸ್ಮಾತ್ ಏನಾದರೂ ಆಗಿದ್ದರೆ? ಎಂಬುದಷ್ಟೇ ನನ್ನ ಪ್ರಶ್ನೆ"

"ಅವರು ವಿದ್ಯಾವಂತರು ಹಾಗೆಯೇ ನಾನೂ ಸಹ. ಅವರ ಇಚ್ಛೆಯಂತೆ ಬದುಕಲು ಅವರು ಸ್ವತಂತ್ರರು"

"ನಿಮ್ಮದು ವಿಶಾಲ ಹೃದಯ ಸುಗುಣ. ನಿಮ್ಮ ಪತಿ ನಿಮಗೆ ಸಿಗುವ ಕಾಲ ಹತ್ತಿರದಲ್ಲಿದೆ" ಎಂದು ನುಡಿದ ರೇಖಾ ಸುಗುಣಳ ತಬ್ಬಿಕೊಂಡು ಬೆನ್ನು ತಟ್ಟಿದಳು. ಅವಳ ಹೃದಯ ವೈಶಾಲ್ಯತೆಗೆ ಅವಳ ಮೇಲಿನ ಗೌರವ ದುಪ್ಪಟ್ಟಾಗಿತ್ತು.

ರೇಖಾ ಹೋದ ನಂತರ ಅವಳು ಕೇಳಿದ ಪ್ರಶ್ನೆಗಳನ್ನು ಮತ್ತೊಮ್ಮೆ ನೆನಪಿಸಿಕೊಂಡ ಸುಗುಣ ಸೋಫಾದ ಮೇಲೆ ದೊಪ್ಪೆಂದು ಕುಳಿತಳು. ಅವರೇಕೆ ಇಂಥಹ ಪ್ರಶ್ನೆಗಳನ್ನು ಕೇಳಿದರು! ನನ್ನನ್ನು ಒಮ್ಮೆಯೂ ಮುಟ್ಟದ ನನ್ನ ಗಂಡನೇನಾದರೂ ಸಲಿಂಗಿ ಆಗಿರಬಹುದೇ? ಅತ್ತೆ-ಮಾವರಿಗೆ ಈ ವಿಚಾರ ಗೊತ್ತಿದ್ದೂ ನನ್ನ ಬಳಿ ಮುಚ್ಚಿಟ್ಟಿರಬಹುದೇ? ಸುಗುಣಳ ಕೈಕಾಲುಗಳು ಕಂಪಿಸತೊಡಗಿದವು. ಆಗಿದ್ದಾಗಲಿ, ಮುಂದೆ ಆಗೋದೆಲ್ಲಾ ಒಳ್ಳೆಯದಕ್ಕೆ. ಯಾವುದೇ ವಿಚಾರಕ್ಕೂ ಕುಗ್ಗುವುದು ಬೇಡ. ಬಂದಿದ್ದೆಲ್ಲಾ ಎದುರಿಸೋಣವೆಂದು ತನಗೆ ತಾನೇ ಸಮಾಧಾನ ಮಾಡಿಕೊಂಡಳು.

***

ಚೆನ್ನೈಗೆ ಹೊರಡುವ ವೇಳೆ ರೇಖಾ ತನ್ನ ಜೊತೆಗೆ ಮೂವರು ವ್ಯಕ್ತಿಗಳನ್ನು ಕರೆದುಕೊಂಡು ಬಂದಿದ್ದಳು. ಅದನ್ನು ನೋಡಿದ ಶಶಿಗೆ ಇವರೆಲ್ಲಾ ಇವಳ ಬಾಡಿಗಾರ್ಡ್ಸ್ ಇರಬಹುದಾ? ಎಂಬ ತಲೆಕೊರೆತ ಶುರುವಾಯಿತು. ಕುತೂಹಲ ತಡೆಯಲಾರದೆ "ಯಾರಿವರು?" ಎಂದು ಮೆತ್ತಗೆ ಕೇಳಿದ. ರೇಖಾ "ನನ್ನ ಪರಿಚಿತರು" ಎಂದು ಹೇಳಿ ಸುಮ್ಮನಾದಳು. ಬಹುಶಃ ಸಂಜಯ ಮನೆಗೆ

ಹಿಂತಿರುಗಿ ಬರದಿದ್ದರೆ ಅವನನ್ನು ಎಳೆದುಕೊಂಡು ಬರಲು ಸಹಾಯಕ್ಕೆ ಜೊತೆಗೆ ಕರೆತಂದಿರಬೇಕೆಂದು ಭಾವಿಸಿ ಶಶಿ ಕಾರು ಏರಿದ. ಗುರಿಯತ್ತ ಮುನ್ನುಗ್ಗುವ ಬಾಣದಂತೆ ವೇಗವಾಗಿ ಹೊರಟ ಕಾರು ಅವರಿಬ್ಬರೂ ಅಂದುಕೊಂಡಿದ್ದಕ್ಕಿಂತ ಮೊದಲೇ ಸುರಕ್ಷಿತವಾಗಿ ಅವರನ್ನು ಶ್ರೀನಿವಾಸರ ಮನೆಗೆ ತಲುಪಿಸಿತ್ತು. ಶಶಿ ಮತ್ತು ರೇಖಾಳ ಆಗಮನ ಕಂಡ ಶ್ರೀನಿವಾಸರು ನೆಮ್ಮದಿಯ ನಿಟ್ಟುಸಿರು ಬಿಡುತ್ತ "ಸಂಜಯ ಇಲ್ಲಿಗೆ ಬರುವ ಮುನ್ನವೇ ನೀವು ಬಂದದ್ದು ನೋಡಿ ನನಗೆ ಸಮಾಧಾನವಾಯಿತು. ಮುಂದೇನು ಮಾಡುವುದೆಂದು" ಆತಂಕದಿಂದ ಕೇಳಿದರು. ರೇಖಾ ಆಗಲೇ ತನ್ನ ತೀಕ್ಷ್ಣ ಬುದ್ಧಿ ಬಳಸಿ ಒಂದು ಯೋಜನೆ ತಯಾರಿಸಿಟ್ಟುಕೊಂಡಿದ್ದಳು. ಅದನ್ನು ಅರ್ಥವಾಗುವಂತೆ ಬಿಡಿಸಿ ಹೇಳಿದಾಗ ಶ್ರೀನಿವಾಸರು ಅವಳ ಜಾಣ್ಮೆಗೆ ತಲೆದೂಗಿ "ಸರಿ" ಎಂದರು.

ಚೆನ್ನೈ ರೈಲುನಿಲ್ದಾಣಕ್ಕೆ ಬಂದಿಳಿದ ಸಂಜಯ ಓಲಾ ಕ್ಯಾಬ್ ಒಂದರಲ್ಲಿ ಕುಳಿತು ಶ್ರೀನಿವಾಸರ ಮನೆಯತ್ತ ಹೊರಟ. ಹಾದಿಯುದ್ದಕ್ಕೂ ಅವನ ಹೃದಯದೊಳಗೆ ಹೂಮಳೆಯ ಸಿಂಚನ. ತಾನು ಮನೆ ತಲುಪುತ್ತಿದ್ದಂತೆ ಶ್ರೀನಿವಾಸ್ ಓಡೋಡಿ ಬಂದು ತನ್ನ ತಬ್ಬಿ, ಹಣೆಗೊಂದು ಹೂಮುತ್ತನಿಟ್ಟು ಎರಡೂ ಕೈಗಳಿಂದ ಎತ್ತಿಕೊಂಡು ಗಿರಗಿರನೇ ತಿರುಗಿಸಿ ಸಂಭ್ರಮಿಸುವಂತೆ ಕಲ್ಪಿಸಿಕೊಂಡ ಸಂ'ಜಯ' ಆ ಗರಿಗೆದರಿದ ಕಲ್ಪನೆಗಳೊಳಗೆ ಮುಳುಗಿಹೋದ. ಇಷ್ಟು ದಿನ ಈ ಸಮಾಜಕ್ಕೆ ಹೆದರಿದವರು ಈಗ ನನ್ನನ್ನು ಮದುವೆ ಆಗಿ ಅದೇ ಸಮಾಜಕ್ಕೆ ಸವಾಲೊಡ್ಡಬಲ್ಲರೇ? ನನ್ನ ಕೊರಳಿಗೆ ತಾಳಿ ಕಟ್ಟಿ ಇವನು ನನ್ನ ಹೆಂಡತಿಯೆಂದು ನಾಲ್ವರಿಗೆ ಹೇಳಬಲ್ಲರೇ? ನಮ್ಮಿಬ್ಬರ ಮದುವೆಯ ವಿಚಾರ ಅಪ್ಪಿತಪ್ಪಿ ಸುಗುಣ, ಅಪ್ಪ, ಅಮ್ಮನ ಕಿವಿಗೆ ಬಿದ್ದರೆ ಅವರೆಲ್ಲಾ ಸುಮ್ಮನಿರುವರೇ? ಎಂಬ ಪ್ರಶ್ನೆಗಳು ಏಳುತ್ತಿದ್ದಂತೆ ಬಿಸಿಯಾಗಿದ್ದ ಸಂ'ಜಯ'ನ ಮೈ ಬೆವರತೊಡಗಿತು. ಅಷ್ಟೊತ್ತಿಗಾಗಲೇ ಅವನು ಶ್ರೀನಿವಾಸರ ಮನೆಯ ಬಳಿಯಿದ್ದ. ಓಲಾದವನಿಗೆ ಬಿಲ್ ಪಾವತಿಸಿ ತನ್ನ ಪುಟ್ಟ ಬ್ಯಾಗನ್ನು ಹೆಗಲಿಗೇರಿಸಿಕೊಂಡು ಮನೆಯ ಕಾಲಿಂಗ್ ಬೆಲ್ ಒತ್ತಿದ. ಕೆಲಸದವರು ಬಾಗಿಲು ತೆರೆದು ಸಂಜಯನ ಪೂರ್ವಾಪರ ವಿಚಾರಿಸಿ ನಿಮಗೆ ಬೇಕಾದವರು ಮೇಲ್ಗಡೆ ಇದ್ದಾರೆಂದು ಸನ್ನೆ ಮಾಡಿದರು.

ಮನೆಯೊಳಗೆ ಕಾಲಿಟ್ಟ ಸಂಜಯನ ಎದೆಬಡಿತ ಹೆಚ್ಚಾಯಿತು. ಮೊದಲ ಬಾರಿಗೆ ಆಫೀಸಿಗೆ ಬಂದಾಗ ತೊಟ್ಟಿದ್ದ ಬಟ್ಟೆಯೇ ತೊಟ್ಟಿರಬಹುದು. ಅದೇ ಸುಂದರ ವದನ ಈಗಲೂ ನನ್ನನ್ನು ಕಾಡಬಹುದೆಂದು ಯೋಚಿಸುತ್ತ ಒಂದೊಂದೇ ಮೆಟ್ಟಿಲು ಮೇಲೇರಿದ. ರೂಮಿನ ಬಾಗಿಲು ತೆರೆದೇಯಿತ್ತು. ಶ್ರೀನಿವಾಸ್ ಕಿಟಕಿಯ ಪಕ್ಕ ಕುಳಿತು ಸೀಗರೇಟು ಸೇದುತ್ತಿದ್ದರು. ಅವರ ಮುಖದ ಮೇಲೆಲ್ಲಾ ಬಿಳಕೂದಲುಗಳ ಕುರುಚಲು ಗಡ್ಡ, ನುಣಪಾಗಿ

ಬೋಳಿಸಿದ್ದ ತಲೆ, ಸುಂದರ ವದನವ ಕುರೂಪಗೊಳಿಸಿದ್ದ ದದ್ದುಗಳು, ಬಾಗಿರುವ ಬೆನ್ನು, ಸೋತುಹೋಗಿರುವ ಕಾಯ, ಎಲ್ಲದಕ್ಕಿಂತಲೂ ಮಿಗಿಲಾಗಿ ಸ'ಜಯ'ನೊಳಗಿನ ಕಾಮವ ಬಡಿದೆಬ್ಬಿಸುತ್ತಿದ್ದ ಮೀಸೆಯೇ ಸಂಪೂರ್ಣ ಬೋಳಿಸಲ್ಪಟ್ಟಿತ್ತು. ಶ್ರೀನಿವಾಸ್ ಅಕ್ಷರಶಃ ಸಂಜಯನ ಕಣ್ಣುಗಳಿಗೆ ಆರೋಮ್ಯಾಂಟಿಕ್ (ಪ್ರಣಯ ಆಕರ್ಷಣೆಯನ್ನು ಅನುಭವಿಸದ ವ್ಯಕ್ತಿ) ನಂತೆಯೇ ಕಾಣಿಸತೊಡಗಿದರು. ಇವರು ಅವರೇನಾ? ಆ ವದನ...! ಈ ವದನ...! ಎಂದು ಯೋಚಿಸುತ್ತಾ ಒಂದು ಹೆಜ್ಜೆಯೂ ಮುಂದಿಡದೇ ಅಲ್ಲೇ ನಿಂತನು. ಅವನ ನೋಡಿದೊಡನೆಯೇ ಶ್ರೀನಿವಾಸ್ ಖುಷಿಯಿಂದ "ಓಹ್! ಜಯ್! ಬಾ ಜಯ್, ಅಲ್ಲೇ ಏಕೆ ನಿಂತೆ" ಎಂದು ಬಾಯ್ತೆರೆದು ಕರೆದರು. ಆಗ ಉದುರಿದ ಹಲ್ಲಿನೊಂದಿಗೆ ವಿಕಾರವಾಗಿ ಕಂಡ ಅವರ ದಂತಪಂಕ್ತಿ ಸಂಜಯನೊಳಗಿನ ಆಸೆಗಳನ್ನು ಅರ್ಧ ಕೊಂದು ಹಾಕಿದ್ದವು. "ಸರ್, ನೀವು!" ಎಂದು ತೊದಲುತ್ತಾ ಬಾಯ್ತೆರೆದ. "ಹೌದು, ನಾನೇ ಜಯ್ ನಿನ್ನ ಪ್ರೀತಿಯ ಅರ್ಥೈಸಿಕೊಳ್ಳದ ದಡ್ಡ. ಅಂದು ನಿನ್ನಾಸೆಗಳ ಮೇಲೆ ಸಮಾಧಿ ಕಟ್ಟಿದ್ದ ಮೋಸಗಾರ. ನೀನು ನನಗೋಸ್ಕರ ಅದೆಷ್ಟು ಹಂಬಲಿಸಿದೆ. ಆದರೆ ನಾನು ಮಾತ್ರ ನಿನಗೆ ಕೊಟ್ಟಿದ್ದು ಬರೀ ನೋವು. ನಾವಿಬ್ಬರೂ ದೂರವಾದ ನಂತರ ನನಗೆ ನಿನ್ನ ನಿಜವಾದ ಪ್ರೀತಿ ಅರ್ಥವಾಯಿತು. ನಿನ್ನಾಸೆ ಈಡೇರಿಸಬೇಕೆಂದು ನಿರ್ಧರಿಸಿ ನಿನಗೆ ಸಂದೇಶ ಕಳಿಸಿದ್ದೆ. ನೀನೀಗ ನನ್ನ ಬಳಿಗೆ ಬಂದಿದ್ದು ನನ್ನ ಶಾಪ ವಿಮೋಚನೆಯಾದಂತಾಗಿದೆ" ಎಂದು ಸಂಜಯನ ಹಣೆಗೆ ಮುತ್ತನ್ನಿಟ್ಟು ಬಿಗಿಯಾಗಿ ಅಪ್ಪಿಕೊಂಡರು. ಆ ಅಪ್ಪುಗೆ ಸಂಜಯನ ಮೈಬಿಸಿ ಮಾಡಲಿಲ್ಲ. ಅವನೊಳಗಿನ ಕಾಮಭಾವನೆಗಳನ್ನು ಕೆರಳಿಸಲಿಲ್ಲ. ನಿರ್ಜೀವ ಕಲ್ಲಿನಂತೆ ನಿಂತುಬಿಟ್ಟ, ಬಹುಶಃ ನನ್ನ ಬಿಗಿಯಾಗಿ ತಬ್ಬಬಹುದು, ನನ್ನ ಮುತ್ತಿಗೆ ಪ್ರತಿಯಾಗಿ ಮುತ್ತಿನ ಮಳೆಯೇ ಸುರಿಸಬಹುದು. ನನ್ನ ಬೆತ್ತಲುಗೊಳಿಸಿ ಅವನಾಸೆ ಈಡೇರಿಸಿ ಕೊಳ್ಳಬಹುದೆಂದು ಒಳಗೊಳಗೆ ಭಯ ಪಡುತ್ತಿದ್ದ ಶ್ರೀನಿವಾಸರಿಗೆ ಸಂಜಯನ ಮೌನ, ಅವನ ನೀರಸ ಪ್ರತಿಕ್ರಿಯೆ ತುಸು ಸಮಾಧಾನ ನೀಡಿತು.

"ನನಗೀಗ ಯಾರ ಚಿಂತೆಯೂ ಇಲ್ಲ. ಈ ಭುವಿ ಬಾನುವಿನ ವಿರೋಧ ಕಟ್ಟಿಕೊಂಡಾದರೂ ಸರಿ ನಿನ್ನೊಳಗೆ ನಾನು ಬೆರೆತು ಹೋಗುವೆ. ಬಾ ಜಯ್, ಈ ಲೋಕವನ್ನೇ ಮರೆತುಬಿಡೋಣ"

ಶ್ರೀನಿವಾಸ್ ತಮ್ಮ ಮೈಮೇಲಿದ್ದ ಅಂಗಿಯನ್ನು ಕಳಚಿದರು. ಬಡಕಲಾಗಿರುವ ಆ ದೇಹ ಕಂಡು ಸಂಜಯ ಬೆವರತೊಡಗಿದ. ಹೆಚ್ಚು ಮಾತಾಡದೇ "ಕ್ಷಮಿಸಿ ಸರ್" ಎಂದು ಬೆನ್ನು ತಿರುಗಿಸಿ ನಿಂತುಬಿಟ್ಟ. ಒಡನೇ ಅವನನ್ನು ಹತ್ತಿರಕ್ಕೆ ಎಳೆದ ಶ್ರೀನಿವಾಸ್ "ಏಕೆ ಜಯ್? ಏನಾಯಿತು? ನನಗೆ ನೀನು ಬೇಕು ಪ್ಲೀಸ್" ಎಂದು ಅವನ ಅಂಗಿಯ ಗುಂಡಿ ಕಳಚಲು ಹೋದ.

ತುಸು ದೂರ ಸರಿದ ಸಂಜಯ "ನನಗ್ಯಾಕೋ ನಿಮ್ಮನ್ನು ನೋಡಿದರೆ ಯಾವ ಆಸೆಯೂ ಹುಟ್ಟುತ್ತಿಲ್ಲ. ಈ ಮನೆಗೆ ಕಾಲಿಡುವ ಮುನ್ನ ಚೆನ್ನಾಗಿದ್ದ ನಾನು, ನಿಮ್ಮನ್ನು ಈ ಅವಸ್ಥೆಯಲ್ಲಿ ಕಂಡೊಡನೆಯೇ ಏಕೆ ಹೀಗಾದೆ! ನನಗೆ ಅರ್ಥವಾಗುತ್ತಿಲ್ಲ. ನನ್ನ ತಲೆ ಸಿಡಿಯುವ ಮುನ್ನ ಮತ್ತೇನು ಮಾತನಾಡದೇ ಸುಮ್ಮನಿದ್ದುಬಿಡಿ" ಸಂಜಯ ತನ್ನೆರಡೂ ಕೈ ಮುಗಿದು ಕೇಳಿದ. ಅವರಿಬ್ಬರ ಮಾತುಗಳನ್ನು ಮೊಬೈಲಿನ ಮೂಲಕ ಆಲಿಸುತ್ತಿದ್ದ ಶಶಿ ಮತ್ತು ರೇಖಾ ಆ ಕೋಣೆಗೆ ಬಂದರು.

ಅಂದು ಸುಂದರ ವದನ ಕಂಡಾಗ ಹುಟ್ಟುತ್ತಿದ್ದ ಆಸೆಗಳು ಇಂದು ಈ ಕುರೂಪ ವದನವ ಕಂಡು ಆತ್ಮಹತ್ಯೆ ಮಾಡಿಕೊಂಡವೇ? ಏನಾಯಿತು ನನಗೆ? ಎಷ್ಟೊಂದು ಆಸೆಗಳನ್ನು ಬೆನ್ನಿಗೆ ಕಟ್ಟಿಕೊಂಡು ಇಲ್ಲಿಗೆ ಬಂದೆ. ಈಗ ನನಗೆ ನಾನೇ ಅರ್ಥವಾಗದೇ ಉಳಿದುಬಿಟ್ಟೆನಲ್ಲಾ; ಸಂಜಯ ಶತಪತಿಸುತಿದ್ದ. ಒಂದು ಲೋಟ ನೀರು ತಂದು ಕೊಟ್ಟ ರೇಖಾ "ಎಲ್ಲಾ ಸರಿ ಹೋಗುತ್ತದೆ, ಚಿಂತಿಸದಿರಿ" ಎಂದು ಥಮ್ಸಪ್ ಸಿಂಬಲ್ ತೋರಿಸಿದಳು. ಅಲ್ಲೇ ನಿಂತಿದ್ದ ಶಶಿಯೂ ಹೌದು ಎಂಬಂತೆ ತಲೆ ಆಡಿಸಿದ.

ಕೆಲವು ಕ್ಷಣ ಕೋಣೆಯೊಳಗೆ ಮೌನ ತನ್ನ ಸಾಮ್ರಾಜ್ಯ ವಿಸ್ತರಿಸಿ ಅಲ್ಲಿದ್ದವರ ಮೇಲೆ ಆಳ್ವಿಕೆ ನಡೆಸಿತು. ನೀರು ಕುಡಿದು ಸಾವರಿಸಿಕೊಂಡ ಸಂಜಯನನ್ನು ಅನುನಯಿಸಲು ಅವನ ತಲೆ ನೇವರಿಸಿದ ಶ್ರೀನಿವಾಸ್ ತಮ್ಮ ಧ್ವನಿ ಸರಿಪಡಿಸಿಕೊಂಡು ಕೇಳಿದರು "ಏನಾಗಿತ್ತು ಜಯ್ ನಿಮಗೆ, ನಂಬಿದವರನ್ನೆಲ್ಲಾ ಬಿಟ್ಟು ಏಕೆ ಹೀಗೆ ದೂರ ಹೋಗಿದ್ರಿ?"

"ನಂಬಿದವರೇ ನನ್ನ ನಂಬಿಕೆಗಳ ಜೊತೆಗೆ ಆಟವಾಡಿದರಲ್ಲಾ? ಮುಳ್ಳುಗಳನ್ನು ಪ್ರೀತಿಸಿದರೆ ಕೆಲವೊಮ್ಮೆ ಅವು ಹೂವಾಗಿ ಅರಳುತ್ತಾವಂತೆ ನಾನು ಹೂಗಳನ್ನು ಪ್ರೀತಿಸಿದೆ ಅವು ನನ್ನ ಪಾಲಿಗೆ ಮುಳ್ಳಾದವು. ಆ ಹೂಗಳಲ್ಲಿ ನೀವೂ ಸಹ ಒಬ್ಬರು. ನನಗರಿವಿಲ್ಲದೆ ನಿಮ್ಮನ್ನು ಜೀವಕ್ಕಿಂತಲೂ ಹೆಚ್ಚು ಪ್ರೀತಿಸಿದೆ. ಯಾರಿಗೂ ಜಗ್ಗದ ನನ್ನನ್ನು ನೀವು ಒತ್ತಾಯ ಮಾಡಿ ನನ್ನ ಕೊರಳಿಗೆ ಮುಗ್ಧ ಹೆಣ್ಣೊಬ್ಬಳನ್ನು ಕಟ್ಟಿಸಿದಿರಿ. ಅಂದಿನಿಂದ ನನ್ನ ಬದುಕಿನಲ್ಲಿ ಕತ್ತಲಾವರಿಸಿತು. ನಿಮ್ಮಿಂದ ಸಿಗದ ಪ್ರೀತಿಯನ್ನು ಮತ್ತೊಬ್ಬರಲ್ಲಿ ಹುಡುಕಿದೆ. ಅವರು ನಿಮಗಿಂತಲೂ ಹೆಚ್ಚಾಗಿ ನನ್ನ ನಂಬಿಸಿದರು. ಅವರಾದರೂ ಈಡೇರದ ನನ್ನ ಆಸೆಗಳನ್ನು ಪೂರೈಸಿಯಾರೆಂದು ನಂಬಿದವರನ್ನೆಲ್ಲಾ ತೊರೆದು ಅವರನ್ನು ಹುಡುಕಿಕೊಂಡು ಬಹುದೂರ ಹೋದೆ. ಆದರೇನು ಮಾಡುವುದು ನನ್ನ ಹಣೆಬರಹ ಕೆಟ್ಟದಿರುವಾಗ! ಆ ವ್ಯಕ್ತಿ ನನ್ನ ಬಳಸಿಕೊಂಡ. ಅವನ ತೆವಲು ತೀರುತ್ತಿದ್ದಂತೆ ಜಾಡಿಸಿ ಒದ್ದ. ಆಗಲೇ ನನಗನಿಸಿತು ಈ ಸಲಿಂಗ ಲೋಕದಲ್ಲಿ ಪ್ರೇಮಕ್ಕಿಂತಲೂ ಕಾಮವೇ ಪ್ರಧಾನವೆಂದು. ನನಗೆ ನನ್ನ ಬಗ್ಗೆಯೇ

ಅಸಹ್ಯವೆನಿಸತೊಡಗಿತು. ಆ ಲೋಕದಿಂದ ನಾನು ಹೊರಬರಬೇಕು ಅಥವಾ ನಾನೇ ಈ ಲೋಕ ಬಿಟ್ಟು ಹೋಗಬೇಕು. ದಾರಿ ಕಾಣದೇ ದಿಕ್ಕು ತೋಚಿದ ಕಡೆಗೆ ಅಲೆದೆ. ನನ್ನಂತೆ ಆಸೆಗಳ ಬೆನ್ನಟ್ಟಿ ಹೊರಟ ಟ್ರ್ಯಾನ್ಸ್‌ಜೆಂಡರ್‌ಗಳು ನನಗೆ ಹೆಗಲು ಕೊಟ್ಟರು. ಅವರ ಜೊತೆಗಿದ್ದು ನನ್ನ ನೋವೆಲ್ಲಾ ಮರೆತೆ. ಹಳಿ ತಪ್ಪಿದ ನನ್ನ ಬದುಕನ್ನು ಮರಳಿ ಹಳಿಗೆ ತರಲು ಹೆಣಗಾಡಿದೆ; ಹೆಣಗಾಡುತ್ತಲೇ ಇದ್ದೆ. ಈ ವೇಳೆ ಕಂಡ ನಿಮ್ಮ ಸಂದೇಶ ಸತ್ತಂತ್ತಿದ್ದ ನನ್ನೊಳಗಿನ ಅವಳನ್ನು ಬಡಿದೆಬ್ಬಿಸಿತು. ಅವಳೇ ನನ್ನನ್ನು ನಿಮ್ಮ ಬಳಿಗೆ ಕರೆತಂದಳು. ಈಗ ತಿಳಿಯಿತೇ ನಾನೇಕೆ ಮನೆತೊರೆದೆನೆಂದು!"

ಸಂಜಯನಾಡಿದ ಮಾತುಗಳು ಅವನ ಎದುರಿಗೆ ಕುಳಿತಿದ್ದ ಶ್ರೀನಿವಾಸ್, ಶಶಿ, ರೇಖಾ ಮೂವರ ಹೃದಯಕ್ಕೂ ತಾಕಿದ್ದವು. ಶ್ರೀನಿವಾಸರು "ನೀವೊಬ್ಬ ಒಳ್ಳೆಯ ಪ್ರತಿಭಾವಂತ ಹಾಗೆಯೇ ಶ್ರಮಜೀವಿ. ನಿಮ್ಮ ಬುದ್ಧಿಮತ್ತೆಯ ಬಗ್ಗೆ ಮಾತೇ ಬೇಡ. ನಿಮ್ಮಂತಹ ವ್ಯಕ್ತಿಗಳು ಇಂತಹ ನಿರ್ಧಾರ ಕೈಗೊಳ್ಳುವುದು ಪ್ರಕೃತಿಗೆ ವಿರುದ್ಧವಾದದ್ದು. ಜೊತೆಗೆ ನಿಮ್ಮ ನಡೆ ಸಮಾಜ ಒಪ್ಪಿತವೂ ಅಲ್ಲ. ನೀವು ಈ ಆಸೆಗಳನ್ನು ತ್ಯಜಿಸಿ ಸೃಜನಶೀಲರಾಗಿ ಬಾಳಬೇಕು ಜಯ್" ಎಂದು ಎಂದು ತಾಯಿ ಹಠ ಮಾಡುವ ಮಗುವನ್ನು ರಮಿಸುವಂತೆ ಸಂಜಯನ ಬೆನ್ನು ಸವರಿದರು. ಅವರ ಮಾತಿಗೆ ತನ್ನೊಳಗೆ ಜ್ವಾಲಾಮುಖಿಯಂತೆ ಕುದಿಯುತ್ತಿರುವ ರೋಷದಿಂದ ಎದ್ದು ನಿಂತ ಸಂಜಯ

"ಅದೇ ಹೇಗೆ ತ್ಯಜಿಸಲಿ; ಆ ಆಸೆಗಳು ನನ್ನೊಳಗೆ ಎಲ್ಲಿವೆ? ತೋರಿಸಿ. ಅವುಗಳನ್ನು ಹಿಡಿದು ಇಲ್ಲೇ, ನಿಮ್ಮೆದುರಿಗಿರುವ ಈ ಗೋಡೆಗೆ ಎತ್ತೆತ್ತಿ ಕುಕ್ಕುವೆ. ಬದುಕಿನುದ್ದಕ್ಕೂ ಅವು ನನಗೆ ಹೇಗೆ ಚಿತ್ರಹಿಂಸೆ ಕೊಟ್ಟವೋ ನಾನೂ ಹಾಗೆ ಅವುಗಳಿಗೆ ಹಿಂಸಿಸುತ್ತೇನೆ. ತೋರಿಸಿ ಸರ್, ಎಲ್ಲಿದ್ದಾವೆ ಆ ಆಸೆಗಳು?" ಉಮ್ಮಳಿಸಿ ಬಂದ ದುಃಖ ತಡೆಯಲಾರದೇ ಜೋರಾಗಿ ಅಳತೊಡಗಿದನು.

ಕಬ್ಬಿಣ ಕಾದಿರುವಾಗಲೇ ಬಡಿಯಬೇಕು. ಈಗ ಸಂಜಯ ಸಹ ಕಾದ ಕಬ್ಬಿಣದಂತಾಗಿದ್ದಾನೆ. ಅವನನ್ನು ಬಗ್ಗಿಸಲು ಇದು ಸಕಾಲವೆಂದರಿತ ರೇಖಾ ತನ್ನ ಯೋಜನೆಯಂತೆಯೇ ಮೈಸೂರಿನಿಂದ ಜೊತೆಗೆ ಕರೆತಂದಿದ್ದ ಕಪ್ಪು ಬಣ್ಣದ, ಧಡೂತಿ ಕಾಯದ, ಬೋಳು ತಲೆಯ ಪುರುಷನನ್ನು ತಾವಿದ್ದ ಕೋಣೆಗೆ ಕರೆಸಿದಳು. ಆ ವ್ಯಕ್ತಿಯನ್ನು ಸಂಜಯನ ಎದುರಿಗೆ ನಿಲ್ಲಿಸಿ ಇವರನ್ನು ನೋಡಿದಾಗ ನಿಮ್ಮ ಲೈಂಗಿಕ ಭಾವನೆಗಳು ಕೆರಳುತ್ತವೆಯೇ? ಯಾವುದೇ ಮುಚ್ಚುಮರೆಯಿಲ್ಲದೇ ಹೇಳಿ ಎಂದಳು. ಸಂಜಯ ಆ ವ್ಯಕ್ತಿಯ ವಿಕಾರ ವದನ, ಸ್ಥೂಲ ಕಾಯ ನೋಡಿ ಅಸಹ್ಯ ಪಟ್ಟನೇ ಹೊರತು ಏನೂ ಮಾತನಾಡಲಿಲ್ಲ. ನಂತರ ಐವತ್ತರ ಪ್ರಾಯದ ಸುಂದರ ಪುರುಷನನ್ನು ಕರೆಸಿದ ರೇಖಾ "ಈಗ ಹೇಳಿ" ಎಂದಳು. ಸಂಜಯ ಆ ವ್ಯಕ್ತಿಯನ್ನು

ಆಸೆಗಣ್ಣಿನಿಂದ ದಿಟ್ಟಿಸಿ ನೋಡಿ ದೃಷ್ಟಿ ತಗ್ಗಿಸಿದನೇ ಹೊರತು ಆಗಲೂ ತುಟಿ ಬಿಚ್ಚಲಿಲ್ಲ. ಮೊದಲ ವ್ಯಕ್ತಿಯ ನೋಡಿದಾಗ ಸಂಜಯನ ಕಣ್ಣುಗಳು ಮತ್ತು ವದನದಲ್ಲಿ ಕಂಡ ಹಾವಭಾವವನ್ನು ಎರಡನೇ ವ್ಯಕ್ತಿಯನ್ನು ನೋಡಿದಾಗ ಕಂಡ ಹಾವಭಾವದ ಜೊತೆಗೆ ತುಲನೆ ಮಾಡಿದ ರೇಖಾ ತಾನೇ ಮಾತು ಮುಂದುವರೆಸಿ "ಮೊದಲ ವ್ಯಕ್ತಿಯನ್ನು ನೋಡಿದಾಗ ಕೆರಳದ ನಿಮ್ಮೊಳಗಿನ ಆಸೆಗಳು ಎರಡನೇ ವ್ಯಕ್ತಿಯನ್ನು ನೋಡಿದಾಗ ಕೆರಳಿರಬಹುದಲ್ಲವೇ?" ಎಂದು ಊಹೆ ವ್ಯಕ್ತಪಡಿಸಿದಳು. ಸಂಜಯ 'ಹೌದು' ಎಂಬಂತೆ ತಲೆ ಅಲ್ಲಾಡಿಸಿದ. ಒಡನೇ ರೇಖಾ ಮುಖಕ್ಕೆ ಬಟ್ಟೆ ಸುತ್ತಿಕೊಂಡಿರುವ ಮತ್ತೊಬ್ಬ ಸುಂದರ ವ್ಯಕ್ತಿಯನ್ನು ಸಂಜಯನ ಎದುರಿಗೆ ನಿಲ್ಲಿಸಿ ಕೇಳಿದಳು "ಈಗೇನನಿಸುತ್ತದೆ?"

ವದನವೇ ಇಲ್ಲದ ಕೇವಲ ಕಾಯವಷ್ಟೇ ಹೊಂದಿರುವ ಆ ವ್ಯಕ್ತಿಯನ್ನು ನೋಡಲು ಸಂಜಯ ಆಸಕ್ತಿ ತೋರಿಸಲಿಲ್ಲ. ಅವನೆದುರೇ ಆ ವ್ಯಕ್ತಿಯ ಮುಖಕ್ಕೆ ಕಟ್ಟಿದ ಬಟ್ಟೆಯನ್ನು ಬಿಚ್ಚಿದಾಗ ಆ ಸುಂದರ ವದನ ಸಂಜಯನ ಹೃದಯ ಕುಕ್ಕಿ ಬಳಬಳನೇ ಕಣ್ಣೀರು ಹರಿಸಿತು.

ರೇಖಾಳಿಗೆ ಈಗ ಸಂಪೂರ್ಣ ಅರ್ಥವಾಗಿತ್ತು.

"ನಿಮ್ಮೊಳಗಿನ ಆ ತೀರದ ಆಸೆಗಳಿಗೆ ಮೂಲಕಾರಣ ವ್ಯಕ್ತಿಯಲ್ಲ, ವದನ. ಸುಂದರ ವದನಗಳೇ ನಶಿಸಿ ಹೋಗುತ್ತಿರುವ ನಿಮ್ಮೊಳಗಿನ ಲೈಂಗಿಕ ಆಸೆಗಳಿಗೆ ಮರುಹುಟ್ಟು ಕೊಡುತ್ತವೆ. ನೀವು ಒಬ್ಬ ಸುಂದರ ವ್ಯಕ್ತಿಯನ್ನು ಕೆಲವು ಕ್ಷಣ ಕಣ್ತುಂಬಿಸಿಕೊಂಡಾಗ ಆ ವ್ಯಕ್ತಿ ಕಣ್ಣ ಮುಂದಿನಿಂದ ಮರೆಯಾದರೂ ಅವನ ಬಿಂಬ ಮಾತ್ರ ನಿಮ್ಮ ಕಣ್ಣೊಳಗೇ ಉಳಿದು ಆ ವ್ಯಕ್ತಿಯ ಮೇಲೆ ನಿಮಗೆ ಒಲವು ಹೆಚ್ಚುತ್ತದೆ. ಆ ಬಿಂಬವು ಮತ್ತೇ ಮತ್ತೇ ಕಣ್ಣೆದುರು ಕುಣಿದಾಡಿ ನಿಮ್ಮನ್ನು ಕಾಮದ ಸುಳಿಗೆ ನೂಕುತ್ತದೆ. ಇದರಿಂದ ಹೊರಬರುವ ಸುಲಭ ಮಾರ್ಗವೆಂದರೆ ಸುಂದರ ವದನ ಕಂಡ ಕೂಡಲೇ ನಿಮ್ಮ ಧ್ಯಾನವನ್ನು ಕಾಮದ ಬದಲು ಆಧ್ಯಾತ್ಮದ ಕಡೆಗೆ ಎಳೆದೊಯ್ಯಬೇಕು. ನೀವು ಗೌರವ ಭಾವನೆಯಿಂದ ಪೂಜಿಸುವ ವ್ಯಕ್ತಿ ಅಥವಾ ಶಕ್ತಿಗಳನ್ನು ಆ ಕ್ಷಣ ನಿಮ್ಮ ಕಣ್ಣ ಮುಂದೆ ತಂದುಕೊಂಡರೆ ಸಾಕು ನಿಮ್ಮೊಳಗಿನ ಲೈಂಗಿಕ ಆಸೆಗಳು ಕೆರಳಲಾರವು. ಹೀಗಾದಾಗ ಮಾತ್ರ ನೀವು ನೀವಾಗಿರಲು ಸಾಧ್ಯ" ಎಂದಳು.

ರೇಖಾಳ ಉಪದೇಶ ಕೇಳಿ ಸಂಜಯ ಮತ್ತಷ್ಟು ದುಃಖಿತನಾಗಿದ್ದ. "ಸದಾ ನಾನು ನಾನಾಗಿರಲು ಬಯಸುತ್ತೇನೆ. ಆದರೇನು ಮಾಡಲಿ; ನನ್ನೊಳಗಿನ ಅವಳು ನನ್ನನ್ನು ಮತ್ತೇ ಆ ಕೂಪಕ್ಕೆ ತಳ್ಳಿಬಿಡುತ್ತಾಳೆ. ನನಗೆ ಉಕ್ಕಿ ಬರುತ್ತಿರುವ ರೋಷದಲ್ಲಿ ಅವಳೇನಾದರೂ ನನ್ನ ಕೈಗೆ ಸಿಕ್ಕರೆ ಕೊಂದೇ ಹಾಕುತ್ತೇನೆ" ಎಂದು ಗಂಟಲು ಹರಿದು ಹೋಗುವಂತೆ ಕಿರುಚಾಡಿದ. ರೇಖಾ ಅಂದುಕೊಂಡಂತೆ ಸಂಜಯನೀಗ ಅವಳು ಹೆಣೆದ ವ್ಯೂಹದಲ್ಲಿ ಬಂಧಿಯಾಗಿದ್ದ.

"ನಿಮ್ಮೊಳಗಿನ ಅವಳನ್ನು ನಿಮ್ಮ ಕೈಗೆ ಹಿಡಿದು ಕೊಡುವವರು ಒಬ್ಬರಿದ್ದಾರೆ. ಅವರನ್ನು ತೋರಿಸುವೆ ನಿಮ್ಮ ಕಣ್ಣಿಗೆ ಈ ಕಪ್ಪು ಬಟ್ಟೆ ಕಟ್ಟಿಕೊಳ್ಳಿ" ಎಂದು ಅವನ ಕೈಗೆ ಕಪ್ಪು ರಿಬ್ಬನ್ ಕೊಟ್ಟಳು. ಸಂಜಯ ಯಾರವರು! ವ್ಯಕ್ತಿಯೋ? ಶಕ್ತಿಯೋ? ಎಂಬ ಕುತೂಹಲದೊಂದಿಗೆ ಕಣ್ಣಿಗೆ ರಿಬ್ಬನ್ ಕಟ್ಟಿಕೊಂಡ.

ಬೆಕ್ಕಸಬೆರಗಾಗಿ ರೇಖಾಳ ನಡೆಯನ್ನು ನೋಡುತ್ತಾ ಕುಳಿತಿದ್ದ ಶಶಿ ಮತ್ತು ಶ್ರೀನಿವಾಸರು ಸಂಜಯನ ಕೈ ಹಿಡಿದು ರೇಖಾ ಹೊರ ನಡೆದಂತೆ ಅವರನ್ನು ಇವರೂ ಹಿಂಬಾಲಿಸಿದರು. ಅವರೆಲ್ಲರೂ ಕುಳಿತ ಕಾರು ಮೈಸೂರಿನತ್ತ ಹೊರಟಿತು. ಸಂಜಯನ ಸುತ್ತ ಈಗ ಗಾಢವಾದ ಕತ್ತಲು ಆವರಿಸಿತ್ತು. ಅವನ ಎದುರೀಗ ಸಾವಿರಾರು ಸುಂದರ ವ್ಯಕ್ತಿಗಳು ನಿಂತರೂ ಅವರ ವದನ ಇವನಿಗೆ ಕಾಣಿಸದು. ಅವನೊಳಗಿನ ಅವಳೂ ಹುಟ್ಟು ಪಡೆಯಲಾರಳು. ಅವನಿಗೀಗ ದೃಷ್ಟಿಯಿಲ್ಲ. ದೃಷ್ಟಿಯಂತೆಯೇ ಸೃಷ್ಟಿ. ಪಯಣ ಸಾಗಿದಂತೆ ಸಂಜಯನ ಯೋಚನೆಗಳೂ ಜೊತೆಗೆ ಹೆಜ್ಜೆ ಹಾಕಿದ್ದವು. ತಾನು ಅಂಧನಾಗಿಯಾದರೂ ಹುಟ್ಟಿದ್ದಿದ್ದರೆ ಈ ವದನಗಳು ತನ್ನನ್ನು ಹೀಗೆ ಆಟವಾಡಿಸುತ್ತಿರಲಿಲ್ಲವೆಂದು ಅವನಿಗೆ ಅನಿಸತೊಡಗಿತು. ಸಂಜಯ ನಿದ್ರೆಗೆ ಜಾರುತ್ತಿದ್ದಂತೆ ಅವನ ಬದುಕಿನಲ್ಲಿ ಎದುರಾದ ನಾನಾ ಮುಖವಾಡಗಳು ಅವನೆದೆರು ಕೇಕೆ ಹಾಕಿ ಅವನ ಸ್ಮೃತಿ ಪಟಲದಿಂದ ಮರೆಯಾಗತೊಡಗಿದವು.

ತನ್ನ ತಂಗಿಯ ಗಂಡನನ್ನು ಮರಳಿ ಗೂಡಿಗೆ ಕರೆದೊಯ್ಯುತ್ತಿರುವ ಖುಷಿಯಲ್ಲಿ ಶಶಿ ರೇಖಾಳಿಗೆ "ಇನ್ನು ಮುಂದೆ ಸಂಜಯ ಹಳೆಯದ್ದನ್ನೆಲ್ಲಾ ಮರೆತು ಸುಗುಣಳಿಗೆ ತಕ್ಕ ಪತಿಯಾಗಿ ಬಾಳ್ವೆ ನಡೆಸಬಹುದೇ?" ಎಂದು ಕುತೂಹಲದಿಂದ ಕೇಳಿದನು. ಅವನ ದ್ವಂದ್ವ ಮನಸ್ಥಿತಿ ರೇಖಾಳಿಗೆ ಅರ್ಥವಾಗಿತ್ತು. ಮನೋವಿಶ್ಲೇಷಣೆಯ ಪಿತಾಮಹ 'ಸಿಗ್ಮಂಡ್ ಫ್ರಾಯ್ಡ್' ಹೇಳಿರುವಂತೆ ಸಲಿಂಗಕಾಮವನ್ನು ಬದಲಾಯಿಸುವುದು ಕಷ್ಟ. ಸಂಪೂರ್ಣವಾಗಿ ಅಭಿವೃದ್ಧಿ ಹೊಂದಿದ ಸಲಿಂಗಕಾಮಿಯನ್ನು ಭಿನ್ನಲಿಂಗೀಯವಾಗಿ ಪರಿವರ್ತಿಸಲು ಸಾಧ್ಯವಿಲ್ಲ. ಅವರೊಳಗಿನ ಸಲಿಂಗಕಾಮಿ ಭಾವನೆಗಳನ್ನು ತೊಡೆದುಹಾಕುವ ಬದಲು ಭಿನ್ನಲಿಂಗೀಯ ಭಾವನೆಗಳನ್ನು ಸಾಧ್ಯವಾಗಿಸುವುದು ನಮಗಿರುವ ಏಕೈಕ ದಾರಿ. ನಾನೀಗಾಗಲೇ ಸಂಜಯನಿಗೆ ನೀಡಿರುವ ಸಲಹೆಯಂತೆ ಅವನು ನಡೆದುಕೊಂಡಿದ್ದೇ ಆದರೆ ಸುಗುಣಳ ಜೊತೆಗೆ ಹೊಂದಿಕೊಂಡು ಹೊಸಜೀವನ ನಡೆಸಬಲ್ಲ. ಆದರೆ ಅವನೊಳಗೆ ಸಲಿಂಗಕಾಮ ಸುಪ್ತವಾಗಿಯೇ ಅಡಗಿರುತ್ತದೆ. ಇದೊಂದು ನಿಗೂಢ ವಿಚಾರ. ಹಾಗಾಗಿ ಸಂಜಯ ಮತ್ತು ಸುಗುಣ ಕೈಗೊಳ್ಳುವ ನಿರ್ಧಾರದ ಮೇಲೆ ಅವರ ಮುಂದಿನ ಜೀವನ ನಿಂತಿದೆ ಎಂದು ಮಾರ್ಮಿಕವಾಗಿ ನುಡಿದಳು. ಎಲ್‌ಜಿಬಿಟಿಕ್ಯೂಗಳನ್ನು ಕಂಡರೆ ಅಸಹ್ಯ ಪಡುತ್ತಿದ್ದ ಶಶಿಗೆ ರೇಖಾಳಿಂದ ಹಲವಾರು ವಿಚಾರಗಳು ತಿಳಿದು

ಅಂತಿಮವಾಗಿ ಅವರ ಬಗ್ಗೆ ಸಹಾನುಭೂತಿ ಮೂಡಿತು. ಅಂತೆಯೇ ಅವನ ಕಣ್ಣುಗಳಿಗೆ ಸಂಜಯನೊಬ್ಬ ಮನುಷ್ಯನಂತೆಯೇ ಕಂಡನು.

***

ಎಂಟು ತಾಸುಗಳ ಸುಧೀರ್ಘ ಪಯಣದ ನಂತರ ಬೆಳಗಿನ ಜಾವ ಸಂಜಯ ಮೈಸೂರು ತಲುಪಿದ್ದ. ಅವನಿಗೆ ಎಚ್ಚರವಾದಾಗ ಆಗಲೇ ಕಾರು ಸತ್ಯನಾರಾಯಣನ ಮನೆಯ ಎದುರು ನಿಂತಿತ್ತು. ಸಂಜಯನನ್ನು ಮನೆಯ ಒಳಗಡೆ ಕರೆದುಕೊಂಡು ಹೋದ ರೇಖಾ ಅವನ ಕಣ್ಣಿಗೆ ಕಟ್ಟಿದ್ದ ಪಟ್ಟಿಯನ್ನು ಬಿಚ್ಚಿದಳು. ಸುತ್ತಲೂ ಬೆಳಕು; ಸಂಜಯ ತನ್ನೆರಡೂ ಕಣ್ಣುಗಳನ್ನು ಉಜ್ಜಿಕೊಳ್ಳುತ್ತಾ ಎದುರಿರುವ ಗೋಡೆಗಳನ್ನು ದಿಟ್ಟಿಸಿ ನೋಡಿದ. ಅವು ಬಣ್ಣ ಮಾಸಿದ್ದರೂ ಗತಕಾಲದ ನೆನಪುಗಳ ಸಾರುತ್ತಿದ್ದವು. ಸುತ್ತಲೂ ಒಮ್ಮೆ ಕಣ್ಣು ಹಾಯಿಸಿದ. ಇದು ನನ್ನದೇ ಮನೆ...ನಾನಂದು ಯಾರಿಗೂ ಹೇಳದೇ ತೊರೆದ ಮನೆ. ನಿಶ್ಯಬ್ದವಾಗಿರುವ ಮನೆಯಲ್ಲಿ ಆಶ್ಚರ್ಯದಿಂದ ನಿಧಾನವಾಗಿ ಹೆಜ್ಜೆ ಮುಂದೆ ಇಟ್ಟ. ತಾಯಿ ಮಗುವಿಗೆ ಹಾಲುಣಿಸುವ ಉಬ್ಬುಚಿತ್ರ ಅವನ ಕಣ್ಣು ಕುಕ್ಕಿತು. ಶ್ರೀನಿವಾಸರ ಜೊತೆಗೆ ಶಾಪಿಂಗ್ ಎಂದು ಸುತ್ತಾಡುವಾಗ ಪೇಟೆಯಲ್ಲಿ ಕೊಂಡ ಚಿತ್ರವದು. ನಾಲ್ಕು ಹೆಜ್ಜೆ ಮುಂದಿಡುವ ವೇಳೆಗೆ ಗಕ್ಕನೇ ಅಲ್ಲೇ ನಿಂತನು. ಸತ್ಯನಾರಾಯಣಯರ ದೊಡ್ಡ ಗಾತ್ರದ ಫೋಟೋ ಫ್ರೇಮಿಗೆ ಹೂವಿನ ಹಾರ ಹಾಕಲಾಗಿತ್ತು. ಕೆಳಗೆ ಜನನ ಮತ್ತು ಮರಣ ದಿನಾಂಕಗಳ ಕಂಡೊಡನೆ ಸಂಜಯನ ಎದೆ ಒಡೆದಂತಾಯಿತು. ನಡುಗುವ ಕೈಕಾಲುಗಳು ಮುಂದೆ ಚಲಿಸಲಾರದೇ ಅಲ್ಲೇ ನಿಂತವು. ಅಪ್ಪ ಕೊಡಿಸಿದ ಬಟ್ಟೆ, ಪುಸ್ತಕ, ಲ್ಯಾಪ್ಟಾಪ್ ಎಲ್ಲವೂ ಒಂದೊಂದೇ ಕಣ್ಣಮುಂದೆ ಬರುತ್ತಿದ್ದಂತೆ ಕೀರಲು ಧ್ವನಿಯೊಂದು ಕೇಳಿಸಿತು. ಆ ಧ್ವನಿ ಬಂದ ಕಡೆಗೆ ತಿರುಗಿ ನೋಡಿದ "ಸಂಜು ಬಂದೇ ಬರ್ತಾನೆ, ಹೂಂ, ಅವರಪ್ಪ ಮಲಗಿದ್ದಾರೆ. ಅವರನ್ನ ಎದ್ದೇಳಿಸೋಕೆ ಬಂದೇ ಬರ್ತಾನೆ" ಎಂದು ಒಬ್ಬಳೇ ಚೇರಿನ ಮೇಲೆ ಕುಳಿತು ಮಾತಾಡಿಕೊಳ್ಳುತ್ತಿದ್ದ ಸುನಂದಮ್ಮಳಿಗೆ ಸುಗುಣ ಅಕ್ಕರೆಯಿಂದ "ಇದೊಂದು ತುತ್ತು ತಿನ್ನಿ ಅಮ್ಮ, ಅವರು ಖಂಡಿತ ಬರ್ತಾರೆ" ಎಂದು ಕೈತುತ್ತು ತಿನ್ನಿಸಿ ನೀರು ಕುಡಿಸುವ ದೃಶ್ಯ ಕಂಡ ಸಂಜಯನಿಗೆ ಖುಷಿಯ ಜೊತೆಗೆ ದುಃಖವೂ ಉಮ್ಮಳಿಸಿ ಬಂತು. "ಅಮ್ಮಾ..." ಎಂದು ಓಡಿ ಹೋಗಿ ತನ್ನ ತಾಯಿಯನ್ನು ಬಿಗಿಯಾಗಿ ಅಪ್ಪಿಕೊಂಡ.

ದಟ್ಟ ಕಾನನದೊಳಗೆ ಕಳೆದು ಹೋದ ಕರುವೊಂದು ತನ್ನ ತಾಯಿಯ ಕಂಡಾಗ ಓಡೋಡಿ ಬಂದಂತೆ ಸಂಜಯ ಬಹುದಿನಗಳ ನಂತರ ತನ್ನ ಅಂಬೆಯ ಮಡಿಲು ಸೇರಿದ್ದ. ಸುಗುಣ ಯಾರಿದು ತನ್ನತ್ತೆಯನ್ನು

ತಬ್ಬಿಕೊಂಡವರು! ಎಂದು ತಿಳಿಯದೇ ಆ ಕ್ಷಣ ಕಕ್ಕಾಬಿಕ್ಕಿಯಾದಳು. ಹಿಂತಿರುಗಿ ನೋಡಿದರೆ ಅಲ್ಲೇ ನಿಂತಿದ್ದ ಶಶಿ ಹೌದು ನಿನ್ನ ಗಂಡನೇ ಎಂದು ಕಣ್ಣ ಭಾಷೆಯ ಮೂಲಕವೇ ಅವಳ ಕುತೂಹಲವ ತಣಿಸಿದ. ಮೂಗಿಯಂತೆ ನಿಂತಿದ್ದ ಸುಗುಣಳತ್ತ ತಿರುಗಿದ ಸಂಜಯ ಜೋರಾಗಿ ಅಳುತ್ತ ಅವಳಿಗೆ ಕೈ ಮುಗಿದ. ಬಹುದಿನಗಳ ನಂತರ ಗಂಡನ ವದನ ನೋಡಿ ಸುಗುಣಳಿಗೆ ಸಂತೋಷ, ದುಃಖ ಒಮ್ಮೆಯೇ ಎದುರಾಗಿ ಗಂಟಲು ಉಬ್ಬಿದಂತಾಯಿತು. ಉಗುಳು ನುಂಗಿ ಕಣ್ಣೀರಿಡುತ್ತ "ರೀ..." ಎಂದು ಸಂಜಯನ ಎರಡೂ ಕೈ ಹಿಡಿದು ತನ್ನ ಕಣ್ಣಿಗೆ ಒತ್ತಿಕೊಂಡಳು. "ನಿನ್ನದು ಮಾತೃಹೃದಯ. ನಾನು ನಿನ್ನನ್ನು ತೊರೆದರೂ ನೀನು ನನ್ನನ್ನಾಗಲಿ, ನನ್ನ ತಾಯಿಯನ್ನಾಗಲಿ ತೊರೆಯಲಿಲ್ಲ. ನನ್ನನ್ನೇ ನಂಬಿ ಬಂದ ನಿನಗೆ ನಾನು ಕೊಟ್ಟ ಶಿಕ್ಷೆ ಘನಘೋರ ಅಪರಾಧ. ನಾನು ಮಾಡಿದ ಈ ದೊಡ್ಡ ತಪ್ಪನ್ನು ದಯವಿಟ್ಟು ನಿನ್ನ ಮಾತೃಹೃದಯದಿಂದ ಮನ್ನಿಸಿ ಬಿಡು ಸುಗುಣ. ಮತ್ತೆಂದೂ ನಿನ್ನ ತೊರೆದು ದೂರ ಹೋಗಲಾರೆ" ಎಂದು ಹೆಂಡತಿಯ ಕಾಲಿಗೆ ಬೀಳಲು ಹೋದ. ಅವನ ತಡೆದ ಸುಗುಣ "ಇಲ್ಲ ರೀ, ತಪ್ಪು ಮಾಡಿದ್ದು ನೀವಲ್ಲ, ನಾನು. ಕ್ಷಮಿಸಬೇಕಾದವರು ನಾನಲ್ಲ ನೀವು" ಎಂದು ಜೋರಾಗಿ ಅಳತೊಡಗಿದಳು. ಸತಿ–ಪತಿಗಳಿಬ್ಬರೂ ಒಬ್ಬರನ್ನೊಬ್ಬರು ತಬ್ಬಿಕೊಂಡು ಪರಸ್ಪರ ಸಮಾಧಾನ ಮಾಡಿಕೊಂಡರು.

ಆ ಸನ್ನಿವೇಶವನ್ನು ನೋಡಿದ ಶ್ರೀನಿವಾಸ್, ಶಶಿ ಹಾಗೂ ರೇಖಾರ ಕಣ್ಣುಗಳು ಒದ್ದೆಯಾಗಿದ್ದವು. "ಅಂತೂ ಚದುರಿದ ಮೋಡಗಳ ಕೂಡಿಸಿದ್ದಾಯಿತು. ವರ್ಷಧಾರೆಯ ಸಿಂಚನದಲ್ಲಿ ಮಿಂದೆದ್ದದ್ದೂ ಆಯಿತು. ಇನ್ನೂ ನಾವು ನಿಶ್ಚಿಂತೆಯಿಂದ ಬಾಳಬಹುದು" ಎಂದು ಶ್ರೀನಿವಾಸ್ ತಮ್ಮ ಪಕ್ಕದಲ್ಲಿದ್ದ ಶಶಿ ಮತ್ತು ರೇಖಾರಿಗೆ ಕೈ ಮುಗಿದರು. "ನನ್ನ ತಂಗಿಯ ವದನದಲ್ಲಿ ಮತ್ತೇ ನಗು ಮೂಡಿಸಲು ನೀವು ಮಾಡಿದ ಉಪಕಾರಕ್ಕೆ ತುಂಬಾ ಧನ್ಯವಾದಗಳು ಸರ್" ಎಂದು ಶಶಿ ಎದುರಿಗೆ ನಿಂತಿದ್ದ ಶ್ರೀನಿವಾಸರಿಗೆ ಮರುವಂದಿಸಿದ. "ನಿಮ್ಮ ತಂಗಿಯ ಬಾಳಲ್ಲಿ ಮತ್ತೇ ನಗು ಮೂಡಿಸಿದ್ದು ನಾನಲ್ಲ, ಇವರು. ಎಲ್ಲಾ ಶ್ರೇಯಸ್ಸು ಈ ಮಹಾತಾಯಿಗೆ ಸಲ್ಲಬೇಕು" ಎಂದು ಶ್ರೀನಿವಾಸರು ರೇಖಾಳಿಗೆ ತಲೆಬಾಗಿ ನಮಿಸಿದರು. ಕಸದ ತೊಟ್ಟಿಯಲ್ಲಿ ಕಸದಂತೆ ಬಿದ್ದಿದ್ದ ನನ್ನ ಬಾಳಿಂದು ನಿಜಕ್ಕೂ ರಸವಾಯಿತೆಂದು ರೇಖಾ ಶ್ರೀನಿವಾಸರ ಕಾಲಿಗೆ ಬಿದ್ದು ನಮಿಸಿದಳು. ಈ ವೇಳೆಗೆ ಸುಧಾಕರ ಹಣ್ಣು–ಹಂಪಲು ಹಿಡಿದು ಮನೆಯೊಳಗೆ ಬಂದ. ಓಡೋಡಿ ಹೋದ ಸುಗುಣ ತನ್ನ ತಂದೆಯನ್ನು ತಬ್ಬಿಕೊಂಡು "ಅವರು ವಾಪಸ್ ಬಂದ್ರು ಅಪ್ಪಾ, ನನ್ನ ನಂಬಿಕೆ ಹುಸಿಯಾಗಲಿಲ್ಲ" ಎಂದು ಆನಂದಭಾಷ್ಪ ಸುರಿಸಿದಳು. ಅಳಿಯನ ಕಂಡ ಸುಧಾಕರನ ಖುಷಿಗೆ ಪಾರವೇ ಇರಲಿಲ್ಲ. ಆದರೆ ಸಂಜಯ

ಮಾತ್ರ ತಲೆತಗ್ಗಿಸಿಕೊಂಡು ನಿಂತಿದ್ದ. ಅಲ್ಲೇ ಬಿದ್ದಿದ್ದ ಕಪ್ಪು ಪಟ್ಟಿಯನ್ನು ತಂದು "ನನ್ನೊಳಗಿನ ಸಮಸ್ಯೆಗೆ ಈ ಬೆಳಕಿಗಿಂತಲೂ ಕತ್ತಲು ಸೂಕ್ತ ಪರಿಹಾರವೆನಿಸುತ್ತದೆ. ಇದನ್ನು ಶಾಶ್ವತವಾಗಿ ನನ್ನ ಕಣ್ಣಿಗೆ ಕಟ್ಟಿಬಿಡಿ. ಆಗ ನನ್ನೆದುರು ಯಾವ ವದನವೂ ಸುಳಿಯದು" ಎಂದು ಕಣ್ಣೀರಿಟ್ಟ. ಅವನನ್ನು ಸಂತೈಸಿದ ರೇಖಾ "ನಿಮ್ಮ ಮಾವರ ವದನದಲ್ಲಿ ನಿಮ್ಮ ತಂದೆಯ ವದನ ಕಾಣಿ. ಪರರ ವದನಗಳು ಕಂಡಾಗ ನಿಮ್ಮ ದೃಷ್ಟಿ ತಗ್ಗಿಸಿ ಧೀರ್ಘ ಉಸಿರೊಂದನ್ನು ಎಳೆದು ಬಿಟ್ಟುಬಿಡಿ. ಎಲ್ಲವೂ ಸರಿ ಹೋಗುತ್ತದೆ. ಕೀಪ್ ಇಟ್ ಅಪ್. ಆಗಾಗ್ಗೆ ನಮ್ಮ ಸಂಸ್ಥೆಗೆ ಬಂದು ಹೋಗುತ್ತಿರಿ. ನಾನೂ ನನ್ನ ಸಂಸ್ಥೆ ಬದುಕಿನುದ್ದಕ್ಕೂ ನಿಮ್ಮ ಜೊತೆಗಿರುತ್ತೇವೆ" ಎಂದು ಸಂಜಯನ ಬೆನ್ನುತಟ್ಟಿ; ಅಲ್ಲಿದ್ದವರೆಲ್ಲರಿಗೂ ವಂದಿಸಿ ಹೊರನಡೆದಳು.

ಹರಸಾಹಸ ಪಟ್ಟು ಸಂಜಯ-ಸುಗುಣರನ್ನು ಒಂದುಗೂಡಿಸಿದ ರೇಖಾ ಭಾರವಾದ ಹೃದಯ ಹೊತ್ತು ತನ್ನ ಮನೆಯತ್ತ ಹೆಜ್ಜೆ ಹಾಕಿದಳು. ಹಿಂದಿನಿಂದ "ನಿಂತ್ಕೋ, ನಾನು ನಿನ್ನ ಜೊತೆಗೆ ಬರುತ್ತೇನೆ" ಎಂಬ ಧ್ವನಿ ಕೇಳಿಸಿತು. ಅವಳು ಕುತೂಹಲದಿಂದ ಹಿಂತಿರುಗಿ ನೋಡಿದರೆ ಹುಣ್ಣಿಮೆಯಂತಹ ಶಶಿಯ ವದನ ಕಂಡಿತು.

...ಮುಕ್ತಾಯ...

42. ಹಾವಿನ ಮನೆ–ಅನು ಬೆಳ್ಳೆ (ರಾಘವೇಂದ್ರ ಬಿ. ರಾವ್) (ಕಾದಂಬರಿ) 250/–
43. ಈಗಲ್ಸ್ ಲೈನ್–ರಾಜೇಶ್ ಕುಮಾರ್ ಕಲ್ಯಾ (ಕಾದಂಬರಿ)..220/–
44. ನಂಬಿಕೆಯೆಂಬ ಗಾಳಿಕೊಡೆ–ಡಾ. ಪ್ರೇಮಲತ ಬಿ. (ಕಥಾಸಂಕಲನ) 180/–
45. 10 ಕುಟುಂಬ 18 ಗೋತ್ರದ ಗೌಡ ಪರಂಪರೆ–ಪುತ್ತೂರು ಅನಂತರಾಜ ಗೌಡ......... 325/–
46. ಗಿಳಿಯು ಬಾರದೆ ಇರದು (ಕಥಾಸಂಕಲನ)–ಪಿ.ಎಸ್. ಶ್ರೀಧರನ್ ಪಿಳ್ಳ
(ಅನುವಾದ: ಮೇರಿ ಜೋಸೆಫ್)..85/–
47. ಒಂದು ಆದಿಮ ಪ್ರೇಮ (ಕವನ ಸಂಕಲನ)–ನಂದಿನಿ ಹೆದ್ದುರ್ಗ 150/–
48. ಮಣ್ಣೇ ಮೊದಲು... (ಕವನ ಸಂಕಲನ)–ಪಾಪುಗುರು 120/–
49. ಬಿಂಜೆಮುಳ್ಳು (ಕವನ ಸಂಕಲನ)–ಫಾಲ್ಗುಣ ಗೌಡ ಅಚವೆ.....................................120/–
50. ಅಮೋಘವರ್ಷ–ಡಾ. ಲಕ್ಷ್ಮಣ ಕೌಂಟೆ (ಕಾದಂಬರಿ)...420/–
51. ಗಾಯಗೊಂಡ ಸಾಲುಗಳು (ಕವನ ಸಂಕಲನ)–ಸದಾಶಿವ ಸೊರಟೂರು 110/–
52. ನಿನ್ನ ಧ್ಯಾನದ ನೂರೊಂದು ಹಣತೆ (ಕವನ ಸಂಕಲನ)–ವಾಸುದೇವ ನಾಡಿಗ್..........170/–
53. ಕ್ರಿಕೆಟಾಯಣ–ಎಚ್. ಪ್ರೇಮಾನಂದ ಕಾಮತ್ (ಲೇಖನಗಳು)..230/–
54. ಹೂವಿನಕೊಲ್ಲಿ–ಅಬ್ದುಲ್ ರಶೀದ್ (ಕಾದಂಬರಿ)..270/–
55. ಕನಸುಗಳ ಶ್ರಾದ್ಧ–ಡಾ. ಗೀತಾ ಸುನಿಲ್ ಕಶ್ಯಪ್ (ಕಾದಂಬರಿ)
(ಮೂಲ: ಉತ್ತಮ್ ಕಾಂಬಳೆ) 200/–
56. ವೀರ ಸಿಂಧೂರ ಲಕ್ಷ್ಮಣ–ಕೌಂಡಿನ್ಯ (ಕಾದಂಬರಿ)...190/–
57. ಸಹಭಾಷಿಕರ ಕನ್ನಡ ಪ್ರೇಮ–ಡಾ. ಡಿ.ಎಸ್. ಶ್ರೀನಿವಾಸ ಪ್ರಸಾದ್ (ವ್ಯಕ್ತಿಚಿತ್ರಗಳು).....400/–
58. ಚಿತ್ರ–ವಿಚಿತ್ರ–ರವೀಂದ್ರ ವೆಂಶಿ (ಸಿನಿಮಾ ವಿಶ್ಲೇಷಣೆ)..220/–
59. ಜನಮಿತ್ರ ಅರಸು–ಡಾ. ಡಿ.ಎಸ್. ಚೌಗಲೆ (ನಾಟಕ)...80/–
60. ಹಂಸಾಕ್ಷರ–ಜಯರಾಮಾಚಾರಿ...160/–
61. ನದಿಯೊಂದು ಕಡಲ ಹುಡುಕುತ್ತಾ–ಸಂತೆಬೆನ್ನೂರು ಫೈಜ್ನಟ್ರಾಜ್ (ಕಥಾಸಂಕಲನ).....180/–
62. ನೀಲಿ ಮತ್ತು ಸೇಬು–ಸುಧಾ ಆಡುಕಳ (ಕಥಾಸಂಕಲನ) 180/–
63. ಕಾಗೆ ಮೇಷ್ಟ್ರು–ವಿಕ್ರಮ ಹತ್ವಾರ (ಕಥಾಸಂಕಲನ)...125/–
64. ಪರಿಮಳದ ಪಡಸಾಲೆ (ಎಸ್. ದಿವಾಕರ್ ಪ್ರಪಂಚಕ್ಕೊಂದು ಪ್ರವೇಶಿಕೆ).........................190/–
65. ಈ ಹೊತ್ತಿನ ಕಥೆಗಳು–(ಸಂ) ವಿಜಯ ಕರ್ನಾಟಕ 250/–
66. ನಿಶ್ಚಲವ ಕಲಕಿದ ಹಕ್ಕಿ–ವಿಕ್ರಮ ಹತ್ವಾರ (ಕವನ ಸಂಕಲನ).....................................100/–
67. ಹರಿವ ಕನ್ನಡಿ–ಸ್ವಯಂಪ್ರಭಾ ಮಹೇಶ (ಕವನ ಸಂಕಲನ) 120/–
68. ನರಕದ ಕೆನ್ನಾಲಿಗೆಯಂಥ ನಿನ್ನ ಬೆನ್ನಹುರಿ–ಅಬ್ದುಲ್ ರಶೀದ್ (ಕವನ ಸಂಕಲನ)......130/–
69. ಚಿಕ್ಕಪುಟ್ಟಮ್ಮನವರ ಗೃಹನ್ಯಾಯ–ಕೆ. ಸತ್ಯನಾರಾಯಣ (ಕಥಾಸಂಕಲನ).......................140/–
70. ಹಕ್ಕಿ ಅಟೆಂಡೆನ್ಸ್–ಡಾ. ಲೀಲಾ ಅಪ್ಪಾಜಿ 595/–
71. ದಡ ಸೇರದ ದೋಣಿಗಳು–ಬೇಲೂರು ರಾಮಮೂರ್ತಿ (ಕಥಾಸಂಕಲನ)............................275/–
72. ನಿಷಿತೆ–ಪ್ರೀತಿನಿ ಧನಂಜಯ (ಕಾದಂಬರಿ)... 250/–
73. ಮಲೆನಾಡ ಅಜ್ಜಿ–ಶೋಭಾ ರಾವ್ (ಲಲಿತ ಪ್ರಬಂಧಗಳು) 175/–
74. ಮಲ್ಲಿಮಲ್ಲಿಗಿ–ಎಂ.ಎಲ್. ಪ್ರಸನ್ನ (ಕಾದಂಬರಿ) 210/–
75. ಬೆಳವಡಿ ಮಲ್ಲಮ್ಮ–ಕೌಂಡಿನ್ಯ (ಕಾದಂಬರಿ) 200/–
76. ಆರೋಹಣ–ವಿವೇಕಾನಂದ ಕಾಮತ್ (ಕಾದಂಬರಿ) 190/–
77. ಕಂದಕ–ಭಾರದ್ವಾಜ ಕೆ. ಆನಂದತೀರ್ಥ (ಕಾದಂಬರಿ).. 265/–
78. ಕ್ರಮಣ–ಭಾರದ್ವಾಜ ಕೆ. ಆನಂದತೀರ್ಥ (ಕಾದಂಬರಿ)...375/–
79. ವ್ಯಾಘ್ರಹತ್ಯೆಯ ನಿಗೂಢಗಳು–ಡಾ. ಟಿ.ಎಸ್. ವಿವೇಕಾನಂದ.......................................200/–
80. ಹಿಮಾಲಯದ ನರಭಕ್ಷಕಗಳು–ಡಾ. ಟಿ.ಎಸ್. ವಿವೇಕಾನಂದ
(ಜಿಮ್ ಕಾರ್ಬೆಟ್‌ರವರ ಸಮಗ್ರ ಕತೆಗಳು) 675/–

81. ಪರಿಸರ ನಿಘಂಟು–ಡಾ. ಟಿ.ಎಸ್. ವಿವೇಕಾನಂದ.......................................625/–
82. ಪ್ರೀತಿಯೆನುವ ಮಾಯೆ–ಬಿ.ಆರ್. ಲಕ್ಷ್ಮಣರಾವ್ (ಕಥಾಸಂಕಲನ).............................320/–
83. ಸಹಜ ಜೀವನ–ರವಿ ಕೃಷ್ಣಾರೆಡ್ಡಿ (ಆರೋಗ್ಯ ಸಲಹೆಗಳು)...................................160/–
84. ಬಿಂಬ–ಬಿಂಬನ–ಗೋಪಾಲಕೃಷ್ಣ ಪೈ & ಗಿರೀಶ್ ಕಾಸರವಳ್ಳಿ....................................385/–
85. ಕಥಾ ಸಂಕ್ರಾಂತಿ (ಕನ್ನಡ)–(ಸಂ) ಕೇಶವ ಮಳಗಿ (ಕಥಾಸಂಕಲನ).............................185/–
86. ಕುಸುರೆಳ್ಳು–(ಸಂ) ಕೇಶವ ಮಳಗಿ (ಕಥಾಸಂಕಲನ)...320/–
87. ಕಥಾ ಸಂಕ್ರಾಂತಿ (ತೆಲುಗು)–(ಸಂ) ಕೇಶವ ಮಳಗಿ (ಕಥಾಸಂಕಲನ)...........................220/–
88. Festive (English)–(Ed) Keshava Malagi (Short Stories)...................249/–
89. ಕಥಾ ಸಂಕ್ರಾಂತಿ (ಮಲಯಾಳಂ)–(ಸಂ) ಕೇಶವ ಮಳಗಿ (ಕಥಾಸಂಕಲನ)..........................
90. ಕಗ್ಗಕ್ಕೊಂದು ನ್ಯಾನೋ ಕತೆ–ವಿ. ಗೋಪಕುಮಾರ್...130/–
91. ಪುನರುತ್ಥಾನ–ಪಾರ್ವತಿ ಪಿಟಗಿ (ಕಾದಂಬರಿ)...200/–
92. ಮಹಾವಿನಾಶ–ಡಾ. ಲಕ್ಷ್ಮಣ ಕೌಂಟೆ (ಕಾದಂಬರಿ)..450/–
93. ಮಿಸ್ಸಿನ ಡೈರಿ–ಮೇದಿನಿ ಕೆಸವಿನಮನೆ (ಅನುಭವ ಕಥನ)...200/–
94. ನೀಲಿ ಶಾಯಿಯ ಕಡಲು–ಗೀತಾ ದೊಡ್ಮನೆ (ಕವನ ಸಂಕಲನ)......................................120/–
95. ಬಹುತ್ವ ಭಾರತ ಕಟ್ಟಿದವರು–ರಾಘವೇಂದ್ರ ಪ್ರಭು ಎಂ. (ವ್ಯಕ್ತಿಚಿತ್ರಗಳು)....................350/–
96. ಬೇವಾಚ್–ನೌಶಾದ್ ಜನ್ನತ್ತ್ (ಕಾದಂಬರಿ)...225/–
97. ಸುಪ್ತ ಸಾಗರದಾಚೆ–ಡಾ. ಶೈಲೇಶ್ ಕುಮಾರ್ (ಪ್ರವಾಸ ಕಥನ)..................................200/–
98. ನಾತಿಚರಾಮಿ–ಎನ್ ಸಂಧ್ಯಾರಾಣಿ (ಕಾದಂಬರಿ)..150/–
99. ಜಗತ್ತಿನ ಭೀಕರ ಯುದ್ಧಗಳು–ಡಾ. ಎಂ. ವೆಂಕಟಸ್ವಾಮಿ..495/–
100. ಕವಚ–ರಾಧಾಕೃಷ್ಣ ಕಲ್ಚಾರ್ (ಕಾದಂಬರಿ)..185/–
101. ಉಪರಿ–ಡಾ. ಅಜಿತ್ ಹರೀಶಿ (ಕಥಾಸಂಕಲನ)...120/–
102. ಆ ವದನ–ಶೆಕ್ಷಾವಲಿ ಮಣಿಗಾರ್ (ಕಾದಂಬರಿ)...240/–
103. ಪರಸ್ಪರ ಮತ್ತಿತರ ಕತೆಗಳು–ಮುರ್ತುಜಾಬೇಗಂ ಕೊಡಗಲಿ (ಕಥಾಸಂಕಲನ)....................150/–
104. ಇರುಳ ಬಾಗಿಲಿಗೆ ಕಣ್ಣ ದೀಪ–ಡಾ. ಸದಾಶಿವ ದೊಡ್ಡಮನಿ (ಕವನ ಸಂಕಲನ)..................140/–
105. ವರದಾ ತೀರದ ಕಥೆಗಳು–ರವೀಂದ್ರ ಮುದ್ದಿ (ಕಥಾಸಂಕಲನ)....................................160/–
106. ಖದೀಜಾ–ಸಿ.ವಿ. ವಿರುಪಾಕ್ಷ (ಐತಿಹಾಸಿಕ ಕಾದಂಬರಿ)..215/–
107. ಚಂದ್ರಾ ಲೇಔಟ್–ಶ್ರೀಧರ ಗಸ್ತಿ (ಕಥಾಸಂಕಲನ)..135/–
108. ಜನನಾಯಕ–ಪ್ರಕಾಶ ಗಿರಿಮಲ್ಲನವರ (ನಾಟಕ)..125/–
109. ಓಡಿ ಹೋದಾಕಿ–ಬಿ.ಜೆ. ಪಾರ್ವತಿ ಬಿ. ಸೋನಾರೆ (ಕಾದಂಬರಿ)...............................215/–
110. ಇತ್ತ ಹಾಯಲಿ ಚಿತ್ತ–ಕವಿತಾ ಹೆಗಡೆ ಅಭಯಂ (ಅನುವಾದಿತ ಕಥಾಸಂಕಲನ)..................110/–
111. ಮಾಯಾ ಗುಹೆ ಮತ್ತು ಇತರ ಮಕ್ಕಳ ಕತೆಗಳು–ನವ್ಯ ಆರ್. ಕತ್ತಿ...............................140/–

www.ingramcontent.com/pod-product-compliance
Lightning Source LLC
LaVergne TN
LVHW102037051026
849518LV00014B/2004
* 9 7 8 8 1 9 7 4 1 6 9 0 3 *